AF833448

# பெர்லின் நினைவுகள்

# பெர்லின் நினைவுகள்

**பொ. கருணாகரமூர்த்தி** (பி. 1954)

இலங்கை, புத்தூரில் பிறந்தவர். 1980இல் பெர்லினுக்குப் புலம்பெயர்ந்தார். வாடகைவண்டிச் சாரதீயத்தின் மூலம் பெற்ற அனுபவங்கள்; முது பிரஜைகள் நலன்பேண் அலுவலராகப் பணியாற்றியதில் பெற்ற அனுபவங்கள் ஆகியவற்றைப் படைப்புகளில் பதிவுசெய்துள்ளார்.

1985இல் கணையாழியில் வெளிவந்த ‘ஒரு அகதி உருவாகும் நேரம்’ குறுநாவல் மூலம் சிறுபத்திரிகை வாசகர்களுக்கு அறிமுகமானார். காருண்யன், கொன்ஃபூசியஸ், புதுவை நிலவன், அழகுமுருகேசு முதலிய பெயர்களில் கவிதைகள் எழுதியுள்ளார். கனடா தமிழ் இலக்கியத் தோட்டத்தின் 2010ஆம் ஆண்டுக்கான சிறந்த சிறுகதைத் தொகுப்பாக ‘பதுங்கு குழி’ தேர்ந்தெடுக்கப்பட்டது.

மனைவி: ரஞ்ஜினி, பெர்லின் தமிழாலயத்தில் தன்னார்வத் தமிழாசிரியை.

குழந்தைகள்: காருண்யா, அச்சுதன், ஜெகதா, பூமிகா.


தொடர்புக்கு : P. Karunaharamoorthy,
Skalitzerstr.142
10999 Berlin, Germany

தொலைபேசி : 004930.54493337

மின்னஞ்சல் : karunah08@yahoo.com
karunah08@gmail.com

வலைப்பூ : Karunah.blogspot.com
Couvin.blogspot.com
pathungukuzi.wordpress.com

## ஆசிரியரின் பிற நூல்கள்

**நாவல்**

- அனந்தியின் டயறி

**சிறுகதை**

- கிழக்கு நோக்கிச் சில மேகங்கள்
- அவர்களுக்கென்று ஒரு குடில்
- கூடு கலைதல்
- பதுங்கு குழி
- வனம் திரும்புதல்

**குறுநாவல்**

- ஒரு அகதி உருவாகும் நேரம்
- வெயில் நீர்

**நினைவோடை**

- பெர்லின் இரவுகள்

பொ. கருணாகரமூர்த்தி

# பெர்லின் நினைவுகள்

காலச்சுவடு பதிப்பகம்

**பெர்லின் நினைவுகள்** • நினைவலைகள் • ஆசிரியர்: பொ. கருணாகர மூர்த்தி • © பொ. கருணாகரமூர்த்தி • முதல் பதிப்பு: மே 2014, மூன்றாம் (குறும்) பதிப்பு: நவம்பர் 2021 • வெளியீடு: காலச்சுவடு பப்ளிகேஷன்ஸ் (பி) லிட்., 669 கே. பி. சாலை, நாகர்கோவில் 629001

**perlin ninaivukaL** • Memoir • Author: P. Karunaharamoorthy • © P. Karunaharamoorthy • Language: Tamil • First Edition: May 2014, Third (Short) Edition: November 2021 • Size: Demy 1 x 8 • Paper: 18.6 kg maplitho • Pages: 408

Published by Kalachuvadu Publications Pvt. Ltd., 669 K.P. Road, Nagercoil 629001, India • Phone: 91-4652-278525 • e-mail: publications @kalachuvadu.com • Printed at Clicto Print, Jaleel Towers, 42 KB Dasan Road, Teynampet Chennai 600018

ISBN: 978-93-82033-38-7

11/2021/S.No. 571, kcp 3274, 18.6 (3) 1k

இலக்கியத்தால் ஆகர்ஷிக்கும்
தேனீயன்ன இயக்கத்தால் உத்வேகிக்கும்
சகோதரரென அக்கறைகொள்ளும்
தீராத அன்பைப் பொழியும்
தோழர் **அ. முத்துலிங்கம்**
அவர்களுக்கு

# பொருளடக்கம்

# முன்னீடு

பெர்லின் நினைவுகள் உருவான விதம் சுவாரசியமானது. தினமும் வேலைக்குப் போவது, பின் சினிமா அல்லது தொலைக்காட்சி பார்ப்பது, கொஞ்சம்போல வாசிப்பது, கொஞ்சம் மது, போஷனம், பின் தூக்கம் இப்படி அன்றாட நிகழ்வு களாலான சராசரி வாழ்க்கைமுறை எனக்கு அடிக்கடி சலிப்பேற்படுத்துவதுண்டு. இன்னமும் செய்யக்கூடிய ஏதோவொன்றைச் செய்யாமல் வெட்டியாகக் காலம் விரயமாக்குகிறேன் என்பது புரியும். ஆனால் அது என்னவென்று தெரியாமல் மனது கிடந்து தவிக்கும். சரி எதையாவது எழுதலாம் என்றொரு முடிவுக்கு வந்தேன். வந்தபின்னால் எதைத்தான் எழுதுவதென்ற கேள்வி முன்னதைவிடவும் பெரிதாக எழுந்தது.

மேதாவித்தனங்கள் எதுவுமில்லாத சாமானியன், மருத்துவக் கல்லூரிக்கு நுழையவே சாமர்த்தியம் போதாதவன், *IQ*விலும் சராசரியாக இருப்பவன் எதைத்தான் எழுதிக் கிழித்துவிடப் போகிறேன். திரிகாலமும் என்னைக் கேலிபண்ணிக்கொண்டு என் மண்டைக்குள் குடியிருக்கும் கிண்டல் கிச்சாமி திடுப்பெனப் பொறித்துவிட்டு "நீ அதிமேதாவியோ வித்தக சிரோமணியோ இல்லைத்தான். ஆனால் புகலிடத்தில் நீ வரித்துக்கொண்ட சீருந்து ஊழியத்தில் பல புத்திசாலிகளையும் விநோத மாந்தர்களையும் சந்தித்திருக்கிறாயல்லவா. அவர்களைப் பற்றியெல் லாம் எழுதேன்" என்றான். அந்த யோசனையின் விளைவாக எழுதப்பட்டு மாலனின் திசைகளில் தொடராக வெளிவந்ததுதான் 'பெர்லின் இரவுகள்'.

பின்னர் 2005இல் நூல்வடிவில் வெளிவந்தபோது அமோகமான வரவேற்பைப் பெற்றது. மனம் அதிலும் திருப்திப்படவில்லை. அட இன்னும் எத்தனையோ விஷயங்களை அதில் சொல்லாமல் விட்டுவிட்டோமே, அவற்றையெல்லாம் சேர்த்திருந்திருக்கலாமே என்கிற எண்ணம் மனதில் குடைந்துகொண்டேயிருந்தது.

என் ஊழியத்தில் சேகரித்துக்கொண்ட அனுபவங்களையும் பெர்லின் நகரத்தின் பழமையும் புதுமையும் கலந்த கட்டிடக் கலையமைப்புகளையும் அதன் புவியியல் அமைவையும் துலக்கும் புகைப்படங்களையும் சேர்த்துக்கொண்டு ஒரு செம்பதிப்பாக அந்நூலை மீளவும் கொண்டுவரும் நோக்கில் விஷயங்களைப் புதுக்கி, மெருகித் தொகுத்தேன். தொகுத்த பிரதியைத் தோழர்கள் அ. முத்துலிங்கம் அவர்களிடமும் இரவி அருணாசலத்திடமும் காட்டினேன். படித்துப்பார்த்த அவர்கள் இன்னும் சில விஷயங்கள் இதில் சேர்ப்பதற்குள்ளனவே என்றனர்.

அதாவது 'நீ புலம்பெயர்ந்த காலமோ இலங்கையில் ஆயுதப் போராட்டம் முனைவுற்றிராத காலம். அவ்வேளை உன்னைப் புலம்பெயரவைத்த காரணிகள், அதாவது உன் புலப்பெயர்வின் பகைப்புலம், புலப்பெயர்வில் புதியவொரு தேசத்தில் நுழைந்த அனுபவங்கள், ஆரம்பகால பெர்லின் வாழ்க்கை, சமூகத்துடனான ஒருங்கிணைவு / கலத்தல், தொழில் வாய்ப்புகள் இவற்றையும் சேர்த்துக்கொண்டால் இன்னும் நிறைவாக இருக்குமே' எனவும் அபிப்பிராயப்பட்டனர். சிந்தித்துப் பார்த்ததில் எழுதத் தெரிந்திருந்தும் எமது புலம் பெயர் அனுபவங்கள், அவஸ்தைகள் இவற்றையெல்லாம் பதிவு செய்யாவிடின் அது ஒரு வரலாற்றுத் தவறாகிவிடுமோ என்றிருந் தது. அவ்வாறே முடிந்த அளவுக்கு நுழைவுகால அனுபவங் களைக் காலஒழுங்கில் ஞாபகப்படுத்தி அனைவற்றையும் சேர்த்தால் 'பெர்லின் இரவுகளை'விடவும் சேர்த்துக்கொள்ளப் பட்ட விஷயங்கள் இருமடங்காக இருந்தன. 'பெர்லின் இரவுக'ளை முக்கியமான சாகித்தியமாக (சரணம்) அமைத்துக்கொண்டு புதிய விஷயங்களை அதன் புதிய பல்லவியாகவும் அனுபல்லவி யாகவும் நிரவல்களாகவும் நிரைப்படுத்தியதில் அமையும் இந்நூலுக்கு 'பெர்லின் நினைவுகள்' எனத் தலைப்பிட்டேன்.

'பெர்லின் இரவுக'ளுக்குள் பெற்ற அனுபவங்களில் சிலவேளை காலவழுவமைதி காணப்படலாம். ஐரோப்பிய நாணய அலகான இயூரோ 1999இல்தான் புழக்கத்துக்கு வந்தது. நான் ஜெ. மார்க்கோடு சம்பந்தப்படுத்திக் குறிப்பிடும் சம்பவங்கள் 1999க்கும் முந்தியவை என்று புரிவதில் வாசகர்களுக்குச் சிரமம் இருக்காது.

இடையில் எனது கணனி வைரஸ் ஒன்றினால் தாக்கப் பட்டதில் ‘பெர்லின் இரவு’களின் மென்பிரதி இல்லாமற்போயிற்று. யாழ்தேவி இணையதளம் சேரன் கிருஷ்ணமூர்த்தியிடம் ஒரு தொலைபேசி உரையாடலில் இவ்விஷயத்தைச் சொல்லி ஏதும் மென்பொருளைப் பாவித்து என் பிரதியை மீட்டெடுத்துத் தர முடியுமா எனக் கேட்டேன். அவர் கவலையை விடுங்கள், நானே உங்கள் நூலை மென்பிரதியாக்கித் தருகிறேன் என்றவர் இரண்டு மாதத்திலேயே மென்பிரதியாக்கியும் தந்தார். இன்னும் அவர் இப்பிரதியை எண்ணிம வடிவிலமைத்து *Kindle e-Book* ஆக்கும் முயற்சியிலும் முனைந்துள்ளார். அவருக்கு என் முதல் நன்றி.

‘பெர்லின் இரவு’களில் டாக்ஸி எனும் வார்த்தையைப் பல தடவைகள் பாவித்துள்ளேன். அப்போதும் டாக்ஸியெனும் பிறமொழி வார்த்தையைப் பிரயோகிக்கவேண்டிவருகிறதே என்கிற விஷயம் சற்றே உறுத்தலாகவே இருந்தது. அதை வாடகைவண்டி என்கிற வார்த்தையால் பிரதியிடலாந்தான். ஆனால் அதுவும் நெடியதாகவும் இடக்கலானதாகவும் இருந்தது. சீருந்து என்னும் வார்த்தையை ஒரு உரையாடலில் புதுவை முனைவர் திரு. திருமுருகன் அவர்களும் அனுவதித்ததாக எனக் கொரு ஞாபகம் இருக்கிறது. முகநூலில் அவ்வார்த்தை பற்றி இலக்கியர்களையும் ஆலோசித்திருந்தேன். அவர்கள் பரிந்துரைத் ததில் அழைப்புந்து, கட்டணவுந்து, காசுந்து ஆகியவை டாக்ஸிக்கு நெருக்கம் காட்டின. ஆனாலும் பொருள் நோக்கின்றி எந்த வுந்துதான் வரும்? ஆதலால் கட்டணவுந்து, காசுந்து இரண்டையும் தவிர்த்தேன். இங்கே என் மொழியில் சீருந்து என்றும் பொருத்தம் கருதிச் சில இடங்களில் அழைப்புந்து என்றும் பெய்துள்ளேன். ஆனால் பிறன்கூற்றில் (உரையாடல்களில்) அது டாக்ஸியென்றே இருக்கும். சீருந்து, அழைப்புந்து இரண்டுமே பொருத்தமான தமிழ் வார்த்தைகள் என்பதுவும் அவை உங்களுக்குப் பிடிக்கலா மென்பதுவும் என் எண்ணம்.

ஒரு சீருந்து தரிப்பிடத்தில் சேர்ந்து கோப்பி குடிக்கையிலோ சிகரட் புகைக்கையிலோ சம்பாஷிக்கையிலோகூட ஜெர்மன்காரர் ஒரு இடமாகவும் விதேசிகள் வேறொரு பக்கமாகவுந்தான் கூடுவார்கள். விதேசிகள் அதிகமுள்ள குழாமென்றால் சுதேசி வந்து கலக்கமாட்டான். சுதேசிகள் அதிகமுள்ள குழாமென்றால் விதேசி விலகித் தனித்து நிற்பான். சுதேச – விதேச அபேதவாதிகள் வெகு அருமையாகத்தான் இருப்பார்கள். ஒரு விதேசத்தில் இந்த சுதேசி – விதேசிகளின் கலத்தலை அல்லது ஒரு சிறுபான்மைச் சமூகம் பெரும்பான்மையினரால் உள்வாங்கப் படுதலை *Penetration > Integration > Assimilation* அதாவது நுழைதல்,

கலத்தல், உள்வாங்கப்படல் எனப் பல அவத்தை நிலைகளில் சமூக ஆய்வாளர்கள் குறிப்பிடுவார்கள். குறுந்தொகை சொல்வது போலும் மழைநீரும் செம்புலப்பெயல்நீரும் ஒன்றாகக் கலந் தோடுவது போன்ற கலத்தல் உலகில் எங்குமே இருப்பதாகத் தெரியவில்லை. ஒரே நிறம், ஒரே மொழி, ஒரே கலாசாரம், ஒரே பண்பாடு, விழுமியங்கள் அனைத்தையும் கொண்டிருந்தும் தமிழர்கள் நாம் இன்றும் ஒன்று கலந்திருக்கிறோமா. ஊர், குறிச்சி, பேர், சமயம், சாதி, கோத்திரம், பரவணி என்று பிரிந்து தானே இருக்கிறோம். புலம்பெயர் நாட்டில் மட்டும் பூரணகலத்தல் எப்படிச் சாத்தியமாகும்?

ஜெர்மனியரும் ஜெர்மன் அல்லாதோர் பலரும் இன்னமும் என்னிடம் "எதற்கு நீ ஜேர்மனியில் இருக்கிறாய்" என்று அடிக்கடி உசாவுவதுண்டு. "வேறு போக்கிடம் இல்லாததால்" என்பேன்.

வேலையிலேயே கழிகின்றன பகற்பொழுதுகள்
வேலைக்கான தயார்ப்படுத்தலில் நம் இரவுகள்
மாற்றுப்போக்கின்றிக் குதிக்க நேர்ந்ததால்
நீந்தவே வேண்டிய அகதிச்சுழி இது.

இதை உசாவும் ஒவ்வொருத்தனுக்கும் புரியவைப்பதெப்படி?

ஒரு தடவை கல்லூரி மாணவி போலிருக்கக்கூடிய இளம் பெண்ணொருத்தி சவாரி முடிவில் தன் பர்ஸைத் திறந்து பார்த்து விட்டு அலறினாள்.

"என்னாச்சு கண்ணு?"

"ஒன்றுமில்லை . . . டாக்ஸி கட்டணத்துக்கு ஒரு பத்து மார்க் குறையுது."

"பரவாயில்லை. நான் காத்திருக்கிறேன் . . . நீ 'நிதானமாய்' வீட்டுக்குள் போய் எடுத்துக்கொண்டு வா."

"அங்கே வேறு யாருமிருக்கமாட்டார்கள். இருந்தாலும் பணமிருக்காது. ம்ம்ம் . . . ஏன் . . . இப்படிச் செய்யலாமா?"

"எப்படி"

"அழுத்தமாய் ஒரு கிஸ் தந்திடவா?"

"என்ன அவ்வளவு ஸ்மார்ட்டாகவா நான் இருக்கிறேன். சரி அந்த கிஸ் எல்லாம் இருக்கட்டும். உனக்கிந்த யோசனை எப்படீம்மா வந்தது ?"

"சும்மா ஒரு மாற்றீடாகத்தான். இக்கட்டான இவ்வேளைக்கு இது சிறந்ததும் இலகுவானதுமான தீர்வல்லவா?" என்றாள்.

இதுவன்ன மேலும் விசித்திர அனுபவங்கள் பலவற்றைப் புனைவும் தணிக்கையுமின்றி உள்ளே காணப்போகிறீர்கள்.

இந்நூல் ஒருவேளை உங்களுக்குக் கொட்டாவியை வர வழைப்பின் இதையொரு பக்கமாக வைத்துவிட்டு வேறு நூல்களைப் படியுங்கள். அவை உங்களுக்குத் தூக்கத்தையே தரும். தூங்கி எழுந்ததும் நிதானமாக இந்நூலை மீளவும் எடுத்துப் படித்துப்பாருங்கள். மிகவும் வித்தியாசமாக இருக்கும்.

நூலைச் சிறப்புற ஆக்குவதில் ஆலோசனைகள் வழங்கிய இலக்கிய நண்பர்களுக்கும் இந்நூலுக்குச் சிறப்பாக அணியுரை வரைந்த கவிஞர் பேராசான் திரு. எம்.ஏ. நுஃமான் அவர்களுக்கும் பிரதியின் இறுதி வடிவத்தை விரைந்து மெய்ப்பு நோக்க உதவிய தோழர்கள் சந்திரவதனா, சந்திரா, ரஞ்ஜினி, கனடா க. நவம், டென்மார்க் ஜீவகுமாரன், துவாரகன், இரவி அருணாசலம், சத்தியமூர்த்தி சக்திவேல், சகோதரி வனிதா ஆகியோருக்கும் பக்கங்களை வடிவமைத்த முகந்தெரியாத தளப்பதிகைக் கலைஞர் களுக்கும் நூலை அழகுறப் பதித்து வெளிக்கொணரும் காலச்சுவடுக்கும் என் நன்றி.

பெர்லின் — பொ. கருணாகரமூர்த்தி

*18.05.2013*

# சில அறிமுகக் குறிப்புகள்

## எம்.ஏ. நுஃமான்

*1980களின் பிற்பகுதியில் 'தூவானம் கவனம்' என்ற பெயரில் யாழ்ப்பாணத்தில் ஒரு நாவல் வெளிவந்தது. இலங்கைத் தமிழ் இளைஞர்கள் பலர் பொருளாதார அகதிகளாகவும் போர் அகதிகளாகவும் வெளிநாடுகளுக்கு ஏராளமான எண்ணிக்கையில் புலம்பெயர்ந்துகொண்டிருந்த காலகட்டம் அது. புலிகள் வட்டாரத்தில் புலம் பெயர்ந்து செல்பவர்கள் பற்றிய எதிர்மறையான கருத்து நிலவிய காலம். அந்நாவலில் வரும் போராளியான கோபியின் எச்சரிக்கைதான் 'தூவானம் கவனம்' என்ற தொடர். யுத்தத்தைப் பெருமழையாகவும் சுதந்திரத் தமிழ் ஈழத்துக்குத் திரும்பிவரும் தமிழர்களைத் தூவானமாகவும் அவன் உருவகிக்கிறான். பெருமழையைவிடத் தூவானம் ஆபத்தானது. ஆகவே தமிழ் ஈழத்துக்கு நோயைக் கொண்டுவரும் தூவானம் பற்றிக் கவனமாக இருக்க வேண்டும் என்பது அவன் எச்சரிக்கை. போராளியின் சகோதரிதான் இந் நாவலின் பிரதான பாத்திரம். தங்களைப் பிரிந்து பொருள் தேடுவதற்காக மத்தியகிழக்கு சென்ற தன் கணவன் தன்னினச் சேர்க்கையில் ஈடுபட்டு எயிட்ஸ் நோயுடன் திரும்பி வருவதான மனக் கற்பிதத்தில் உழல்கிறாள் அவள்.*

*இந்த நாவல் பற்றி நான் எழுதிய மதிப்புரையில் பின்வருமாறு குறிப்பிட்டிருந்தேன்: "பல்வேறு*

சமுதாய நிர்ப்பந்தங்களினால் அந்நிய நாடுகளுக்குப் பல்லாயிரக்கணக்கில் புலம்பெயர்ந்து சென்றவர்கள் எயிட்ஸ் நோயோடு திரும்பிவந்து தமிழீழத்தைச் சீரழித்துவிடுவர் என்று கற்பனைபண்ணுவது அபத்தமானது. வெளிநாட்டுத் தொடர்பினால் கலாசாரச் சீரழிவு ஏற்படக்கூடிய அபாயம் எப்போதும் உண்டு எனினும், மறுபுறத்தில் அதனால் ஏற்படக் கூடிய அனுபவ விசாலம், அறிவு விருத்தி, தொழில்நுட்பத் தேர்ச்சி, மூலதன ஈட்டம், கலாசாரப் புரிந்துணர்வு போன்ற வற்றினால் எதிர்காலத்தில் நமது சமூகப் பொருளாதார அமைப்பில் ஏற்படக்கூடிய சாதகமான விளைவுகள் பலவற்றை ஆசிரியர் காணத் தவறிவிட்டார். இது ஒருபக்கப் பார்வை யின், ஆழ்ந்து அகன்ற சமூகவியல் நோக்கு இன்மையின் விளைவாகும்" *(திசை, மே 1989).*

இன்று சுமார் பத்து இலட்சம் புலம்பெயர்ந்த ஈழத் தமிழர்கள் ஐரோப்பிய நாடுகளிலும் கனடாவிலும் அவுஸ்தி ரேலியாவிலும் வாழ்கின்றனர். புலம்பெயர்ந்த ஆரம்ப காலத்தில் இவர்கள் பெரும் துன்பங்களை அனுபவித்திருந் தாலும் இன்று அவர்களில் கணிசமான தொகையினர் தாங்கள் புலம்பெயர்ந்த நாடுகளில் ஓரளவு நிலைபேறு அடைந்துவிட்டனர் எனலாம். இன்னும் சில தலைமுறை கழிந்த பின்னர் இவர்களுள் எத்தனை பேர் தமிழ் பேசும் தமிழர்களாய் எஞ்சி இருப்பர் என்பது ஐயத்துக்கு இடமானது எனினும், கடந்த கால் நூற்றாண்டு காலத்துள் தமிழ் இவர்களால் பல நன்மைகளைப் பெற்றுள்ளது என்பதில் ஐயம் இல்லை. உலகமெலாம் தமிழ் ஒலிக்கச் செய்ததிலும், கணினித் தொழில் நுட்பத்துள் தமிழைக் கொண்டுவந்து தமிழுக்கு ஒரு அனைத்துலக ஏற்புடைமையைப் பெற்றுக்கொடுத்த திலும் இவர்களின் பங்களிப்பு முக்கியமானது. புலம்பெயர் இலக்கியம் என அழைக்கப்படுகிற ஒரு இலக்கியத் தொகுதி யின் உருவாக்கத்திலும் இவர்களின் பங்கு முக்கியமானது. பல்பண்பாட்டுப் பின்புலத்தின் வாழ்வனுபவங்களைத் தமிழுக்குக் கொண்டுவரும் இவ்விலக்கியத் தொகுதி தமிழ் இலக்கியத்துக்கு வளம் சேர்ப்பது. எழுத்தாளர்களாகப் புலம் பெயர்ந்தவர்கள், புலம்பெயர்ந்த பின்னர் எழுத்துத் துறைக்கு வந்தவர்கள் என அனேகர் இன்று புலம்பெயர் வாழ்வனுபவங் களைத் தங்கள் படைப்புகளில் பதிவுசெய்கின்றனர். இவற்றுள் பல மூடுண்ட தமிழ்ப் பண்பாட்டுச் சூழலில் அதிர்வூட்டும் புதிய வரவுகளாகவும் உள்ளன.

நண்பர் கருணாகரமூர்த்தி முக்கியமான புலம்பெயர்ந்த ஈழத் தமிழ் எழுத்தாளர்களுள் ஒருவர். யுத்தச் சூழல்

முறுகலடைவதற்குச் சற்று முன்னர், 1980களின் தொடக்கத்தில் புலம்பெயர்ந்தவர். அரசியல் காரணங்களுக்காக அன்றித் தொழில் தேடிப் புலம்பெயர்ந்தவர் என்பதை அவரே பதிவு செய்துள்ளார். கடந்த சுமார் கால் நூற்றாண்டு காலமாக ஜெர்மனியில் வாழ்கிறார். ஒரு டாக்டராக அல்லது ஒரு விமானியாக வர வேண்டும் என்று கனவு கண்டவர் ஒரு டாக்ஸி ஓட்டுநராக நிறைவுகண்டிருக்கிறார். புலம்பெயர் வாழ்வே அவரை எழுத்தாளராக உருவாக்கியது என்று நினைக்கிறேன். 'அகதி உருவாகும் நேரம்', 'வாழ்வு வசப்படும்', 'மாற்றம்' ஆகிய அவரது குறுநாவல்களும் 'அவர்களுக்கென்று ஒரு குடில்', 'கூடு கலைதல்', 'பதுங்குகுழி', 'கிழக்கு நோக்கிச் சில மேகங்கள்' ஆகிய சிறுகதைத் தொகுதிகளும் இதுவரை வெளிவந்துள்ளன. ஈழத்து வாழ்வனுபவங்களும் புலம்பெயர் வாழ்வனுபவங்களும் அவற்றில் பதிவாகியுள்ளன. இவை கருணாகரமூர்த்தியை ஒரு குறிப்பிடத்தகுந்த படைப்பாளியாக இனங்காட்டுகின்றன.

இப்போது வெளிவரும் அவரது 'பெர்லின் நினைவுகள்' ஒரு புனைகதை அல்ல. புனைகதைபோல் கற்பனைச் செறிவுள்ள சுய அனுபவக் குறிப்புகள். இதன் சில பகுதிகள் 'பெர்லின் இரவுகள்' என்ற தலைப்பில் உயிர்மைப் பதிப்பக வெளியீடாக ஏற்கெனவே நூலுருப் பெற்றுள்ளன. இப்போது வெளிவரும் 'பெர்லின் நினைவுகள்' அதன் விரிவாக்கம். தான் புலம்பெயர்ந்த சூழலில் தன் தொழில்சார் அனுபவங்களின் ஊடாக பெர்லின் வாழ்வின் ஒரு பக்கத்தை அவர் நமக்குத் திறந்து காட்டுகிறார். இத்தகைய நூல்களூடாக வாசகரின் அறிவும் அனுபவமும் விசாலமடைவதற்கான வாய்ப்புகள் ஏராளம்.

இந்த நூலின் முன் அரைவாசி அவர் ஜெர்மனிக்குப் புலம்பெயர்ந்து, அகதி அந்தஸ்து பெற்று, தொழிலுக்காக அலைந்து பின்னர் அங்கு நிலைபெற்று வேரூன்றிய அனுபவங்களைப் பேசுகிறது.

'கண்ணைக் கட்டிக் காட்டில் விட்டது போன்ற' தன் ஆரம்பகாலப் புலம்பெயர் அனுபவங்களை, திருப்பி அனுப்பப்படாமல் அகதி அந்தஸ்து பெறுவதற்காக மேற்கொள்ளப்படும் முயற்சிகளை, பத்திரிகை விநியோகத்தனாகத் தொடங்கி, ஓட்டல் பணியாளராகி, டாக்ஸி ஓட்டுநராகப் பரிணமித்த தன் தொழில் அனுபவங்களைச் சுவையாகச் சற்று நகைச் சுவையோடு அவர் விவரித்துச் செல்வதைப் படிக்கும்போது ஈழத் தமிழர்கள் புலம்பெயர்ந்த சூழலில் தங்களை நிலை

நிறுத்திக்கொள்வதற்குப் பட்ட சிரமங்களையும் செய்த தில்லு முல்லுகளையும் நம்மால் புரிந்துகொள்ள முடிகிறது.

இதுவரை பெர்லினுக்குப் போகும் வாய்ப்பற்ற என் போன்ற ஏராளமான தமிழ் வாசகர்களுக்கு பெர்லினின் வளத்தையும் வனப்பையும் மட்டுமன்றி, அந்த வாழ்வின் பல்வேறு அம்சங் களையும் அதன் நெளிவுசுளிவுகளையும் மனிதர்களின் குணச் சித்திரங்களையும் கருணாகரமூர்த்தியின் பார்வையின் ஊடாக அறிந்துகொள்ள இந்நூல் உதவுகிறது.

ஜெர்மனி கலை, இலக்கியம் தொடர்பில் புகழ்பெற்ற நாடு. நூலாசிரியர் ஒரு எழுத்தாளர் என்ற வகையில் இவை பற்றிய ஆசிரியரின் அனுபவங்களை, அபிப்பிராயங்களை ஒருவர் எதிர்பார்க்கலாம். அவ்வாறு எதிர்பார்த்து யாரும் ஏமாற வேண்டாம். ஃப்ரான்ஸ் காஃப்கா, குந்தர் கிறாஸ் ஆகிய பெயர்கள் போகிறபோக்கில் வேறு விடயங்களுடன் தொடர்பு படுத்திப் பேசப்படுகின்றன. எனினும், இந்நூலில் அவற்றைப் பற்றிப் பேசுவது ஆசிரியரின் நோக்கமல்ல. ஆயினும், *J.J. Karl Murphy* என்ற இசைக் கலைஞன் பற்றிய நம் மனதை நெருடும் ஒரு சம்பவம் இந்நூலில் இடம்பெறுகிறது.

ஆசிரியர் ஒரு கஃபேயில் வேலைசெய்துகொண்டிருந்த காலம். கஃபேயை மூடிவிட்டு, இசைநாடாவை ஓடவிட்டு, உள்ளே துப்பரவு செய்துகொண்டிருக்கிறார். வெளியே கார்ல் மாக்ஸ் போன்ற தோற்றமுடைய ஒரு கிழவன் வெகுநேரமாகக் கண்ணாடிக் கதவில் சாய்ந்துகொண்டு நிற்கிறான். வெளியே வைத்திருந்த வெற்றுப் புட்டிகளில் எஞ்சியிருந்த மதுத்துளிகளை நாக்கில் விட்டு ருசித்துக்கொண்டிருக்கிறான். இவருக்கு அவன் மீது அனுதாபம். கதவைத் திறந்து என்ன செய்துகொண்டிருக் கிறாய் தோழர் என்று கேட்கிறார். “உள்ளே இருந்து ஒரு வித்தியாசமான இசை வந்துகொண்டிருந்ததே அதைக் கேட்டுக்கொண்டிருந்தேன்” என்கிறான். இவருக்கோ ஆச்சரியம். வெள்ளைக்காரக் கிழவன் ஒருவன் கர்நாடக இசையை ரசிக்கிறானே என்ற ஆச்சரியம். அவனை உள்ளே அழைத்து உபசரித்து அவனுடன் உரையாடுகிறார். அவன் ஒரு நல்ல இசை ரசிகன், இசைஞன் என்று தெரிகிறது. ஆசிரியருள் மட்டுமன்றி நம்முள்ளும் அவன் உணர்வலைகளைக் கிளறி விட்டு விடைபெற்றுச் செல்கிறான். அவனை அவர் மீண்டும் சந்திக்கவே இல்லை. ஒரு வருடத்துக்குப் பின்னர் பழைய பத்திரிகைகளைப் புரட்டிக்கொண்டிருந்தபோது *J. J. Karl Murphy* என்ற இசைமேதை பற்றிய ஒரு கட்டுரையைப் படிக்க நேருகிறது. அநாமதேயமாக 77 வயதில் மருத்துவமனையில்

மாரடைப்பால் இறந்துபோன அந்த இசைமேதையின் சாதனை களை அக்கட்டுரை விவரித்துச் செல்கிறது. தன்னிடம் ஒரு யாசகன்போல் வந்த அந்தக் கிழவன்தான் அந்த இசை மேதை என்பதை அவர் கண்டுகொள்கிறார். இதுவே ஒரு கற்பனைக் கதைபோல் நம் மனதை உருக்குகிறது. இதை ஒரு சிறுகதையாகவும் அவர் எழுதியிருக்கிறார்.

இந்தப் புத்தகத்தின் பின் அரைவாசி, பெர்லின் இரவு வாழ்க்கை பற்றி, ஜெர்மானியரின் வெளிப்படையான பாலியல் நடத்தையைப் பற்றிப் பேசுகிறது. நம்மில சிலருக்கு இது ஒரு கலாசார அதிர்ச்சியாகக்கூட இருக்கலாம்.

நவீன கால மேற்குலகை 'திறந்த சமூகம்' *(open society)* என்பதுண்டு. கார்ல் பொப்பர் 'திறந்த சமூகமும் அதன் எதிரிகளும்' என்ற தலைப்பில் ஒரு புத்தகமே எழுதியிருக்கிறார். அது அரசியல் தத்துவம் பற்றிய நூல். எனினும், திறந்த சமூகம் என்ற தொடர் பாலியல் நடத்தையைப் பொறுத்தவரை மேற்குலகுக்கு மிகவும் பொருந்தும் என்று நினைக்கிறேன். அவர்களுக்கு அதில் ஒளிவுமறைவு அதிகம் இல்லை. விக்டோரியா காலப் பாலியல் ஒழுக்க விழுமியங்கள் எல்லாம் இன்று தலைகீழாக மாறிவிட்டன. கடந்த நூற்றாண்டின் முற்பகுதியில்கூட டி.எச். லோறன்ஸின் எழுத்துகளை ஏற்க முடியாதிருந்த நிலைமை இன்று இல்லை. **1940**களின் இறுதி யில் வெளிவந்த ஆண்கள், பெண்களின் பாலியல் நடத்தைகள் பற்றிய கின்சி அறிக்கைகள் இந்த மாற்றத்தை வெளிக்காட்டின. கர்ப்பத்தடை உபகரணங்களின் கண்டுபிடிப்புக்குப் பின்னர் ஐரோப்பியரின் ஒழுக்க விழுமியங்களில் ஏற்பட்ட மாற்றங்கள் பற்றி *Marriage and Morals* என்ற தனது நூலில் ரஸ்ஸல் விரிவாக ஆராய்ந்திருக்கிறார். இளைஞர்கள் மத்தியில் திருமணத்துக்கு முந்திய பாலுறவு சாதாரணமாகிவிட்டது. பள்ளி மாணவர் களைச் சுற்றுலாவில் அழைத்துச் செல்லும்போது பாதுகாப்புக் காகக் கருத்தடைச் சாதனங்களை வைத்துக்கொள்ளுமாறு ஆசிரியர்கள் அவர்களுக்கு ஆலோசனை சொல்வதாக மேற்கு ஐரோப்பிய நண்பர் ஒருவர் ஒருமுறை என்னிடம் சொன்னார். லோங்மன் தற்கால ஆங்கில அகராதியின் பழைய பதிப்பில் *(1986) chastity* (கற்பு) என்ற சொற்பொருள் விளக்கத்துக்குத் தரப்பட்டுள்ள *Chastity before marriage is still demanded in some societies* என்ற மேற்கோள் வாக்கியம் ஐரோப்பிய சமூக நிலைமையை நன்கு வெளிப்படுத்துகிறது. பிந்திய பதிப்பு களில் இந்த வாக்கியம் நீக்கப்பட்டுள்ளது. அதற்கு வெளி விமர்சனங்கள் காரணமாக இருந்திருக்கலாம்.

முதலாளித்துவ எழுச்சி எல்லாவற்றையும் பண்டமாக்கியது போல் பாலியலையும் ஒரு பண்டமாக்கிவிட்டது. பெருநகரங்கள் பாலியல் வர்த்தக மையங்களாகவும் மாறின. பல்வேறு தரத்திலும் அளவிலும் பெயர்களிலும் சூதாட்டக் களரிகள், பாலியல் விடுதிகள் பெருநகரங்களில் மலிந்தன. முன்னர் விபச்சாரிகள், பரத்தையர் என ஒதுக்கல் மனப்பான்மையோடு அழைக்கப்பட்டவர்கள் பாலியல் தொழிலாளர் என்ற கௌரவம் பெற்றனர். 1960கள் வரைகூட ஒரு பிறழ்வு நடத்தையாக ஐரோப்பியரால் கருதப்பட்ட ஒருபால் காமம் பல்வேறு மேலை நாடுகளில் சட்ட அங்கீகாரத்தைப் பெற்றது. ஒருபால் காமம் பற்றிய ஆய்வுகளும் ஆய்விதழ்களும் கையேடுகளும் இலக்கியங்களும் பெருகின.

இவற்றின் தாக்கங்களை, பாரம்பரிய விழுமியங்களைப் பேணிவரும் கீழ்த்திசை நாடுகளின் பெருநகரங்களிலும் ஓரளவு காணலாம். எனினும், அவை பெரிதும் சமூக ஏற்புடைமையும் சட்ட அங்கீகாரமும் அற்ற, வெளிப்படையாகப் பேசப்படாத, ரகசியமாகப் பேணப்படுகிற பேசாப் பொருள்களாகவே உள்ளன. இப்பின்னணியில், தன் வண்டியில் ஏற்றிச் செல்லும் ஆண், பெண் வாடிக்கையாளர்களின் பாலியல் நடத்தைகள் பற்றிய கருணாகரமூர்த்தியின் விவரணம் நமது வாசகர் சிலரை ஒரு கலாசார அதிர்ச்சிக்கு ஆளாக்கினால் அதில் ஆச்சரியம் இல்லை. அதேவேளை பலருக்கு இது ஒருவகைக் கிளுகிளுப்பையும் விருப்பார்வத்தையும் தூண்டலாம்.

'பொருட் பெண்களுக்கும் டாக்ஸிக்காரருக்கும் உள்ள உறவு அந்நியோன்யம் கொண்டது' என்று கூறும் கருணாகரமூர்த்தி, ஒரு டாக்ஸி சாரதி என்ற வகையில் தன் பணிக்காலத்தில் தான் சந்திக்க நேர்ந்த 'பொருட்பெண்கள்' (இது திருவள்ளுவரின் 'பொருட்பெண்டிர்' என்ற தொடரின் தழுவல்), சூதாடிகள், பெண்பித்தர்கள் பற்றிய பல தகவல்களைத் தருகிறார். அவர் விவரிக்கும் சம்பவங்கள் சுவையானவை மட்டுமன்றிப் பெருநகரங்களின் இரவுக் கலாசாரம் பற்றிய நேரடித் தரவுகளாகவும் உள்ளன.

பெருமுதலாளித்துவம் வளர்த்துள்ள நுகர்வுக் கலாசாரம் தனக்கே உரிய ஒழுக்கக் கோட்பாடுகளையும் உருவாக்கியுள்ளது. இது பாரம்பரிய நியமங்கள் அனைத்தையும் நிராகரிப்பது. இதனை 'உடைபடும் புனிதங்கள்' எனப் பின்நவீனத்துவ உபாசகர்கள் போற்றுவர். "ஒரு மனிதருடைய மோரல்ங்கிறது ஒருத்தருடைய தனித்துவம். தனி உரிமை. உங்கள் மோரல் உங்களுடையது. என் மோரல் என்னுடையது. ஒருத்தருடைய

மோரல் பற்றிப் பேசும் உரிமை இரண்டாவது நபருக்கு இல்லை" என்று வாதிடுகிறாள் ஆசிரியர் காட்டும் ஒரு பொருட்பெண். முதலாளித்துவம் உருவாக்கி வளர்த்த அதி தனிமனிதவாதப் பண்பாட்டின் ஒழுக்கக் கோட்பாட்டின் சாரமாக இதனைக் கொள்ளலாம்.

பெர்லினில் சுமார் நாலு இலட்சம் பொருட்பெண்டிர் இருப்பதாக ஆசிரியர் தகவல் தருகிறார். சோவியத் உடை வுக்குப் பிறகும், கிழக்கு மேற்கு பெர்லின் இணைப்புக்குப் பிறகும் இது அதிகரித்திருப்பதாகவும் கூறுகிறார். சோவியத் உடைவுக்குப் பிந்திய கிழக்கு ஐரோப்பிய நாடுகளிலிருந்து ஏழைக் குடும்பங்களைச் சேர்ந்த பெண்கள் இதற்குப் பயன்படுத்தப்படுவதாகவும் அவர் தகவல் தருகிறார். இது ஒரு பாரிய மனிதப் பிரச்சினை. முதலாளித்துவம் இத்தகைய பிரச்சினைகளை உருவாக்குமே தவிர அவற்றுக்குத் தீர்வு தராது.

கருணாகரமூர்த்தியின் நோக்கம் இந்த அரசியலை அலசுவதல்ல. இந்த மனிதர்களின் நடத்தையை வார்த்தை களில் படம்பிடித்து நமக்குக் காட்டுவதே அவரின் முதன்மை நோக்கம். அதை அவர் கச்சிதமாகச் செய்திருக்கிறார். பல்வேறு விதமான மனித குணச்சித்திரங்களை அவர் நமக்குக் காட்டுகிறார். அவரது சித்திரத்தில் கேலியும் கிண்டலும் இருந்தாலும் அதற்கூடாகவும் அவரது மனிதாபிமானம் இழையோடுகிறது. ஒரு படைப்பாளி என்ற வகையில் தனி மனிதர்களின் உள் உலகம் பற்றிய அவரது தேடலும் பதிவும் என இந்நூலைச் சொல்லலாம். ஆசிரியரின் மனிதநேயத்தை யும் ஒரு சூதாடிக்குள் இருக்கும் மனிதனையும் வெளிக்காட்டும் ஒரு சம்பவத்துடன் இக்குறிப்பை முடிக்கலாம்.

ஒரு சூதாட்ட நிலையத்தில் கைப்பொருள் எல்லாவற்றை யும் இழந்துவிட்டு வெறுங்கையோடு ஒருவர் வெளியே வருகிறார். நள்ளிரவு தாண்டிவிட்டது. வீடு தொலைவில். கையிலோ பணமில்லை. வீட்டுக்குப்போய் பணம் தருவதாகச் சொல்லும் சூதாடியை டாக்ஸிக்காரர் ஒருவரும் நம்பவில்லை. கடைசியில் மூர்த்தியிடம் வருகிறான். அவன் ஏமாற்றுப் பேர்வழி என்றால் தன்னிடம் பணம் இல்லை என்பதை முதலிலேயே சொல்லியிருக்கமாட்டான் என அவருக்குத் தோன்றுகிறது. அவன் ஏமாற்றிவிட்டால்தான் என்ன? மனிதர் களுடனான என் அனுபவங்களில் ஒன்று அதிகமாகுமே தவிர, ஒன்றும் குடி முழுகிப்போய்விடாது என அவர் நினைக்கிறார். அவனை ஏற்றிக்கொண்டு செல்கிறார். வழியில் அவனுக்குச்

சிகறெற் புகைக்க வேண்டும்போல் இருக்கிறது. சில்லறை கொடுத்துச் சிகறெற் புகைக்க உதவுகிறார். வீடு வந்ததும் அவன் ஐந்து நிமிடத்தில் வருவதாகச் சொல்லிச் செல்கிறான். மூன்றே நிமிடத்தில் திரும்பிவருகிறான். வண்டிக் கூலி *50* மார்க்கைக் கொடுக்கிறான். நீ என்மீது கொண்ட நம்பிக்கைக்கு என்று மேலும் ஒரு *50* மார்க் கொடுக்கிறான். சிகறெற் வாங்கித் தந்த மனிதநேயத்துக்கு என்று இன்னும் ஒரு *50* மார்க் கொடுக்கிறான். இப்படியும் மனிதர்கள் இருக்கிறார்கள் என்கிறார் ஆசிரியர். இப்படி எத்தனையோ வகையான மனித வண்ணங்களை இந்நூலில் காணலாம். புதியதொரு உலகத்தை நமக்குத் திறந்துகாட்டும் கருணாகரமூர்த்திக்கு எனது பாராட்டுகளும் வாழ்த்துகளும்.

இலங்கை
செப்டம்பர் *5, 2013*

**எம்.ஏ. நுஃமான்**
manuhman@gmail.com

# ஜெர்மன் அரும்பொருள் அகராதி

| | | |
|---|---|---|
| *Auslander* | : | விதேசி |
| *Aergernis* | : | *Nuisance* / உற்பாதம் |
| *Auf Wiedersehen* | : | மீண்டும் சந்திக்கலாம் |
| *Bahnhof* | : | தொடருந்து நிலையம் |
| *Bitte* | : | தயவாக |
| *Brot* | : | ரொட்டி / பாண் |
| *Bummsen/Ficken* | : | முயங்கல் |
| *Chef* | : | முதலாளி |
| *Fasching* | : | வேஷங்கட்டுதல் |
| *Fraulein* | : | *Miss* / குமாரி |
| *Gopher* | : | வளைஎலி |
| *Guten Tag* | : | இனியநாள் |
| *Guten Abend* | : | இனிய மாலைப்பொழுது |
| *Hauswart* | : | வீட்டுக் கண்காணிப்பாளர் |
| *Heim* | : | இல்லம் |
| *Meister* | : | தலைவர் |
| *Messieurs* | : | *Herr / Sir* / துரை |
| *Mohal* | : | சுண்ணத்து செய்பவர் |
| *Mutter* | : | தாய் |
| *Igel* | : | *Hedgehog* / முள்ளெலி |
| *Kameraden* | : | தோழர்கள் |
| *Kegel* | : | திருமணமல்லாத உறவில் பிறந்த பிள்ளை |

| | | |
|---|---|---|
| *Kind* | : | பிள்ளை |
| *Kutsche* | : | குதிரைச்சீருந்து |
| *Nachtschwaermers* | : | இரவு வாழ்க்கைப் பிரியர்கள் |
| *Puff* | : | *Brothel / Whorehouse /* பால்வினைக்கூடம் |
| *Schatz* | : | அன்பே |
| *Scheisse* | : | *Shit* என்பதையொத்த வசவு |
| *Schlampe* | : | *Bitch / Slut / Prostitute /* (இழிவுத் தொனியில்) மலிவுப்பெண் |
| *Schoen Tag* | : | இனியநாள் |
| *Seniorenheim* | : | முதியவர்கள் இல்லம் |
| *Spielbank* | : | சூதாட்டமையம் |
| *Stretch Top* | : | மீள்தகவுள்ள மேலங்கி |
| *Suisse* | : | *Sweety /* இனியவள் |
| *Taxi* | : | சீருந்து / அழைப்புந்து |
| *Termine* | : | *Appointments /* சந்திப்பு இணக்கங்கள் |
| *Theke* | : | மதுவகங்களில் இருக்கவல்ல நீண்ட மேசை |
| *Trinkgeld* | : | *Tips /* ஏதும் குடிப்பதற்காகத் தரப்படுவது / இனாம் |
| *Tschuess* | : | சூய்ஸ் / சென்றுவருக |
| *Zahnspange* | : | *Brace /* பற்கவ்வி / பற்சீராக்கி |

# பல்லவி

சிறுவயதில் கணிதம் எனக்கு மிகவும் ஆர்வ முடைய பாடமாக இருந்தது. ஐந்தாம் வகுப்புக் கும் எட்டாவதுக்குமிடையில் குடும்பச்சூழல் காரணமாக வன்னி, நீர்வேலி, புத்தூர் என மூன்று பாடசாலைகளில் மாறிமாறிப் படிக்க நேரிட்டதில் எனது கணிதத்துக்கான அடிப்படை கள் ஸ்திரமாகாது ஆட்டங்கண்டன. அத்தோடு என்ன பாடத்திலாயினும் எதையாவது மனனம் செய்வதும் எனக்குப் பிடிக்காத இயலாத விஷய மாக இருந்தது. இதனால் வகுப்புக்களில் மனனப் பேச்சுப் போட்டிகளிலும், நாடகங்களிலும் பங்கேற் காமல் ஆசிரியர்களுடன் ஒளித்து விளையாடத் தொடங்கினேன், தேவார திருவாசகங்களை மனனம் செய்வோர் நாயன்மார்களைவிடவும் எனக்கு ஆச்சரியமூட்டினர். இன்றைக்குக்கூட எனக்கு 12ஆம் பெருக்கல் வாய்பாட்டுக்கு மேலே தெரியாது.

அதனாலேயே பத்தாவது வந்தபின்னாலும் வேதியியலில் மின் இரசாயனத் தொடரையும், ஆவர்த்தன அட்டவணைத் தொடர்களையும், உப்புக்கள், சேர்வைகள், அமல்கங்கள், படிகங்கள், படிகாரங்களின் நிறங்களையும் குணங்களையும் மனதில் வைத்திருக்க முடியாதவனாகத் தவித்தேன். குடும்பத்தில் நான்தான் முதன்முதலாக உயிரியல் விஞ்ஞானம் படிக்கப் புறப்பட்டவனாதலால் பாடங்களில் எனக்கு அவ்வப்போது தோன்றும் சந்தேகங்களை என் சகோதரங்களிடமிருந்தும்

தெளிய முடியவில்லை. எதனாலென்று தெரியவில்லை எமது கல்லூரியில் உயிரியல் விஞ்ஞானம் படிக்கும் மாணவர்களுக்கு பிரயோக கணிதம் கற்பிக்கப்படவில்லை. *Advanced level* எனப் படும் பல்கலைக்கழக புகுமுக வகுப்பின் இயற்பியல் பாடத்தின் கணிதப் பகுதிகள் அனைத்தும் பிரயோக கணிதத்தை அடிப் படையாகக் கொண்டவை. பாடங்களை மனனம் செய்வதில் எனக்கிருந்த அசிரத்தையினால் தாவரவியலின் உருவவியல் பகுதியை என்னால் உருப்போட முடியவில்லை. நான் புகுமுகச் சோதனைக்குத் தோற்றிய ஆண்டு தாவரவியல் பரீட்சையில் புள்ளிகளை இலகுவாக அள்ளக்கூடிய கட்ட மைப்பு என்னும் பகுதியில் நான் மனனித்திராத குடும்பத் தாவரங்களின் பூச்சூத்திரங்கள், வடிவமைப்புகளையிட்டான *(Floral diagrams)* கேள்விகளே மிகையும் வந்திருந்தன. இதனால் இயற்பியலிலும், தாவரவியலிலும் திறமைச் சித்திகள் *(Credits)* மாத்திரமே கிடைத்தன. விசேட சித்திகள் *(Distinctions)* கை எட்டாமற்போயின. இவ்வேளை பார்த்து அப்பாவியான என் தந்தையையும் பாரிசவாதம் மல்லுக்கு இழுத்துக்கொண் டிருக்கிறது. என் கனவின் திசையில் இந்தியாவுக்கோ, இங்கிலாந் துக்கோ போய் படிப்பைத் தொடரக்கூடிய பொருளாதாரப் பின்னணி குடும்பத்தில் இருக்கவில்லை. எனக்கும் மூக்குக்கும் அப்பால் நோக்கவோ, அடிவானத்துக்கப்பால் உலகமோ தெரியவில்லை, அடிவானமாக இருக்குமோ என்று நான் நினைத்த மண்டலங்களையும் மந்தாரமே கவிந்திருந்தது.

எனக்கும் மருத்துவக் கல்லூரிகளுக்கும் இடைத்தூரம் ஒளியாண்டுகளானதுக்கும், வியர்த்தங்கள் நிறை இவ்விய னுலகு ஆயுள்பூராவும் நலிந்தவர் பக்கமிருக்கவும், இளைத் தவருக்காக உழைக்கவும் தயாராகவிருந்த உன்னதம் வாய்ந்த அருமையான ஒரு மருத்துவனை இழந்தமைக்கும் இன்னும் இவையன்ன பல அபத்தக்காரணிகளை அடுக்கிக்கொண்டே போகலாம். நான் வரித்த தாமசங்கள் எதுவும் என்னுடையவை யல்ல, இந்த உலகத்தினுடையவை என்று மாற்றிச் சிந்தித்து ஆறுதலடையத்தான் முயல்கின்றேன், இன்றுவரை முடியவில்லை.

1974ஆம் ஆண்டு புத்தூர் ஸ்ரீசோமாஸ்கந்தாக் கல்லூரியில் 12ஆவதில் தேறிய எனது அணியினரில் ஐந்து பேருக்குத்தான் பல்கலைக்கழகத்தின் கதவுகள் திறந்திருந்தன. மற்றவர்களிடம் வேலை தேடுவதைவிடவும் தேச விடுதலைக்காகப் போராட வேண்டும் என்கிற எண்ணமே தலைதூக்கியிருந்தது. என் வகுப்புத் தோழர்கள் பத்தைமேனி சிவபாதமும் (மாஸ்டர்), அரிச்சந்திரனும் (இன்னமும் இவன் ஜீவித்திருப்பதால் நிஜப் பெயரைத் தவிர்க்கிறேன்), குஞ்சர்கடை காந்தராஜாவையும்

(மாஸ்டர்), ஜெகனையும், குட்டிமணியையும் வேறும் சில தோழர்களையும் தம் விசையுந்தில் கூட்டிக்கொண்டு திரிகிறார்கள். அவர்கள் போட்டுக்கொண்டிருந்த திட்டங்களோ அல்லது அவர்தான் குட்டிமணி, ஜெகன் என்பதோகூட அப்போது எனக்குத் தெரியாது. அவர்களால் கணிசமான ஆயுதங்கள் சேகரிக்கப்பட்டிருந்தமை, அரசுக்கு விசுவாசமாயிருந்து போராடும் இளைஞர்களை மும்முரமாகக் காட்டிக் கொடுத்த, துன்புறுத்திய காவல்துறை ஆய்வாளர்கள் கருணாநிதி, சண்முகநாதன், கனகரத்தினம், பஸ்தியாம்பிள்ளை, பத்மநாதன், குமார், குருசாமி ஆகியோர் தட்டப்பட்ட வேகத்தில் புரிந்தது. போராளிகள் அப்பப்போ மெல்லக் கிராமிய வங்கிகளில் கைவைக்கவும் தொடங்கிவிட்டிருந்தார்கள்.

நான் சிறுவனாக இருந்தபோது பக்கத்து வீட்டில் ஒரு நாம்பன் கன்றுக்கு குறிசுட்ட கொடுமையை வேடிக்கை பார்க்கப் போன என்னோடு அம்மா ஒருநாள் பேசாது மௌனம் காத்தார். இப்படி வளர்க்கப்பட்ட நான் இயல்பிலேயே துப்பாக்கிகள், வெடிமருந்துகள், குண்டுவெடிப்புகள், உயிர்க்கொலையன்ன கிரியாம்சைகளுக்கு அஞ்சுபவனாக இருந்தேன். இன்னும் திருமணத்துக்கு நின்ற இரண்டு சகோதரிகள், அப்பாவின் சுகவீனம், ஆஸ்த்துமாவோடு அல்லாடும் அம்மாவென என் குடும்பச்சூழலும் என்னைத் தீவிரங்கள் நிறைந்த போராட்ட வாழ்வுடன் இணைத்துக்கொள்ளத் தடையாக இருந்தன. எனக்கு இரண்டு அண்ணன்கள், மூன்று சகோதரிகள், மூத்த சகோதரியை பருத்தித்துறையில் ஒரு நிலஅளவையாளருக்கு கொடுத்திருந்தோம். அந்த மைத்துனரின் சகோதரியையே எங்கள் பெரியண்ணா திரு. சத்தியமூர்த்தி திருமணஞ்செய்திருந்தார். இரண்டாவது அண்ணர் நீர்வேலியில் உறவுக்குள் திருமணம் செய்துகொண்டும் சிலகாலம் குடும்பத்துக்குத் தொலைவிலேயே இருந்தார்.

எங்கள் பெரியண்ணா இலத்திரனியல் துறையில் இயல்பிலேயே ஆர்வம்கொண்டவர். அவர் பத்தாவது படிக்கும்போது குப்பி வால்வுகளையும், மின்தடைகள், மின்னொடுக்கிகளன்ன பல உதிரிப்பாகங்களையும் வாங்கி சிலந்திவலைபோல வேண்டிய மின்சுற்றுக்களைப் பண்ணி மின்சாரமே இல்லாத எங்கள் கிராமத்துவீட்டில் உலர் கலங்களால் இயங்கும் *(1.5 + 90 Volts)* ஒரு றேடியோவைச் செய்து பாடவைத்து ஊரையே ஆச்சரியப் படுத்தினார்.

பின்னாளில் அவருக்கு நில அளவைத் திணைக்களத்தில் படவரைஞராக வேலை கிடைக்கவும் கொழும்புக்கு வந்துவிட்டார். கொழும்பிலும் நண்பர்கள், தெரிந்தவர்களின்

றேடியோக்கள், ஒலிப்பதிவுக் கருவிகளன்ன இலத்திரனியல் சாதனங்களைப் பழுதுபார்ப்பதையே தன் முதலான பொழுது போக்காகக் கொண்டிருந்தார். அவருடன் நிலஅளவைத் திணைக்கள அலுவலகத்தில் பணிசெய்த லயனல்பெரேரா எனும் சிங்களத்தோழரின் முனிதாஸ எனும் மைத்துனர் வெளி நாட்டுக் கப்பலில் கப்டனாக பணியாற்றிக்கொண்டிருந்தார். இசைப்பிரியரான முனிதாஸ ஒவ்வொருமுறை விடுப்பில் வரும்போதும் நவீனமான இலத்திரனியல் சாதனங்களாகக் கொண்டுவந்து வீட்டில் குவிப்பார். ஒருமுறை அவர் விரும்பி வாங்கிவந்த சவுண்ட் சிஸ்டம் ஒன்று பழுதாகிவிட்டது. *MORRIS ROCHE* என்கிற பிரபல இலத்திரனியல் ஸ்தாபனத்திலிருந்து வரவழைத்த தொழில்நுட்ப வல்லுனர்களாலேயே அதைச்சீர் செய்யமுடியாமல்போகவும் லயனல் பெரேரா தன் வண்டியில் வெல்லம்பிட்டிய என்னும் தமது ஊருக்கு அண்ணனை அழைத்துப்போய் அதைக் காட்டினார். அண்ணா அதற்குள் பத்து நிமிஷந்தான் கையை விட்டிருப்பார். மீண்டும் சவுண்ட் சிஸ்டம் 30 டெசிபெல்ஸில் அதிரத்தொடங்கியது. சூழவிருந்த அனைவரும் கம்பன்மொழியில் "எடுத்தது கண்டார் ... இற்றது கேட்டார்" என அவரின் துரிதமும் திறமையும் கண்டு வியந்தோம். மகிழ்ந்தும் நெகிழ்ந்தும்போன கப்டன் முனிதாஸ *The Cream of Whiskies* எனப்படும் *Chivas Regal* போத்தல் ஒன்றைத் திறந்து கொண்டாடினார். பின் அவருடன் அமர்ந்து பேசுகையில் "கப்பல்களில் *Telecommunication* சிறகத்தில் *Radio Officer* என்றொரு பணியுள்ளது, உம்மைப்போன்ற புத்திசாலிகளுக்கு மிகவும் பொருத்தமாக இருக்கும்" என்று சொல்லி அதற்கான பரீட்சை களை யார் நடத்துவது, எங்கே எப்படி விண்ணப்பிப்பது போன்ற விபரங்களை எல்லாம் தெளிவுறுத்தி அண்ணனை அத்துறையில் ஆர்வப்படுத்தினார். அண்ணரும் அதே ஆண்டி லேயே அப்பரீட்சைக்குத் தன்னைத் தயார்படுத்திக்கொண்டு தோற்றி விஷேச சித்தியடைந்ததுடன் இலங்கை கப்பற்கூட்டுத் தாபனத்தின் முதலாவது கப்பலாகிய 'சாகரீகா'வின் *Radio Officer*ரும் ஆகிப் பின்னர் லங்காராணி, லங்காதேவியன்ன அனைத்துக் கப்பல்களிலும் பணியாற்றினார்.

அப்போதைய ஜே.ஆர். ஜெயவார்தனாவின் அரசு அதுவரை நடைமுறையிலிருந்த பொருளாதாரச் சட்டங்களைச் சற்றுத் தளர்த்தி அந்நியச் செலவாணி ஈட்டுபவர்களை மகிழுந்துகள் இறக்குமதி செய்யவும் அனுமதித்தது. அண்ணனும் சீமையி லிருந்து ஒரு *Ford Escort* வண்டியைக் கொண்டுவந்து ஓடித் திரிந்தார். அவ்வேளையில் குடும்பத்தின் நெருக்கடி நிலமை சற்றே சுமுகமானது என்க.

நான் நீர்வேலி காமாட்சியம்பாள் கூட்டுறவுக் கைத்தொழிற் பேட்டையில் விவசாயத்துக்குப் பயன்படும் கிருமி மற்றும் களை / பூச்சிநாசினி விசிறுகருவிகள் தயாரிக்கும் சிறகத்தில் ஊழியனாகவும், நண்பன் ஒருவன் நடத்திய டியூட்டறியில் 10ஆம் வகுப்பு மாணவர்களுக்கு அறிவியல் கற்பித்துக்கொண்டும் காலத்தைக் கடத்திக்கொண்டிருந்தேன். பெரியண்ணா என்னைக் கொழும்புக்குத் தள்ளிக்கொண்டுபோய் மருதானையில் *St.Joseph's College* வளாகத்தில் இயங்கிக் கொண்டிருந்த *College for Knautical studies* என்கிற கல்லூரியில் *Marine Telecommunications* துறையில் சேர்த்துவிட்டார். அப்போது அண்ணன் குடும்பமும் மருதானையிலேயே இருந்ததால் எனக்குப் பத்து நிமிஷ நடையிலேயே கல்லூரிக்குச் சென்றுவர முடிந்தது. நானும் 1979இலேயே *Marine Radiotelegraphist* என்னும் தகமையைப் பெற்றேன். நான் பெற்றுக் கொண்ட தகமைப்பத்திரம் *Special* என்னும் வகையிலானது. அத்தகமையுடன் அக்காலத்தில் தொழிலில் முன் அனுபவமில்லாத மற்றும் *Seaman Discharge Certificate* இல்லாத ஒருவர் ஏதாவது சரக்குக் கப்பல்களில்தான் பணிசெய்யலாம். பெரிய எண்ணைதாங்கிக் கப்பல்களிலாயின் உதவி றேடியோத் தொலையாடலாளனாகத்தான் பணிபுரிய முடியும். எனக்கு ஒஃபிஸர் பட்டை எல்லாம் வேண்டியதில்லை. ஏதாவதொரு கப்பலில் துருத்தட்டுவது, மசகு எண்ணையிடுவதுபோன்ற ஊழியம் கிடைத்தால்கூடச் சேர்ந்துகொள்ளச் சித்தமாக இருந்தேன். எதுவாயினும் முதலில் வெளிநாடொன்றுக்குப் போனால்தான் தொழில்வாய்ப்பு சாத்தியம். அண்ணையும் தன் கனவு மகிழுந்தை விற்று எனக்கு வெளிநாடு செல்லப் பணம் தருவதாகச் சொன்னார், ஆனந்தம் மிக ஆனந்தம்.

# புலப்பெயர்வு

இலங்கை அரசு வெளிநாடுசெல்பவர்கள் மீதான கெடுபிடிகளை 1970களின் நடுப்பகுதியில் லேசாகத் தளர்த்தியது. தொழில்தேடுமுகமாக ஐரோப்பா செல்ல விரும்பியவர்கள் AIRFRANCE மூலம் பாரீஸ் போய் அங்கே நுழைவுத்தலத்திலேயே சுற்றுலா விசா பெற்றுக்கொண்டு உள் நுழைந்து பின் அங்கிருந்து தரைமார்க்கமாக தொடருந்து மூலம் மேற்கொண்டு ஜெர்மனிக்கோ, சுவிற்சர்லாந் துக்குப் பயணிப்பதே அப்போதிருந்த இலகுவான ஐரோப்பிய நுழைவு உத்தியாகும். தவிரவும் இத்தாலி கிரேக்கம் போன்ற நாடுகளும் கப்பல்களில் வேலை வாய்ப்புக்கள் தேடி வருவோரைக் கெடுபிடிகளின்றி உள்ளே அனுமதித்து வந்தன.

இவ்வாறு ரோமுக்குள், ஏதென்ஸினுள் நுழைந்துவிட்ட இலங்கையர்கள் பலரும் (சிங்களவர் களும்) தொடருந்துகள் மூலம் ஜெர்மனி, பிரான்ஸ், சுவிற்சர்லாந்து, ஒல்லாந்து, ஸ்வீடென், டென்மார்க், நோர்வே என மனம்போனபடி பயணித்தும் பரவிக் கொண்டுமிருந்தனர்.

பிரான்ஸினூடாக ஐரோப்பாவினுள் நுழைந்து அங்கே அரசியல் தஞ்சம் கோருபவர்களது எண்ணிக்கை கணிப்பிடத்தக்க அளவு அதிகரிக்கவும் பிரான்ஸ் அரசாங்கம் இலங்கையர்களுக்கு இருந்த நுழைவில் விசாதரும் வசதியை 1979 செப்டெம்ப ரில் நிறுத்தியது. இதனால் பயணமுகவர்கள் சற்றே திகைத்தாலும் அவர்களால் சும்மா இருந்துவிட முடியுமா? எங்கே எந்த இடுக்கூடாக எப்படி

Eastside Gallery எனும் பகுதியில் அமைந்துள்ள பெர்லின் பிரிசுவர், இதில் ரஷ்ய அதிபர் Leonid Breshnovவும், கிழக்கு ஜேர்மன் அதிபர் Erich Honeckerரும் முத்தமிடுவது போன்ற பிரபல ஓவியம். ஓவியத்தோடு கருணாகரமூர்த்தி.

மூக்கை நுழைத்து நுழையலாமென்பதை ஆய்ந்ததில் அப்போதைய *(DDR அல்லது Democratic Republic Germany)* கிழக்கு ஜெர்மனியும், டென்மார்க்கும் இன்னமும் ஆசியர்களுக்கு விஸா தந்துகொண்டிருப்பது தெரியவந்தது. கிழக்கு ஜெர்மனி யின் தலை நகரமான கிழக்கு பெர்லினில் இறங்கினால் அங்கிருந்து மேற்கு பெர்லினுக்குள் இலகுவாகச் செல்லலாம். இந்த மேற்குபெர்லின் நகரம் மேற்கு ஜெர்மனிக்குச் சொந்தமான பகுதி. கிழக்கு மேற்கு என ஜெர்மனிகள் இரண்டாகப் பிரிவதற்கு முன்பதாக அதாவது இரண்டாம் உலகமகாயுத்தத்துக்கு முன்னர் பிரிவுறாத ஜெர்மனிக்கு தலைநகரமாக இருந்த மாநகர் பெர்லின். இதனையும் 1961இல் பிரிசுவர்கொண்டு பிரித்துவிட்டனர். அஃதாகப்பட்டது மேற்கு பெர்லினுக்குள் சென்றுவிட்டால் மேற்கு ஜெர்மனிக்குச் சென்றுவிட்டதுபோலத்தான். மேற் கொண்டு உள்ளே பயணிக்கலாம் என்பதுவும் தெரியவந்தது.

*1980*இன் ஆரம்பத்தில் ரஷ்யாவின் *AEROFLOT* விமானங்கள் மூலம் சனங்கள் மெல்லமெல்ல கிழக்கு பெர்லினுக்குப் புறப்பட்டார்கள். நானும் அப்பன் என்கிற எனது மருமகன் ஒருவனும் இவ்வாறு கிழக்கு ஜெர்மனியூடாக மேற்கு ஜெர்மனிக்குப் போகலாமெனப் புறப்படவும், புவியியல்

குடியியல் அறிவுடையை சில உறவினர்கள் ‘அது கொம்யூனிஸ்ட் கன்ட்றியாச்சே அங்கிருந்து மேற்கு ஜெர்மனிக்குள் நுழைவ தென்பது அத்தனை ஈஸியாக இருக்காது’ என அபிப்பிராயப் பட்டனர். போகின்றவர்களில் நூற்றுக்கு ஒன்று வெவ்வேறு காரணங்களால் திருப்பி அனுப்பப்பட்டனர். ஆனால் அது களைப் பெரிசுபண்ணாமல் பயணமுகவர்கள் தொடர்ந்தும் ஆட்களை அனுப்பிக்கொண்டிருக்க சனங்களும் போய்க் கொண்டுந்தான் இருந்தார்கள். உண்மையில் பயணிக்க முடியுமோ இல்லையோ துணிந்து போய்ப் பார்த்தால்தானே தெரியும்?

என் பெரிய அண்ணன் ஆசையாக வாங்கிக் கொண்டு வந்து ஓடித்திரிந்த FORD Escortஐ 35,000 ரூபாய்க்கு விற்ற பணத்தில்தான் எனது வெளிநாட்டுப்பயணம் ஆரம்பமாகியது. கொழும்பிலிருந்து பெர்லினுக்கான விமானச்சீட்டு 11,000 ரூபாய். 1000 டொலர்களுக்கான பயணியர் காசோலை இன்னொரு 15,000 ரூபாய். உடுப்பு நடப்பு பயணவுறை சப்பாத்துகளுக்கென இன்னொரு 5,000 ரூபாய்.

நாங்கள் மார்ச் மாதம் 22ஆம் தேதி புறப்படுவதென்று பிரயாண ஒழுங்குகள் அத்தனையும் பண்ணியாகிவிட்டன. அப்போது வாழ்ந்திருந்த அதிஷ்ட விஞ்ஞானி பண்டிட் சேதுராமன் கொழும்பில் ஒரு சந்திப்பில் ‘22ஆம் தேதி வீட்டைவிட்டு வெளியேறுபவர்கள் ஆண்டுக்கணக்கில் நாட்டுக்குத் திரும்புவதே இல்லை . . . பாருங்களேன் சீத்தா ராமன் புறப்பட்டது 22ஆம் தேதி’ என்று சொல்லியிருந்ததும் காதில் ஒருபக்கம் ரீங்கரிக்கிறது. இன்னொருபுறம் என் பகுத்தறிவு எழும்பி ‘இராமாயணம் நடந்ததா இல்லையா, சரி நடந் திருந்தால் எந்த யுகத்தில் என்பதுபற்றியே அறிவுலகம் இன்னும் ஒரு முடிவுக்கு வரமுடியாமல் திண்டாடிக்கொண்டிருக்கை யில் இராமன் இங்கிலிஷ் கலண்ட்ருக்கு 22ஆம் தேதிதான் காட்டுக்குப் புறப்பட்டான் என்பதை என்ன ஆதாரத்தை வைத்துக்கொண்டு இந்த மனுஷன் சொல்லுது’ என்றும் மறுக்கிறது. எதுவானாலும் திருப்பி அனுப்பப்படமாட்டேன் என்றும் ஆழ்மனம் சொல்கிறது. அப்போது எனக்கு கடவுள் நம்பிக்கை கொஞ்சம் இருந்ததால் பயணத்துக்கு முதல்வாரம் தெல்லிப்பழை துர்க்கையம்மன் ஆலயத்துக்கும்போய் ‘எது வேணுமென்றாலும் செய்யாச்சி என்னைத் திருப்பி அனுப்ப மட்டும் விட்டிடாதே என்னால தாங்க முடியாது’ என்று ஒரு மானசீக விண்ணப்பத்தையும் கொடுத்துவிட்டு வந்திருந்தேன்.

கொழும்புக்குப் பயணம் புறப்பட்ட அன்று மதியம் சமையலுக்காக புத்தூர் சந்தையில் ஒரு வாளைமீனும் வாங்கிகொண்டு வீட்டுக்குப்போக பேருந்தில் ஏறினால் பின் வரிசைகளில் மூன்று பேரே அமரக்கூடிய ஒரு சீட்டில் ஜன்னல் ஓரமாக சடாமுடியுடன் ஒரு சாது அமர்ந்திருக்கிறார். நான் வாங்கிவைத்திருக்கும் வாளைமீன்வேறு வாலைப் பையுக்கும் வெளியே நீட்டித்தன் இருப்பை உலகத்துக்கு அறிவித்துக் கொண்டிருக்கிறது. மீன்பையை இடதுகையில் பிடித்துக்கொண்டு சாது இருந்த இருக்கையைத் தவிர்த்து முன்னேற விழைகையில் சாது தனது நிரையில் அமருமாறு கையைக் காட்டினார். சங்கடத்துடன் ஒரு நுனியில் அமரவும் அவர் என்னைப்பார்த்து மலர்ந்து சிரித்தார். பின் எனது முகத்தை நேராகப் பார்த்து கொண்டு "இன்றைக்கு நீர் ஒரு நெடும்பயணம் புறப்படுகின்றீர்" என்றார். நான் அதிசயப்பட அவர் பிறிதொரு வார்த்தையுஞ் சொல்லவில்லை, பின்னர் தன்பாட்டுக்கு வெளியே பார்த்துக் கொண்டு வந்தார். "எல்லாம் நல்லபடி அமையுமா சுவாமிகளே" என்றுங் கேட்டிருந்திருக்கலாம். நான் வைத்திருந்த நெடுமீன் அவருடன் அடுத்துப் பேச முடியாதபடி சங்கடமியற்றிக் கொண்டிருக்கிறது.

கொழும்பு வந்ததும் எனது மீதிப் பயண ஏற்பாடுகளுக்காக தூதுவராலயங்கள், விஸா, பயணியர் காசோலை, விமானச் சீட்டுக்கள் என்று ஒரு வாரமேலாக அலைந்து திரிந்ததில் கொழும்பு முழுவதுக்குமான வெய்யில் என் தலையில் காய்ந்து பயணம் புறப்பட்ட முதல்நாளே செமை காய்ச்சல் பிடித்துக் கொண்டது. 'கும்' 'கும்' என்று இருதயம் பம்ப் பண்ணுவது என் காதுகளுக்குள் எதிரொலிக்கிறது. அண்ணை ஆசையாக கொண்டுவந்து ஓடித் திரிந்த மகிழூந்தை விற்க நேர்ந்ததேயென்று அண்ணிக்குக் கொஞ்சம் மன்னை. அவர்வேறு "காய்ச்சல் உப்பிடிக்காய்ஞ்சால் எப்பிடிப்பயணம் செய்யிறது . . . கான்சல் செய்யவேண்டியதுதான்" என்று கீறுப்பட்ட இசைத்தட்டுமாதிரித் திரும்பத்திரும்பச் சொல்லி வெறுப்பேற்றிக்கொண்டிருக்கிறார். பக்கத்து வீட்டிலிருந்து அவ்வப்போது என்னைப் பார்த்துச் சிரிக்கும் கேரளக்குட்டி 'எல்லாம் நல்லபடி அமையும், சந்தோஷமாகப் போய்வாங்க' என்று தைரியமூட்டுகிறாள். பயணச் சாட்டில் அவளுக்கும் ஒருவாட்டி கன்னத்தில் பிடித்துக் கிள்ளிவிட்டு அப்பன் என்கிற என் மருமகனும் நானுமாக உறவினர் புடைசூழ விமானநிலையம் புறப்பட்டோம்.

விமானநிலையத்தில் கெடுபிடி இலஞ்சம் பல்லிளிப்புகள் ஒன்றுமிருக்கவில்லை, சூதானமாகப் போய் விமானத்துள்

அமர்ந்தோம். எனக்கும் அதுதான் முதல் விமானப்பயணம். எந்த விமான சேவையின் விளம்பரங்களாயினும் அவர்களின் உபசரிப்புப் பெண்களை வானத்திலிருந்து குதித்துவந்த நளின தேவதைகளாகத்தான் காட்டுவார்கள். அதுவும் Readers Digestஇல் வரும் ஜப்பான், சிங்கப்பூர், ஹொங்கொங், கதே பசிபிக் ஏர்லைன்ஸ் பெண்கள் லட்டுக்கள் மாதிரித் தகதகத்துக்கொண் டிருக்கப் பார்த்துக்கொண்டே இருக்கலாம். இந்த *AEROFLOT* விமானத்தில் இரண்டு மீட்டர் உயரத்தில் 100 கிலோவாவது தேறக்கூடிய தாட்டியான பெண்கள் எமக்குப் புரியாத ஒரு மொழியைப் பேசிக்கொண்டு அசைந்தசைந்து திரிந்ததை முதன் முதலாகப் பார்த்தேன். விமானம் புறப்பட்டு மேற் கிளம்பிய மறுவிநாடியே கடலுக்கு மேலால் பறக்கத் தொடங்கி விட்டது. இரவுச் சாப்பாட்டு நேரம், ஆதலால் விமானம் கிடைநிலைக்கு வந்தவுடனே சாப்பாடு பரிமாறத் தொடங்கி விட்டார்கள். அவித்த கிழங்கும், மீன் பொரியலும் கெட்டி யான உலர்ந்த *(43% Curd, 43% Cheese) Quark* தயிரும், சலாட்டும், ஐஸ்கிரீமும் பரிமாறப்பட்டதாக ஞாபகம். தேகத்தில் காய்ச்சல் இன்னும் கனன்றுகொண்டிருந்ததில் போசனங்களின் தீவிர இரசிகனான எனக்கே எதுவும் சுவைக்கவில்லை. தேனீர்தான் வேண்டுமென்று அடிக்கடி வாங்கிக் குடித்துக்கொண்டிருந்தேன். அதிலும் ஒரு சின்னக் கூத்தை அரங்கேற்றித்தான் எம் பயணம் தொடர்ந்தது.

இலங்கையில் அப்போதெல்லாம் *Tea-bags/Pouch/ beutel* வகையிலான அமுக்கும் தேயிலைச் சரைகள் புழக்கத்தில் வந்திருக்கவில்லை. வெந்நீரையும் *Tea-bags*களையும் விமானப் பரிசாரகி கொண்டுவந்து வைத்ததும் சரையோடு சேர்த்து தொங்கும் நூலைக்கூடக் கவனியாது அவசரப்பட்டொரு அய்யாமுத்துவைப் போல் சரையைப் பிரித்து தேயிலைத் தூளை வெந்நீர் இருந்த கோப்பையினுள் கொட்டினேன். தேயிலைத் துகள்கள் அனைத்தும் கோப்பைக்குள் அழகாக மிதக்கின்றன. மேலே என்ன செய்வதென்று தெரியாமல் அசடு வழிந்துகொண்டிருக்கையில் என் கைவல்யதைக் கவனித்த பரிசாரகி கொஞ்சமும் முகம் சுழிக்காது அதைத் திருப்பி எடுத்துக்கொண்டு போய் இன்னொரு கோப்பை வெந்நீரினுள் தேயிலைச் சரையை அவளே இட்டுக்கொண்டுவந்து தந்தாள். எனக்குப் பக்கத்திலிருந்த அப்பனைத்தவிர இந்தக் கூத்தை வேறு எவரும் கவனித்ததாகத் தெரியவில்லை. தேயிலைக்காக மட்டுமே கியாதி பெற்றிருந்த ஒரு நாட்டின் பிரஜைக்கு இந்தச் சின்ன விஷயம் தெரியாமலிருந்ததை இன்று நினைத்தாலும் வெட்கமிகவாகுதையே.

மொஸ்கோவில் எமக்கு டிரான்ஸிட். வெளியே பார்த்தால் கடற்கரையில் கொக்குகள் குருவிகள் செறிந்து நிற்பதைப்போன்று ஆயிரக்கணக்கில் பலவித விமானங்கள் தரித்து நிற்கின்றன. *LOT* என்கிற போலந்து இணைப்பு விமானத்திலேறி கிழக்கு பெர்லின் *SCHOENEFELD* விமான நிலையத்தில் வசந்தகாலம் ஜனிக்கவிருக்கும் போழ்தினில், ஒரு மாலை நேரத்தில் வந்து இறங்கினோம். அது சாதாரணத்திலும் சாதாரணமாக எமது அந்நாளைய இரத்மலான விமானநிலையம் போலவே இருக்கிறது அச்*SCHOENEFELD* விமான நிலையம். பிரத்தியேகக் கேள்விகளோ, சோதனைகளோ எதுவுமில்லை, எம்மை உடனே வெளியில் போக அனுமதித்தார்கள்.

# தரையிறக்கம்

யாழ்ப்பாணத்தின் காங்கை வெய்யிலில் வெந்துவிட்டு விமானத்தில் ஏறிக்குந்திய எமக்கு பெர்லினில் தரையிலிறங்கியதும் சில்லிட்டது. அப்போது சூழலின் வெப்பநிலை 10இலிருந்து 12 செல்சியஸ்வரை இருந்திருக்கலாம். 'அதுதான் அவர்களின் வசந்தம்' என்று யாரும் சூடம் கொழுத்திச் சத்தியம் செய்திருந்தாலுந்தான் நம்பியிருக்க மாட்டோம். நாம் சூடியிருந்த சிந்தெடிக் சூட்கள் கொஞ்சமும் அந்தக் குளிரைத் தாக்குப் பிடிக்குதில்லை. உடம்பு வெடவெடக்கிறது. வூலிச் சேலை பாட்டா செருப்பு சகிதம் விமானத்திலிருந்த பெண் பாவம் என்ன பாடுபட்டாரோ பிறகு அவரை நான் பார்க்கவில்லை.

எனது காய்ச்சலும் சற்றுத் தணிந்துவிட்டிருந் தாலும் உடம்பின் இளைப்போ இன்னும் மாற வில்லை. வீட்டிலாயின் இரசமும் சாதமும் தந்து கவனித்திருப்பார்கள். ம்ம் . . . அதுக்கெல்லாம் இனி யாரோ?

கிழக்குபெர்லினில் பார்த்த மகிழுந்துகளின் மிகுசதவிதம் *FIAT*-800 போலக் குட்டிக்குட்டிக் மகிழுந்துகளாகவே இருந்தன. அங்கொன்றுமிங் கொன்றுமாக சில பெரிய ரஷ்யன் மகிழுந்துகளும், பெரிய சீருந்துகளும் நின்றன. கிழக்கு ஜெர்மனியில் மகிழுந்து வாங்க தகுந்த காரணங்களோடு ஒருவர் விண்ணப்பித்தால் ஆறிலிருந்து ஒன்பது ஆண்டுகள் வரை அவர் காத்திருக்க வேண்டுமன்று பின்னால் அறிந்துகொண்டேன். ஒவ்வொரு வண்டியும் கடந்து

போகும்போதும் ஸ்கூட்டர் கடந்துபோவதைப் போலவொரு ஒரு வாசத்தைக் கிளப்பிச் சென்றன. பின்னர்தான் அவை பெற்றோலும் மசகு எண்ணையும் கலந்து ஓடும் இரட்டை அடிப்பு *(Two Stroke)* இயந்திரங்கள் பொருத்தப்பட்ட வண்டிகள் என்பதையும், *3.5* லிட்டருக்கு *100* கி.மீ. தரவல்லன என்பதையும் தெரிந்துகொண்டேன்.

மேற்கு பெர்லினுக்குள் நுழைவதற்கு இனி *(Schnell Bahn)* மின்சாரத் தொடருந்து நிலையத்துக்குப் போகவேண்டும். அது விமானநிலையத்திலிருந்து ஒரு கி.மீட்டர் தொலைவி லிருந்தது. குளிரில் பயணவுறைகளையும் *(Suitcase)* காவிக் கொண்டு ஒரு அடிகூட எடுத்துவைக்க முடியவில்லை. விரல்கள் விறைத்துப் பயணவுறையைப் பற்றவும் மறுக்கின்றன. தொடருந்து நிலையத்துக்குப் போக ஒரு காவல்துறையினரை வழிகேட்ட போது அவர் வழியைச் சொல்ல முதல் "நீங்கள் என்ன அராபிய ஷேக்குகளா" என்று கேட்டார். ஒன்றும் புரியாமல் திரும்பி அப்பனைப் பார்த்தேன். அவன் பயணவுறைக்குள் இருந்த துவாயை உருவி எடுத்து காதையும் தலையையும் வரிந்துசுற்றி ஒரு முழ உயரத்தில் ஒரு முண்டாசு கட்டிக் கொண்டு நின்றான். பின் அந்தக் காவலரே எம்மைக் கூட்டி வந்து தூரத்தில் தெரிந்த தொடருந்து நிலையத்தைக் காட்டி விட்டுச் சென்றார். மேலும் பாதித்தூரம் கடந்திருப்போம். "மாமா" என்றான் அப்பன். "என்ன" என்றேன். "என்ர மோதிரத்தைக் காணேல்லை" அது அவனே ஆசைப்பட்டு இரண்டு பவுணில் எனாமலில் பெயர் பதித்துச் செய்வித்த மஞ்சள் தகதகப்பு மாறாத தங்கமோதிரம்.

"அட என்னப்பா சொல்கிறாய் . . . சரி வா திரும்பி வந்தவழியே போய் தேடுவோம்."

"அது போய் தொலையட்டும் சனியன், இந்தக் குளிரில என்னால திரும்பி இனி ஒரு அடி வைக்கேலா."

அவன் விறைத்திருந்த கையால் வரிந்து முண்டாசு கட்டின நேரம் உணர முடியாதபடி விரலால் உருவிக்கீழே விழுந்திருக்கவேணும், நான் அவனை நிற்கச் சொல்லிவிட்டு இருநூறு மீட்டர்வரையில் திரும்பிப்போய்ப் பார்த்தேன். எதையும் கண்டுபிடிக்க முடியவில்லை. முயற்சி வியர்த்தமானது.

தொடருந்து நிலையத்தை நோக்கித் தொடர்ந்து நடந்தோம். நிலையத்தை அடைந்ததும் என்ன செய்யவேண்டும். பயண முகவரின் அறிவுறுத்தலை ஒவ்வொன்றாக ஞாபகப்படுத்தினோம். சரி அடுத்து *ROME* போவதற்கான தொடருந்தைப் பிடிக்க

வேண்டும். மேற்படி தொடருந்து மேற்கு ஜெர்மனியினூடாகப் பயணிக்கையில் ஏதாவது ஒரு தரிப்பு நிலையத்தில் இறங்கிவிட வேண்டியது. முடிந்த அளவுக்கு கூட்டமாகப் போகக்கூடாது என்பதும் நமக்கான அறிவுறுத்தல். எம்முடன் தொடருந்து நிலையத்தில் மேலும் நாலு தமிழ் இளைஞர்கள் கழற்ற முடியாதபடிக்கு இணைந்துவிட்டார்கள். அவர்கள் அனைவரும் புங்குடுதீவு, நெடுந்தீவு ஆகிய இடங்களிலிருந்து கொழும்பு வந்து நாலாம் குறுக்குத் தெருவின் கொமிஷன் கடைகள் எனப்படும் மொத்த வியாபாரக் கிட்டங்குகளில் வேலை பார்த்த இளைஞர்கள், அட்ஷரம் ஆங்கிலம் புரியாது. சரி எல்லாரும் பிழைக்கத்தானே வேண்டும். எல்லாரையும் இணத்துக்கொண்டு நெடுவழி நடந்தோம்.

ஜெர்மனியில் தொழில்தேடுவது கஷ்டமாக இருந்தால் துறைமுகங்கள் அமைந்துள்ள நகரங்கள் எதுக்காவது போய் கப்பலில் ஏறிவிட வேணுமென்கிற ஒரு மாற்றுத்திட்டமும் என்னிடம் இருந்தது. *Marine Radiotelegraphist Certificates* பத்திரமாக இருக்கின்றனவா என அடிக்கடி தொட்டுப்பார்த்துக் கொண்டிருந்தேன். அதற்காக *HAMBURG* அல்லது *BREMEN* பக்கமாகச் செல்லும் தொடருந்தில்தான் ஏறுவதென முதலில் நினைத்திருந்தேன்.

தொடருந்து நிலையத்தை அடைந்தால் எமது விமானத்தில் வந்த இரண்டு தமிழர்கள் அங்கிருந்த ஒரு வரிசையில் எமக்கு முன்பாக நின்றார்கள். ஆங்கிலம் தவிர வேறொரு மொழியும் பேசத் தெரியாதவர்கள் மாதிரி இருந்தது அவர்கள் பாவனை. எப்படியும் விஷயம் விளங்கியவர்களாகத்தான் இருப்பார்கள் என்ற நினைப்பில் அவர்களை அணுகி ‘எமது பயணியர் காசோலைகளைக் கொடுத்து இங்கே பயணச்சீட்டுக்களை வாங்கமுடியுமா, அடுத்து எந்த இடத்துக்குப் போகப் பயணச் சீட்டு வாங்குதல் உசிதம்’ என்று ஆலோசனை கேட்டோம். அவர்களுக்கு எங்கள் பக்கம் திரும்பிப் பார்க்கவே இஷ்ட மில்லை, இவங்களுடன் கதைகொடுத்தால் தங்களுடன் ஒட்டிக் கொண்டுவிடுவோமென்று பயந்திருக்க வேண்டும். நாங்கள் கேட்டதைக் காதிலே போடாமலும், எங்களைத் திரும்பிப் பார்க்காமலும் இருவரும் தமக்குள் உதடுகளை அதிகம் அசைக் காமல் தொடர்ந்து கதைத்துக்கொண்டிருந்தனர். அதில் ஒருவர் பெயர் கணேஷ், மற்றவர் பெயர் ஏதோ ஒரு லிங்கம். இவர் ஏற்கெனவே லண்டனில் நாலைந்து வருஷங்கள் வாழ்ந்த அனுபவமுள்ளவர். தற்போது இந்த லிங்கம் மீண்டும் லண்ட னுக்கே குடிபெயர்ந்துவிட்டார். மற்றவர் பெர்லின் தமிழர்

நலன்புரிச் சங்கத்தில் நெடுநாள் தலைவராகவும் காரியதரிசியாகவும் அரும்பணியாற்றிவிட்டுச் சுழித்துக்கொண்டு அவுஸ்திரேலியாவுக்குப்போய் அங்கேயே குடியேறிவிட்டார். (பின்னாலும் இவர்கள் பற்றி வரும்.)

நான் அண்ணாவிடம் எஞ்சியிருந்த 20 ஜெர்மன்மார்க் கரன்ஸியொன்றை எடுத்துவந்திருந்தேன். அப்பனிடமும் ஏதோ கொஞ்சம்போல யூஎஸ். டொலர்கள் இருந்தன. அதைக்கொடுத்து *Schoenefeld* தொடருந்துநிலையத்தில் பயணச்சீட்டுக்களை வாங்கிக்கொண்டு *Friedrichstrasse* எனப்படும் தொடருந்து நிலையத்தை வந்தடைந்தோம்.

இந்த *Friedrichstrasse* தொடருந்து நிலையம்தான் கிழக்கு பெர்லினிலிருந்து – மேற்கு பெர்லினுக்குள் நுழைவதற்கான முதன்மைக்கண்டாயம். அங்கிருந்துதான் மேற்கினுள் செல்வதற்கான, விரைவுத்தொடருந்துகள், சுரங்கத்தொடருந்துகள் எல்லாம் புறப்படும். அவ்விடத்தை *'Checkpoint Charlie'* என்பார்கள் செல்லமாக.

*Hamburg, Bremen* திசையில் பயணிக்கும் எண்ணம் எப்போது என் மூளையிலிருந்து விடைபெற்றதென்பது தெரியவில்லை. அந்த நிலையத்தை அடைந்ததும் *ROME*க்கான பயணச்சீட்டுக்களை வாங்க விழைந்தோம். தொலைதூரப் பயணத்துக்கான பயணச்சீட்டு வழங்கல் மாடத்தில் இருந்தபெண் "*ROME*க்கு என்ன வகையிலான சீட்டு" என ஆங்கிலத்தில் கேட்டாள். குளிரின் தாக்கம் என் மூளையை மழுங்கடிக்கப் பண்ணியிருக்க வேண்டும் "எதுவாயினும் சிக்கனமான சீட்டாக இருந்தால் சரிதான்" என்கிறேன். அடுத்த அரைமணி நேரத்தில் பத்தாவது மேடையிலிருந்து ஒரு தொடருந்து *ROME* நோக்கிப்புறப்படவிருந்தது. நம் ஒவ்வொருவரிடமும் பயணியர் காசோலையிலிருந்து தலா *370* டொலர்கள் எனப் பெற்றுக்கொண்டு பயணச்சீட்டுக்களைத் தந்து "உங்கள் பயணம் சந்தோஷமாக அமையட்டும்" என வாழ்த்தினாள்.

○

# தலையைச்சுற்றி மூக்கைத் தொட்டோம்

தொடருந்தினுள் ஏறி அமர்ந்ததும் உள்ளே இருந்த கதகதப்பு சுகத்தை அள்ளித்தந்தது. கிழக்கு பெர்லினைத் தாண்டிச் சென்றுகொண்டிருக்கையில் ஜெர்மனியின் கிராமங்களில் ஐதாக இருந்த வீடுகள் மிகவும் அழகானவையாகப்பட்டன. இன்னும் அங்கங்கே வயல்களில் மிகவும் வித்தியாசமான பெரிய குதிரைகள் நின்றுகொண்டிருந்தன. பந்தயக்குதிரைகள் மாதிரி இறுக்கமான நாரோடிய தசைகளோடில்லாமல், ஒரு நீர்யானையைவிடவும் கொழுத்து அகலமாயும் ஒரு பாரவண்டியை முதுகில் ஏற்றிவிட்டாலே சுமந்து செல்லக்கூடிய அளவுக்கு உறுதியான குறுகலான கால்களும், பெரிய பாதங்களும் கொண்டனவாகவும் இருந்தன அவை. சில குதிரைகளை இரும்புக் கலப்பைகளில் பூட்டி விவசாயிகள் உழுது கொண்டுமிருந்தனர். பின்னாளில் அவைபோன்ற உறுதிமிக்க குதிரைகள் மேற்குபெர்லினில் பியர் வண்டிகளை இழுத்துச் செல்வதைக் கண்டிருக்கிறேன். எனக்கு எப்போதும் பயணங்களின் போது வெளியே வேடிக்கை பார்ப்பது இஷ்டமான காரியம். அந்திமயங்கி இருள் வந்தபோது தொடருந்து காடுகளினூடு விரையத் தொடங்கியது. இடையிடையே எங்காவது ஒரு சில வீடுகளிலிருந்து தெரிந்த வெளிச்சங்கள் மானுஷத்தின் இருத்தலைத் தெரிவித்தன. இலேசாகப் பசி கிளம்பியபோது கொண்டுவந்த முட்டைமா பொதிகளைப் பிரித்துச்

சாப்பிட்டோம். மற்ற இளைஞர்கள் நால்வரும் மெண்டிஸ் வெள்ளைச் சாராயப்போத்தல்கள் கொண்டுவந்திருந்தனர். முட்டைமாவு ஓரளவு இறங்கியதும் சாராயப் போத்தலைத் திறந்து கடகடவென்று நெக்டோ சோடா குடிப்பதைப்போலக் குடித்தனர். கொஞ்சநேரம் அந்த மூடிய அத்தொடருந்தின் தடுப்பறை முழுவதும் ஒரே சாராய நெடி. ஒரு மணிநேரம் கழிந்திருக்கும் நீலநிறச் சீருடையில் வந்த அலுவலர் எம் பயணச்சீட்டுக்களைச் சோதித்துவிட்டு மகிழ்ச்சியான பயணத் துக்கு வாழ்த்துச் சொல்லிவிட்டுச் சென்றார். பிறகு ஒரு தரிப்பிடம் வந்தபோது சாம்பல் நிறச் சீருடையில் நாலு அலுவலர்கள் ஏறினார்கள். எம்மிடம் நேராக வந்து பாஸ் பாஸ் என்றனர். பாஸ்போட்டைத்தான் கேட்கிறார்கள் என்பது புரிந்தது. கொடுத்தோம், எல்லாப் பக்கங்களையும் புரட்டிப் பார்த்துவிட்டு "வெயர் இஸ் த விஸா" என்றனர். *"No Sir, we Srilankans need no visa to Germany, and we are going only upto Germany"* என்றேன். அவர்களுக்குச் சந்தேகம் வந்து விட்டது. அலைபேசியில் மேலிடத்துக்குத் தொடர்புகொண்டு பேசினார்கள்.

பின் அதில் ஒருவன் சொன்னான்: *"Your German visa no problem"*. அப்போ பிரச்சினை தீர்ந்தது மேற்கொண்டு இனிப் பயணிக்கலாம் என்று இருக்கவும் அவன் தொடர்ந்தான். *"But you know guys this train goes through Jugoslavia, so that you must have a Jugoslavian transit visa to travel further."*

அவர்களுடன் விவாதம் செய்வது பயனற்றது என்பது புரிந்தது. அடுத்த தொடருந்து நிலையத்தில் நம் எல்லோரையும் மரியாதையுடன் இறக்கி, அடுத்துவந்த தொடருந்தில் திருப்பிக் கிழக்கு பெர்லினுக்கே அனுப்பினார்கள்.

திரும்பவும் ஒரு பயணச்சீட்டுப் பரிசோதகன் வந்தான், கூடவே மீண்டும் ஒரு புதுக்கரைச்சலும் வந்து சேர்ந்தது. எம்மிடம் பயணச்சீட்டைக் கேட்டான். நாஙகள் திருப்பி அனுப்பப்படுகிறோம், எப்படி எங்களால் பயணச்சீட்டை வாங்க முடியும் என்று கேட்டோம். "அது எனது பிரச்சினை யல்ல" என்றான். "எங்களாலும் இதுக்கு ஒன்றும் செய்ய முடியாது" என்றோம் கறாராக. சற்றே எரிச்சலடைந்த பரிசோதகன் எங்கே "உங்கள் கடவுச்சீட்டுகளைகளையெல்லாம் தாருங்கள்" என்றான். நானோ "நீர் பயணச்சீட்டுப் பரிசோதகர் தான், எங்கள் கடவுச்சீட்டுகளைப் பரிசீலிக்கும் அதிகாரம் உமக்கு இல்லை" என்றேன். எங்களைக் கடித்துத் தின்பவன் போல ரௌத்திரத்துடன் பார்த்தான். தோழர்கள் "அவனோடு

மிண்டாதை, சாந்தமாய்ப் பேசு நமக்குத்தானே... காரிய மாகணும்," என்றனர். 'சரி அவனுடைய வழிக்கே போவம்' என்றுவிட்டு அனைவரும் பாஸ்போட்டுகளைக் கொடுத்தோம். அவன் அவற்றைக் கொண்டுபோய் எங்கேயோ வைத்துவிட்டு வந்து "ஆளுக்கு 100 டொலர்கள் அபராதம் கட்டினால்தான் கடவுச்சீட்டுகளைத் தருவேன்" என்றான். நாங்கள் அவன் சொன்னது புரியாதது மாதிரிக் கொஞ்சநேரத்துக்கு நடித்துக் கொண்டிருந்தோம். தோழர்கள் இருந்த மீதிச்சாராயத்தையும் குடித்து முடித்துவிட்டு பல தினிசுகளில் ஏப்பங்கள் விட்டனர்.

"சும்மா சோடாமாதிரி விடுறியளே... உங்களுக்கு கிக் ஏறேலயாடா..?"

"இந்தக் குளிருக்கு எங்கே அண்ணை கிக் ஏறுது, சும்மா கித்துள் கள்ளுக் குடிச்சமாதிரித்தான் கிடக்கு" என்றான் ஒரு அனுபவஸ்தன்.

எனக்கு அபராதத்தை நினைக்க உள்ளுக்கு வியர்க்கத் தொடங்கியது. அப்பன் கொஞ்சம் செல்லமாக வளர்ந்த வசதியான வீட்டுப் பிள்ளை கவலையில்லாமல் தேமேயென்று இருந்தான். பிறகு மனம்மாறிவந்த பரிசோதகன் "சரி அபராதம் இல்லை, பெர்லினுக்கான டிக்கெட்டை எடுத்துவிடுங்கள் 46 டொலர்கள் வரும்" என்றான். 50 டொலருக்கான பயணியர் காசோலைகளைக் கிழித்துக்கொடுத்து அவனிடமிருந்து கடவுச் சீட்டுகளைப் பெற்றுக்கொண்டோம்.

திரும்ப மறுநாள் காலையில் அந்த தொடருந்து நேராக கிழக்கு – மேற்கு பெர்லின்களுக்குப் பொதுவான *Friedrichstrasse* தொடருந்து நிலையத்தை அடைந்தது. கிழக்கு பெர்லின் எல்லைக்குள் எங்கள் நிறத்தில் தாடிவைத்த ஒரு இளைஞன் நடந்துசெல்வதைப் பார்த்து ஓடிப்போய் அவனை முன்மறித் தோம். அவனும் எங்களிடம் பேசுவதற்கு விரும்பியவனைப் போலிருந்தான். எங்கள் பயணஅனுபவத்தைச் சுருக்கமாக அவனிடம் சொன்னோம். அவனும் "அவளில் குற்றமில்லை, சிக்கனமான பயணச்சீட்டை நீங்கள் கேட்டதால்தான் அவள் யூகோஸ்வியாவினூடு செல்லும் பயணச்சீட்டைத் தந்திருக் கிறாள். உங்களிடம் டிரான்ஸிட் விஸா இல்லையென்ற சங்கதி அவளுக்கு எப்படித் தெரியும்" என்றான். அதுவும் நியாயந்தான். பெர்லினிலிருந்து யூகோஸிலாவாக்கியாவினூடு *ROME* போகும் தொடருந்துத்தடம் ஒன்றும் இருக்கிறதென்பதை 370 டொலர் கொடுத்துத் தெரிந்துகொண்டோம். இப்போ நாங்கள் *Hamburg* அல்லது *Frankfurt* திசையில் போக விரும்புகிறோமென்று அவனிடம் சொன்னோம். அவன் எங்களை அந்த தொடருந்து

நிலையத்தின் பக்கமாக அழைத்துச் சென்றான். அங்கிருந்து *Check-Point*க்குச் செல்லும் நுழைமுகவாசலைக் காட்டினான். அந்த நுழைவாசலில் *'American Sector'* என்று அம்புக்குறியிட்டு இருந்தது. அந்த இளைஞனைக் காணமுதலே அந்தக் கண்டாய வாசலை பத்துத்தடவையாவது வலம்வந்திருப்போம். அதுதான் அமெரிக்காவால் காபந்து செய்யப்படும் மேற்கு பெர்லினுக்குள் செல்வதற்கான நுழைமுகம் என்பது எமது சிற்றறிவுக்குத் துலங்கவில்லை. நுழைய வேண்டிய சரியான கண்டாயத்தைத்

Friedrichstrasse Bahnhof – தொடருந்துநிலையம் இரவுத்தோற்றம்

தெரிந்துகொண்டதில் மகிழ்ச்சி. அவ்விளைஞனிடம் விடை பெறும் வேளையில் அவன் தான் ஒரு கேரளக்காரன் என்றும் அங்கே கிழக்கு பெர்லினில் படித்துக்கொண்டிருப்பதாகவும் தன் பெயர் அன்டனி கிறிஸ்டியன் என்றும் சொன்னான். நானும் சும்மா ஒரு தமாஷ் பண்ணுவதான நினைப்பில் *"So you too Christian?"* என்றேன். அவன் முகம் திடுப்பென மாறியது. *"Sorry, I am not a Religionist"* என்றான். அந்த வார்த்தையை விடாமல் அவனிடம் மலர்ந்த முகத்துடனேயே விடைபெற் றிருக்கலாம். என்னதான் விழிப்பாக இருந்தாலும் பொருத்த மில்லாத இடத்தில் அமயமாக, அபத்தமாகச் சில வார்த்தைகள் ஜனித்துத்தொலைப்பதை என் செய்ய?

*Friedrichstrasse*யில் உள்ள கண்ணாடித் தடுப்புச்சுவரை அடுத்து இருந்த *Check Point*இல் கடவுச்சீட்டில வெளியேற்றம்

என்னும் முத்திரையைப் பதித்து அடுத்து நாம் செல்லவேண்டிய திசையைக் காட்டினார்கள். இப்போது நாமும் மேற்கு பெர்லினின் எல்லைக்குள் பிரவேசித்துவிட்டோம்.

எமக்கு விஷயஞானம் முதலிலேயே இருந்திருந்தால் மேற்கு பெர்லினுக்குள் அங்கிருந்தே *U-Bahn* எனும் சுரங்கத் தொடருந்து எடுத்துக்கொண்டுசென்று ஒரு ஹொட்டலில் தங்கிக்கொண்டு மேற்கொண்டு என்ன செய்யவேண்டும் என்பதைச் சூதானமாகச் சிந்தித்து முடிவுகள் எடுத்திருக்கலாம்.

எனக்கு முதலே ஜெர்மனிக்கு வந்து *Frankfurt*இல் இருந்த என் ஒன்றிவிட்ட சகோதரர் சிவஞானம் எங்களுடைய போனை எதிர்பார்த்தவண்ணம் இருக்கிறார். கிழக்கு பெர்லினுள் இருந்தவரை பயணியர் காசோலையை மட்டும் வைத்துக் கொண்டு எப்படிப் போன் பண்ணுவதென்றே தெரியவில்லை. கண்ணில்பட்ட தொலைபேசிக் கூண்டுகள் அனைத்திலும் சில்லறை இருந்தாலே போன் பண்ணலாம். இப்போது உள்ளது போல் வங்கிக் கடனட்டையைச் சொருகிவிட்டுப் போன் செய்யும் வசதிகளோ அலைபேசிகளோ எதுவும் இல்லாத காலம் அது. விசாரித்த அளவில் போன் பண்ணுவதாயின் நீங்கள் அஞ்சலகத்துக்குத்தான் செல்லவேணும் என்கிறார்கள். இனி அஞ்சலகத்தைத் தேடிப்போவதாவது தொலைபேசும் யோசனையை தற்காலிகமாக ஒத்திவைத்தோம். பயணவுறை களையும் இழுத்துகொண்டு மீண்டும் நெடுந்தூர தொடருந்துக் கான பயணச்சீட்டுக்கள் வழங்கப்படும் மாடத்தை நோக்கியே உள்ளிருந்து உந்துகிறது ஏதோ ஒன்று. திரும்பவும் மேற்கு ஜெர்மனியூடாக *ROME* செல்லும் தொடருந்துக்கான பயணச் சீட்டுக்களைத் தலா *460* டொலர்கள் செலுத்தி வாங்கினோம். அது *Frankfurt* ஊடாகத்தான் செல்லும் என்பதை உறுதி செய்துகொண்டோம். பசியும் மெல்ல எட்டிப்பார்க்கிறது. பசியைத் தாங்கிவிடலாம், அது அப்பப்போ பரிச்சயமான ஒன்றுதான். குளிரின் உற்பாதமிருக்கிறதே கொடுமை அது. குளிரைச் சாக்காக்கிச் சாராயவிடாய் எடுத்துத் தவித்தனர் மற்ற இளைஞர்கள். ரொம்ப நேரம் குளிர் விரவியிருந்த தொடருந்து நிலையத்தின் மேடையில் இருந்த வாங்குகளில் காத்திருந்தோம். ஜெர்மனியின் அநேகமான தொடருந்து நிலையங்கள் பாரிய இருப்புச் சலாகைகளாலும் அவற்றைத் தாங்கும் உறுதியான உத்தரங்களாலும், நிர்மாணிக்கப்பட்டும் அரைவட்டவடிவக் கூரைகளையும் கொண்டிருந்தன. கூரைகள் முடிவுறும் தொங்கல்களில் அமைந்த குறுக்கு மேடைகளில் இரும்பு வலையால் அரண் செய்யப்பட்ட உப்பரிகைகளில் ஏ.கே. *47* தாங்கிய ஜவான்கள் பலர் காவல்காத்துக்கொண்டு

நின்றனர். கிழக்கு ஜெர்மன் மக்கள் கும்பலாகவந்து அவர்களின் சோதனைச்சாவடிகளை உடைத்துக்கொண்டு மேற்குபெர்லினுக்குள் நுழைந்துவிடாமல் இருக்கத்தான் அத்தகைய ஏற்பாடு என்பதைப் பின்னால் அறிந்தோம். கிழக்கு மேற்கு ஜெர்மனிகள் உடைந்திருந்த காலத்தில் காவலுக்கு நின்ற காவல்துறையின் அதிகாரிகளே துப்பாக்கிகளை வீசிவிட்டு மேற்கு ஜெர்மனிக்குள் ஓடிவந்துவிட்ட சம்பவங்களும், மேற்கு ஜெர்மனியை ஊடறுத்து ஓடிய தொடருந்துகளின் கிழக்குஜெர்மன் சாரதிகள் தொடருந்தை இருப்புப்பாதையில் நிறுத்திவிட்டு நாட்டுக்குள் குதித்தோடிய வரலாறுகளும் உண்டு. அதன் பின்னர் ரஷ்யத் தொடருந்துச் சாரதிகளும், காவல் படையினரும் அதிக அளவில் அத்தகைய பணிகளில் அமர்த்தப்பட்டனர். மாலையாகவும் *ROME* செல்லும் எமக்கான தொடருந்து மேடையில் வந்து நின்றதும் அப்பாடாவென ஏறி அமர்ந்தோம். மேற்கு பெர்லினுக்குள் வந்துவிட்டோமாதலால் மேற்கு ஜெர்மனியின் பெருநிலப்பரப்புக்குள் பிரவேசித்துவிட்டோம் என்பது நம் எண்ணம். நாங்கள் இருந்த பகுப்பறைக்குள் எங்கள் பிரசன்னத்தைக் கண்டுபோலும் வேறொருவரும் அதற்குள் வருவதற்குத் துணியவில்லை. அவர்கள் வேறு இடங்களை அமர்வதற்குத் தேர்ந்துகொண்டார்கள். தொடருந்து ஓடத் தொடங்கியதும் சிறிதுநேரத்திலேயே நகரத்தின் நெரிசலான குடியிருப்புப் பகுதிகளைத் தாண்டி நாட்டுப்புறத்தினூடாக எமது யாழ்தேவி, மெயில் வண்டிகளின் பக்கவாட்டங்கள் கடகட லொடலொட சத்தங்கள் எதுவுமின்றி இருப்புப்பாதையில் வழுக்கிக்கொண்டு விரைகிறது. தனித்தனியாக அமைந்திருந்த வளமனைகளும் சற்று நேரத்திலெல்லாம் இரவினுள் மறைந்துவிட்டன. நாங்களும் தூங்கிவிட்டோம். பதினொரு மணிக்கு மேலிருக்கும். ஒரு தொடருந்து நிலையத்தில் காவல்துறையோ சீட்டுப் பரிசோதகர்களோ எனத் துணிய முடியாதபடி சாம்பல் நிறத்தில் சீருடையணிந்த நாலைந்து உத்தியோகத்தர்கள் ஏறி நேராக எம்மிடம் வந்து கடவுச்சீட்டைக்கேட்டனர். அவற்றை வாங்கிவைத்துக்கொண்டு *"Wo fahren Sie"* என்றனர். ஒருமாதம் படித்திருந்த ஜெர்மன் மொழி அறிவில் அவர்கள் 'எங்கே போகிறீர்கள்' என்றுதான் கேட்கிறார்கள் என்பது புரிந்தாலும் *'Wir fahren nach Rome'* என்று சொல்ல வார்த்தைகள் வெளிவர மறுக்கின்றன. முழிசிக்கொண்டிருந்தால் அவர்கள் சந்தேகம் வலுவாகும். தெளிவாக ஆங்கிலத்தில் "நாங்கள் றோமுக்கு சுற்றுப்பயணம் ஒன்றை மேற்கொள்கிறோம்" என்றேன். அதில் ஆங்கிலம் புரிந்த ஒரு உத்தியோகத்தர் "உங்கள் பயணத்துக்கு றோமைத் தேர்ந்ததின் காரணந்தான் யாதோ?" என்றார். "இது எமக்கு ஒரு புனித யாத்திரை மாதிரி. இன்னும் பாப்பரசர்

வதியும் வத்திக்கன் கூட அங்கேதானே இருக்கிறது" என்றேன். "ஓ . . . பெரிதாக ஏதோ *Konfession*களும் இருக்குறாப்போல . . ." நக்கினான்.

"அப்பபடியான *Konfessions* எதுவுமில்லை, வேணுமானால் தரிசனம் என்றும் வைத்துக்கொள்ளலாம்" என்றேன். அதைக் கேட்டதும் அவன் உதடுகள் பிரியாமல் சிரித்தான். திரும்ப அவர்கள் கடவுச்சீட்டுக்களை எங்களிடமே தரவும் போன உயிர் திரும்பி வந்தது, சரி இனி ஒரு விக்கினமும் இல்லை. *Frankfurt* வந்ததும் குதித்து சிவஞானம் அண்ணன் வீட்டுக்கு ஓடிவிடவேண்டியதுதான். தொடருந்து மேலும் பத்து நிமிஷங்கள் ஓடிவிட்டு *BEBRA* என்னும் நிலையத்தில் நின்றது. மீண்டும் வந்த அவ்வுத்தியோகத்தர்கள் "உங்கள் பயணப்பொதிகளை எடுத்துக்கொண்டு சீக்கிரம் கீழே இறங்குங்கள்" என்றார்கள். என்ன இழவடா இது. இறங்குவதைத்தவிர வேறு வழியில்லை. பௌவ்யமாக இறங்கினோம். அங்கே எல்லைக் காவலர்களுக்கான அறைக்குள் எம்மைக் கூட்டிச்சென்று அமரச்சொன்னார்கள், அமர்ந்தோம். ஒரு மணிநேரம் கழித்து பெர்லின் நோக்கிவந்த தொடருந்தில் ஏற்றிவிட்டு "கவலைப்படாதீர்கள் உங்களைக் கவனமாக கொழும்புக்கு அனுப்பிவைப்போம்" என்றார்கள். மீளவும் அந்தகாரம் சூழ்ந்துகொண்டது. அம்மா பயணம் அனுப்பியபோது சொன்ன நம்பிக்கையும் தைரியமும் நிறைந்த வார்த்தைகள் மீண்டும் என் மனதில் ரீங்கரித்தன. "அப்பிடித் திருப்பி அனுப்பினாங்கள் என்றால் மனதை விட்டிடாதை, இருக்கிற காணியை விற்று அண்ணனின் காசைக் கொடுத்திடலாம்."

திரும்பவும் ஒரு மூன்று மணிநேர ஓட்டம், தொடருந்து மீண்டும் பெர்லினை அண்மிக்கவும் ஜன்னலூடு அழகான மரங்களும் வீடுகளும் மனிதர்களும் வாகனங்களுமாகத் தெரிகின்றன. ஆனால் எந்தக் காட்சியிலும் மனம் லயிப்பதாக இல்லை. தொடருந்து *Zoologische Garten* என்னும் தரிப்பில் நின்றது. அதுதான் ஜெர்மனிகளின் இணைப்பின் முன்னான மேற்கு பெர்லினின் பிரதான தொடருந்து நிலையம். இப்போது தொலைதூர தொடருந்து நிலையங்கள் மாத்திரம் 4 திக்குக் கொன்றாக நிர்மாணிக்கப்பட்டுள்ளன. அங்கே காத்திருந்த சில காவலர்கள் தொடருந்துள் ஏறி நேராக வந்து எம்மைக் கீழே இறங்கச் சொன்னார்கள். இறங்கியதும் எல்லாரிடமும் கடவுச்சீட்டுக்களை வாங்கிகொண்டு தயாராகக் கொண்டுவந்த வானினுள் ஏறச்சொன்னார்கள். வான் எம்மை நேராக விமான நிலையத்துக்குக் கொண்டுசெல்லப்போகிறதென நினைத்தோம். அரைமணிநேரம் நூற்றெட்டுச் சந்துகளால் திரும்பித்திரும்பி

ஓடியபின்னால் வான் ஒரு பழைய காவல்நிலையக் கட்டிடத்தை அடைந்தது. கைதிகள்போல எம்மை உள்ளே அழைத்துப்போய் தனித்தனி அறைகளில் அமரவைத்தார்கள். பின் டிரெக்டர் கருவியைக்கொண்டுவந்து எம் தேகம்பூரா வருடிப்பார்த்தார்கள். அக்காலத்தில் சில இளைஞர்கள் போதை வஸ்த்துக்களை உடம்புள் புதைத்துக் கடத்தும் முயற்சிகளில் மும்முரமாக ஈடுபட்டிருந்தனர். பின் சில காவல்துறை ஊழியர்கள் கையுறைகளைப் பொருத்திக்கொண்டு எமது பயணவுறைகளுள் இருந்த பொருட்கள் ஒவ்வொன்றையும் அக்குவேறு ஆணிவேறாக ஆய்ந்தனர். காற்சட்டைகளின் மடிப்புக்களையும், ஷேர்ட்டின் கொலர்களையும்கூட நசுக்கியும், மடித்தும், தடவியும் பார்த்தனர். பின் எல்லோரையும் தனித்தனி படம் எடுத்தனர். படங்கள் எடுத்தானதும் எங்கள் எல்லோருக்கும் மீண்டும் கட்டுநாயகா விமான நிலையம் கண்ணுக்குள் விரிந்தாடியது. சற்று நேரத்துக்குள் எல்லாம் அப்புகைப்படங்களை இணைத்து ஒரு தற்காலிக வதிவிட அனுமதியைத் தயார்பண்ணி எங்கள் ஒவ்வொருவரிடமும் தந்து வெளியே போகச் சொன்னார்கள். நாங்கள் ‘எங்கள் கடவுச்சீட்டுக்களையும் திருப்பித் தாருங்களேன் போக’ என்றோம். அப்போது ஒரு அதிகாரி எங்களுக்குத் தந்த தற்காலி அனுமதிப் பத்திரத்திலுள்ள ஒரு விலாசத்தைக் காட்டி 3 நாட்கள் கழித்து அந்தப் பொலீஸ் நிலையத்துக்குப் போனால் கடவுச்சீட்டுக்கள் கிடைக்கும் என்றார். ஜெர்மனியில் குடிவரவு குடியகல்வுப் பணிகளை எல்லாம் காவல்துறையின் ஒரு சிறகமே கவனித்துக்கொள்கிறது.

# அல்லாடி அலமலங்கி

வெளியில் வந்தோம், இனி எங்கு போவது எங்கே தங்குவது ஒன்றும் தெரியவில்லை. ஆறு பேரும் ஆறு பயணவுறைகளையும் சுமந்துகொண்டு விண்வெளிப் பயணிகளைப் போலத் தரையில் செவ்வனே கால்கள் பாவாமல் நடந்துகொண்டிருந் தோம். நீங்கள் யார் எங்கே போகப்போகிறீர்கள் என்று கேட்க நாதியில்லாத, இலக்கும் திசையு மில்லாத ஒரு பயணம், நடந்தோம். நடந்து சென்று கொண்டிருக்கையில் ஒரு தேவாலயம் தெரிந்தது. சிவப்புச் செங்கற்களால் கூரான நெடிய கோபுரத் துடன் கட்டப்பட்ட ஒரு பழைய தேவாலயம். அது அம்முன்காலை வேளையில் பூட்டியிருந்தது. ஆராதனைகளோ ஆள்நடமாட்டமோ இல்லை. *St.Apostel Paulus Kirche* எனப்பட்ட அத்தேவால யத்தின் சுற்றுப்பிரகாரம் ஒரு சிறிய சோலையைப் போல இருந்தது. அதன் முன்றிலிலும், வளவுபூரா வும் பூமரங்களும் செடிகளும் வளர்ந்திருந்தன. அவற்றைக் கொஞ்சநேரம் வேடிக்கை பார்த்தோம். அத்தேவாலயத்தின் முன் வளாகத்தில் எமது தொடருந்து நிலையங்களில் இருப்பதுபோன்று உறுதியான இரும்புக்கால்களோடு மரச்சட்டங் களால் சாய்வும் இருக்கையும் அமைந்த ஒரு நீளமான ஒரு வாங்கு இருந்தது. தேவாலயத்தின் வளாக முன்றில் வீதிப்பக்கமாக நாம் நுழையத் தடையாக சுற்றுமதிலாலோ கேற்றுக்களாலோ அறுக்கை பண்ணப்பட்டிருக்கவில்லை. நாம் போய் அவ்வாங்கில் அமர்ந்தோம். பயணியர்

St. Apostel Paulus Kirche தேவாலயமும், ஒரு ரக்ஷகனுக்காக நாம் காத்திருந்த அதன் படிக்கட்டுகளும்

காசோலைகளை எங்கே மாற்றுவது, இரவு எங்கே தூங்குவது ஒன்றும் தெரியவில்லை. அப்போதுகூட *Frankfurt*இல் சிவஞான மண்ணைக்குத் தொலைபேசி ஆலோசனை கேட்கலாமே என்கிற யோசனை எம்மரமண்டைகளில் உதிக்கவேயில்லை. வாங்குகளில் வேற்றுக்கிரகவாசிகள்போல உட்கார்ந்திருந்த எம்மைக் கண்டதும் எம்மைக்கடந்து சென்ற காவல்துறை வாகனம் ஒன்று ஏதோ மாஃபியாக் கும்பல் ஒன்று மாட்டுப் பட்டுவிட்டது மாதிரி வாகனத்தை நிறுத்தி வேகமான பின் னகர்வில் வந்து எம்மை நோக்கி ஓடிவந்தது. நாங்கள் எமக்குக் காவல்துறை தந்த அமய வதிவு அனுமதியைக் காட்டியதும் அவர்களுக்குச் 'சப்'பென்றாகிவிடவும் திரும்பிப் போனார்கள்.

அந்தத் தேவாலயம் இருந்த தெருவின் மறுபுறத்தில் ஒரு பேருந்துத்தரிப்பு. எல்லாமே அழகான சுத்தமான மஞ்சள்நிற இரட்டையடுக்குப் பேருந்துகள் அத்தரிப்பில் நிற்பதும் செல்வது மாக இருக்கின்றன. ஏதோ விருந்துக்குப் புறப்பட்டுச் செல்பவர் களைப் போல கனகச்சிதமாக உடுத்திய மக்கள் ஆண்களும் பெண்களுமாக பேருந்துகளில் பயணம் செய்துகொண்டிருந் தார்கள். உந்தின் சாரதி விமானியைப் போல கோட்சூட் உடுத்திக்கொண்டிருக்கிறார். மழை வந்து கழுவிவிட்ட மரங் களைப் போல் தூசும் புழுதியும் படியாமல் பளிச்சென்று நின்ற வாகனங்கள் அனைத்தும் கயிறடித்துவிட்ட மாதிரியொரு ஒழுங்கில் வீதியோரமாக நிறுத்திவைக்கப்பட்டிருந்தன.

இலங்கையில் நாம் அதிகம் பார்த்திருக்க முடியாத *Alfa Romeo, Audi, BMW, Ferrari, Jaguar, Lamborghini, Merceds Benz, Meserati, Porsche, Saab, Volkswagen, Volvo* என மகிழுந்துகள் குறுக்கும் மறுக்கும் விரைவதைக் காணவும் மனது பரவசமிக வாகின்றது. அப்பனும் என்னை விஞ்சும் ஒரு மகிழுந்துப் பைத்தியம். அவற்றை ரசித்துக்கொண்டே வருகின்றான். நானும் அப்பனும் விட்ட இடத்திலிருந்து வாகனங்களை வேடிக்கை பார்க்கத் தொடங்கினோம். திடீரென்று பார்த்தால் அதுவரை எமது சைட் ஃபிட்டிங்காகத் தொடர்ந்துகொண்டிருந்த தோழர்கள் நால்வரையும் காணவில்லை. சாலையில் *300* மீட்டர் தொலைவில் நான்கு கறுப்புத்தலைகள் தெரிவதைப் பார்த்தால் அவர்களேதான். ஓசைப்படாமல் எம்மைக்காய் வெட்டிவிட்டு மாறி ஒரு சீருந்தை மறித்து அதில் ஏறிக் கொண்டிருந்தார்கள்.

அதாவது அவர்கள் பெர்லினில் செல்வதற்கு யாரோ ஒருவர் விலாசமும், சீருந்துக்கு வேண்டிய பணமும் வைத்துக் கொண்டு கமுக்கமாக இருந்திருக்கிறார்கள். "அண்ணை நீங்க

ளாவது எங்களோடு இருந்தது எவ்வளவு நல்லதாய்போச்சு, ஒரு லோயர் கணக்காய் எல்லோரோடையும் வெட்டிக் கதைச்சு என்னமாதிரி எங்களைக் டிஃபெண்ட் பண்ணிக் கொண்டு வந்தீங்க" என்றதெல்லாம் சும்மா. அப்பன் அவரது ஊர்களைச் சொல்லி அவர்கள் அப்படித்தான் இருப்பார்கள் என்று வைதான். 'இலங்கையின் மொத்த நிலப்பரப்பில் மொத்தமும் 63 தீவுகள் இருக்கின்றன. அப்படிப்பார்த்தால் நாம் எல்லோரும் தீவார்தான்டா' என்று அவனைச் சமாதானம் செய்தேன். சரி 'நாம் எல்லோரும் ஒரு விலாசத்தில் போய் இறங்குவது அவ்விலாசதாரியை அசௌகரியப்படுத்துவதாய் இருக்கும், அதனால் நாம் தனியே போகிறோம்' என்று ஒரு வார்த்தை சொல்லிவிட்டுப்போயிருக்கலாம் என்பதே எமது ஆதங்கம். அந்த *St. Apostel Paulus Kirche* தேவாலயத்தின் சுற்று வட்டத்தில் ஒரு கிலோமீட்டர்வரை நடந்து ஏதாவது வங்கி தென்படுகிறதாவென்று தேடினோம். ஒரு வங்கியையும் காண வில்லை. வீதியில் தென்பட்ட மனிதர்களிடமும் விசாரித்துப் பார்த்தோம். ஒருவருக்கேனும் ஆங்கிலமும், எமது தேவையும் புரியவில்லை, தோள்களை உயர்த்திக்குலுக்கிவிட்டுத் தம்பாட்டில் சென்றுகொண்டிருந்தார்கள். வேடிக்கை என்னவென்றால் *Sparkasse* என்பது ஜெர்மனியின் பிரபலமான வங்கிகளில் ஒன்று. சிவத்த எழுத்தில் *Sparkasse* என்றிருந்த சில கட்டிடங் களைப் பார்த்தோமாயினும் அதில் *Bank* என்கிற வார்த்தைகள் இல்லாததில் அவை வங்கிகள்தான் என்கிற விஷயம் எமக்குத் தெரியவில்லை. ஏதேனும் காப்புறுதிக் குழுமங்களாக இருக்கலாம் என எண்ணிக்கொண்டு மேலே நடந்தோம். நடந்து நடந்து கால்கள் ஓயவும், பிணத்தைப்போல் எமது பயணவுறைகளின் கனம் அதிகரிக்கிறது. பயணத்தில் இவ்விரண்டு சாராயப் போத்தல்களை எடுத்துச் செல்லுங்கள் எதற்காவது உதவும் என சில அனுபவஸ்தர்கள் அறிவுறுத்தியிருந்தார்கள். எடுத்து வந்தவற்றுள் சாராயப்போத்தல்களும், முட்டைமாவுப் பொதி களும்தான் கனதியான சமாச்சாரங்கள் என்று தெரிந்திருந்தும் அடுத்தவேளை உணவுக்கு உத்தரவாதம் இல்லாததால் அவற்றைத் தூக்கி வீசிவிடவும் தைரியம் வருகுதில்லை. குளிர் ஒரு பக்க மிருந்தாலும் அலைந்ததில் சோர்வும் தாகமும் எடுத்தது. வழியில் வந்த *REICHELT* என்கிற பல்பொருள் அங்காடியுள் நுழைந்தோம்.

எந்தப் பானத்தையும் எடுக்கமுன் கவுண்டரில் இருந்த பெண்ணிடம் 'எங்களிடம் பயணியருக்கான காசோலைதான் இருக்கிறது. அதன் மூலம் உங்களிடம் பொருள்கள் வாங்க முடியுமா' எனக்கேட்டேன். அவளுக்கு ஆங்கிலம் புரிந்தது. ஆனால் 'நாங்கள் அந்த வகையான காசோலைகளைப்

பெற்றுகொள்வதில்லை' என்றாள். அப்போதுதான் எனக்கு அந்த 'பண்டமாற்று ஐடியா' உதித்தது. 'எங்களிடம் தரமான இலங்கைத் தேயிலைத்தூள் இருக்கிறது. அதை எடுத்துக்கொண்டு 2 குளிர் பானங்கள் தரமுடியுமா' எனக் கேட்டேன். அவள் யோசிக்கையில் ஒரு இறாத்தல் நிறையுடைய அழகான ஒரு தேயிலைப் பொதியை எடுத்து அவளிடம் கொடுத்தேன். அதை வாங்கிப் பார்த்துவிட்டுத் தன்பக்கமாக வைத்துகொண்டு என்ன வேணுமென்று கேட்டாள். 'கொக்காகோலா' என்றேன். தானே எழுந்து போய் இரண்டு போத்தல்களை (1.5 லிட்டர்) எடுத்து வந்து தந்தாள். பரோபகாரியான அப்பன் மனம் நெகிழ்ந்து போய் தன்னிடமிருந்த இன்னொரு தேயிலைப் பொதியையும் அவளுக்குக் கொடுத்தான். 'நன்றி' சொல்லிவிட்டு வெளியில் வந்தோம். ஒருவாறு தாகம் தீர்ந்தது. தெருவில் நின்றே முட்டைமா பொதியைப் பிரித்துக் கொஞ்சம் சாப்பிட்டோம். திரும்பத் திரும்ப முட்டை மாவை எத்தனை தரந்தான் மிண்டி விழுங்குவது? ஆனாலும் எமக்கு வேறுமாற்று ஒன்றும் இருக்க வில்லை. 'அட அந்தப் பெண்ணிடம் ஒரு பாக்கெட் பாணும் பட்டரும் வாங்கியிருக்கலாமே' என்கிற ஒரு யோசனை காலங் கடந்துதான் வந்தது. மீண்டும் கால்போனபடிக்கு நடக்கலா னோம். மதியம் திரும்பிவிட்டிருந்தது ஆயினும் சூரியனைக் காணவில்லை. வானம் ஒரு மழைநாளில் இருப்பதுபோன்று தெளிவற்று மந்தாரமாகவிருந்தது. காவல்துறையினர் எதற்காக எம் கடவுச்சீட்டுக்களைப் பிடுங்கிவைத்திருக்கிறார்கள் என்ற சூக்குமமும் பிடிபடுகுதில்லை. கடவுச்சீட்டு இல்லாமல் எங்கும் போகமுடியாது. 'திரும்பவும் கடவுச்சீட்டுக்களைத் தா' என்று நாம் போய்நிற்க எங்களைக் குண்டுக்கட்டாய் தூக்கி விமானத் தில் ஏற்றுவதற்குத்தான் தந்திரம் பண்ணுகிறார்களோ? நடப்பவை யெல்லாம் தெளிவற்றிருந்தன. இரண்டு தடவைகள் Romeக்கு பயணச்சீட்டுக்கள் வாங்கியதில் இருவரிடமும் ஏறத்தாழ பயணியர் காசோலையில் முக்கால் பங்கு தீர்ந்துவிட்டிருந்தன, ஆதலால் வசதியாக ஹொட்டல் ஒன்றில் போய் தங்கிவிட முடியாது. திரும்பவும் தேவாலயத்தை நோக்கி நடந்தோம். முன்றிலிருந்த வாங்கில் மீளவும் அமர்ந்தோம், அதிநவீன மோஸ்த்தரிலான உடுப்பாயிருக்கும் என எண்ணி சிந்தெட்டிக் பொலியெஸ்டர் துணிகளில் நாம் தைப்பித்து அணிந்துவந்த 'பெல்பொட்டம்' டிரௌசரினூடாக குளிர் அடிவட்டுவரை புகுந்து தாக்கியது. அதில் நெடுநேரம் உட்கார்ந்திருக்க முடியா தென்பது புரிகிறது. எப்படித்தான் இரவு கழியப்போகிறதோ?

தேவாலயத்தின் உள்நுழையும் வாசல் இரண்டு மீட்டர் உயரமான ஒரு பீடத்திலேயே அமைந்திருந்தது. அப்பீடத்துக்கு

ஏறிச்செல்ல வெண்படிகக் கற்களாலான படிக்கட்டுக்கள் இருந்தன. படிக்கட்டில் மக்கள் ஏறியிறங்கி அதன் விளிம்புகள் தேய்ந்துபோயிருந்தன. படிக்கட்டுகளின் வெண்படிகப் பக்கச்சுவர்களின் நெற்றிமுகங்கள் திரணை, தவாளிப்புகளுடன் வேலைப்பாடுகளால் நிரம்பியிருந்தன. எம்மிடம் இருந்த பெட்ஷீட்டை மடித்து படியில் போட்டு கோவிலின் கதவில் சாய்ந்துகொண்டு ஒரு அரைமணிநேரம் உட்கார்ந்தோம். சற்று நேரத்தில் எல்லோரும் ஐம்பது வயதைக் கடந்தவர்களாக ஒரு பதினைந்து இருபது பெண்கள் கோவிலின் பின்புறமிருந்த ஒரு கூடத்திலிருந்து புறப்பட்டு வெளியே வந்தார்கள். அவர்களை மறித்து "நீங்கள் யார் . . . எங்கிருந்து வருகிறீர்கள் . . . உள்ளே ஏதும் ஆராதனை நடைபெறுகின்றதா" என்று கேட்டோம். உண்மையில் விதேசிகளான எம்மை அவர்கள் தான் 'நீங்கள் யார் எங்கிருந்து வருகிறீர்கள்' என்று கேட்டிருக்க வேண்டும். அவர்கள் தேவாலயத்தின் பிற்பகுதியில் ஒரு அறையைக்காட்டினார்கள். கண்ணாடி ஜன்னலினூடு பார்த்ததில் அது பெண்களுக்கான ஒரு பொழுதுபோக்கு மன்றம் மாதிரி இருந்தது. உள்ளே இன்னும் சிலபெண்கள் வர்ண மெழுகுகளிலும், துணிகளிலும் செயற்கைப்பூக்கள் செய்துகொண்டிருந்தனர், சிலர் முட்டைகளுக்கு வர்ணங்கள் பூசிக்கொண்டிருந்தனர், வேறும் சிலர் வர்ணப் புற்களினால் அவற்றை வைத்து எடுத்துச் செல்லக்கூடிய சிறிய சிறிய கூடைகளைப் பின்னிக்கொண்டிருந்தனர். அவை எல்லாம் ஈஸ்டர் கொண்டாட்டத்துக்கான தயாரிப்புக்கள் என்பது எமக்குத்தெரியாது. தம் கைவினைகள் எல்லாவற்றையும் முடித்துக் கொண்டு பின் எல்லாப் பெண்களும் வெளியில் வந்தனர். அவர்கள் எல்லோரிலும் கடைசியாக ஒரு அருட்தந்தையும் வந்தார். ஒரு வணக்கம் போட்டுகொண்டு அவரை அணுகினோம். அவர் "நான் உங்களுக்கு எந்த விதத்தில் உதவமுடியும்" என தெளிவான ஆங்கிலத்தில் விநயமாகக் கேட்டார். நான் நடந்த எல்லாவற்றையும் சுருக்கமாக அவரிடம் கூறினேன். அவர் திரும்பி "பிறிட்டா" என்று கூப்பிட்டார். ஓடிவதுபோலிருந்த அவரது மகள் ஒருத்தி வந்தாள், அவளிடம் எங்களைக் காட்டி ஏதோ ஜெர்மனில் சொன்னார். அவளும் எங்களிடம் வந்து "இதோ ஐந்து நிமிஷம்" என்றுவிட்டுப் போனவள் சொல்லிவைத்ததுபோல் ஐந்து நிமிஷத்தால் ஒரு *Renault* வண்டியுடன் வந்து எங்களை ஏறச் சொன்னாள், ஏறினோம். இருபது நிமிஷங்களாக வண்டி ஓடிக்கொண்டிருந்தது. ஏதாவது பேசவேணுமே. "நாங்கள் எங்கு போகிறோம்" எனக் கேட்டோம். "உங்களைக்கொண்டுபோய் ஒரு ஹொட்டலில் விடச்சொல்லி சொல்லியிருக்கிறார் அப்பா அதுதான் போய்க்

கொண்டிருக்கிறோம்" என்றார். அடுத்து "இதுவும் 2 *Stroke* மோட்டார் பொருத்தப்பட்ட வண்டியா" என்றேன். அவளுக்குப் புரியவில்லை. "எனக்கு காருக்கு எப்படிப் பெற்றோல் போடவேண்டுமென்பது தெரியும். அதைப்பற்றிய டெக்னிகல் விஷயங்கள் வேறேதுவும் தெரியாது" என்றாள் அப்பாவியாய். என் கேள்வியின் அபத்தம் துலங்க பின் பொதுவான விஷயங்களுக்கு வந்தோம். தான் சட்டமும் தர்க்கமும் அறவியலும் படிப்பதாகச் சொன்னாள். *Tiergarten* என்னும் பகுதியில் ஒரு கால்வாயை மருவி செஞ்சிலுவைச் சங்கத்தால் நடத்தப்படும் அந்த விடுதி இருந்தது. உள்ளே போய் அதன் மேலாளருடன் ஏதோ பேசிவிட்டு வந்து இன்று நீங்கள் இங்கே தங்கலாம். பணமெதுவும் செலுத்த வேண்டியதில்லை, நிம்மதியாக ஓய்வெடுங்கள் என்றுவிட்டுப் புறப்பட்டாள், அவளை நிறுத்தி அவளது கரிசனைக்கும் உதவிக்கும் நன்றியைத் தெரிவித்து உங்களுக்கும் எங்கள் எளிய பரிசென்று எங்களிட மிருந்த மீதித் தேயிலை உறைகளையும் கொடுத்தோம். வாங்கி நன்றி சொல்லிக்கொண்டு விடைபெற்றாள்.

நேரம் பத்துமணிக்கு முன்பின்னாக இருக்கும். அந்தக் ஹொட்டலின் உபசரிப்புப் பணிகளைச் செய்துகொண்டிருந்த நடுத்தர வயதுள்ள மாது எங்கள் பயணவுறைகளை ஒரு பக்கமாக வைக்கச் சொல்லிவிட்டு எங்களைச் சாப்பாட்டுக் கூடத்துக்கு அழைத்துச் சென்றார். அந்தக் கூடத்துள் வந்த பின்னும் பயணவுறைகளைக் காவிக்கொண்டு திரிந்ததில் விரல் களில் ஏற்பட்டிருந்த விறைப்பு எடுபடாமலிருக்கவே எடுத்துப் போயிருந்த கையுறைகளை அணிந்தேன். கையுறைகளைப் பார்த்த அம்மாது விரைந்துவந்து அவசர அவசரமாக அவற்றைக் களைந்துவிடுமாறும், அதுமட்டுமல்ல அவற்றைத் தூக்கி தூரத்தி லிருந்த குப்பைவாளிக்குள் வீசிவிடுமாறும் சைகை காட்டினார். அட பதினைந்து ரூபாய்க்கு வாங்கிய கையுறையை வீசச் சொல்கிறாளே . . . என்னகொடுமை இது. நான் தயங்கிக்கொண் டிருக்கவும் அவர் இன்னொரு பெண்ணையும் கூட்டிவந்தார். அவரும் அதையே சற்று வேறுமுத்திரைகள் பாவங்களோடு அபிநயித்தார். அவர்கள் சொன்னது புரிந்தும் அதைச் செய்யாம லிருப்பது அவர்களை அவமதிப்பதாகும். கழற்றி வீசிவிடத் துணிந்தேன். இச்சம்பவம் நடந்து இரண்டு ஆண்டுகளின் பின்னர் நான் பிறிதொரு ஹொட்டலில் தங்கியிருந்தபோது அதன் துப்புரவுப் பணியாளர்கள் நான் தூக்கி எறிந்ததைப் போன்ற இறப்பரினாலான மஞ்சள் கையுறைகளை அணிந்து கொண்டு துப்புரவுப் பணியில் ஈடுபட்டதைக் கண்டபோதுதான் முன்னர் ஹொட்டலில் அப்பெண்கள் என் கையுறைகளைத்

தூக்கி எறியச் சொன்னதன் காரணம் துலங்கியது. வெட்கித்தேன். ஜெர்மன் வாழ்க்கையில் வெட்கிக் குறுகவைத்த இரண்டாவது சம்பவமிது. இப்படியான சம்பவங்கள் என்றும் தீர்வதேயில்லை, இன்றும் தொடர்கின்றன.

சூடான குலாஷ் சூப்பும், சலாட்டும் பரிமாறினார்கள். பின் தொதலினுள் முந்திரிப்பருப்பு இருப்பதைப்போல ஜெலற்றினினுள் ஆவியில் வேகவைத்த மாமிசத்துண்டுகள் செறிவாகக் கலந்திருக்கும் *Sulze (Aspic/Brawn)*, எனும் உணவும், கருப்பு ரொட்டிகளும், சீஸும், பட்டரும், காப்பியும் பரிமாறினார்கள். எமக்குப் பரிச்சயமின்மையால் அவ்வுணவுகளின் தரம் அப்போது புரியவில்லை. ஒரு மூலையாகக் கொஞ்சத்தைப் பிய்த்து நன்னிவைத்தோம். அவ்வாறு நாம் நன்னிக்கொண்டிருக்கையில் குளிரைத் தாங்கக்கூடிய உயர்ரக ஜேர்கின், மஃப்ளர் அணிந்திருந்த எம் நிறத்தைச் சேர்ந்த நடுவயதுக்காரன் ஒருவன் அங்கு வந்து சேர்ந்தான். வந்தவன் தன் ஜேர்கினைக் கழற்றி அதற்கான தாங்கியில் கொழுவிவிட்டு நேரடியாக உணவுக்கோட்டத்தினுள்ளே நுழைந்த தோரணை அந்த ஹொஸ்டலுக்கு ஏற்கெனவே பரிச்சயமானவன் என்பதைக் காட்டியது. வந்தவன் நாம் அமர்ந்திருந்த மேசைகளின் நிரையிலிருந்த வேறொரு மேசையில் அமர்ந்தான். அவனுக்கும் எமக்குப் பரிமாறப்பட்ட அதே உணவுகள் பரிமாறப்பட்டன. சாப்பிட்டான். சிவந்திருந்த அவனது கன்னங்களையும் மூக்கையும் வைத்து ஒருவேளை வட இந்தியனாக இருப்பானோவெனவும் நாம் ஒருகணம் எண்ணினோம். நாம் சளாபுளாவெனத் தமிழில் பொழிவதைக்கேட்டு அவன் நம்மை இரண்டொரு தடவைகள் திரும்பிப்பார்த்தான். அவன் சாப்பிட்டு முடித்தானதும் அவனை நாம் திருப்பி அனுப்பப்படாமல் பிராங்பேட்டுக்குச் செல்வதற்கு ஏதாவது சூக்குமமான வழிகள் இருக்கிறதா என கேட்டுப் பார்கலாமென நினைத்துக்கொண்டிருக்கையில் அவனே தன் சாப்பாடுகளைத் தட்டுடன் சேர்த்துத் தூக்கிக்கொண்டுவந்து எம் எதிரில் அமர்ந்து 'ஹலோ' தம்பியவை எங்கே ஜாஃப்னாவிலயிருந்து வாறியளோ நானும் ஸ்ரீலங்கன்தான்' என்றான். நாமும் அவனுக்கு முகமன் சொன்னோம். அவன் மலையகத் தமிழையும், கிழக்கிலங்கைத் தமிழையும் கலந்து கலந்து கதைத்த விதம் அவன் இலங்கையின் எந்தப் பகுதியைச் சேர்ந்தவன் என்பதை ஊகிக்க இடையூறு செய்தது. அப்பன் "நேரடியாகவே அண்ணையும் யாழ்ப்பாணமோ" என்றான். "இல்லை நான் ஜாஃப்னா கொலிச்சில படிச்சனான். அக்காலத்தில *What a feudal Society it was*… என்ன இன்னும் அப்பிடித்தான் இருக்கும்" என்றான். அப்பனுக்கு அவன் சொன்னது

புரியவில்லை, 'என்ன சொல்கிறார்' என்றான் என் காதுக்குள்ள. "இரு பிறகு சொல்றன்"

தன் இடத்தையே சொல்ல விரும்பாதவன் மேற்கொண்டு எதுவும் உருப்படியான உதவிகள் செய்வான்போலத் தோன்ற வில்லை எனக்கு.

"அண்ணைக்கு என்ன பெயர் ... இங்கே என்ன செய்கிறியள்" என்றான் அப்பன் திடீரென. வேண்டாத கேள்விதான். "நான் சுந்தரலிங்கம் இங்கே சீமென்ஸில வேர்க் பண்றன்" என்றான் சுருக்கமாக. லிங்கங்கள் சுந்தரமானவை யாகத்தான் இருக்க வேண்டும், அல்லது எதற்கு இத்தனை கவனம் பெறுகின்றன. எனக்கு இந்தச் சுந்தரலிங்கங்களை யிட்டு எப்போதுமே ஒரு ஒவ்வாமையுண்டு. ஒரு எத்தன் பாத்திரத்துக்குக்கூட சுந்தரலிங்கம் என்று பெயர் வைக்க எனக்குச் சம்மதமில்லை. சினிமாக்களில் முடிச்சுமாறி என்றால் ஒரு கபாலி, அடியாள் என்றால் ஒரு றோபேர்ட், பட்டைச் சாராயம் காய்ச்சும் கேடிக்கு அல்போன்ஸ், ஆற்றுமணலை அள்ளி விற்கும் ஆளுக்கு புண்ணியகோடி, அல்லது அரசியல் வாதிக்கு ஒரு ஆளவந்தார் இருப்பதைப்போல் உலகில் எனக்குத் தெரிந்த சுந்தரலிங்கங்கள் அனைவருமே ஏனோ ஒக்குமாக்குப் பேர்வழிகளாகவே இருக்கிறார்கள். உங்களுக்குத் தெரிந்த சுந்தரலிங்கங்களையும் அவர்களது யோக்கியதைகளையும் இப்போது நீங்கள் நினைத்துப் பார்க்கலாம். விதிவிலக்காக எவருக்காவது ஒன்றிரண்டு யோக்கியர்களையும் தெரிந்திருந் தால் நான் உங்களுடன் குஸ்திக்கு வரப்போவதில்லை. இந்த முடிவுக்கு எந்தவித தர்க்க அடிப்படையும் கிடையாது. ஆனால் எனது அனுபவம் அப்படித்தான் இருக்கிறது. இதற்கிடையில் அப்பன் எமது பயணானுபவங்கள் அனைத்தையும் அவனுக்குச் சொல்லி உங்களால் எமக்கு ஏதாவது ஆலோசனை வழங்க முடியுமா எனவும் கேட்டிருக்கிறான். "சங்கடமான விஷயந் தான் ... ஆனால் பாரும் உங்களோட வினைக்கெட முடியாத படிக்கு எனக்கு நாளைக்கு மிகமுக்கியமான *Termine* (சந்திப்பு இணக்கங்கள்) இருக்கு, ஆனாலும் இரவைக்கு என் நண்பர் களுடனும் ஏதாகிலும் செய்யமுடியுமாவென ஆலோசித்து விட்டு நாளைக்குக் காலமை உங்களுக்குச் சொல்றனே ... இப்ப ஒரே அலுப்பாயிருக்கு, நாள் முழுக்க அப்படியொரு அலைச்சல், நான் தூங்கவேணும் ..." என்றானாம்.

அந்த ஹொஸ்டல் *Domitry* எனும் வகையைச் சார்ந்தது. அதாவது ஆஸ்பத்திரியைப் போன்று நீண்ட பகுக்கப்படாத பெரிய பெரிய கோட்டங்கள் ஒவ்வொன்றினுள்ளும் ஆறி

லிருந்து எட்டுப் படுக்கைகள் வரிசையில் போடப்பட்டிருந்தன. அந்த வெள்ளை மெத்தையின் சுகமும், அவர்கள் தந்த இறகுப் போர்வையின் கதகதப்பும் இன்னும் மனதை விட்டகல வில்லை. காலை ஏழு மணியளவில் ஏதோ அலாரம் வைத்து எழும்பியதைப் போல் அங்கு தூங்கிய அனைவருமே எழுந் தார்கள். அந்த ஹொஸ்டலிலேயே அன்று அனைவரையும்விட முன்னால் எழுந்தது சுந்தரலிங்கமாகத்தான் இருக்கும். அதி காலையிலேயே நமக்கு முன்னதாக ஒரு மாயாவியைப் போல மறைந்துவிட்டிருந்தான் அவன்.

புறப்பட்டு ஐந்தாவதுநாள் முதன் முதல் வெந்நீர் ஜலக்கிரீ டையை அனுபவித்தோம். பின் காலையுணவு. பாண் துண்டு களும், பன்னும், சீஸும், மாமலெட், பட்டரோடு நிறையவே *Ham*ம் தந்தார்கள். *Ham*ஐத் தவிர்த்துக்கொண்டு ஏனையவற் றுடன் காலையுணவை முடித்தோம். காலையுணவை முடித்த பின் எவரும் ஹொஸ்டலில் தங்கமுடியாது. அனைவரும் வெளியேறி மாலை ஐந்து மணிக்கு மேல்தான் அந்த ஹொஸ்ட லுக்குத் திரும்பலாம். அவர்களின் உபசரிப்புக்கு நன்றி சொல்லி விட்டுப் புறப்பட்டோம். எந்தத் திசையில் நடப்பதென்றுந் தெரியவில்லை. மனம்போன போக்கில் நடந்தோம். *Tiergarten* கால்வாய்க்கு மேல் போடப்பட்டிருந்த பாலத்தில் கொஞ்சநேரம் அமர்ந்திருந்தோம். அப்பன் தான் தனது பயணவுறையை அந்தக் கால்வாய்க்குள் வீசப்போவதாகச் சொன்னான். அவன் அப்படியே தூக்கிக் கடாசிவிடக்கூடிய பேர்வழி. *Reichelt* அங்காடியில் வாங்கிய கொக்ககோலா போத்தல்கள் ஒடுங்கிய இடுப்பும் அகன்ற மேற்பகுதியுமாய் ஒரு பெண்ணின் உருவத் தில் அழகாக இருந்ததால் கலையுணர்வு பெருகி காலியான பின்னும் அவற்றைத் தூக்கி எறிய மனமில்லாமல் காவிக்கொ ண்டு திரிந்தோம். எங்கே போவதென்றே தெரியவில்லையாம் . . . கலைப்பொருள் எதுக்கு. அப்போத்தல்களை முதலில் கால்வாயில் வீசினோம். அப்பன் தனது முட்டைமாவுப் பொதியையும் வீசினான். கால்வாயின் பாலத்தோடு சேர்ந்து ஒரு *IMBISS* (ஸ்நாக் – பார்) இருந்தது. அதில் இரண்டுபேர் *French fry* மேல் கெட்சப்பை விளாவிச் சாப்பிட்டுக்கொண்டிருந்தார்கள். கிழங்கு தாவரநெய்யில் பொரியும் வாசம் எம் நாசிகளையும் தாக்கவே எம்மிடம் இருந்த மீதிச் சில்லறைகளை அப்பெண்ணிடம் கொடுத்து நாமும் கெட்சப்போடு *French-fry*யும், *Fanta*வும் வாங்கிச் சாப்பிட்டோம்.

மீண்டும் வாகனங்களையும், மனிதர்களையும், கலையழ குடன் வீதியின் இருமருங்கிலும் நிர்மாணிக்கப்பட்டிருந்த மரம் செடி கொடிகளையும் வேடிக்கை பார்த்துக்கொண்டு

நடக்கலானோம். வழியில் புராதன கட்டிடத்தாலான அரசாங்கக் காரியாலயம் போன்றவொரு காரியாலயம் வந்தது. நின்று நிதானமாக அதன் வாயிலில் பித்தளைத் தகட்டில் எழுதியிருந்ததை வாசித்தோம். அதில் *SOZIAL STIFTUNG FUER WOHLFAHRT* என்று இருந்ததில் ஏதோ சமூக உதவிகள் சம்பந்தப்பட்ட காரியாலயம் என்று புரிந்தது, தளர்ந்திருந்த எம் கழுத்துப்பட்டிகளை இறுக்கிவிட்டுக்கொண்டு கம்பீரமாக உள்ளே நுழைந்தோம். வாசலில் என்ன விஷயமென்று விசாரித்தார்கள். “நாங்கள் ஸ்ரீலங்காவில் இருந்து வரும் சுற்றுலாப் பயணிகள், மேற்கொண்டு பயணிக்கச் சில ஆலோசனைகள் உதவிகள் நமக்குத் தேவைப்படுகின்றன” என்றோம். முதலில் என்னை விசாரித்தவருக்கு என்ன புரிந்ததோ “முதலாவது தளத்தில் 144ஆம் இலக்க அறையில் எமது மேலாளர் இருக்கிறார். அவரிடம் நீங்கள் நேரில் போய் பேசுங்கள்” என்று வழிகாட்டினார். அந்த அறையில் இருந்த அழைப்பாழியை அமுக்கிவிட்டுச் சம்பிரதாயமாகக் காத்திருக்கவும் வழுக்கல் தலையுடன் நடுவயதைத் தாண்டிய ஒரு உத்தியோகத்தர் வந்து எங்களை உள்ளே அழைத்துப்போய் தன் மேசை எதிரே எதிரில் இருந்த ஆசனங்களில் அமரச் சொன்னார். நான் நாங்கள் ஸ்ரீலங்காவிலிருந்து வருவதாகச் சொல்லி எம்மால் *Rome*க்குப் போக முடியாதிருக்கும் பிரச்சினையைச் சுருக்கமாகச் சொன்னேன். எங்களுக்காக அனுதாபம் கொண்டவர் போல் முகத்தை வைத்துக்கொண்டு முழுவதையும் கேட்ட அவர் கடைசியில் சொன்னார்: “இது குடிவரவு / குடியகல்வுத் துறை தீர்மானிக்க வேண்டிய பிரச்சினை, அதுபற்றி என்னால் எதுவும் செய்ய முடியாது” என்றார். நான் “நீங்கள் மட்டும் எங்கள் நாட்டுக்கு வந்தால் நாங்கள் உங்களை மஹாராஜாக்களைப் போல உபசரிக்கிறோம். நாம் உங்களை நாட்டின் எந்தப் பகுதிக்கும் செல்லப்படாதென்று தடுப்பதில்லையே” என்றேன். நீங்கள் சொல்வதெல்லாம் சரிதான், ஆனால் அதற்கு என்னால் எதுவும் செய்ய முடியாதென்பதையே திருப்பித் திருப்பிச் சொன்னார். ஆலோசனைக்கு ‘நன்றி’ சொல்லிவிட்டு அவரிடமிருந்து விடைபெறுகையில் தன் மேசையின் இழுப்பறையைத் திறந்து அதிலிருந்து ஒரு கட்டு சீட்டுக்களை எடுத்து எம்மிடம் நீட்டினார். அதில் பத்துவரையிலான சீட்டுக்கள் இருந்தன. அதையும் வாங்கிக்கொண்டு அதுக்கும் நன்றி சொல்லிவிட்டு மேல் நடந்தோம், ஒரு கிலோமீட்டர் வரை நடந்ததில் *Ernst Reuter Platz* என்னும் ஐந்து வீதிகள் சந்திக்கும் ஒரு சந்திப்பு மேடையை அடைந்தோம். அந்தச் சந்திப்புமேடையில் ஒரு பெரிய புல்மேடை. அதுநிறைய பூமரங்கள் வளர்த்திருந்தார்கள். அதில் மத்தியில் புரிசுருளுருவில் நீர்த்தாரைகள் வேகமாகக்

கிளம்பி நீரை வானத்துக்குப் பீச்சியடித்துக்கொண்டிருந்தன. அதையும் சிறிதுநேரம் வேடிக்கை பார்த்தோம். இன்னும் ஒவ்வொரு வீதியும் கிளைக்கும் இடுக்குகளில் சுரங்க வழியொன்றுக்குச் செல்வதைப்போல படிகள் கீழிறங்கிச்சென்றன. அத்தோடு அருகில் மின்படிகளும் இருந்தன. இரு படிகள் மூலமாகவும் மக்கள் கீழிறங்குவதும் மேலேறுவதுமாக இருந்தார்கள். அச்சுரங்க வாசல்கள் ஒவ்வொன்றிலும் மூன்று மீட்டர் உயரத்தில் நடப்பட்டிருந்த கம்பங்களின் உச்சியில் கனவடிலான பெரிய கட்டமைப்புக்களில் நீல எழுத்துக்களில் *U* என்று எழுதி ஒளியூட்டப்பட்டிருந்தன. அந்த *U* என்கிற எழுத்து *UNTERGRUND / (UNDERGROUND)* என்பதன் அடையாளம். *U-Bahn* என்பது சுரங்கத் தொடருந்தையும் அதேவேளை சுரங்க இருப்புப் பாதையையும் குறிக்கும். இனிமேல் இந்த ஊ–பாண் என்கிற வார்த்தையை இங்கு நீங்கள் அடிக்கடி எதிர்கொள்ளலாம்.

சுரங்கத்தின் வாசலை அண்மித்தாக வந்த ஒரு பெரியவரிடம் இங்கே வங்கி எங்கே இருக்கிறது என்று கேட்டோம். அவருக்குப் புரியவில்லை. பின் காசோலைகளில் கையெழுத்துப் போட்டுக்காட்டி அதைக் கொடுத்துவிட்டு காசு பெறுமிடமென விளக்கினோம். அவருக்கு வங்கி என்பது பிராப்தத்தில் கேட்ட வார்த்தைமாதிரி இருந்திருக்க வேண்டும்.

அவர் மின் படிகளில் இறங்கிப்போனால் சுரங்கத் தொடருந்து வரும் அதில் ஏறிப்போகச் சொல்லி அபிநயித்தார். அவரிடம் எம்மிடம் இருந்த சீட்டுக்கட்டுக்களைக் காட்டினோம். அவர் அதுதான் அந்தச் சுரங்கத் தொடருந்துக்கான சீட்டெனக்கூறி அதைக்கொண்டு பேருந்து, டிராம், ஊ–பாண் எதில் வேணுமானாலும் இரண்டு மணிநேரம் பயணம் செய்யலாமென்றார். சீட்டை அதற்கான தானியங்கியினுள் செலுத்திச் செல்லுபடியானதாக்கிக்கொண்டு வந்த ஒரு தொடருந்தில் ஏறி அமர்ந்தோம்.

○

# ஆபத்பாந்தவன்

பெர்லின் மாநகரத்தின் சிக்கலான கட்டமைப்பைப் புரிந்த பின்னால் தெரிந்துகொண்டது உரிய சுரங்கத் தொடருந்திலேறி அடுத்த நிலையத்தில் இறங்கியிருந்தால் நாலைந்து வங்கிகள் இருக்கும் *Zoologischegarten* நிலையத்தை அடைந்திருப்போம். ஆனால் நாம் எதிர்த்திசையில் பயணித்தோம். சத்தம் ஆட்டம் அசைவில்லாமல் மின்சாரத் தொடருந்தில் வழுக்கிச்செல்வதுவும் ஆனந்தமாக இருக்கிறது. எட்டுப்பத்துத் தரிப்புக்கள் கடந்தவுடன் ஒரு சந்திப்பு நிலையத்தில் இறங்கி வேறொரு திசையில் வழுக்கினோம். எம்மிடந்தான் இலக்கொன்றுமில்லையே எத்திசையில் வழுக்கினால்தான் என்ன? அதுவும் போதும் என்றானபோது வேறொரு திசையில் வழுக்குவோமென்ற உத்தேசத்துடன் *ADENAUER PLATZ* என்கிற ஒரு நிலையத்தில் இறங்கவும் அந்த மேடையில் இரண்டு மூன்று தமிழ் இளைஞர்கள் எங்களுக்கு எதிராக வந்துகொண்டிருந்தனர். அவர்களுக்கும் தம் இனக்குழுவினரைக் கண்டுவிட்டதில் ஒரு மகிழ்ச்சி. முன் வழுக்கையும் சுருள்முடியும்கொண்ட ஒரு இளைஞர் நேராக என்னிடம் *"You too Srilankans"* என்றபடி வந்து கைநீட்டினார். எமக்கும் வழிகாட்ட வந்த தேவதைகளைக் கண்டுகொண்ட மகிழ்ச்சி. *"Of Course... brother we are coming from* வடலியடைப்பு" என்று அவருக்கு கைலாகு கொடுத்தேன்." இரண்டு நிமிஷம் அந்தப் பயணமேடையில் இருந்த வாங்கில் அமர்ந்தோம். "இதில் கனநேரம் உட்காரப்படாது. பொன்னம்பலம் (பொலீஸ்) வந்தால் சிக்கல்" என்றனர்.

“பயப்படத் தேவையில்லை. ஏற்கெனவே பச்சை (பொலீஸ்) எங்களின் பாஸ்போட்டுக்களைப் பிடுங்கிவிட்டுது” என்றோம். “ஆமோ அப்ப இருங்கோ” என்றுவிட்டு கைலாகு தந்த இளைஞர் தனக்குப் பெயர் இராஜேந்திரன் என்றும் தானும் இரண்டுமாசத்துக்கு முன்னால்தான் வந்ததாகவும் சொன்னார்”.

“அப்ப என்ன எல்லாரையும் திருப்பி அனுப்பி விடுவாங்களோ.”

ராஜேந்திரனிடம் நான் இரகசியமாக “எங்களுக்கு அரசியல் பிரச்சினை இருக்கு என்று ஒரு அசைலம் அப்பிளிகேசன் கொடுத்தால் திருப்பி அனுப்பமாட்டாங் களாமே” என்றேன். “நாங்களும் அப்பிடியொரு அப்பிளிக் கேசன் கொடுத்திட்டுத்தான் இங்கே இருக்கிறம்.” என்றார் அவர். இராஜேந்திரனுடன் வந்த மற்றவர்கள் இருவரும் இதென்ன புதுக்கரைச்சல் என்று நினைத்தார்களோ தாங்கள் வேறு எங்கோ போவதாகவும், பிறகு பார்க்கலாமென்றுஞ் சொல்லிவிட்டு மாறினர். இராஜேந்திரன் தாங்கள் தங்கி யிருக்கும் ஹொட்டலுக்குப் போகலாமென்று எங்கள் இரு வரையும் கரிசனையாகக் கூட்டிச்சென்றார். போகும் வழியில் அப்பன் அவரிடம் “ஊரில வீட்டில அரிசியென்று மணிமணி யாயிருக்கும் ஒன்றைப் பானைக்குள்ளபோட்டு இணக்கு வினமே . . . அதுக்கிங்கை வழியிருக்குமா” என்று கேட்டான். “நீங்கள் வாங்கோவன் விளையாட்டைக் காட்டிறன்” என்று விட்டு எம்மைக் கூட்டிப்போனார் இராஜேந்திரன். அது ஒரு கைவிடப்பட்டிருந்த ஹொட்டல். அதைக் கொஞ்சம் சுத்தம் பண்ணி அகதிகளுக்கு வழங்கியிருந்தார்கள். அந்தக் ஹொட்ட லில் மேலும் நிறைய தமிழர்கள் தங்கியிருப்பது தெரிந்தது. இராஜேந்திரனின் அறைக்குள் நுழைந்ததுமே பருப்பு வேகும் வாசம் வர எமக்குத் தன்னம்பிக்கையும், இருத்தலில் விருப்பும் உயர்ந்தன. விலாசமான அவ்வறையின் வாசற்பக்கம் தவிர்ந்த மற்ற மூன்று பக்கங்களிலும் மூன்று இரட்டைத் தட்டுள்ள இரும்புக் கட்டில்கள் போடப்பட்டிருந்தன. நட்டநடுவில் தனியாகப் போடப்பட்டிருந்த கட்டிலில் ஒரு ஆபிரிக்கத் தோழர் படுத்திருந்தார். ‘அவர் கானா நாட்டைச் சேர்ந்தவர் இரவுப் பணிக்குப் போகிறவர் அதனால் பகலெல்லாம் படுத் திருப்பார், பாவம் தொந்தரவில்லை அப்பாவி’ என்றார்கள். நாங்கள் திருப்பித்திருப்பி அனுப்பப்பட்ட கதைகளை அவிழ்த்துக் கொண்டிருக்க பருப்பு, கிழங்குக் கறிகளுடன் வெள்ளையரிசிச்

சோறும் தயிரும் நெகிழித் தட்டுக்களில் போட்டு எமக்குப் பரிமாறினார்கள் தேவாமிர்தமாயிருந்தது. அரிசியை எங்கே கண்டுபிடித்தீர்கள் என்றதுக்கு “நாம் இரண்டு மாதமாக பல பிரிவுகளாகப் பிரிந்து உளவுகள், ஊடுருவல்கள் செய்ததில் சாதித்தது” என்றார் இராஜேந்திரன். பின்னால் அவர் 33 வருடகாலமாக எம் மறக்கவொட்டாத ஸ்நேகிதராக மாறியதும் அற்புதமல்லவே.

எமக்கு போன் பேச வேண்டிய சில்லறைகள் தந்தார் இராஜேந்திரன்.

“வெளிக்கிட்டு ஐந்து நாளாச்சு இன்னும் போன் பண்ணேல்ல. நான் ஏதோ திருப்பி அனுப்பிப்போட்டாங்கள் என்று நினைத்துக்கொண்டிருக்கிறன், மூளைகெட்ட முண்டங்களா . . .” தொலைபேசியினூடாகக் கடித்தார் *Frankfurt*இல் எம்மை எதிர்பார்த்துக் காத்திருந்த பெரியம்மாவின் அண்ணன் சிவஞானம். இரண்டு தரமும் எல்லைகளில் வைத்துத் திருப்பித்திருப்பி அனுப்பப்பட்டதில் கொஞ்சம் அலமருங்கிவிட்டோம்.

“எனக்கு முதலிலேயே போன் பண்ணியிருந்தாயானால் பெர்லினிலேயே உதவக்கூடிய ஒரு ஆளின் தொடர்பு இலக்கத்தைத் தந்திருப்பனே செம்மறி” என்றார். தப்பு எம்மீதுந்தான், எனினும் அவருக்கும் எமது நிலமை புரியாமலா இருக்கும்? 1978 இறுதியில் பாரிஸூடாக வழி இருந்தபோது அத்தனை அலைச்சல்களின்றி வந்தவர் அவர்.

இராஜேந்திரன் எங்களை மறுநாள் ஒரு சட்டத்தரணியிடம் அழைத்துச் சென்றார். சட்டத்தரணியும் அரசியல் தஞ்சம் கோருவதாயின் அதற்கென ஒரு விண்ணப்பத்தை எழுதித்தர வேண்டும் என்றார். ஆனால் எப்படி எழுதுவதென்று ஒரு ஐடியாவையும் அவர் தரவில்லை. சரளமாக ஆங்கிலம் பேசக்கூடிய அவரின் ஜூனியர் ஒருவர் மட்டும் இரகசியக் குரலில் சொன்னார்: “நீங்கள் என்ன விதமாகத்தான் எழுதினாலும் உங்களின் விண்ணப்பங்கள் ஏற்றுக்கொள்ளப்படப் போவதில்லை. முதலில் உங்கள் விண்ணப்பம் நிராகரிக்கப்படும், நாங்கள் திருப்பித் திருப்பி அப்பீல்செய்து கொஞ்சக்காலம் இரண்டோ மூன்று வருஷம் இழுத்தடிக்கலாம் அதுதான் உண்மை” என்றார். அவர் தந்த தாள்களை வேண்டி நெடுங்கதை ஒன்று எனக்கும் அப்பனுக்குமாக எழுதலானேன். களைப்பாக இருந்தது. நான் கல்லூரியில் ஆங்கிலத்தையோ ஆங்கில இலக்கியத்

தையோ தனிப்பாடமாக எடுத்துப்படித்தவனல்ல. முடிந்த வரையில் வாக்கியவமைப்பில் இலக்கணப் பிழைகள் இல்லாமல் பார்த்துக்கொண்டு இரண்டு கதைகளைப் பண்ணிமுடித்தேன். அப்போது இன்னும் இரண்டுபேர் அவசரம் அவசரமாகப் பதகளிப்புடன் வந்தனர். "அய்யோ அண்ணை நாங்கள் எழுதிக் கொடுத்த அப்பிளிக்கேசன் சரியில்லை என்று சட்டத்தரணி சொல்றார். நீங்கள் எங்களுக்கும் ஒன்று எழுதித்தாங்கோ" என்று காலைப்பிடிக்காத குறையாய் கெஞ்சிக்கொண்டு நின்றனர். ஆண்டை நினைவு கொள்க 1980. ஆயுதப்போராட் டங்கள் முனைக்காத காலம். எனவே மிதவாத அரசியல் ஈடுபாடு, தமிழ் மாணவர்பேரவை, இனக்கலவரங்களாலான பாதிப்புக்களைவிட அதிகமாக எதையும் எழுதிவிட முடியாது. எனக்கு எழுதியதுக்கும் அப்பனுக்கு எழுதியதுக்கும் இடையால் ஒரு புதுக்கதையை அவர்களுக்காகவும் எழுதினேன்.

உலகத்திலேயே பெர்லின்தான் பொதுப் போக்குவரத்து வசதிகள் அதிகமுள்ள நகரம் என்பது என் அபிப்பிராயம். பெர்லினில் நகரின் எந்தவொரு மூலைக்கும் மாரியோ கோடையோ பனியோ இரவோ பகலோ எந்த நேரத்திலும் சுரங்கத்தொடருந்து, வேகத்தொடருந்து, டிராம்வண்டி, அல்லது பொதுப் பேருந்தின் மூலம் செல்ல முடியும். இன்னும் சிலர் டோக்கியோதான் பொதுப் போக்குவரத்து வசதிகளில் உசத்தி என்பார்கள். நான் இன்னும் டோக்கியோவை முற்றாகப் பார்க்கவில்லை, ஆதலால் அதைப்பற்றி நான் எதிர்வு கூறுதல் பொருத்தமாகவும் இருக்காது.

அடுத்த அடுத்த நாட்களில் தமிழர்கள் தங்கியிருக்கும் பிற ஹொட்டல்களுக்கும் இராஜேந்திரன் எங்களைக் கூட்டிச் சென்றார். பெர்லின் முழுவதுமாக பத்துப்பன்னிரண்டு ஹொட்டல்களில் பங்களாதேஷிய, பாகிஸ்தானிய, பாலஸ்தீனிய, லெபனானிய அகதிகளுடன் நூற்றுக்கும் மேற்பட்ட இலங்கைத் தமிழர்களும் வந்துசேர்ந்துவிட்டிருந்தனர். பின்னர் வந்து சேர்ந்த தமிழர்களுக்குள் ஓய்வுபெற்ற ஒரு ஸ்டேஷன் மாஸ்டரும், சித்தப்பாவென்று அழைக்கப்பட்ட ஓய்வுபெற்றவொரு ஸ்டேட் உத்தியோகத்தரும், ஒரு ஆசிரியரும், ஒரு வங்கியியலாளரும், நானும் அனைவரினதும் அன்புத்தொல்லை தாங்கமுடியாமல் சம்பளம் வாங்காத கதாசிரியர்களாகித் தினந்தினம் கதைகள் உற்பத்திசெய்யத்தொடங்கினோம்.

1980ஆம் ஆண்டு நிறைவதற்குள் பெர்லினை வந்தடைந்த வர்கள் தொகை ஆயிரத்தையும் தாண்டியது. மேற்கு பெர்லி

னில் காவல்துறையிடம் அகப்படாதவர்கள் வேறு ஆட்களின் பயணக் கடவுச்சீட்டுக்களில் தம்தலைகளை மாற்றிக்கொண்டு மேற்கு ஜெர்மனியுள் சுளுவாக நுழைந்தார்கள். தலைகளை மாற்றாமலும் தோற்ற ஒற்றுமையை வைத்துக்கொண்டும் ஒருவரின் கடவுப்புத்தகத்தில் இன்னொருவர் செல்லும் மாயங் களும் நிகழ்ந்தன. சிலர் மேற்குபெர்லினில் தொடருந்தில் பகுப்பறைகளுக்குள் ஏறியதும் ஏனைய பயணிகள் வரமுன்ப தாக இருக்கையின் அடியில் புகுந்து படுத்துக்கொண்டு மேற்குஜெர்மனியுள் சுளுவாக நுழைந்தனர். சுன்னாகச் சந்தையில் மரக்கறிவியாபாரம் பண்ணிக்கொண்டிருந்த விடலைப்பையன் ஒருவன் இவ்வாறு இருக்கையின் கீழாகப் படுத்து மேற்குபெர்லினிலிருந்து மேற்கு ஜெர்மனிக்குப் போனான், மேற்கு ஜெர்மனியில் அவன் அடைந்த நகரமும், விஸா நடைமுறைகளும் அவனுக்குப் பிடிக்கவில்லை, அதே இருக்கைக் கீழான முறையில் படுத்துப் பாரீஸுக்குப் போனான். பாரீஸும் அவனுக்குப் பிடிக்காமல்போகவே திரும்பவும் ஜெர்மனியின் வேறொரு நகரத்துக்கு வந்தான்.

மேற்குஜெர்மனியில் மேற்குபெர்லினுக்கு வந்துசெல்லத்தக்க தகமை / அனுமதியுடைய விஸாவை வைத்திருந்த பலர் பின் நாட்களில் மேற்குபெர்லினிலிருந்து மேற்குஜெர்மனிக்குள் இருக்கையின் கீழ்மறைத்துவைத்து ஆட்களைக் கடத்திவரும் பணிகளில் ஈடுபட்டனர். மூன்றுபேர் சேர்ந்துகொண்டு குண்டுப் பேர்வழியானாலும் ஒருவரை பகுப்பறையொன்றில் இருக்கை யின் கீழே படுக்கவைத்து பூரணமாகக் கால்களால் மறைத்துக் கொண்டு உட்கார்ந்திருக்க கடத்தல் இலகுவாக நடைபெறும்.

கப்பலில் எங்கேயோ வேலைசெய்துவிட்டு மும்பாயில் இறங்கி அங்கிருந்து பெர்லினுக்கு வந்தவர்கள் சிலர் வரும் போது சாம்பவன் என்றொரு ஈரோட்டுப் பையனையும் இலங்கையரின் கடவுச்சீட்டு ஒன்றில் ‘தலை’யை மாற்றிக் கூட்டிக்கொண்டு வந்தனர். அறையில் அவனது தமிழகப்பேச்சு வித்தியாசமாக இருக்கவே “அடே சாம்பவன் உன்னை இங்கே விசாரிப்பவர்களிடம் நான் கண்டியிலிருந்து வருகிறேன் என்றுமட்டும் சொல்லு, தமிழ்நாட்டுக் கதைகள் எதையும் எடுத்துவிட்டிடாதை, ஜாக்கிரதை” என்று சொல்லிவைத்தோம். கண்டியிலுள்ள மலையகத் தமிழர்களுக்குத் தமிழகப் பேச்சுத் தானே. இன்னும் இந்தியப் பிரஜை என்பது தெரியவந்தால் விஸாவன்ன விஷயங்களிலும் சிக்கலாகிவிடும். அவன் வந்து சில நாட்கள் சென்றிருக்கும், கண்டியில் புகையிலை வியாபாரஞ் செய்தவரும் அந்நகரத்தை நன்கறிந்தவரும், அண்ணாச்சி என்று

நாம் செல்லமாக அழைப்பவருமாகிய ஒருவர் எம் அறைக்கு வந்து தொலைத்தார். அண்ணாச்சியிடம் அகஸ்மாத்தாகச் சாம்பவனும் அகப்பட்டுவிட அவரும் அவனைக் குடைமானம் செய்யலானார்.

"அப்ப ... கிளிக்கு கண்டியில எவடம் குஞ்சு?"

"ஏழாலையுங்க."

அவனது கடவுச்சீட்டில் அப்படித்தானே இருக்கு!

❍

செம்பங்கி என்று அவளுக்கு பெயர். அவளது திடுமன் உடம்புக்கு சற்றும் பொருத்தமில்லாது சேலையை தொப்புளை விடவும் 10 செ.மீ. பதிவாக உடுத்திக்கொண்டு 30ஐ அண்மிய ஒரு பெண் வந்து பெர்லினில் இறங்கினாள். பேசும்போது கண்ணை வெட்டுவது, சுருக்குவது, உதட்டைச் சுழிப்பதன்ன மனதைக் கிளர்த்தக்கூடிய வார்த்தைகள், சேஷ்டைகளிலிருந்தே இவள் ஏதாவது வில்லங்கம் பண்ணக்கூடிய ஸ்திரி என்பது தெரிந்தது. என்னிடம் 'கதை' எழுத அழைத்துவந்தார்கள். அண்ணனிடம் தனியத்தான் என் கதையைச் சொல்வேன் என்றுவிட்டுத் தனிமையில் என்னுடன் நெடுங்கதையாடலானாள்.

அவள் மீசாலையைச் சேர்ந்தவள், சாவகச்சேரி *Ladies College*இல் பத்தாவது படிக்கிறபோது, *Dreiberg College*இல் படிக்கும் மாணவன் ஒருத்தன்மீது காதலாகி அவனுடன் வீட்டைவிட்டு ஓடியிருக்கிறாள். பின் பணிநிமித்தம் அவள் புருஷன் சவூதிஅரேபியாவுக்கு சென்றிருக்கையில் இவளுக்கு வீட்டருகில் மிதிவண்டித் திருத்தகம் வைத்திருந்த நடுவயதுக்காரன் ஒருத்தனுடன் காதலாகி அவனுடனும் ஓடிப்போய் கொஞ்சக்காலம் அக்கராயன்குளத்தில் நுளம்புகளோடு வாழ்ந்துவிட்டு அவனும் கழற்றிவிட, *QATAR*க்குப்போய் செவிலியாகப் பணிபுரிந்துவிட்டு கொஞ்சம் சம்பாதித்துக்கொண்டு இங்கு வந்து இறங்கியிருக்கிறாள் என்பதுவும் தெரியவந்தன. 'உன் சொந்தக்கதை இந்தக் கேஸுக்கெல்லாம் உதவாதம்மா, வேறேதாவது சொன்னா எழுதலாம்.' என்றேன்.

அவளிடம் உருப்படியான கதைகள் ஒன்றுமே இல்லாதிருக்கவும் செம்பங்கி காந்தீய இயக்கத்தின் பிதாமகரான டேவிட் ஐயாவுடன் இழைந்து செயற்பட்டதாகவும், அவரைக் கைதுசெய்த அரசு இவளையும் கைதுசெய்யத் தேடிக்கொண்

டிருந்ததாகவும் அதனால் அவள் *QATAR*க்குப் பறந்து தப்பித்த தாகவும் எழுதினேன்.

செம்பங்கியை யார் விசாவுக்கு, சமூபகார அலுவலகத் துக்கு அழைத்துச்செல்வது என்பதில் வெட்டியாயிருந்த இளசு களிடையே கடும் போட்டியும், பனிப்போருமுண்டானது. சோறுகறி தின்பதற்காய் ஹொட்டல் மாறி ஹொட்டலுக்கு கவடுகள் தேய நடந்து திரிந்தபலர் செம்பங்கியின் பாதங் களைத் தரையில் பாவவிடாது சீருந்திலும், மகிழூந்திலுமாய் ஏந்தானத்தில் கொண்டுதிரிந்தனர். ஒருமுறை அவளை சமூபகார அலுவலகத்தில் இராஜேந்திரன் காண நேர்ந்த போது "என்ன ஆன்டிக்கு உடம்பெல்லாம் அங்கங்கே தடிச்சுப் போயிருக்கு, ஏதேனும் மசுக்குட்டி கிசுக்குட்டி பட்டதோ . . ." என்று கிண்டல்பண்ணவும்

"ம்ம்ம் . . . ராஜா இந்த நக்கல்தானே வேண்டாங்கிறது . . . ஆன்டியென்று சொல்லி எனக்கு வயசைக் கூட்டப்பார்க்கிறீர் . . . அப்பிடி நானென்ன அனுராதாவைவிட வயசுக்காரியா . . . அல்ல மொத்தமாயிட்டனா . . . ம்ம்ம்ம்ம்ங்" என்று சிலுக்கின் பாணியில் முனகினாள். ஒரு ஆறுமாதகாலம் அவளுடன் வினைக்கெட்ட இளசுகளுக்குக் கிடைத்த சமூகவுதவிப் பணம் அனைத்தையும் கதுவிக்கொண்டிருந்தவளுக்கு அகதிப்பகிர்மானத் தில் *Koblenz* நகரம் கிடைத்துப்போனாளோ, இளசுகளின் பணங்கள் தப்பிச்சோ. பின்னாளில் செம்பங்கிக்கு ஜெர்மன் குடியுரிமையும் கிடைக்கவும் இப்போ சீரும் சினத்துமாய் வாழ்கிறாள்.

○

கரம்பொன்னைச் சேர்ந்த ஒரு முதியவர் இலங்கை வங்கியில் ஏதோ ஊழியம் செய்தவராம், 1982இல் ஓய்வூதியத்தை எடுத்துக் கொண்டு நாலாபக்கமும் வரிந்துகட்டிய அட்டைப்பெட்டி ஒன்றுடன் பெர்லினை அடைந்து எங்கள் ஹொட்டல் அறையின் வாசலில் வந்துநின்றார்.

"பெரியவர் பயமில்லாமல் உள்ளே வாங்கோ . . . கடைசி ஸ்ரூடென்ட் விசாவென்றாலும் எடுக்கலாம்."

அறையோர் அவரை அட்டகாசமாக வரவேற்றனர். வெளிநாட்டுப் பயணம் செல்லும்போது பொதுவாக எல்லோரும் பயணவுறையுடன் (சூட்கேஸ்) புறப்படுவதுதானே வழமை," இது என்ன காட்போட் பெட்டியோடை" என்றதுக்கு "குஞ்சு

களுக்கு விஷயம் தெரியேல்லை ... சூட்கேஸும் காட்போட்டில தானே செய்யிறது" என்று வந்தவுடனேயே போட்டார். கண்களில் குசும்பும், காரியத்தில் கெட்டியும் நிறைந்த அவரைப் பிறகு எல்லோரும் 'பாங்கர் பாங்கர்' என்று அழைத்தனர். நான் 'அம்மான்' என்பேன். பின்னாளில் இங்கே இயக்கமொன்றின் முக்கிய முகவராயும், நிதி சேகரிப்பாளராயுமிருந்த ஒரு தோழர் இவரது மகளைக் கடிமணம் புரிந்தார். பாங்கர் வரும்போது தன் அட்டைப்பெட்டிக்குள் பண்டத்தரிப்பு அசல் நல்லெண்ணெய்ப் போத்தல் ஒன்றையும் எடுத்து வந்தார். எப்போதும் தன் கடவுச்சீட்டை ஒரு கக்கத்திலும் நல்லெண்ணெய்ப் போத்தலை மறு கக்கத்திலேயும் வைத்திருப்பார். அவற்றைப் பிரிவதே இல்லை. பாங்கர் ஓய்வாக இருந்து ஊர்க்கதைகள் அவிழ்த்துக்கொண்டிருந்த ஒரு மாலையில் மீண்டும் அவரிடம் அந்த அட்டைப் பெட்டியின் தாற்பரியத்தை உசாவினோம்.

"அட பெர்லினுக்குவாற ஆட்களிட்ட இஞ்சையுள்ள துலைவார் சூட்கேஸைக்கூட உருவிப்போட்டுத்தான் விடுவாங்களாம் என்று பறைஞ்சாங்கள் ... அதுதான் ஒரு முன்னெச்சரிக்கையாய் சூட்கேஸை விட்டிட்டு வந்தன் ... அல்லாட்டி இத்தனை ஆயிரத்தைச் செலவழிச்சு வந்தனாம் மசிராச்சு ... ஒரு சூட்கேஸுப்பூழல் வாங்கமாட்டனே."

அவரின் பிள்ளைகள் அனைவரும் மேற்குஜெர்மனியில் இருந்ததால் தானும் அங்கே போய்விடவேணுமென்று தவியாய் தவித்துக்கொண்டிருந்தார் அம்மான். அவரது குமாரர்களோ "அப்பா நாங்கள் உங்களை இந்தக்கடத்தல் முகவர்களைக் கொண்டு எப்பிடியும் எடுப்பித்துவிடுவோம்" என்று உறுதியளித்திருந்தனர். ஆனால் கசவாரமான அம்மானுக்கோ முகவர்களுக்கு அத்தனை பணம் அழுவதில் சம்மதமில்லை. 'அதே மெதேட்டில நானே சீட்டுக்குக் கீழே படுத்து வாறன். பிறகு பாருங்கோவன் என்னை யாரெண்டு'விட்டு இவரே முயற்சித்தார். பயணம் புறப்படுகையில் பாஸ்போட்டுக்கும் முதலாக நல்லெண்ணைப் போத்தலை எடுத்துக்கொண்டு தயாரானார். நாங்கள் எத்தனையோ சொல்லிப்பார்த்தோம், "பெரியவரே குறுகலான இடத்தில நல்லெண்ணைப் போத்தலோட ஒண்டிக் கொண்டு படுத்திருப்பது உங்களுக்குச் சிரமம்."

"பண்டத்தரிப்பு ஒறிஜினல் நல்லெண்ணை விஷேசந்தான், ஆனாலும் அதுக்கு ஈக்குவலான எண்ணையும் ஒன்று இங்கயிருக்கு அதுக்கு *Linsen Oil* என்று பெயர்."

“உனக்கெப்படித் தெரியும்?”

“ஒரு நாள் டிவியில விவாதிச்சவங்கள்.”

அதைச் சொன்ன இளைஞனைக் கொஞ்சநேரம் தன் போளை (கோலிக்குண்டு)க் கண்களால் இடுக்கிப் பார்த்துக் கொண்டு யோசித்தார். தன்னுடைய எண்ணையை இவங்கள் தந்திரமாய் அமுக்கிக் குடிக்கப் பார்க்கிறாங்கள் என்பதுதான் அவரது எண்ணம்.

“எனக்குச் சின்னவயதுப் பழக்கம் காலையில எழும்பின வுடன நடுமண்டயில துளியெண்டாலும் நல்லெண்ணை வைத்துத் தேய்க்கவேணும். இல்லாட்டி உடன கபாலக் குத்தொன்று எழும்பிவிடும்.”

இன்னொருவன் சொன்னான்: “நீங்களே பெரியவர், ஏதோ உங்கட நன்மைக்குத்தான் சொல்றன் ... நீங்கள் எப்பிடி வேணுமாலும் செய்யுங்கோ, எங்கவூரில பெரியவர்கள் சொல்றவை ஒரு இடத்துக்கு எண்ணையோட புறப்பட்டுப் போனால் போறகாரியம் சித்திக்காதாம், படுபக்ஷிதானாம்.”

“இப்ப நானென்ன ஒரு சம்பந்தப் பேச்சுக்காலுக்கே போறன் ... உந்தப் பிளேனுகள் ஒவ்வொன்றும் தொன் கணக்கில எண்ணையோடதானே கிளம்புது ... அப்ப அதுக ளெல்லாம் என்ன கொட்டுண்டே போகுது ... ஒவ்வொன்றும் ஒழுங்காய்ப் போய்ச் சேரேல்லை?”

தொடருந்து வந்து மேடையில் நின்றவுடனேயே சனமில்லாத பகுப்பறையாகப் பார்த்து இருக்கைக்கடியில் ஆளைப் புகுத்திப் படுக்க வைத்துவிட்டு வந்துவிடுவோம். உந்து கிழக்கு ஜெர்மனி தாண்டி மேற்கு ஜெர்மனிக்குள் நுழையும் வரையில் இரண்டரை மணிநேரம் சலனமற்றுப் படுத்திருக்க வேண்டும். இவருக்கு அரைமணிநேரம்கூட அசையாமல் படுக்க முடியாது. முதுகுத் தண்டுவடம் வலிக்கத் தொடங்கிவிடும். எழுந்து உட்கார்ந்துவிடுவார். பின் கீழே படுப்பார். எப்படியும் மேற்கு ஜெர்மன் எல்லைக்குள் நுழையிற நேரம்பார்த்து எழுந்து உட்கார்ந்து எல்லைக் காவல்துறையிடம் மாட்டுவார். இப்படியாக மாட்டிமாட்டி அவர்கள் திருப்பித்திருப்பி அனுப்பவும் மூன்று தடவைகள் உலைந்தார். அறளை பிடிச்ச மனுஷன், யாரும் ஜோக் அடித்தாலும் முசுக்கெண்டு கோபம் வரும். நானும் அவருடைய வயசுக்கேற்றமாதிரிக் ‘கதை’யொன்று பண்ணிக்கொடுத்ததால் என்னிடம் கொஞ்சம் மரியாதை.

பெரிசு மூன்றாவது முறையும் முயன்றபோது நான் தன்மை யாகவே அவரிடம் சொன்னேன்:

"இளம் பெடியளெண்டால் தம்பிடிச்சு மடங்கியோ, முடங்கியோ கிடந்துபோடுவானுகள் அப்பிடி உங்களால இயலுமோ அம்மான்?"

"இந்தத் தடவை இந்த அம்மான் யாரெண்டு உமக்கு விளங்குமென்ன."

இம்முறை என்ன நினைத்தாரோ நல்லெண்ணைப் போத்தலை அறையில் விட்டுவிட்டுப் போகத் துணிந்தார். இவர் இருக்கைக்குக் கீழே முடங்கிக்கொண்டு படுக்க பெருசுக்கு காக்கா வலிப்போ முடக்குவாதமோவென்று அம்புலன்ஸை எல்லாம் அழைத்து மருத்துவமனைக்கு அனுப்பி அமர்க்களப் படுத்திவிட்டார்கள், இரண்டுநாள் கழித்தே திரும்பிவந்தார். அம்முறை பார்த்து ஒருத்தன் அவர் பூதம்போலக் காத்த அவரது நல்லெண்ணெயை முகம் கழுவும் தொட்டியுள் கொட்டிவிட்டு ஒலிவ் எண்ணெயை நிரப்பிவைத்தான். விஷயத்தைக் கண்டுபிடித்தானதும் அதைச செய்தவன் யாரென்று தெரியாமலேயே அவனது மூன்று தலைமுறை யையும், வம்சத்தையும் இழுத்துத் தூஷித்தார். இறுதியில் மெதுவாக அவருக்கு இஃது தன்னால் முடியாத காரியம் என்கிற ஞானம் வந்தது. முகவர்களே கடைசியில் அவருக்குக் கைகொடுத்தனர்.

கையில் பணம் வைத்திருந்த ஜெர்மனி பிடிக்காத சிலர் கனடாவுக்கும், அமெரிக்காவுக்கும் மாறினர். பதினைந்து வயதுக்காரியின் புத்தகத்தில் முப்பது வயதுக்காரியும், ஐம்பது வயதானவரின் புத்தகத்தில் இருபத்தைந்து வயதுக்காரனும் பறந்தார்கள். மேற்கு பெர்லினும் மேற்கு ஜெர்மனியின் பகுதி யாகவே கருதப்பட்டதால் உள்நாட்டுப் பறப்புகளில் எம் கடவுப் புத்தகங்களை ஜெர்மானியர்கள் அவ்வளவாக நோண்டிப் பார்ப்பதில்லை.

புதிதாக வந்து இறங்குபவர்களுக்கு பழையவர்கள் எங்கெங்கு மனித உரிமை சார்ந்த வழக்குகளில் அனுபவம் நிறைந்த சட்டத்தரணிகள் இருக்கிறார்கள், பின் வதிவு அனுமதியை எங்கே புதுப்பிப்பது, சமூக உதவிகள் பணத்தை எங்கே போய்ப்பெறுவது என்பதில் பயிற்சி வழங்கினார்கள். சந்திப்புக்களில் தவற விட்ட எவரையும் சமூக உதவிகள் பெறுமிடத்தில் மீண்டும் சந்திக்கலாம். எங்களை *St.Apostel*

*Paul* தேவாலயத்தில் விட்டுவிட்டுச் சீருந்தில் மறைந்த மாயாவி களையும் சமூகஉதவிகள் நிலையத்தில் ஒரு நாள் சந்தித்தோம். வெகு இயல்பாகச் சிரித்தார்கள்.

ஆட்கள் வந்து வந்து இறங்கிக்கொண்டிருக்கவும் எமது கேஸ் கதைகள் எழுதும் பணியும் முடிவின்றித் தொடர்ந்தது. எத்தனை பேருக்கு எத்தனை கதையைத்தான் விடுவது? "அட அண்ணாமாரே தம்பிமாரே நீங்கள் உங்களுக்குத் தோன்றுவதை தமிழில எழுதித்தாங்கோ வேண்டுமானால் நான் அதை இங்கிலீஷில் எழுதித் தாறன்" என்று சொன்னாலும் கேட்கமாட்டார்கள். "ஏதோபார்த்து நீங்கள் எதை எழுதித் தந்தாலும் எங்களுக்குச் சம்மதம், எங்களுக்கு உந்தப் பக்கம் அவ்வளவாய் ஓடாது" என்பார்கள் அப்பாவித்தன மாய். எனது எழுத்து ஊழியத்தின் ஆரம்பத்துக்கு அக்கினிக் குஞ்சாக அமைந்த அந்தக் கதைகளுக்கும் சிறு பின்னமேயாயி னும் பங்கிருக்கும்.

# கேஸ் கதைகள் விடுதலும் சூக்குமமும்

பெர்லினில் அப்போது இருந்த இலங்கை அகதிகளுள் அனலை தீவு, அல்லைப்பிட்டி, மண்டதீவு, கரம்பன் ஆட்கள்தான் வீதாசாரத்தில் அதிகம் பேர் இருந்தனர். அனலைதீவுவாசி எவருக்கோ எழுதிக் கொடுக்கப்பட்ட 'கேஸில்' அவர்தான் 'அனலைதீவு *Tamils United Liberation Front* கிளையின் செயலாளர்' என்று எழுதப்பட்டிருக்கிறது. பிறகு வந்த பலரும் அவரின் கேஸைப் பார்த்துத் தங்களுக்கும் பிரதி எடுத்துவிடவும் அவர்கள் கேஸ்களைப் பெற்றுககொண்ட சட்டத் தரணிகள் இலங்கைக் குட்டித்தீவுக்குள் ஒரு குட்டிக் கட்சி அதற்குள் தீவுக்குள் தீவான அனலைதீவில் மாத்திரம் 100 வரையில் கிளைகள் இருப்பது அறிந்து அதிசயித்தாலும் அவர்களுக்கு அனைத்து *TULF*இன் கிளைகளிலும் அதன் தலைவர்கள், அமைப்பாளர்கள், பொருளாளர்கள், மற்றும் கட்சியின் அங்கத்தவர்கள் எல்லாம் அங்கேயே இருக்க இந்த செயலாளர்கள் மாத்திரம் கூவிக்கொண்டு வெளியேற நேர்ந்ததின் சூக்குமம் புரியாது தங்கள் மயிரைப் பிய்த்ததில் அனைவரும் வழுக்கையானார்கள்.

இந்த "கேஸ்" எழுதிற அனுபவம் தொடர்பாக தோழர் – ஷோபாசக்தி ஒரு அருமையான கதையை எழுதியிருக்கிறார், அக் கதையின் தலைப்பே 'சூக்குமம்'. அக்கதை அவருடைய 'தேசத்துரோகி' சிறுகதைத் தொகுப்பில் உள்ளது. அதன் பிழிவு இதுதான்:

இராணுவத்தால் தாக்கப்பட்டு நையப்புடைக்கப்பட்ட ஒருவன் பயண முகவர்களின் உதவியுடன் பாரீஸ் வந்து சேர்ந்து அங்கே அகதி விண்ணப்பம் செய்கிறான். பணத்துக் காக கேஸ்களை எழுதும் பேர்வழியொருவர் ஏனோதானோ வென்று இவன் கேஸை எழுதிவிடவும் (ஒஃப்ஃறா) எனப்படும் பாரீஸ் தீர்ப்பாயத்தினால் அவனது விண்ணப்பம் நிராகரிக்கப் படுகிறது. இக்காலகட்டத்தில் அவனது ஊரைச் சுற்றிவளைப்பு செய்த இராணுவம் அவனது சகோதரனையும் சுட்டுக்கொன்று சகோதரியையும் வல்லுறவு செய்துவிடுகிறது. சுட்டால் உடனே செத்துப்போவதைத்தவிர ஈழத்தமிழன் வேறெதுவும் பண்ணமுடியாதுதானே? துன்பியல்தான், அவன் குடும்பத் துக்கு நேர்ந்துவிடுகிறது. இளைஞன் தனது வழக்கின் தீர்ப்புக்கு எதிராக மேன்முறையீடு செய்தபோது மனவலியோடு தன் குடும்பத்துக்கு நிகழ்ந்த இச்சம்பவங்களையும் சேர்த்துக்கொள் கிறான். வழக்கை விசாரித்த நீதிபதி “இராணுவம் உன் சகோதரனைத்தானே கொன்றது, தங்கையைத்தானே வல்லுறவு செய்தது, உனக்கெதுவும் ஆகவில்லையே, அதுக்காக உனக்குத் தஞ்சம் தரமுடியாது, அதுக்கு எமது சட்டத்தில் இடமு மில்லை” என்று மீண்டும் வழக்கை நிர்த்தாக்ஷண்யத்துடன் நிராகரித்துவிடவும் மனமுடைந்துபோகிறான், மீண்டும் துயர் கவிகிறது. இன்னும் ஒரேயொருமுறை மேன்முறையீடு செய்ய லாம். அதிலும் தோல்வியென்றால் நாடுகடத்தப்பட்டுவிடும் அபாயம், கனடாவுக்கோ அலாஸ்க்காவுக்குத்தான் மாற வேண்டும். அப்படியெல்லாம் நாடு மாறக்கூடிய பொருளாதார மும் அவனிடமில்லை. அவன் நிலமைகண்டு பரிந்த சிலர் ஆலோசனை சொல்கிறார்கள்: “இங்கே மாஸ்டர் என்றொரு விண்ணன் இருக்கிறார், ஆளொரு வெறிக்குட்டி , ஆளைக் கண்டுபிடிக்கிறதுதான் வல்லையாயிருக்கும், எப்பாடுபட்டும் அவரைக் கண்டுபிடித்து அவரைக்கொண்டு உன்ர அப்பீலை எழுதுவித்தாயானால் உனக்கு வெற்றிதான்”. வேறு வழியில் லையே அவனும் அவரை அலைந்து தேடி ஒருவாறு கண்டு பிடித்து விஸ்க்கியாபிஷேகம் செய்யவும் அவரும் மனமிளகி ஒருநாள் கையில் வைத்திருந்த ஊத்தைக் கட்டுப்பேப்பர்கள் ஒன்றில் கிராப்புள் சொருகிவைத்திருந்த பென்சிலால் இவன் வழக்கை மிகச் சுருக்கமாக எழுதிக்கொடுக்கிறார். அந்தக் கேஸை வெறிக்குட்டிமாஸ்டர் எழுதிவிட்டு இறுதியாகச் சேர்த்து கொண்ட விடயந்தான் முக்கியமானதும் சூக்குமமானதும். ‘எங்களது வீட்டுக்கு வந்த இராணுவம் எங்கள் செல்ல நாய் ஜிம்மியை சுட்டுக்கொன்றுவிட்டு உன்னையும் இப்படித்தான் சுடுவோம் என்று பயமுறுத்திவிட்டுச்சென்றது’. அதைப்படித்த நீதிபதி விதிர்த்துப் பதைத்து ‘அட நாயையே சுடுகின்ற அளவுக்கு

கொடுமையான இராணுவமா அது ... அந்த நாட்டில் மனிதர்கள் வாழவே முடியாது' என்று தீர்ப்பளிக்கவும் அவனுக்கு ஃப்ரான்ஸில் அகதி அந்தஸ்து கிடைத்துவிடுகிறது.

'அப்படி என்னதான் மாஸ்டர் எழுதிவைத்தீர்கள் என்று எல்லோரும் வியந்தாலும் வெறிக்குட்டி வாயையே திறந்தாரில்லை, பிறகும் அபூர்வமாய் ஒருமுறை மாத்திரந்திறந்தார், அதுவும் இன்னும் கொஞ்சம் விஸ்க்கியை ஊற்றிக்கொள்ளத்தான்' என்று அங்கதமாக முடித்திருப்பார் ஷோபாசக்தி.

இப்படித்தான் சிலரது வழக்குகள் முதன்முறையிலேயே நிராகரிக்கப்பட்டன. திரும்பத்திரும்ப மேன்முறையீடுகள் செய்து சட்டத்தரணிகளுக்கும் நிறையத் தாரைவார்க்க வேண்டியிருந்தது மோசமான முறையில் எழுதிக்கொடுக்கப்பட்ட சிலரின் வழக்குகள் முதன்முறையிலேயே ஏற்றுக்கொள்ளப்பட்டன. ஏற்றுக்கொள்ளப்பட்ட மிகச் சிலருக்கு ஆறுமாதத்துக்குள்ளாகவே நீலநிறத்திலான ஜெர்மன் கடவுச்சீட்டுக்களும் வழங்கப்பட்டன. அது கிடைத்தவர்கள் அதைக்கொண்டு இலங்கை தவிர்ந்த வேறு எந்த நாட்டுக்கும் விசா எடுத்துக் கொண்டு பயணம் செய்யலாம். இந்திய தூதுவராலயத்தில் மட்டும் ஏனோ இந்த நீலக் கடவுச்சீட்டைக் கண்டதும் கடுப்பாகிவிடுவார்கள். விசா வழங்குவதில்லை. இப்போதும் அந்த உற்பாதம் தொடர்கிறது.

வழமையாக எமக்கு இரு வாரங்களுக்கு விசா கொடுப்பார்கள், சிலருக்கு மூன்று வாரங்களுக்கும், சிலருக்கு நாலு வாரங்களுக்கும் கிடைத்துவிடும். அகதி அந்தஸ்த்தைப் போலவே விசாக் காலத்தையும் எதைவைத்துத் தீர்மானித்தார்கள் என்பது சிதம்பர சூத்திரந்தான்.

விசா அலுவலகத்தில் இலக்கத்தை எடுத்துக்கொண்டு காத்திருந்ததைப்போலவே பின் சமூக உதவிகள் அலுவலகத்திலும் இலக்கத்தை எடுத்துக்கொண்டு காத்திருக்கவேண்டும். வேறு என்னதான் சோலி நமக்கு, காத்துக்காத்துக் கிடந்தோம். விசா எத்தனை நாட்களுக்கு இருக்கின்றதோ அதற்கேற்ற வகையில் உதவிப்பணமும் கிடைக்கும். ஒருமாத விசா இருக்கும் ஒருவருக்கு 300 மார்க்குகளும், உடுப்புகள், சப்பாத்துக்கள் என்பன வாங்குவதற்கான வவுச்சர்களும் தருவார்கள். சில சமூக உதவிகள் அலுவலகங்களில் உணவுப் பொருட்கள் வாங்குவதற்கும் கூப்பன்களையே தந்தார்கள். யாருக்காவது கூப்பன்கள் மீதமானால் நம்மவர்கள் அவற்றைக்கொண்டு மற்றவர்களுக்குத் தேவையான பொருட்களை வாங்கிக் கொடுத்தும் பணமாக மாற்றிவிடுவார்கள்.

சமூக உதவிகள் அலுவலம் தரும் 300 மார்க்கில் ஒவ்வொரு வரும் எப்படியாவது 100 மார்க்கை சேமித்து ஊருக்கு அனுப்பிவிடுவார்கள். பணவிடைச் செலவைக் குறைப்பதற்காக 3 மாசத்துக்கொருமுறை அனுப்புவதே சிக்கனமான நடை முறை. பணம் எப்படிக் கிடைத்தது எனக் குடையும் வீட்டுக் காரர்களுக்கு கடிதங்களில் ஒரு பூக்கடையில் சிலமணிநேரம் வேலைசெய்கிறேன் என்றோ, ஒரு மளிகைக்கடையில், கடதாசி அட்டைகளில் வரும் பொருட்களைப் பிரித்து விறாக்கைகளில் அடுக்க சிலமணிநேரங்கள் உதவிசெய்கிறேன் என்றோ கற்பனைக் கேற்பப் பொய்கள் முடையப்படும். பொதுவாக சிக்கன வாழ்வு பலமுறைகளில் நடைமுறைப்படுத்தப்பட்டது.

கோழியிறைச்சி விற்பனை நிலையங்களில் உணவகங் களுக்கு விநியோகிப்பதற்காக நெஞ்சுப்பகுதி, ஈரல், தொடைகள் நீக்கப்பட்ட கோழிகள் கிலோ ஒரு மார்க்குக்கும் குறைவாகக் கிடைத்தன. ஜெர்மன்காரர்கள் அவற்றை நாய்களுக்குணவாக வாங்கிச்செல்வர். நாம் எமக்காக வாங்கினோம். அநேகமாக சீனாவிலிருந்து வருபவையாயிருக்க வேணும். செல்லப் பிராணி களுக்கான உணவுகள் விற்கும் கடைகளில் வெகுசுத்தமான சூடை, மங்கு, கச்சல் மற்றும் நெய்த்தலிமீன் கருவாடுகள் கிடைத்தன. பூனைகளுக்குணவாக வந்தவற்றை நுகர்ந்துபிடித்து யாமும் நுகர்ந்தோம்.

பொலீஸுக்கு விசாவுக்குப் போவதென்றாலென்ன, சமூக உதவிகள் அலுவலகத்துக்குப் போவதென்றால் என்ன அன் றுடன் அந்தநாள் கழிந்துவிடும். இச்சந்திப்புகளில் பல்வேறு ஊர்களைச் சேர்ந்த மனிதர்களும் பரிச்சயமாவார்கள்.

சில தந்திரசாலிகளுக்கு சமூக உதவிகள் அலுவலகத்திலும் எங்கே உதைத்தால் எங்கே திறக்கும் என்கிற சூக்குமங்கள் தெரிந்திருந்தன. இலங்கை ஒலிபரப்புக் கூட்டுத்தாபனத்தில் கத்தோலிக்க நிகழ்ச்சிகள் பண்ணிக்கொண்டிருந்த ஒரு இளமாதுவுக்கு பிரசித்திபெற்ற சுப்பிறீம் கோட்டு நீதிவான் எச்.டபிள்யூ. தம்பையா தூரத்து உறவு. அவர் போய் சமூக உதவிகள் உத்தியோகத்தரிடம் அந்நீதவானின் பெயர்த்தி நான். நாங்கள் எல்லாம் அங்கே வில்லாக்களிலும், வளமனைகளிலும் வாழ்ந்து பழக்கப்பட்டவர்கள். இந்த Mansion Type ஹொட்டல்கள் எல்லாம் எனக்கு வயித்தைக் குமட்டுது என்று 'பீலா' விட்டி ருக்கிறார். அந்த உத்தியோகத்தரும் 'அட அப்படியா' என்று அவருக்கு உருகி செஞ்சிலுவைச் சங்கத்துடன் கதைத்து இரண்டு பிள்ளைகளுடனான அவரது குடும்பத்துக்கு 3 அறைகளுடன் கூடிய வீடு ஒன்றையும் வழங்கிவிட்டார். அதன்பிறகு அம்மாது

தமிழர்களைக் கண்டதும் தன் வீட்டுத்திறப்பைச் சுண்டுவிரல் நுனியில் சுழற்றலானார்.

எமக்குத் தரப்பட்ட ஹொட்டல்களைப் பற்றியும் கொஞ்சம் சொல்லியாக வேண்டும். அவை *Mansions* என ஆங்கிலத்திலும், *Pensions* என ஜெர்மனிலும், *Foyers* என ஃப்ரெஞ்சிலும் மொழியப்படும். அநேகமாக கைவிடப்பட்டிருந்த இரண்டாந்தர ஹொட்டல்கள்தான் அவை. பலவற்றுக்கு மின்னுயர்த்தி வசதிகள்கூட இல்லை. இருந்தாலும் மின்சார சிக்கனம் கருதிப் பூட்டிவைத்திருந்தார்கள். சிலவற்றில் தொழில் இல்லாதோரும் அதனால் வீடுகள் இல்லாதோரும் (*Dachlos* – அதாவது நேரடி மொழிபெயர்ப்பில் கூரையில்லாதோர்) வதிவதற்காய் அப்பப்போ அரசினால் வழங்கப்படும் ஹொட்டல்கள் அவை வேலையில்லா தோரும், *anarchist-autonomists* அல்லது *Autonomes* குழுகாயத் தினரும் இத்தகைய ஹொட்டல்களை அப்பப்போ கையகப் படுத்திவிடுதலும் உண்டு. எங்கெங்கு *Autonomes* வாழ்கிறார் களோ அங்கெல்லாம் *Graffiti Arts* / வர்ணக் கிறுக்கல்கள் எக்கச் சக்கமாக இருக்கும். போதாததுக்கு அயலிலுள்ள கட்டிடங்கள், தொகுப்பு வீடுகளிலும் தங்கள் கைவல்யத்தைக் காட்டி விடுவார்கள்.

ஓய்வெடுக்கும் Autonomist Youths

இந்த ஒட்டோநோம்ஸ்களின் அரசியலைப் பிடிக்காத வர்கள் அவர்களை *Punks* / உதவாக்கரைகள் என்று ஏளனத் துடனே குறிப்பிடுவர். ஒட்டோநோம்ஸ் என்று சுட்டப்படும் ஐரோப்பாவின் இவ்விளிம்புநிலை மக்களைப்பற்றி கொஞ்ச மேனும் இவ்விடத்தில் பறையாவிட்டால் அது அவர்களை இருட்டடிப்பதாகும். ஒட்டோநோமிஸ்ட்டுக்கள் அல்லது ஒட்டோநோம்ஸ் மார்க்ஸிஸ்ட்டுக்கள் இடதுசாரிக் கொள்கை யுடைய சமூக இயக்கத்தினர் எதிலும் கட்டுப்பாடுகளற்றுச் சுயாதீனமாக இயங்க விரும்புபவர்கள்.

மாணவர்கள், வேலையற்றோரைவிட கலைஞர்கள், இலக்கி யர்கள், நிறையப் படித்தவர்கள்கூட இக்கூட்டத்தில் சேர்ந்துவிடுவதுண்டு.

ஊர்வலத்தில் Autonomist Youths

எங்கேயாவது கைவிடப்பட்ட பழைய தொகுதிவீடுகள், கட்டிடங்களைக் கண்டுவிட்டால் இவர்களுக்குக் கொண் டாட்டந்தான். அவற்றை ஆக்கிரமித்துத் தம் ஜாகையை அங்கேயே அமைத்துக்கொண்டுவிடுவார்கள். 'ஒட்டோநோம்ஸ்' என்று அழைக்கப்படும் இவர்கள் குடியமர்ந்துவிட்ட கட்டிடங் களிலிருந்து இவர்களை வெளியேற்ற அவற்றுக்குச் சொந்தமான நிறுவனங்களும் அரசும் பின்னால் பெரும் பாடுபட வேண்டி யிருக்கும். முதலில் மின்சாரம், எரிவாயு, தண்ணீர் விநியோ

கத்தை நிறுத்திப்பார்க்கும். அவர்களோ பதிலுக்கு வீதிகளில் போக்குவரத்தைத் தடைபண்ணி ரகளை பண்ணுவார்கள். தாங்கள் வெளியேற வேண்டுமானால் அரசால் இலகுவில் நிறைவேற்றிவிட முடியாத கோரிக்கைகள் எதையாவது வைப்பார்கள். மனிதவுரிமை அமைப்புகளும் உடனே சேர்ந்து கொண்டு அவர்களுக்குச் சாதகமாகக் கூவ அரசு ஒவ்வொரு முறையும் பின்வாங்குவதைத் தவிர வேறுவழியிருக்காது. தற்கொடைப் போராளிகளுக்கடுத்ததாக அரசுகள் பயப்படும் மற்றொரு விஷயமென்றால் அது இந்த 'ஒட்டோநோம்ஸ்'கள் தான்.

Autonomes கையகப்படுத்தியுள்ள ஒரு அடுக்ககமும்,
அதில் அவர்களால் வரையப்பெற்ற Graffiti ஓவியங்களும்.

ஓங்கிய கை முஷ்டிதான் அவர்களது இலச்சினை. அவர்கள் அணியும் தோல்களினாலான உடைகள், அவ்வுடைகளில் நிக்கல்ட் சங்கிலிகள், றிவேட்டுக்கள், நட்டுக்களைப் பொருத்தி யிருப்பார்கள்.

சிலர் தலைமயிருக்கு பல்வேறு வர்ணங்களில் சாய மடித்திருப்பார்கள். சிலர் நடுத்தலையில் 3 செ.மீட்டர் அகலத் துக்கு நீண்ட முடிப்பட்டியை விட்டுவிட்டு மீதியை மழித்து விட்டு நடுப்பட்டியிலுள்ள கேசத்துக்கு மரங்கொத்திப் பறவை மாதிரிப் பல்வர்ண சாயமடித்து ஜெலியைப்பூசி நிறுத்திவிட்டார் களாயின் அது கோழிக்கொண்டை மாதிரி விறைத்து நிற்கும்.

இந்தச் சாயப்பூச்சுக்களே இவர்கள் இக்குழுகாயத்தினர் என்பதைக் காட்டிவிடும் இவர்கள் வட்டத்தில் மறிஜுவானா, கொக்கையின், ஹஷீஸ் எனப் போதைப் பொருட்களும் கொஞ்சம் புழங்கச்செய்யும். அங்கவீனர்கள், முதியவர்கள், மாணவர்கள், வேலையற்றவர்கள், ஏதிலிகளுக்கெல்லாம் உயரிய சமூகப் பாதுகாப்பை வழங்கும் ஐரோப்பிய நாடுகளில் 'ஒட்டோநோம்ஸ்'களின் எண்ணிக்கை அதிகரிப்பதுவும் ஒரு சமூகச் சிக்கல்தான். இவர்களுள் சிலர் கிடைக்கும் சமூக உதவிப்பணம் பியரில் ஹஷீஸில் தீர்ந்த பின்னால் சுரங்கத் தொடருந்து நிலையங்களிலும், இருட்டான முக்குகள் சந்து களிலும் நின்று பிச்சை எடுப்பதுவுமுண்டு. தங்கள் நாயுடன் ஒரே போர்வையுள் மூடிப்போர்த்திக்கொண்டிருந்து "ஒரு பியர்கானுக்கு சில்லறை வேணுமே" என்று உண்மைசொல்லி யாசிப்பவர்களைப் பார்த்திருக்கிறேன். இவர்கள் இவ்வாறு விநோதமான வேஷங்கள் கட்டிக்கொண்டிருப்பதால் இவர் களை பொது நிறுவனங்களிலோ அரசுத் துறைகளிலோ பணிக்கு அமர்த்திக்கொள்ளவும் மாட்டார்கள். அவர்கள் தேரும் வாழ்வு முறைக்கு காரணங்கள் பல கற்பிக்கப்பட்டாலும் உழைப்புக்குப் பின்வாங்கும் இவர்களால் பொது உற்பத்திக்குப் பங்களிப்பில்லா திருப்பதுவும் இவர்களை *Punks* என்று மற்றையோர் விளிப்ப தற்குக் காரணமாகின்றது.

விருப்புக்குரிய ஒரு நல்ல குணாம்சம் என்னவென்றால் கறுப்பரோ ஆசியரோ எந்த வெளிநாட்டவர்கள்மீதும் இவர்கள் துவேஷம் பாராட்டுவதில்லை!

அதிகாரம், அரசியல் எதேச்சதிகாரம் எந்தமுகத்துடன் வந்தாலும் அதையெதிர்த்துக் கலகம் செய்வர். அராஜகவாதிகள், பாஸிஸ்ட்டுகள், நாஜிகள், புதிய நாஜிகள், முதலாளிகள், கோப்பரேட்டுக்கள் அனைவருக்கும் எதிரானவர்கள்.

*1976–1986* வரையில் *FRANKFURT* விமானத்தள விஸ்தரிப்பின் போது அது சூழல்பாதிப்பை ஏற்படுத்தும் இயற்கை நிலத்தை விரயமாக்கும், என்று அதைத் தீவிரமாக எதிர்த்தார்கள். மேதினங்கள் வரும்போதும் முதலாளித்துவ அரசுகளுக்கெதி ராக காட்டமான தம் எதிர்ப்பைத் தெரிவிப்பார்கள். அவர் களின் ஆர்ப்பாட்டங்களை ஒடுக்க காவற்படை வருமாயின் இவர்கள் வீதித் தடைகளை உண்டுபண்ணுவார்கள். அவற்றை யும் மீறி வந்தால் படையினர்மீது பியர் புட்டிகளையும் போத்தல்களையும் கற்களையும் வீசுவதற்குத் தயங்குவதில்லை. போர்க்குணம் மிகுந்தவர்களாயினும் குடியேற்றக்காரர்கள், அகதிகள், நசுக்கப்படும் பெண்கள், பெண்ணியவாதிகள், பசுமைவாதிகள் என்போர்மீது மிகுந்த அன்பும் நட்பும் பாராட்டு

பவர்கள். எங்கெங்கு நாஜிகளின் செயற்பாடுகள் தலைதூக்கு கிறதோ அங்கெல்லாம் இவர்களது பிரசன்னமும் இருக்கும்.

ஜெர்மனியின் இணைப்புக்கு முதல் கிழக்குபெர்லினில் *Johannestal, Schoenefeld* என இரண்டு விமான நிலையங்களும்; மேற்குபெர்லினில் பிரிட்டிஷ், அமெரிக்க, ஃப்ரெஞ்ச் விமானப் படையினரின் காபந்தில் Gatow, *Tempelhof, Tegel* என மூன்று விமான நிலையங்களுமாக ஐந்து விமான நிலையங்கள் இருந்தன.

இப்போது *Schoenefeld* விமானநிலையம் பிரமாண்டமான சர்வதேச விமான நிலையமாக விஸ்தரிக்கப்பட்டு வருகிறது. அது முற்றாக இயங்கத் தொடங்கும் வரையில் *Tegel* விமான நிலையமே தொடர்ந்து இயங்கும். ஏனையவற்றை மூடிவிட் டார்கள். பெர்லின் சுவர் வீழ்கிறது என்று தெரிந்தவுடன் ஒரு அமெரிக்க கோர்ப்பரேட்டு நிறுவனம் அம்மொத்தச் சுவரையும் தானே வாங்க விரும்பி அதன் விலையைச் சொல் லுங்கள் என ஜெர்மன் அரசைக் கோரியது. என்ன அதைக் கூறுபோட்டு அருங்காட்சியகங்கள், சரித்திர ஆர்வலர்கள் என உலகம் முழுவதும் தேடி விற்றுக் காசு பார்க்கத்தான். மேற்கு பெர்லினைச் சுற்றி அமைந்திருந்த மதிலின் நீளம் *155* கி.மீ., அதிலும் பிரதான குடியிருப்புப் பகுதியில் தலைகீழான T வடிவிலமைந்த *3.6* மீட்டர் அகலமான *(Concrete Segment Wall)* மதிலின் நீளம் *112* கி.மீட்டர்கள்.

கிழக்கு–மேற்கு பெர்லின் பிரிசுவர் 75 கி.மீ. நீளமாக இருந்தது. ஞாபகத்துக்கு 1 கி.மீ. மட்டும் விட்டுவிட்டு மீதியை மக்களே பெயர்த்துவிட்டாாகள்.

பெர்லின் பிரிசுவர் எழுப்பப்பட்ட நேரத்தில் முட்கம்பிவேலி மட்டுமிருந்த ஒரு பகுதியில் பணிக்கு அமர்த்தப்பட்டிருந்த Conrad Shumann எனும் இளங்காவலர் தன் துப்பாக்கியுடன் (15 ஆகஸ்ட் 1961) மேற்கு பெர்லினுக்குள் பாய்ந்து வந்தார். சோகம் என்னவென்றால் ஜெர்மனிகளின் இணைவுக்கு 6 மாதங்களே இருக்க சொந்த வாழ்விலேற்பட்ட மனவுளைச்சல்கள் காரணமாக (20 ஜூன் 1998) இவர் தற்கொலை செய்துகொண்டுவிட்டார்.

மக்களிடமிருந்து வந்த கடும் எதிர்ப்பினால் விற்பனை எண்ணம் உடனடியாகக் கைவிடப்பட்டது.

இப்போது அமெரிக்க விமானப்படையினரின் உபயோகத்திலிருந்ததும் மாநகரின் மத்தியில் இருப்பதுமான *Tempelhof* விமான நிலையத்தையும் இன்னொரு அமெரிக்க கோப்பரேட்டு நிறுவனம் தான் அங்கே நவீன குடியிருப்புகள் அமைக்கப்போவதாகச்சொல்லி விலைகோருகிறது. விழித்திருந்த ஒட்டோநோம்கள் நூற்றுக்கணக்கில அங்கே பாய்ந்துபோய் முகாம்கள் அமைத்துக் கொண்டு அதன் விமான ஓடுபாதை முழுவதும் மரங்கள் நாட்டிவருகிறார்கள்.

# அவிசுடன் பிழைத்திருத்தல்

பென்ஸியோன்கள் எனப்படும் இவ்வகை *Domitry* ஹொட்டல்களில் பெரிய பெரிய அறைகள் இருக்கும். அவை ஒவ்வொன்றிலும் மூன்று அல்லது நான்கு இரட்டை அடுக்குக்கட்டில்கள் போடப்பட்டிருக்கும். இவ்வாறான பென்ஷியோன்கள் ஒரு முப்பது முப்பத்தைந்தைத் தேர்ந்தெடுத்து அவற்றில் ஏறத்தாழ ஆயிரத்தி ஐந்நூறு பங்களாதேஷ், பாகிஸ்தானி, பாலஸ்தீன அகதிகளோடு நம்மவர் நிறைவிகிதம்பேர் தங்கவைக்கப்பட்டிருந்தோம். சிலருக்கு ஹரிடாஸ், செஞ்சிலுவைச்சங்கம் போன்ற சமூகசேவை அமைப்புக்களால் நேரடியாகப் பராமரிக்கப்படும் சில ஹொட்டல்கள் வழங்கப் பட்டன. அவை நன்கு பராமரிக்கப்பட்டு மிகவும் சுத்தமாக இருக்கும் ஆனால் அவ்வகையான ஹொட்டல்களில் வியாகூலமென்னவென்றால் மூன்றுநேரமும் அவர்கள் தரும் உணவையே சாப்பிட்டாக வேண்டும். எவருக்கும் சமைக்க அனுமதி இல்லை. தனியாக சமையல்கூடம் என்ற ஒன்று இருந்தால்தானே சமையல்? ஆரம்பத்தில் எனக்கும் *Schoeneberg* என்கிற இடத்தில் அப்படி யான *Blumeshof* எனும் ஒரு செஞ்சிலுவைச் சங்க ஹொட்டலே கிடைத்தது. சாப்பாடு அவர்களே தருவதனால் சப்பாட்டுக்காக வழங்கும் பணத்தை வெட்டிவிடுவார்கள். அவர்கள் தரும் குலாஷ் சூப்புடனும், சலாட்டுடனும், பாணுடனும் காலத்தைக் கழிக்க வேண்டும். கார உணவைத் தேடிய நாக்கு புலம்பத் தொடங்கியது. நல்ல தரமான குலாஷ் சூப் எங்களுக்குத் தினமும்

தந்தார்கள். அது காரமில்லைத்தான் எனினும் ஒருவகைச்சுவை அதில் இருக்கவே செய்தது. ஒருநாள் இத்தாலியினூடு தரை மார்க்கமாய் வந்து சேர்ந்திருந்த ஒருத்தர் "உந்த சூப் நான் மிலானில சாப்பிட்டனான் . . . எனக்குத் தெரியும் உது குதிரை இறைச்சியிலதான் காய்ச்சிறது" என்று சொல்லித் தேமேயென்று சாப்பிட்டுக்கொண்டிருந்த எங்களுக்கு அருவருப்பேற்றிவிடவும் குலாஷ் சூப்பும் அங்கே சீண்டுவாரற்றுப் போனது.

ஹொட்டல் நிர்வாகத்திடம் தினமும் கேட்டுக்கேட்டு அலுப்புக் கொடுத்தத்தில் அவர்கள் எம்மை காப்பிவடிக்கும் பொறி, மின் கேத்தல், *Water cooker* எதையாவது வைத்து வேண்டிய போது சூடான பானங்கள் தயாரித்துக்கொள்ள அனுமதித்தனர். நாங்கள், எல்லோரும் தூங்கிய பிறகு *Water Cooker*ஐ இரகசிய மாக எடுத்து அதனுள் அரிசி, பருப்பு, உருளைக்கிழங்கு, வெங்காயம், உப்பு, மிளகுத்தூள் எல்லாவற்றையும் கலந்து இட்டு ஒரே அவியலாக 'அவிசு' பண்ணிச் சாப்பிட்டுவிட்டு குக்கரையும் கட்டிலுக்குக் கீழே தள்ளிவிட்டுச் சிவமேயென்று படுத்தோம். சில வேளைகளில் இந்த 'அவிசு'டன் டின்னில் வரும் சார்டின் மீனை வாங்கி அதில் ஒரு சம்பல் செய்து கொண்டும் சாப்பிடுவோம். அப்போது அறையில் எங்களுடன் ஆனந்தன், மகேந்திரன் என இருவர் இருந்தார்கள். சாப்பிடுகை யில் 'அட வீட்டில சாப்பிட்ட மாதிரியிருக்கு மச்சான்' என்று தினமும் அப்பனுக்கும் எனக்கும் குல்லாப் போடுவார்கள். 'அடுத்தமுறை நாங்களும் கொஞ்சம் சாமான்கள் வாங்கிறம் . . . என்ன சாமான் எங்கே கிடைக்கும்' என்று அடிக்கடி கேட்டுக் கொள்வார்கள், ஒருபொழுதும் வாங்கமாட்டார்கள். நாமும் சமூக உதவிப்பணம் தீர்ந்துபோயிருந்த சில நாட்களில் எம் சமையலைக் கைவிட்டிருந்தோம். காரணம் அவர்களுக்குத் தெரியாமலிருக்க முடியாது. அடுத்த முறையாவது மளிகைச் சாமான்களை அவர்கள் வாங்குவார்களென எண்ணியிருந்தோம்.

அடுத்து வந்த சனிக்கிழமை மதியம் வரையில் நாம் விழித்துக்கொண்டே படுத்திருக்கையில் ஆனந்தன் மகேந்திர னுக்கு மெல்லியகுரலில் ஞாபகப்படுத்துவதுபோலச் சொன்னான் "எழும்பு மச்சான் எழும்பு, வெளிக்கிட்டுப்போய் கொஞ்சம் கிழங்கும் அரிசியும் வாங்கிவருவம்." நாங்கள் நித்திரையிலிருக் கிறோம் என்கிற நினைப்பில் மகேந்திரன் செப்பலானான்: "நீயொரு முழுவிசரனாய்க் கிடக்கு . . . இன்றைக்குச் சனிக்கிழமை இன்னும் கொஞ்சத்துக்கு மூடிக்கொண்டு படுத்தியெண்டால் ஒருமணியாய்விடும் கடையள் பூட்டிட்டாங்கள் என்டிட்டு இருக்கலாமல்லே."

பிறகு நாங்கள் துடித்து எழுந்து பல்லும் விளக்காமல் முகத்தை அரைகுறையாய்க் கழுவிக்கொண்டு இருந்த சில்லறை களைப் பொறுக்கிக்கொண்டு மளிகை கொள்ள ஓடினோம்.

தினமும் மாலையானதும் ஒவ்வொரு ஹொட்டலி லிருந்தும் மற்ற ஹொட்டல்களுக்கு சனம் கூட்டங்கூட்டமாக விஜயம் செய்யும்.

குறிப்பாய் சமைக்க அனுமதியில்லாத ஹொட்டல் சனம் விசாவழங்கும் அலுவலகத்தில் நின்ற கியூவிலயோ, சமூக உதவிகள் அலுவலக கியூவிலயோ பழக்கம் பிடிச்ச சனமிருக்கிற ஹொட்டல்களுக்கு அணுக்கமாய் யாரும் உள்ளே அழைத்து ஒருவாய் சோறு தரமாட்டாளோவென்கிற நப்பாசையில் பியர்ப் போத்திலும் கையுமாய் சுழலும். எங்கேயோ எப்பிடியோ சாப்பாடானதும்

“பிராங்பேட்டில பதினெட்டுப்பேர் டிப்போட்டாம்.”

“ஹைல்புறோணிலயிருந்து முப்பத்தி மூண்டாம்” என்பது போன்ற அமங்கலச் செய்திகளையே கொண்டுவந்து சேர்க்கும்.

‘டிப்போட்டுகள்’ தவிர காணும் தமிழரிடையே வேறு கதைகளே இருக்கவில்லை.

இன்னும் துட்டும் துணிச்சலுமிருந்த சிலசனம் பரம இரகசியமாக பிரான்சில் புதுச்சேரிக்காரரிடமும், சூரினாம் காரரிடமும் கடவுச்சீட்டுக்களைக் காசு கொடுத்து வாங்கித் தலைகளை மாற்றிக்கொண்டு கனடா, அமெரிக்கா, அலாஸ்கா வெனக் கண்டந்தாவினர். மெய்யாலும் எம்மையுந் திருப்பி அனுப்பிவிடுவார்களோ என்கிற பயம் லேசாக தொற்றிக் கொள்ள மனம் விச்ராந்தியாகி பிடிப்பெதுவுமின்றி உழலத் தொடங்கியது.

இரண்டு மாதங்களாக விசா அலுவலகம், சமூக உதவிகள் அலுவலகம் என்று அலைந்துகொண்டிருந்தோம். ஒருவாறாக இராஜேந்திரனுக்கும் எனக்கும் ஒரு நல்ல *Suite* ஹொட்டல் கிடைத்தது. அங்கே நாங்களே சமைத்துச் சாப்பிடலானோம். சில தோழர்கள் மாதம் ஒரு ஹொட்டலுக்கு மாறிக்கொண் டிருந்தார்கள்.

முதல் வருடத்தில் நம் அனைவருக்கும் மூன்று அல்லது நான்கு மாதங்களுக்கான குறுங்கால விசாக்களையே தந்து கொண்டிருந்தார்கள். யாரை எங்கே அனுப்புவது என்பதான அறிவுறுத்தலும், ஆணையும் மனித உரிமைகள் தீர்ப்பாயத்தி லிருந்து பெர்லினுக்கு கிடைத்ததும் எம்மை நிரந்தரமாக

ஜெர்மனிப் பெரு நிலப்பரப்பின் பிற மாநிலங்களிலுள்ள ஏதாவது ஒரு நகரத்துக்கு பகிர்மானஞ்செய்து அனுப்புவார்கள். இதனால் ஏதாவது ஒரு நகரத்திலேயே சனங்கள் குவிவது தவிர்க்கப்பட்டது. அவ்வாறு தேசம்பூரா பகிர்மானஞ்செய்யப் படுவோரில் ஏறத்தாழப் பத்து வீதமானவர்களையே பெர்லினில் தங்க அனுமதிப்பார்கள். ஒவ்வொரு வாரமும் பெர்லினிலிருந்து அகதிப் பகிர்மானம் செய்யும் மூன்று நான்கு பேருந்துகள் புறப்படும். தற்செயலாக நிகழ்ந்ததோ, ஏதேனும் காரணங் களும் இருக்குமோ, எதற்காகவென்று எமக்கு இன்னமுந்தான் தெரியவில்லை. *Nordrhein - Westfalen* மாநிலத்திலுள்ள *Dortmund, Essen, Duisburg, Munster, Wuppertal* ஆகிய நகரங்களுக்கும், *Rheinland-pfalz*இலுள்ள *Koblenz, Trier* (கார்ல் – மாக்ஸின் பிறந்தவூர்) *Hessen*இலுள்ள *Frankfurt, Mainz, Wiesbaden, Baden-Wuerttemberg* இலுள்ள *Stuttgart, Heilbronn, Mannheim, Karlsruhe* ஆகிய நகரங் களுக்குந்தான் அதிகமாக இலங்கையரை அனுப்பிவைத்தார்கள். இவ்வாறாக மேற்கு மாநிலங்களையடைந்துவிட்ட சில களிசடைகள் அடுத்தடுத்த மாநிலங்களிலும்போய் போலியான பெயர்களில் அகதி விண்ணப்பம் செய்துகொண்டு சமூக உதவிப்பணத்தையும், அவர்கள் தந்த இன்னோரன்ன பிற வசதிகளையும் பெற்றுச் சுகித்த சம்பவங்களுமுண்டு.

அப்போது பெர்லின் ஜெர்மனியின் தலைநகரமாகவில்லை.

அத்துடன் ஜெர்மனியின் இணைப்புக்கு முன்னர் இருந்த 7 மாநிலங்களைவிடவும் பெர்லின் மாநிலத்தில் தொழிற் சாலைகள், கைத்தொழிற்பேட்டைகள் என்பனவும் குறைவு. அதனால் மொழியறிவு குறைவாகவுள்ள எமக்கு இங்கே வேலைவாய்ப்புக்களும் குறைவாகவே இருக்கும் என்பதால் நாம் ஜெர்மன் பெருநிலப்பரப்பின் வேறு ஏதாவது ஒரு மாநிலத்துக்கு அனுப்பப்படுவதையே விரும்பினோம். ஆனாலும் எம்மில் பலருக்கு பெர்லினில் வதியவே அனுமதி கிடைத்தது. அவர்களுள் நானும், இராஜேந்திரனும், அப்பனும் அடக்கம். பெர்லினில் நிரந்தரமாக வதிய அனுமதிக்கப்பட்டோருக்கும் பின்னர் விரைவில் நீண்டகால விஸாக்கள் கிடைத்துவிடவும் அவர்கள் தாமாகவே வாடகை வீடுகளைத் தேடிக்கொண்டு அவற்றில் குடியமரலாயினர்.

நிரந்தர வதிவிட அனுமதி கிடையாதிருந்த அனைத்துப் பேர்களுக்கும் 1987 ஜூனில் பெர்லின் நகரத்தின் 750ஆவது ஆண்டுக் கொண்டாட்டங்களுடன் எல்லையற்ற வதிவிட அனுமதிகள் கிடைத்தன. குடும்பமாக வந்தவர்களுக்கு மிதமான சலுகைகளும் காத்திருந்தன. உதாரணமாக இரண்டு பிள்ளை

களுடன்கூடிய ஒரு குடும்பமாயின் அரசு அவர்களுக்கு 4 அறைகளுடனான வீட்டுக்கே வாடகையைத் தந்தது.

ஹொட்டல்களில் இருந்தவர்களுக்கு பிறகு வந்துகொண் டிருந்தவர்கள் ஒருவகையில் தொந்தரவாகவும் பாரமாகவும் இருந்தனர். அவர்களைப் பொலிஸுக்கு அழைத்துப்போவது, சட்டத்தரணிகளிடம் அழைத்துப்போவது, சமூக சேவைகள் அலுவலகங்களுக்கு அழைத்துப்போவது எனத் தினமும் பொதுப் பணிகள் தொடர்ந்தவண்ணமிருந்தன. எனக்கும், இராஜேந்திர னுக்கும், அப்பனுக்கும் *Charlottenburg* என்னும் இடத்தில் *LietzenburgerStr 78* என்னும் முகவரியில் ஒரு தனியார் ஹொட்டல் கிடைத்தது. எம்முடன் *Friedrichstrasse* தொடருந்து நிலையத்தில் முகம்கொடுத்துப் பேச மறுத்தவரின் பெயர் ஏதோ ஒரு 'லிங்கம்'. அவரும் எப்படியோ அங்கு வந்து சேர்ந்திருந்தார். வந்தவர் சிலநாளில் அக் ஹொட்டலின் பராமரிப்பாளராக இருந்த இளம்பெண்ணுடன் அணுக்கமாகி அவளின் சம்பளம் பெறாத செயலாளருமானார். அதனால் அந்த ஹொட்டலின் பெயர் நாளடைவில் எம்மவரிடையே 'லிங்கம் ஹொட்டல்' எனவாயிற்று. அக்காலகட்டத்தில் சில ஹொட்டல்களில் தமிழர்களுக்கு சின்னம்மை பரவியது. பாகிஸ்தானியரையும், பாலஸ்தீன ரையும் அது விட்டுவிட்டது. எங்கு பார்த்தாலும் எம்மவர் மரக்கறி சாப்பாடும், மந்திரமுமாக இருந்தனர். டாக்டர்களிடம் காட்டியதற்கு எல்லா டாக்டர்களுமே சிக்கெற்றின் எனும் ஒருவித மஞ்சள் நிறப் பௌடரையே கொடுத்தனர். காரணம் ஐரோப்பியர்களுக்கு இந்நோய்க்கெதிரான இயற்கை நிர்ப் பீடனசக்தி அதிகமாதலால் சின்னம்மை அவர்களைத் தாக்குவ தில்லை. அந்த மஞ்சள் பௌடரையே தேகத்தில் தூவிக்கொண்டு அனைத்து ஹொட்டல்களிலும் எம்மவர் அங்கங்கே படுத் திருந்தனர். சிலர் தொற்றுதலுக்குப் பயந்துகொண்டு சின்னம்மை உள்ளவர்கள் ஹொட்டல்களுக்குச் செல்லவே தயங்கினர். ஊரிலும் எனக்கு ஒருபோதும் சின்னம்மை வந்ததில்லை. எனக்கும் இயற்கையான நிர்ப்பீடனசக்தி அதிகம் என்ற நினைப்பு இருந்தது. அதனால் எனக்கும் நோய்த்தொற்றையிட்டான பயமிருக்கவில்லை. என்பாட்டுக்கு எல்லா ஹொட்டல்களுக்கும் சென்று வந்துகொண்டிருந்தேன்.

அப்போது *Frankfurt* சிவஞானம் அண்ணையுடன் அடிக்கடி தொலைபேசியில் பேசிக்கொண்டோம். அப்படியான ஒரு உரையாடலின்போது "உங்கே மகேந்திரன் என்று ஒருவர் இருக்கிறார், அவர் எனது நண்பன் ஸ்ரீபதியின் நண்பன்" என்று சொல்லி அவரது தொலைபேசி இலக்கத்தையும் தந்தார். இரண்டொரு நாட்கள் கழித்து அவருக்கு நான் தொலைபேசி

என்னை அறிமுகம் செய்துகொண்டு பேசியபோது ‘அடுத்த ஞாயிறன்று வீட்டுக்கு வாருங்கள்’ என்று அழைத்திருந்தார். அவருக்கு வீட்டில் மனைவியும் இரண்டு குழந்தைகளும் இருந்தார்கள். அவர்களின் வீட்டுக்குப் போய் அப்படிப் பழகிவருகையில் அங்கு அடிக்கடி வரும் கிருஷ்ணதாஷ் என்பவரின் பழக்கம் எமக்குண்டானது. அவர் மலேஷியாக்காரர். இங்கே அவரது ஜெர்மன் மனைவியுடன் வாழ்ந்துகொண்டிருந்தார். குழந்தைகள் இல்லை. அவரிடம் மகிழுந்துகள் பழுதுபார்க்கும் பட்டறை ஒன்று இருந்தது. நான் அவரிடம் பேச்சுவாக்கில் அப்பனின் திறமைகளைச் சொல்லவும் அவனை உடனே தன்னுடன் வேலைக்குச் சேர்த்துக்கொண்டார். நிஜத்தில் அப்பனின் தொழில் திறமைகளோடு ஒப்பிட்டால் கிருஷ்ணதாஷ் அப்பனுக்கு உதவியாளனாக இருக்கவே தகுதியற்றவர். அவரது பட்டறைக்கு ஒரு வண்டி பிறேக்கில் ஒரு கோளாறுக்காக வருகுதென்று வைப்போமே, அப்பன் அதைச்சீர் செய்துவிட்டு மீதி நேரத்தில் அவ்வண்டியில் இயங்காமல் இருக்கும் கசெட் றேகோடரையோ, சிடி பிளேயரையோ சீராக்கி, வைத்துவிடுவான். கிருஷ்ணதாஷ் அதற்கும் சேர்த்துக் கட்டணத்தை வசூலித்து விடுவார். இவ்வாறான அப்பனின் அசாதாரண திறமைகள் பிடித்துப்போனதுடன் நாளடைவில் அப்பன் இல்லாமல் கிருஷ்ணதாஷினால் எதுவும் பண்ணமுடியாது என்றானது. இவ்வளவு திறமைகளிருந்தும் ஒழுங்காக வேலைக்குப் போகவேண்டும் என்பதில் அப்பனுக்குக் கரிசனையில்லை. ஜெர்மன் நண்பர்களின் பரிச்சயங்கள் பழக்கங்கள் அதிகமாக அதிகமாக அவனுக்கு வெளியுலக ஒப்பிறேசன்களும் கூடிக் கொண்டேபோனது. அப்பன் பட்டறைக்கு வேலைக்குப் போகாமல் வண்டிகளைச் செப்பனிடக் கொண்டுவரும் ஸ்திரீகளோடு சேர்ந்து ஊர்சுற்ற ஆரம்பித்தான்.

கிருஷ்ணதாஸே அவனைத் தேடிக்கொண்டு நம் ஹொட்டலுக்கு வந்துவிடுவார். “இந்தமாதிரி அலையுறானே ... எங்கே போகிறான் வருகிறானென்றுந் தெரியவில்லை. பயலுக்கு ஜாஸ்தி பொண்ணுவலி இருக்குமோ” என்றார் ஒரு நாள். கிருஷ்ணதாஸூம் தமிழ் பெடியன்தானே என்று சம்பள விஷயத்தில் இழுத்தடிப்பார்.

“அப்பன் எதுக்கும் நீ ஒரு மனிஷனை இந்த மாதிரி அடிக்கடி தேடிக்கொண்டு இங்கேயே வரும்படி அலையவிடப் படாது, ஒழுங்காக வேலைக்குப் போ” என்று கடிந்தேன். சில நாட்களில் அவர் தேடிவரமுதலே இவன் வெளியே கிளம்பிவிடுவான். “எதுக்கடா இப்படி அழிம்பு பண்றே ... எப்பிடியுமொரு தமிழனல்லே ... அந்த ஆள் கொஞ்சம்

முன்னபின்னயானாலும் சம்பளம் தருவார்தானே" என்று நம்பிக்கையூட்டினால் அவன் "மனுஷன் காசையே கண்ணில காட்டிறானில்ல ... இரண்டு மாதம் சம்பளப் பாக்கி வைத்திருக்கிறார். அதுதான் கொஞ்சம் தண்ணி காட்டின்னான்" என்பான். பிறகொரு நாள் அவனைத் தேடிவந்த கிருஷ்ணதாஸ் "என்ன செய்யிறது பையனுக்கு பொண்ணுவலி ரொம்ப ஜாஸ்தியாயிடித்து. அது வடிஞ்சப்புறந்தான் இனிப் பயலைப் பார்க்கலாம்" என்றுவிட்டுப் போனார். மீண்டும் சிரமப்பட்டு அவனை வேலைக்கு அனுப்பிவைத்தேன்.

இலங்கையில் நாம் பெற்றுக்கொண்ட வாகன ஓட்டுனர் அனுமதிப் பத்திரம் ஜெர்மனியில் ஒரு ஆண்டு மட்டுமே செல்லுபடியாகும். அதன் பின்னர் நாம் வாகனம் ஓட்டுவதாயின் ஜெர்மன் ஓட்டுனர் அனுமதிப் பத்திரத்தைப் பெற்றிருக்க வேண்டும்.

மகேந்திரன் வீட்டில் நடந்த ஒரு விருந்துக்கு கிருஷ்ணதாஸும் வந்திருந்தார், வாகனங்களுடன் தொடர்புடைய மனுஷராச்சே விஷயம் அறிந்திருப்பாரென்று அவரிடம் விபரம் கேட்டேன். "அண்ணே ... இந்த ஜெர்மன் லைசென்ஸ் எப்படி எடுக்கிறது ..?" கடைவாயில் இளக்காரம் வழியச் சொன்னார்: "அதெல்லாம் உங்களால முடியாதுப்பா .. ஜஸ்ட் ஃபோர்கெட் இட்."

"என்னண்ணே ... இப்படிச் சொல்லிட்டீங்க ..."

"முடியாதுன்னா முடியாதுதான் ... மோட்டோர் ட்ராஃபிக் றூல்ஸ், றெகுலேஷன்ஸ் கொஸ்டியன்ஸ் அம்போதிருக்கு ..., ஃப்யூவல் கொன்சம்ஷன் அன்ட் சேஃப்டி மெகானிஸம் பத்திய இன்னொரு இருபதிருக்கு, நாலு மிஸ்டேக்தான் ஜாஸ்தி பண்ணலாம் ... பண்ணிடுவியா நீ."

"அப்போ சார் எப்புடி பண்ணினீங்க ..."

"உனக்கு வாய் ஜாஸ்தி."

"பார்க்கலாம்."

பிறகொரு நான்கைந்து மாசங்கள் கழிந்திருக்கும். பிறகும் ஒருநாள் மகேந்திரன் நமக்கொரு பார்ட்டி தந்தார். கிருஷ்ணதாஸும் அதற்கு வந்திருந்தார். அவரது மேசையில் விஸ்க்கிப் போத்தலுக்கும், கிளாஸுக்கும் இடையில் எனது புதிய சாரதிப்பத்திரத்தை ரம்மிச் சீட்டுக்கட்டைத் தூக்கிப் போடுவதைப்போலப் போட்டேன். அதிசயத்துடன் எடுத்துப் பார்த்தவர் "எப்பிடிப்பா" என்றார் சிகரெட் புகை கலந்து.

"எல்லாம் நம்ப அதிஷ்டந்தான்."

"எப்புடி ... எப்புடி ... எப்புடி?"

"காவல்துறையின் சாரதிஅனுமதிப்பத்திர சிறக அலுவலகத்தின் முன்னால் போய் வீதியிலிருந்து மேலே பார்த்துகொண்டு நின்றேனா, ஜன்னல் வழியே எட்டிப் பார்த்த ஒரு பொண்ணு என்னா மாட்டர் மேலே லுக்கிறேன்னா ... இந்த டிறைவிங் லைசென்ஸ் ப்றோசீட்சர் பற்றித் தெரிஞ்சுக்கணுமே என்றேன். அவ அருகில ஸ்ரூடியோ இருக்கு போய் 2 ஃபோட்டோ எடுத்துக்கொண்டு மேலே வா என்றா. நானும் ஃபோட்டோவை எடுத்துக்கிட்டு மேலே போனேனா எனது ஸ்ரீலங்கன் லைசென்ஸை வாங்கி வைச்சுக்கிட்டு, புதிய ஜெர்மன் லைசென்ஸ்ஸில என் ஃபோட்டோவைப் போட்டு ஸ்டாம்ப் வைச்சுத் தந்தான்னா அது என் அதிஷ்டமில்லாம பின்ன என்னாம்பேன்?"

கிருஷ்ணதாஷின் பட்டறையில் வேலைகள் அதிகமாகவும் அவர் அப்பனிடம் வேலைதெரிந்த இன்னுமொருவரையும் கூட்டிவர முடியுமாவென்று கேட்டிருக்கிறார். அப்பன் என்னையை விடுத்து மெக்கானிக் வேலை கொஞ்சங்கூடத் தெரியாத இன்னொருவனை எம் அறையிலிருந்து கூட்டிப்போயிருக்கிறான். என்ன பொருண்மிய நிலமையில் இருவரும் புறப்பட்டு வந்தோமென்பது அவனளவுக்கு வேறொருவருக்கும் தெரிந்திருக்காது. இருந்தும் அவனது அச்செயல் இன்றுவரை துலங்காத என் ஆச்சரியங்களில் ஒன்றாகவே இருக்கிறது. அச்சம்பவத்திலிருந்து அப்பன் எனது கட்டுப்பாட்டு எல்லைகளுக்கு அப்பால் சென்றதுவும், பெர்லினில் எனக்குப் பரிச்சயமில்லாத பல நண்பர்களுடன் கூட்டுச் சேர்ந்ததுவும், தடைசெய்யப்பட்ட பொருட்களின் வியாபாரத்தில் ஈடுபட்டதுவும், சிறை சென்றதுவும், ஜெர்மன் பெண்ணைத் திருமணம் செய்ததுவும், இன்றொரு *'PUNK'* போலத் திரிவதுவும் தனியான டிறாக்கில் வரக்கூடிய இன்னொரு கதை.

# அகதியைச் சுரண்டவும் ஒரு அண்ணாச்சி

எமது ஹொட்டலில் ஒரே ஊரைச் சேர்ந்த இரண்டு குணசிங்கங்கள் இருந்தார்கள். ஒருவரின் தந்தை சிங்கப்பூரில் முன்நாளில் ஏதோ வியாபாரம் செய்தவராம். அதனால் அவர் சிங்கப்பூர்க்குணம் என்று அடைமொழியுடன் அழைக்கப்பட்டார். இந்த சிங்கப்பூர்க்குணம் வெளியில் போய்விட்டு வந்த ஒருநாள் குதூகலத்துடன் ஒரு அறிவிப்பைச் செய்தான். "நானெல்லோ இன்றைக்கு ஊ – பாணில ஒரு கோவைத் தமிழரைப் பார்த்தனான். மணியரசன் என்று பெயர். *Siemens*இல வேலை பார்க்கிறாராம். நாங்கள் இலங்கைத் தமிழர்கள் என்று அறிந்ததும் சந்தோஷப்பட்டார். எம்மை வீட்டுக்கும் வரச் சொல்லி அழைத்து முகவரி எல்லாந் தந்திருக்கிறார்."

"கெட்டியாய்ப் பிடித்திரு ஆளை, மனிதர் ஏதாவது வேலை விஷயங்களில எங்களுக்குச் உதவி செய்யலாம்" என்றனர் மற்றவர்கள்.

ஒரு ஞாயிற்றுக்கிழமை மாலைவேளை பார்த்து சிங்கப்பூர்க்குணமும் நானும் அப்பனும் இராஜேந் திரனுமாக அவர் இருக்கும் *Reinickendorf* என்னும் இடத்துக்கு இரண்டு மூன்று சுரங்கத் தொடருந்துகள் மாறி மாறியேறிக் கையுறைகளுடன் சென்றோம். அவரது அடுக்ககத்தின் இருபதுக்கும் மேறபட்ட ஜெர்மன் பெயர்களின் நிரையில் மணியரசன் என்கிற தமிழ்ப் பெயரைப் பார்த்ததும் எம்

அனைவருக்கும் ஏககாலத்தில் சிலிர்த்தது. அந்த அடுக்ககத்தில் இரண்டாவது தளத்தில் அவரது மனை இருந்தது. நாற்பதை அண்டிய அகவைகளில் கறுப்பாக அகலமான தோற்றம், தலைக்கு செழிக்க எண்ணெய் வைத்துக்கொண்டு இருந்தவர் எம்மை வணங்கி, வரவேற்று ஆசனத்திருத்தினார். பலவிதமான பொம்மைகளைவைத்து விளையாடிக்கொண்டிருந்த மூன்று அகவைகளிருக்கும் பாப்பாவொன்று அவற்றையெல்லாம் விட்டுவிட்டு எங்களை வேடிக்கை பார்த்தது. சமையல் கூடத்திலிருந்து வெளிப்பட்ட அழகான பெண்ணொன்று எல்லோருக்கும் வணக்கம் சொல்லிவிட்டு வந்த வேகத்தில் மறைந்தது. அந்தப் பெண் மணியரசனின் மகளோ நாத்தனாரோ என்று மனதைக் குடைந்துகொண்டிருந்த எங்கள் அய்யத்தை நீக்கிவிட்டு அவர்களின் தொலைக்காட்சிப் பெட்டியின்மேல் நின்ற கல்யாணப்போட்டோ அதிர்ச்சியைத் தந்தது. இன்னும் அவர்கள் வதியும் அறையில் பெரியார், அண்ணா, அம்பேத்கார் படங்கள் இருக்க ஒடுங்கலான நடையின் மாடத்தில் சீதாராமன், சோமாஸ்கந்தரூபனாக சிவனும், இலக்ஷ்மி, பிள்ளையார், வெங்கடாசலபதி என அனைத்துத் தெய்வங்களும் சட்டகங் களுள் உறைந்தனர்.

"நீங்கள் மொத்தமும் எத்தனை தமிழர்கள் இப்போது பெர்லினில் இருக்கிறீர்கள்?"

"சிலரை அரசு வெளிமாநிலங்களுக்கும் அனுப்பிக்கொண் டிருக்கிறது. அவ்வப்போ இன்னமும் வந்துகொண்டும் இருக் கிறார்கள். ஒரு குத்துமதிப்பாக நானூறு பேராவது இருக்கலாம் அய்யா. இருபத்தைந்து வரையில் குடும்பங்களும் உள்ளன."

"ஆ . . . அத்தனைபேரா மகிழ்ச்சி மகிழ்ச்சி. நாம் எந்த நாட்டில்தான் இருந்தாலும் எப்போதும் தமிழன் என்கிற உணர்வுடன் இருக்கவேண்டும். இலங்கையில் தமிழர்கள் என்றால் சிங்களர்களுக்கு இளக்காரமாகப் படுகிறதல்லவா. அதுபோன்றே நம்நாட்டிலும் தமிழ்ப் பகைவர்கள் உள்ளனர். முன்னர் இலங்கையில் மலையகத் தமிழர்களின் வாக்குரிமையை சிங்களம் பறித்தபோது ஜவஹர்லால் நேருவும் அவரது அரசும் எப்படி வாளாதிருந்ததோ, அதேபோல் இன்றும் தமிழனின் இரத்தம் ஆறாகப் பெருகுதல் கண்டும் அவரது வாரிசுகள் வாளாதிருக்கின்றனர். இதுதான் சரித்திரம்." மிகவும் உணர்ச்சி வயப்பட்டார். அன்று எங்களுக்கு கப்பலோட்டிய தமிழன் படத்தை வீடியோவில் போட்டுக் காண்பித்து மேலும் தமிழ் உணர்வூட்டினார். பின் அவர் சமையல்கூடத்தை நோக்கித் தெலுங்கில் ஏதோ சொல்லவும் அவரது மனைவி எங்கள்

எல்லோருக்கும் அட்டைத்தட்டில் உப்புமாவும் காப்பியும் கொண்டுவந்து பரிமாறினார்.

ஹொட்டலுக்குத் திரும்புகையில் சுரங்கத் தொடருந்தில் எல்லோரும் மணியரசனின் புகழ் பாடினர். “என்னவொரு உணர்ச்சியான மனிதன். என்ன இலக்கணச் சுத்தமான பேச்சு, என்ன மொழிப்பற்று, என்ன இனப்பற்று, இப்படி எல்லோரும் இருக்கமாட்டினம் என்ன.”

இரண்டு வாரங்கள் கழித்து சிங்கப்பூர் மணியரசனுக்குத் தொலைபேசியபோது அவர் “‘நிறம்மாறாத பூக்கள்’ என்றொரு புதிய படம் வந்திருக்கிறது. வாருங்கள் பார்க்கலாம்” என்றார்.

“அய்யா புதிய படம் என்றால் ஹொட்டலில் எல்லோரு மல்லவா அடித்துப்பிடித்துக்கொண்டு புறப்படுவார்கள் என்ன செய்யட்டும்?”

“யாம் பெற்ற இன்பம் பெறுக இவ்வையகமே . . . அய்ந்தாறு பேர்வரையில் அழைத்துவாருங்கள் பரவாயில்லை. மனையின் படிகளில் சத்தஞ்செய்யாமல் வந்தால் உத்தமம்.”

அன்றும் படக்காட்சி முடிய எல்லோருக்கும் காப்பியும், சிப்ஸூம் கிட்டியது. படம் பார்த்த சந்தோஷத்தில் சிங்கப்பூர் தான் புயத்த ஆரம்பித்தான்.

“அய்யா இந்தப்படத்தின் கொப்பிகள் நல்ல தரமா யிருக்கே . . . இந்தியாவிலிருந்தே நேரடியாக எடுப்பிக்கிறீர்கள் போல.”

அதுக்காகத்தான் அவர் காத்திருந்திருக்கவேணும். எழுந்து நின்று மேடைப்பேச்சாளரின் தொனியில் பேச ஆரம்பித்தார் மணியரசன்:

“எனது அருமை தமிழ் நண்பர்களே. தமிழ்திரைப்படங் களின் வீடியோ (காணொளி என்னும் பிரயோகம் அப்போது வந்திருக்கவில்லை) நாடாக்களை எவரும் இந்தியாவிலிருந்து நேரடியாக வரவழைத்துவிடமுடியாது. விநியோகவுரிமை, காப்புரிமை எனச்சில சட்டச்சிக்கல்களுடன்கூடிய விஷயங்கள் தடைகளாக உள்ளன. அதனால் அவ்வப்படங்களுக்கான விநியோகவுரிமை உள்ளவர்களிடமிருந்துதான் நாம் அவற்றின் பிரதிகளைப் பெறமுடியும். அதுவும் ஒவ்வொரு படத்துக்கு மொவ்வொரு விநியோகத்தர் என அவ்வவ்வுரிமைகளை வாங்கி வைத்திருப்பார்கள்.” அஃதொரு சிக்கலான விஷய மென்று அதை மேலும் சிக்கலாக்கினார். பின்பொரு இடை

வெளி விட்டுச் சொன்னார்: "ஒவ்வொரு படத்தின் பிரதியை இறக்குமதிசெய்யவும் பிரதிக்கு 25 பவுண்டுகள் எனக்குச் செலவாகின்றன. இச்செலவினத்தில் தமிழ் நண்பர்களாகிய நீங்களும் சற்றுப் பங்கேற்பீர்களாயின் நாம் தொடர்ந்து பல புதிய படங்களைப் பார்க்கலாம்."

நாம் ஐந்துபேரும் இருந்த சில்லறைகளைச் சேர்த்ததில் 15 மார்க்குகள் வந்தன. சிங்கப்பூர் அதை அவரிடம் கொடுக்கவும் அதைக்கைகளால் வாங்க மறுப்பவர்போல மறுத்து அருகிருந்த டீபோயைக் கண்களால் ஜாடை காட்டவும் அவன் அதிலே சில்லறையை வைத்தான்.

மணியரசன் வீட்டில் படம் ஓடும் விபரம் மற்ற ஹொட்டல்களுக்கும் பரவவும் மணியரசன் விரைந்து 15 நெகிழிக்கதிரைகளை வாங்கிப்போட்டு பிரதி சனி ஒரு காட்சியும், ஞாயிறு இரண்டு காட்சிகளுமென வீட்டில் படங்கள் ஓட்ட ஆரம்பித்தார். வார விடுமுறைகளில் ஒரு மினி தியேட்டர் போல ஆகியது அவர் வீடு. கிழக்கே போகும் ரயில், மூன்றாம் பிறை, உதிரிப்பூக்கள், அவள் அப்படித்தான் ஆகிய படங்கள் வந்தபோது கிழமை நாட்களிலும் மாலையில் ஒரு காட்சி ஆரம்பிக்கப்பட்டதுடன் போனில் இருக்கைகளுக்கு முன்பதிவு செய்தே நாங்கள் போகவேண்டியதாயிற்று.

சிங்கப்பூர்தான் மணியரசன் எப்படியாவது தனக்கொரு வேலை வாங்கித் தருவார் என்னும் நம்பிக்கையுடன் அவருடைய நெருக்கமான தொடர்புகளைப் பேணி வந்தவன். அவரது விளம்பர முகவராக சிங்கப்பூர் இருக்கவும் அவன் மூலம் ஒரு ஞாயிற்றுக்கிழமை மணியரசன் வீட்டில் மூன்றாம்பிறை முற்பகல் காட்சியாக திரையிடப்படுகிறதென்று செய்தி வந்திருந்தது. ஆனந்தவிகடன் 60% மார்க்குகளை அள்ளிப் போட்டு எல்லோரிடமும் பலத்த ஆவலைத் தூண்டிவிட்டிருந்த ஒருபடம் அது. எம் அறையினரோடு முத்துராஜா அண்ணையையும், ஃபிராங்க்பேட்டிலிருந்து சமூக உதவிப் பணம் பெறுவதற்காக வந்திருந்த சுருவிலையும் சேர்த்து எல்லோருமாக இரைந்துகொண்டு *Reinckendorf* சென்றோம்.

இரண்டு கைகளையும் சேர்த்து மாப்புக்கட்டியபடி தொலைக்காட்சிப் பெட்டியின் முன் மணியரசன் மௌனமாக நின்றுகொண்டிருந்தார். திரைப்பட விழாக்களில் படங்களைத் திரையிடும்போது மேற்படி அத்திரைச்சித்திரங்களைப் பற்றி யாராவது சில வார்த்தைகள் அறிமுகஞ்செய்து பேசுவார்களல்லவா, அதைப்போலத்தான் ஸ்ரீமான் மணியரசனும்

ஏதோ அப்படத்தைப் பற்றிய சுருக்கவுரை ஒன்றைத் தரப் போகிறாரென நினைத்துக் காத்திருந்தோம். தொண்டையைக் கனைத்துவிட்டு ஆரம்பித்தார். என் இனிய தமிழ் நண்பர்களே ... படத்தின் தலைப்பில் ஒரு சிறிய திருத்தம் செய்ய வேண்டியுள்ளது. 'மூன்றாம் பிறை' படம் இன்று வருவதாக இருந்தது உண்மை. நேற்று இரவுகூட அவர்களிடம் தொலைபேசியபோது நான்கு நாட்களுக்கு முன்னரே அனுப்பியாகி விட்டதென்பதை உறுதிசெய்தார்கள். எனவே இன்று வந்துவிடுமென்று நம்பியதால் உங்களையும் அழைத்திருந்தேன். அஞ்சல்துறையின் இக்குளறுபடியால் நம் அனைவருக்கும் இந்த ஏமாற்றம். அவர்களையும் முற்றாகக் குறை சொல்லி விடவும் முடியாது.

... சாய்க், ... என்ன செய்யலாம் எமக்காக மிக்க வருத்தப்படுபவர்போல நடித்துக்கொண்டிருந்தார்.

"வேறு என்ன படம் இருக்கு?" யாரோ கேட்டார்கள்.

"எம்.ஜி.ஆரின் எங்கவீட்டுப்பிள்ளை இருக்கு அருமையான படம் பார்க்கிறீர்களா ... நமக்கு அதிஷ்டம் இருந்தால் இதை நாம் பார்த்துக்கொண்டிருக்கும்போதுகூட மூன்றாம் பிறை வந்துவிடலாம்."

ஆசை காட்டினார்.

"நாங்கள் ஏற்கெனவே அதைப் பல தடவைகள் பார்த்து விட்டோம் அய்யா." குழுவினராகச் சொன்னோம்.

இராஜேந்திரன் சொன்னான்: "நீங்கள் மூன்றாம்பிறை வந்துள்ளது என்று சொன்னதாலதான் இவ்வளவு தொலைவையும் பாராமல் வந்தோம்."

"என்ன செய்வது அஞ்சல்துறையை முற்றாக நம்பியதால் ஏற்பட்டஏமாற்றம். இதொரு சின்ன விஷயம், நீங்கள் தமிழ் இளைஞர்கள், இப்படியான அற்பவிஷயங்களுக்காக சோர்ந்து போய்விடலாமா?"

உள்ளே எட்டிப்பார்த்து "மனோ காபபி தயார்பண்ணும்மா" எனத் தெலுங்கில் சொல்லிவிட்டுப் பேச்சைத் திம்புவின் திசையில் மாற்றினார்.

"எப்படி ... திம்புப்பேச்சுவார்த்தைகள் நல்லபடி அமையுமா, ஈழத்தமிழர்களின் அபிலாஷைகள் நிறைவேறுமா?"

"ஏதோ பேசுகிறார்கள்தான் ... நல்லதீர்வு ஏற்படுமென்பதில் எமக்கு நம்பிக்கையில்லை."

"என்ன உத்தேசம்?" இதில் இரட்டை அர்த்தம்.

நாற்பது வீடுகள் ஏறி இறங்கியதில் எனக்கு கால்கள் வலித்தன.

"திரும்பிப் போய்விட உத்தேசம்" என்றேன்.

"வினைக்கெட்டு வந்தனாங்கள் ... ஏதோ ஒன்றைப் பார்த்து விட்டுத்தான் போவோமே, நானும் கனகாலம் படமொன்றும் பார்க்கேல்லை" என்றார் சுருவில்.

பலவிதமான முனகல்களுடன் கடைசியாக 'அன்பே வா' ஓட்டப்பட்டது.

திரும்பிப் போகையில்தான் திடுப்பென என் நினைவுப் புலத்தில் ஒளிக்கீற்றொன்று பாய்ந்து துலங்கியது. மணியரசன் இன்று எமக்கு விட்டது முழுவதும் சுத்தமான றீல்! ஞாயிற்றுக் கிழமை எந்த நாட்டிலதான் அஞ்சல் வரும். பெட்டிக்குள் கிடந்த பழையபடமொன்றைச்சுற்றி இன்றைக்கு 18 மார்க் உழைக்க முதலிலேயே பிளான் பண்ணிவிட்டுத்தான் எங்களோட விளையாடியிருக்கிறார். எல்லோரும் அவர்மீது ஆத்திரம் அடைந்தனர்.

இந்தச் சுரண்டல் சகியாது லண்டனுக்கு படவிநியோகங் களுடன் தொடர்புடைய சிலருடன் தொலைபேசி காணொளி நாடாக்கள் விற்பனை, விநியோகம்பற்றி உசாவினோம். அப்போது பல விஷயங்கள் எமக்குத் தெளிவாகின. ஐரோப்பா முழுவதுக்குமான தமிழ் சினிமாவின் செலுலொட் பிரதி களின் விநியோக உரிமையை ஶ்ரீநிவாசன் என்றொருவர் வைத்திருப்பதாகவும் அவரே அதிலிருந்து காணொளிப் பிரதிகளைத் தயார்செய்து ஐரோப்பா, கனடா, அமெரிக்கா, ஏன் இந்தியாவுக்கும் திரும்ப விற்பனை செய்வதாகவும் அறிந்தோம். அங்கிருந்த வேறு சில நண்பர்கள் மூலம் 15 பவுண்ஸுக்கு பிரதிகள் பெறலாமெனத் தெரியவும் நானும் இராஜேந்திரனுமாக வீடியோவும், தொலைக்காட்சியும் வாங்கி விரும்பிய நேரத்தில் படம் பார்க்கலானோம். அக்கம் பக்கத்து அறையினரெல்லாம் வந்து படம் பார்க்கலாயினர். நாளடைவில் அது தொந்தரவாகவும் மாறியது. படத்துக்கான காணொளி நாடாக்களை வருவிப்பதில் உண்டான செலவை ரசிகர்களிடம் பகிரும்முகமாக இனிமேல் இரசிகர்களிடம் காட்சி ஒன்றுக்கு ஒரு மார்க் வசூலிக்க முடிவெடுத்தோம். ஆரம்பத்தில் சிலர் பணம் தந்து பார்த்தனர். நாளடைவில் படம் முடிந்துபோகும்போது இராஜேந்திரனின் தோளிலும், எனது தோளிலும் (கடனுக்காக) தட்டிவிட்டுச்செல்ல

ஆரம்பித்தனர். அப்படியே எல்லோரும் தட்டத்தட்ட நாளடைவில் எம் இருவருக்கும் கைகளை மேஅல உயர்த்த முடியாமலானது.

பாகிஸ்தானியரும் பங்களாதேசியரும் படம் ஓடும் நேரத்தில் எங்கள் அறைகளுக்குள் வந்து நுழைந்தனர். வட இந்தியர்களது கடைகளில் இந்திப் படங்களும், உருதுப் படங்களும் கிடைக்கவும் அவர்கள் எமது வீடியோவை வாடகைக்கு எடுத்துப்போய் தமது அறைகளில் தம் சினிமாக்களை விரும்பிப் பார்க்கலாயினர். காலப்போக்கில் ஹொட்டலில் மற்ற அறையினரும் வீடியோவும் தொலைக்காட்சியும் வாங்கிப் படங்கள் பார்க்க ஆரம்பித்தனர். யார் முதலில் புதிய படங்களைப் போடுவது என்பதில் எம்மிடம் ஒரு பனிப்போர் உண்டானது. புதிய படங்கள் திரையிடப்படும் அறையை நாடியே இரசிகர்கள் ஓடலாயினர். பின் மெல்ல மெல்ல மற்ற ஹொட்டல்களிலும் அங்கங்கே காணொளிக் காட்சிகள் இடம்பெறத் தொடங்கவும் நம் சினிமா இரசிகர்களின் தணியாத தாகங்கள் தணிந்ததென்க.

பெர்லினின் நகர எல்லைக்குள் மரங்கள் செறிவாக வளர்க்கப்பட்டும் பராமரித்துப் பாதுகாக்கப்பட்டும் வரும் ஒரு இடம் இருக்கிறது. அதை *Tiergarten* என்பர். நேரடி மொழி பெயர்ப்பில் ‘விலங்குத்தோட்டம்’ என்றே பொருள்படும். அக்காட்டைக் குறுக்கறுத்து *SPREE* கால்வாய் செல்கிறது. *31* மே *1919*இல் காட்டுக்குள் இக்கால்வாயின் தீரத்தில்தான் ஜெர்மனியின் சோஷலிசப் புரட்சி வீராங்கனை *Rosa Luxemburg*ஐ நாஸிகள் *EDEN* ஹொட்டலில் வைத்துத் துப்பாக்கிச்சோங்கால் பிடரியில் அடித்துக் கொன்றுவிட்டு உடலை டிறக்கில் கொண்டு வந்து வீசினார்கள். அவர் வீசப்பட்ட இடத்தில் இன்றும் அவரின் ஞாபகச்சின்னம் கவனமாகப் பாதுகாக்கப்படுகிறது. அதைப் பார்த்தபின்னால்தான் அவரது புரட்சிகரமான வாழ்க்கை வரலாற்றையும், *Clara Zetkin* , *Karl Liebknecht* ஆகியோருடன் சேர்ந்து அவர் பண்ணவிருந்த அரசியல் புரட்சிகள் பற்றியும் தெரிந்துகொண்டேன். (போட்டோ) *Rosa Luxemburg*ம், *Karl Liebknecht*ம் அன்று கொல்லப்படாமல் இருந்திருந்தால் முழு ஜெர்மனியுமே ஒரு சோஷலிச பொதுவுடைமை நாடாக மாறியிருந்திருக்குமென எதிர்வு கூறுபவர்களுண்டு.

*SPREE* கால்வாய் பிரதான வீதி *Strasse des* 17 *juni*யை குறுக்கறுக்கும் இடத்தில் அமைந்த பாலத்தினை அடுத்து பெர்லின் டெக்னிகல் யூனிவேர்ஸிடியின் பாரிய வளாகங்கள் அமைந்துள்ளன. பிரதானவீதிக்கும் வளாகங்களுக்குமிடையில் அமைந்த நீள்மைதானத்தில் அழகான *Floor market* ஒன்று ஒவ்வொரு வார விடுமுறையிலும் கூடும். அத்தரை அங்காடி

யின் சிறப்பம்சம் என்னவென்றால் அங்கு தரமான கைவினைப் பொருட்கள் *(Antiques)* மின்சார உபகரணங்கள், இலத்திரனியல் பொருட்கள், உடுப்புக்கள், இன்னும் வகைப்படுத்த முடியாத பொருட்கள் எல்லாம் செகன்ட்ஹான்டில் கிடைக்கும். எப்படி வந்ததோ, யார், எதுக்காக, கொண்டுவந்தார்களோ ஒருமுறை நம்மவூர் கல்லுகளும், குஞ்சங்களும் பதித்த மணவறையும் சேரர் காலத்து செப்பு, வெண்கல நாணயங்களும், வலம்புரிச் சங்குகளும்கூடக் கிடந்தன.

அந்தவகைத் தரை அங்காடிகளை ஜெர்மனில் *Flurmarkt* அல்லது *Troedel Markt* என்பார்கள். பாகிஸ்தானில் கராச்சி யிலும் வேறு மாநிலங்களிலும் உள்ள தரை அங்காடிகளை 'லுண்டா பஜார்' என்பார்களாம். பாகிஸ்தானூடாக தரை மார்க்கமாக ஐரோப்பாவுக்கு வந்தவர்கள் இங்கேயும் அத்தரை அங்காடிகளை 'லுண்டா' எனச் சொல்லத்தொடங்க அது எம்மவர்கள் அனைவருக்கும் லுண்டாவானது.

எங்கள் *BLUMESHOF* ஹொட்டலிலிருந்து *Tiergarten* ஊடாக வடக்காக நடக்கத்தொடங்கினால் 30 நிமிஷங்களில் லுண்டாவை அடைந்துவிடலாம். டியர் கார்டனூடு நடப்பது ஒரு இன்ப மான அனுபவம். அங்கே வேறும் நிறையப்பேர் காலாற நடந்துகொண்டிருப்பார்கள்.

அங்காடியின் அருமருங்கில் அமர்ந்து இளைப்பாற சாய்மானமுள்ள வாங்குகள், பியர்கடைகள், கெபாப், மினிபிட்ஸா, ஸோசேஜ்கள், ஸ்னிட்செல், சூப், சிப்ஸ், கிறெப்ஸூம் அவித்த சோளப்பொத்திகள் விற்கும் சிறுகடை களுமாக அந்த இடம் கலகலப்பாக இருக்குமாதலால் இன்றைக்கும் எமக்கிருந்த இருக்கும் முக்கியமான பொழுது போக்கிடங்களில் லுண்டாவும் ஒன்றாகும்.

சிக்கனம் விரும்பும் நம்மவர்களும் சமூக உதவியாகக் கிடைக்கும் உடை மற்றும் பண்டபாத்திரங்கள் வாங்குவதற் கான பணத்தைச் சேர்த்துப் பக்குவமாக 'அமெரிக்கன் எக்ஸ்பிரெஸ்' மூலம் ஊருக்குத் தள்ளிவிட்டு லுண்டாவில் போய் சமையல் பாத்திரங்களையும், கசெட்றெகோடர்கள், கிறைண்டர்கள், குளிருக்கேற்ற கோட்டுக்கள், ஜாக்கெட்டு களையும் வாங்கி மாட்டிக்கொண்டு உழல்வார்கள்.

அழகான இக்காட்டுப் பிரதேசத்தைத் தவிரவும் கானு மிடமெங்கும் முயல்களும் வெண்பழுப்புநிறத்தில் சிறு நரிகளும் *Hedgehog / Igel* எனப்படும் சிறியவின முள்ளெலிகளும் தம்பாட் டுக்குத் திரிந்துகொண்டிருக்கும்.

முள்ளெலிகள் (Hedgehog)

பெர்லினில் வீயன்னாவில் இருப்பதைப்போன்று சிலந்தி வலையின் வடிவில் குறுக்கும் மறுக்குமாகப் பல கால்வாய்கள் ஓடிக்கொண்டிருப்பதை அறிந்திருப்பீர்கள். இரண்டு நரம்புக் கலங்களை அவற்றின் முதலுருப்பகுதியில் இணைத்தால் எப்படி யிருக்குமோ அப்படி ஒரு தோற்றத்தில் பெர்லினின் மேற்குப் பக்கமாக இக்கால்வாய்கள் எல்லாம் இணைநது *Wannsee-Tegelersee* என்னும் இரு நன்னீர் ஏரிகளாக மாறுகின்றன. இந்த ஏரிகளும் கால்வாய்களும் சரித்திரத்தில் என்றுமே வற்றிய தில்லையாம். பெரியதும் சிறியதுமாக கணக்கற்ற படகுவீடுகள் மிதக்கும் இப்பிரதேசத்தை பெர்லினின் காஷ்மீர் என்பர்.

அக்கால்வாய்களில் நீந்திக்கொண்டிருக்கும் சரித்திரத் திலும், இதிகாசங்களிலும் சொல்லப்பட்ட கழுத்து நெடுத்தும், எஸ் வடிவிலிருப்பதுமான அன்னங்களைப் பார்த்து அதி சயித்தேன். அவை அன்னங்களே என்பதை இயற்கை ஆர்வலர் தியோடோர் பாஸ்கரன் அவர்களும் பின்னாட்களில் உறுதி செய்திருக்கிறார்.

இன்னும் நான் மிகவும் ஆச்சரியபபட்ட தகவல் கறுப்பு அன்னத்தின் குஞ்சுகள் பொரிக்கும்போது சாம்பல் அல்லது நரை நிறத்தில்தான் இருக்கும் வெள்ளை அன்னத்தின்

குஞ்சுகளும், கறுப்பு அன்னத்தின் குஞ்சுகளும் கலந்து மிதந்து கொண்டிருந்தால் எது வெள்ளைநிற அன்னத்தின் குஞ்சு, எது கறுப்புநிற அன்னத்தின் குஞ்சு என்று துணிவது சிரமம்.

குளிர்காலத்தில் இக்கால்வாய்களில் பனிக்கட்டிகள் மிதக்க ஆரம்பித்துவிடுமாதலால் ஒரு அன்னத்தையும் காணமுடியாது. ஏதோ ஒரு அமைப்பு அவற்றை எடுத்துச்சென்று காபந்து பண்ணுகின்றது என்பது என் ஊகம். வின்டரில் நாட்டின் நிலப்பரப்பு முழுவதும் பனியால் மூடிவிடும்போது இங்குள்ள பறவை குருவி இனங்கள் எல்லாம் ஆபிரிக்காவுக்கும், ஆசியாப் பக்கமாக இந்தியாவுக்கும் வலசை போய் உயிர்மீண்டு வந்து மீண்டும் வசந்தத்தில் பறக்க ஆரம்பிக்கின்றன என்பதுவும் அதிசயந்தான்.

தயங்கித்தயங்கி வழிந்துகொண்டிருக்கும் கால்வாய்களில் மிதப்பதைப்போலவே இவ்வேரியிலும் குறுக்கும் நெடுக்கும் ஏராளம் வாத்துக்கள் வெள்ளை, சாம்பல், பிறவுண், கறுப்பு, நரைப்பச்சை, கலவன் நிறங்களில் அமுக்கிக்கொண்டுபோய் குழம்பு வைப்போரின் பயமில்லாமல் சுகம் சுகமென்று தம்பாட்டுக்கு சும்மா மிதந்துகொண்டிருந்தன.

சாம்பல் நிறத்தில் கழுத்தையும், நெஞ்சு, வயிற்றையும், கரியநிற இறக்கைகளையும், வாலையும் கொண்டிருந்த காகங்கள் கரையாமல் அவசரமெதுவுமின்றி தேமேயெனத் தம்பாட்டுக்குச் சும்மா நின்றன. மற்றும்படி குயில்கள் கூவவோ, மயில்கள் மருவவோ காணோம். சோலைகளிலும் பூங்காக்களிலும் மரங்களும் கடந்த இலையுதிர்காலத்தில் இலைகளை முற்றிலும் உதிர்த்துவிட்டு அலம்பல்விளாறுகள் மாதிரிச் சிலுப்பிக் கொண்டும் விடைத்துக்கொண்டும் நின்றன. வானத்தை நோக்கித் துடைப்பக்குச்சிகள் மாதிரி நீட்டிக்கொண்டு நின்ற பைன், ஓக், தனன் வகையான மரங்களும் இனித் துளிர்க்கலாமா வேண்டாமாவென்று ஜெர்மனில் சிந்தித்துக்கொண்டு நின்றன. 'குமாரப்பா மட்டும் ஒரு சின்னக் கைக்கோடாலி யுடன் வந்திருந்தாரேயானால் (நம்மூரில் மரக்காலை வைத் திருந்தவர்) எல்லாம் பட்டுப்போய்ச்சென்று இந்நேரம் அத்தனை மரங்களையும் குறுக்காய்த்தறிச்சு அடுக்கியிருப்பார்.

○

பெர்லின் சூப்பர் அல்லது மளிகைப்பொருள் அங்காடி களில் இருந்த பொருட்களின் விலைகள் அதிசயமளிப்பதாக இருந்தன. உருளைக்கிழங்கு, மா, சீனி, பட்டர், மாஜறின், சூரியகாந்தி / தாவரஎண்ணெய், கோழியிறைச்சி, பன்றியிறைச்சி,

தயிர், பியர், டொயிலெட் பேப்பர் என்பன ஏறத்தாழ இலங்கை விலைக்கே கிடைத்தன. இரண்டொரு பாகிஸ்தானிய, இந்தியர் களின் கடைகளில் மாத்திரம் எமக்குத் தேவையான ஆசிய உற்பத்திப்பண்டங்கள் செத்தல்மிளகாய், மிளகாய்த்தூள் (மல்லி சீரகம் கலவாத), புளி, கொத்துமல்லி, நற்சீரகம், கடுகு, வெந்தயம், அப்பளம், நெய்த்தலியும், தொன்கணக்கில் விலைப்படத்தொடங்க அவர்கள் மேன்மேலும் கிளைகளை விஸ்தரித்துக்கொண்டார் கள். பின்னால் இந்திய மற்றும் ஆசியாக்கடைகளில் இருப்பது போல் தாய்லாந்து, சீனர்கடைகளிலும் கருவாடு மரக்கறிகள், *Torfu* என்பன விற்பனைக்கு வந்துவிட்டன. *Torfu* என்பது பாற்கட்டியைப்போலிருக்கும் மிருதுவான சோயா இறைச்சி. தற்பொழுது (2013) பேர்லினில் 7000 தமிழர்கள் உள்ளனர். பத்துக்கும் அதிகமாக தமிழர்களின் வியாபார நிலையங்களும் உள்ளன.

விடுதலை இராணுவத்தினர் (இது எங்களை நாங்களே சொல்லிக்கொண்டது.) எம்முள் அநேகமானோர் கிடைத்த ஹொட்டல்களில் உடலோடு தலையையும் சேர்த்து மூடிப் போர்த்துக் குறண்டிக்கொண்டு கோடை வரட்டும், வேலை தேடலாம் என்று படுத்திருந்தோம். சமூக உதவியாகக் கிடைத்த பணம் சீவிக்கப் போதுமானதுதான். எனினும் வேலை இல்லாமல் எத்தனை நாட்களுக்குத்தான் ‘விண்டோ ஷொப்பிங்’ செய்து கொண்டிருப்பது, எப்படி இங்கு வருவதற்கு ஏற்பட்ட கடன் களை அடைப்பது? வேலை தேடுவதைவிடவும், யாராவது குழந்தைகளுக்கு ஆங்கிலம் சொல்லித்தரலாமா, குழந்தைகளுக்கு மரத்தில் பொம்மைகள், கார்கள் போன்ற விளையாட்டுச் சாதனங்கள் செய்பவர்களுக்கு வலிந்துபோய் உதவிசெய்யலாமா, மாற்றுத் திறனாளிகள், முதியவர் இல்லங்களில்போய் தன்னார்வத்தொண்டு புரியலாமா, *Radio Ham Club* ஒன்றுக்குப் போய் என் *Morse Signals* அறிவைப் புதுப்பிக்கலாமா என்றெல் லாம் யோசிப்பேன். காலையில் வரும் சுகமான தூக்கத்தை அனுபவிப்பதுபோல செய்வதற்கு நூறு காரியங்கள் இருக்கும் போது எதுவும் பண்ணாமல் சும்மா கிடப்பதுவும் சுகந்தான். கிடந்தேன்.

ஜெர்மன் மொழியும் துண்டறப்பிடிபடாமல் ஐஸைவிட வழுக்கி எமக்குப் போக்குக் காட்டிக்கொண்டிருந்தாலும் *‘Guten Tag’*, *‘Auf wiedersehen’* என்பனவற்றுடன் ‘ஒரு பாக்கெட் பாண் வேணும்’, ‘உருளைக்கிழங்கு சிப்ஸ் *Bitte*’, ‘ஒரு பால்ப் பெட்டி *Bitte*’, ‘ஒரு டிக்கெற் *Bitte*’ போல பத்துவசனங்களும், பேச்சுடன் மிளகு கலந்தாற்போலச் சில கெட்டவார்த்தை களும் சேர்த்துக்கதைக்கக் கற்றுக்கொண்டோம்.

ஜெர்மன் உண்மையாகவே ஒரு விவகாரமான மொழிதான். அதன் கரையேற இந்த ஆயுள்போதாது. சாதா ஜெர்மானியர்களுக்கே அதன் எல்லா நுட்பப் பிரயோகங்களும் தெரிந்திருக்குமென்றில்லை. சிலர் *'Guten Tag' 'Danke'* போன்ற எளிய வார்த்தைகளுக்கு 'என்ன தமிழ்' என்று கேட்பார்கள். 'வணக்கம்' 'நன்றி' என்று சொல்லுவேன். ஆனால் சில வார்த்தைகள் சிறியதானாலும் பன்முகப் பிரயோகமுடையதாக இருக்கும். நல்ல எடுத்துக்காட்டு: *'Bitte'* என்பது. ஒருவர் எதற்காகவேனும் *'Danke'* சொன்னால் நீங்கள் அவருக்கு *'Bitte'* என்று சொல்லி அதை நயமாக அனுவதிக்க வேண்டும். அப்போது அந்த *'Bitte'*யானது *Please, Kind, Politeness, Appreciation* என்றெல்லாம் அர்த்தப்படும். அதாவது எப்போதெல்லாம் *'Danke'* சொல்லப்படுகிறதோ அப்போதெல்லாம் பதிலுக்கு *'Bitte'* சொல்வதென்பது ஜெர்மன் மரபு. இன்னும் 'உன்னுடைய பெயர் என்ன'வென்று கேட்டால்கூட *"Adrian Bitte"* என்றுதான் சொல்வார்கள். 'எங்கே போகவேணும்' என்று கேட்டால் கூடச் சிலர் *"Kreuzberg Bitte"* என்றுதான் சொல்வார்கள். ஒரு கட்டளையை உன் பணியாளருக்கே இடுவதானால்கூட ஒரு *'Bitte'*யையும் சேர்த்துச் சொல்வதே மரபு. ஆங்கிலத்திலும் இப்போதெல்லாம் *'Thanks'* சொன்னால் *'you are welcome'* என்றோ *'No problem'* என்றோ சொல்கிறார்களல்லவா?

தமிழில் 'நன்றி' என்று சொல்லும் ஒருவருக்கு எதை நயமாகச் சொல்லலாம் என்பதை நாம் வேண்டுமானால் சென்னைப் பேருந்து நடத்துனர்களன்ன 'மரியாதைராமன்'களையும் சேர்த்துக்கொண்டு சிந்திக்கலாம். நான் இப்போதைக்கு 'வந்தனம்' என்று சொல்லுகிறேன். நன்றியும் நன்றியறிதலும் எம் இலக்கியங்களிலும், தொன்மங்களிலும், இருந்தாலும் எம் பேச்சுவழக்குப் பிரயோகத்தில் வந்து என்ன ஒரு நூற்றாண்டு இருக்குமா?

# வேலைக்கனவும் நனவும்

தம் போர்வைகளைத் தூர வீசிவிட்டுத் தீ மிதிக்க துணிந்தவர்கள்போலும் குளிரைப் பொருட் படுத்தாமல் வீதியில் இறங்கி வேலை தேடியவர் களில் ஒரு சிலருக்கு சிறிய சிறிய பணிகள் ஆங்காங்கே கிடைத்திருந்தமை ஏனையவர்களுக் கும் நம்பிக்கையூட்டுவதாக இருந்தது. சிலர் பிட்ஷா தட்டினர், சிலர் வெதுப்பகங்களில் கோதுமைமா பிசைந்தனர். உணவகம் ஒன்றில் 'சலாட்' போடும் வாய்ப்புக் கிடைத்த ஒருவர் தான்தான் அங்கே *Kitchen Supervisor* என்றார். *Renault* கார் கொம்பனி ஒன்றில் மகிழுந்துகள் சேர்விஸ் பண்ணி பொலிஷ் போடும் வேலைகிடைத்த ஒருவர் தான்தான் அங்கே *Chief's Office Assistant* என்றார். உண்மையில் அப்படி யான பணிகள் அங்கிருந்தனவா என்பதுகூட அப்போது நமக்குத் தெரியாது.

வேலைவாய்ப்பு விளம்பரங்கள் வரககூடிய அனைத்துப் பத்திரிகைகளையும் வாங்கிவைத்துக் கொண்டு வேலைகள் தேடலானோம். எங்கள் ஹொட்டலிலிருந்து நடந்தே சென்றுவிடக்கூடிய தொலைவில் *AUDI* மகிழுந்துக் குழுமம் ஒன்றின் சிறகத்தில் *Showroom Assistant*க்கான வெற்றிடம் இருப்பதாக ஒரு அறிவிப்பு இருந்தது. உடனே அங்கு தொலைபேசினேன்.

உடனே நேர்முகத்துக்கு வரச்சொல்லிப் பணித்தார்கள். திடுப்பென புறப்படவும் அறைக்கு வந்த கந்தையா என்றொருவர் “எங்கே போறாய், அவசரம் அவசரமாய் என்றார்” அவருக்கு அது வேண்டாத வேலை, எனினும் பொறுத்து விபரம் சொன்னேன். “சரி போய்ப் பார்த்திட்டுத்தான் வாவன்” என்றார். முன்காலை நேரம். சூரியர் முகில்களின் பின்னால் ஒளித்து விளையாடிக்கொண்டு நிற்கிறார். நான் தெருவில் ஒரு வங்கியை கடந்து போகவேணும். அன்று வங்கியின் முன்பான நடைமேடையை பெருக்கும் இயந்திரக்காரர் தாமதமாக வந்தாரோ இல்லை வரவே இல்லையோ, சூட் அணிந்திருந்த வங்கியின் முகாமையாளர் தானே கீழிறங்கி அகலமான துடைப்பமொன்றினால் மேடையைப் பெருக்கிக் கொண்டு நிற்கிறார். பகுத்தறிவுவாதியாகிய நான் துடைப்பத்தில், நாயில் விழித்து ஒரு விஷயத் துக்குச் சென்றேனாகில் எனக்கு எப்போதும் போகும் காரியம் படுபக்ஷிதான். இதுக்கு தர்க்க / அறிவியல் சான்றாதாரங்கள் எதுவுமில்லை. ஏனோ அப்படித் தான் எப்போதும் நடக்கிறது. மனது சற்றுச்சுருங்கிப்போனது. எனினும் ராஜநடையைத் தளர்த்தாது அக்குழுமத்தை அடைந்து வாசலில் வரவேற்பு மாதிடம் விபரம் சொன்னேன். இரண்டாவது மாடியில் ஒரு அறையில் காத்திருக்குமாறு சொன்னாள். நான் அங்கே காத்திருக்கவும் இரண்டு நிமிஷம் கழித்து ஒரு காப்பிக் கோப்பையுடன் அங்கே வந்தவள் என்னிடம் அதைத் தந்துவிட்டு “பத்து நிமிஷம் காத்திருங்கள், ஆட்சேர்ப்புக்கான அலுவலர் வந்து உங்களை நேர்முகம் செய்வார்” என்றாள் விநயமாக. அப்போதே வேலை கிடைத்து விட்டது போலிருந்தது. காப்பியை முடித்துவிட்டு அவ்வறையின் சுவரில் இருந்த *Audi*யின் *Vintage Model* மகிழுந்துகளின் படங்களை நான் ரசித்துக்கொண்டிருக்கவும் ஒரு அலுவலர் கலகலப்புடன் வந்து தன்னை அறிமுகப்படுத்திக்கொண்டு எனது பெயரைத்தான் தவறாக உச்சரிப்பதற்கு மன்னிக்கச் சொன்னார். எமது பகுதியில் என்றால் எங்கள் பெயரைத் தான் முதலில் கேட்பார்கள். “நானும் வேலை கிடைத்து விடுமென்றால் இது ரொம்பச் சின்ன விஷயம்” என்றேன். அவரும் பொங்கிச் சிரித்தார். பின் வேலையைப்பற்றி சுருக்கமாக விபரித்தார். “உமது பணி மகிழுந்துகளின் காட்சி அறையில் தான் இருக்கும். வண்டிகளை ‘பொலிஷ்’பண்ணி கவர்ச்சிகர மாக வைத்திருக்க வேண்டும். வாங்க வருபவர்கள் தொட்டுப் பார்த்து, தடவிப் பார்த்து, ஏறி உட்கார்ந்துபார்த்து தம் கையடையாளங்களை, இதர தடயங்களைப் பதித்துவிட்டுப் போவார்கள், அவற்றை அழித்துப் புதுப்பிப்பதுதான் உமது பணி.”

எனக்கு மகிழுந்துகளைப் பற்றி இரண்டு, இரண்டரைக் கிலோ விஷயங்கள் தெரியுந்தான், அந்தத் துணிச்சலில் அன்று அவருக்கு நான் தொன்கணக்கில் 'றீல்' விடலானேன்.

"எனது தாத்தாவும் ஒரு மகிழுந்துப் பைத்தியம், அப்படியே என் அப்பாவும் ஒரு மகிழுந்துப் பைத்தியம், இவர்கள் எல்லோரை விடவும் நான் உச்சமான மகிழுந்துப் பைத்தியம்... உங்கள் எதிர்பார்ப்புக்கும் மேலாக என் பணியை விருப்பு டனும், சிறப்பாகவும் என் சொந்தப் பணிபோல் எண்ணிச் செய்வேன்" என்று சத்தியித்தேன்.

ஒரு உழவு இயந்திரத்துக்கு பின்னுக்கு மட்டும் எதற்காக அத்தனை பெரிய சில்லுகள் என்பதே எனக்குச் சின்னவயதில் பெரும் புதிர். அத்துடன் நிஜத்தில் எங்களுக்கு வவுனிக்குளம் குடியேற்றத் திட்டத்தில் 5 ஏக்கர் காணியிருநதது. அதை அபிவிருத்தி செய்யவாவது ஒரு உழவு இயந்திரம் வாங்க வேண்டுமென்பது என் அப்பாவின் தீராத கனவு, தன் கனவு டனே கல்லறைக்குப்போனவர் அப்பா. லௌகீகஆசைகள் குறைந்த நடைமுறைவாதியான அப்பாவுக்கு மகிழுந்துக் கனவுகள் எதுவும் இருந்திருக்க வாய்ப்பில்லையென்றே நினைக் கிறேன். (என் 'நிதிசாலசுகமா' கதையில் நான் வார்த்திருப்பது என் அப்பாவைத்தான்.)

"நல்லது, எனக்கும் அந்த நம்பிக்கை இருக்கிறது, ஆனால் இறுதிமுடிவை எமது தலைமை மேலாளர்தான் எடுக்கவேண்டும், பெருவாரியான அதிஷ்டம் கிட்டட்டும்" என்று வாழ்த்திவிட்டுச் சென்றார். என் நம்பிக்கையை மேலே மேலே மிதக்கவிட்டபடி காற்றினாலான மென்னிருக்கையில்போலும் அமர்ந்திருந்தேன். அதிகம் தாமதமில்லாது தாடையோரம் தொங்கு தசைகளுடன் *Mops / Bulldog* இன நாய்களை நினைவுபடுத்தும் முகவாகோடு ஒரு மேலாளர் அந்த அறைக்கு வந்து அவரும் தன்னை அறிமுகம் செய்துகொண்டார். எனது நிறத்தைப் பார்த்ததும் தன்முகம் சுண்டிப்போவதை மறைக்க அவருக்குத் தெரிய வில்லை. ஜெர்மனில் மட்டும் பேசினார். அறிமுகங்கள் முடிந்த தும் எனக்காக பரிபவரைப்போன்ற பாவனையுடன் முகத்தை யும் குரலையும் வைத்துக்கொண்டு "இது கடுமையான எலும்பை முறிக்கும் ஒரு பணியாயிற்றே... எப்படிச் சமாளிக்கப்போறே?" என்றார்.

"இது எனக்கு விருப்பமும் ஈடுபாடுமுள்ள பணி, அதனால் எனக்குச்சிரமமாக இருக்காது... சிறப்பாகவே செய்வேன்" என்றேன்.

அவர் முகம் மேலும் இறுகிப்போகிறது. கண்களை மூடிக்கொண்டு அதிகம் யோசிப்பவர்போலப் பாவனை செய்தார். பின்தலையை இரண்டு பக்கமும் ஆட்டிக்கொண்டு “மன்னிக்கவும், நேர்முகம் இத்துடன் முடிகிறது” என்றார் தன் பார்வையை விலக்கிக்கொண்டே.

❍

இது நடந்து ஒரு வாரம் கழிந்திருக்கும், ஒருநாள் பத்திரிகை விளம்பரங்களைப்பார்த்து இன்னொரு குழுமத்துக்கு தொலை பேசியபோது ‘இருவர் தேவை’ என்றும் உடனடியாக வரச்சொன் னார்கள். நானும் இராஜேந்திரனும் இரைந்து கொண்டுபோ னோம். அங்கு போனபின்னால் ‘இப்போதைக்கு தமக்கு ஒருவர் போதும்’ என்றுசொல்லி எனக்கு மாத்திரம் அந்த வேலையைத் தந்தனர். அது அஞ்சல்துறையின் பார்சல்கள் தரம்பிரிக்கும் நிலையம் ஒன்று. இக்குழுமம் அவர்களிடம் உப – ஒப்பந்தம் செய்திருந்தார்கள். இங்கு அநேகமாக அரசுத் துறையுடன் தனியார் குழுமங்கள் ஒப்பந்தங்கள்செய்து பணி களைப்பகிர்ந்து கொள்வது சகஜமானவொன்று. பொதுவாக வீதிகள், பாலங்களைப் பராமரிப்பது அரசுத்துறை என்றால் அவற்றின் கட்டுமானங்களைச் செய்வது, புதுப்பிப்பது வேறு இராட்ஷதக் குழுமங்களாக இருக்கும். இவ்வலுவலகத்தில் பார்சல்கள் ஏதாவது பிரிந்துபோனால் திரும்ப அவற்றை பொதிசெய்யும்போது தரை துணுக்கும், துரும்புமாகிவிடு மல்லவா, அதை துப்புரவாக்கிவிடுதலே எனக்கான இலேசான பணி. மணிக்கு 8.50 மார்க்குடன் மேலதிக படிகள் அடங்கலாக மாதம் 1600 மார்க் வரையில் சம்பளம். உடனே சம்மதித்தேன். வேலை கிடைத்துவிட்டது என்று வேகம்வேகமாக வீட்டுக்கும் கடிதம் எழுதினேன். வேலை கிடைத்தமையை அறையில் அமோகமாகக் கொண்டாடினோம். அந்த வாரம் பூராவும் கிறில் கோழியிறைச்சியும், விஸ்க்கியும், பியரும் நுரைத்தோடியது. விருந்துகளெல்லாம் ஓய்ந்து மூன்றுவாரங்கள் ஆகியிருக்கும்.

ஒரு ஞாயிறு பகல்வேளை கட்டிலில் படுத்துக்கொண்டிருக் கிறேன், கனவும் நனவுமற்றதொரு பாவனையில் சில காட்சிகள் வந்துபோகின்றன. அதில் நான் அம்மாவுக்கு கடிதம் எழுது கின்றேன். ‘அம்மா எனக்கு அந்த வேலை போய்விட்டது, எப்படியும் கூடிய விரைவில் இன்னொரு வேலை எடுத்துக் கொண்டுவிடுவேன், நீங்கள் இதையிட்டுக் கவலைப்பட வேண்டாம்.’ சும்மா மனப்பிராந்தியென்று அதை அன்றே மறந்துவிட்டேன். அடுத்த நாள் காலை தோட்பட்டையில் சின்னதாக ஒரு ‘பரு’ போட்டிருந்தது. பொருட்படுத்தாமல்

வேலைக்குப்போய் வந்தேன். குளித்துவிட்டுத் தூங்கி மறுநாள் எழுந்தபோது முகத்திலும் இன்னொரு 'பரு' இருக்கவே இது சின்னம்மையோவெனச் சந்தேகமுண்டானது. உடம்பும் இலேசாக காய்ந்தது. உடம்புமுழுவதும் கொப்புளங்கள் பரவமுன் மேலும் இரண்டுநாட்கள் தாக்குப்பிடித்து வேலைக்குப் போனேன். மிகவும் அசதி அசதியாக இருந்தது சமாளித்துக்கொண்டு செய்துமுடித்தேன். மூன்றாம் நாள் டாக்டரிடம் காண்பித்து அது சின்னம்மைதான் என்பதை உறுதிசெய்துகொண்டு அவரின் மருத்துவச் சான்றிதழையும் பெற்று அதை அலுவலகத்தில் சேர்ப்பித்தேன். எனது அறையில் இராஜேந்திரன் உட்பட அனைவரும் என்னை நல்லவிதமாகக் கவனித்துக்கொண்டனர். கொப்புளங்கள் உக்கிரமாக எறிந்திருக்கையில் எனக்கு பணிநீக்க உத்தரவு வந்தது. தோய்ந்து ஆறிக்கொண்டு பிறகும் அவர்களிடம் போய் பேசிப்பார்த்தேன். அவர்கள் ஒரே குரலில் சொன்னர்கள் "மன்னிக்கவேண்டும் இது உனது 'தகுதிகாண் காலம்'. இதற்குள் ஒரு பணியாளர் எக்காரணத்தைக்கொண்டு விடுப்பு எடுத்தாலும் அவரைப் பணிநீக்கம் செய்வதுதான் எமது நடைமுறை, அதில் மாற்றஞ்செய்தல் அசாத்தியம்." அவர்கள் சொன்னதைக் கேட்டுக் கொண்டு வருவதல்லால் என்னால் வேறேதுவும் பண்ண முடியவில்லை பராபரமே.

கோடைகாலம் பிறக்கவும் ஒருநாள் 'இன்றுதொடக்கம் புதிதாக வந்த *Auslaender* (விதேசிகள்), மற்றும் பொருளாதார அகதிகள் எவரும் வேலைகள் செய்ய அனுமதிக்கப்பட மாட்டார்கள்' என ஜெர்மன் அரசு பட்டவர்த்தனமாக அறிவித்தது. விதிவிலக்காக ஒரு உபவிதியும் செய்யபபட்டிருந்தது அஃது:– 'இவர்கள் உணவகங்களில் ஜெர்மன்காரர் செய்ய மனப்படாத கோப்பை கழுவுதல், அதிகாலையில் ஒரு மணிக்கு வீடுகளுக்குச் செய்திப் பத்திரிகைகள் விநியோகித்தல் போன்ற சிலவற்றைச் செய்யலாம்' என்பதாகும். மணியரசன் சில ஹொட்டல்களுக்கு வந்து சமூக உதவிகள் அலுவலகம் தரும் பணத்தைக்கொண்டு எப்படிச் சிக்கனமான முறையில் வாழலாம் அரிசி, பருப்பு, கிழங்கு, கீரை, தயிர்போன்ற மலிவான மளிகைப் பொருட்களை வாங்கிச் சமைத்து சிக்கனமாகச் சீவிக்கலாம், என்பதுபற்றி அறிவுரைகள் வழங்கிச் சென்றார்.

பத்திரிகை வேலையின் தாற்பரியம் முழுவதும் தெரியாமல் இளமை தரும் உசாரில் என்ன வேலையென்றாலும் பரவா யில்லையென்று நம்மவர் குளிரில் முகமும், காதுச் சோணை களும் சிவக்க பத்திரிகைகள் விநியோகிக்கும் அலுவலகங்கள் எல்லாவற்றுக்கும் போய்ப்போய் தினமும் நூற்றுக்கணக்கில் முற்றுகையிட்டு நிற்கையில் ஆரம்பத்தில் அங்குள்ளவர்கள்

எம் ஆர்வக்கோளாற்றை பார்த்து அதிசயித்தாலும் பின்னர் சினந்தும் விழுந்தார்கள். அந்தப் பக்கமாய்ப் போய் வேலை இருக்கிறதா என்று விசாரிக்கவே தயக்கமாக இருந்தது. இருந்தும் பாலா என்றொரு நண்பர் "*Martin - Lutherstrasse* அலுவலகத்தில் சில பத்திரிகை டூர்கள் காலியாகியிருக்க வேண்டும் போய் விசாரித்துப்பாரும்" என்றார். சரியென்று போனேன். நான் போனவுடன் அதிகம் காத்திருக்க வைக்காமலே சரளமாக ஆங்கிலம் பேசக்கூடிய ஒரு இளம் உத்தியோகத்தர் என்னை உள்ளே அழைத்துப் போனார். எனது கடவுச்சீட்டையும் வதிவு அனுமதியையும் பிரதிபண்ணிவிட்டு "நாளை அதிகாலை 02:00 மணிக்கு *Sigmaringer Str. 20* என்னும் விலாசத்துக்குப் போம், அங்கே உமக்கு மேலதிக விபரங்கள் சொல்லப்படும்" என்றார். போனேன் அதுதான் அந்த வட்டத்தின் பத்திரிகை விநியோகத்துக்கான நிலையம். ஒருமணிக்கே பத்திரிகைகள் பாரவுந்தில் வந்து இறங்கியிருக்கும். ஒவ்வொரு டூர் செய்ப வருக்கும் எத்தனை பத்திரிகையோ அதை எடுத்துக்கொண்டு ஒவ்வொன்றுக்குள்ளும் அன்றைக்கான விளம்பரத் தாள்களை வைக்க வேண்டும். (விளம்பரம் வைப்பதற்குத் தனியான சம்பளம் உண்டு.)

அன்று நோயல் என்றொரு சிங்களத்தோழன் தனது பேப்பர் டூரில் அழைத்துப்போய் எப்படி ஒவ்வொரு வீட்டையும் திறந்துகொண்டுபோய் பத்திரிகையை சந்தாதாரர் விருப்பப்படி அவர்களின் அஞ்சல் பெட்டியினுள்ளோ, கதவிலுள்ள நீள் துவாரத்தினூடாகவோ இல்லை வாசலின்முன் கால்மிதியின் மேலோ போடவேண்டும் என்பதை எனக்குக் கற்றுக் கொடுத்தான்.

நூறு வருடங்களுக்கு முன்னர் கட்டப்பட்ட மின்உயர்த்தி வசதிகள் இல்லாத பழைய வீடுகளைக்கொண்ட குடியிருப்புக் களில் பத்திரிகை விநியோகிக்கும் பணிசெய்வது துன்பம். சில வேளைகளில் பத்திரிகை வண்டியை தள்ளிக் கொண்டுபோய் வீட்டின் வாசலில் நிறுத்திவிட்டு ஒவ்வொன்றும் ஒவ்வொரு கிலோ தேறக்கூடிய இரண்டு மூன்று சாவிக் கொத்துகளையும், நூறு பக்கமுள்ள பேப்பரையும் காவிக்கொண்டு நாலு அல்லது ஐந்து மாடிகள்வரை ஏறிப்போய் ஒரேயொரு பேப்பரை மட்டும் போட்டுவிட்டு இறங்கவேண்டியிருக்கும். சாவிக்கொத்தை வண்டிக்குள் போட்டுவிட்டும் போகமுடியாது. யாராவது தத்தாரிகளின் கண்ணில் பட்டுவிட்டால் எடுத்துக் கொண்டு போய்விடுவார்கள். அல்லது பேப்பர்வண்டியைத் தள்ளிக்கொண்டுபோய் எங்கேயாவது ஒரு புதருக்குள் சொருகி விட்டுப் போய்விடுவார்கள். பத்திரிகை விநியோகப்பணி முடிந்து

வந்துபடுத்தால் கால்கள் 'விண்விண்'ணென்று உளைந்துகுத்தும், தூக்கம்வராது. கொஞ்சம் 'வொட்கா'வின் உதவியுடன் கால்களின் உளைவு குத்தையும் மீறி எப்படியோ நீங்கள் தூங்க முயலுகையில் உங்கள் மூத்தசகோதரியின் மாப்பிள்ளை யின் தங்கச்சியின் புருஷனின் சகோதரனின் சகலன் போன் செய்து எழுப்பி ஒரு இரண்டு (லட்ஷம்) ரூபா அனுப்படா மச்சான் . . . நம்மபாடு படு ரைற்றா இருக்கு" என்று திடுக்கிடுத்துகையில் உங்கள் முழங்கால் மூட்டுக்கள் தேய்ந்து கிறீச்சிட ஆரம்பித்திருக்கும்.

சாந்தன் என்று குமரபுரத்தைச் சேர்ந்த பையன் ஒருவன் எங்கள் அறையில் இருந்தான். திடீரென்று பத்திரிகை விநியோகத்தன் எவனுக்காவது உடம்புக்கு இயலாமல் போனால் அந்த டூர்களையும் கேட்டுவாங்கிச் செய்வான். சிலநாட்களில் மாஞ்சு மாஞ்சு இரண்டுமூன்று பேப்பர் 'டூர்கள்' கூடச்செய்வான். அதெல்லாம் அத்தனைபடிகளையும் ஏறியிறங்கு வதிலுள்ள ஆசையினாலல்ல, அவர்களிடம் சீதனம் இல்லாததில் அவனது சகோதரியொருத்தியின் கல்யாணம் தள்ளிப்போய்க் கொண்டிருந்தது, அதனால் ஜெர்மனியிலிருந்து விரட்டப்பட முதல் குறைந்த பட்க்ஷம் அவளுக்காக இரண்டறையில் ஒரு வீடாவது கட்டிவிடவேணுமேயென்று ஓடியோடி மாய்ந்துகொண்டிருந்தான். எப்படியும் மாதம் 300 மார்க்கு களாவது அனுப்புவது அவனது குறிக்கோள். அது அக்காலத்தைய 25,000 ரூபாய். குறைந்த தொகையாயினும் பணம் ஒழுங்காக வந்துகொண்டிருக்க அவனது அப்பா அதை எடுத்து விளையாடத் தொடங்கினார். ஆனால் கடிதங்கள் மட்டும் கல்லுப் பறித் திருக்கிறோம், மண் பறித்திருக்கிறோம், சீமெந்து வாங்கப் போகிறோமென்று ஒழுங்காக வரும். இவனுக்கும் சந்தேக மில்லை அப்பா எப்படியும் சீக்கிரம் வீட்டைக் கட்டிமுடித்து விடுவாரென்று நம்பியிருந்தான். இடையில் பொறுக்காத பொதுநலன் விரும்பி எவனோ அவனுக்கு எழுதியிருந்தான். 'கொப்பர் புது Honda 200 Roadmaster வாங்கி தினமும் அவருடைய கூட்டாளி வில்லுப்பாட்டு சின்னமணியையும் பின்னுக்கு ஏற்றிக்கொண்டு யாழ்ப்பாணம் பார்களில போய்த் தண்ணியடிக்கிறார், அந்திசாய இரண்டு கோழிகளோட வந்து இறங்குகிறார்' என்று எழுதிவிடவும் இவன் கடிதம் எழுதினான் வீட்டுக்கு. 'உங்கள் எல்லோரதது முகங்களைக் காணவும், வீடு எந்த அளவில் முடிந்திருக்கு என்று பார்க்கவும் எனக்கு ஆசையாயிருக்கு. எல்லோரும் வீட்டுக்கு முன்னால் நின்று ஒரு படம் எடுத்து அனுப்பிவிடுங்கோ.' அதற்கு உருப்படியான ஒருபதிலும் வரவில்லை. படம் அனுப்பாவிட்டால் இனிப்பணம்

அனுப்பப்போவதில்லையென்று கடிதம் எழுதவும் ஒரு ஆறு மாதம் கழித்து ஒரு படம் வந்தது. அதில் அவனது அப்பாவும் அம்மாவும் அக்காவும் இரண்டு தம்பிமாரும் அவர்கள் வீட்டு நாயும் வீட்டின் அத்திவாரத்தின்மேல் நிரைச்சியாக நின்று போஸ் கொடுத்தபடி நின்றனர்.

பத்திரிகை விநியோகத்தில் அனுகூலமான விஷயம் ஒன்று உண்டென்றால் கிறிஸ்துமஸ் வரும்போது அநேகமான எல்லா வாடிக்கையாளர்களும் உங்களுக்கு பணம் அன்பளிப்பு செய்வார்கள். அது ஐந்திலிருந்து ஐம்பதுவரையிலிருக்கும். கிறிஸ்துமஸ் நேரங்களில் எமக்கான பரிசு தபாலுறைகளுக்குள் வைத்து வாழ்த்துக்குறிப்புடன் தம் வீட்டுக்கதவிலோ, தபால் பெட்டியிலோ ஒட்டிவைத்திருப்பார்கள். பணக்காரர்கள் வதியும் வட்டமொன்றில் பத்திரிகை விநியோகித்த ஒருவனுக்கு ஒரு வருஷம் 2,000 மார்க்குகள் காசோலைகளாக மட்டும் கிடைத்திருக்க அவன் அதை வங்கியிலிடுவதற்காக வீட்டில் தனது மேசையில் அடுக்கி வைத்திருந்திருக்கிறான். அவன் புதுமனைவி 'இதென்ன கண்டறியாத குப்பையை மனுஷன் ஒவ்வொரு நாளும் கொண்டுவந்து சேர்க்கிறான்' என்று சினந்துகொண்டு குப்பைக்குள் தள்ளிவிட்டாள்.

ஒரு சந்தாதாரர் கஞ்சல்திலகம். மின்னுயர்த்தியற்ற பழங்காலத்தைய வீடொன்றின் நாலாவது மாடியில் வசிப்பவர். மின்னுயர்த்திகளற்ற வீடுகளுக்கு வாடகையும் சற்றுக்குறைவாக இருக்கும். 4 ஆண்டுகளாக ஒரு அன்பளிப்பும் அவரிடமிருந்து பெயரவேயில்லை. எனினும் பொறுமை காத்து அவருக்கு ஒழுங்காகவே பத்திரிகையை விநியோகித்து வந்தேன். ஒரு கிறிஸ்துமஸின்போது பேரதிசயமாக ஒரு கடிதவுறை அவர் வீட்டுக்கதவிலும் ஒட்டியிருந்தது. ஆச்சரியம் தாளாமல் எடுத்துப் பிரித்துப் பார்த்தேன். அதற்குள் 2 மார்க் நாணயம் ஒன்று தனியாகச் சிரித்துக்கொண்டிருந்தது. அதை எடுத்துக் கொண்டு ஒரு அட்டையில் அவரது பரிசுக்கு நன்றி தெரிவித்து விட்டு, 'உங்களுக்கான எனது கிறிஸ்துமஸ் பரிசையும் பெற்றுக் கொள்ளுங்கள்' என்று எழுதி அதேயுறைக்குள் 10 மார்க்தாள் ஒன்றைவைத்து அவரது கதவில் ஒட்டிவிட்டு வந்தேன்.

ஒருமுறை பத்திரிகை விநியோகிப்பதற்காக ஒரு அடுக் ககத்தின் வெளிவாசலில் என் வண்டியை நிறுத்தியபோது அவ்வாசலில் ஒரு இளம்பெண் நின்றுகொண்டு ஏதோவொரு வீட்டின் அழைப்பானை அழுத்திக்கொண்டிருந்தாள். யாரும் அவளுக்காகக் கதவைத் திறப்பதைக் காணோம். இளவரசிகள் அணிவதுபோன்று தோள்பட்டை பட்டிகள் இல்லாமல்

முழுவதும் திறந்திருக்க பல்வண்ண *Sequins*கள் வைத்துத் தைத்த உயர்ந்த ரகத்திலான அவளது ஆடையும், ஒப்பனைகளும் ஏதோவொரு விருந்துக்குச் சென்று திரும்புபவளைப்போன்று இருந்தது. நான் எனது திறப்பைப் போட்டுக் கதவைத் திறக்கவும், நன்றி சொல்லிக்கொண்டு உட்புகுந்தவள், ஒரு வீட்டின் கதவி லிருந்த அழைப்பானை அழுத்தவும், இரவு உடையில் திடுப்பென கதவைத் திறந்துகொண்டு வெளியே வந்த ஒரு ஆண் அவளின் ஒரு பயணவுறையையும், கொஞ்ச உடுப்புக்களையும் தரையில் வீசிவிட்டு "இவற்றையும் எடுத்துக்கொண்டு போய்த்தொலை ... இன்றோடு இனிமேல் இந்தப் பக்கம் வராதே" என அவளது தோளைப் பிடித்துத் தள்ளி விரட்டினான். அவள் எவ்வளவோ மன்றாடிப் பார்த்தாள். அவன் மசிவதாயில்லை, கதவைச் சாத்திக்கொண்டு உள்ளே போய்விட்டான்.

அவனது சட்டபூர்வ மனைவியென்றால் இப்படிச் சாமத்தில் அவளை வெளியே தள்ளிவிட முடியாது. அதுக்கெனத் தனியான தண்டனை உண்டு. சேர்ந்து வாழும் ஒரு ஜோடி யாக இருக்கவேண்டும். என்னால் இவர்களை வேடிக்கைப் பார்த்துக்கொண்டிருக்க முடியாது. நேரத்துக்குள் பணி முடித்தாக வேண்டும். அந்த வீதியில் உள்ள வீடுகளுக்கெல்லாம் பத்திரிகையை விநியோகித்துவிட்டுத் திரும்பிவருகையில் பார்த்தேன். அவள் வீதியின் நடைமேடையில் பயணவுறையில் அமர்ந்து அப்போதும் அழுதுகொண்டிருந்தாள். மனதுக்கு மிகவும் கஷ்டமாக இருந்தது. "ஏதாவது விதத்தில் உனக்கு

நான் உதவ முடியுமா" என்று கேட்கலாமோவென்று இருந்தது. "போய்யா . . . நீ உன் சோலியைப் பார்த்துக்கொண்டு" என்று அவள் திட்டவுங்கூடும். தயக்கமாக இருந்தது. வந்துவிட்டேன்.

ஒரு புதுவருஷத்தன்று பத்திரிகைகளை விநியோகித்துக் கொண்டு வருகையில் எதிரே ஒரு இளைஞன் வந்துகொண்டிருந்தான். "எல்லாப் பத்திரிகைகளையும் தெருவில் வீசிவிட்டு வீட்டில்போய் தூங்கு." என்றான். "எதுக்கு?" என்றேன். "பார் கொம்றேட் இன்றுதான் உலகம் முழுவதும் மக்கள் தம் வேலைகள் அனைத்தையும் போட்டுவிட்டு ஜாலியாய் குதூகலிக்கும் ஒரு நாள். இன்றைக்கும் வேலை செய்கிறாயே நோய்பிடித்த பன்றி மாதிரி" என்றான். "என்ன செய்ய என்பணி அந்தமாதிரியாச்சே" என்றுவிட்டு நான் அடுத்த வீட்டுக்குப் பத்திரிகை விநியோகிக்கப் போனேன். திரும்பிவந்து பார்த்தால் வண்டியிலிருந்த அனைத்துப் பத்திரிகைகளும் வீதியில் விசிறிவீசப்பட்டிருந்தன. கோபம் கோபமாக வந்தது. அவனை அணுக்கத்தில் காணவில்லை. அவனைச் சன்னமான கெட்டவார்த்தைகளால் வைதுவிட்டுப் பத்திரிகைகளைப் பொறுக்கி எடுத்து வண்டிக்குள் அடுக்கத் தொடங்கவும் அவன் திரும்பி வந்தான். அப்படியே அவன் மண்டையைப் பிடித்து சுவரில் மோதத் தயாரானேன். "என்னை மன்னித்துவிடு கொம்றேட்" என்றபடி ஓடிவந்து தரையில் குந்தியிருந்துகொண்டு பத்திரிகைகளை மீளவும் சேகரித்து வண்டிக்குள் போட்டான். "நானும் விடுப்பெடுத்துக் கொண்டு வீட்டில் அமர்ந்துவிடலாந்தான், அத்தோடு என் பணி போய்விடுமே . . . நீ அதுபற்றி யோசித்திருக்கமாட்டாய்" என்றேன். "மருத்துவர்கள், பேருந்து, தொடருந்துப் பணியாளர்கள், காவல்துறையினர், தீயணைப்புப் பணியாளர், டாக்ஸிக்காரர்கள், இன்னும் ஊடகத்தோடு தொடர்புடைய நீங்கள் எல்லாம் பாவிகள்" என்றான்.

யாழ்ப்பாணத்தில் 'மல்லிகை' பத்திரிகையை ஆரம்பித்த காலத்தில் தானே அவற்றை மிதியுந்தில் கட்டிக்கொண்டு வீடுகளுக்கும், கடைகளுக்கும், நூலகங்களுக்கும் விநியோகித்ததாக தோழர். டொமினிக் ஜீவா அடிக்கடி சொல்லுவார். அதுதான் எனக்கும் ஞாபகத்துக்கு வந்தது.

கண்களைச் சுழற்றித் திருமண்ணை இட்டுக்கொண்டோ இடாமலோ "நாலு வர்ணங்களையும் படைத்தவன் அவனே என்பதையொப்பும் எம் வருணாச்சிரம தர்மத்தின் இறுதி இணைப்பாய் பறையனாக சிங்களவர்களுக்கு அறிமுகப்படுத்தப்பட்ட ஒரு தமிழனைத் திட்டுவதற்கு இன்னும் சிங்களவர் "பறத் தெமிளோ" என்னும் சீர்த்தொடரைக் கூறுவதை இலங்கா

புரியில் கேட்கலாம். இன்னும் இம்மாணிக்கதுவீபத்தில் அதன் தமிழ்ப் பகுதியோ, சிங்களப் பிரதேசமோ எந்தவொரு நகரமோ கிராமமோ அங்கே மலங்காவி அல்லது பொதுக்கழிப்பறை பேணும் உஸ்த்தியோகத்தைத் தவறாமல் ஒரு தமிழ்ப்பறைய னுக்கோ அருந்ததியனுக்கோதான் வழங்கிக் கௌரவம் செய்கிறார்கள்.

இங்கும் முப்பது வருஷங்களாக அதிகாலையில் பெர்லினின் எந்தப் பகுதியையாவது ஒருதரம் வலம் வந்தீர்களாயின் அங்கே எங் குலக்கொழுந்தொன்று வண்டி யிலோ மிதியுந்திலோ பத்திரிகை விநியோகித்துக்கொண் டிருப்பதைக் கண்டேகலாம். அதாவது அஃது நம்மவர்களுக் கேயான தொழில் என்றாகிப்போனது. நான் பத்திரிகை வண்டியைத்தள்ளிக்கொண்டு செல்லும் 'டூரி'ல் சில வளவுகளில் நிறைய பூமரங்கள் வைத்திருப்பார்கள். ஒருநாள் ஒரு Rosehip மரத்தில் அரும்புகள் நிறைந்திருந்த ஒரு கிளையை முறித்து என் வண்டியில் சொருகிவைத்தேன். நான் ஒவ்வொரு வீட்டிலும் பத்திரிகையை விநியோகித்துவிட்டு வரவும் அவ்வரும்புகள் ஒவ்வொன்றும் மில்லிமீட்டர் முகை அலர்ந் திருந்தன. என் 'டூர்' முடிவடைகையில் அநேகமாக எல்லா முகைகளும் மலர்ந்திருந்தன.

என்னே ஆனந்தம். அன்று வந்து என் டைரியில் ஒரு கவிதை கிறுக்கினேன்.

**தூக்கம் கண் அழுத்தும் தூங்கமுடியாதம்மா**
**பார்தூங்கி ஆனந்திக்கும் நான் நடப்பேன் சுமைகளோடு**
**கட்டிலில் போர்வை சுகம், கதகதப்பில் கனவு வரும்**
**வெள்ளிப்பனிமலைகள் பசுஞ்சோலை பக்ஷிக்கூட்டம்**
**கனவுகளின் சுகமும் இல்லை காட்சிகளின் வரமும் இல்லை**
**கனவுகளின் காட்சிநேரம் படிகளில் மூச்சிரைப்பேன்**
**நாலாம் மாடிவாழும் கனவானுக்கு பேப்பர் தர.**

○

வெய்யில் கண்டால் கால்வாயில் நீந்தி அலுத்துப்போன அன்னங்களும் வாத்துக்களும் வெளியேறி மனிதர்களுக்கான நடைபாதையில் தாங்களும் நடைபயிலும். அப்படி நடந்து திரியும் வாத்து ஒன்றுக்கு சிறுவர்களைத்துரத்துவதும். அவர் களின் குஞ்சாவில் கொத்துவதும் வழக்கமாகிவிட்டது. அப்படி யொரு ஆண்விரோதம் அதுக்கு, எப்படி ஏற்பட்டதென்றுந் தெரியவில்லை. அப்படியே அது வளர்ந்தவர்களையும் கொத்து வதற்காக துரத்தத்தொடங்கவும் புகார் கொடுக்கப்பட அது அங்கிருந்து அகற்றப்பட்டது.

ஊரிலும் ஒரு பாட்டியும் கிடாய்கள் வளர்ப்பார். தன் ஆடுகளை வாங்க வரும் வியாபாரிகளைத் தவிர பிறர் எவரையும் அவற்றைப் பார்ப்பதற்கு அனுமதிப்பதில்லை. 'ஆவிலாதி' என்று ஒருவருக்குப் பாட்டியின் கிடாய்களைப் பார்க்கவேணும் போலொரு தவிப்பு உண்டாக ஒரு நாள் பாட்டிக்குப் போக்குக் காட்டிவிட்டு எப்படியோ அவரின் வீட்டுக்கோடியில் ஆடுகட்டும் ஒத்தாப்பினுக்குள் நுழைந்திருக் கிறார். அங்கே நின்ற வேள்விக்காக வளர்க்கப்பட்ட பெரிய வெள்ளைக் கிடாயொன்று பாய்ந்து பெம்மானின் குஞ்சாவில் ஒரே மொத்து. வீட்டின் கோடியிலிருந்து மரண ஓலம் வரவும் அயலவர்கள் ஓடிப்போய் ஆவிலாதியைத்தூக்கி ஆஸ்பத்திரிக்கு எடுத்துப் போகவேண்டி வந்தது, அன்று ஆவிலாதியின் அணியம் அருந்தலில் தப்பிற்றென்க.

அன்றைக்கு ஒரு சனிக்கிழமை லுண்டாவுக்கு போகவேணும் போலிருந்தது, ஆனால் நடந்துபோக அலுப்பாகவும் இருந்தது. சரி, இன்றைக்குச் சுரங்கத் தொடருந்தில் போய்வரலாமென்று புறப்பட்டேன். அதிலும் அன்று வழமைக்குமாறாக சற்றே நெரிசலாக இருந்தது. ஒரு தரிப்பில் ஒரு இடம் காலியாக அதைப் பிடிக்கலாமென்று ஓடினால் இன்னொரு ஜெர்மன் இளைஞனும் அதை நோக்கியே பாய்ந்து வருகிறான். என் இயல்பான பின்னடிக்கும் சுபாவத்தால் அவ்வாசனத்தை அவனுக்கே விட்டுக்கொடுத்தேன். அவனோ உட்காராமல் தெளிவான ஆங்கிலத்தில்

*" Hi... Comrade! you are very gentle, but you need not to offer me the seat"* என்றான்.

எனக்கு அப்படித்தான் அப்போது வாயில் வந்தது. *"It's your Train..., So it's your Seat"* என்றேன்.

*"Who says so... its a wrong concept Ja."*

*"It's okay... Please relish your priority."*

*"Oh... No! It's a silly idea man. You are totally mistaken... Personally I feel that the whole Universe materials belong to everyone equally and we all have equal right on them, I come from such a School. Your attitude pains me."*

எங்கள் சம்வாதம் ஒரு முடிவுக்கு வரமுதலே ஒரு அகலமான பெண்மணிவந்து அவ்விடத்தில் வசதியாக அமர்ந்து கொண்டு கால்களை ஆட்டவுந் தொடங்கியிருந்தார்.

*"Okay, that's a good doctrine indeed, but who will appreciate it ?"* என்றேன்.

*"Let's change a Ten ... who will change a Hundred and they will do a Thousand... likewise a Million soon!"* என்றவனுடைய ஸ்டேசன் அதற்குள் வந்துவிடுகிறது. இறங்கிப் போகும்போது அவசரமாகத் தன் முகவரிச் சீட்டை எனக்கு நீட்டினான். அதில் அவன் பெயர், முகவரி விபரங்களைத் தவிர

*BREAD FOR THE WORLD*

*LET US CREATE A WORLD WITHOUT BARRIERS*

என்று ஆங்கிலத்திலும் இன்னும் பல வாசகங்கள் ஜெர்மனிலும் அச்சிட்டிருந்தன.

மஹாவம்சவாரிதி அநகாரிக தர்மபாலா போன்ற சில சரித்திராசிரியர்கள் திரித்துவைத்த இலங்கையின் சரித்திரத்தை சந்திரிகா விஜேகுமாரதுங்க படித்திருந்தாலும் அப்போது அவர் தென்னாபிரிக்காவுக்குச் சென்று 'இலங்கையில் தமிழர்கள் வந்தேறுகுடிகள்' என்றெல்லாம் பேசியிருக்கவில்லை.

அவன் போன திசையைப் பார்த்துக்கொண்டிருந்தேன் வெகுநேரம்.

பெர்லினில் மட்டுமல்ல முழு ஜெர்மனியிலும் தொழில் வாய்ப்பைப் பொறுத்தவரையில் 5 விதமான தமிழர்கள் இருந்தார்கள். அதிஷ்டகரமாக வந்தவுடனேயே அங்கங்கே உணவகங்களில், பாடசாலைகளில், காரியாலயங்களில் துப்பரவு செய்தல் போன்ற சிறு பணிகள் செய்யும் வாய்ப்பைப் பெற்றவர்கள். பத்திரிகை விநியோகம் போன்ற சிறு பணிகள் மட்டும் செய்பவர்கள். செய்த தொழிலை ஏதாவது காரணங் களால் இழந்தவர்கள். ஒரு வேலையுமே கிடையாமல் சமூக உதவிகளை மட்டும் பெற்றுக்கொண்டு வாழ்பவர்கள். இவர்கள் யாவரையும்விட உரிய பத்திரங்கள் இல்லாமல் அநேகமாக பண்ணைகளிலும், உணவகங்களிலும் பதிவுகளின்றிச் சட்டத் துக்குப் புறம்பாகப் பணிபுரிபவர்கள். இவர்கள் ஈட்டும் ஊதியத்துடன் வேலையற்றவர்களுக்கான சமூக உதவிகளையும் பெற்றுக்கொண்டு வள்ளீசாக வாழ்பவர்கள்.

சமூக உதவிகளை மட்டும் பெற்றுக்கொண்டு வாழ்பவர் களுக்கு அரசு தரும் ஹொட்டல்களில் மாத்திரம் வாழவேண் டியது நியதி. குழந்தை குட்டிகளுடன் குடியேறிவிட்டவர்களுக்கு

தாராளமான சமூக உதவிகள் கிடைத்ததன. 3 பிள்ளைகளுடன் கூடிய ஒரு குடும்பத்துக்கு வீட்டுக்கான வாடகை மின்சாரச் செலவு நீங்கலாக 1000 மார்க்வரையில் பணம் கிடைத்தது. இது சட்டரீதியாகப் பணிபுரியும் ஒருவரால் சேமிக்க முடியாத தொகையாகும்.

குணம் என்று ஒரு குடும்பஸ்தர் இப்படியாக உணவகம் ஒன்றில் பேப்பர் இல்லாமல் ஆண்டுக்கணக்கில் வேலை செய்துகொண்டு சமூக உதவிகளையும் பெற்றுக்கொண்டு வந்தார். அவரது எதிர்வீட்டுக்காரர் ‘குறட்டரியம்’ கார்த்திகேச னுக்கு அது பொறுக்கக்கூடிய விஷயமாக இருக்கவில்லை. ‘கப்பூத்’ கார்த்தி என்றும் அழைக்கப்பட்ட அவர் சிலகாலம் பொறுத்துப் பார்த்துவிட்டு கடைசியாக அவருக்கு ‘வந்த ஜெர்மனில்’ அக்குடும்பஸ்தரைப் பற்றிப் புகார்கள் எழுதி எழுதிச் சமூக உதவிகள் அலுவலகத்துக்கு அனுப்பிக்கொண்டே இருந்தார். அவர்கள் அதைக் கண்டுகொள்ளாமல் இருக்கவும் இறுதி அஸ்திரமாக குணத்தின் சிங்கப்பூர் வங்கிஅறிக்கையை அவரது கடிதப்பெட்டிக்குள் நெடிய சாவணமொன்றை விட்டு உருவி எடுத்துச் சமூக அலுவலகத்தில் சேர்ப்பித்துவிட்டு வந்த பின்புதான் நிம்மதியாகத் தூங்கினார்.

○

# அனுபல்லவி

பெர்லின் நகரத்துக்கு கிழக்கு – மேற்காக வகிடு எடுத்துவிட்டது போல் அமைந்திருக்கும் நீண்ட சாலைக்குப் பெயர் *Kufuerstendamm*. ஜெர்மனியின் கடைசி சர்க்கரவர்த்தியின் பெயரால் அமைந்துள்ளது அவ்வீதி. அதற்குச் சமாந்தரமாக வுள்ள *Mommsenstrasse* எனும் சிறிய வீதியில் அமைந்துள்ள *Tulips* ஹொட்டலில் எனது உறவுக் காரர் சண்முகதாஸ் என்பவர் இருந்தார். இன்னும் அவரது அறையில் சுருவில் (இடவாகுபெயர்) என்றொருவர் இருந்தார். *Frankfurt*இல் இருந்த சுருவிலின் மைத்துனர் ஒருவர் இவரை அழைத்துப் போய்த் தன் செல்வாக்கால் சட்டப்படியான பதிவில்லாமல் எங்கேயோ ஒரு வேலையில் கொழுவிவிட சுருவிலும் அதைச் செய்துகொண் டிருந்தார். மாதமொருமுறை சமூக உதவிகள் சிறகம் வழங்கும் வசதிகளை வாங்கமட்டும் வந்துபோய்க் கொண்டிருந்தார். 'சுருவிலின் கட்டில் காலியாகத் தானே இருக்கிறது. நீ விரும்பினால் அங்குவந்து தங்கலாமே'யென சண்முகதாஸ் என்னை அழைக்கவும் 1980 பின்பகுதியில் அங்கே குடி பெயர்ந்தேன். அந்தக் ஹொட்டலில் எம் அறையில் இருந்தவர்களுள் புத்தளத்தைச் சேர்ந்த முத்துராஜா அண்ணையும், திலகனும் மட்டும் தினப்பத்திரிகை விநியோகிக்கும் பணியைச் செய்துகொண் டிருந்தனர். இப்போது நானும் சேர்ந்துகொண்டேன். தினமும் முத்துராஜா அண்ணர் என்னையும் திலகனையும் ஒரு மணிக்கு எழுப்பிவிட்டு

காப்பியும் ஒன்று போட்டுத்தருவார். குடித்துவிட்டு எனது விசையுந்தில் புறப்படுவேன். முத்துராஜா அண்ணருக்கு பேருந்திலும், சுரங்கத்தொடருந்திலும் செல்ல வேண்டும். வெளியில் குளிர் எப்படி இருந்தாலும் இரண்டு மூன்று வீடுகள் மாடிவரை சென்று பத்திரிகைகள் போட்டானதும் உடல் லேசாக வியர்க்கத் தொடங்கிவிடும், அதன்பின் குளிர் அவ்வளவாக உறைக்காது. பனிக்காலத்தில் பனியுள் புதையும் வண்டியைத் தள்ளுவதுதான் கஷ்டம். இன்னும் தத்தாரிகள் கண்ணில் வண்டி பட்டாலும் துன்பம். அவர்கள் தம்பாட்டுக்கு பத்திரிகை வண்டியைத் தள்ளிக்கொண்டுபோய் எங்காவது விட்டுவிடுவார்கள். ஒருமுறை ஒருவன் எனது வண்டியை தள்ளிக்கொண்டுபோய் ஒரு சிறுவர்கள் விளையாட்டு நிலையத்தில் வளர்ந்திருந்த பூம்புதர்களுக்கிடையில் சொருகி விட்டுப் போய்விட்டான். அந்த இரவு முழுவதும் அதைத் தேட வேண்டியதாயிற்று. தினசரி விநியோகிக்கும் பணியே *1982* முழுவதும் தொடர்ந்தது.

*Tulips* ஹொட்டலும் *Domitry* வகையான ஹொட்டல்தான். பழைய நான்குமாடிக் கட்டிடம். அதன் முதலாவது தளம் முழுவதும் பால்வினை விடுதி ஒன்று இயங்கிக்கொண்டிருந்தது. அது இராப்பகலாக பிஸியாக இயங்கிக்கொண்டிருக்கும். இரண்டாவது தளத்தில் உள்ள ஐந்து பெரிய அறைகளில் முறையே பங்களாதேஷியர், பாகிஸ்தானியர், கானாக்காரர், இலங்கையர் என இருந்தோம். எங்கள் எல்லோருக்கும் பொதுவான சமையலறைகள், குளியலறைகள் இருந்தன. மூன்றாவது தளத்தில் தொகுப்பு வீடுகள். அவை முழுவதும் ஜெர்மன்காரர்களின் குடியிருப்புகள். அவர்கள் எங்களையும், நாங்கள் அவர்களையும் பொருட்படுத்துவதோ முகமன் சொல்வதோ இல்லை. பாகிஸ்தானியர்கள். பங்களாதேஷியர் அறையில் எந்நேரமும் இந்தி, உருது, வங்காள சினிமாக்கள் ஓடிக்கொண்டிருக்கும். ஏதோ படம் பார்க்கத்தான் ஜெர்மனிக்கு வந்தவர்கள்போன்று மாறிமாறிப் படங்களை வாடகைக்கு எடுத்துவந்து பார்த்துக்கொண்டிருந்தார்கள். அத்தோடு வாழ்வாதாரங் குன்றிய, வேலை செய்யும் மனோபாவமில்லாத, கூரையற்ற பெண்களைச் *(Dachlos)* சுலபத்தில் ஹொட்டலுக்குத் தள்ளிவந்து சம்போகிப்பதும் அவர்களது முதலான பொழுது போக்குகளில் ஒன்று. இன்னும் அவர்களுக்கு ஏதோ தம் ஊரில் இருப்பதுபோன்றே நினைப்பு, தொளதொள பிஜாமாவும், முண்டாசும் கட்டிக்கொண்டு வீதி நடைதளத்துக்குக்குப் போய் ஓரமாகக் குந்தியிருந்துகொண்டு கடாபுடா என்று இரைந்து பேசிக்கொண்டும், கண்டவிடமெல்லாம் எச்சில்

துப்பிக்கொண்டும் இருப்பார்கள். வீதிக் கருத்தரங்குகள் ஒழிந்த நேரங்களில் சப்பாத்தி மாவையே பிசைந்துகொண்டும், சுட்டுக் கொண்டும், சாப்பிட்டுக்கொண்டுமிருப்பார்கள். சமைய லறைக்குள் அவர்களுக்கும் எங்களுக்கும் வெவ்வேறு வாயு அடுப்புக்கள் இருந்தன. பெம்மான்கள் சுட்ட சப்பாத்திகளைச் சூடு ஆறிவிடாமல் சுற்றிவைக்கும் துணியைப் பார்த்தால் அவை அநேகமாக பாவிக்கப்பட்ட பழைய துவாய்கள் நீங்கள் ஜென்மத்தில் சப்பாத்தியே சாப்பிடமாட்டீர்கள்.

பங்களாதேஷியரின் அறையில் ஐம்பது வயது மதிக்கக் கூடிய சற்றே படிப்பு வாசனையுள்ள சௌத்திரி என்று ஒருவர் இருந்தார். அவரது மெலிவான தேகமும், குறுந்தாடியும் அசப்பில் நம்ம வாசுதேவ நாணயக்காராவை இளமைக்காலத்தில் பார்த்ததுபோல இருக்கும். தான் டாக்கா துறைமுகத்தில் ஏதோ ஒரு குழுமத்தின் களஞ்சியத்தில் *Warf-Clerk*ஆகப் பணிபுரிந்ததாகச் சொன்னார். இலங்கைத் தமிழர்களது பிரச்சினைகள் ஒரளவு புரியும். அப்பப்போ அவைபற்றியும் ஏதாவது நம்மிடம் விசாரிப்பார். அவரும் எங்கேயோ பதிவு இல்லாமல்தான் பணி செய்துகொண்டிருந்தார். தன் பணிபற்றி மனிதனைக் கழுமரத்தில் ஏற்றிவைத்துத்தான் கேட்டாலும் மூச்சு விடமாட்டார். சடக்கென விஷயத்தை மாற்றிவிடுவார்.

ஒருவர் பதிவில்லாது எங்கேயோ ஓரிடத்தில் பணிபுரிகிறார் என்கிற சந்தேகம் தொழில்திணைக்கள அதிகாரிகளுக்கு வந்து விட்டால் பணியாளர் வேலைத் தலத்துக்குப் போவதையும் வெளியேறுவதையும் காணொளியில் பதிவுசெய்து தீர்ப்பாயத்தின் முன் நிறுத்திவிடுவார்கள். பணியாளருக்கு பணிமட்டும் இல்லாம லாகும். பெரிய நஷ்டமில்லை. ஆனால் பணிவழங்குனர்தான் பெருந்தொகையான அபராதத்தைச் செலுத்தவேண்டிவரும். நம்மவர்களில் அநேகர் அங்கங்கே இத்தாலியர், சீனாக்காரர் களின் உணவகங்களில்தான் ஆரம்பகாலங்களில் பதிவில்லா மலும், குறைந்த ஊதியத்திலும் ஊழியம் பண்ணினார்கள்.

சௌத்திரி ஹொட்டலில் எப்போது இருப்பார் எப்போது வேலைக்குப் போவாரென்று யாராலும் ஊகிக்க முடியாது. பங்களாதேஷியரின் அறை அமைதியாக இருந்தால் சௌத்திரி அங்கு இருக்கிறார் என்று அர்த்தம். அவர் இல்லாத நாட்களில் அவர்கள் அறைகளில் ஒரே பரதேவதைகளின் கும்மாளமும், கணிகையரின் காரியங்களுமாக இருக்கும்.

ஹொட்டலில் கானாக்காரர்கள் ஆங்கிலம் பேசுவார்க ளாதலால் எங்களின் இணைப்பு மொழியாக அது அப்போது

கைகொடுத்தது. சார்ளி என்கிற கானா இளைஞன் ஒருவனே எமது தளத்தின் துப்புரவுப் பணிகளையும், கட்டில் தலையணை உறைகளை மாற்றும் பணிகளையும் செய்துவந்தான். சார்ளி உயரம் அதிகமில்லை. முன்பற்களிடையே இடைவெளி. எப்போதும் ஒரு புன்னகை வைத்திருக்கும் நட்பான முகம். ஒரு பியர்க்குலைக்கானதைக் கைக்குள் வைத்துவிட்டால் போதும், வேண்டுமானால் வாரத்தில் மூன்று தடவைகள்கூட புதிய சலவைகளை மாற்றிவிடுவான்.

ஒரு முறை என் படுக்கை விரிப்பை மாற்ற வேண்டு மென்பதை ஞாபகப்படுத்த அவனது அறையில் போய் கதவைத் தட்டவும் ஒருவன் வந்து கதவைத் திறந்தான். இரண்டுபேர் இருபக்கமுமிருந்த இரும்புக் கட்டில்களில் தூங்கிக்கொண் டிருந்தனர். எதிர்த்தாப்போலிருந்த கட்டிலில் ஒருவன் ஒரு ஜெர்மன்காரியை முயங்கிக்கொண்டிருக்க, சூழலின் கிரியைகள் எதனாலும் அருட்டப்படாத வைராக்ய – தபஸ்வி சார்லி நடுவிலிருந்த ஒரு மேசையில் ஒரு ஒட்டகக்குஞ்சைப் போல் வாயை 5 மில்லிமீட்டர் திறந்து வைத்தபடி ஒரு கடிதத்தாள் கற்றையில் எழுதிக்கொண்டு இருந்தான். என்னைக் கண்டதும் எழுந்து வந்து வெட்கத்தோடு வரவேற்றவன் *"Sorry Comrade. Our boys are busy with their Operations here. Let's go out and speak"* என்றான், எனக்கும் அதுவே சரியாகப்பட்டது.

# Excelsior Hotel

*1981*இன் ஆரம்பத்தில் எனது பத்திரிகை விநியோக ஊழியத்தைப் பண்ணிக்கொண்டிருக்கையில், பெர்லினில் ஹொட்டல்கள் உணவகங்களில் உதவிப் பணியாளர்கள், சிப்பந்திகள் போன்ற பணிகளுக்கு தொழிலாளர்களின் தேவை அதிகரிக்கவும் அரசு தனது வெளிநாட்டவரின் வேலைதொடர்பான சட்டத்தில் சிறு திருத்தம் கொண்டு வந்தது. அத்திருத்தமூலம் ஏற்கெனவே வேலைஅனுமதிபெற்றுப் பணிபுரிந்தவர்கள் ஏதாவது காரணத்தால் தம் பணியை இடைநிறுத்தியிருந்தால், புதிதாக வேறொரு பணியில் சேர்ந்துகொள்ள வகைசெய்தது. அந்தச் சந்தர்ப்பத்தைப் பயன்படுத்திக்கொண்டு *Excelsior* என்னும் டூரிஸ்ட் ஹொட்டலில் பணியாட்கள் தேவையென அறிந்து அங்குபோனேன். இப்போதைக்கு சமையல்கூடத்தில் உதவிப் பணியாளர்கள் மாத்திரம் தேவை. விரும்பினால் நீ சேரலாம் என்றார்கள். சம்மதித்தேன். தேவையான பத்திரங்களையெல்லாம் அவர்கள் பூர்த்திசெய்துதர அதை எடுத்துக் கொண்டு அன்றே தொழில்திணைக்களத்துக்கும் விரைந்தேன். உடனடியாக ஏற்றுக்கொண்டு என்னை வேலைசெய்ய அனுமதித்துவிடவும், மீண்டும் ஒரு சந்தோஷமான நாள் வந்தது.

வாகனங்களெல்லாம் ஏதோ சங்கீதம் இசைத்துச்செல்வது போலிருந்தன. அந்த தொழில் திணைக்களம் எதிரிலும் எனக்கான பேருந்துத்தரிப்பு ஒன்று இருக்கிறதுதான் எனினும் வீதிக்குக் குறுக்காக

ஓடும் ஸ்பிறே கால்வாயின் பாலத்துக்கும் அப்பால் இருக்கிற பேருந்துத் தரிப்புதான் எனக்கு இஷ்டமானது. அக்கால்வாயின் கிழக்குத் தீரத்தில் அப்போது ஒரு தளத்தில் பழைய மகிழுந்து களை நசுக்கிப்பொடியாக்கி கால்வாயில் மிதக்கும் நீண்ட மிதவைகளில் *(Barges)* ஏற்றிவிடுவார்கள். அந்தத் தளமும் அதில் நின்றிருந்த பாரிய கொறடுகளைக்கொண்ட கிறேன்களும் இப்போது இல்லை. அவ்விடத்தில் இப்போது பெர்லினிலேயே மிக அதிகமான எண்ணிக்கையில் *(Deluxe - Suite)* தங்கும் அறைகளைக்கொண்ட *ESTREL* என்னும் பிரமாண்டமான ஹொட்டல் நிர்மாணிக்கப்பட்டுள்ளது. அங்கு போய் பேருந்து

Estrel Hotel

எடுத்தால் கட்டணமும் பாதியைவிடக் குறைவாயிருக்கும். அப்பேருந்து நிலையத்துக்கும் கால்வாய்க்குமிடைப்பட்ட முக்கோணவடிவ நிலத்தில் சிறிய பூஞ்சோலை ஒன்றை அமைத்துள்ளார்கள். பேருந்துத்தரிப்பைச் சேர்ந்தாற்போ லிருக்கும் சிறுவெளியில் எண்கோண நட்டு வடிவத்திலான ஒரு தொட்டியினுள் பூங்கன்றுகளை நாட்டிவளர்த்து வைத்திருக் கிறார்கள் (இந்த நட்டை ஜெர்மனில் *Mutter* என்பர், *Mutter* என்றால் தாய் என்பதே முதன்மையான அர்த்தம், தாய்தானே குடும்பத்தைக் குலையாமல் பிணைத்துவைத்திருப்பவர் என்பதனாலாயிருக்கலாம்.)

வழுவழுப்பான அந்த எண்கோணத்தொட்டியின் விளிம்பில் அமர்ந்துகொண்டு பேருந்து வரும்வரை சோலையையும் பூக்களையும் பார்க்கலாம். போய் அமர்ந்திருந்தேன். வேலை கிடைத்துவிட்டது. இனி அவசரம் அவசரமாக வீட்டுக்கு ஓடிப்போய் ஆகவேண்டியதும் ஒன்றுமில்லை. உலகத்தில் பாதியைப் பிடித்துவிட்ட மஹாஅலெக்ஸான்டரைப் போல அமர்ந்திருக்கிறேன். சற்றுத் தூரத்தில் என்னைப்போலவே சாவகாசமாக நின்றிருந்த ஒரு மனிதர் என்னைப் பார்க்கிறார். நான் அவரது பார்வையைத் தவிர்த்துவிட்டு வேறெங்கோ பார்க்கவும் அவர் தொடர்ந்து என்னைப் பார்ப்பதை என் புறக்கண்கள் உணர்கின்றன. நானும் திரும்பி அவரைப் பார்த்தேன். ஐம்பதைக் கடந்த அந்த மனிதர் பிறேஸ்கள் *(Zahnspange)* கண்டுபிடிப்பதற்கு முன்னர் பிறந்தவராக இருக்க வேண்டும். அவரது மேல்வாய்ப் பற்கள் துருத்தலாகத் தெரிந்தன. எனக்கு உடனே ஜெயகாந்தனின் 'உன்னைப்போல் ஒருவன்' நாவலில் வரும் ஐஸ்கிறீம் கடைக்காரர்தான் ஞாபகத்துக்கு வந்தார். துருத்தலான பற்களைக் கொண்டவர்கள் பொதுவாக வெள்ளந்திகள், வன்முறைகளில் இறங்கவே மாட்டார்கள் என்றும் ஜெயகாந்தன் எழுதியிருப்பார். நேராக என்னிடம் வந்த அந்தப் பெரியவர் எனது கைகளுக்குள் ஒரு 5 மார்க் நாணயத்தைத் திணித்துவிட்டு 'வைச்சுக்கோ' என்பதாகக் சைகை காட்டிவிட்டுத் தன்பாட்டுக்கு வேகமாகச் சென்று கொண்டிருந்தார். அவர் எதற்காக எனக்குப் பணந்தரவேண்டும்? அவர் பணத்தை ஏற்பதா திருப்பிக் கொடுப்பதா என்று புரியவில்லை. சரி ஏதோ இவனுக்குக் கொடுக்கவேண்டு மென்று அவருக்குத் தோன்றியிருக்கிறது கொடுத்திருக்கிறார். அதைத் திருப்பிக்கொடுப்பதும் அவரை அவமதிப்பதாகும். மனதைச் சமாதானம் செய்தேன். அன்று அதிசயத்தின்மேல் அதிசயமாக எல்லாம் நடந்தேறின. எனக்கோ எதுவும் புரியவில்லை. அறைவாசிகளுக்கு இரண்டு கிறில்ட்கோழியும் இரண்டு பியர் குலைகளும் வாங்கிச் சின்னதாக ஒரு பார்ட்டி கொடுத்தேன்.

அந்த பல்லுத்துருத்திய மனிதர் தந்த 5 மார்க்குக்குப் பதிலாக இன்னொரு 5 மார்க்கை ஒரு நல்லகாரியத்துக்குப் பயன்படுத்தவே முதலில் எண்ணினேன். அவர் தந்த நிக்கல் 5 மார்க் நாணயம் நல்ல மனதொன்றை ஞாபகம் செய்வதற்காய் இன்னும் பத்திரமாக என்னிடமே இருக்கிறது. இதுபோன்ற சில சந்தர்ப்பங்களில் ஆழமான யோசனையின்றிப் பல முட்டாள்தனமான முன்முடிவுகளும் எடுத்திருக்கிறேன்.

ஒருமுறை நான் சென்றுகொண்டிருந்த ஒரு வீதியின் நடைதளத்தில் எனக்கு எதிராக ஒரு இளைஞன் வந்து

கொண்டிருந்தான். அவன் இரண்டு கைகளிலும் உருளைக்கிழங்கு வறுவல்கள் இருந்தன. என்ன நினைத்தனோ என்னை அண்மித்ததும் திடீரென அதில் ஒன்றை என்னிடம் நீட்டினான். எதற்கு அவனதை நான் வாங்க வேண்டும் என்ற ஒருதலை யான சிந்தனை மட்டுமே என்னிடம் இருந்தது. அவனுக்கு நன்றி சொல்லி அதை வேண்டாமென மறுதலித்து அப்பால் சென்றேன்.

அதை மறுத்தபோது அச்செயல் என்னுள் ஏற்படுத்தியிருக்கக் கூடிய எதிர்வினைகள் என்ன. இவன் என்ன ஒரு பிச்சைக் காரனிடம் நீட்டுவதுபோல என்னிடம் நீட்டுகிறானே என்பதுதானே? அவ்வெண்ணம் ஏற்படுத்திய கோபம் தார்மீகமானதல்ல.

ஒருமுறை பார்த்தேன் ஒரு *Ostkreuz* தொடருந்து நிலையம் அருகாக வீதி நடைபாதையில் இரண்டு இளைஞர்கள் நின்று பேசிக்கொண்டிருந்தார்கள். அவ்வீதியால் வந்த ஒரு இளைஞி ஏதோவொரு இடத்துக்குப்போவதற்கு அவர்களிடம் வழி விசாரித்தாள். அந்தப் பெண்ணின் கையில் அப்போதுதான் அறிமுகமான ஜிஞ்ஜர்பியர் போலச் சுவைக்கும் கிளப்மேட் என்றொரு பானகம் இருந்தது. இளைஞர்களில் ஒருவன் முதலில் அப்பானகத்துக்குக் கையை நீட்டவும் அவள் அதைக் கொடுத்தாள். அதில் இரண்டு மிடறுகள் குடித்துவிட்டு நிதானமாக யோசித்து அவள் கேட்ட இடத்துக்கான வழியைச் சொன்னான். இளைஞர்கள் நண்பர்கள் குறிப்பாக மாணவர்கள் வட்டத்தில் ஒருவர் குடித்த போத்தலில் மற்றவர் வைனோ, பியரோ, கோலாவோ குடிப்பதும், ஓர் தட்டில் உண்பதுவும் இயல்பான சாதா நிகழ்வுகள்தான், அதிசயமல்ல. சுருக்கெனக் கோபமடையக்கூடிய ஒரு மூர்க்கனுக்கு மாற்றுக் கோணங்கள் எப்படி எட்டும்?

அந்த இளைஞன் ஸ்நேகமாக இயல்பான ஐக்கியத்துக்காக விடுத்த அழைப்பை என் முட்டாள்தனத்தால் உதாசீனம் செய்தேனா, அவனது நுண் சமிக்ஞைமேல் புரிதலின்றிப் பாராமுகமாக இருந்துவிட்டேனோ? என் திமிர் அவனை அவமதித்து விட்டதோ?

ஒரு அந்நியர் வந்து எம்மிடம் ஒரு 50 ரூபாயை நீட்டினால் எந்த விசாரணையுமின்றி அதை உடனே எப்படி வாங்கி உறையுள் போட்டுக்கொண்டுவிடலாம், எனது அந்த நிராகரிப்பு இயல்பானதுதானா? அந்த வறுவலை அவனிடம் வாங்கிக் கொண்டு அப்புறம் இஷ்டமில்லையென்றால் குப்பையில்தான் சேர்த்திருந்தாலும் அதை அவனிடம் நான் வாங்கியிருக்க

வேண்டும். வாங்கியிருந்திருக்கலாம். எனது எதிர்வினையின் உளவியலை இப்போது பகுத்துப்பார்த்தாலும் எனக்குக் குழப்பமும் பச்சாதாபமே மேலிடுகின்றன. தப்பு மகா தப்பு.

**'மீண்டும் மீண்டும் அவள் நினைவுகள்**
**என்றோ ஓருநாள் நான் அறியாமல்**
**செய்துவிட்ட ஒரு பாவத்தைப்போல'**

என்று ஒரு உருதுக்கவிதையின் வரிகள் வரும். அதைப்போலவே இன்றும் மறக்கமுடியாதபடி என் நினைவுகளில் பதிந்து போனது அந்நிகழ்வு.

*Wer kanns nicht vergessen gestern , hat keinen neue Tag.*

அதாவது 'மறக்கவே முடியாதவர்களுக்கு ஒரு புதிய நாளே கிடையாது' என்றும் ஒரு நவீன ஜெர்மன் கவிஞன் எழுதுகிறான்.

○

சொந்தமாக ஒரு வண்டியிருந்தால் இரண்டு பணியையும் சமாளிக்க வசதியாயிருக்கும் போலிருக்கவும் ஒரு *Volkswagen Beatle* எனப்படும் வண்டி ஒன்றை *400* மார்க்குகளுக்கு வாங்கி ஓடித்திரிந்தேன். என்ன இத்தனை மலிவாகவாகவா என்று வியக்கிறீர்களா . . . ஆமாம் அவ்வண்டிக்கு இன்னும் ஒரு ஆண்டுதான் வீதியில் ஓட்ட அனுமதியிருந்தது, அதன்பின்னர் அதை நசுக்கிவிட வேண்டும். அவ்வண்டியில் ஒய்வுநாட்களில் தோழர்களுடன் நகர்வலம் வருவதுண்டு. ஒருநாள் ஒரு பல்பொருள் அங்காடிக்கு சில உடுப்புவகைகள் வாங்குவதற் காகப் போயிருந்தோம். வீதியில் நிறுத்த எங்கும் இடம்கிடைக்க வில்லை. அந்த அங்காடிக்கு அணுக்கமாக இருந்த பார்க் ஹவுஸின் வாசலில் பச்சைப்பலகையில் *'Frei'* என்று ஒளிர்ந்து கொண்டிருந்தது. ஆகா ஆனந்தம். எமது புரிதலில் வாகன நிறுத்தம் 'இலவசம்' என்பதுதான். உடனே வண்டினய அதற்குள் செலுத்தினோம், நிறுத்தினோம். எமது ஷொப்பிங் எல்லாம் முடித்து காப்பி ஐஸ்கிறீம் எல்லாம் குடித்துக்கொண்டு நிதான மாகப் புறப்படும்போது வெளிவாசலில் ஒரு சட்டம் எம்மை வெளியேறவிடாமல் நீட்டிகொண்டு நிற்கிறது. அதோடிருக்கும் ஒரு தானியங்கி இயந்திரம் '*2* மணித்தியாலம் *49* நிமிஷங்கள் இந்த நிறுத்தப்பரப்பைப் பயன்படுத்தியிருக்கிறீர்கள். நிறுத்தற் கட்டணம் *12* மார்க் செலுத்தவும்' என்கிறது. என்னடா ஒரு சோதனை, நொந்துகொண்டே பணத்தைப்போட்டதும் அச்சட்டம் மேலெழும்பி வழிவிடவும்: "நன்றி மீணடும் வருக, உங்களுக்குச் சேவை செய்வதன்றோ எங்கள் பாக்கியம் என்றும் காத்திருக்கிறோம்" என்றது தானியங்கி.

*Excelsior* ஹொட்டலில் எனக்கு சலாட் போடுவது, பீற்றாசீலியா கீரையின் இலையை பொடிசெய்து கொடுப்பது, சமையல்கூடத்தில் சேரும் சமையல் கழிவுகளை அகற்றுவது என எல்லாம் இலேசான பணிகள்தான். இஷ்டப்பட்ட எதை வேணுமானாலும் அங்கே நாம் சாப்பிடலாம். மாதத்தில் 10 நாட்கள் விடுமுறை எனப் பல அனுகூலங்கள் இருந்தாலும், முழங்கால்கள் கெஞ்சக் கெஞ்ச சமையல் கலைஞர்களுடன் சேர்ந்து தினமும் 8 மணிநேரமும் நிற்பது கஷ்டமாக இருந்தது. திருமண அல்லது வேறு விருந்துகள் நடைபெறும் நாட்களில் விஷேடமான உணவுவகைகளுக்கு அவர்கள் பண்ணும் அலங்காரங்களை வேடிக்கை பார்ப்பதிலும் சில நாட்களில் பொழுதுகள் தெரியாமல் கழிந்துவிடும். இன்னும் மொழு மொழுவென்றிருக்கும் பரசாரகப்பெண்களின் குதூகலமும் கும்மாளமும் மீதிப்பொழுதை விரட்டும்.

வேலையில் சேர்ந்துகொண்ட புதிதில் *Jeniffer* என்றொரு பெண் பாதி ஜெர்மன்காரி (மீதிப்பாதி டெனிஷ்) "மூர்த்தி" "மூர்த்தி" என்று என்னுடன் ஒரு வெகு இணக்கமாகப் பழகிக் கொண்டிருந்தாள். சரியான வயித்தாப்பி. சதா எதையாவது கொறிக்க வேண்டும் அவளுக்கு. எதிர்பாராத நேரத்தில் கன்னத்தில் அழுந்த இச்சிவிட்டு "சாப்பிட என்ன இருக்கு" என்பாள். மறுக்க முடியாதுபோகும். 'பண்' தான் இருக்கு, மமலாட் அல்லது சீஸுடன் சாப்பிடுகிறாயா என்றால் "ஏன் *Wurst (Sausage)* கிடையாதா . . ." என்று கண்ணடிப்பாள் அர்த்தத்துடன்.

வானூர்திப்பரிசாரகிகளுக்கு வழங்கப்படுவதைப் போன்றே ஹொட்டல் பரிசாரகிகளுக்கும் விருந்தினர்கள் முன்னிலையில் எப்படி நிற்பது, நடப்பது என்று பயிற்சிகள் அளிக்கப்படும். உட்கார்ந்திருக்கும் விருந்தினருடன் உரையாடும் போது முதுகுக்குள் வளைந்துகொண்டு பேசப்படாது, முழங் காலுக்குள் அவர் உயரத்துக்கு மடிந்து பதிந்துகொண்டுதான் பேசவேண்டும், விருந்தினர்களுக்கு உணவு பரிமாறப்பட்ட பின்னாலும் அவர்களிடம்போய் 'எல்லாம் சரியாக இருக்கிறதா' என்று பரிசாரகி/கர் அக்கறையுடன் விசாரிக்கவேண்டும். *Jeniffer* விருந்தினர்முன் இடுப்பை ஒடித்து ஒடித்து ஒரு நடன பாவத்துடன் அழகாகவே நடந்துபோய் முகத்தை அவன் விரும்பினால் இச்சக்கூடிய ஒரு நெருக்கத்தில் வைத்துக் கண்களால் வெட்டி *"Alles paletti?" (Is everything okay)* என்பாள் கொஞ்சலுடன்.

*Reh* எனப்படும் சுவைமிகுந்த புலுட்டைமானின் இறைச்சி இங்கு பிரசித்தம். சாதா ஆட்டிறைச்சியின் விலை கிலோ

10 மார்க் என்றால் இதன் விலை 50 மார்க்காகவிருக்கும். செல்வச்சீமான்கள் வைக்கும் Banquette பார்ட்டிகளிலும், கல்யாண விருந்துகளிலும் இதுவே தவறாமல் பரிமாறப்படும். விஷேடமான மசாலாக்களில் முழுதாக மானை ஊறவைத்து வாட்டி அப்படியே விருந்தினர்களின் மேசை நடுவில் வைப்பார்கள். அங்கே நிற்கும் சமையல்கலைஞர் விருந்தினர்களுக்கு வேண்டிய இறைச்சியை அரிந்து அரிந்து கோப்பைகளில் வைத்துக் கொடுப்பார். பெரும் விருந்துகளில் 20 வரையிலான மான்கள்கூடப் பரிமாறப்படுவதுண்டு. விருந்து முடிந்த பின்னால் எலும்புகளில் ஒட்டியிருக்கும் மீதி இறைச்சியைச் சுவைப்பதில் பரிசாரகர்களுக்கும், ஏனைய ஹொட்டல் சிப்பந்திகளுக்கும் பெரும் போட்டியே நடைபெறும். அவ்வாறாக Banquetteஇல் மான் விருந்துகள் நடைபெறும் நாட்களில் தீனிப்பண்டாரம் Jeniferஐக் கட்டிவைத்தாலும் வீட்டிலிருக்கமாட்டாள், வேலைக்கு வந்துவிடுவாள்.

அன்று ஒரு கோடைகாலத்தின் பகற்பொழுது, வனிலா கிறீம் வர்ணத்திலான தன் சீருடையின் மேல் மூன்று தெறிகளையும் அலட்சியமாகத் திறந்து விட்டிருந்தாள். உள்ளே அவளது ரீ–ஷேர்ட்டின் மார்பில் *'Endless Miracle'* என்று எழுதியிருந்தது. "அருமையான கற்பனை" என்றேன், அவள் அப்பாராட்டு தனக்கானது என எடுத்துக்கொண்டு மறுநாள் வேறொரு ரீ–ஷேர்ட்டையும் அணிந்து வந்து சீருடையை விலக்கி எனக்குக் காட்டினாள். அதில் *'Fresh Delivered'* என்றிருந்தது.

அடிக்கடி என்னிடம் "என்னை நீ எப்போது ஸ்ரீலங்காவுக்கு கூட்டிப்போறே" என்பாள். என் தொங்குபொறி விஸாவைப் பற்றி அவளுக்கு என்ன தெரியும். நானும் "கொழும்பில் ஒரு வளமனை எழுப்பிக்கொண்டிருக்கிறேன் ஹனி . . . அது முடிந்ததும் நிச்சயமாய் நம் தேன்நிலவு அங்கேதான்" என்பேன். வெகு யதார்த்தவாதி. 'அச்சம் மடம் நாணம் நாய்களுக்கு வேண்டுமாம்' என்று இருப்பவள். ஒருநாள் ஹொட்டலின் லொஃபியை அடுத்துள்ள மெழுகுதிரி தாங்கிகள், பூச்சாடிகள், காப்பி ஃபில்டர்களன்ன தட்டுமுட்டுச் சாமான்கள் வைக்கும் ஒடுங்கலான ஒரு களஞ்சிய அறைக்குள் என்னைக் கூட்டிச் சென்றாள். தீண்டினால் கிளர்த்தக்கூடிய ஒரு இடத்தில் அவள் புறங்கை லேசாகத் தட்டியது. அது தற்செயலானதென்றே நினைத்தேன். அடுத்து 'ஒரு சிகரெட் தருகிறாயா' என்பதைப் போல வெகு இயல்பாகக் கேட்டாள்: "எங்கே உன் 'அணியத்தை' எடு, நான் பார்க்கவேணும்". நானானபடியால் அன்றைக்கு அவளைச் சமாளித்து வைத்தேன் போங்கள்.

○

# புலப்பெயர்வுகளின் மிகை அலைக்காலம்

எண்பத்தொன்று, எண்பத்தி இரண்டுகளில் வந்து இறங்கியவர்கள் கணிசமான வீதத்தினருக்கு கிழக்கு பெர்லின் *Schoenefeld* விமானநிலையத்தில் வந்து இறங்கியதும் அங்கிருந்து எந்தத் தொடருந்தை எங்கே எடுத்து எப்படி *Friedrichstrasse* நிலையத்துக்குச் செல்வது, பின் அங்கிருந்து எப்படி தடுப்புச்சுவர் கண்டாயத்தினூடாக நுழைந்து வெளியேறிச் சுரங்கத் தொடருந்து மூலம் மேற்கு பெர்லினுள் நுழைவது என்கிற தகவல்களுடனேயே வந்து சேர்ந்தார்கள்.

இன்னும் அக்காலத்திலேதான் பலவிதமான பயணமுகவர்களும் உதயமானார்கள். ஐந்திலிருந்து பத்துவரையிலான பயணிகளுடன் பயணமுகவர்களும் சேர்ந்துவந்து எல்லாக் கண்டாயங்களையும் கடந்து வந்து மேற்குபெர்லின் வரையும் கொண்டுவந்து இறக்கிவிட்டுத் திரும்பவும் கொழும்பு சென்றுவிடுவார்கள். பணத்தின் ருசி கண்டவர்களுக்குப் பாமரமக்கள் பலர் இரையானார்கள். இம்முகவர்கள் ஒவ்வொரு பயணிகளிடமும் தமது பயணச்சீட்டுக்கான பணத்தைத் தனியாக உருவிக்கொண்டார்கள், 'ஜெர்மனி போய் இறங்கின உடனே வேலைதானே'யென ஆசைகாட்டி ஆட்களை அழைத்து வந்தவர்களுமுண்டு. அவ்வாறே யாழ் மாநகரசபையில் உயர்மட்ட அலுவலராகப் பணிபுரிந்த, நான்கு

பெண் குழந்தைகளின் தந்தையான குடும்பஸ்தர் ஒருவர் பயண முகவரின் ஆசைவார்த்தைக்கு எடுபட்டுப் பணியைத் துறந்து விட்டு புறப்பட்டு இங்கே வந்துவிட்டார். இங்கே *Domitry* ஹொட்டல்களில் அடுக்குக் கட்டில்களில் இரண்டாண்டுகளாக வேலையில்லாது வெட்டியாக படுத்திருந்தவர்களைப் பார்த்தவருக்கு பேரதிர்ச்சி. அவருக்கு ஆறுதல்சொல்லி மறுவாரமே செஞ்சிலுவைச் சங்கமூலம் விமானச்சீட்டு எடுப்பித்து 'போய் ஊரிலுள்ள உமது தொழிலையே பாரு மைய்யா' என்று அனுப்பிவைத்தோம். இவரைப்போலவே தொழிலைவிட்டு விட்டு வந்த பலரும் மறுவாரமே விமான மேறி மீண்டவர்கள் பலருண்டு. *1982*இல் அப்போதைய பா. உறுப்பினர் அமிர்தலிங்கம் மகனைப் பார்க்க லண்டன் வந்தவர் திரும்பிப்போகும்போது ஜெர்மனி, பிரான்ஸினூடாக ஒரு சுற்றுச்சுற்றிக்கொண்டு தாயகம் திரும்பினார். உடனேயே 'அமிர்தர் போய்க்கதைச்சிட்டு வந்திருக்கிறார், இனித் தமிழர்கள் அங்கே போயிறங்கின உடனே வேலைதான்' என்றொரு புரளியை கொழும்பின் பயணமுகவர்கள் கிளப்பிவிட வாரத்துக்கு இரண்டு சார்டேர்ட் விமானங்களில் நிரம்பிக்கொண்டு தமிழர்கள் வந்து குவிந்தார்கள். சமூகசேவை அலுவலகங்களில் வந்திறங்கும் ஜனத்தொகைக்கு ஈடுசெய்யும் எண்ணிக்கையில் நிஜமாகவே ஹொட்டல்கள் இல்லாதிருக்க அவர்கள் அகதிகளிடமே ஹொட்டல்களுக்கான பணத்தைக் கொடுத்து 'நீங்களே உங்களுக் கான ஹொட்டல்களைத் தேடிக்கொள்ளுங்கள்' என்று விட்டு விட்டார்கள். அத்தனை பணத்தைக் கொண்டுபோய் ஹொட்டலில் கொடுத்து அறைகளை வாடகைக்கு எடுத்துத் தூங்க எம்மவருக்கு என்ன பைத்தியமா? சனம் அமெரிக்கன் *AMERICAN-EXPRESS*ஐக் கண்டுபிடித்து அதன்மூலம் கிடைத்த பணம் அவ்வளவையும் ஊருக்குத் தள்ளிவிட்டு குடும்பம் குடும்பமாக *zoologischergarten* தொடருந்து நிலையத்தை ஆக்கிரமித்தார்கள். அதுதான் அத்தனை பேரையும் உள்ளடக்கக் கூடிய கூரையும், உஷ்ணமுமுள்ள ஒரே நிலையம். *500, 600* பேர் தொடருந்து நிலையத்தின் பொதுத்தரை முழுவதையும் ஆக்கிரமித்திருக்க ஜெர்மன்காரர்களுக்கு ஒன்றுமாகப் புரியவில்லை. எதுக்கு இத்தனைபேர் வந்திருக்கிறீர்கள்? எப்படி வந்தீர்கள்? உங்கள் உயிருக்கு பயமுறுத்தல் ஆபத்து ஏதும் உண்டா? உங்கள் பிரச்சினைதான் என்ன? எனப் பத்திரிகை களும் சூழ்ந்துகொண்டு துருவத்தொடங்கினார்கள். ஆங்கிலம் பேசத்தெரிந்த சில பேரறிவாளர்கள் திருவாய் மலர்ந்து. "சாச்சாய்... எங்களுக்கு அப்பிடி உயிராபத்தான பிரச்சினைகள் என்று ஒன்றுமில்லை... இந்தப்பயணமுகவர்கள்தான் எங்களுக்கிங்கே போனவுடன் வேலைகிடைக்குமென்று

ஆசைகாட்டிக்கூட்டி வந்து இறக்கிவிட்டார்கள்." "யார் அந்தப் பயணமுகவர்கள்" என்றால் அவர்கள் என்ன இவர்களுடன் ஒட்டிக்கொண்டா இருப்பார்கள். அனைவரும் மாயமாய் மறைந்திருப்பர். அரசுப்பணிகளில் இருந்த சிலரும், தனியார் ஸ்தாபனங்களில் பணிபுரிந்தவர்களுள் சிலரும் தாம்தாம் போட்டுவந்த மீள்பயணச்சீட்டுக்களிலேயே நாடு திரும்பினர். அப்படி நாடு திரும்ப விமானத்துள் ஏறியிருந்த ஒருவரை ஜெர்மனியின் மூத்த பத்திரிகையாளர் ஒருவர் செவ்வி கண்டார்: "கடைசியாக என்ன சொல்லவிரும்புகிறீர்கள்?" அவரும் அலம்பினார்: *"Never again foreign countries in my Life"*. இருந்தும் ஜெர்மன் அரசு அப்போது எவரையும் புலம்பெயர்ந்த வரின் ஒப்புதலின்றித்திருப்பி அனுப்பவில்லை. எண்பத்து மூன்றில் இனக்கலவரம், வெலிக்கடைச் சிறைச்சாலைப் படுகொலைகளின் பின்னால் அரசின் கரிசனையும் அனுதாப மும் எம்மீது விழுந்தது. 1983ஐ அடுத்து வந்த ஆண்டுகளில் மிகக் குறைவானவர்களே திருப்பி அனுப்பப்பட்டனர். 97% வீதமானவர்களின் அகதி விண்ணப்பங்கள் ஏற்றுக்கொள்ளப் பட்டன.

பெர்லினில் தங்கியிருந்தவர்களில் வந்திறங்கும் அகதி களுக்கான பொதுச்சேவைகளில் மூன்று விதமானவர்கள் ஈடுபடலாயினர்.

முதலாவது வகை நிஜமாகவே *AEROFLOT* விமானம் பெர்லின்வரும் செவ்வாய், வியாழன் தினங்களில் குளிரையும் பொருட்படுத்தாது *Friedrichstrasse* தொடருந்து நிலையத்துக்குப் போய் காத்திருந்து வரும் பயணிகளை காவல்துறையின் கண்களில் பட்டுவிடாது காபந்தாகக் கூட்டிவந்து அவர்களை உபசரித்து வேண்டிய தொடருந்தில் அவர்கள் போகவிரும்பும் இடத்துக்கு பத்திரமாக அனுப்பிவைத்தனர்.

அப்பொழுதெல்லாம் அதிகாலை வேளைகளில் காவல் துறையினர் ஹொட்டல்களில் பாய்ந்து யாராவது புதிதாக வந்து இறங்கியிருக்கிறார்களா என்பதை அடிக்கடி கண்கா ணித்தபடி இருப்பார்கள். தற்செயலாக அவ்வாறான கண்கா ணிப்புகளின்போது மாட்டுப்பட நேரின் யாரும் ஒன்றும் செய்யமுடியாது. காவல்துறையாக அவர்களுக்கொரு ஸ்டேசனைக்குறித்து அனுப்பும் வரைக்கும் பொறுத்திருக்கவே வேண்டும்.

இரண்டாவது வகையினர்: அவர்களை ஏனோ தானோ வென அழைத்துவருவது, வழியில் காவல்துறையிடம் மாட்டிக்

கொண்டுவிட்டால் அவர்கள் கடவுச்சீட்டை வாங்கிவைத்து விடுவார்கள். இவர்களை மேற்கொண்டு நேராக வேறுநகரங்களுக்கு அனுப்பிவிட முடியாதல்லவா? பின் வேறு எவராவது மேற்கு ஜெர்மனியிலிருந்து பெர்லினுக்கு வந்துபோக அனுமதியுள்ள ஒருவரின் பத்திரத்தில் அல்லது கடவுச்சீட்டில் தலையை மாற்றி அனுப்பிவைப்பது, அதற்கான தரகுப்பணத்தை பயணி கொண்டுவரும் பயணியர்காசோலையிலிருந்து பெற்றுக் கொள்வது.

மூன்றாவது வகையினர்: இவர்கள் வரும் பயணிகளிடம் சம்பாதிப்பது அதாவது இலாபம் ஒன்றையே குறியாக வைத்துச் செயற்பட்டனர். தாங்கள் தங்கும் ஹொட்டல்களிலேயே புதிதாக வந்தவர்களை இரகசியமாகத் தங்கவைத்துவிட்டு உபச்சாரம், சாப்பாடு, படுக்கை, அனைத்துக்குமாய்ச் சேர்த்துப் பணத்தை வசூலித்துவிடுவது. பயணி எடுத்துவரும் கருவாடு, சாரங்கள், சாராயம் போன்றவற்றை அமுக்குவது; இதற்கிடையில் கடவுச் சீட்டுகளைச் சோதனையிட வரும் காவற்துறையினரிடமோ, எக்குத்தப்பாய் வழிதெருவிலோ அவர்கள் அகப்பட்டுக்கொள்ள நேர்ந்தால் அகதி அந்தஸ்து கோரலுக்கான விண்ணப்பம் (ஸ்டேட்மெண்ட்) பணம், சட்டத்தரணியின் பணம் என்று நபரின் தமோகுணத்துக்கேற்ற வகையில் பயணிகளிடம் உரித்துக் கொள்வது.

பொதுவாக இந்தப்புல்லுருவிகளின் கைங்கரியங்களால் உண்மையான தார்மீக குணத்துடன் உதவிபுரிந்தவர்களும் பெர்லினில் சிலகாலம் அவப்பெயருக்காளானார்கள்.

பெர்லினில் காரைநகர் என்றொரு புல்லுருவி இருந்தான். அவனது சகோதரன் கொழும்பில் பயணமுகவராக ஆட்களிடம் பணத்தை உருவிக்கொண்டு இங்கே இவனது முகவரியைக் கொடுத்து அனுப்பிவைப்பான். இவன் வந்திறங்கும் இளைஞர் களுக்கு பியரையும் வாங்கிக்கொடுத்து, வாங்கோ இங்கே அம்மன்கோவில் ஒன்று இருக்கு தரிசனம் காட்டுறேன் என்று சொல்லி அழைத்துப்போய் *Peep show, life show* களைக்காட்டிக் குஷிப்படுத்திவிட்டு அவர்கள் கொண்டுவரும் பயணியர் காசோலைகளின் மீதியையும் உரித்துக்கொண்டுவிடுவான். ஏதோ இம்முகவர்ப்பணி விஷயமாகத்தான் இலங்கைக்குப் போன இந்நரகாலி பின்னர் திரும்பவே இல்லை. இயக்கம் ஒன்று இவரின் தகிடுதத்தங்களை அறிந்து வைத்துக்கொண்டு தட்டிவிட்டது என்றும், கல்வியங்காட்டில் புலிகள் – டெலோவுக் கிடையிலான வேட்டுப் பரிமாற்றத்துக்குள் மாட்டிக் குண்டடி பட்டான் என்றும் பிறகு செய்திகள் வந்தன.

எங்கள் ஹொட்டலில் ஒருவர் இருந்தார். பேப்பர்கள் இல்லாமல் உணவகமொன்றில் பணிசெய்துகொண்டிருந்தார். அவரது ஊர்க்காரர் எவராவது இக் ஹொட்டலுக்கு புதிதாக வந்திருக்கிறார்கள் என்று அறிந்தால் அவர் பத்துநாளைக்கு ஹொட்டல் பக்கமே வரமாட்டார். பிறகு ஊர்க்காரர்களுடன் பொலீஸ், விஸா, சமூகவுதவிகள் அலுவலகங்கள் என்று உலைச்சல்கள் இருக்குமே. அவர் மெல்லநழுவி வேறு தெரிந்த வர்களின் எவராவது ஹொட்டலில் போய் முகாமிட்டு விடுவார். வந்தவர் இதையெல்லாம் தானே தனியாகச் செய்துகொள்ளத் தெரிந்துகொண்டபிறகு ஒருநாள் சூதானமாகவந்து அவர்களைக் குசலம் விசாரிப்பார். "அடே நீ வந்தது இவ்வளவு நாளும் எனக்குத்தெரியாமல்ப்போச்சே ... சே ... சீ ... சூ" என்பார். அவருடைய இந்தச் சாதுர்ய நகர்வுகள் பலமுறையும் அவ தானிக்கப்பட்டதால் அவரது பெயருக்கு முன்னதாக ஒரு அடைமொழியும் தானாகவே சேர்ந்து கொண்டது. பாரி, கர்ணன், பேகன் ஆதியோரையும் அவ்வொற்றைச்சொல்லால் சுட்டுவர்.

தனியாக வாடகைக்கு வீடுகள் எடுத்துக் குடியிருந்தவர் களுக்கும் பின்னால் வந்தவர்கள் நிறையத் தொல்லைகளும் கொடுத்தார்கள். நண்பர், தெரிந்தவர், ஊரவர், தெரிந்தவருக்குத் தெரிந்தவரின் நண்பர் என்று இப்படி எவர்மூலமாவது எம் விலாசத்தைப்பெற்றுக்கொண்டு அகாலத்தில் வந்து இறங்கி விடுவார்கள். தங்கிடமளிக்கும் வீட்டுக்காரன் செற்றியில் நாலு பேரும் தரையில் பத்துப்பேருமாக வைத்துக்கொண்டு அல்லாடிக் கொண்டிருப்பான். மேலும் வந்து இறங்கிக்கொண்டிருக்கும் விருந்தினர்களால் வீட்டை வாடகைக்குக் கொடுத்த தனியார் அல்லது குழுமங்களால் நெருக்கடிக்காளானவர்கள் அதிகம்.

1985இல் நான் குழுமம் ஒன்றுக்குச் சொந்தமான ஒரு அடுக்ககத்தில் இருந்தபோது என் வீட்டில் 12 விருந்தினர்கள் இருந்தார்கள். கீழ்வீட்டிலிருந்த அறளை பெயர்ந்த கிழவன் ஒருவன் வீட்டின் நிர்வாகத்துக்கு அறிவித்துவிடவும் சாமத்தில் வந்து கதவைத் தட்டியது நிர்வாகம். ஒன்பதுபேர் நிலத்தில் படுத்திருக்கவும் வந்தவன் சனங்களைப் பார்த்து திடுக்கிட்டு "இத்தனை பேரை வைத்துக்கொண்டு இங்கே என்ன ஹொட்டலா நடத்துகிறாய்" என்று கேட்டான். "இல்லையில்லை இவர்களுக்கான பேருந்து வந்துகொண்டிருக்கிறது, இவர்கள் இன்னும் 2 நாட்களில் *Frankfurt*க்குப் போய்விடுவார்கள்" என்று பொய்வாக்குறுதி கொடுத்து அவர்களை அனுப்பி வைத்தேன். 15 சதுரமீட்டருக்கு ஒருவர் என்கிற விகிதத்தில்தான்

இங்கு ஆட்கள் வதிய அனுமதிப்பார்கள். மாதமுடிவில் 525 மார்க்குகள் இருந்த எனது வாடகையைத்திடீரென 650 மார்க்குகளென உயர்த்தினார்கள். காரணம் கேட்டபோது நீ அளவுக்கதிகமான தண்ணீர் பாவிக்கிறாய் அதுதான் உயர்த்தியிருக்கிறோம் என்றார்கள். ஒன்றுஞ்செய்யமுடிவில்லை.

ஒருமுறை ஃபிரான்ஸிலிருந்து ஒரு ஊர்க்காரர் எப்படியோ எனது தொலைபேசி இலக்கத்தை எடுத்துக்கொண்டு தொலை பேசினார். பெர்லினுக்கு இரண்டு குழந்தைகளுடன் வந்து விட்ட அவர் மனைவி அங்கே ஒரு ஹொட்டலில் கஷ்டப்படுவ தாகவும், நீங்கள் கூட்டிவந்து உங்கள் வீட்டில் வைத்துக்கொள்ள முடியுமா என்றும் கேட்டார். சரியென்று அவரைப்போய் அந்த ஹொட்டலில் பார்த்தேன். கடுங்குளிர் காலத்தில் அந்த ஹொட்டலின் கணப்பிலிருந்து வந்த சூடு போதாமலே இருந்தது. குழந்தைகளோடு கஷ்டப்படும் அவர்களைப்பார்க்க பரிதாபமாக இருக்கவும் வீட்டுக்கு அழைத்துவந்தேன். வந்த அன்றே அவர்களுக்கு வீட்டின் சில நடைமுறைகளைச் சொல்லி வைத்திருக்க வேண்டும். சொல்லாததின் நஷ்டம் வந்த அன்றே டாய்லெட்டை அடைக்கப் பண்ணினார்கள். எமக்கும் ஒன்றுமாகப்புரியவில்லை. ‘என்னதான் செய்தீர்கள்’ என்று துருவித்துருவிக் கேட்டும் மௌனம் சாதித்தது அந்தப்பெண். அறைநண்பர் ரவி மிகவும் கோபித்துக்கொண்டார். குளோவின் அடைப்பை எடுப்பதற்கு மிகவும் சாரமான இரசாயனங்களை எல்லாம் வாங்கிப் பிரயோகித்துப்பார்த்தோம். அடைப்பு எடுபடவில்லை. சாதாரண செய்தித்தாள் எதையாவது போட்டிருந்தால் அவ் இரசாயனங்கள் அதை எரித்துப் பாதையை சுத்தமாக்கிவிட்டிருந்திருக்கும். பின் அவசரகால உதவியை அழைத்ததில் அவர்கள் வந்து கம்பிவடங்களைச் செலுத்தி அடைப்பை நீக்கிச் சரிப்படுத்தினார்கள். அந்தப் பெண் தன் சனிட்டரி நாப்கினையும், குழந்தையின் டையஸ்பரை யும் குளோசெட்டினுள் போட்டதை எமக்கு 300 மார்க்குகள் செலவை வைத்தபின்னர்தான் கொஞ்சமாக ஒப்புக்கொண்டது.

○

# ஆறாவது ஸ்டேஷன்
# Stuttgart

ஏதாவது காரணங்களால் பணியையிழந் திருந்த வெளிநாட்டவர்கள் அப்பணிகளைச் செய்ய அரசு அனுமதித்தது. எனக்கும் *Excelsior* என்கிற 4 நட்சத்திர ஹொட்டல் ஒன்றின் சமையல்கூடத் தில் உதவியாளராகப் பணியொன்று கிடைத்தது. அங்கே மாதத்தில் 20 நாட்கள்தான் பணியிருக்கும். ஆனால் வரியன்ன பிடிமானங்கள்போக மட்டு மட்டான சம்பளந்தான் கையில் வரும். அதனால் என் பத்திரிகை விநியோகப் பணியையும் விட்டுவிட முடியவில்லை. ஒரு ஞாயிறன்று எனக்கு ஹொட்டல் பணிவிடுப்பு. மறுநாள் திங்கள் காலை பத்திரிகை விநியோகத்துக்கும் விடுமுறை. *Friedrichstrasse*க்குத் தான் (எல்லைத் தொடருந்து / சுரங்கத்தொடருந்து நிலையம்) போகலாமேயென்று ஒரு நண்பருடன் போனேன். அது *AEROFLOT* விமானம் கொழும்பி லிருந்து வரும் நாள். தெரிந்தவர்கள் எவராவது வரலாம், அன்றிலும் வேறும் நிறையப்பேர் அங்கு வருவார்கள். இன்னும் அங்கேயுள்ள வரிவிலக்கு அங்காடியில் மலிவாக விஸ்க்கி, சிகரெட்டுக்கள், ஸ்வீட்ஸ் எல்லாமும் வாங்கலாம். அன்றும் நிறையப் பேர் எம்மவர் வந்து இறங்கிக்கொண்டிருந்தனர்.

ஒரு இளைஞன் பெரிய பயணவுறையை சிரமப்பட்டு இழுத்துக்கொண்டு வந்தான். நம்மவன் ஒருவன் வருகிறானே அவனை நிறுத்தி ஊர்ப்பு தினங்கள் அறியலாமேயென்று அவனுக்கு ஒரு ‘ஹலோ’ சொல்லிக் கைலாகு கொடுக்கப்போனேன்.

அவன் பயணவுறையை கால்களுக்கிடையிலும், கடவுச்சீட்டு (ஒருவேளை பயணிகள் காசோலையும்) இருந்த சிறிய உறையை லபக்கெனக் கக்கத்துக்குள்ளும் இடுக்கிக்கொண்டு கையைத் தயங்கித்தயங்கி நீட்டினான். அந்த அளவுக்கு பெர்லின் பெயர் நாறிப்போயிருந்தது.

திடகாத்திரமான ஒரு சிவந்த பாட்டியும் கல்லூரிப் பெண்கள் மாதிரி இருந்த இரண்டு சின்னப்பெண்களுடன் வந்து இறங்கினார். மூவரும் ஒரேமாதிரி நூல்சேலையோடு கழுத்துவரை இறுக்கும் சட்டைகளும், மணிக்கட்டுவரை மூடும் ஸ்வெட்டர்களும் அணிந்திருந்தார்கள். ஜீன்ஸ் எல்லாம் அப்போது அத்தனை பிரசித்தமாகவில்லை, இருந்தாலும் அவர்களை அதெல்லாம் அணிய அப்பாட்டி அனுமதிப்பார் போலவும் தோன்றவில்லை. யாரும் அவர்களை அழைத்துப் போகிற மாதிரித் தெரியவில்லை. அவர்கள் கனநேரமாக நின்று அங்கே 'ஙே'யென்று முழித்துக்கொண்டிருக்கவும் என்னவென்றுதான் விசாரிப்போமேயென்று அவர்களை மெல்ல அணுகி "வணக்கம் அம்மா உங்களுக்கு எங்கே போக வேணும்" என்று கேட்டேன். பாட்டி தெளிவான உச்சரிப்பில் "*Stuttgart*க்கு" என்றார். ஆறு காதுகளிலும் இன்னும் பஞ்சுகள் அடைத்துக்கொண்டிருந்தன. இப்போதெல்லாம் விமானங் களில் பஞ்சுகள் கொடுப்பதில்லை, இவர்களுக்கு எப்படிக் கிடைத்ததென்றுந்தெரியவில்லை.

"சரி போகலாம் . . . முதலில் உங்கள் பஞ்சுகளை வெளியே எடுத்துப்போடுங்கள்" என்றேன்.

"அது கிடக்கட்டும் குளிர் ஏறாது" என்றார் பாட்டி.

"இப்போ நல்ல கோடைகாலம், குளிருமில்லை மசிரு மில்லை" என்றேன். நான் வேறு யாருக்கோ சொல்வதுபோல முகத்தில் ஒரு விதபாவமுமின்றி நின்றார் அவர். லேசாக எரிச்சல் எட்டிப் பார்த்தாலும் அவர்கள் பஞ்சு அவர்கள் காது கிடந்து தொலையட்டும் என்று விட்டுவிட்டேன். பாட்டி சொன்னபடியே மூச்சுவிடக் கற்றுக்கொண்டிருந்த பெயர்த்திகளில் ஒருத்தி முகத்துக்குச் சற்றும் பொருத்தமில்லாத சட்டகத்துடனான கண்ணாடியை அணிந்திருந்தார். நல்ல காலம் அந்தப்பெண்ணிடம் 'உங்க முகத்துக்கு இந்தக்கண்ணாடி பொருத்தமே இல்லை' என்று சொல்லியிருந்தால் 'அப்போ நீ பொருத்தமான கண்ணாடியை உன் பணத்தில வாங்கிக் கொடுக்கிறியா' என்றிருப்பார் அந்தப்பாட்டி.

'கவனமாக கேளுங்கள்' என்றுவிட்டு *Stuttgart* போவதற்கான வழியை அவர்களுக்கு சொல்ல ஆரம்பித்தேன். முதலில்

இங்கிருந்து ஊ – பாண்மூலம் (சுரங்கத் தொடருந்து) நாங்கள் மேற்கு பெர்லினுக்குள் நுழையவேணும். அங்கேயும் பொலிஸின் கண்களில் படாமல் *Zoologischergarten* என்கிற ஸ்டேசனில் இறங்கி டிராவெலேர்ஸ் செக்கைமாற்றி *Stuttgart*க்கு டிக்கெட் எடுத்துக்கொண்டு தொலைவிடங்களுக்குப் போகிற இன்டர்சிற்றி ரயிலில் ஏறவேண்டும்" என்றேன். கண்களில் அவநம்பிக்கை உமிழ என்னை மேலும் கீழும் விநோதமாகப் பார்த்தார் பாட்டி.

"எங்களுக்கு நீர் சுத்த வேண்டாம். இங்கே இருந்து சப்வேயில ஏறினால் ஆறாவது ஸ்டேசன் *Stuttgart. I've been in London for above ten years and I know better which is where you see"* என்றார் ஒரு உதட்டுச்சுழிப்புடன்.

சுத்தல் என்றவார்த்தை என்மேல் செறி – அமிலத்தை விசிறியது. சனியனுகள் நல்லா அலையப்போகுதுகள், மேலும் பொறுமைகாத்து "அம்மா ... உங்களைச்சுத்தி எனக்கு எதுவும் ஆகப்போவதில்லை. உங்களால புரிய முடிந்தால் ஜஸ்ட் ஒரு நிமிஷம் நான் சொல்லுறதை கேளுங்கோ ... தேவையில்லை என்றால் என்னைவிட்டிட்டு உங்கட வழியைப் பாருங்கோ" என்றேன்.

இப்போ யோசனையுடனும், சம்சயத்துடனும் சற்றுக்கிட்ட வந்தார். என்பொக்கட்டில் நாலாய் மடித்துவைத்திருந்த ஒரு வெள்ளைப்பேப்பரில் பெர்லின் – இடையில் கிழக்கு ஜெர்மனி – மேற்கு ஜெர்மனி – ஸ்ருட்கார்ட் எல்லாவற்றையும் வரைந்து அது 700 கிலோமீட்டர் தூரம், குறைந்தது அக்காலத்தைய 7 மணிநேரப் பயணம் என்பதையும் விளக்கினேன். நான் சொன்னதைப் பாட்டியோ, அந்த அசட்டுப் பெண்களோ கிரகித்ததாகத் தெரியவில்லை. அவர்கள் கண்களில் இன்னும் அவநம்பிக்கையின் எச்சங்கள் மிதந்துகொண்டிருந்தன.

"சரி உங்களிடம் பெர்லின் யாருடையதாவது முகவரி இருந்தால் கொடுங்கோ அங்கே கொண்டுபோய் விட்டுவிடு கிறேன்" என்றேன்.

"பேர்லினில ஒருத்தரிட்டையும் போகேல்லை, நாங்கள் நேர ஸ்ருட்கார்ட்டுக்குத்தான் போறம்" என்றார் கறார் தொனியில்.

"அப்பச்சரிதான் ... ஆறாவது ஸ்டேஷன் ஸ்ருட்கார்ட், ஏழாவது லண்டன், எட்டாவது நியூயோர்க் வரும் சென்று வாருங்கள். உங்கள் பயணம் சந்தோஷமாய் அமைய வாழ்த் துக்கள்." ஒரு கும்பிடு போட்டுவிட்டுக் கழன்றேன்.

ஒருவாரம் கழிந்திருக்கும் ஒருநாள் ஹொட்டலில் பணி செய்யும் இதர 'தமிழ்த் தோழர்களுடன் மதிய உணவைக் கழிக்கையில் என் *Friedrichstrasse*யில் *Stuttgart* போகவிருந்த பாட்டிபற்றியும் அவர் கூடவந்த அம்மாமிப் பெண்களைப் பற்றியும் சொன்னேன். இடியிடித்துச் சிரித்தான் கிருஷ்ணகுமார். "என்னப்பனே" என்றேன்.

"அந்தக் கரப்பொத்தானுகள் கடைசியாக என்ர வீட்டை யல்லே வந்துசேர்ந்திச்சு."

"என்ன கரைச்சல் . . . எப்பிடி . . . எப்பிடி . . . எப்பிடி . . . இது ?"

"அவர்களுக்கு கோண்டாவில், எங்க அம்மா வழியில் கொஞ்சம் உறவும்."

"யார் அவர்களைக் கூட்டிவந்தது ?"

இப்படியாக வருபவர்களை வேறு ஆட்களின் வீடுகளுக்கு அழைத்துச்செல்பவர்கள் பொல்லாப்புகளுக்குப் பயந்து தங்கள் நிஜப்பெயர்களைச் சொல்லவே மாட்டார்கள்.

"ஆரென்று தெரியேல்லை."

அநேகமாக சீருந்திலேயாயிருக்கலாம் யாரோவொரு பரோபகாரி இரங்கி அவர்களைக் கூட்டிவந்து சாமத்தில் அவனது அடுக்ககத்தின் முன்பாக இறக்கிவிட்டுப் போய் விட்டார்கள். பாட்டியும் பெயர்த்திகளும் வாசலில் இருந்த பல பெயர் நிரையில் அவனது பெயரைத் தேடிப்பிடித்து பஸ்ஸரை அமுக்கியிருக்கிறார்கள். வேலைக்களைப்பில் வந்து அசதியோடு படுத்திருந்தவனுக்கு கேட்கவில்லை, இரண்டாம் மூன்றாந்தரமும் அடித்தபின் மெல்ல எழுந்துபோய்க் கதவைத் திறந்து கும்பலை உள்ளே எடுத்திருக்கிறான்.

அடுத்த நாள் இவனைப்பார்த்த அயலக ஜெர்மன் குடியிருப்பாளர்கள் 'காழ்' 'காழ்' காழென்று கத்தினார்களாம். சாமம்போல அக் கரப்பொத்தானுகள் வந்து அங்கிருந்த பஸ்ஸரையெல்லாம் அமுக்கினதுக்காக. கொஞ்சம் நல்ல காலம் வந்தவர்கள் பெண்களாயிருந்தபடியால் அவர்கள் காவல்துறைக்கு அறிவிக்கவில்லை. அவர்கள் எவராவது அறிவித்திருந்தால் வந்து அள்ளிப்போயிருப்பார்கள்.

'ஏனெம்மா அப்படி நீங்கள் மற்றவர்கள் வீட்டு பெல்லை அடிக்கலாமா' என்றதுக்கு "நீ கதவைத் திறக்கேல்ல அதுதான் உன்ர வீட்டை விசாரிக்கலாமென்று அடிச்சம்."

“அய்யோ . . . இதென்ன நம்ம ஊரா . . . அவர்கள் என்ன நம்ம ஆட்களா . . . எப்படி நீங்கள் சாமத்தில் அந்நியருடைய வீட்டைத் தொந்தரவு செய்யலாம்?”

“அப்ப என்ன விடியுமட்டும் தெருவிலேயே நிக்கிறதே . . . அதெல்லாம் தெரியாட்டி விசாரிக்கலாம் . . . நீ சும்மா இரு, அதப்படி யாரும் பிரச்சினையெடுத்தால் நீ என்னைக் காட்டிவிடு, நான் கதைக்கிறன், நானும் பத்துவருஷம் லண்டனில இருந்தனான், மைன்ட் இட்” என்றாராம் பாட்டி.

சரி, பாவம் அலைஞ்சுலைஞ்சு வந்திறங்கியிருக்குதுகள் முதல்ல ஏதாவது குடிக்க கொடுப்போமே என்று கிருஷ்ணகுமார் கேத்தலில் தண்ணியை கொதிக்கவைக்கவும் வாய் நமநமக்குதே யென்று வாசனைப் பாக்குப் போட்டனான், “வாய் கொப்புளிச் சிட்டு வாறன்” என்று வாஷிங் றூம் போனவர் சேலைத்தலைப் பால் கையைத் துடைச்சுக்கொண்டேவந்து சொன்னாராம்:

“வீட்டில குடிக்கிறமாதிரி நல்ல ருசியான தேத்தண்ணி யென்டால் தா . . . தேத்தண்ணியெண்டு அத்தையித்தைத் தந்து மாமியின்ரை வாயைமட்டும் பழுதாக்கிப்போடாதை கண்ணா.”

பிறகு லண்டனிலிருந்தும், ஸ்ருட்கார்ட்டிலிருந்தும் அவர்களின் உறவினர்கள் தொலைபேசினார்களாம். கிழவி அங்கிருந்து போகும்போதும் இன்னொரு கூத்தையும் அரங் கேற்றியது.

அடுக்ககங்களில் இருப்போருக்கு தம் வீட்டினில் இருந்த படியே தம் குப்பைகளை நிலங்கீழ் அறையிலிருக்கும் பெரிய கொள்கலன்களுக்குள் இதற்கென அமைக்கப்பட்டிருக்கும் வழுக்கும் குழாய்களினூடு சேர்ப்பிக்கும் முறை ஒன்று முன்னர் இருந்தது. குப்பைகளை மீள்பயன் பண்ணக்கூடிய கடதாசி, அட்டைகள், உலோகங்கள், பிளாஸ்டிக், போத்தல்கள், சேதனக்குப்பைகள், ஏனையவையென வகை பிரிக்கப்பட்டு சேகரிக்கத் தொடங்கிய பின்னால், அவ்வழுக்குக்குழாய்முறை அடிக்கடி நிலவறைகளில் தீ விபத்துக்கள் ஏற்பட காரணியாக இருந்ததாலும், பராமரிப்புச் செலவின அதிகரிப்பாலும் அம்முறை கைவிடப்பட்டுவிட்டது.

இப்போது அடுக்ககத்தில் வாழ்வோர் தம் குப்பைகளைத் தாம் வெளியில் போகும்போது கீழே தரையிலிருக்கும் கொள் கலனுக்குள் சேர்ப்பிக்க வேண்டும். அதற்காக அவர்கள் இரவி லேயே தம் வீட்டுக்குப்பைகளை நெகிழிப்பைகளில் சேர்த்துக் கட்டி வீட்டு வாசலருகில் தயாராக வைத்திருப்பதுண்டு. கிருஷ்ண

குமாரும் *KARSTADT* (ஒரு பல்பொருளங்காடி) நெகிழிப் பைகளுள் தன் குப்பைகளைப் போட்டு வைத்திருந்திருக்கிறான்.

பாட்டியும் பெயர்த்திப்பட்டாளமும் *Stuttgart*க்கு புறப்பட்ட அன்று வாசலிலிருந்த குப்பைப்பை ஒன்றையும் பாட்டி கையில் எடுத்துக்கொண்டுவிட்டாராம்.

"அய்யோ ஆச்சி, அது குப்பை, எறியவைச்சிருக்கிறம். அதை என்ன கருமத்துக்கு இப்ப கையில தூக்கிறீங்க."

"க்கும்... அது எங்கட பையாக்கும். நல்லாய்த்தான் குடோசக்கம் பண்ணப்பாக்கிறியள் என்ன."

பிறகு அவரிடம் அப்பையைப்பறித்து அவர் கண்முன்னாலேயே அதை இன்னொரு நெகிழித்தாளின்மேல் கொட்டவும் அதற்குள்ளிருந்த உருளைக்கிழங்குத் தோல்களையும், மீன் தலைகளையும் பார்த்த பின்னாலேயே பின்வாங்கினாராம்.

அன்றும் லேசாகப் பனி தூவியதால் தரை, வீதிகளென எல்லா இடமும் வெண்மை படிந்திருக்க பாட்டியுடன் வந்திருந்த அம்மாமிப்பெண்களில் ஒன்று கேட்டுதாம்:

"எதுக்கு அண்ணா எல்லாவிடத்திலும் இவ்வளவு மணல் பறிச்சிருக்கு?" கிருஷ்ணகுமார் சொன்னாராம்:

"அவ்வளவும் உங்களுக்கு *Friedrichstrasse*யில கண்டு *Stuttgart*க்குப் போற வழி சொன்னாரே மூர்த்தியென்று ஒரு மாமா, அவர்தான் பறிப்பீச்சவர், எதுக்கென்று மட்டும் சொல்றாரில்லை."

○

பெர்லினில் 12 மாவட்டங்கள் இருக்கின்றன. சில மாவட்ட எல்லைகளுள் காவல்துறையிடம் அகப்படும் புலம் பெயர்வோரை அவர்கள் ஒரு வாரம் பத்து நாட்கள் தமது காவலில் வைத்திருந்த பின்னரே விடுதலை செய்வர். என்ன வருகின்றவர்களுக்குத்தான் விடுதலையாகிறவரையில் நம்மை நாட்டுக்குத் திருப்பி அனுப்பிவிடுவார்களோவெனக் கலக்கமாயிருக்கும். *Tiergarten* மாவட்டத்தில் *Kruppstraße* 2, 10557 *Berlin* எனும் முகவரியில் அமைந்த காவல் துறையினரால் பிடிபட்ட ஒருவர் அங்கிருந்து ஊருக்கு இங்கெல்லாம் மாலோகமாயிருக்கு, நீங்கள் ஒன்றும் கவலைப்பட வேண்டாமெனக் கடிதம் எழுதியிருக்கிறார். அவரும் அனுப்புனர் முகவரியில் *Kruppstraße* 2, 10557 *Berlin* என்று குறிப்பிட்டுவிடவும், பின்னர் புறப்பட்டு வந்த ஒரு குழுவிடம் அந்த முகவரி அகப்பட்டுவிடவும் அவர்கள் வரும்போது அதைக் கொண்டு வந்ததோடல்லாமல்

*Friedrichstrasse*யில் இறங்கி இரண்டு சீருந்துகள் வைத்துக் கொண்டு நேரடியாக *Tiergarten* காவல்துறை அலுவலகத் துள்ளேயே நுழையவும் அனைவரையும் உள்ளே பிடித்து அடைத்தது காவல்துறை.

○

அது ஜூலைமாதம், பொழுதெல்லாம் 4 மணிக்கே புலர ஆரம்பிக்கிறது. 5 மணிக்கெல்லாம் சிகரெட் அல்லது பத்திரிகைகள் சஞ்சிகைகள் வாங்க கியோஸ்க்களுக்குப் போவோர், நாய்களை வெளியில் விடுவதற்காக வருவோர், தொலைவிடங்களுக்கு வேலைக்குப் போவோர், வாக்கிங், ஜாகிங் செல்வோரென மனித நடமாட்டம் வீதியில் தென்படத் தொடங்கிவிட்டால் பத்திரிகை வண்டியைத் தள்ளிக்கொண்டு திரியச் சற்றுக்கூச்சமாக இருக்கும். எல்லா வீடுகளுக்கும் விநியோகத்தை முடித்துவிட்டு 'பீரோவில்' வண்டியை நிறுத்தி விட்டு விசையுருளியில் ஹொட்டலுக்குத் திரும்ப ஏழுமணி யாகிவிடும். பாக்கியர் தூக்கம் கலைந்து எழுந்து தமது பிஜாமாவிலும் குர்தாரிலும் கீழிறங்கிவந்து *Meyer Market*இன் விதானத்திலுள்ள அரைக்குந்தில் குந்தியிருந்துகொண்டு சிகரெட்டை உள்ளங்கையுள் பொத்திப்பிடித்துப் புகைத்துக் கொண்டு வீதியில் போகும் இளசுகளைப் பார்த்து ஜொள்ளு விட்டுக்கொண்டிருப்பர். ரகூஃப் என்று ஒருவன் பார்வைக்கே ஒரு அஞ்சாம் நம்பர்போல் இருப்பான். ஒருமுறை துருக்கிக் காரியோ, அரபுக்காரி தலைக்கு ஸ்காஃப் கட்டிக்கொண்டு, பிஜாமா அணிந்த பெண்ணொருத்தி செல்லவும் இவருக்குத் தம்மூர்க்காரி செல்வதான 'குஷி' உண்டாகி விசிலடித்தான். அவளோ கூடுகலைந்த குருவிபோலக் கையிலிருந்த குடையின் அடிப்பகுதியால் குத்துவதற்கு அவனை நோக்கிப் பறந்துவரவும், நான் குறுக்கே பாய்ந்து "அந்த ஆள் கொஞ்சம் லூஸ் ரைப்" என்று சொல்லிச் சமாதானம் பண்ணி அனுப்பவேண்டியாயிற்று. மறுநாள் அநேகமாக ரகூஃபின் கிருத்தியமாகத்தான் இருக்க வேண்டும், எனது விசையுருளியின் காற்றுப் பிடுங்கப்பட்டிருந்தது. நான் அன்று சீருந்து வைத்துக்கொண்டு வேலைக்குச் செல்ல வேண்டியதாயிற்று.

இவை நடந்து இரண்டுமூன்று நாட்கள் சென்றிருக்கும். ஒரு காலையில் நான் வேலையால் திரும்புகையில் 'ஜகுவார்' மகிழுந்தொன்று வந்து ஹொட்டல்வாசலில் நின்றது. மகிழுந்துகள் மீதான என் இயல்பான காதலால் நான் நின்று அதைப் பார்க்கவும் அகவைகள் ஐம்பதை எப்போதோ தாண்டிவிட் டிருக்கக்கூடிய ஒரு மாது மகிழுந்தை விட்டு இறங்கினாள். அவள் தடித்த உதட்டுச்சாயம், கன்னங்களுக்கு றோஸ், கண்

மடலுக்கு மேகநீலம் என்று எல்லாவிதப் பூச்சுக்களுடனும், றோஜாவும் ஏதோ ஒரு பறவையின் இறகும் சொருகிய கரும் பச்சையிலான வெல்வெட் தொப்பியும் அணிந்து படாடோப மாக இருந்தாள். பின் மகிழுந்தின் மறுபக்கத்திலிருந்து வளையக்கட்டைக் கால்களுடன் ஒரு கிழவரும் இறங்கினார். இறங்கிய இருவரும் என்னை நின்று நிதானித்துப் பார்த்தனர். ஏதோ முடிவுக்கு வந்தவர்களைப்போல எமது மான்சனுள் நுழைந்து மாடிப்படிகளில் இரண்டு கிழட்டுக்கரடிகள் தாண்டி மிதந்து செல்வதுபோல ஒருவர் கையை மற்றவர் பிடித்துக் கொண்டு மேலே ஏறிச்சென்றனர். பல படிகளிலும் ஏறியிறங்கி விட்டு வந்ததால் கணுக்கால் தசைகளும் மூட்டுக்களும் எனக்கும் வலிக்கவே மெல்ல அவர்களைப்பின் தொடர்ந்தேன்.

இன்று சனிக்கிழமை, நாலாம் மாடியின் குடியிருப்பாளர்கள் யாரிடமோ விசிட் பண்ணுகிறார்களாக்கும் என்றே நினைத்தேன். கிழத்தம்பதி இரண்டாம் மாடியில் திரும்பி அதன் இடைக்கழி வழியே என் முன்னதாகச் சென்றவர்கள் நேராக சார்ளியின் அறையின் அழைப்பானை அழுத்திவிட்டு நின்றனர். அவர் களைத் தாண்டிச்செல்லும்போது “இது வெளிநாட்டு அகதி களுக்கான பகுதி, உங்களுக்கு யார் வேணும்” என்று கேட்க லாமா என நினைத்தேன். சரி அவர்களாகத்தான் தெரிந்து கொள்ளட்டுமேயென விட்டுவிட்டேன். எமது அறையில் சாவிக்கொத்தைப் போட்டுத் திறக்கையில் கானாக்காரரர்கள் அறைக்கதவும் திறக்கப்பட கிழவர் அம்மாதைக் காட்டி அந்த அறையில் இருந்தவர்களிடம் ஏதோ கேட்பது தெரிந்தது. செனோபில் அணு உலை மறுபடியும் பிரிந்துவிட்டதைப் போல அறையிலிருந்த அனைவரும் கட்டில்களை விட்டுக் குதித்து இடைக்கழியின் இரு திசைகளிலும் ஓடினர்.

குளிப்பறைப்பக்கமாக ஒளிவதற்கு ஓடிவந்த சார்ளியை நிறுத்திக்கேட்டேன்.

*“Hey... what happened?”*

*“That's something Catastropic Comrade”*

*“ Hey... tell me the truth Ja.”*

*“The bloody Old bitch needs somebody to fuck”* என்றபடி குளிப்பறைக்குள் நுழைந்து தாழிட்டான்.

நானும் அறைக்குள் நுழைந்து தாழிட்டேன். அறையோர்கள் அனைவரும் பணிமுடிந்து கூடு திரும்பியிருந்தனர். முத்துராஜா அண்ணர் கடிதக்கற்றையை எடுத்துவைத்துக் கடிதம் எழுதிக் கொண்டிருந்தார். வழக்கமாக நானும் வந்தபின்னாலேயே

தேநீர் வைக்கும் முத்துராஜா அண்ணர் என்னைக் கண்டதும் கேத்திலை எடுத்துக்கொண்டு சமையல்கூடத்துக்குப் போக எழும்பினார். நான் அவரை 'உஷ் ...' என்று எச்சரித்து மெல்லக் கிசுகிசுத்தேன் "அண்ணை அப்பிடியே சத்தங்காட்டாமல் இருங்கோ ஒரு அலுப்புப்பார்ட்டி ஒன்று வெளியே நிக்குது, இஞ்சை வந்தாலும் வரும். நாங்கள் விழிப்பென்று தெரிந்தால் பார்ட்டி போகாது." திலகன் கேட்டான்:

"என்ன ஜெகோவா பார்ட்டியோ?"

"இல்லை குரலைக்காட்டாதேடா, இது வேறை ஒரு *Scheisse* ப்பார்ட்டி."

நாங்கள் மௌனமாக அமர்ந்திருக்க அவர்கள் எங்கள் அறையை நோக்கிவரும் சத்தம் 'சரக்' 'சரக்' எனத் திகில் படங்களில் வருவதுபோலக்கேட்டது. அவர்கள் கதவை நெருங் கியதும் 'சரக்' 'சரக்' நின்றது. நான் அழைப்பானை நிறுத்தி விட்டிருந்தேன்.

இரண்டு நிமிஷம் தயங்கியபின்னால் ... "டொக் டொக் டொக்."

முத்துராஜா அண்ணையும் திலகனும் மாறிமாறி என்னைப்பார்த்தனர்.

கதவம் மீண்டும் மீண்டும் தட்டப்பட்டது. எரிச்சலடைந்த திலகன் "என்ன இளவெண்டாலும் சொல்லுங்கோ" என்றான். முத்துராஜா அண்ணையிடம் அந்த அசிங்கத்தைச் சொல் வதற்கான வார்த்தைகள் என்னிடம் இருக்கவில்லை. சுவரைப் பார்த்தபடி

*"An Old Bitch wandering for a fuck"* என்றேன்.

திலகன் சாப்பாட்டு மேசையிலிருந்த மக்கின் மூடியைக் கழற்றிக் கீழே வைத்தான். அடுத்தமுறை கதவு தட்டப்பட்டதும் மின்னல் வேகத்தில் பாய்ந்து கதவைத் திறந்து தண்ணீரை அவர்கள் மீது வீசிக்கொட்டினான். காமம்கொண்ட உறங் குட்டான் குரங்கைப்போல நின்ற இருவரும் அதிர்ந்தனர். பின் சுதாகரித்துக்கொண்டு எதுவும் பேசாமல் திரும்பிப்போயி னர். எனக்கு திலகன் அப்படிப் பண்ணியிருக்க வேண்டாமே என்று இருந்தது. ஆனாலும் எமது எதிர்ப்பைக் காட்டுவதற்கு வேறு வழிகளும் இல்லையே என்றும் தோன்றியது. இக்களே பரத்தில் தூக்கம் கலைந்து எழும்பிய நகுலன் எங்கள் எல்லோரையும் பார்த்துத் திரு திருவென முழித்தான்.

# White Wedding Music Cafe

இந்த *Excelsior* ஹொட்டலின் பணி ஊதியத்திலோ, பணிகளிலோ எதுவித முன்னேற்றத்தையோ கொண்டுவருமெனத் தோன்றவில்லை. என்னுடன் ஆரம்பகாலத்தில் பணிசெய்த வசந்தன், கிருஷ்ணகுமார், சிவா. மகேந்திரன், வாசுதேவன் *(பின்னவர் இருவரும் இப்போது முறையே வேதியியல், நோய்க்கூற்றியலாகிய துறைகளில் முனைவர்களாகியுள்ளனர்.)* இக் ஹொட்டல் பணியைவிட்டு அகன்றுவிட்டனர்.

*Gesundbrunnen* (ஆரோக்கியமான நீரூற்றுக்கள் என்று அர்த்தம்) என்பது வேக மற்றும் சரங்கத் தொடருந்துகள் சந்திக்கும் ஒரு பெரிய சந்திப்பு நிலையம். அதன் அருகிலமைந்திருந்த *White Wedding* என்றொரு *Music Caféயில்* ஹவுஸ்கீப்பர் பணிவெற்றிடம் உண்டாகவும் அதில் என்னைப் பொருத்தினேன். அந்தக் *Caféயை* அதிகாலை *02:00* மணிக்கு மூடிப்பின்னர் *09:00* மணிக்கு மீண்டும் திறந்து வியாபரத்தை ஆரம்பிப்பார்கள். இந்த இடைப்பட்ட நேரத்தில் *Caféயை* தயார் பண்ணி வைக்கவேண்டியதே என் பணி. இந்த மியூசிக் கஃபேயில் டிஸ்கோதேக்கள் போன்று நடனமாட விஷேசமான மேடைகள் எதுவும் கிடையாது. ஆனாலும் இளசுகள் 'சுப்பா' ஏற்றிக்கொண்டு வைக்கப்படும் இசையின் லயத்துக்கேற்ப தனியாகவோ ஜோடி சேர்ந்தோ அப்பப்ப ஆடுவர். இந்த *White Wedding Music Cafe* வைக்கப்படும் இசை அந்தச் சுற்றுவட்டத்தில் பிரசித்தம். நேற்று கலிஃபோர்ணியாவில் ஒரு புது குறுவட்டோ, இறுவட்டோ, இசைத்தட்டோ

வெளியானால் இன்றைக்கு இரவே அது *White Wedding*இல் அதன் *500* வாட்ஸ் சவுண்ட் சிஸ்டத்தில் அதிரும். புத்தார்வத் தால் ஈர்க்கப்படும் கூட்டத்தால் பருவம், கால, வர்த்தமான பேதங்களின்றி கஃபே எபோதும் ‘ஜே’ ‘ஜே’ என்றிருக்கும். சதா பியர், வைன், ஷம்பேன், கோன்யாக், விஸ்க்கி, வொட்கா, சம்பூக்கா, கொக்டெயில்கள் ஆறாய் பெருகிக்கொண்டிருக்க இரவு இரண்டு மணியானாலும் ‘விருந்தினர்களை’ வெளி யனுப்பிக் கதவைச் சாத்துவதென்பது வல்லையான காரியம். சில நாட்களில் சமையல்கூடத்தில் யாராவது லீவு எடுத்துக் கொண்டுவிட்டால் எனக்கும் காப்பிக் கோப்பைகளுடனும், பீங்கான்களுடனும் விளையாடிக்கொண்டு இடையிடையே *Bauguette, Hawaiian toast,* போன்ற சிறு சாப்பாடுகள் தயாரித்தல், பீப்பாய் பியர் தீர்ந்துவிட்டால் புதிய பீப்பாய்க்கு இணைப்பைத் தருதல் போன்ற பணிகள் இருக்கும். வியாபாரம் மிக அதிகமாக இருக்கும்வேளைகளில் *Barman* ஆகவும் என் பணி தொடரும். பியர் வார்ப்பது, கோப்பி, கொக்டெயில்கள் போடுவது இப்படியாக என் பணியில் அனுபவம் அதிகரிக்கவும் *Whisky + White Rum + Vodka + Tequila + Mango / Maracuya / Ananassyrup + Waldmeister drops =>* கலந்து நானும் ஒரு புதுவகை கொக்டெயிலைத் தயாரித்து அதுக்கு ‘வடலி’ என்று நாமகரணம் செய்து அறிமுகம் செய்தேன். நன்றாகவே ஓடியது.

அநேகமான ‘விருந்தினர்கள்’ ஏதோ பாலைவனத்திலிருந்து நேராக வந்திருக்கும் ஒட்டகத்தைப்போல ஒன்றன்பின் ஒன்றாக நாலைந்து பெக் பியரை மாந்துவர். பின் *Hawaiin Toast*டையோ, இறால் வறுவலையோ உள்ளே தள்ளிவிட்டு விஸ்க்கி, அஸ்பாக், வொட்கா போன்ற கனதியான திரவங் களில் தோயத்தொடங்குவர். இவர்கள் பேசிக்கொண்டே மதுவில் தோய்ந்துகொண்டிருக்க ஒன்பது மணிக்குமேல் நிக்கல் முலாம் பூசிய இரும்பாணிகள், றிவேட்கள், சங்கிலிகள் பொருத்தப்பட்ட தோலாடைகள், முரடான *Stiefel* சப்பாத் துக்கள் அணிந்த கூட்டம் *Harley Davidson, Red Indian, Moto Guzzi* போன்ற இராக்ஷத விசையுந்துகளில் வந்து இறங்குவர். இவர் களில் சிலர் *Cocaine, Heroin, Hashish, Marijuana* அன்ன போதை வஸ்துகளின் மொத்த சில்லறை வியாபாரிகளாக இருப்பர். பணமும் லாகிரிகளும் நொடியில் கைமாற்றிவிட்டு ஏதுமறியா தவர்போல பியர் குடித்துக்கொண்டு டார்ட் அல்லது பில்லி யார்ட்ஸை கடை பூட்டும்வரையில் விளையாடிக்கொண் டிருந்துவிட்டுச் செல்வர்.

பாரில் சுழன்றடித்து பியர் வார்த்துக்கொண்டிருந்த ஒரு இரவு என் எதிரில் *Theke*இல் அமர்ந்திருந்த ஒருவன் ஒரு

வெள்ளைத்தாளில் *Cocaine* பவுடரைக் கொட்டிவைத்துக் கொண்டு அடிக்கொருதரம் அதைக் கிள்ளி மூக்குப்பொடி போடுவதுபோல் ரசித்து உறிஞ்சிக்கொண்டிருந்தான். காற்றில் அவ்வஸ்த்தின் தூமங்கள் கிளம்பி என் சுவாசத்திலும் கலக்க கலக்க புவியீர்ப்பு அற்ற ஒரு உலகத்துள் பிரவேசித்துக்கொண் டிருந்தேன். அந்த உணர்வு சுகமான ஒரு கனவைப்போல இதமாகவுமிருக்கிறது, ஆனாலும் அது தொடர்ந்து பியர் வார்ப்பதற்கான சக்தியை என்னிடம் பறித்துவிடுகிறது. அலுவலகவறையினுள் புகுந்து படுத்துவிட்டேன. காற்றில் மிதந்த கொக்கெயினின் மகத்துவம் அறிந்தது அதுதான் முதன் முறை. ஹஷீஷ் துண்டுகள் அஞ்சலக முத்திரையின் நிறத்தில் சொக்கலேட் கட்டிகள்போலத் துண்டந்துண்டமாக இருக்கும். அதை சிகரெட் லைட்டரின் சுவாலையில் பிடித்து சூடுபண்ணி விட்டு சூடாறியதும் நொருக்கிப் பொடிபண்ணிச் சிகரெட் புகையிலையுடன் கலந்து புகைப்பர். ஒவ்வொரு போதை வஸ்துக்கும் ஒவ்வொரு வகையான லாகிரி. ஹஷீஷ் புகைக்க புகைக்க செவிகள் அடைபடும். இசையை இன்னும் 'சத்தமாக வை', 'சத்தமாக வை' என்று கூச்சலிடுவார்கள். பின் இனிப்புச் சுவை அதிகமான கோர்டியல்ஸ் எனப்படும் பழரசங்களையோ, கொக்டெயில்களையோதான் விரும்பிக் குடிப்பார்கள். சிலர் பெர்லினர்வைஸ் எனப்படும் ஒருவகை பியரினுள் செறிவான காரமெல்களையோ, கோர்டியல்களையோ கலந்துதரக் கேட்டு மதவுவர். குறிப்பாக பெண்களுக்கு *Bacardia* தூக்கும் கொக்டெ யில்கள் குடித்தால் சமகாலப் பிரச்சினைகள் எல்லாம் அடித் தள்ளப்பட்டுப் பழைய சோகங்கள் மேலே மிதக்கும், ஏற்றியது முறியும்வரை நிறைய அழுது தீர்ப்பார்கள். ஹஷீஷ் புகைப்ப வர்களின் எண்ணிக்கை அதிகமாக கஃபேயில் பாவட்டை யிலையைப் பச்சையாக எரியூட்டுவதைப்போல எல்லாவிடத்தும் நீக்கமற ஒருவகை மணம் கமழும். கல்யாண ஹோமம் வளர்த்ததைப்போல கஃபேயின் 'ட' வடிவ அரங்கு முழுவதும் புகைமண்டலத்தால் நிறையும். காவல்துறையினர் பாயலாம் என்கிற பயத்தில் கதவுகளை முற்றாகத் திறந்துவைக்கமாட் டார்கள். விரும்பியோ விரும்பாமலோ அப்புகைமண்டலத்தைச் சுவாசித்தேயாகவேண்டிய நிர்ப்பந்தம். ஒரு சமயம் சிகரெட் புகையுடன், ஹஷீஷ் புகைச்செறிவும் முட்டி நான் மூச்சுத் திணறிக்கொண்டே பியர் வார்த்துக்கொண்டிருக்கிறேன், *Theke* மேசைக்கும், ஐஸ்கட்டி உண்டுபண்ணும் பொறிக்குமிடையி லுள்ள சிறு தட்டில் சுண்டெலி ஒன்று நிதானமாக வந்து அணில்ப்பிள்ளைபோல் குத்துக்காலிட்டு அமர்ந்துகொண்டு என்னைப் பார்க்கிறது. 'ஏதோ நோயாக்கும் ஓடமுடியவில்லை . . . பாவம்' என்ற நினைப்பில் நானும் என் வேலையில் மூழ்கி

விட்டேன். அரைமணி நேரம் கழித்து தற்செயலாக அதன்மீது என்பார்வை மீண்டும் விழுகிறது. என்னிடம் பியருக்கான ஆணை தந்துவிட்டுக் காத்திருக்கும் ஒரு வாடிக்கையாளனின் பாவனையோடு அது அப்போதும் உட்கார்ந்திருக்கிறது. சற்று நேரம் கழித்து கஃபே முழுவதும் ஏழெட்டுச் சுண்டெலிகள் அனைத்தும் பாதிக் கண்ணை திறந்துவைத்துக்கொண்டும், கழுத்தை மடக்கி விண்ணார்ந்து பார்த்துக்கொண்டும், கால் களைப் பரத்திப்பரத்தி வைத்து மினி ரொபோக்கள்போல ஒரு கொம்பனுக்கும் பயமின்றி தரை முழுவதும் உலாத்திக் கொண்டு திரிகின்றன. ஹஷீஷ் புகை சுண்டெலிகளுக்கு மட்டும் போதை தரப்படாதா என்ன? லாகிரி எப்பிடித்தான் விலங்கு களின் உடல்மொழியையே மாற்றிவிடுகின்றது. 'இரண்டு சிகரெட்டுக்களிலுள்ள நிகொட்டீனைப் பிரித்தெடுத்து ஒரு தவளைக்கோ, எலிக்கோ ஊசிமூலம் ஏற்றினால் அது உடனே இறந்துவிடும்' என்ற அறிவியல் தகவலை முதன்முதல் நம்பினேன்.

போதைப்பொருள்களை நுகர்வோர் தமது ஊசிகளைப் போட்டுக்கொள்வதற்கும், ஆறவமர அமர்ந்து கனவுகள் காண்ப தற்கும் எப்போதும் விரும்பித் தேர்ந்துகொள்கிற இடம் கழிப்பறைகள்தான். இப்பிரகிருதிகளால் ஏனைய வாடிக்கை யாளர்களுக்கும் அசௌகரியம். ஒருநாள் முதலாளி ஒரு நினை வூட்டுச் சீட்டில் தமாஷாக இப்படி எழுதி கழிப்பறையின் பிரதான கதவில் உட்பக்கமாக ஒட்டிவைத்தார். 'மதிப்புமிக்க என் வாடிக்கையாளர்களே தயவுசெய்து நீங்கள் டாய்லெட் குளோவில் நெடுநேரம் அமர்ந்திருக்காதீர்கள், மீறி அமர்ந்தீர் களாயின் எமது ஸ்தலத்தில் நிலத்தின் கீழிருக்கும் பிசாசு குளோவினூடாக தலையைநீட்டி உங்கள் குலையைக் கடித்து எடுத்துவிடும்.'

மறுநாள் அந்தச் சீட்டின் கீழாக இன்னொரு புதிய அட்டை ஒட்டப்பட்டிருந்தது.

'அட, உங்களுக்கு விஷயமே தெரியவில்லைப்போல . . . அப்படிக் குளோவினூடாக தலைநீட்டி மிஷேலின் (அவர் தான் முதலாளி) விதையைக் கடித்த பிசாசு ஒன்றுக்கு பற்கள் நொருங்கித் தூளாகச் சிதறியதில் இப்போ எந்தப் பசாசும் *White Wedding* டாய்லெட் பக்கம் தலையே காட்டுவதில்லை யாக்கும்!'

இதே மிஷேல் கீறிவிட்டு இருந்த ஒருநாள் என்னைக் கிண்டல் பண்ணும் நோக்கத்துடன் "ஹேய் ... கொம்றேட் நீ போட்டிருக்கும் ஜாக்கெட் வாங்கி என்ன 5 வருஷங்கள் இருக்குமா ..." என்றான்.

" என்ன செய்வது நான் ஒரு ஏழை ... எனது முதலாளி என்னைவிட ஏழை, கொஞ்சமாத்தான் சம்பளம் தருகிறார். ஒவ்வொரு ஆண்டும் நான் எப்படி புது ஜாக்கெட் வாங்க முடியும் ... நீயே சொல்லு" என்றேன்.

இங்கே சகஊழியர்கள், ஆசிரியர்கள், மேலதிகாரிகள் எல்லாரையும் ஒருமையில்தான் விளிப்போம். அன்றே என் சம்பளத்தை 150 மார்க்குகளால் உயர்த்தினான்.

கஃபே பூட்டும் வேளை அறிவிக்கப்பட்டதும் 'பிரக்ஞை' யுடன் வெளியேறியோருக்கு மனம் நன்றி சொல்லும். ஊசி ஏற்றிக்கொள்ளப்போய் கழிப்பறைகளில் தூங்கிவிடுபவர்களை யும், ஸ்டூல்களில் அசௌகரியமாக உட்கார்ந்துகொண்டு வீட்டுக்குப்போக மனமில்லாது பம்முபவர்களையும், கதிரை களில் அமர்ந்தபடியும், *Theke*இல் தலைவைத்துத் தூங்குபவர் களையும், பாரைச் சுத்தம் செய்தபின்னாலும் 'இன்னும் கொஞ்சம் பியர்' என்று யாசிப்பவர்களையும் செஃப் (முதலாளி)யும், மற்றச்சிப்பந்திகளும் நிற்கும்போதே வெளி யேற்றிவிட வேண்டும். அல்லது அவர்களுடன் 'லோல்' படவேண்டியிருக்கும்.

"ஹலோ ... கொம்றேட் தயவு செய்து எழுந்திருப்பீரா ..?"

கண்கள் குறாவ மொய்த்துக்கொண்டிருப்பவன்.

"*Guten Abend.*"

அப்போதுதான் சந்திப்பவன்போல மீண்டும் மாலை வணக்கம் சொல்லுவான். "*Guten Abend,* தயவுசெய்து எழுந்திரும்"

"எதுக்கு"

"கஃபேயை பூட்டவேணும் நேரமாச்சு."

"என் பொண்டாட்டியை எங்கே வைச்சிருக்கே ... அவளையும் வெளியே விடு ... அப்போதான் நான் வீட்டுக்குப் போவேன்."

"அவ போயி இரண்டுமணி நேரம் இருக்கும்பா ..."

"அதுக்குள்ளயா ... என்ன நேரமிப்போ ?"

"இரண்டுமணி"

"இரவா . . . பகலா . .?"

"அதிகாலை"

"*Scheisse...*" (வசவு)

சிலர் ஒரு கதவால் வெளியேறி மறு கதவால் உள்ளே நுழைந்தும் விடுவர். எவராவது இரண்டு 'தம்' ஹஷீஷ் கொடுப்பார்களாயின் அவர்களுடனேயே போய் அவர்களின் போர்வைக்குள் இரவுமுழுக்க முயங்கக் காத்திருக்கும் விடலைப்பெண்கள் அனைவரையும் வெளியேற்றிவிட்டு கதவுகளையும், ஜன்னல்களையும் அகலத் திறந்துவைத்துப் புதிய காற்றை உள்ளே வரவிடுவேன்.

மழைவிட்டதுபோல் இரைச்சல் ஆரவாரம் அத்தனையும் ஓய்ந்தபின் வரும் அமைதி அனுபவித்தற்குரியது. சூடாக புதிய கோப்பியோ, தேநீரோ தயாரித்துக் குடித்தபின்னால் புத்துணர்ச்சியுடன் எனது பணியின் மறுபடலத்தை ஆரம்பிப்பேன்.

*Annette* என்றொரு பரிசாரகப்பெண் தினமும் பணி முடிந்துபோகும்போது "*Gute Nacht*" என்றும் கூடவே "*Machts Gut*" என்றும் சொல்லிவிட்டுப் போவாள். *Machst Gut* என்றால் நன்றாகப்பண்ணு என்பதுதான் அதன் நேரடி அர்த்தம். எரிச்சல் எரிச்சலாக வரும் எனக்கு. 'நான் நன்றாகப்பண்ணுறேனா, இல்லை சும்மாதான் சொதப்புறேனா இவளுக்கு என்ன வந்தது, தன்னுடைய சோலி முடிந்தால் போய்கிட்டே இருக்கவேண்டியதுதானே, எதுக்கு என்னை நல்லாய்ச் செய்யச்சொல்றாள்' என்று நினைப்பேன். ரொம்பக்காலங் கழித்துத்தான் "*Machts Gut*" என்பதுக்கு "நல்லாயிரு" என்றும் அர்த்தம் இருப்பதைத் தெரிந்துகொண்டேன்.

*Bon Jovi*யும், *Idol Billy*யும் அதிர்ந்து பிளிறிய ஸ்டீரியோ சவுண்ட் சிஸ்டத்தில் இப்பொழுது மகராஜபுரம் சந்தானமும், பம்பாய் ஜெயஸ்ரீயும், ஜி.என். பாலசுப்பிரமணியமும், ரி.என். சேஷகோபாலனும், எம்.டி. ராமநாதனும், டி.வி. சங்கர நாராயணனும், குலாம் அலிகானும், நஸ்ரத் ஃபடே அலிகானும், ரிஷிட் கானும், கிஷோரி அமொங்காரும், பர்வீன் சுல்தானாவும் இவ்வகாலத்தில் நிரையில்வந்து தாழ்தொனியில் எனக்காக, இத்தனியொருவனுக்காக – கச்சேரிகள் செய்வர். கர்நாடக சங்கீதமும், இந்துஸ்தானியும், ஃக்வால் இசையும், கஜல் இசையும் நிரம்பிவழியும் *White Wedding*ஐக் காண எனக்கு உள்முகமான நகைப்புவரும்.

முதலாளியின்/மேலாளரின் தலையீடற்ற பணிச் சுதந்திரம், சம்பளம் முதலிய காரணிகள் அகாலவேளைப் பணி, சிகரெட், ஹஷீஷ் புகைமண்டலமன்ன வியாகூலங்களையும்மீறி என்னை இப்பணியில் ஒட்டிவைத்திருக்கின்றன.

*Gesundbrunnen* தொடருந்து நிலையத்தில் அதிகாலை 4 மணிக்கெல்லாம் வேக, சுரங்க தொடருந்துகளின் சேவை ஆரம்பித்துவிடும். பின் படிப்படியாக வீதியிலும் மக்கள் நடமாட்டம் அதிகரிக்கும். என் பணி முடிந்தபின்னால் தத்தம் பணிகளுக்கு உற்சாகமாகச் செல்வோர், முனகிக்கொண்டு செல்வோர் குளிர் காலமெனில் 7 மணியானாலும் புலர்ந்தும் புலராத பொழுதுகளில் பனி தூவிக்கொண்டிருந்தாலும் தவ்விக் கொண்டு பள்ளிசெல்லும் பாலர்கள், மாணவர்களைப் பராக்குப் பார்க்கலாம்.

பெர்லினின் டிராம், சுரங்க, வேகத்தொடருந்துகள் சிக்கலான வலையமைப்பைக் கொண்டவையென்று முன்பே குறிப்பிட்டிருக்கிறேன். இரண்டு ஜெர்மனிகளின் பிரிசுவரின் வீழ்ச்சிக்கு முன்பதாக C வடிவில் அமைந்த மேற்கு பெர்லினின் தலை, வால் ஆகிய இரு அந்தங்களிலுமிருந்த பகுதிகளுக்கு *Reinickendorf,Wedding → Kreuzberg, Neukoelln* (மாவட்டங்களுக்கு) இணைப்பைக் கொண்டிருந்த வேகத்தொடருந்துத் தடங்களும், சுரங்கத் தொடருந்துத்தடங்களும் இருந்தும் கிழக்கு பெர்லினை ஊடறுத்துச் செல்வதால் போக்குவரத்தில் முறிவேற்பட்டது. நிலமையை உணர்ந்துகொண்ட கிழக்கு ஜெர்மன் அரசு சுரங்கத் தொடருந்தின் ஒரு தடத்தை கிழக்கு பெர்லினை ஊடறுத்துப் பயணிக்க அனுமதித்தது. அத்தடத்தின் பெயர் *U - Bahn Line* - 8 என்பதாகும். *Kreuzberg* இன் *Moritzplatz* எனும் நிலையத்தி லிருந்து *wedding*இன் *Voltastrasse* வரையிலான கிழக்கு பெர்லி னூடாகச்செல்லும் 6 தரிப்பு நிலையங்களில் எதிலும் நிறுத்தப் படாமலே வண்டிகள் பயணிக்கும். அந்தந்த நிலையங்களில் 24 மணிநேரமும் ரஷிய இராணுவ வீரர்கள் நிறுத்திய துப்பாக்கி களுடன் காவலில் நிற்பர். இச்சுரங்கத் தொடருந்துத்தடத்தில் துளைபோட்டுக்கொண்டு மேற்கு பெர்லினுக்குள் தப்பி ஓடி வந்த வரலாறு எல்லாம் உண்டு.

*Charlottenburg* பகுதியில் *Dresselstrasse* வீதியில் கட்டுப்படி யான வாடகையில் அடுக்ககம் ஒன்று காலியாகவும் அங்கு குடியேறினேன். *Dresselstrasse* 8ஆம் நம்பரிலுள்ள எனது இரண்டறை அடுக்ககத்துக்கு நான் வந்தபோது என்னுடன் அரசுவும் இணைக்குடியிருப்பாளனாக வால்போலக் கூட வந்தான். எம் அடுக்ககத்தைச் சூழவும் அனைத்தும் அழகான புராதன கட்டிடங்கள் அமைந்திருந்தன.

பெர்லினில் கிழக்கு மேற்காக நீளும் சிறியதொரு பள்ளத் தாக்கில் அமைந்துள்ளது. *Charlottenburg - Witzleben* தொடருந்து நிலையம்.

அமைப்பில் ஒரு அரண்மனைக்குரிய கம்பீரத்தை கொண்டிருந்தும் பல காலமாகவே கைவிடப்பட்டிருக்கும் இந்நிலையத்திற்கு வடக்காக பள்ளத்தாக்கின் இரு புயங் களையும் 2ஆம் உலகப்போரிலும் சிதைவுறாத ஸ்திரமான இரும்புப்பாலம் இணைத்து நிற்கிறது. பாலத்தின் கிழக்கு முகத்தில் வெண்கலத்தில் வடிக்கப்பட்ட *Friedrich* சக்கரவர்த்தி யும், மேற்கு முகத்தில் *Sophie - Charlotte*யும் காவல் தேவதைகள் போல் நிற்கின்றனர். இந்த *Sophie - Charlotten*இன் பூர்வீகம் பிரித்தானியாவழி டென்மார்க்காம். அரசகுடும்பங்களில் அந்நாட்களில் தேசம்கடந்து பெண்கொடுப்பதுவும் எடுப்பதுவும் இருந்திருக்கிறது.

பாலத்தில் தொடர்வது திசைக்கு 5 பாட்டைகளாக 10 பாட்டைகள் கொண்ட அகலமான *Kaiser Damm* வீதி. இக் *Kaiserdamm* கிழக்குநோக்கி *Bismarckstrasse*யாகத் தொடர்கிறது. தீராத போக்குவரத்துடன் இருக்கும் *Kaiser Damm* வீதியிலிருந்து பள்ளத்தாக்குக்குச் சமாந்திரமாக எமது *Dresselstrasse* என்கிற சிறுவீதி கிளைத்துச்செல்கிறது. எம்வதியும் அறையின் தெற்குப் பார்த்த ஜன்னலில் சாதாரண கமெரா ஒன்றைவைத்து பத்து மேடைகளுடனான தொடருந்துநிலையத்தின் முக்கால்பகுதி யும், பள்ளத்தாக்கும், இரும்புப்பாலமும் அடங்கும்படியாகப் படம் பிடிக்கலாம்.

*Moskau, Warschau* விலிருந்து *Berlin* ஊடாக *Paris, Zurich, Rome* போகும் *Eurocity, Intercity* கடுகதி தொடருந்துகள் தரித்துச் செல்வதற்கு இப்போது *Zoologischergarten* தொடருந்து நிலை யத்தைப் பயன்படுத்துகிறார்கள். தவிரவும் ஏழு நிமிஷத்துக்கு ஒரு தடவை பெர்லின் நகரத்தின் விரைவுவண்டிகள், அயல் மாநிலங்களுக்கு சென்றுவரும், *Intercity, Regional* கடுகதி தொடருந்துகள்கூட *Charlottenburg - Witzleben* தொடருந்து நிலை யத்தில் நிறுத்தப்படுவதில்லை. ‘பெர்லின் நகரம் பிரிசுவரால் பிரிக்கப்பட்டபோதே *(1963)* இந்த நிலையத்தை மூடிவிட்டார்கள்’ என்று பாலத்தையண்டிக் ‘கியோஸ்க்’ வைத்திருக்கும் ஜெர்மன் மூதாட்டி சொன்னார். ஜெர்மனிகளின் இணைப்புக்குப் பின் தென் ஐரோப்பிய நகரங்களுக்கும், இலண்டனுக்கும் செல்லும் தொடருந்துகள் அனைத்தும் பெர்லின் மத்திய தொடருந்து நிலையத்தினூடாகச் *(Haupt Bahnhof)* செல்கின்றன. கிழக்கு ஐரோப்பிய நகரங்களான *Budapest, Bucharest, Belgrade, Kiev,*

*Prag, Sophia* போன்ற இடங்களுக்கு *Lichtenberg* தொடருந்து நிலையத்திலிருந்தும் தொடருந்துகள் புறப்படுகின்றன.

பனிமூட்டமுள்ள காலங்களில் *Eurocity, Intercity* கடுகதித் தொடருந்துகளின் விரைவும், ஏராளமான தானியங்கிச் சமிக்ஞை விளக்குகளின் வெளிச்சங்களும் பார்க்க வெகு ரம்யமாக இருக்கும். *Dressel* வீதிக்குச் சமாந்திரமாகத் தொடரும் தொடருந்து நிலையத்தின் மேடைகள் எனது அடுக்ககத்துக்கு அண்மித்தாக முடிவடைகின்றன. அவை முடிவடையுமிடத்தில் நிலக்கரி வண்டிகளின் காலத்தில் அவற்றுக்குத் தண்ணீர் நிரப்புவதற் காகப் பயன்படுத்தப்பட்ட தண்ணீர்த்தாங்கி இன்னும் நின்று கொண்டிருக்கிறது. அருகில் நிலக்கரி கொள்ளப்பயன்பட்ட சிறு சிறு கிட்டங்கிகள் ஒரு புராதன அரும்பொருள்காட்சி யகத்தின் பகுதிகள் போலச் சிதைவுறாது காட்சி தருகின்றன.

தொடருந்துநிலையத்தின் நெடிய 10 மேடைகளிலும் வார்ப்பிரும்பில் இணக்கிப்போட்டிருந்த செடிகொடி வேலைப் பாடுகளுடனான நீண்ட வாங்குகள் அனைத்தும் பாவனை யில்லாததில் துருவேறிவிட்டன. பயணச்சீட்டு வழங்கல் மாடத்தின் அருகே சுவரில் எழுதப்பட்டிருக்கும் அக்காலப் பயணச்சீட்டுக் கட்டண விபரணையைப் பார்த்தால் சிரிப்பு வரும். பெர்லின் முழுவதும் 24 மணிநேரமும் தொடருந்துகள், பேருந்துகள், டிராம்கள் என எந்தப் பொதுவாகனத்திலும் பயணம் செய்வதற்கான கட்டணம் 1.00 மார்க்! நகரத்தின் ஒரு கோடியிலிருந்து இன்னொரு கோடிவரையில் எந்தப் பொதுவாகனத்திலாவது ஒருமுறை போய் வர 65 பெனிக்குக்கள்!

குளிர்காலம் போய் வசந்தம் ஆரம்பிக்கையில் மேடையின் விரிசல்களிடையேயும், தண்டவாளங்களுக்கு இடையிலேயேயும் புற்களும் சிறுசெடிகளும் முளைக்கும். கோடையில் முழு வளர்ச்சியடைந்து பசுமை காட்டிவிட்டு மீண்டும் குளிர் காலத்தில் கொட்டும் பனிக் குவியல்களிடையே மறைந்து காணாமல் போய்விடும். வானம் சிவந்துள்ள அந்திக கருக்கலில் அல்லது ஏகாங்கி நிலவின் பின்னணியில் கோளக்கூம்புருவிலான கிரீடம்போல் அமைந்த அந்நிலையத்தின் கோபுரத்தைப் பார்க்க நேர்ந்தால் 'ஒரே நாளில் கிரீடத்தையும் – குடியுரிமையையும் பறித்து நடுவீதிக்கு விரட்டப்பட்ட ஒரு மகாராணியைக் காண்பது போல' மனது சோகம் கொள்ளும். *Dresselstrasse*யில் நான் வதிந்தகாலை அவதானித்த ஒரு நாடோடிக் கலைஞனைப்பற்றி 'கலைஞன்' என்கிற ஒரு சிறுகதையை எழுதியிருந்தேன். இவ்விடத்தில் அக்கதையின் இசைவு கருதி அதன் பிழிவைத் தருகின்றேன்.

○

# கலைஞன்

Witzleben Bahnhof உம் 'கலைஞன்' கதை உருவான பகைப்புலமும்

அந்தக் கோடையின் ஆரம்பத்தில் ஒரு நாள் காலையில் ஜன்னல்களை முழுவதுமாகத் திறந்து வைத்துப் புதிய காற்றை உள்ளே வரவிட்டு எதேச்சை யாக வெளியே பார்த்தேன். முதலாம் மேடையில் சற்று அருகருகே இருக்கும் இரண்டு தூண்களை இணைத்து கணைப்படுக்கை (*Hammock* – கன்வேஸ் தூளி) ஒன்றைக்கட்டிவிட்டு அதனுள் ஒருவன் தூங்கிக்கொண்டிருந்தான். பத்துமணிச் சூரியன் புகார்களினூடு வெளிப்பட்டு நேராகவே அவன்மீது காலியபோதும் அதைப் பொருட்படுத்தாது ஒரு காலைத்தூளிக்கு வெளியே தொங்கவிட்டபடி தூங்கினான். பின் எப்போதுதான் எழுந்து போனானோ தெரியாது. பகல் முழுவதும் அவன் தூளி காலியாக இருந்தது.

மாலையில் அந்திக்கருக்கலில் ஒன்பது மணிக்குமேல் நிலையத்தின் *Gold-regen* மரங்களோடு தொடரும் வடக்குப்புற மதிலின் சிதிலமான பகுதியைத் தாண்டிக் கடந்துகொண்டு கையில் ஒரு சாப்பாட்டுப் பொதியுடன் மீண்டும் அவன் வருவதைப் பார்த்தேன். வந்ததும் அணிந்திருந்த ஜாக்கெட்டைக் கழற்றித் தூளியில் போட்டுவிட்டு, சப்பாத்துகளையும் கழற்றி ஒரு பக்கமாக வைத்துவிட்டு வெறுங்காலுடன் நடந்துபோய் மேடையின் மறுகோடியில் இருந்த தண்ணீர்க் குழாயில் முகம் கைகால் கழுவிவிட்டு வந்து நிலத்தில் சம்மணமிட்டமர்ந்து பொதியை அவிழ்த்துச் சாவகாசமாகச் சாப்பிட்டான். பின் ஜாக்கெட்டுப் பையிலிருந்து ஒரு பியர் கானை எடுத்துக் கொஞ்சம் குடித்துவிட்டு அதையும் இரும்புவாங்கில் ஒரு பக்கமாக வைத்துவிட்டு தானும் அதில் சற்றே தள்ளி அமர்ந்து சிகரெட் ஒன்றை அனுபவித்துப்பிடித்தான். அப்போது நாலாவதோ ஐந்தாவதோ மேடையில் நகரத்துள் மட்டும் ஓடும் *S - Bahn* எனப்படும் விரைவு தொடருந்து ஒன்று நூறு கி.மீட்டர் வேகத்தில் கடந்து போனதை வேடிக்கை பார்த்தான். பின் பியர்க்கானைக் கையில் எடுத்துக்கொண்டு அம் மேடையின் முழு நீளத்துக்கும் ஆறேழு தடவைகள் நடந்தான். அவன் நடந்து அணுக்கமாக வந்தபோது தெருவிளக்கின் வெளிச்சத்தில் இன்னும் அவனைத் தெளிவாகப் பார்க்கமுடிந்தது. உயர்ந்த ஒல்லியான தேகம். சதா சிந்தனை வயப்பட்டவன்போல் தோற்றமளித்தான். சாயம் வெளிறியும் அங்கங்கு தேய்ந்துமிருந்த டென்னிம் ஜீன்ஸ் அணிந்திருந்தான். தலையை வாரிவிடுவதில் அக்கறை எதுவுமில்லை, ஒரு கிழமை வயதான தாடி, கண் வலயத்தில் லேசான ஐரோப்பியச்சுருக்கங்கள். அவனுக்கு 35க்கும், 50திற்கும் இடையில் அகவைகள் எத்தனையுமிருக்கலாம்.

மறுநாள் அவன் வெளியேபோய் வரும்போது தொல் பொருள் ஆய்வாளர் கண்டால் அக மிக மகிழவல்ல தோற்பை ஒன்றைக் கொண்டுவந்தான். தினமும் இரவில் ஏதாவது சாப்பாடு வெளியிலிருந்து கொண்டுவருவதும், சாப்பிட்டு விட்டுத் தூங்குவதும், பின் மறுநாள் பகல் வெளியேறுவதும் தினப்படி நடவடிக்கைகளாக இருந்தாலும் எங்கேயும் வேலை பார்ப்பவன் போலவுந்தெரியவில்லை. சில நாட்களில் மதியம் வரை தூளியைவிட்டிறங்காமல் படுத்திருப்பான். வெளியில் சென்று கவனிக்க வேண்டிய காரியங்கள் ஒன்றுமில்லாமலிருக்க வேண்டும் அல்லது ஆர்வமில்லாமலிருக்க வேண்டும். தொடருந்து நிலையத்துக்கு குடிவந்து ஒருமாத மேலாகியும் அவன் தன் காற்சட்டையையோ ஜாக்கெட்டையோ மாற்றாததிலிருந்து அந்தத் தோற்பையில் 'மாற்றுடுப்புக்கள் ஏதாவது வைத்

திருப்பான்' என்ற என் ஊகமும் நசித்துப்போனது. தினமும் இரண்டு மணிநேரம் ஒரு பூக்கடையில் வேலைசெய்தாலோ, செய்திப்பத்திரிகை விநியோகித்தாலோகூட இப்படித் தூளி கட்டித் தூங்கவேண்டிய அவசியமின்றி ராஜகுமாரனாகவே வாழலாம்.

*Inline* மற்றும் *Roller Skates* படுவேகமாக இளசுகளிடையே ஒரு மோஸ்தர்போலப் பரவியபோது 70 அகவைக்கும் மேலிருக்கக் கூடிய பெண்கள் பலர் தலைக்கவசமும், முட்டி மற்றும், பிட்டக்கவசங்கள் அணிந்துகொண்டு பார்க்குகளிலும், நடை மேடைகளிலும் *Skates* ஓடப் பழகியதைக் கண்டிருக்கிறேன். மனிதன் வாழ்வு பூராவும் எதையாவது செய்துகொண்டு பிஸியா இருந்துவிட்டால் சோர்வும் விரக்தியும் விச்ராந்தியும் அணுகாதாம். 'வயசு எழுபதாகிறதா . . . பரவாயில்லை உடனே பரதநாட்டியம் கற்க ஆரம்பித்துவிடு.' என்பாராம் ஒஸ்கார் வைல்ட். மனிதனின் மரபான வாழ்வுமுறை சலிக்கும்பொது தான் அநேகமான ஐரோப்பிய இளைஞர்கள் சிலர் வேறொரு வாழ்க்கைமுறையை முயன்று பார்க்கின்றனர். இவ்வாறு மரபு வாழ்க்கையை உதறி வித்தியாசமான வாழ்வு முறையைத் தேர்பவர்கள் தனியனாகவும், ஆண்களும் பெண்களுமாக இருபது முப்பதுபேர் கொண்ட கூட்டமாகவும் வாழ்வதுண்டு. எடுத்துக்காட்டாக 'ஒட்டோநோம்' குமுகாயத்தினரைக் கூறலாம். இவர்கள் தங்கள் கூட்டுவாழ்வுக் குமுகங்களில் நாய்களையும் வேறு பிராணிகளையும் விரும்பிச் சேர்த்துகொண்டுமிருப் பார்கள். இவனும் ஒரு 'ஒட்டோநோம்' குமுகாயத்திலிருந்து விலகி வந்தவனைப் போலிருந்தான்.

ஒருநாள் இரவு சாப்பாட்டைமுடித்துக்கொண்டு *Warshau*விலிருந்து *Paris*க்குச் செல்லும் நடு இரவு *Intercity* தொடருந்தை ஜன்னலிலிருந்து வழியனுப்பிவிட்டு படுக்கை, தலையணை உறைகளை மாற்றிக்கொண்டிருந்தேன். *Johann Sebastian Bach*இன் பிரசித்த மெலோடியான *'Jesus Christus meine Verlangen'*இன் அருமையான பல்லவி ஸோலோவாக சக்ஸபோனில் புறப்பட்டு மிதந்து வந்தது. யாரோ சவுண்ட் சிஸ்டத்தையோ, தொலைக்காட்சியையோ சத்தமாக வைக்கிறார்கள் என்று இருந்தேன். ஒரு *Contrad bass*இன் ஒத்திசைவுகூட இல்லாமல் சக்ஸபோன் தனித்தே பல சுருதிகளிலும் பிளிறுவது மெலிதான சந்தேகத்தையுண்டுபண்ண ஜன்னலுக்கு வந்து பார்த்தேன். அவன் *Dressel* வீதியின் சோடியம் ஆவி விளக்கில் மேடையின் இரும்புவாங்கில் ஆரோகணித்தமர்ந்து ஒரு சக்ஸபோனை வைத்து வாசித்துக்கொண்டிருந்தான். அதன் பின்னும் பீத்ஹோவனின் ஒரு அழகான கோர்வையை அரை

மணிக்கும் மேலாக உற்சாகம் ததும்ப வாசித்தான். அவனது கற்பனைகளும் அலாதியான கமகப் பிரயோகங்களின்போது அக்கருவியில் மட்டும் வரும் இனியபிளிறல்களும் செறிந்த இசை மிகவும் வித்தியாசமாக சுகமாக இருந்தது. அது முடிந்த பின் ஷம்பேன் போத்தலைத் திறந்து தொண்டையை நனைத்த பின் வேறொரு கோர்வை. அந்த இரவு வெகுநேரம் ஆனந்த பரவசத்துடன் நெளிவுசுழிவுகளுடன்கூடிய மிகநுட்பமான இசை அவனது சக்ஸபோனிலிருந்து பொங்கிப்பிரவகித்து *Charlottenburg* பள்ளத்தாக்கு முழுவதையும் நிறைத்து மேவியது.

பாவம்... இவனும் ஒரு கலைஞன்!

கலை மனிதனை ஆகர்ஷிக்க வல்லதுதான், அதுவே போதையாகி அதற்கே அடிமையாகி அதைத்தவிர வேறெதுவுமில்லையாகி அதைக்கொண்டு வாழ்வை நகர்த்த முடியாத நிலை வந்தபின்னாலும் அதையே கட்டிப்பிடித்துக்கொண்டும் விலக்க முடியாமலும் தவித்துச் சோம்பேறியாகிப்போகும் பட்டினிக் கலைஞர்கள் உலகம் முழுவதும்தான் உள்ளனர். வாழ்க்கையின் மறுபரிமாணங்களைக் காணத்தவறுவது, தவற விடுபவை பற்றிய பிரக்ஞை இன்றி இருப்பதுவும் இவர்களின் பொதுக்குணங்கள். ஊரிலும் இப்படித்தான் ஒரு மிருதங்க வித்துவான் இருந்தார். அடுப்பங்கரை நிலமை அடுப்புக்கால்களை நாய் நகர்த்தி விளையாடும் அளவுக்கு இருக்கும். மனிதன் விடிந்ததிலிருந்து மிருதங்கத்தை எடுத்துவைத்து அதைத்தடவித் தடவி 'குமுக்கு' 'குமுக்கு' என்று கும்மிக்கொண்டிருப்பாரே தவிர இந்தண்டையிருக்கிற துரும்பை எடுத்து அந்தண்டை போடமாட்டார். கர்ப்பிணி மனைவி விறகுடைப்பாள். இவர் திண்ணையில் ஒருகாலை மடித்துத் தொடையின்மேல் போட்டுக்கொண்டு பான்பராக்கோடு வெற்றிலையைச் சேர்த்துக் குதப்பியபடி சும்மா பார்த்துக்கொண்டு இருப்பார். "விடுங்கோ மாமி" என்றுவிட்டு கோடலியை வாங்கி நான் உடைத்துக் கொடுத்தால் "கடினவேலை செஞ்சா அப்புறம் எனக்கு விரல்கள் ஜதிக்கட்டுக்களுக்கு வசையிறதில்லையடா அம்பி" என்பார். குடல் காயத்தொடங்கின பிறகும் என்ன சாம்பலுக்குத்தான் ஜதிவேண்டிக்கிடக்கோ?

மறுநாள் இந்த சக்ஸபோன் கலைஞன் மேடையில் ஒரு புல்லை வைத்துக் கடித்துக்கொண்டு அணில்களும் புலுணியும் ஓடிப்பிடித்து விளையாடுவதை வெகுநேரம் வேடிக்கை பார்த்துக்கொண்டிருந்தான்.

அவனிடம் போய் ஒரு 'ஹலோ' சொல்லவேணும் போலிருந்தது. என்ன செய்வானோ... பேசுவானோ முறைப்பானோ

தெரியவில்லை. கிறுக்கர்களாகவும் சில கலைஞர்கள் இருப்ப துண்டு. பாவம், குளிர்காலம் வர என்னதான் செய்யப்போ கிறான்? என் அறையில் ஒரு கட்டிலைப்போட விடலாந்தான், அதற்கு வீட்டுச் சொந்தக்காரியிடம் அனுமதி பெற வேண்டும், அவளும் இந்தச்சாக்கில் வாடகையை உயர்த்திவிடலாம். அறையைக் கொடுத்தபின்னால் அவன் ஷாம்பேன் போத்தல் களையும், பியர் புட்டிகளையும் கொண்டுவந்து நிரப்பினால்? உடுப்பையே மாற்றிக்கொள்ளாதவன் குளிப்பதில்லையென்று ஒரு கொள்கையைக்கூட வைத்திருக்கலாம், யார் கண்டா? பின்னர் கிடாய் மொச்சை கமழும் பெம்மானுடன் மானுஷன் உறைவதெங்கனம்? வானத்தால் போன பிசாசை ஏணிவைத்து இறக்கின கதையாகிவிடலாம். அவனுக்கு எந்தவிதத்திலாவது உதவவேண்டும் என்கிற சிந்தனை தொடர்ந்துகொண்டிருந்தது.

ஒரு வாரம் ஆகியிருக்கும். திடீரென அந்தக் கலைஞனைக் காணவில்லை. அவனுக்கு வேறெங்காவது இதைவிட நல்ல ஜாகை வாய்த்திருக்கலாம் அல்லது வேறெங்காவது பரதேசம் புறப்பட்டிருக்கலாம்; தன் கூட்டத்தினருடன் போதை வஸ்தின் லாகிரியில் அமிழ்ந்து மீள்வதில் காலம் எடுத்திருக்கலாம் என எண்ணிக்கொண்டிருக்கையில் மீண்டும் ஒருநாள் திரும்பவும் வந்தான். அன்றும் இளம் நெல்வயலில் இளங் காற்றடித்ததுபோல இசை நளின அலைகளைக் கொண்டு சுகமான சந்தங்களுடன் குதித்துக் குதித்துப் பரவசப்பட்டது. விமானம் ஒன்று இறங்குவதைப்போல தாழ்சுருதியில் பதிந்து சமதரையைத் தொடுவதுபோல இறங்கிப் பின் திடுப்பெனக் 'கொங்கோடெ'னச் சிலிர்த்துப் பிளிறிச் செங்கோணத்தில் மேலே எழுந்து உயர்ந்து வித்தாரங்காட்டியது.

அவன் பசி எடுத்தால்தான் இசைப்பானோ, இல்லை வயிறு நிரம்பியுள்ள குஷியில் இசைப்பானோவென்று ஒன்றுந் தீர்மானமாகச் சொல்லமுடியாது. ஷாம்பேன்போல ஒன்று தொண்டையை நனைக்கப் போதுமாயிருந்தால் போதும். அவனது சக்ஸபோன் குதிகொள்ளும். குளிர் காற்று மிதமாக வீசத்தொடங்கவும் இசைக்குச் சிறிய ஒரு இடைவெளிவிட்டு விட்டு பெரியதொரு அட்டைப்பெட்டியை மூலைவிட்டமாக வெட்டி அதன் 'ட' ஒதுக்கில் மெழுகுதிரி ஒன்றை ஏற்றிவைத்து அலுமினியத்தாளில் சுற்றிவைத்திருந்த 'கலமாறிஸை' (கணவாய்மீன் பஜ்ஜி) 'ஸோஸ்' ஒன்றில் தொட்டுச் சாப்பிட் டான். பின் ஷாம்பேன். அன்று வழக்கத்தைவிட முன்னதாக ஆரம்பித்திருந்தும் அடிக்கொருதடவை கடந்து செல்லும் தொடருந்துகளின் இரைச்சலையும் பொருட்படுத்தாது பாரிஸ் தொடருந்து சென்ற பின்னாலும் வெகுநேரம் இசைவேள்வி

நடத்தினான். மீண்டும் ரேவதியின் சாயலில் நிறைய ஏக்கமும், பெற்றோரைத் தவறவிட்டுவிட்ட ஒரு பிள்ளையின் தவிப்பும் கலந்திருந்த ஒரு சாஸ்திரீயக் கோர்வையை அனுபவித்து அனுபவித்து வாசித்தான். அடுத்து *'Lilly was here'*. இப்படியாகத் தொடர்ந்தது அவ்விரவு. மறுநாள் மதியம் வரையில் ஒருகாலை வெளியே தொங்கவிட்டபடி தன் தூளியுள் படுத்திருந்தான். பின் எப்போ எழுந்து போனானோ தெரியாது.

அவனது இசை கேட்டு ஒரு மாதமாவது ஆகியிருக்கும். ஆளை அந்தப்பக்கம் காணவே இல்லை. ஒரு நீண்ட சனிக்கிழமை (மாதத்தின் முதலாவது) மாலையில் *Ku'Damm Karrie Passage*இனுள் அவனைக் கண்டேன். அன்று வியாபாரஸ்தலங்கள் எல்லாம் மாலை *22:00* மணிவரை திறந்திருக்கும். அதற்குள்ளிருந்த ஒரு மதுவகத்தின் வாசலில் நின்று இவன் தன் சக்ஸபோனை வாசித்துக்கொண்டிருந்தான். அருகில் கவிழ்த்து வைக்கப்பட்டிருந்த தொப்பியுள் அவ்விடத்தைக் கடந்துபோவோரும், அம்மதுவகத்திலிருந்து வெளிப்படுவோரும் காசுகள் போட்டனர். பரட்டைத்தலையுடன் அநாதைபோல் தென்பட்ட ஒரு பத்து வயதுச் சிறுவன் வத்தகைப் பழக்கீறல் ஒன்றை (தர்ப்பூசணி) நாடியால் தண்ணீர் சொட்டச்சொட்டச் சுவைத்துக்கொண்டு இவன் சக்ஸபோன் வாசிப்பதை வேடிக்கை பார்த்துக்கொண்டிருந்தான். கலைஞனோ சேரும் சில்லறையில் கருத்தின்றிக் கண்களைமூடித் தன் சங்கதிகளில் ஒன்றி ஸ்வரப்ரதாபங்களில் உருகியுருகி வாசித்துக்கொண்டிருந்தான்.

இந்த *Ku'Damm Karrie Passage*இனுள் உணவகங்களும், மதுவகங்களும் நிறைந்துள்ளன. அதன் சுற்றுவட்டத்திலும் அநேகம் ஷொப்பிங் மோல்களும் இருப்பதால் அந்த இடம் எப்போதும் ஜனநடமாட்டத்துடன் ஜே'ஜே' என்றிருக்கும். எனக்கும் மெல்ல வயிற்றைக்கிள்ளவே அங்கிருந்த *'Imbiss'* ஒன்றில் சூடாக உருளைக்கிழங்கு சிப்ஸும் பியரும் வாங்கிக் கொண்டு சீமெந்து பெஞ்ச் ஒன்றில் அமர்ந்து அவனை நானும் ரசித்தேன். *Herbert-Von-Karajan*இன் சில கற்பனைகளைத் தந்து விட்டுத் திடுப்பெனச் *'Sailing'* என்ற ஜனரஞ்சகமான றொக் பிட்டுக்கு சுழன்றுவந்தபோது கும்பல் கணிசமாகவே சேர்ந்துவிட்டது. அவன் வாசிப்பில் கிறங்கிப்போவிட்ட சுவைஞர் ஒருவர் பெரிய கிளாஸில் நுரை ததும்ப ததும்ப பியர் வாங்கி வந்து கொடுத்தார். அதில் தொண்டையைக் கொஞ்சம் நனைத்துவிட்டு சில 'அண்டர்கிரவுண்ட்' இசைச் சித்தர்களுடன் சஞ்சரிக்கலானான். எதுவுமே முன்பொரு நாளுந்தான் கேட்டறியாத இசைக்கோலங்கள். கேட்பவர் அனைவரையும் கிறங்கடித்தான்.

தெருப்பாடகர்கள், வயலின் வாசிப்போர்களென்று எத்தனையோ வீதிக்கலைஞர்களைச் சந்தித்திருக்கிறேன். சீமான்களது இசை அரங்குகளில் சீமான்கள்போலவே மெட்டாக உடுத்திப்போய் எத்தனையோ சிம்போனிகளைக் கேட்டிருக்கிறேன். இருந்தும் அவனது காயலான்கடை ரக (லுண்டாரக) வாத்தியத்திலிருந்து கிளம்பும் நாதத்தில் தோய்ந்துள்ள மாயலாகிரி எனக்குள் ஏற்படுத்தும் அதிர்வுகளைப்போல் முன்னொரு வாத்தியமும் ஏற்படுத்தியதில்லை. அவனது இசையோடு சேர்ந்து ஏதோவொரு அலைவரிசையில் வரும் விபரிக்க முடியாத காந்தக்கதிர்கள் என்னை அவனோடு கட்டிப்போடுகிறது, கிளர்த்துகிறது, பஞ்சாகக்கிளப்பி மேலே மேலே முகில்களோடு மிதக்கவைக்கிறது.

வாசித்து நன்றாகவே களைத்தபின்னால் *'Udo Lindenberg'*இன் *'Auf wiedersehen'* என்ற மெலோடியை (மீண்டும் சந்திப்போம்) மென்சோகம் தோய்த்து மங்களமாக வாசித்தபோது சுவைஞர்கள் கைதட்டி ஆர்ப்பரித்து "தயவுசெய்து மீண்டும் ஒரு முறை" "மீண்டும்" என்று கேட்கவும் சம்மதித்து மீண்டும் ஒருமுறை வாசித்தான். 'இத்தனை வித்தகனுக்கு சொந்தமாய் ஒரு கூரை இல்லை' என்பதை மனம் ஏற்க மறுக்கிறது.

அவனை அன்று பார்த்ததுதான். உயிர்தரித்திருக்க ஒரு மனுஷனுக்குத் தேவையான உணவு, உடை, படுக்கை, சூடான ஒருவதிவிடம் இவற்றைத்தேடி அக்கலைஞன் உலகத்தின் எக்கோடிக்குக்குத்தான் சென்றாலும் பரவாயில்லை என்று மனம் விரும்பினாலும் தினமும் காலையில் எழுந்ததும் கண்கள் அவன் வந்திருக்கிறானா, தூளியுள் தூங்குகிறானா என்றே தேடுகின்றன.

அதன் பின் வந்த ஒவ்வொரு வசந்தத்திலும் நிலையத்தின் வளவின் நிற்கும் *Gold-regen* (தங்கமழையென்று அர்த்தம்) மரங்களின் மெலிந்தடர்ந்த நீண்ட கிளைகளின் பொன்மஞ்சள் பூம்பாளைகள் எல்லாம் ஏககாலத்தில் மலர்வதால் பூக்களின் பாரஃந்தாங்காமல் அவை தலைகீழாக விழுதுகள்போலத் தொங்குகின்றன. கஸ்டானியன் மரங்களும் தவறாமல் பழுத்துத் தம் விதைகளை நிலமெங்கும் இறைத்துவிடுகின்றன. அவனது தூளியும் தோற்பையும் அவனுக்காகக் காத்துக்கொண்டு இன்னும் அங்கேயே இருக்கின்றன. அணிலும் புலுணியும் மேடைகள் பூராவும் ஓடிப்பிடித்து விளையாடுகின்றன. பாரீஸ் தொடருந்தும் தவறாது *23:05*க்குக் கடந்துவிடுகிறது.

இசை மட்டும் இல்லை.

# பெர்லின் சுவர் விழுந்தபின்... 9.11.1989

சூழலின் சீதளம் சுழியத்துக்கும் கீழ் இறங்கி யிருந்த ஒருநாள் கஃபேயின் தரையை சூடான சவர்க்கார நீரினால் 'மொப்'செய்துகொண்டிருக் கிறேன், கஃபேயின் வாசலில் நீளக்கோட்டுப்போட்ட ஒரு கிழவன் நிற்கிறான். அவனது தாடியும் தலை முடியும் எனக்குக் கார்ள் மாக்ஸையே நினைவூட்டு கின்றன. இலேசாகப் பனி தூவத் தொடங்கியிருந்தும் அரைமணிக்கும் மேலாக மனிதன் நின்ற இடத்தை விட்டு அசைவதாகக் காணோம். பின்லாந்து வொட் காவை அதிகமாக விட்டுக் கட்டிக்கொண்டாலும் கால்களைத் தூக்கி வைக்க முடியாமல்போகும். சும்மா ஒரு சுவரை முட்டிக்கொண்டு மணிக்கணக் கில் நிற்கும் பிரகிருதிகளைப் பல தடவைகள் பார்த்திருக்கிறேன்.

கே.ஜே. ஜேசுதாஸ் 'கனகாங்கி' ராக கீர்த்தனை ஒன்றுமுடிய மிருதங்கம், கடம், கெஞ்சிராவன்ன தாளவாத்தியக்காரர்களுக்கு தனிவாசிப்புக்கு இடம் கொடுத்திருந்தார். அது முடியவும் இசைநாடாவை மாற்றப்போகும்போதுதான் கிழவன் மெல்ல அசைந் தான். மீள்வார்ப்புச் செய்வதற்காகக் கொண்டு செல்லப்படும் காலி மதுப்போத்தல்களை அதற்கான சேகரிப்புக் கலனினுள் போடுவதற்காக தனியாக எடுத்து நெகிழிப்பெட்டிகளில் வைத்திருப்போம். கிழவன் கஃபேயின் வாசலருகில் வைத்திருந்த நெகிழிப்பெட்டியிலிருந்த போத்தல்களை ஒவ்வொன் றாக எடுத்துத் தலைகீழாகப் பிடித்துக்கொண்டு

அதற்குள் இருந்த ஊறல்களை நாவில் ஏந்திச் சுவைத்தான். பரிதாபமாக இருந்தது. கதவைத்திறந்து "ஹலோ" என்றேன். எங்கே விரட்டிவிடுவேனோ என்பதுபோல் பயத்துடன் என்னைப் பார்த்தான்.

"இங்கே என்ன செய்துகொண்டிருக்கிறீர் ... கொம்றேட்?"

"உள்ளே ஒரு வித்தியாசமான இசை வந்துகொண்டிருந்ததே ... அதைக் கேட்டுக்கொண்டிருந்தேன்."

"நிஜமாலுமா ..." எனக்குச் சர்வதேகமும் புல்லரித்தது. எமது செவ்வியல் இசையை ஒரு ஐரோப்பியன் கேட்டு ரசிக்கிறான் ... வாவ்!

"உள்ளே வாங்க பேசலாம்"

கிண்டல்தான் பண்ணுகிறேனோவென என்னைச் சந்தேகத்துடன் பார்த்தான். பின் தயங்கித்தயங்கி உள்ளே வந்தான். ஒரு நாற்காலியில் அமரவைத்தேன். பத்துநாள் தாடியில் பூத்திருந்த பனிப்பூக்கள் லைட் விளக்கின் வெளிச்சத்தில் மின்னின.

"இந்த வகையிலான சங்கீதத்தை நீர் முன்பு கேட்டதில்லையா?"

"நான் பிறவகைச் சங்கீதங்களையோ, பிற நாட்டாரின் இசை வகைகளையோ நுகரமுடியாத ஒரு உலகில் வாழ்ந்துவிட்டேன். (கிழக்கே கையைக் காட்டினான்) அங்கிருந்து மீண்டு கொஞ்சக் காலந்தான்."

"மிகவும் உறைந்துபோயுள்ளீர்கள் ... சூடாக ஒரு கோப்பி போடவா கொம்றேட் ..?"

"நன்றி, மிகவும் நன்றி."

"கொஞ்சம் *Ameretto* (மதுவகை) சேர்க்கவா?"

"*Net von dir, aber ich hab nicht viel kohl dabai.*" (தாராள மனதுமக்கு நன்றி ... ஆனால் என்னிடம் அத்தனை பணமில்லையே.)

"நான் பணத்தைப்பற்றிய பேச்செடுக்கவில்லையே."

"நன்றி கொம்றேட்"

நான் கிழவனுக்காக இன்னொரு இறுவட்டை ஓடவிட்டேன். அது எம்.டி. ராமநாதனின் இசைத்தொகுப்பு ஒன்று. அவரும் விளம்ப காலத்தில் 'எந்தரோ மஹானுபாவலு'

பாடுவதற்காக ஸ்ரீ ராகத்தை விஸ்தாரமாக ஆலாபனை செய்தார்.

"கேட்பதற்கு மன்னிக்கவும் . . . இது அராபிய இசையா, இந்திய இசையா?"

"இது இந்திய சாஸ்திரீய இசையில் கர்நாடகம் என்னும் வகை."

"நன்றி, அருமையாகவுள்ளது. இதன் இலக்கணங்கள் எப்படியோ அறியேன். ஆனால் கேட்பதற்குப் பரவசமாயுள்ளது தோழா."

"கர்நாடகம் என்றால் என்ன?"

"நல்லது, கர்ணம் என்றால் காது. அடகம் என்பது அடங்குதல் அதாவது செவிப்புலனில் உயர் – தாழ் சுருதி எல்லைகளுள்ளாக அமையும் அனைத்து இசையும் என்று அர்த்தம்."

"ரொம்பத்தான் பேராசை" என்றுவிட்டுக் கனிந்து சிரித்தான்.

ஒவ்வொரு வாத்தியத்தைப்பற்றியும் கேட்டான். கெஞ்சிரா ஒருகையால் வாசிக்கப்படுவது என்பதை நம்பச்சிரமப்பட்டான்.

"இசையில் இவ்வளவு ஆர்வத்துடன் இருக்கிறீர்களே . . . உங்களுக்கு இசை அனுபவங்கள் எப்படி ஏற்பட்டன என்பதைக் கொஞ்சம் சொல்றது."

காப்பிக்கோப்யை கீழே வைத்துவிட்டுச் சிரித்தான்.

"ஆரம்பத்தில் *Dresden*இல் ஒரு தேவாலயத்தில் பியானோ வாசித்தேன். அப்போ நான் இளைஞன். அது அந்தக்காலம்" என்று நினைவிடை தோய்ந்ததில் மௌனமானான்.

"சரி, உங்களை மிகவும் கவர்ந்த வாக்கேயக்காரர் *(Composer)* யார்?"

நானும் *J.S.Bach, Mozart, Beethoven* என்று யாரையாவது சொல்வானென்று எதிபார்க்க என்றுமே கேள்விப்படாத *...kowski* என்று முடியும் ஒரு பெயரைச் சொன்னான். அவர் ரஷ்யராகவோ, ஸ்லாவாக்கியராகவோ, ஆஸ்திரியராகவோ இருக்கலாம்.

"தோழரே இன்னொரு கோப்பி சாப்பிடுகிறீரா அமெறெற்றோ சேர்த்து?"

நன்றியுடன் என்னைப் பார்த்தான் ஆமோதித்து.

இம்முறை மதுவைச்சற்று அதிகமாகக் கலந்துவிட்டேன். காப்பிக்கோப்பையைக் கையிலெடுத்துப் பாதிசாப்பிட்டானதும் 'ஜிகபம் ஜிகபம்' என்று வாயினால் தானே மியூஸிக் ஒன்றைப்போட்டபடி சுழன்று நடனமாடத் தொடங்கினான். அவன் கோப்பையுடன் சுழன்ற வேகத்தில் அதைப் போட்டுடைத்துத் தரையை இன்னொருதரம் 'மொப்'பண்ண வைத்துவிடுவானோ என்று பயந்தேன்.

"நண்பனே பயந்துவிடாதே . . . ஓ . . . லலலல்லா . . . லலலல்லா . . . ஜிகபம் ஜிகபம் பம்ஜிக ஜிகபம்" ஆட்டம் வேகம் பிடித்தது. ஆனாலும் ஒரு துளி கோப்பிகூடச் சிந்தி விடாதபடிக்கு கோப்பையை இருகைகளுக்கும் மாற்றி மாற்றிச் சுழன்றாடினான். ஒருவாறு ஆட்டத்தை முடிந்ததும் சொன்னான்:

"எனக்கு பரிசாரகர் வேலையிலும் பன்னிரண்டு வருஷங்கள் அனுபவம் இருக்கு . . . ஒரு கோப்பையையும் உடைத்துவிட மாட்டேன் . . . உன் அன்பான உபசரிப்புக்கு நன்றி . . . தோழா, நான் சென்று வரவா."

"சென்றுவாருங்கள் . . . இந்தப்பக்கம் வந்தால் தவறாது என்னிடம் மீண்டும் வாருங்கள் . . . நாம் அடிக்கடி பேசலாம். இன்னுமொரு சந்தேகம் நீங்கள் தொடர்ந்தும் ஏன் இசைத் துறையில் ஈடுபடவோ சேவைசெய்யவோ இல்லை. உங்கள் தொழிலை எதற்காக மாற்றிக்கொண்டீர்கள்?"

"இசை என்பது ஒரு மனோவியல் வெளிப்பாடு. வெளிப்பாட்டின் விளையாட்டு. கற்பனையைக் கலந்துவிடத் தெரிந்த யாரும் இதை ஆடலாம் . . . ரசிக்கலாம் . . . துய்க்கலாம். செவ்வியலிசை செல்வந்தர்களுக்கும், பிரபுக்களுக்குமானது; பாட்டாளி மக்களுடையதல்லவென்று நவயுகமார்க்ஸியர்கள் நவிலுகின்றனர். வர்க்கமுரண்களுக்கும், கலையுணர்வுக்கும் சம்பந்தமே கிடையாது. கலையில் தணிக்கைக்குழு என்றொரு பைத்தியக்காரக்கும்பல். இப்பிடி மியூஸிக் போடு . . . இப்போ தூங்கு . . . இப்போ எழுந்திரு . . . இப்போ மூச்சாபோ . . . என்று கட்டளைகள் பிறப்பிக்கின்றான்யா. *Aergernis* !" *(Nuisance)*.

"நீங்கள் அவதானித்தவரையில் மேற்கு ஜெர்மனி உங்களைக் கவர்ந்ததா . . . அதுபற்றி உங்கள் அபிப்பிராயந்தான் என்ன?"

"முன்பு எனக்கு மேற்கு ஜெர்மனிக்குள் ஓடிவந்துவிட வேண்டும் என்றொரு தவிப்பு இருந்தது. அவர்கள் அனுமதிக்க வில்லை. இப்போது வரமுடிகிறது, ஆனால் எதையும் பார்க்க

வேண்டுமென்ற என் ஆர்வமெல்லாம் ஆவியாகிவிட்டது. நன்றி. *Schon Tag noch*" (அழகான நாளாக அமையட்டும்) என்றுவிட்டுப் புறப்பட்டான்.

அதன் பின் அவனை நான் எங்குமே காணவில்லை. ஒரு வருஷம் கடந்திருக்கும். வீட்டில் பழைய பத்திரிகைகளை மறுபயனீடு செய்யும் தளத்தில் சேர்ப்பிப்பதற்காக பிரித்து அடுக்கிக்கொண்டிருக்கையில் ஒரு பத்திரிகையில் முழுப்பக்கக் கட்டுரை ஒன்றின் நடுவே வெளியாகியிருந்த ஒரு போட்டோ என் கண்ணில் பட்டது. அந்த நடுவயது மனிதரின் படத்தைப் பார்க்க ஏதோ பல வருஷகாலம் பக்கத்துவீட்டில் வாழ்ந்து பழகிய ஒரு மனிதரைப் பார்ப்பதுபோல் எனக்கு இருக்கிறது. சராசரி ஐரோப்பியரைப்போல் அல்லாது சற்றே கறுத்த கண்களும், மூக்குக்குமேலே பொருந்துகின்ற அடர்த்தியான புருவங்களும் . . . என் ஞாபகசக்தி ஏதோ சதிசெய்கிறது. அந்த போட்டோவை அணுக்கமாகப் பிடித்துப்பார்த்தேன். அந்தக் கூர்நாசியும், பரந்த நெற்றியும் அன்று என்னிடம் *White Wedding*இல் கோப்பி அருந்திய அம்மனிதனல்லவா இவன். ஆனால் இந்தப்படம் கொஞ்சம் இளவயதில் எடுக்கப்பட்டிருக் கிறது, ஆனாலும் சந்தேகமில்லை அதிலிருப்பது அவனேதான். கட்டுரையைத் தொடர்ந்து வாசித்தேன்.

*J.J. Karl Murphy 1916*ஆம் ஆண்டு *Dresden* நகரை அண்மித்த *Chemnitz*இல் ஒரு விவசாயக் குடும்பத்தில் பிறந்தார். இளம் வயதிலேயே பலதரப்பட்ட இசைக்கருவிகளையும் வாசிப்பதில் திறமைசாலியாகத் திகழ்ந்ததோடு, புதிய இசைவடிவங்களைச் சமைப்பதிலும் ஆற்றல் பெற்றிருந்தார். தன் 24ஆவது வயதில் *Leipzig* இசைப் பல்கலைக்கழகத்தில் பேராசிரியராகப் பதவி யேற்றார். அங்கு அவர் இசைபற்றிச்செய்த ஆய்வுகளும், அமைத்த இசைக்கோர்வைகளும் ஏராளம். இரண்டாம் உலகமகா யுத்தத்துக்கு முன்னர் உலக இசையரங்குகள் அனைத்தும் இவரது பிரசன்னத்துக்காகக் காத்துக்கிடந்தன. கலிஃபோர்னியா விலும், டோக்கியோவிலும். மெல்போர்னிலும் தங்கியிருந்து பல *Melodrama*க்களையும், *Classical Concert*களையும், *Opera*க் களையும் நடத்திப் புகழ்பெற்றார்.

சோவியத் யூனியனின் கட்டுப்பாட்டினுள் ஜெர்மன் ஜனநாயககுடியரசு (*DDR*) மக்கள்மேல் சர்வாதிகாரத்தைப் பிரயோகித்தபோதிலெல்லாம் அதனை இவர் வன்மையாகக் கண்டித்தார். அதையிட்டு எரிச்சலடைந்த அரசு இவரை இராணுவத்தின் இசைப்பிரிவு ஆலோசகராக நியமித்தது. அதிலிருந்து 1970களில் விலகியவர், *Leipzig* தோமாஸ் தேவாலய

இசைக்குழுவில் சேர்ந்துகொண்டு பல *Ballet* நடன நிகழ்வு களை இசையமைத்து உருவாக்கினார்.

இவர் தன் இசைஆய்வுகளையும், கையெழுத்துப் பிரதி களாயிருந்த நூல்களையும் ஆம்ஸ்ரர்டாமில் ஒரு பிரசுரக் கொம்பனிக்கு அரசின் அனுமதியின்றி விற்றார் என்றும், அவற்றைப் பிறிதொரு பெயரில் வெளியிட்டாரென்றும் குற்றஞ் சாட்டி அரசு இவர்மேல் வழக்குத் தொடர்ந்ததால் இவர் சில ஆண்டுகள் சிறைவாசத்தையும் அனுபவிக்க நேர்ந்தது. *J.J. Karl Murphy* சிறை அனுபவித்த காலத்தில் இவர் மனைவி வேறொருவருடன் வாழத் தலைப்பட்டதில் மணமுறிவையும் சந்தித்தவர், விடுதலையானபின் சிலகாலம் மனநோய்வாய்ப் பட்டு இருந்ததாக அறியப்படுகிறது.

தன் 34ஆவது வயதுக்குள்ளேயே இசைஉலகச் சாதனைகள் பலவற்றினதும் சிகரங்களைத்தொட்ட இம்மேதை தன் அந்திம காலம்வரை இசைவாழ்வில் 'அஞ்ஞாதவாசம்' பூண்டிருந்தவர், தன் ஜீவனோபாயத்திற்கு *Potsdamm* விருந்தினர் விடுதியொன்றில் பரிசாரகராய் ஊழியஞ்செய்தார். இந்நூற்றாண்டின் தலை சிறந்த இசைச்சித்தர்களுள் ஒருவராக மதிக்கப்படும் இம்மேதை திருவாளர் *J.J.Karl Murphy* தன் 77ஆவது வயதில் *Berlin. Rudolf - Virchow* மருத்துவமனையில் நேற்று மாரடைப்பால் காலமானார். (எனது 'தரையில் ஒரு நக்ஷத்திரம் கதை'யில் இந்தப் பாத்திரத்தை ஏலவே செதுக்கியுள்ளேன்).

அது ஒரு கோடைகாலம் ஏழரை மணியிருக்கலாம், அப்போதுதான் பணியிலிருந்து திரும்பியிருந்தேன். உடை களை மாற்றிவிட்டு முகம் அலம்பிக்கொண்டு தேநீர் போடு வதற்காக மின்கேத்தலில் நீரை நிரப்பி அதை உயிர்ப்பித்து விட்டு அமர்ந்தால் கரகரப்பான தொனியில் யாரோ உரத்துப் பேசுவதைப்போல் ஒரு சத்தம் வருகிறது. எங்கிருந்து வருகிற தென்று தெரியவில்லை, யாரையோ எதற்கோ கெஞ்சுவதைப் போலிருந்தது அப்பேச்சின் தொனி. வாசற்கதவைத் திறந்து பார்த்தேன், யாரையும் காணவில்லை. ஆனால் பிறகும் அந்தச் சத்தம் கிணற்றுக்குள்ளிருந்து வருவதுபோல் வந்துகொண்டிருக் கிறது. அடுக்ககத்தில் எங்கள் வீடு 15ஆவது தளத்தில் இருக்கிறது. ஜன்னலைத் திறந்தேன். சத்தம் வெளியிலிருந்து தான் வந்திருக்கிறது. கீழே பார்த்தால் ஒரே 20க்கும் மேற்பட்ட காவல்துறையினரும், தீயணைக்கும் படையினரும் கும்பலாக நின்றுகொண்டிருந்தனர். கீழே சிவப்பு நிறத்தில் துடுப்பாட்டத் துக்கு விரிக்கப்படும் விரிப்பைப் போல ஆனால் சதுரமான 10 x 10 மீட்டர் இருக்கவல்ல பெரிய விரிப்பை தீயணைப்புப் படையினர் ஓடி ஓடி விரித்துக்கொண்டிருந்தனர். என்ன

அங்கே நடக்கிறது ஒன்றும் எமக்குப் புரியவில்லை. ஏதோ சுற்றிவளைப்புத் தேடலாக்கும் என முதலில் நினைத்தோம். அறையில் இருந்த இராஜேந்திரனும், சிங்கப்பூர் குணமும், நானுமாக வெளியில் எட்டிப் பார்த்தோம். வயசான காவலதிகாரி "தயவுசெய்து ஜன்னல் கதவுகளைச் சாத்துங்கள் . . . யாரும் கதவுகளைத் திறக்க வேண்டாம், தலையை வெளியே நீட்டவும் வேண்டாம்" என மெகாபோனில் அலறினார். பின்னர் தொடர்ந்து ஹேய் . . . இளைஞனே, உனது பிரச்சினை என்னவானாலும் தீர்த்துவைக்க நானாயிற்று தயவுசெய்து உன் முடிவை மாற்றிக்கொள்ளப்பா" என்று இறைஞ்சினார். எங்கள் அடுக்ககத்தின் ஜன்னல் கதவுகள் உட்பக்கமாகவும், வெளிப்பக்கமாகவும் திறக்கக்கூடியன. கதவை உட்பக்கமாகத் திறந்துகொண்டு தலையைக் கொஞ்சமாக வெளியே நீட்டி மேலே பார்த்தோம். 25 வயது மதிக்கத்தக்க இளைஞன் ஒருவன் எங்கள் வீட்டுக்கு நேர்மேலே 17ஆவது தளத்திலுள்ள ஒரு வீட்டின் ஜன்னலில் நின்றுகொண்டிருந்தான். அதுக்குள் நிலத்தில் விரிக்கப்பட்ட விரிப்புக்கு எங்கிருந்தோ காவல்துறையினர் ஒரு குழாயைக் கொண்டுவந்து பொருத்தவும் விரிப்பு பெரிய காற்று மெத்தையாக மாறியது. காவல்துறை அலுவலர் மீண்டும் அவனுடன் கெஞ்சினார். "உனக்கு வீடு வேணுமா, இல்லை தொழில்தான் வேணுமா . . . என்ன உன்னுடைய பிரச்சினையோ அதைத் தீர்த்துவைக்க நாங்களாயிற்று." அவனோ ஒரு வார்த்தை பேசுகிறானில்லை. அகலமான ஜன்னலின் மாடத்தில் கைபிடியாமல் நடக்கிறான். அவனது துணிச்சலையும் நின்ற தோரணையையும் பார்த்தால் அவன் சாகத் துணிந்துவிட்டான் என்று புரிந்தது. நிலத்தில் விரித்த காற்று மெத்தை மெல்லமெல்ல முன்னரை விடவும் இரண்டு மடங்கு கனமாகியது. "ஹேய் முட்டாள் இளைஞனே என்ன காரியம் செய்யப் பார்க்கிறாய் . . . வாழ்வு பெறுமதி வாய்ந்ததடா" என்றேன். *"Du bist verrueckt"* என்றான் என்னைப் பார்த்து கோபமாய். (நீதான் முட்டாள்) அதுதான் அவனது கடைசி வார்த்தை. எங்களுடன் வினைக்கெட நேரமில்லை அவனுக்கு, குதித்தான். வெளிறிய ஜீன்ஸுடனும், வெள்ளை ரீ – ஷேர்ட்டுடனும் எங்கள் பார்வையைக் கடந்துகொண்டு 'டைவ்' அடிப்பவனைப் போலக் கீழே சென்றான். காற்று மேத்தைமேல் விழாமல் ஒரு தேங்காய்ச் சாக்கு விழுந்ததைப் போன்ற ஓசையுடன் அவன் உடல் தரையில் சிதறியது. தீயணைக்கும் படையின் மருத்துவர் சம்பிரதாயமாக உடலைச் சோதித்துவிட்டு சமிக்ஞை காட்டவும் நொடியில் அவ்வுடல் அதற்கான உறையில் சுற்றி அப்புறப்படுத்தப்பட்டது. ஏதோ இரசாயனம் கொண்டு அவ்விடத்தைக் கழுவியிருந்தார்கள். அந்த இடம் பல காலமாக

வெள்ளையாக இருந்தது. எங்கள் அனைவருக்கும் உடல் பதற்றம் தணிய இரண்டு நாட்களாகின. சில காலம் ஜீன்ஸூம், ரீ–ஷேர்ட்டும் அணிந்த எந்த வெள்ளை இளைஞனைப் பார்த்தாலும் இவனும் தற்கொலை செய்துகொண்டுவிடுவானோ என்று மனதில் கிலேசமாயிருந்தது. அடுத்த நாள் பத்திரிகை யில் இறந்தவனைப் பற்றிய விபரங்கள் வந்திருந்தன. அந்த இளைஞன் ஃப்ராங்பேட்டிலிருந்து 17 தளத்திலிருந்த அவனது நண்பனின் வீட்டில் இரண்டு நாட்களுக்கு முன்னதாக வந்து தங்கியிருக்கிறான். உடற் பரிசோதனையில் தற்கொலை செய்த போது அவன் போதைப்பொருள் கொஞ்சமாகப் பாவித்திருப்பது கண்டுபிடிக்கப்பட்டிருந்தது. கைத்துப்பாக்கி ஒன்றும் வைத் திருந்திருக்கிறான். காவல் துறையினர் வீட்டின் கதவை உடைத்து உட்புக முயன்றபோதே குதித்திருக்கிறான். அவனுக்கு என்ன மனக்குறை, கவலை இருந்ததென்பதுவும்; எதற்காகத் தற்கொலை செய்துகொண்டான் என்பதுவும் இன்னும் கண்டுபிடிக்கப்படவே இல்லை.

❍

இச்சம்பவம் நடந்த அன்று இரவு இரண்டு மணியிருக்கும். என் தொலைபேசி மணி அடித்தது. இந்தச்சாமத்தில் யாருக்கு என்ன அவசரமோ, கண்டுகொள்ளாமலிருக்கமுடியவில்லை. எடுத்துப்பேசினேன்.

"ஹலோ . . ."

"ஹலோ . . . அண்ணே நீங்கதான் கவிஞர் கருணாகர மூர்த்தியோ . . ."

"கவிஞரோ . . . தெரியவில்லை, கருணாகரமூர்த்தி என்கிறது சரி, அது நான் தான், சரி, இதை உறுதிபண்ணத் தான் போன் எடுத்தீரா இப்போ . . . நீர் யார் இந்த நேரத்தில . . ."

"நான் இப்பதான் வேலையால வந்தனான். அதோட இப்ப போன் அடிச்சாத்தான் உங்களைப் பிடிக்கலாமெண் டிட்டு அடிச்சன் சொறி அண்ணை. உங்களால எனக்கொரு காரியமாகவேணும் குறைவிளங்காதேங்கோ வேறொன்று மில்லை . . . எனக்கொரு கல்வெட்டு அடிக்கவேணும் அய்யா. அதை நீங்கள்தான் எழுதித்தரவேணும்."

"எனக்கு கல்வெட்டெல்லாம் எழுதத் தெரியாது, அதோட அய்யா பய்யாங்கிறதும் எனக்குப் பிடிக்காது . . . ஆளைவிடும்."

"அய்யா . . . அய்யா . . . அய்யா . . . நீங்களே கையை விட்டிட்டா நானெங்கே போறது."

"சரி. யார்தான் அப்பிடிச் செத்தது?"

"என்ர அண்ணன் ஒராள்."

"என்ன நடந்தது அவருக்கு."

"அவர் 70இல வன்னியில மலேரியா வந்துதான் செத்தவர். எனக்கு கேஸ¬ இரண்டாந்தரமும் றிஜெகட் ஆகிட்டுது. அடுத்த அப்பீல்லயும் சறுக்கிச்செண்டா ஒன்றுஞ்செய்யேலா. இப்ப மூன்று மாதத்துக்கு முன்னால யோகராசா என்றொருவர் ஷெல் பட்டுச்செத்தது என்று உதயன் நியூஸ்பேப்பர் கட்டிங் ஒன்று கிடைச்சிருக்கய்யா. அண்ணன்ர பெயரும் யோக ராசாதான். அவர் இப்ப ஷெல் பட்டுச் செத்தமாதிரி ஒரு கல்வெட்டு அடிச்சு, அந்தப்பேப்பர் கட்டிங்கையும் அப்பீலோட இணைச்சுக்கொடுத்தால் கேஸ¬க்கு வாய்ப்பாயிருக்கும் என்கிறாங்கள். அதுதான் . . ."

"வைடா போனைப் xxxxxயாண்டி."

# சாரதியுமாகினேன்

சிறிதுகாலத்தின் பின்னர் அந்த மியூஸிக்கஃபே யின் பங்குதாரர்களிடையில் பிரிவினை உண்டாக வும் நான் அதன் பங்குதாரன் ஆகினேன். அதன் பின் ஒரு ஜூதக்குடும்பத்துக்குச் சொந்தமான அந்த கஃபே இருந்த இடத்தையும் அதன் அருகா மையில் இருந்த நிலங்களையும் ஒரு குழுமம் வாங்கி, அதில் *Einkaufzentrum Gseundbrunnen* ஒரு பல்பொருள் அங்காடியை நிர்மாணித்தது. அதனால் எனக்கும் பணி இல்லையென்றாக என்னுடன் *White Wedding* மியூஸிக் கஃபேயில் பணிபுரிந்த சந்திரன் என்கிற நண்பருடன் சேர்ந்து பயணமுகவராகப் புதியபணி யொன்றை ஆரம்பித்தேன். ஒவ்வொரு மாதமும் கராச்சி, கார்ட்மண்டு, கோலாலம்பூர், பாங்காக், லாவோஸ், சிங்கப்பூர், ஜகார்த்தாவென என் பயணங்கள் விரிந்தன. (அதன் பயனாக விளைந்தது தான் என் ‘ஒரு அகதி உருவாகும் நேரம்’ குறுநாவல்).

பயணிகள் ஒழுங்காக வந்துசேரும்வரையில் வாஷிங்மெஷினுக்குள் அகப்பட்ட பூனையின் நிலமைதான் முகவர்களுக்கும். றிஸ்க்குகள் நிறைந்த இந்தப் பயணமுகவர் பணியை விட்டுவிட்டு சீருந்து ஓட்டலாமா எனச் சிந்தித்தேன். கடைசியில் என் வீட்டுக்கு அண்மையாகவிருந்த சீருந்து பாடசாலை யில் சேர்ந்து பயிலத்தொடங்கினேன். பயணிகள் திரும்பத்திரும்ப பாங்கொக்கிலும், லாவோஸிலும் தொங்கிவிட வகுப்புகளை முறித்துவிட்டு அங் கங்கே பறக்கவேண்டியதாயிற்று. ஒத்துக்கொண்ட பயணிகளை எப்பாடுபட்டேனும் இறக்கியாக வேண்டுமே.

அடிக்கடி வகுப்புகளைத் துறந்தபோதிலும் என் தனிப்பட்ட பாவனைக்கு மகிழுந்து ஒன்று இருந்ததாலும், பயணங்கள் உலாத்தல்களில் மிகவும் ஆர்வங்கொண்டிருந்ததாலும் எனக்கு பெர்லினின் கட்டமைப்பு, அதன் இணைப்பு வீதிகள், இங்குள பிரதான *Objects* பற்றிய அறிதல் உண்டானது. பயணமுகவர் பணியையும் நிறுத்திக்கொண்டு மீளவும் சீருந்து வகுப்பின் புதிய அணியில் சேர்ந்துகொண்டு 3 மாதத்தில் பரீட்சைக்குத் தோற்றினேன். வெற்றியும் கிடைத்தது.

○

சீருந்துச்சாரதீயம் பண்ணவும் ஏறத்தாழ ஒரு விமானிக்கு இருக்கவேண்டிய அளவுக்கு ஆரோக்கியமான சரீரம் தேவை. *Industry Mediziners* எனப்படும் மருத்துவ பிரிவினரின் கடுமையான சோதனைகளிலும் தேறியாக வேண்டும். செவிகள், கண்களுக்குச் செய்யப்படும் சோதனைகளே மிகவதிகம். மாறுகண், நிறக் குருடு, நரம்பியல் குறைபாடுகள், திடீர் எதிர்வினையாற்றுவதில் குறைபாடுள்ளவர்கள் இலகுவாக நிராகரிக்கப்பட்டுவிடுவர். காக்காய்வலி, ஆஸ்துமா, நீரிழிவு, மனது, இதயம் சம்பந்தப்பட்ட எந்த நோயும் இருத்தலாகாது.

அடிப்படை ஜெர்மன்மொழி அறிவு அவசியம். அத்துடன் இரண்டாவது மூன்றாவது ஐரோப்பிய மொழிகள் தெரிந்திருப்பின் தொழிலில் அனுகூலமுண்டு.

விண்ணப்பதாரி எந்தவிதமான குற்றவியல்பதிவுகள் இல்லாதவராகவும், சிறை சென்றிராதவராகவும் இருத்தல் வேண்டும்.

பெரும்விபத்துக்களைச் செய்திராத / விபத்துக்களுக்குக் காரணமாயிராதவராக, குறைபாடுகளற்ற சாரதிய அனுமதிப் பத்திரமுடையவராக இருத்தல் வேண்டும்.

தொழில் புரியவிரும்பும் நகரத்தில் குறைந்த பக்ஷம் 2 ஆண்டுகள் வாழ்ந்தவராக இருத்தல்வேண்டும். இந்நிபந்தனைகள் பொருந்திவரும் எவரும் சீருந்துச்சாரதி அனுமதிப்பத்திரம் *(Personen Befoederungschein)* பெறுவதற்கு விண்ணப்பிக்கலாம்.

பெர்லின் என்றால் அதன் 12 மாவட்டங்களிலுமுள்ள பிரதான வீதிகளைத் தெரிந்திருக்க வேண்டும். பின் ஒவ்வொரு மாவட்டங்களை இணைக்கின்ற வீதிகளையும் அவ்வீதிகளைத் தொட்டுக்கொண்டிருக்கும் பிளாட்ஸ் *(Places / Squares)*களையும் அறிந்திருக்க வேண்டும். ஒரு வீதியைச் சொன்னால் அது எங்கு தொடங்கி எங்கே முடிகிறது என்பதைத் துல்லியமாகத் தெரிந்திருக்க வேண்டும்.

சீருந்துச்சாரதீயம் பயிற்றுவிக்கும் பாடசாலைகளில் முறைப்படி ஒவ்வொரு மாவட்டங்களாகப் பயிற்றுவிப்பார்கள்.

இன்னும் *Bezirk* எனப்படும் மாவட்டங்களின் மாநகர சபைகள், அரச அலுவலகங்கள், வெளிநாட்டின் தூதுவரால யங்கள், ஹொட்டல்கள், பிரபல கிளப்புகள், கலையரங்குகள், செவ்விசைஅரங்குகள், களியாட்ட அரங்குகள், பொது மயானங்கள், எவை எவை எங்கிருக்கின்றன என்பதான சோதனையிலும் தேறவேண்டும். ஒரு *Objekt*ஐக் கேட்டால் அது எந்த வீதியில். வீதியின் எந்தத் திசையில், எந்த இரு வீதிகளின் குறுக்கறுப்புக்குள் இருக்கிறது என்பதைச் சொல்ல வேண்டும். வீட்டிலக்கம் கதவிலக்கங்கள் எல்லாம் தெரிந்திருக்க வேண்டியதில்லை. அதனை *Ortskunde Pruefung* என்பர். இச்சோதனைகளிலெல்லாம் கஷ்டமானது *Zielfahrt* தான்.

அதாவது ஒரு *Objekt*ஐச் சொல்லிவிட்டு அதிலிருந்து இன்னொரு *Objekt*க்கு செலுத்தச் சொல்வார்கள். வரைபடத்தை மனதில் விரித்து இருப்பவற்றுள் மிகவும் குறுகியதான வழியில் செலுத்த வேண்டும். பின் அதிலிருந்து இன்னொரு *Objekt*க்குச் செலுத்த வேண்டும், பின் இன்னொன்றுக்கு இவ்வாறாகப் பரீட்சை தொடரும். இத்தனை தடைகளையும் தாண்டி சீருந்துச் சாரதீய அனுமதியைப் பெற்றுவிட்டாலும், வயசேற ஏற ஒவ்வொரு 3 ஆண்டுகளும் மருத்துவச் சோதனைகளுக் குட்பட்டு அதில் தேறும்படியாக கொலொஸ்ரெறோல், குளுக்கோஸ், கிளிசரைட்டுக்களின் அளவுகள் எகிறாமல் உடலைச் சீராக வைத்திருப்பதற்குத்தான் பகீரதப்பிரயத்தனம் எடுக்கவேண்டியுள்ளது.

## நிரவல் சங்கதி – 1

# நவீனத் தொடர்பாடல் தொழில்நுட்பங்கள்

பெர்லின் மாநகரில் 7,600 சீருந்துகள் இயங்குகின்றன. ஒரு பணிமுறையில் 3000 வண்டிகளாவது இயங்கிக்கொண்டிருக்கும். பெர்லினில் 500 வரையிலான சீருந்துத்தரிப்பு நிலையங்கள் உள்ளன. அந்நிலையங்கள் ஒவ்வொன்றிலும் ஒவ்வொரு அழைப்பு அரண்கள் (Saeule/Column) உள்ளன. ஒவ்வொரு அழைப்பு அரணுக்கும் ஒவ்வொரு அழைப்பிலக்கமுள்ளது. சீருந்து தேவையான ஒருவர் இணையவலையிலோ, அல்லது டெலிபோன் வழிகாட்டியிலோ தனக்கு அணுக்கமாகவுள்ள சீருந்து நிலையத்தின் அரணின் இலக்கத்தைத் தெரிந்துகொண்டு சீருந்தை அழைக்கலாம். அப்படி அரண்களுக்கு அழைப்புவரும்போது அந்நிலையத்தில் நிற்கும் சீருந்துகளுக்குள்ளும், அரணிண் அருகே காலியாகச் செல்லும் சீருந்துக்குள்ளும் ஒரு 'பீப்' 'பீப்' சத்தம் உண்டாகும். நிலையத்தின் வண்டிகளின் நிரையில் முதலாவதாயிருக்கும் வண்டிக்காரர் இறங்கிப்போய் தன்னிடம் இருக்கும் காந்த அட்டையால் அரணில் ஒரு குறித்த புள்ளியை வருடினால் அதிலிருக்கும் போனில் அழைத்த நபருடன் பேசமுடியும். அந்நிலையத்தில் வண்டிகள் எதுவும் இருக்காவிட்டால் காலியாகச் செல்லும் ஒரு வண்டிக்காரர் எவராவது அவ் அரணுக்கு விரைந்து பயணியுடன் பேசலாம்.

இந்த அரண்மூலமான தொடர்பாடல் முறையைவிடவும் சீருந்து நடுவங்கள் மூலமாகவும் சீருந்துகளுடன் தொடர் பாடலாம். பெர்லின் முழுவதுக்கும் 6 வரையிலான சீருந்துத் தொடர்பாடல் நடுவங்கள் *(Vermittlung Zentralen)* உள்ளன. அவை நவீன தொழில்நுட்பங்களுடன் எப்போதும் சீருந்துகளுடன் தொடர்பாடிக்கொண்டேயிருக்கும். இந்த நடுவங்கள்தான் எமக்கு வாடிக்கையாளர்களைப் பிடித்துத்தரும் முகவர் / தரகர்கள் எனலாம். சீருந்து தேவையான ஒரு பயணி / வாடிக்கையாளர் இந்நடுவங்களில் ஒன்றைத் தொடர்புகொள்ளலாம்.

ஒரு பயணி நம் நடுவத்தின் இணைவலையிலுள்ள *Bar Code*ஐ தன் எடுப்புத்தொலைபேசியால் வருடிவிட்டோ, அல்லது வீட்டுத்தொலைபேசியிலிருந்தோ நடுவத்தை தொடர்புகொள்வா ராயின் எமது கணினி அவர் தரும் முகவரியைப் தன்னியக்க மாகவே பதிவு செய்துகொண்டுவிடும். அதாவது மறுமுறை அப்பயணி வண்டியை அழைக்க நேரிட்டால் தனது விலாச மன்ன விபரங்களைத் தெரிவிக்கவேண்டியதில்லை. பயணிக்க விரும்பும் நேரத்தை மட்டும் சொன்னால் போதுமானது.

ஜெர்மனியில் இந்த தொடர்பாடல் நடுவங்கள் சீருந்து களுடன் தொடர்பாடுவதற்கு இரண்டு வகையான தொழில் நுட்பத்தைப் பயன்படுத்துகின்றன. முதலாவது வழமையான குற்றலையிலான வயர்லெஸ் றேடியோ தொடர்பாடல்முறை.

நம்ம பக்கங்களில் நிஜமான மாவட்டங்கள் ஒருபுற மிருக்க, கிறித்தவ திருச்சபைகள் தமது வசதிக்காக நாட்டை மறைமாவட்டங்களாகப் பிரித்து வைத்திருப்பதுபோன்று இங்கேயும் பெர்லினின் 12 மாவட்டங்களும் வடக்குத்தெற்காக நீளும் ஒரு வரைபினால் 4 சீருந்துத்தொடர்பாடல் பிரதேசங் களாக *(Zones) A B C D* எனவகுக்கப்பட்டுள்ளன. அந்த ஒவ்வொரு பிரதேசத்திலும் தொடர்பாடலுக்கு ஒவ்வொரு சானல் / அலை வரிசை பாவிக்கப்படுகிறது.

சீருந்து நடுவங்களில் நகர அமைப்பையும், ஒவ்வொரு *Zone*களையும் நன்கு தெரிந்த அனுபவஸ்தர்கள் இருப்பார்கள்.

ஒரு பயணி சீருந்து தேவையென்று நடுவத்தை அழைத்தால் நடுவம் பயணியின் *Zone*இல் பயணிக்கு அணுக்கமான சீருந்து நிலையத்தை எம் தொடர்பாடல் றேடியோவில் அழைக்கும். ஒவ்வொரு கப்பலுக்கும், விமானத்துக்கும் ஒரு *Call Sign* இருப்பது போன்று ஒவ்வொரு சீருந்துக்கும் ஒரு சுட்டெண் இருக்கும். அந்நிலையத்தில் முதலாவதாக நிற்கும் வண்டிக்காரர் தனது சுட்டெண்ணை அப்போது தெரிவிக்க வேண்டும். அப்போது

அவருக்குப் பயணியின் பெயர், விலாசம் போகவிருக்கும் இலக்கு என்பன தெரியப்படுத்தப்படும். முதற்சாரதி அவ்விபரங் களைப் புரிந்துகொண்டு அச்சவாரியைச் சம்மதித்தால் அச்சாரதி பயணியின் முகவரியை திருப்பி நடுவத்துக்கு திருப்பி ஒப்பு விக்கவும் ஆணை ஏற்றுக்கொண்டதாக கருதப்படும். அல்லது இன்னொரு தொடர்பாடல் முறையில் அவ்விபரங்கள் அதாவது பயணியின் பெயர், விலாசம், பயணப்படவுள்ள நேரம், பயண இலக்கு குழந்தைகள் இருந்தால் அவர்களின் தொகை, கூட வரும் பயணிகளின் எண்ணிக்கை, செல்லப்பிராணிகள் இருப்பின் அவற்றின் விபரங்களும் அவ்வண்டியின் மினித் திரையில் "குபிக்" என்ற சத்தத்துடன் இலத்திரனியல் சமிக்ஞை களாக விரியும். சாரதி ஆணையை ஏற்றதற்கான பொத்தானை தொட்டால் போதும்.

இரவில் கொக்டெயில் பார்கள், பப்ஸ், மதுவகங்கள், டிஸ்கோதேக்கள், களியாட்ட விடுதிகள், பால்வினைப்பிசைதல் கிளப்புகளிலிருந்து வரும் அழைப்புக்களென்றாலோ, பெர்லினின் வெளிமாநிலங்களுக்கு செல்லவேண்டிய சவாரியாயிருந்தாலோ, அல்லது எம் பணி முடியும் நேரத்துக்குள் திரும்பிவிட முடியாத நெடுஞ்சவாரிகளாக இருந்தாலோ, பயணி எமக்கு பிடிக்காத ஒரு பிராணியை வைத்திருந்தாலோ, ஆணைகளை நிராகரித்து விடலாம். 3 பூனைகள் 2 நாய்கள் 3 முயல்கள் 5 எலிகளுடன் (Gophers) பயணிப்பவர்களும் இருக்கிறார்கள். அல்லது காரணங் கூறாமலே எந்தச் சவாரியையும் சாரதி நிராகரிக்க முடியும். நிர்ப்பந்தங்கள் இல்லை. அப்போது நடுவம் இரண்டாவது சீருந்துக்குச் சந்தர்ப்பத்தைத்தரும். அந்நிலையத்தில் வேறெவரும் இல்லையென்றால் அதற்கு அணுக்கமான இரண்டாவது நிலையத்தை அழைத்து அங்கு ஒருவருக்குத் தருவார்கள். அங்கும் எவரும் இல்லையென்றால் 'பொது அழைப்பாக' விடுக்கப்படும். காலி வண்டியாகச் செலுத்திக்கொண்டிருப்பவரோ, நிறுத்தி வைத்துவிட்டு தெருவோரக் கடையில் காப்பி குடித்துக்கொண் டிருப்பரோ, அல்லது ஐந்தாறு நிமிடத்துக்குள் அந்த விலாசத் திற்கு விரையக்கூடிய வேறொருவரோ தம் சுட்டிலக்கத்தைத் தெரிவிப்பதன் மூலம் தமது விருப்பைத் தெரிவித்தால் அவருக்கு அச்சவாரி வழங்கப்படும். நாம் நகர்வலம் வந்துகொண்டிருக்கை யிலேயே றேடியோ மூலமாகப் பொது அழைப்புக்களில் கிடைக்கும் இவ்வாறான சவாரிகள் விருப்புக்குரியவை. வண்டிகள் எதுவும் கிடைக்காத பட்ஷத்தில் ஒருசாரதி நேரம் குறித்தான நிபந்தனையுடனும் ஒரு சவாரியை ஏற்கலாம். எடுத்துக்காட்டாக "15 நிமிஷங்களில் தான் என்னால் பயணியிடம் செல்லமுடியும்." அல்லது 'பயணிவிரும்பும்

நேரத்துக்கும் *5* நிமிஷங்கள் தாமதமாக'. அதற்குப் பயணி சம்மதிப்பின் அவருக்கு சவாரி வழங்கப்படும். அப்படி எந்த வண்டியுமே ஒரு சவாரிக்கு கிடைக்காத பக்ஷத்தில் நடுவம் தன் சவாரியைத் தன்னுடன் இணைந்து இயங்கும் இன்னொரு சகோதர நடுவத்துக்கு வழங்கும். அந்நடுவம் தனது இணைப்பி லுள்ள வண்டிகளோடு ஒரு சீருந்தை மேற்சொன்ன இதே வகையில் தேடத்தொடங்கும். எந்நேரமானாலும், என்ன காலநிலையானாலும், நகரத்தின் எந்த மூலையானாலும், எப்படியாவது ஒரு வண்டி கிடைத்துவிடும்.

○

இப்போது ஜெர்மன் சீருந்துகளில் *Radio Data Transmission & Global Positioning System* என்னும் நவீன தொழில் நுட்பம் பயன்படுத்தப்படுகிறது. *GPS Navigation System* இதில் செய்மதி களில் இருந்து வரும் அலைகளைப்பயன்படுத்தி தான் / வண்டி எங்கு நிற்கிறேன் என்பது நனோமீட்டர் துல்லியத்தில் கணிக்கப் படுகிறது. நடுவத்தில் உள்ள பாரியதிரையில் சீருந்துகள் நிற்பதுவும் நகர்வதுவும் மின்மினிகள் நகர்வதுபோல தெரிவதை நிர்வாணக் கண்களாலும் பார்க்கலாம். *Radio Data Transmission / Personal Digital Assistant* வசதியுடைய வண்டிகளில் ஒரு கையடக்க எடுப்புத்தொலைபேசியின் அளவில் சிறு திரைகள் பொருத்தப் பட்டுள்ளன. சாரதி விரும்பினால் அத்திரையை தன் பாக்கெட் டிலும் வைத்துக்கொள்ளலாம். ஒரு பயணியின் அழைப்பை நடுவம் தன் கணனியுள் உள்ளிட்டவுடன் அக்கணனியே தன்னியக்கமாக அணுக்கத்திலுள்ள நிலையத்தில் நிற்கும் சீருந்தின் திரையில் அழைப்பைத் தெரிவிக்கும். ஆணை ஒன்று வந்தவுடன் "குபிக்" என்ற சத்தம் விரிய நாம் ஆணையை ஏற்போமாயின் ஏற்றதற்கான பொத்தானை தொட்டுவிட வேண்டியது மாத்திரமே. நிராகரித்தோமாயின் அடுத்த சீருந்துக்கு கணனியே ஆணையை அனுப்பும். இன்னும் ஒரு முகவரியை அணுகுவதில் சிரமம் ஏதுமிருந்தால் எடுத்துக்காட்டாக சிலரது வீட்டின் புழக்கத்துக்குரிய வாசல்கோடிப் பக்கத்திலிருக்கும், நாம் பயணியையோ, நடுவத்தையோ அணுகி விஷயங்களைத் தெளிவுகொள்ளவும் வசதிகளும் உண்டு. இன்னும் தன்னியக்க மாக நவிகேஷன் கருவியே பாதையைக்காட்டி உதவி செய்யும். கடன் / பற்று அட்டைகள் மூலம் கட்டணத்தைச் செலுத்து வதையும் இந்த *Radio Data Transmission* என்னும் தொழில்நுட்பம் மிகமிக இலகுவாக்கிவிட்டுள்ளது. சும்மா செல்லமாக ஒரு வருடல் போதும்.

சில பயணிகள் முன்னதாகவே தொலைபேசிமூலமோ, இணையமூலமோ தமது சீருந்துத் தேவைகளை முன்பதிவு

*(Advance Orders/Vorbestellungen)* செய்துவைத்துவிடுவார்கள். பெர்லின் முழுவதுக்குமான முன்பதிவுகளின் விபரங்களையும் எமது வண்டியின் திரையில் தரவிறக்கம் செய்து பார்த்துக் கொள்ளலாம். விரும்பின் அம்முன்பதிவுச் சவாரிகளைப் பிடிப்பதற்கு அவ்வந்நிலையங்களில் போய் நின்றுகொள்ளலாம். அநேகமான முன்பதிவுகள் விமான நிலையங்களுக்கும், தொடருந்து நிலையங்களுக்கும், தொலைதூரப் பேருந்து நிலயங்களுக்கும் செல்லும் நீண்ட சவாரிகளாகத்தான் இருக்கும்.

ஒரு இட்லி அளவிலுள்ள *Personal Digital Assistant* அல்லது *Combibox* எனும் அக்கருவிமூலம் வண்டியின் கூரையிலுள்ள செய்மதிகளுக்கு பயற்றங்காயளவு அன்டெனா மூலம் தன் தூரதிருஷ்டிக்கண்ணை வீசி எந்த ஏரியாவில் இன்னும் எந்தத் தரிப்பில் எத்தனை வண்டிகள் நிற்கின்றன, எந்தத் தரிப்பில் எத்தனை மணிக்கு எத்தனை வண்டிகள் தேவை, எங்கே அழைப்புக்கள் அதிகமுள்ளன என்பதையும் முன்கூட்டியே தெரிந்துகொள்ளலாம். இன்னும் எமது தொழிலுக்கு அனுசரணை யாக தொலைபாடல் நடுவங்கள் அடிக்கடி '*Deutsche Oper*இல் *23:00* மணிக்கு அரங்கிசை நிகழ்வு ஒன்று நிறைவுபெறுகிறது. *O2 World Pavillion* அரங்கில் *Britney Spears*இன் இசைநிகழ்ச்சி முடிவடைகின்றது, *1500* வண்டிகள் வரைதேவைப்படலாம், ஒலிம்பிக் ஸ்டேடியத்தில் உதைபந்தாட்டம் முடியவுள்ளது, அல்லது வேறொரு அரங்கில் வலைப்பந்தாட்டம் இத்தனை மணிக்கு முடிவடைகின்றது *1000* வண்டிகள்வரையில் தேவைப் படலாம்' என்பதுபோன்று நிகழ்வுகளை நினைவுறுத்திக் கொண்டிருப்பார்கள். இன்னும் நகரத்தின் நிகழ்ச்சி நிரல்களில் இல்லாதபடியும் '*Tegel* விமான நிலையத்தில் *5* விமானங்கள் ஒரேநேரத்தில் இறங்கியுள்ளன அதிகபயணிகள் காத்திருக் கிறார்கள்' போன்ற செய்திகளை எமக்குச் செய்மதிகளினூடாக தந்து உதவிக்கொண்டிருப்பார்கள்.

*Personal Data Assistance* எனப்படும் இந்த தொழில்நுட்பம் சாதரணமாக நகரத்தின் பேருந்துகளிலேயே பயன்படுத்தப் படுகின்றது. வண்டி நகர நகர அதன் கூரையிலிருந்து தொங்கும் திரையில் அவ்விடத்தின் வரைபடமும் வண்டிசெல்லும் பாதையும், பெரிய எழுத்தில் தரிப்பிடத்தின் பெயர்களும் அடுத்த தரிப்பு எது என்ற விபரங்கள் தோன்றுவதும் பயணி களுக்குப் பெரும் சௌகரியமாகும்.

பெர்லினில் எந்த எந்த வீதிகளில் எவ்வெவ் முடுக்குகளில் உயர்வேகக் கண்காணிப்பு கமெராக்கள் பொருத்தப்பட்டிருக் கின்றன என்ற விபரங்கள் அநேகமாக எல்லா சீருந்துக்காரர்

களுக்கும் தெரிந்ததுதான். அவை போதாதென்று எதிர்பாராத இடங்களில் எதிர்பாராத வேளைகளில் போகுவரத்துக் காவல் துறையினர் தம்வண்டிகளிலோ, அல்லது சந்தேகம் உண்டு பண்ணாத இரும்புப் பாலங்களின் குறுக்குச் சலாகைகள் போன்ற வாய்ப்பான சிறிய கட்டமைப்புக்களிலோ லேசர் கமராவை கமுக்கமாகப் பொருத்திவிட்டு தேமே என்று காத்திருப்பார்கள். அதைக் கவனிக்கும் ஒரு வண்டிக்காரர் எப்படியும் நடுவத்துக்கு உடனே அறிவித்துவிடுவார். நடுவமும் தாமதிக்காது எமது மினித்திரையின் மூலமும், வயர்லெஸ் மூலமும் லேசர் கட்டுப்பாடு இருப்பதைத் தெரியப்படுத்தி எம்மைக் கவனப்படுத்தும். எடுத்துக்காட்டாக: *Landsberger Allee* வீதியில் நகரை நோக்கிய திசையில் *Deutsche Bank* அருகில் லேசர் வைத்துக்கொண்டு காவல்துறை நின்றால் அவ்விடத்தை யும் திசையையும் குறிப்பிட்டு அவ்விடத்தில் 'மிக மோசமான காலநிலை', அல்லது 'இறுகிய பனிப்படிவு' *(Glateis)* அல்லது 'ஸ்மைல் செய்யவும்' *(Bitte Laecheln)* போன்ற சங்கேத வார்த்தைகளில் தெரியப்படுத்துவார்கள், விஷயம் கிரகிக்கப்படும்.

வெய்யில் கனன்றுகொண்டிருந்த கடுமையான ஒரு கோடைகாலப் பகற்பொழுதில் எம் றேடியோவில் "தோழர்களே *Siemensdamm* வீதியில் 'இறுகிய பனிப்படிவுள்ளது ஜாக்கிரதை' என்கிற கவனப்படுத்தல் ஒன்று வரவும் வண்டிக்குள்ளிள் இருந்த மாது செறிஅமிலம் விசிறப்பட்ட தவளைபோல எம்ம்ம்ம்பிக் குதித்தார். "ங்ஞா . . . அட இப்படியுமா பச்சைப் பொய் சொல்வாங்கள் !"

பெர்லினில் சமூகவுபகாரத் தொண்டுகள் செய்யும் ஒரு தன்னார்வக் கிழவர் இருந்தார், அவர் இப்படியான கமெராக் களுடன் காவல்துறையினர் ஒளித்திருப்பதைக் கண்டுவிட்டால் போதும். உடனே வீட்டுக்குப்போய் அகழ்வாய்வில் கிடைத்த உருப்படியின் தோற்றத்திலிருக்கும் ஒரு *Zeiss Ikon* கமெராவையோ அல்லது ஒரு ஷேர்ட் அட்டையில் சிவப்பில் *50* என்று எழுதியோ எடுத்துவந்து ஏதாவதொரு வாகனத்துடன் ஒட்டிநின்று எதிரில் வரும் வாகனங்களுக்கு உயர்த்திக் காண்பித்துக்கொண்டு நிற்பார். விஷயம் விளங்கி சாரதிகள் அனைவரும் உசாராகி விடுவார்கள். சலித்துப்போன காவல்துறை காத்திருந்துவிட்டுப் போக வேண்டியதுதான். இந்த விநோத மனிதரது சேவைகள் பற்றி எனது 'சுண்டெலி' கதையில் விபரமாகக் குறிப்பிட் டுள்ளேன். இன்னும் நடுவமும், பண்பலை வானொலியைப் போன்றே *A2* வேகநெடுஞ்சாலையில் *Dortmund*இன் திசையில் முதலாவது தடத்தில் ஒரு விலங்கு இறந்து கிடக்கிறது, வாகன

உதிரிப்பாகம் ஒன்று விழுந்துகிடக்கிறது, சிறிய மரக்கிளை யொன்று கிடக்கிறது போன்ற தகவல்களைச் சொல்லி வண்டிகளை முன்கவனப்படுத்தும்.

ஜெர்மனியில் விதிக்கப்பட்ட கதியை மீறுவோருக்கான அபராதமோ மிக அதிகம். அதிவேகச்சாலைகளில் 130 கி.மீ. விதிக்கப்பட்டிருந்து நீங்கள் 150 கி.மீட்டரில் செலுத்தியிருந்தால் அபராதம் 75 இயூரோவாக இருக்கும். ஆனால் ஆட்கள் / சிறுவர்கள் நடமாட்டமுள்ள இடங்களில் 30 கி.மீ. மட்டுப் பட்டிருந்து நீங்கள் 40 கி.மீட்டரில் செலுத்தியிருந்தாலே அபராதம் 150 இயுரோவோ இன்னும் அதிகமாகவோ இருக்கும். வேக மட்டுப்படுத்தல்கள் எதுவுமில்லாத அதிவேகச் சாலைகளும் அநேகம் உண்டென்க.

அயல்நாடுகளிலிருந்து ஜாலியாக மகிழுந்தில் உல்லாசப் பயணம் வரும் ஒரு மாமாவுக்கு இரண்டு இடங்களில் கமரா மின்னலை இறுக்கிற்றாயின் அவரது உல்லாச மனநிலையே (Holidaymood) நொருங்கிப்போகும். ஜெர்மனியின் Duisburg நகரத்தை வாகனங்களுக்கு விரோதமான நகரம் (Autofeindlich Stadt) என்பர். அங்கே நீங்கள் பத்திரிகை வண்டியைத் தள்ளிக் கொண்டு வேகமாக ஓடினால்கூட ஏதாவது ஒரு முடுக்கிலிருந்து ஒரு கமரா உங்கள் மேல் ஒரு மின்னலைப் பொழியலாம். இத்தகைய கமெராக்களைக் பண்பலை வானொலிகளின் நேயர் ஒருவர் கவனித்து ஏதாவது வானொலிக்கு அறிவித்தாலும் வானொலிகளும் கார்ச் சாரதிகளைக் கவனப்படுத்தும். ஐக்கிய இராச்சியத்தின் நகரங்களில் மட்டும் கமராவினால் கண்காணிக் கப்படும் வீதிகள் சமாந்தரவரைகளால் (Zebraline) தனித்து அடையாளப்படுத்தப்பட்டிருக்கும். அல்லது கமெரா இருப்பது பற்றிய அறிவுறுத்தல் முன்னதாகவே சாரதிகளுக்கு கவனப் படுத்தப்பட்டிருக்கும். ஜெர்மனியில் போன்று மதிலின் பின்னால் பதுங்கி நின்று 'கல்லு' விடுவதில்லை.

❍

ஒரு கிறிஸ்மஸ் தினத்தன்று சித்தர்கள், யோகிகளை ஒக்க 'யாம் பெற்ற இன்பம் பெறுக இவ்வையகமே' எனும் மேனோக்கில் சீருந்துக்காரன் ஒருவன் அருஞ்செயல் புரிந்தான்.

"தோழர்களே தோழிகளே ... Columbiadamm மியூசிக் ஹோலில் டாக்ஸிக்காரர்களுக்கெல்லாம் பச்சை நிறத்தில் ஒரு கிறிஸ்துமஸ் பரிசு கொடுக்கிறார்கள் ... நான் வாங்கிக்கொண்டுவிட்டேன். நீங்களும் போய் வாங்கிக்கொள்ளுங்கள் தீர்ந்துவிடமுன்னம்" என்று றேடியோவில் பரபரப்பாக அறிவித்தான்.

‘கிடக்கிறதெல்லாம் கிடக்கட்டும். முதலில் போய் ’ஓசி’யில் கிடைப்பதை வாங்கி ‘உள்ளே வைப்போ’ மென்று எங்களில் நிறையப் பேர் *Columbiadamm* என்ற வளைவு நெளிவுகளற்ற அந்நேர்வீதியில் வண்டிகளுக்கு ஃபுல் காஸ் கொடுத்து வேகமாக விரட்டினோம். மேற்படி ஹோலுக்கு ஒரு கிலோ மீட்டர் முன்பாக ஒருவரை ஒருவர் முந்திக்கொண்டு பாய்ந்து சென்ற எம் அனைவர் வண்டிகள் மீதும்; ‘பளீச்’ ‘பளீச்’ ‘பளீச்’சென்று பிளாஷ்கள் மின்னின.

“ஷைச!!!” (வசவு)

வாகனங்களின் மிகைவேகங்களைக் கண்காணிக்கும் போக்குவரத்துப் போலீஸ் பிரிவு றேடார் கருவியுடன் இணைத்த கமெராவை மறைவான இடத்தில் வைத்துவிட்டுச் சற்றுத் தூரத்தே ஒளித்து இருந்திருக்கிறார்கள்.

50 கி.மீட்டர் நியம வேகத்துக்கு மேற்பட்டிருந்த மிகை வேகத்துக்குத் தக்கபடி 70 மார்க்குகள், 90 மார்க்குகள் என்று ஸ்தலத்திலேயே அபராதங்கள் கட்டினோம். தோழர் சொன்ன மாதிரி போலீஸ் தந்த சிட்டையின் வர்ணம் பச்சை நிறத்திலேயே இருந்தது.

இன்னும் முந்திப்போக அனுமதி இல்லாதவண்ணம் மிகப் பாரமான பொருட்களை பெரும்பாரவுந்துகளில் *(Heavy Objects Transportation with Police Escort)* இடப்பெயர்வு செய்யும்போதும் அவை மெதுவாகப் பயணிக்கவிருக்கும் வீதிகளைப் பயன் படுத்துவதை தவிர்க்கவும் –

ஏதாவது விபத்து வெள்ளம்போன்ற காரணங்களினால் வீதிகளில் போக்குவரத்து தடுக்கப்பட்டிருந்தால் அதுபற்றியும் –

இன்னும் *Ramada* ஹொட்டல் வாசலில் நிற்பவர் நிறை போதையிலிருக்கிறார், ஏற்றவேண்டியதில்லை, *Jannowitzbruecke* முக்கில் ஒருவர் சண்டை வலிப்பதற்கென்றே காத்துநிற்கிறார் ஜாக்கிரதை, போன்ற கவனப்படுத்தல்களும், அறிவிப்புகளும், ஜனங்கள் திரளக்கூடிய பொது நிகழ்ச்சிநிரல்களின் விபரங்களும் வந்தவண்ணமிருக்கும்.

○

ஜெர்மானியர்கள் வாகனாதிகளின் தயாரிப்பில் முன்னோடிகளாக இருப்பதனால் முதலாம் உலகமகா யுத்தத்தின் பின்னர் *Mercedes Benz* கார்களைத்தான் சீருந்துகளாகவும் பயன்படுத்துகிறார்கள். *Mercedes Benz* கார்கள் அவற்றின் தரம் உறுதி உழைப்பு நளினம் மென்மை ஆகிய

இவ்விடத்தில்தான் தனவந்தன் தன் Rolls Royceஐ நிறுத்திவைத்தான்.

Tegel விமானநிலையத்தில் பயணிகளை எதிர்பார்த்து நிற்கும் சீருந்துகளின் நிரை

குணங்களால் இன்னும் அவை எமது கனவு வாகனங்களாக இருப்பதாலும் இது ஏற்றுக்கொள்ளக் கஷ்டமானதாகத்தான் இருக்கிறது. இதே *Mercedes Benz* கொம்பனி இரண்டாம் உலகமகாயுத்தத்தின்போது நாஜி இராணுவத்துக்குத் தேவை யான பல கனரகவாகனங்களையும் *Conveyors, Armoured Cars & Trucks* என்பனவற்றையும் தயாரித்ததால் போரெதிர்ப் பாளர்கள், நாஜி எதிர்ப்பாளர்கள், சில ஜூதர்கள், ஒட்டோ நோம்ஸ் இன்னும் *Mercedes Benz* வாகனங்களிலும், அக் கொம்பனியின் அதிருப்தியாளர்களாகவும் பென்ஸ்கார்களின் பக்கம் திரும்பிப் பாராதவர்களாகவும் இருப்பதைக் காணலாம்.

மேலோட்டமான நோக்கில் ஒருவருக்கு 'ஏதடா இத்தனை விலையுயர்ந்த வண்டியை சீருந்தாகப் பயன்படுத்துகிறார்களே இது ஜெர்மன்காரனின் திமிர்த்தனந்தானே' என்று தோன்றலாம். ஆனால் அதற்குப் பின்னால் பொருண்மிய சூக்குமத்துடனான பிறிதொரு காரணமும் உண்டு. ஜெர்மனியில் தயாரிக்கப்பட்ட கவனமாகக் கையாளப்படும் ஒரு *Mercedes Benz* வண்டி அது எந்த மொடலாகத்தான் இருந்தாலும் அது தன் முதலாவது *250,000* கிலோமீட்டரைக் கடக்கும் வரையில், அல்லது முதல் *10* ஆண்டுகளில் எரிபொருள், மசகு எண்ணை, டயர்கள் நீங்கலாக எந்தவொரு உதிரிப் பாகத்தையும் கோருவதில்லை. விதிவிலக்காக ஒரு வண்டி கோரிற்றாயின் அது *Air Filter, Battery, Brake Linings, Fan Belt, Clutch Plate, Wiper Blades,* அன்ன எளிய பகுதிகளாகத்தான் இருக்கும்.

இன்னும் இவ்வண்டிகளின் கடினஉழைப்புக்கு ஒரு நல்லுதாரணம் பெர்லினில் ஒரு தனிப்பட்ட சீருந்துக்காரர் தனது *Mercedes Benz* 180 வண்டியை இயந்திரத்தையோ அல்லது அதன் உட்பகுதிகள் எதையும் மாற்றியமையாது பத்து இலக்ஷம் அதாவது ஒரு மில்லியன் கிலோமீட்டர்கள் ஓட்டியிருக்கிறார். அச்சாதனைக்காக *Mercedes Benz* குழுமம் அவருக்கு ஒரு புது வண்டியைப் பரிசளிக்கவும், அத்தனை தூரத்தையும் அவர் ஒரு சிறு விபத்தைக்கூடச் சந்திக்காமல் ஓட்டியமைக்காக ஜெர்மன் *ADAC* எனும் *(AUTOMOBILE ASSOCIATION)* நிறுவனம் அவரை அவ்வாண்டுக்கான சிறந்த சாரதியாகத் தெரிவுசெய்த துடன் அவ்வண்டியின் சாரதிவளையத்தைத் தங்கத்தினாலும் இணக்கிக் கொடுத்தது.

சில *Merceds Benz* பிரியர்கள் அழைப்புந்துக்கான முன்பதிவு செய்யும்போது பென்ஸ் வண்டிதான் வேண்டுமென்று கேட்பதும், தரிப்புநிலையங்களில்கூட ஏனைய வண்டிகளைத் தவிர்த்துவிட்டு பென்ஸ் வண்டிகளில் மட்டும் ஏறிப்போவதும் சகஜம்.

பெர்லினில் 91 சதவீதம் சீருந்துகளும் மெர்சடெஸ் பென்ஸ் வண்டிகளே. ஜெர்மனின் இதர தரமான வண்டிகளான *Audi, Opel, Volkswagen* என்பனவும்; ஐக்கிய இராட்சியத்தின் *Jaguar, BedFord*ம், பிரான்ஸின் *Peugeot, Renault*ம், ஜப்பானிய *Mazda, Honda, Lexus* என்பனவும் களத்துக்கு மெல்லமெல்ல வந்தபோதிலும் மக்களின் *Mercedes Benz*இன் மீதான மோகத்தைக் கலைக்க முடியவில்லை.

சாதாரண வாகனங்களுக்கு அதன வீதி உத்தரவாதச் சோதனை *(MOT / TUEV)* இரண்டு ஆண்டுகளுக்கு ஒருமுறை நடத்தப்படுவதுண்டு. பொதுமக்கள் சம்பந்தமான பணியிலீடு படுவதால் சீருந்துகளுக்கு ஒவ்வொரு வருடமும் இவ்வீதி உத்தரவாதச் சோதனை செய்யப்படும். இப்பொறிமுறை உத்தர வாதம் தவிர இன்னும் ஒவ்வொரு ஆண்டும் புதிய டயர்களும், பிறேக் சம்பத்தப்பட்ட பாகங்களும் புதுப்பிக்கப்பட வேண்டும். இது எந்த இனவண்டியானாலும் சீருந்துகளுக்கான பொதுவிதி.

அண்மையில் கோவை ஞானி அய்யா அவர்களையும், இன்னும் சில இலக்கிய நண்பர்களையும் சந்திப்பதற்காக ஒரு இரவு சென்னையிலிருந்து கோவைக்கு ஒரு வண்டியில் பயணம் செய்திருந்தேன். 8 மணிநேரம் நீண்ட அப்பயணத்தில் எம்மை ஒரு 100 பாரவுந்துகளாவது இடதுபக்கமாகவும் வலதுபக்கமாகவும் தாண்டிச் சென்றிருக்கும். எந்தவண்டிக்குமே பின்புறத்தில் இருக்கவேண்டிய முக்கியமான *Tail, Park, Stop, TurnSignal, Number plate Lamps* என்ற 5 லைட்களில் ஒன்றேனும் இருக்கவில்லை. இத்தகைய வண்டிகளை இங்கே வீதியில் நிறுத்திவைக்கவே அனுமதிக்க மாட்டார்கள். அதைச் செலுத்தும் மற்றும் எந்தப் பக்கமாகவும் முந்திப்போகும் சாரதிகளின் அனுமதிப் பத்திரமும் இரத்துச் செய்யப்பட்டுவிடும்.

சீருந்துகளில் பல வகைகள் உள்ளன. முதலாவது வகை *Limousine* எனப்படும் எளிய வண்டிகள். சாரதி நீங்கலாக 4 பயணிகளுக்கான வாகனம்.

இரண்டாவது வகை *Kombi* என ஜெர்மனிலும் *Station-Wagon* என அமெரிக்க வழக்கிலும் வழங்கப்படும். இதன் பிற்பகுதி பின் ஆசன நிரையை / சாய்மானத்தை மடித்துவிடவோ கழற்றவோ முடியும். பின் இருக்கைக்குப் பின்னாலான பகுதி *Van* ஐப் போல் நீண்டிருப்பதால் மேலதிக பயணவுறைகள், பொதிகள், மிதியுந்துகள் இன்னும் செலோ, வயோலா, முழவுகள் போன்ற இசைக்கருவிகளையும் ஏற்றிச் செல்ல முடியும். பயணி யுடன் கூரான நாயும் சேர்ந்து பயணிப்பின் அதைப் பின் பகுதியில் அடைத்து பிரிவலையை இழுத்துவிடலாம்.

மூன்றாவது வகை 5 இலிருந்து 8 பேர்வரை பயணிக்கக் கூடிய மினிபஸ் வகையிலான சீருந்துகள். நான்கிலும் அதிகமான பயணிகளாயின் மேலதிக கட்டணம் வசூலிக்கப்படும். பயணி சக்கர நாற்காலிக்காரர் என்றால் அவர் ஏறியிறங்க சாய்தள (Ramp) வசதிகள் இருக்கும்.

நான்காவது வகை வி.ஐ.பிக்கள், விரும்பினால் பிணி யாளர்கள், பலவீனர்கள் பயணிக்கும் அதிசொகுசான சீருந்துகள்.

ஐந்தாவது வகையுமுண்டு. அது இன்னும் பாவிப்பிலுள்ள இரண்டு அல்லது நான்கு குதிரைகள் பூட்டப்பட்ட *Kutsche* எனப்படும் குதிரைவண்டிச் சீருந்துகள். மகிழுந்தைப் போலவே கண்ணாடியுடன்கூடிய கதவுகள் பொருத்தப்பட்ட *Cabin*களும் பலவித வர்ண விளக்குகள் பொருத்தப்பட்டு வண்டி மிகவும் கவர்ச்சிகரமாக இருக்கும். மேலே திறக்கக்கூடிய திறந்த *Tourer* வகையுமுண்டு. குழந்தைகளுடன் நகரத்தைச் சுற்றிப் பார்க்க வரும் உல்லாசப் பயணிகள் இவ்வண்டிகளை வாடகைக்கு அமர்த்தி வலம்வருவார்கள். ஆடம்பரமாக நடத்தப்படும் திருமணங்களில் இவ்வகை வண்டிகள் இன்னும் பயன்படுத்தப் படுவதுண்டு.

சீருந்தின் மொத்த வசூலில் 48% சீருந்துச் சாரதிகளது வரியுட்பட்ட ஊதியமாகவிருக்கும். இரவுப் பணி செய்பவர் களுக்கு 50% ஆகவும், மாணவர்களுக்கு தனியான வரிச்சலுகை உண்டாதலால் அவர்கள் ஊதியம் 55% வரையிலும் இருக்கும். எரிபொருள், பராமரிப்பு செலவுகள் அனைத்தும் சீருந்துக் குழுமத்தைச் சார்ந்தது.

சீருந்துச்சாரதிகளுக்கு எழுதப்பட்டனவும், அல்லாதன வாகவுமாகச் சில பிரமாணங்கள் உள்ளன.

1. ஒரு வண்டிக்காரர் மற்ற வண்டிக்காரரைத் தன் போட்டி யாளராக நினைக்கப்படாது.

2. முடிந்த அளவுக்கு பயணியுடன் முரண்படாது அவரின் சுகமான சவாரிக்கு ஒத்துழைத்தல்.

3. பயணியுடன் அவரது நம்பிக்கைகள், அரசியல் சார்பு நிலைகள், சொந்த வாழ்க்கையன்ன விஷயங்கள் தொட்டு விவாதங்களில் ஈடுபடாதிருத்தல்.

4. ஒரு அழைப்பாணையைப் பெற்றுச்செல்லும் வண்டி தன் காலிவண்டி என்பதற்கான மஞ்சள் சமிக்ஞை

விளக்கை அணைத்துவிட்டே விலாசதாரியிடம் விரைய வேண்டும்.

5. அதிவிரைவுச் சாலைகள், நெடுஞ்சாலைகள் தவிர இதர சாலைகளில் காலியாகச் செல்லும் சீருந்தொன்றை அதேதிசையில் சென்றுகொண்டிருக்கும் இன்னொரு சீருந்து முந்திக்கொண்டு செல்லலாகாது. அதிஅவசர மானால் மட்டும் காலிவண்டி என்பதைத் தெரிவிக்கும் சமிக்ஞை விளக்கை அணைத்த பின்னர் முந்திச் செல்லலாம். ஆனாலும் முந்தியவண்டி அடுத்தவருக்கு கிடைக்கக்கூடிய சவாரியைப் பிடிக்கப்படாது. அதாவது பயணியர் யாராவது நிறுத்தினால்கூட முன்னால் சென்றுகொண்டிருந்தவருக்கே விட்டுத்தர வேண்டும்.

6. தரிப்பிடங்களில் முன்தூண்டில் போடக்கூடாது, இப்படிச் சில.

## நிரவல் சங்கதி – 2

# விநோத நாம வியாகரணங்கள்

அநேகமாக விமானப்பயணங்களின்போது அல்லது ஏதாவது அலுவலகங்களில் *Karunahara moorthy* என்கிற எனது 17 அக்ஷரங்களாலான பெயரை வாசிக்க நேர்ந்தால் வாசித்தவர் வாசித்தானதும் தனக்கு மூச்சிரைப்பதுபோலப் பாசாங்கு பண்ணுவர். சிலர் அந்தப் பெயருக்கு என்ன அர்த்தம் என்றும் வேறு கேட்பார்கள். முதல் வார்த்தையான கருணையே ஜெர்மனில் *Barmherzigkeit* என்று வரும். அதற்கே 14 அக்ஷரங்கள், முழுவதும் விபரிக்க 100 அக்ஷரங்களுக்கு மேலேயாகும் தேவையா என்பேன், நிஜமாகவே மூர்ச்சையாகிவிடுவார்கள்.

தனித்தமிழன்பர் மணியரசன் நீங்கள் உங்கள் பெயரை 'அருளாளநம்பி' என்று தூயதமிழாக மாற்றலாமேயெனப் பரிந்துரைத்தார். ஆனானப்பட்ட மஞ்சள் சால்வை போர்த்தும் மூத்தவரே வடமொழிப்பெயரை விட்டுவிடாது இன்னும் சிக்கெனப்பற்றிப்பிடித்திருக்கும் போது எனக்கென்ன வந்தது?

நான் முதன்முதலாக சீருந்துச்சாரதீயத்தை ஆரம்பித்த அன்று எனக்கு முதன்முதலாகக் கிடைத்த வாடிக்கையாளரின் பெயர் 'அஞ்சலி'. அப்பெயர் விபரிக்க முடியாத பரவசத்துக்கு என்னை ஆட்படுத்தியது. அடுத்த இரண்டாவது நிமிஷம் அவர்

என்ன நினைத்தாரோ தனது ஆணையை மீளப்பெற்றுக் கொண்டுவிட்டார்.

ஒருநாள் எனது வண்டியின் மினித்திரையில் *Franz Kafka* என்கிற பெயர் வந்து விரிந்ததும் *Franz Kafka*வின் தீவிர வாசக னான எனக்குப் பரவசமுண்டானது. இந்த *Kafka Tegel* விமானத் தளத்துக்குப் போவதற்காக அழைத்திருந்தார். கிட்டத்தட்ட அரைமணி நேரச்சவாரி. மெதுவாக அவரிடம் 'உங்கள் பெயர் *Franz Kafka*வென்று இருக்கிறதே . . . உங்களுக்கும் *Kafka* ரொம்பப் பிடிக்குமோ' என்று கேட்டேன்.

"ப்ச் . . . அதெல்லாம் என் அப்பன் பண்ணின கூத்து. சிலவேளை அவருக்கு அந்தப்பெயர் பிடித்திருந்திருக்கலாம்" என்று வேண்டாவெறுப்பாகப் பதில் தந்தார்.

"*Franz Kafka* எழுத்தாளரெல்லாம் போற்றுகிற பிரமாதமான எழுத்தாளர்" என்றேன்.

"அதெல்லாம் எனக்குத்தெரியாது. நான் அவனைப்படித்தது மில்லை" என்றுவிட்டு வெளியே பார்த்துக்கொண்டு வந்தார். எனக்கும் வேண்டாத விஷயத்தைத் தொட்டுவிட்டோமோ வென்றிருந்தது. மௌனம் காத்தேன். சிறிய இடைவெளியின் பின் *Kafka*வே தொடர்ந்தார்.

"அப்பருக்கு *Kafka*வைப் பிடிக்குமென்றால் அவர் தன் னுடைய பெயரைக் *Kafka*வென்று மாற்றிவைத்திருக்க வேண்டும். அவர் எப்படி எனக்குக் *Franz Kafka*வென்று பெயர் வைக்கலாம் . . . எனக்குங்கூடத்தான் முள்ளெலி *(Hedgedog/ Igel)* என்றால் கொள்ளை இஷ்டம். அதற்காக நான் அவரை 'முள்ளெலி' என்று கூப்பிட அவருக்குச் சம்மதமா?"

*Kafka* தன் பெயர் விஷயத்தில் எரிச்சலடைந்திருக்கிறார் என்பது புரிந்தது.

பேச்சின் திசையை மாற்றி அன்று அவரிடமிருந்து தப்பித்தேனென்று வையுங்களேன்.

விமான சேவைகளே பயணிகள் தங்குவதற்கான ஹொட்டல் ஏற்பாடுகள், மற்றும் பயணிக்கும் நாடுகளில் சுற்றுலாப் பயணங்களையும் ஏற்பாடுசெய்து எல்லாவற்றுக்கும் மொத்தமாக ஒரு விலையை நிர்ணயித்து உல்லாசப்பயணி களைக் கவர்வது என்பது இப்போது ஒரு வழக்காகி வருகிறது. இந்தப் பயணி தான் எகிப்துக்குச் செல்வதாகவும் நைல்நதியில் உல்லாசப்படகில் பயணிக்கப்போவதாகவும் அதன் நைல் தீரங்களின் குடிசைகளில் அடுத்த இரண்டு வாரங்களையும்

கழிக்க இருப்பதையும் சொன்னார். *Easy Jet* விமான சேவையினர் இணைகளாகவோ, சிறிய குழுக்களாகப் பயணம் செய்பவர்களுக்கு சலுகைவிலையில் சீட்டுக்கள் வழங்குவதாக நானும் ஒரு விளம்பரத்தில் பார்த்திருந்தேன்.

ஒரு ஜெர்மன் எழுத்தாளரை தொலைக்காட்சி ஒன்றில் ஒரு நாள் நேர்கண்டார்கள்.

"இந்த வயதில் எழுதுவதையும் படிப்பதையும் தவிர வேறு என்ன விஷயங்கள் உங்களைச் சந்தோஷப்படுத்துகின்றன?" என்று கேட்ட பேட்டியாளர் சரியாக வாயை மூடமுதல் எழுத்தாளர் வெகு இயல்பாகச் சொன்னார்:

"ஒரு புதிய ஸ்நேகிதியுடன் ஒரு புதிய இடத்துக்கு ஒரு உல்லாசப்பயணம் போவதைத்தவிர வேறென்ன சந்தோஷம் இனி இருக்கப்போகிறது."

அப்போது அவருக்கு அகவைகள் 82.

*Franz Kafka*விடம் "தனியே உல்லாசப்பயணம் போவதைவிட ஒரு நண்பனுடனோ நண்பியுடனோ சேர்ந்துபோனால் குதூகலம் இன்னும் அதிகமல்லவா" என்றேன்.

"நான் தற்சமயம் பிரிந்திருக்கிறேன், ஸ்நேகிதிகள் எவருமில்லை அதனால் சலுகைவிலைச் சீட்டில் என் ஸ்நேகிதன் ஒருவனுடன்தான் பயணிப்பதாகத்தான் இருந்தது. ஆனால் கடைசி நேரத்தில் திடுப்பென எல்லாமும் மாறிப்போச்சு. ப்ச்ஸ் . . ."

"என்ன கொம்றேட் கடைசிநேரத்தில் மனம் மாறிட்டாரா . . . இல்லை உங்களுக்குள்ள பிணக்கு வந்துட்டுதா" என்றேன் காரணத்தை அறிவதற்கான ஆவலுடன்.

"பிணக்கேதும் வந்திருந்தால் பரவாயில்லை . . . பேசித் தீர்த்திருக்கலாம், அவன் மிக நல்லவன், ஆனால் இந்தப் பயல் வேறமாதிரியில்லா பண்ணிப்புட்டான்" என்றவர் சிறு இடைவெளிவிட்டார்.

"திடுப்பென 'மசிவ் ஹார்ட் அட்டாக்' போனவாரம் போயிட்டான்" என்று மேலே காட்டினார்.

சாகிறவன் தன் அஜெந்தாப் பிரகாரம் சாகிறான், என் அஜெந்தாவை நான் மாத்தி என்ன ஆகப்போகிறது என்கிற அந்த யதார்த்தவாதியைப்போல எல்லோராலும் பயணங்களைத் தொடர முடியுமா, இந்த *Franz Kafka*வும் வித்தியாசமானவராகவே பட்டார் எனக்கு.

பெர்லினில் நகர்வலம் வந்துகொண்டிருக்கையில் ஒரு நாள் ஒரு உணவகத்தின் பெயர் ஏதோ 'குருகுலம்' என்று வித்தியாசமாகப் பட்டது. வண்டியைத் திருப்பி ஒரு வட்ட மடித்து வந்து மீண்டும் வாசித்துப் பார்த்தேன். 'குருகுல கர்மா' என்றிருந்தது. சுற்றிலும் *MARITIM PRO ARTE, NH, JOLLY, FOUR SEASONS, ASTOR, INDIGO* என்று பல பெரிய ஹொட்டல்கள் இருப்பதால் எப்போதும் சனப்புழக்கமும் இருக்கும் பகுதி அது. இரண்டு வாரங்கள் கழித்து கூட்டம் அதிகம் இல்லாத ஒரு நேரமாகப்பார்த்து அதனுள் நுழைந்தேன். நட்பாகப் புன்னகைத்த பரிசாரகர் கனதியான நெகிழியில் உறையிட்ட மெனுவைக் கொண்டுவந்து தந்தார்.

உள்ளே பார்த்தால் அனைத்துமே லத்தீன் அமெரிக்க, மற்றும் பொதுவான ஐரோப்பிய உணவு வகைகளுமே இருந்தன. பரிசாரகரிடம் பேச்சுக்கொடுத்து 'இந்தியப்பெயரை வைத்துக் கொண்டுள்ள உணவகத்தில் ஒரு இந்தியவகை உணவுதானும் இல்லாதது ஏன்' எனக்கேட்டேன்.

"எனக்கும் தெரியவில்லை, என் செஃப்பை (முதலாளியை)க் கேட்டால் ஒருவேளை உங்களுக்குப் பதில் தெரிய வரலாம்."

"உங்கள் முதலாளியை நான் எப்போது பார்க்கலாம்?"

"தன் பிள்ளையைப் பள்ளியிலிருந்து கூட்டிவரப் போயிருக் கிறார், அரைமணி நேரத்துக்குள் எப்படியும் வந்துவிடுவார் . . . அதுவரை நீங்கள் ஏதாவது சாப்பிடுகிறீர்களா?"

நான் ஒரு சலாட்டும் கோப்பியும் வரவழைத்துச் சாப்பிட்டு கொண்டிருக்கவும் பரிசாரகர் தன் சீஃப் வந்துவிட்டதாகவும் சாப்பிட்டு முடித்தானதும் நீங்கள் அவரை நேரே அலுவலக அறையுள் சென்று சந்திக்கலாம் . . . உங்கள் ஆர்வத்தைத் தெரியப் படுத்தியிருக்கிறேன் என்றும் சொன்னார்.

என்னை ஒரு பத்திரிகைக்காரன் என்று அவரிடம் அறிமுகப் படுத்திக்கொண்டேன். சில பத்திரிகையாளர்கள் தங்களுக்குப் பிடித்த உணவகங்கள் பற்றித் தங்களுக்குப் பிடித்த பத்திரிகைளில் சுருக்கமாக எழுதுவதுண்டு. அது அவர்கள் வியாபாரத்துக்கும் அனுகூலமாகும். அதனால் அம்'மூனா'வும் என்னை ஒரு கனவானைப் போல வரவேற்றார். எனது கேள்வியை நேரடி யாகவே அவரிடம் கேட்டேன். ஸ்பானிஷ் மணத்துடன்கூடிய அவரின் உச்சரிப்பு அவரும் ஜெர்மன்காரர் அல்ல என்றது.

இரண்டு ஆண்டுகளுக்கு முன்னர் அவ்விடத்தில் ஒரு ஸ்பானிஷ் – கொலொம்பிய உணவகம் இருந்ததாகவும் அதையே தான் வாங்கிச் சில உள்ளக மாற்றங்கள் செய்துகொண்டு

புதிதாக ஆரம்பித்திருப்பதாகவும் சொன்னார். வாடிக்கையாளர்கள் உணவகத்தின் பெயரைமாத்திரம் கொண்டு அங்கே எந்த நாட்டுவகை உணவகம் என்று தெரிந்துவிடாத வகையில் ஒரு பெயரைத்தேடியபோது ஒரு ஜெர்மன்காரர்தான் தனக்கு அந்தப் பெயரைப் பரிந்துரைத்ததாகவும் சொன்னார். பொதுவாக புதிதாக உள்ள எதையும் பரீட்சித்துப்பார்க்கும் ஆர்வம் ஜெர்மன் காரர்களுக்கு அதிகம். அதை ஜெர்மனில் *Neugierigkeit* என்பர்.

இப்போ நீங்கள் சொல்லித்தான் அது இந்தியமொழியிலான பெயரென்று தெரியவருகிறதென்றும் அடக்கத்துடன் சொன்னார்.

நானும் 'குலகர்மா' என்கிற புதைக்கப்பட்ட பிணத்தை மீட்டெடுத்து அவரிடம் நாற்ற விரும்பவில்லை. மூனாவும் அதன் அர்த்தத்தை என்னிடம் கேட்கவில்லை.

நம் பேச்சு பலவிஷயங்களையும் தொட்டபோது "இனிமேலாவது ஒரு இந்திய உணவையும் உங்கள் மெனுவில் சேர்த்துக்கொள்ளலாமே" என்றேன்.

"மாட்டேன் . . ."

நான் ஆச்சரியத்துடன் அவரை நோக்க "இந்தியச் சமையல் முறையே தவறானது" என்றார் நிஷ்டூரமாய் என்னிடம் ஒருவித கூச்சமுமில்லாது.

"என்ன இப்பிடிப்போடுறீங்கள், ஒரேயடியாய் . . ."

"குறிப்பாக உங்கள் மாமிச உணவின் சமையல் முறை."

"காரணத்தையும் சொன்னால் தெரிஞ்சுக்கிறேன்."

"உணவில் இத்தனை காரம் சேர்க்கிறீர்களே அது முதல் தப்பு. காரம் நம் சுவைகளில் ஒன்றல்ல. காரத்தை உணரும் சுவை அரும்புகள் மனிதன் உட்பட எந்த விலங்கிலும் கிடையாது. *Scharf ist kein Geschmack aber Schmerzen.*"

"ஆமோ . . . அதாவது உறைப்பு என்பது உருசி அல்ல உபாதை என்கிறீர்கள்."

சந்தத்தமிழோன் டி. ராஜேந்தர் நினைவுக்கு வருவாரே . . .

"இறைச்சியை, மீனை அதன் நிறமே மாறிப்போகும் வரையில் நீண்டநேரம் அவிக்கிறீர்களே அது இரண்டாவது தப்பு."

இவர்களுக்கு கிறிலில் வாட்டிய ஸ்டேக்கை வெட்டினால் கூட அதன் இரத்தம் நடுவில் துளிர்த்துச்சொட்ட வேண்டும்.

பூராக வாட்டிச் சாப்பிடமாட்டார்கள். நான் மௌனம் காக்க அவர் தொடர்ந்தார்.

"இஞ்சி, உள்ளிப்பூண்டு, கடுகு, ஜீரகம், கராம்பு, கறுவா, ஏலம், இலவங்கமென்று இத்தனை வெஞ்சனம் சேர்கிறீர்களே. வெஞ்சனத்தின் சுவையும் வாசனையும் தூக்கலானால் அது மாமிசத்தோட சுவையை அமுக்கித் தன்னையே முன்னிலைப் படுத்தும். தப்பிலும் தப்பு அது. நீங்களே சொல்லுங்கள் ஒரு இறால், மீன் வறுவல், *Rumpsteak* அல்லது *Filet* ஸ்டேக்மீது கடுகு, உள்ளி, மிளகு, மிளகாய் சேர்த்த காரமான சோஸை விளாவிக்கொண்டு சாப்பிட்டால் மாமிசத்தின் சுவை எங்கே உங்களுக்குத் தெரியவரும்?" என்று மடக்குவதுபோல் கேள்வி போட்டார் என்னிடம்.

இடையில் சமையல்கூடத்துக்குப் போன் எடுத்து சமையற் காரரிடம் ஸ்பானிஷில் ஏதோ சொன்னார். நாங்கள் பேசிக் கொண்டிருக்கும் நேரத்துக்குள்ளாக சமையற்காரரே ஒரு தட்டில் சீலாமீன் ஃபிலே ஸ்டேக்கின்மீது அங்கங்கே பசில், ஃபீல்ட், மின்ட், றுகொலோ அன்ன சிறியஇன சலாட் தளிர் இலைகளால் கலைநயத்துடன் அழகுசெய்யப்பட்ட கோப்பை யுடனும், வழமையான ஆர்ஜென்டீனிய பார்பெகியூ சோஸ், *Chimichurri* எனப்படும் இஞ்சி, உள்ளி, கடுகு, மிளகு, *wasabi (radish)* என்பனவற்றிலான ஒரு சோஸ், *Spicy Redchilli Sauce* களுடன் எலுமிச்சைத் துண்டங்களையும் வைத்துக்கொண்டு வந்து எமக்கு முகமன் சொன்னார்.

"எல்லா சோஸ்களுடனும் பரீட்ஷித்த பின்னால் காரமான சோஸ்கள் மீனின் சுவையை மழுங்கடிக்கின்றனவா இல்லையா வென்று நீங்களே எனக்குச் சொல்லுங்கள்" என்றார் மூனா.

தன் தேயிலைச் சுவைத்தேர்வாளர் உத்தியோகத்துக்காக காப்பி, டீ, சிகரெட், சோமபானங்கள் அனைத்தையும் துறந்து வாழ்ந்த என் சித்தப்பாதான் அப்போது என் நினைவுக்கு வந்தார்.

ஹொட்டல்களில் விலை உயர்ந்த மதுவகைகளுக்கு ஆணைதர முன்விரும்பினால் அவற்றின் மாதிரியைக்கேட்டுச் சுவைபார்க்கலாம். அதேபோல் *chimichurri* சோஸ் அன்று எனக்கு மாதிரியானது. அடுத்தமுறை குடும்பத்துடன் வந்து விருந்தாடச் சொன்னார்.

துருக்கி, அரபுநாடுகளில் இறைச்சி அல்லது மீனைக் கிறில் செய்யும்போது கூடவே தக்காளிப் பழங்களையும் கீறி வைத்து அவை வதங்கிக் கருகி வெடிக்கும்வரை கிறில்செய்து சாப்பிடுவார்கள்.

சீனா, கொரியாவில் கனிந்த வாழைப்பழத்தை எண்ணைக்குள் அமுக்கிப் *French Fries* போலப் பொரித்தெடுத்து அதன்மேல் தேன் அல்லது *Ahorn/Maple Syrup*ஐ ஊற்றி சாப்பாட்டுக்குமேல் வழங்கும் *Dessert*ஆகப் பரிமாறுவார்கள்.

எனக்குத் தெரிந்து யாழ்ப்பாணத்தில் பனங்கழியைத்தான் எண்ணையில் பொரித்து பனங்காய் பணியாரம் பண்ணுவார்கள் ஒருகாலம். மற்றும்படி பழங்களைக் கிறில் செய்வதோ பொரிப்பதோ அபத்தம்.

*Gyros* என்றொரு கிரேக்க உணவுண்டு. அதுவும் கிறில் வகைதான், கணப்பில் வாட்டிய பன்றி இறைச்சியை துருவல்களாகச் சீவி அதோடு *Tzatziki* சேர்த்துக்கொண்டு சாப்பிடுவார்கள். *Tzatziki* என்பது பொடிசெய்த வெங்காயம் மற்றும் வெஞ்சனங்கள் சேர்த்த நீர்ப்பதனங்குன்றிய *Quark* (உலர்த்திய தயிர்)தான், புவிப்பந்தில் எங்கு வாழ்ந்தாலும் யூதர்களும், யாம் தமிழர்களும் இறைச்சியுடன் நெய்யோ, தயிரோ சேர்த்துக்கொள்ள மாட்டோமல்லவா?

இப்படி எத்தனையோ அபத்தமான சமையல் முறைகள் எல்லாம் உலகில் இருக்க அவற்றை விட்டுவிட்டு இந்திய சமையல் கலையைக் குறைகூறும் அவர்மீது எனக்குக் கட்டுக்கடங்காத கோபம் அடிவயிற்றிலிருந்து குபீரிட்டுப் பொங்கி மேல் எழுந்தது. எங்கள் நாட்டுக்கோழிக் குழம்பை, திரியாப்பாரைத் தீயலைச் சுவைக்கவேனும் ஒருவன் தமிழனாகப் பிறந்திருக்கவேண்டுமடா ... எங்கண்ணாச்சி வீச்சரிவா மீசை வைரமுத்துமட்டும் இதைக் கேட்டிருந்தா இந்நேரம் உன் குடலைப் பிடுங்கி *SPREE* வாய்க்காலுக்குள்ள நீந்தும் வாத்துகளுக்குப் போட்டிருப்பார்டா ... டோய்! மனதில் எண்ணங்கள் தறிகெட்டு ஓடவும் ஏடாகூடமாக எதையும் பண்ணிப்புடுவேன் போலிருக்க 'வெஞ்சினம் உடலுக்குத் தீங்கானது சேர்ந்தாரைக் கொல்லும்' என்று நம் ஐய்யன் சொன்னதையும் சேர்த்துச் சிந்தித்து மேலுந்தாமதிக்காது பெரிய்ய பெக்கில் நுரைக்கும் *Budwiser* பியரை வாங்கி உள்ளேவிட்டு அதை அடக்கி மேற்சென்றேன்.

இன்னொரு உணவகத்தின் பெயர் 'கர்மா'. ஆனால் அதன் சொந்தக்காரர் ஒரு வடஇந்தியர். இராஜஸ்தான்காரராகவோ, உத்தரப்பிரதேசக்காரராகவோ இருக்கவேண்டும். மிக மட்டமான உணவு. ஒருமுறை தமிழகத்திலிருந்து வந்திருந்த ஒரு கவிதாயினியையும் அவர் கணவரையும் விருந்தாட அங்கே அழைத்துப்போயிருந்தேன். அவர் பிரியாணியில்" நெய்யின் வாசமே இல்லை. இன்னாய்யா பிரியாணி இது ..?"

என்று பரிசாரகரின் கழுத்துப்பட்டியைப் பிடிக்காத குறையாக உலுப்பவும் அவர் பயந்தே விட்டார். ஆனாலும் என் நண்பன் ஒருவனுக்குப் பிடித்தமான பூச்சிமருந்து மணம் கமழும் *'Old Monk'* அங்கு கிடைக்குமாதலால் அடிக்கடி அங்கு போவோம். இன்னும் பெயரிலேயே இந்திய உணவகம் என்று தெரிய வேண்டும் என்பதற்காக கங்கா, காவிரி, ஜமுனா, காந்தி, புத்தா, வேதா என்றெல்லாம் பெயர்களை வைத்துக்கொண்டு தண்டூரி சிக்கனும், பன்றி கிறிலும், கொத்துரொட்டியும் பண்ணிக்கொண்டிருக்கிற பல உணவகங்கள் ஐரோப்பாவின் மூலை முடுக்கெங்கணும் இருப்பதுவும் தெரிந்த விஷயங்கள் தானே.

ஒரு உணவகத்தின் பெயர் *Irrenhaus* => அதாவது மனப் பிறழ்வானவர்களின் இல்லம்.

அதனுள்ளே எழுதியிருந்தது *Die ganze Welt ist ein Irrenhaus, aber hier ist die ZENTRALE.* முழு உலகமே பைத்தியக்காரர்களின் இல்லந்தான், ஆனால் இதுதான் அவற்றின் தலைமையகம்.

இன்னும் இங்குள்ள வேடிக்கையான பெயர்களைக் கொண்ட சில உணவகங்கள் அல்லது மதுவகங்கள்:

Allein stehende Frau – தனிமையாக நிற்கும்பெண்

Beer 1001

Besenkammer – துடைப்பங்கள் வைக்கும் அறை

Besenwirtshaft – துடைப்பக்கட்டை வியாபாரம்

Bastard – சோரபுத்திரன் / புத்திரி

Bla Bla Bla Bla

Freaks Ecke – கோரிணிகளின் மூலை

Extraklein – மிகவும் சின்னது

Ficken 2000 – முயங்கல் 2000

Feine Dame – அருமையான பெண்

Fenchel – பெருஞ்சீரகம்

Flirt Café – சல்லாபப்பேச்சகம்

Frau mit Monk – துறவியும் ஸ்திரியும்

Froehliche Frosch – சந்தோஷத்தவளைகள்

Geraeuchskammer – சத்தமான அறை

| | |
|---|---|
| Geduld | – பொறுமை |
| Gemuetliche Dicke - Jovial / Homely | – குண்டுமாமா |
| Goldenen Esel | – தங்கக்கழுதை |
| King Size | – மிகவும் பெரியது |
| Kein Eile | – அவசரமில்லை |
| Klo | – (*Closet* / கழிப்பறை இருக்கை) |
| Koriander | – கொத்துமல்லி |
| Knoblauch | – உள்ளிப்பூண்டு |
| Kuerbiskern | – பூசினிவிதை |
| Kumpelnest | – நண்பர்களின் கூடு |
| Literates Corner | – இலக்கியர் முடுக்கு |
| Lerchen und Eulen | – சிட்டுக்குருவிகளும் ஆந்தைகளும் |
| Oh ... la la la | |
| Runde Ecke | – வட்டமான மூலை |
| Scharf Edge | – கூரான விளிம்பு /வாதாரை |
| Spinnrad | – கைராட்டை |
| Zwiebel | – வெங்காயம் |
| Shoba & Whisky | – ஷோபா & விஸ்க்கி |
| Wohnzimmer | – வதியுமறை |
| Jail | – சிறை |
| Was du willst | – நீ விரும்புவது |
| Zu dir & mir | – உனக்கும் எனக்கும் |
| Zungkuss | – *Frenchkiss* |

*Bunte* என்பது இங்கே *Rheinland* மாநிலத்தில் ஒரு நகரம். அங்கே நம் தமிழர்கள் போய் தொழில் தேடவோ, குடியிருக்கவோ அவ்வளவாக விரும்புவதில்லை. காரணம் அவ்வூரின் பெயர்தான். அங்கே குடியிருக்கும் ஒருவரை நீர் எங்கே இருக்கிறீர் என்று கேட்டால் பலவாறும் நெளிவாரே தவிர உடனே பதில் சொல்லமாட்டார். காரணம் அதைச் சரியாக ஜெர்மனில் உச்சரித்தால் அசலாக வல்லினம்மிக்க நம்ம பக்கத்துக் கெட்டவார்த்தையைப் போலவே ஒலிக்கும்.

Bunte என்பதற்கு வர்ணங்கள் என்றும் ஒரு அர்த்தமும் உண்டு. இன்னும் Bunte என்றொரு பெண்கள் மாதாந்தியும் இருக்கிறது. இருந்தும் அவ்வூர் பற்றி ஒரு தமிழரிடம் இன்னொரு தமிழர் சொல்ல நேர்ந்தால் "பண்டா" என்றுதான் சொல்வார். இடம் – இலக்குப் புரியப்படும்.

ஜெர்மன் மொழியில் இன்னுமொரு சிரமம்.

ஊரில் நமக்கு 5 கிலோ பிண்ணாக்கு தேவையாக இருந்தால் நாம் ஒரு கடையில் போய்...

புண்ணக்கு / புள்ணாக்கு / புள்நாக்கு / புண்நாக்கு / புணாக்கு/ பும்நாக்கு / புன்நாக்கு / புன்னாக்கு / புன்னக்கு / புநாக்கு / பும்நாக்கு / புணாக்கு / புண்ணொக்கு / புணக்கு / புண்ணோக்கு / பிண்னக்கு / பிண்நக்கு / பின்நக்கு / பின்னக்கி / பின்னாக்கு / பிண்ணக்கி / பிண்ணாக்கு / பூணாக்கு இப்படி எப்பிடித்தான் கேட்டாலும் உடனே நம்மாளுக்குப் புரிந்திடு மில்லையா?

ஜெர்மனில் அதுதான் நடக்காது ஒரு வார்த்தையை அச்சொட்டாய் உச்சரிக்காமல் காலேஅரைக்கால் மாத்திரை அசைத்துச் சொன்னோமாயின் இவன் புரியமாட்டான். அது ஒரு வேற்றுக்கிரகப் பண்டம் போலவும், உங்களை ஒரு வேற்றுக் கிரகத்து ஆசாமியைப்போலவும் பார்த்துக்கொண்டு நிற்பான்.

இன்னும் சில இடங்களில் வெகுவெகு ஜாக்கிரதையாக இருக்கவும் வேண்டும்.

*Nidersachsen* என்கிற மாநிலத்தில் *Voitze* என்னும் ஒரு சிறிய நகரமுமிருக்கிறது, நம்மவருக்கு மிகவும் ஆபத்தானது. ஆபத்தென்பது அந்தப் பெயரில்தான். ஜெர்மனில் சில வார்த்தைகளில் முதல் எழுத்தாக *V* வந்தால் அது ஆங்கில *F*ஐப்போல் உச்சரிக்கப்படும். உம்: *Volkswagen* என்பதை *Folkswagen* என்றேதான் சொல்வர். அவ்வாறே இங்கும் *Voitze* என்பதை *Fo* என்று ஆரம்பித்து நடுவில் வரும் ஐயும் 'இய்ய்' என்று எக்ஸ்டிரா அழுத்தி *Fo-iiit-ze* என்பதுபோல் உச்சரிக்கவேண்டும், அப்படி அழுத்தாமல் சும்மா *Fotze* என்றோமாயின் கதை கந்தலாகிவிடும். பெண் இலிங்கத்தை இழித்துப் பழிக்கும் சர்வதேச மரபில் ஜெர்மனில் உள்ளவற்றிலேயே பலான பலான கெட்டவார்த்தை அது!

இன்னும் இம்மொழியில் தொங்கிகொண்டிருக்கும் வஸ்துக்களை / அங்கங்களை எல்லாம் *Schwanz* என்ற ஒரே வார்த்தையில் அடக்கிவிடுவர், அந்த வகையில் ஒரு நாயின் வாலும் *Schwanz*தான் அதன் ஆண்லிங்கமும் *Schwanz* தான்!

*CNN*இல் வணிகத்துறை சம்மந்தப்பட்ட செய்தி வாசிப்பார் ஒருவர். மிகவும் மெலிந்து ஒல்லியான தாடை எலும்புகள் வெளியேதுருத்திக்கொண்டிருக்கும் அம் மனிதர் செய்திகளை வாசிக்கவாசிக்க அவரது குண்டுத் தவளைக்கண்கள் தம்பாட்டுக்கு வெளியே பிதுங்கி உள்ளே சென்றுகொண் டிருக்கும். உங்களில் பலருக்கும் அவரைத்தெரிந்திருக்கும்.

அவரை முதன்முதலில் தொலைக்காட்சியில் பார்த்த போது 'என்ன இம்மனிதர் ஒரு தேரையைப் போலிருக்கிறாரே' என்றுதான் நினைத்தேன். சற்று நேரத்தில் அவரது பெயர் திரையின் அடியில் தோன்றியது *Mr.Todd*. அது *Mr.Toad* (தேரை) என்பதைப் போலில்லை?

இன்னொரு ஜெர்மன்காரரின் பெயர் *Zufall*. அதாவது தற்செயலானது ஒரு விபத்தைப்போல, இவரும் தற்செய லாகத்தான் ஜனித்திருப்பாரோ? மற்றொருவர் *Eiermann* – அதாவது விதைகளுள்ளவர். ஏதோ அவருக்கு மட்டுந்தான் இருக்கிறாப்போல.

அப்படி இன்னொருவர் பெயர் *Geraeuch* சத்தம், அதாவது இரைச்சல் பேர்வழி.

பிரசவவலியை அனுபவித்தவர்களிடமே அந்த வலியை நினைவுபடுத்த நமக்கு அதிகம் வார்த்தைகள் தேவையிராது. உங்களுக்கும் எப்போதாவது ஒரு விருந்திலோ அல்லது வேறெங்கிலுமோ பரிச்சயமில்லாத திராவகங்கள் எதையாவது மிகையாக உள்ளே விட்டுக்கொண்டு அவஸ்த்தைப்பட்ட அனுபவங்கள் நேர்ந்திருக்கும். அது வாந்தியாக வெளியேவந்து தொலைக்குமுன் உங்களைப் படுத்துமே ஒரு பாடு. அந்த உணர்வை ஜெர்மனில் *Uebel* என்பர். அந்த அவஸ்த்தையைக் குறிப்பாகச்சுட்ட எனக்குத் தெரிந்தவரையில் குமட்டல் என்பதைத்தவிர தமிழில் வேறு வார்த்தைகள் எதுவும் இல்லை. இதே *Uebel* என்பதற்குள்ள இன்னொரு அர்த்தம் *Devil* என்பது. காருண்யாவின் (என் மகள்) ஆசிரியர் ஒருவரின் பெயரும் *Uebel* என்பதுதான். அப்பெயரின் பொருள்பற்றி காருண்யா அவரிடம் வியந்தபோது அவர் வெகு இயல்பாகச்சொன்னது:

"ஒருவேளை நான் அப்பாவின் உயிரியல் குழந்தை யில்லையோ?"

இன்னும் ஜெர்மனில் *'Kind und Kegel'* எல்லோரும் வருகிறோம் என்று சொல்லும் ஒரு வழக்கு உள்ளது. அதாவது என் மனைவிக்குப் பிறந்த குழந்தைகளும், எனக்குத் திருமணத் துக்கு வெளியே (*Concubine*களுக்கு) பிறந்த பிள்ளைகளுமாக

வருகிறோம் என்று அர்த்தமாகும். அதுவே நாளடைவில் பிள்ளைகளுக்கும் *Kegel* என்று பெயர் வைக்கும் வழக்கமாகி விட்டது.

உலகின் ஏனைய நாடுகளைப்போன்றே ஜேர்மனியும் மத்தியகாலத்தில் ஆண்டான் அடிமை, மேட்டிமைப் பிரபுக்கள் – உழைக்கும் விவசாய / தொழிலாளர் வர்க்கமென ஏற்ற இறக்கப் படிநிலைகளுடனான சமூக அமைப்பையே கொண்டிருந்தது என்பது வரலாறு. உயர்கல்வி கற்று ஆசிரியர்கள், பேராசிரியர்கள், மருத்துவர்கள், வங்கியியல், கணக்கியல் துறையில் பணிகள் செய்பவர்கள் கூலித் தொழில்முடைவோராகவும், விவசாயிகள், விலங்குப் பண்ணைகளில் உழைப்போர் கைகளில் எப்போதும் அழுக்குடன் இருப்பவர்களென்று மட்டமானவர்களாகவும் சமூகத்தில் கணிக்கப்பட்டனர். கைநாட்டாக இருந்தாலும் ஒருவரிடம் 100 ஏக்கர் நிலமிருந்தால் அவர் பிரபு பிரபுக்கள், நிலச்சுவாந்தர்கள் போர்வீரர்கள் மட்டும் குதிரையில் சவாரி செய்யலாம், ஆயுதங்கள் வைத்துக்கொள்ளலாம், தாடி / கிருதா வைத்துக்கொள்ளலாம். மற்றவர்கள் வைத்துக்கொண்டால் தாடி, கிருதா வரிகட்டவேண்டும். அசமத்துவமான அம்மத்திய கால சமூகஅமைப்பை நினைவுறுத்தும் பெயர்கள் இன்னும் எச்சங்களாக நிலைபெறுகின்றன. *Bauer* – விவசாயி, *Kopf* – மதுசாரம்வடிப்பவர், *Kutscher* – குதிரைவண்டிக்காரன், *Pflueger* – ஏரோட்டி, *Ritter* – சவாரிசெய்பவர் / குதிரையேறுபவர். *Schmid* – ஆசாரி, *Schuhmacher* – சப்பாத்துசெய்பவர், *Schweinsteiger* – மயிலேறும்பெருமாள்மாதிரி இவர் பன்றியேறும்பெம்மான். இப்பெயரில் பிரபல உதைபந்தாட்டக்காரர் இருப்பது உங்களுக்கு ஞாபகம் வரலாம்.

ஒரு முறை சீருந்துவரவழைத்த ஒரு பயணியின் பெயர் *Kohl Mahl* என்று என் திரையில் இருந்தது. ‘என்ன பெயர் இப்படி இருக்கிறதே அது சரிதானா’ என்று பயணியிடம் கேட்டபோது அவர் ‘*Kohl Mahl… Kohl Mahl*’ இரண்டு தரம் அழுத்தி உச்சரித்துக் காட்டவும் எனக்குச் சிரிப்பே வந்துவிட அவரோ ‘என்ன என்ன’ வென்று ஆர்வமானார். நான் அவருக்கு எரிச்சலை ஏற்படுத்திவிடாதபடிக்கு பக்குவமாக இதமான வார்த்தைகளில் ‘கோல்மால்’ என்றால் அதற்கு எங்க பக்கத்தில் எப்படி அர்த்தமாகுமென்று சொல்லிக் கொண்டிருந்தேன். முழுவதையும் கவனமாகக் கேட்டவர் “அப்போ பப்பா எனக்குச் சரியான பெயரைத்தான் சூட்டியிருக்கிறார்” என்றார். நான் புரியாமல் விழிக்கவும் “கொம்றேட் அந்தப் பெயருக்கு ஜெர்மனிலும் அப்படித்தான் அர்த்தம்” என்றார்.

*Althaus* – பழையவீடு, *Beutel* – சாக்கு, *Blind* – கபோதி, *Dankbar* – நன்றியுடைமை, *Eiter* – சீதம், *Friedhof* – சுடலை, *Knoblauch* – உள்ளிப்பூண்டு, *Raabe* – காகம், *Schmutz* – ஊத்தை, *Schweinske* – இதற்கு பன்றி என்றுதான் அர்த்தம், *Shabe* – கரப்பொத்து (பாச்சை), *Streiter* – வம்புவலிப்பவர், *Urlaubsohn* – விடுமுறையில் ஜனித்தவர், *Wochenende* – வாரவிடுமுறை, *Zange* – சாவணம், மேலதிகம், இடைஞ்சல் போன்றே கத்தி, முள்ளுக் கரண்டி, கலப்பை, கம்பியாணி, கற்றாழை, கடப்பாரை என்கிற அர்த்தத்தில் எல்லாம் பெயர்கள் இங்கே இருக்கின்றன.

அநேகமாக பன்றிகள், செம்மறியாடுகளன்ன விலங்குப் பண்ணைகளில் அவற்றின் கழிவுகள் அனைத்தும் சேகரமாகி வெளியேறும் கானை அல்லது சேகரமாகும் கந்தம்மிகு குழியை *Schmutzloch* என்பர். ஒரு ஜெர்மன்காரருக்கும் பெயர் *Schmutzloch.*

இன்னும் இவர்களுக்கு இயற்கைமேலும் மரங்கள்மீதும் மாறாத காதல், ஆதலால் மரங்களின் பெயர்களையெல்லாம் தம் பிள்ளைகளுக்கும் சூடிவிடுவார்கள். *Ahornbaum, Akazienbaum, Birkenbaum, Eichenbaum, Eichenwald, kieferbaum, Kirschbaum, Lindenbaum, Mandelbaum, Teakbaum* என்று தொடர்ந்தேனாயின் இப்பகுதியை முடிவுறாது. தமிழர்கள் பூக்கள், பூமரங்கள், சந்தனம், வேம்பைத்தவிர வேறுமரங்களின் பெயர்களைத் சூடியிருப்பதாகத் தெரியவில்லை.

துரியோதனன், திருதராட்டினன், சகுனி என்று பெயர்களை எப்படி நாம் வைத்துக்கொள்ள மாட்டோமோ அதேபோல் முதல்வரிசை நாஷிகளான *Hitler, Himmler, Goebbels, Goering, Heydrich, Eichmann* ஆகிய பெயர்களைச் சூடிக்கொள்ளவும் ஜெர்மனியில் தடையுண்டு. இவர்கள் இப்பெயர்களை நாடுவது மில்லை. அந்நிரையில் தற்போது *Bin Laden, Saddam Hussein* ஆகியவையும் சேர்க்கப்பட்டுள்ளன. இப்போது ஒருவருக்கு தன் தந்தை ‹ பாட்டன் ‹ முப்பாட்டன் வழிவரும் *Surname* பிடிக்கவில்லையானால் எந்நேரத்திலும் தன் தாய்வழிப் பாட்டன் › முப்பாட்டன் வழியில் ஒரு பெயரையோ இல்லை புதிதாக ஒரு பெயரையோ சூடிக்கொள்ளலாம். ஜூத இன மக்கள் *Neumann, Luxemburg, Bamberg, Engelberg, Manfred - von - Richthofen, Dunckelmann, Dahlmann* போன்ற பாரம்பரிய ஜெர்மன் பெயர்களை மாற்றி அமைத்துக்கொண்டமைக்குக் சான்றாதாரங்கள் உண்டு.

பொதுவாக புலம்பெயர்ந்து வாழநேரும் எவருக்கும் தாய்மொழியின் மீதான ஈர்ப்பும் காதலும் முன்னைவிட அதிகமாகிவிடும். அவ்வாறு ஈர்ப்புடன் ஐரோப்பாவில் வாழும்

தமிழர்கள் தம் பிள்ளைகளுக்கு தூய தமிழ்ப்பெயர்களைத் தேடித்தேடி வைப்பதும் வழக்கம். சிலர் இலத்தீன், கிரேக்க வேரிலிருந்து வரும் பெயர்களையும் ஃபிரெஞ்சு, ஜெர்மன் பெயர்களையும் வைப்பதுண்டு. இவை எதுக்குள்ளும் அகப் படாதிருக்கும் சில விநோதப் பெயர்களைப் பற்றியும் சொல்லி இப்பகுதியை நிறைவுசெய்ய விருப்பம்.

ஒரு இந்துப் பெற்றோரின் பெண்ணுக்கு பெயர் கதீஜா. அது ஒரு இஸ்லாமியப்பெயர் என்கிற விபரமே அவர்களுக்குத் தெரியாது. (ஒரு இந்து இஸ்லாமியப் பெயரைச் சூடுதலாகாது என்ற அர்த்தம் இங்கில்லை) அப்பெயர் பற்றி மேலும் அவர் களிடம் உசாவியதில் அப்பா பெயர் கதிரேசன். அம்மா பெயர் வனஜா. இருவர் பெயர்களையும் பிரித்து துண்டுகளை மாற்றி ஒட்டியதில் கதீஜா என்றபெயர் கிடைத்ததாகத் தகவல் வந்தது. மீதிப் பாதிகளையும் பிரித்துப்பிரித்து ஒட்டினால் இன்னும் எத்தனை பெயர்கள் ஜனிக்குமோ?

இத்தாலியிலிருந்து ஈழநாடு பத்திரிகையில் முழுப்பக்கப் படமும் அறிவிப்பும் கொடுத்து அட்டகாசமாகப் பிறந்தநாள் கொண்டாடியவொரு தமிழ்க் குழந்தையின் பெயர் ஜோனியா. அதை யோனியா என்றுதான் மாற்றி எழுதினாலும் அர்த்தம் விபரீதந்தான். மேற்கொண்டு அப்பெயரையும் ஆய்ந்ததில் நம்மவர் பெயர்களில் பலவகை இலிங்கங்களைச் சூடிக் கௌரவம் கொண்டதுபோல், யூதர்களும் தொன்மங்களில் ஜோனியை மகிமைப்படுத்தியிருப்பார்கள்போல. ஹீப்ரு மொழியில் *Yoniya, Yonisha* என்னும் பெயர்கள் உண்டு. ஃப்ரெஞ்சிலும் ஹீப்ரூ வேருடனான *Johnnia, Johnnie* என்கிற பெயர்கள் உள்ளனதான், ஆனாலுமவை *Jonna* என்றே உச்சரிக்கப்படும்.

இன்னும் இங்குள்ள தமிழ் மறவர் தம் குழந்தைகளுக்குச் சூடியுள்ள விநோதமானதும் அர்த்தமற்றதுமான பெயர்கள் சில . . .

**ஆர்ஷிக்கா, டமீத்தா, டக்ஷிகா, டிலக்ஷன், ஜஷிகன், ஜஷிகா, ஜிஸ்ணுதன், மிலுக்ஷன், றிபிக்கா, நிலானுஜா, நியூரிக்ஷா, ராவண்யா, ஷறீகா, ஷறீகன், ஷயானா, ஷோ, லபூனா, றஷ்வர், றொஹொான், றொபேஷ், ஷாரணா, சஜானா, ரகிஷன், ரக்ஷணா, தக்ஷணா, விநோஷிக்கா, உபேர், உபேஷ், உகேஷ்**. இந்தப் பெயர்ப் பட்டியல் இன்னும் தீராது. எனக்குத்தான் எழுதச் சலிக்கிறது.

## நிரவல் சங்கதி – 3

# பெர்லின் வளமும் வனப்பும்

ஜெர்மனியில் குறிப்பிட்டுச் சொல்லக்கூடிய மலைகள் எதுவுமில்லை. ஆனால் போலந்திலும், செக்கோஸ்லாவாக்கியாவிலும், அவுஸ்திரியாவிலும், சுவிட்சர்லாந்திலும், அல்ப்ஸ் மலைத் தொடரிலும் ஜனித்து; இத்தேசத்தை வளம்படுத்தி ஓடிவரும் *Rhine, Danube, Elbe, Inn, Ems, Weser Oder, Neisse* ஆகிய நதிகள் அனைத்தும் மேல் நகர்ந்து அட்லான்டிக்கின் வடகடலிலும், *Ostsee* எனப்படும் கிழக்குக் கடலிலும் சங்கமிப்பதுவும் இந்த தேசத்துக்கு இயற்கை அமைத்துத் தந்த வரமாகும். ஜெர்மனியின் *Mecklenburg, Brandenburg* ஆகிய வடமாநிலங்களில் தான் ஏனைய மாநிலங்களைவிடவும் பெரியதும் சிறியதுமாக எண்ணிறந்த ஏரிகளும், நீரோடைகளுமுள்ளன. ஆண்டு முழுவதுமான மழைவீழ்ச்சியும், பனிப்படிவுகளும் பூமித்தரையினால் உள்வாங்கப் பட்டு அவை மெல்லமெல்லப் பொசிந்து ஏரிகளையும், நீரோடைகளையும் நிறைக்கின்றன.

பெர்லின் மாநிலத்தில் *Tegelersee, Wannsee* எனப்படும் ஒன்றுடனொன்று இணைப்புடைய இரண்டு ஏரிகள் அமைந்து பெர்லினுக்கு அழகு செய்கின்றன.

பெர்லினில் நரம்புக்கலங்களின் நீட்சியைப் போன்று சிலந்திவலையுருவில் இவ்வேரிகளைத் தொட்டுக்கொண்டும், பின்னிக்கொண்டுமிருக்கும் இந்நீரோட்டத்தைக் ஜெர்மனில் *SPREE* என்பர்.

Wannsee கடலேரியின் ஒரு தோற்றம்

இவற்றை கால்வாயென்பதோ ஆறு என்பதோகூடச் சரியல்ல. உலகின் அநேகமான கால்வாய்கள் மனிதசக்தியால் உருவானவை. ஆனால் அருவிகளும், ஆறுகளும் இயற்கையால் வடிவமைக்கப் படுபவை. இவ்வேரிகள் மழையிலிருந்து நேரடியாகச் சேகரித்து கொள்ளும் நீரைவிடவும், பெர்லினைச் சுற்றியுள்ள *Brandenburg, Mecklenburg, Sachsen-Anhalt* மாநிலங்களின் பனிவீழ்ச்சியிலிருந்தும், மழைவீழ்ச்சியிலிருந்தும் இவை கண்டமணற்பரப்பாலும், மணல் திட்டுக்களாலும் உள்வாங்கப்பட்ட நீர்த்தொகை மெல்லமெல்லப் பொசிவதால் இந்நீரேரிகளும், *SPREE* கால்வாய்களும் எக்காலமும் நிறைந்தே காணப்படுகின்றன. பெர்லினின் சரித்திரத்தில் தண்ணீர்ப்பஞ்சம் வந்ததேயில்லை. பச்சையும் பசுமரங்கள் செறிந்த காடுகளும், நீரேரிகளும் நிறைந்த *Tegelersee, Wannsee* எனும் அழகுப் பிரதேசங்களை பெர்லினின் காஷ்மீர் எனலாம்.

○

இங்கு வந்த புதிதில் அக்கால்வாய்களில் நீந்திக்கொண் டிருக்கும் கழுத்து நெடுத்தும், எஸ் வடிவிலிருப்பதுமான பறவை களைப் பார்த்து அவை ஒருவேளை அன்னங்களாக இருக்குமோ வென எண்ணினேன். இப்போது *உயிர்மை* ஒக்டோபர் 2011 இதழில் தியோடோர் பாஸ்கரன் அன்னங்கள் பற்றி எழுதி யிருக்கும் கட்டுரையைப் படித்ததுந்தான் அவை அன்னங்களே என்பதை உறுதி செய்யமுடிகிறது. இன்னும் அக்கட்டுரையில்

நான் மிகவும் ஆச்சரியப்பட்ட தகவல் கறுப்பு அன்னத்தினதும், வெள்ளை அன்னத்தினதும் குஞ்சுகள் பொரிக்கும்போது சாம்பர் நிறத்தில் இருக்கும் என்பது. பெர்லினிலும் நான் அவதானித்த அதிசயம் அவை வளரும்போதே வெள்ளையாகவும் கருப்பாகவும் மாற்றமடைகின்றன.

குளிர்காலத்தில் இக்கால்வாய்களில் ஒரு அன்னத்தையும் காணமுடியாது. என் ஊகம் வின்டரில் கால்வாய்களில் பனிக்கட்டிகள் மிதக்க ஆரம்பித்துவிடுமாதலால் ஏதோ ஒரு அமைப்பு அவற்றை எடுத்துச்சென்று காபந்து பண்ணுகின்றது.

இன்னும் எனது மாறாத சந்தேகம் குளிர்காலத்தில் நாட்டின் நிலப்பரப்பு முழுவதும் பனியால் மூடிவிடும்போது இதர பறவை குருவி இனங்கள் எங்கேபோய் எப்படி உயிர்மீண்டு வந்து மீண்டும் வசந்தத்தில் பறக்க ஆரம்பிக்கின்றன என்பது? நெடுந்தூரம் பறக்கவல்ல பறவைகள் பல ஆபிரிக்காவுக்கு வலசை செல்கின்றனவாம். குருவிகள் எங்கேதான் செல் கின்றனவோ?

○

பெர்லினைத் தலைநகராக்குவதா வேண்டாமா என்கிற விவகாரம் பாராளுமன்றத்தில் பலகாலம் தீர்வில்லாமல் இழுபறியில் கிடந்தது. ஜெர்மனியின் சமபலம் வாய்ந்த *Christlich Demokratische Union, Sozialdemokratische Partei* என்கிற இரு அரசியல் கட்சிகள் இத்தலைநகர் விவகாரத்தைத் தத்தமது கௌரவப் பிரச்சினையாகக் கையாண்டன என்பதுதான் உண்மை. பெரும் கடற்போக்குவரத்து வசதியும், விமானப்போக்குவரத்து வசதியு முடைய *Hamburg, Bremen* போன்ற நகரங்களில் ஒன்றையோ, பெரும் நிலப்பரப்பு, மக்கள் குடியிருப்புக்கள், கட்டிடத் தொகுப்புகள் குறைந்த பிறமாநிலம் ஒன்றிலுள்ள நகரத்தையோ தலைநகராக்குவது அல்லது தொடர்ந்தும் மக்கள் அடர்த்தி குறைந்த *Bonn*ஐயே தலைநகரமாகப் பேணுவதோதான் நல்லது என சமூக சூழலியலாளர்களின் எதிர்வுகூறலாக இருந்து வந்தது. இருந்தும் இங்கும் அரசியலே வென்றது. 1999இல் முழு ஜெர்மனிக்கும் பெர்லின் தலைநகரமாகிய பின் அதன் வீதிகளை அற்புதமாகப் பராமரிக்கிறார்கள். இங்கே இரண்டு விதமான வடிகால்கள் வலைகள் *(Systems)* உள்ளன. ஒன்று மழைநீருக்கானது. வீடுகளில், தரையில், வீதியில் விழும் மொத்த மழைநீர்த்தொகையையும் ஒன்றுகூட்டிச் சேகரித்து பாரிய குழாய்கள்மூலம் *Wannsee, Tegelersee* ஆகிய கடலேரிகளுக்குக் கடத்திவிடுகிறார்கள். நீரின் விரைந்த பாய்ச்சலில் தடையோ,

பெருக்கோ ஏற்படுவதில்லை. மற்றது குடியிருப்புகளில், அடுக் ககங்களில், வளமனைகளில், உணவகங்களில், அலுவலகங்களி லிருந்து வெளியாகும் நீருக்கான தனியான வடிகால்கள். இந்நீர்த்தொகை சேகரிக்கப்பட்டு பரந்த மணல்கண்ட மொன்றுக்கு பாய்ச்சப்படுகிறது. பின்னர் மணல்கண்டத்தி லிருந்து கசியும் நீர்த்தொகுதி வேதியியல் முறையில் சுத்தி கரிக்கப்பட்டு மறுபயனீடாக மீண்டும் நகரத்தின் பாவனைக்கு அனுப்பப்படுகிறது. 'தண்ணீரில் சிகரெட் மீதியை வீசாதீர்கள், ஓடும் கழிவுநீரில் சமையல் எண்ணையை, வாகனங்களில் மசகு எண்ணையைக் கலந்துவிடாதீர்கள். மாசுகளைப் பிரித் தெடுத்து மீண்டும் உங்களுக்குத் தூய நீரை வழங்குவதில் பலத்த சிரமத்தை நாங்கள் எதிர்கொள்கிறோம்' என விளம் பரங்களில் எச்சரிக்கிறார்கள். இலத்திரனியலின் வளர்ச்சி யையும், லேசர் கமெராவையும் நகரத்தின் இவ்வடிகாலமைப்பு களில் அடைப்புகள் ஏற்படாதபடிக்கு கண்காணிக்கப் பயன் படுத்துகிறார்கள். அடைமழை காலங்களில்கூட வடிகால்கள் அடைத்ததாகவோ, எவ்விடத்திலாவது வீதியில் வெள்ளம் தேங்கியதாகவோ வரலாறில்லை. நகரத்தை மிகவும் சுத்தமாக சுகாதாரமாகப் பேணுகிறார்கள். நல்லதுதான். ஆனால் பிரஜை களுக்குச் சிற்சில பிரதிகூலங்களும் இல்லாமலில்லை. பிரதான அமைச்சுக்கள், இலாகாக்கள், சிறகங்கள், தூதுவராலயங்கள், இராஜதந்திரிகளின் குடியிருப்புக்கள் பெர்லினுக்கு வந்துசேர்ந்து விட்டன. அழகழகான பல மாளிகைகள் எழுந்துவிட்டன உண்மைதான், இருந்தும் மின்சாரப்பாவனை, வாகனப்போக்கு வரத்துக்களும் அதிகரித்துவிட்டது. பத்தாவது தளத்தில்தான் வாழ்ந்தாலும் அறைகளில் தளவாடங்களில் முன்னரைவிடவும் அதிக அளவில் தூசி படிகின்றது. சில மாவட்டங்கள் தவிர நாம் இலவசமாகவே எம் வாகனங்களை நிறுத்தப் பழக்கப் பட்ட பல வீதிகளில் இப்போது நிறுத்தக்கட்டணம் அறவிடு கிறார்கள். அனுமதிக்கப்பட்ட வேகத்தை மீறும் வாகனங்களை படமெடுக்க வீதியின் பல இடங்களிலும், முடுக்குகளிலும் பல லேசர் படக்கருவிகள் நிர்மாணிக்கப்பட்டுவிட்டன. இப்படக் கருவிகள் சம்பாதிப்பதைவிடவும், போக்குவரத்து விதிகளை மீறும் ஏனைய வாகனச் சாரதிகளாலும் பெர்லின் மாநில அரசுக்கு ஆண்டுக்கு கிடைக்கும் வருமானம் ஒரு பில்லியன் இயூரோக்கள். பெர்லினின் பிரஜைகளின் வீட்டு வாடகைக் கட்டணங்களும், மின்சாரக் கட்டணங்களும் இரட்டிப்பாகி விட்டன, இருந்தும் இன்னும் ஐரோப்பாவின் ஏனைய நகரங்களிலிருந்தும் வாழ்க்கைச்செலவு குறைந்த நகரமாகவே பெர்லின் விளங்குகிறது.

○

வீதிகளுக்குப் பெயர்கள் வைப்பதில் ஜெர்மானியர்களுக்கு நல்ல இரசனை உண்டு. கலைஞர்களுக்கும், கவிஞர்களுக்கும், அறிஞர்களுக்கும் என்றும் முதலிடம்.

*Albert Einstein, Franz Kafka, Thomasmann, Immanuel Kant, Goethe, Pablo Neruda, Heinrich Heine, Shakespeare, Pushkin, Tucholsky, Tolstoi, Destoyewsky, Trotsky, Charles Darwin, Roentgent, Ehrensberg, Van Goge, Michel Angelo, Pablo Piccaso, Rembrandt, Mozart, Beethoven, Rosa Luxemburg, Karl Liebknecht, Karl Marx, Lennin, Engels, Indiragandhi* என்று தீராத ஓர் பட்டியலே உண்டு.

*1936*ஆம் ஆண்டு கோடைகால ஒலிம்பிக் போட்டிகள் ஜெர்மனியில் நடைபெற்றுக்கொண்டிருந்த சமயம் *Jesse - Owens* என்கிற கறுப்பின அமெரிக்கன் நீளம் பாய்தலிலும், தடை தாண்டிப் பாய்தலிலும் 4 பதக்கங்களைப் பெற்று ஒலிம்பிக்கின் கதாநாயகனாகத் திகழ்ந்துகொண்டிருந்தான். அந்த ஒலிம்பிக்கில் பதக்கங்கள் பெற்ற அனைத்து தேச வீரர்களையும் கைலாகு கொடுத்துப் பாராட்டிய காட்டுமிராண்டி அடோல்ஃப் ஹிட்லர் *Jesse - Owens*இன் முறை வரவும் அவனுக்குக் கைகொடுக்க மறுத்து திரும்பிக்கொண்டான். இப்போது அந்த ஒலிம்பிக் மைதானத்துக்குப் போகும் சாலைக்கு *Jesse - Owens Strasse* என்று பெயர் வைத்துள்ளார்கள்.

அவ்வாறே நாஜிகளின் கொலைக்களங்களாக இருந்த இடங்களில் சில வீதிகளுக்கு அவர்களால் அழிக்கப்பட்ட சில ஜூதர்களின் பெயர்களை *Emmy Zehden Weg, Huettig Pfad* என்று சூட்டியிருப்பதுவும் முரண் நகை. இந்த *Emmy Zehden* என்கிற ஜூதப்பெண்ணைத் தூக்கில் போடமுதல் 'உனது கடைசி விருப்பம் என்ன?'வென்று நாஜிகள் கேட்டபோது 'எனது விலை உயர்ந்த தோலினாலான குளிராடையையும், இறகு பொருத்திய தொப்பியையும், நகைகள் நிறைந்த வெள்ளிப் பெட்டியையும் தனது ஜெர்மன் தோழி ஒருத்தியிடம் ஒப்படைத்து அவருக்குத் தன் நல்வாழ்த்தையும் தெரிவித்து விடுங்கள்' என்றாராம். ஆனால் அவரின் விருப்பம் ஈடேற வில்லை. அப்போது அந்தப் பகுதியின் காவல்துறைப் பரிசோதகர் 'அப்பெண்ணை உரிய முகவரியில் தங்களால் கண்டுபிடிக்க முடியவில்லை' என்று எழுதிய குறிப்பை இன்னும் பாதுகாத்து வைத்திருக்கிறார்கள்.

அதிசயந்தான், இப்போது *Ben Gurion, Yitzhak Rabin* என்று முன்னாள் இஸ்ரேலிய பிரதமர்களின் பெயர்களையும் சில வீதிகளுக்குச் சூட்டியிருக்கிறார்கள். சம்பந்தப்பட்ட உத்தியோகத்தர் எவரையாவது சந்திக்க நேரின் *Yasir Arafath*

இன் பெயரையும் என்றாவது வைப்பீர்களோவென்று கேட்பேன். யார் கண்டது ஒரு நாள் வேலுப்பிள்ளை பிரபாகரன் பெயர்கூடச் சூட்டப்படலாம்!

ஜெர்மனிகளின் இணைவின் பின் கொம்யூனிஸ்ட் தலைவர்களின் பெயர்கள் சற்று அருகியே வருகின்றன. அவ்வாறு முதலில் நீக்கப்பட்டவர்கள் கார்ல் மாக்ஸும் லெனினும்தான். ஆசியத் தலைவர்களுள் பெயர் சூட்டப்பட்ட ஒரேயொரு தலைவர் இந்திராகாந்திதான். கிழக்கு பெர்லினில் பிரதானமானதொரு வீதிக்கு இந்திராகாந்தி சாலை என்று பெயர். அவர் பெருந்தலைவர் காமராஜரை உதாசீனப்படுத்திய

Indira Gandhi Strasse

போதிலும், நெருக்கடி கால அக்கிரமங்களைப் பாராமுகமாக இருந்த வேளையிலும் அவர்மீது எனக்குச் சற்றே வருத்தம் ஏற்பட்டிருந்தாலும் ஆளுமை மிக்க அந்தத் தலைவியின் பெயரை எங்கள் றேடியோவில் கேட்கும் ஒவ்வொரு தடவையும் உடல் சிலிர்க்கிறது.

○

பெர்லினில் நான் நெடுங்காலம் வதிவதனாலோ, அல்லது அது எம் இனத்தவரில் பலரைத் தன் பிரஜைகளாக உள்ளகப்படுத்தியது என்ற காரணத்துக்காகவோ அல்லாமல் இதை ஐரோப்பிய நகரங்களில் எல்லாவற்றிலும் தலை சிறந்த நகரம் என்று கூறுவேன். காரணங்கள்: அதன் அழகான

புவியியலமைப்பு, பசுமையை அவர்கள் பராமரிப்பதிலுள்ள அக்கறை, அதன் தீராத நீர் வளம், பொதுச்சுத்தமும் சுகாதாரமும், முன்யோசனையுடன் நிர்மாணிக்கப்பட்ட மூன்று நான்கு பாட்டைகளாக அகன்றிருக்கும் வீதிகள், எந்த நேரத்திலும் நகரத்தின் எக்கோடிக்கும் யாரும் செல்லக்கூடிய வண்ணம் அமைக்கப்பட்டிருக்கும் பொதுப் போக்குவரத்து வசதிகள். *Freie University, Humboldt University, Charitie Medical University, Technical University* எனப்படும் உலகப் புகழ்வாய்ந்த கணித, மருத்துவ, மொழியியல், தொழில்நுட்ப பல்கலைக்கழகங்கள், அனைவருக்குமான தாராள மருத்துவ – சுகாதார வசதிகள், 900 சதுர கி.மீட்டரேயான அதன் நிலப்பரப்பில் போரின் குண்டுவீச்சுக்களிலிருந்து தப்பியொட்டியிருக்கும் 100 – 300 வருஷங்கள் பழமை வாய்ந்த கட்டிடங்களிலும், நவீன தொடர் அடுக்ககங்களிலும், வளமனைகளிலும் வெறும் 4 மில்லியன் மக்கள் மாத்திரமே வாழ்வது எனப் பலவற்றைப் பட்டியலிடலாம்.

இங்கே ஆத்மீகிகளைக் கவரவல்ல இன்னொரு விடயம், திரும்பிய பக்கமெல்லாம் தேவாலயங்கள். பெர்லினை இன்னொரு திருச்சிராப்பள்ளி எனலாம். வீட்டின் எந்த ஜன்னலைத் திறந்தாலும் குறைந்தது 2 கோபுரங்களாவது கண்ணில் படும்.

பெர்லின் அருங்காட்சியகங்களைப் பற்றியும் குறிப்பிடாமல் விடமுடியாது. ஒவ்வொரு இயலுக்கும் ஒவ்வொரு அருங் காட்சியகம் உண்டு. உதாரணமாக ஐரோப்பிய கலைகள் மற்றும் சரித்திரம், ஜெர்மன் நாகரீகம், எகிப்திய நாகரீகம், ஆசிய நாகரீகம், தொல்லிலக்கியங்கள், பிக்காஸோ போன்ற கலைஞர்கள் மற்றும் ஓவியங்களுக்கானவை, அச்சுக்கலை, தொல்லிலக்கிய நூல்கள், தொலைத்தொடர்பு, இலத்திரனியல், சினிமா, எரிபொருள் இயந்திரங்கள், தொடருந்துகள், இரண்டாம் உலகப்போர், பதுங்குகுழிகள், ஜூதர்களுக்கான, இந்தியக் கலைகளுக்கான, கிழக்கு பெர்லினிலிருந்து தப்பி வந்தவர் களுக்கான *(Checkpoint Charlie)*, ஏன் பாலியலுக்கான *(Beate Uhse Erotic Museum)* என்று அவை அறுபதுக்கும்மேல் எண்ணிக்கையில் விரிந்துபடும். *Charlottenburg* என்னுமிடத்தில் ஜெர்மனியின் *(Prussian)* கடைசிச் சர்க்கரவர்த்தி *Kaiser Friedrich II*இன் மாளிகையான *Schloss Charlottenburg*ஐயும் ஒரு அருங் காட்சியகமாகவே பராமரித்து வருகின்றார்கள். ஒவ்வொரு மாதத்தினதும் மூன்றாவது ஞாயிறும் ‘அருங்காட்சியகங்களின் நாள்’ ஆகும். அன்று 24 மணிநேரமும் அனைத்து அருங் காட்சியகங்களும் திறந்திருக்கும். ஒருவர் ஒரு அனுமதிச்சீட்டு வாங்கினால்போதும், அவருக்கு அனைத்து அருங்காட்சி

யகங்களிலும் அனுமதி இலவசம். மாற்றுத் திறனாளிகளுக்கு சுற்றிப் பார்ப்பதற்கு மின்சார உந்துகள் கிடைக்கும். ஆனாலும் ஒரே நாளில் இரண்டு அருங்காட்சியகத்துக்கும் மேல் ஒருவர் பார்க்கவும் முடியாதல்லவா?

## Museum am Checkpoint Charlie

ஜெர்மனியின் இணைப்புக்கு முதல் மேற்கு ஜெர்மனியர்கள் கிழக்குக்குள் செல்லவும், கிழக்கு ஜெர்மனியில் அனுமதி பெற்றுக்கொண்டவர்கள் (அநேகமாக முதியவர்கள்) மேற்கிலுள்ள உறவினர்களைப் பார்த்துவரவும் இருந்த உத்தியோக பூர்வ சோதனைச் சாவடியை *Checkpoint Charlie* என்பர். இதனூடாகத்தான் வாகனங்களில் செல்பவர்கள் ஆயிரம் சோதனைகளுக்குப்பின் பயணிக்க அனுமதிக்கப்பட்டனர். வண்டியின் அடியில் யாராவது ஒட்டிக்கொண்டு செல்கிறார்களாவென்று விஷேட ஆடிகள் வைத்துச் சோதிப்பார்கள். இந்தச் சோதனைச் சாவடிக்கு பெர்லின் வரும் அமெரிக்க ஜனாதிபதிகள் எவரும் விஜயம் செய்யத் தவறுவதில்லை. பனிப்போர் காலத்தில் பெர்லின் மதிலை எழுப்புவதில் ரஷியா அதன் பின்னணியில் இருந்தது. நாங்கள் மேற்கு ஜெர்மனி மக்களுடன் இருக்கிறோம் என்கிற சாரத்தில் *"Ich bin Berliner... Lass' sie nach Berlin kommen"... (I am a Berliner, Let them come to Berlin)* என்னும் ஜோன். எஃப். கென்னடியின் பிரசித்திபெற்ற உரை அவ்வாறான விஜயமொன்றின்போது ஆற்றப்பட்டதுதான்.

பெர்லினில் ஏராளம் அருங்காட்சியகங்கள் இருந்தாலும் இந்த செக்பொயிண்ட் சார்லியில் அமைந்திருக்கும் *Museum am Checkpoint Charlie* எனும் இச்சிறிய அருங்காட்சியகத்தை பெர்லினுக்கு விஜயம் செய்பவர்கள் பார்க்கத் தவறுவதில்லை. காரணம் அங்கே கிழக்கு ஜெர்மனியிலிருந்து மேற்கு ஜெர்மனிக்குள் தப்பி வந்தவர்களது தப்பித்தலுக்கு உதவிய சாதனங்கள் அனைத்தையும் சேகரித்து வைத்திருக்கிறார்கள். நாட்டின் எல்லையை யாரும் அத்துமீறிக் கடக்க எத்தனித்தால் அவர்களைச் சுட்டுவீழ்த்த அங்கே பொருத்தப்பட்டிருந்த தானியங்கித் துப்பாக்கிகள், அவர்களது *Trabant* காரின் இயந்திரத்தின் முனையில் *Propeller*ஐப் பொருத்தி ஒரு இருக்கை, படகுத் துடுப்பையொத்த இறக்கையோடு சிறிய பச்சை வெட்டுக்கிளியன்ன இலேசான விமானங்களைச் செய்து பறந்து வந்தவர்களின் பல ஒன்றையாள் விமானங்கள், சூடான காற்று பலூனில் வந்திறங்கியவர்களின் பலூன்கள், காரின் இருக்கையைக் குடைந்துவிட்டு அதற்குள் தன் காதலியைக் கடத்தி வந்தவனின் கார், தொடருந்தில் இரண்டு பயணப்

பொதிகளுக்கிடையில் கிடந்துவந்த பெண்ணின் பயணப் பொதிகள், குழந்தையொன்றை ஒரு *Einkaufwagen*இனுள் வைத்து தந்திரமாகவைத்துக் கடத்திவந்த பெண்ணின் Purchasingcart, தரையில் சுரங்கம் குடைந்துகொண்டு வந்தவர்களின் சுரங்கம் தோண்டப் பயன்பட்ட ஆயுதங்கள், சிறிய நீர்மூழ்கியைச் செய்து அதைப் பற்றிக்கொண்டு வடகடலில் நீருக்கடியால் வந்துசேர்ந்தவரின் நீர்மூழ்கி, மற்றும் ஒட்சிசன் குடுவைகள் இன்னும் ஆச்சரியம் தரவல்ல பல சாதனங்கள் அங்குண்டு. ஒரு குடும்பம் இரவோடிரவாக பலூனில் ஏறி மேற்கு ஜெர்மனிக்குள் வருவதை படமாக்கியிருந்தார்கள் பின்னாளில். அந்தப் படமும் அங்கே ஒரு சிறு அரங்கில் நிறுத்தமில்லாமல் ஓடிக்கொண்டிருக்கும்.

*1990* வாக்கில் *Wuppertal* நகரிலிருந்து ஒரு தமிழ்க்குடும்பம் தம் விடுமுறையைக் கழிக்க கைக்குழந்தை ஒன்றுடன் பெர்லினுக்கு வந்தது. அவர்களை அவ்வருங்காட்சியகத்தைக் காட்டலாமென்று கூட்டிப்போனேன். இரண்டு தளங்களாலானது அவ்வருங்காட்சியகம். ஏதோ எனக்காக வருவதுபோல் முனகியபடி முதலாவது தளத்தைப் பார்த்தார்கள். அடுத்த தளத்துக்குப் போகமுதல் "அண்ணை பிள்ளை களைச்சுப்போச்சு போல அழுவுது நாங்கள் கீழ நிக்கிறம் . . . நீங்கள் வடிவாய்ப் பார்த்திட்டு வாங்கோ." என்றனர். குழந்தையோ சும்மா குதித்துக் குதியாட்டம் போட்டுக்கொண்டிருந்தது, என் முட்டாள் தனத்தைப் பார்த்தாயிருக்கவேணும்.

❍

பொதுவாக எந்த நகரத்துக்கும் அதன் மத்தி என்று குறிப்பிடக்கூடிய பகுதி ஒன்றுதானே இருக்கும். ஆனால் கிழக்கு மேற்கு என்று இரண்டு பெர்லின்கள் இணைந்தமையால் பெர்லினுக்கு இரண்டு மத்திகள் அமைந்துள்ளன. இன்னும் அம்மத்திகளில் மக்களும் வாகனங்களும் செறிந்துவிடுவதைத் தவிர்க்கும் வண்ணம் முன்யோசனையுடன் தொடருந்து நிலையங்களை நான்காக அமைத்திருக்கிறார்கள். அதாவது ஒவ்வொரு திசை நோக்கிய பயணத்துக்கும் ஒன்று என எளிமையாகக் கூறலாம். இன்னும் மக்கள் குவியக்கூடிய ஷொப்பிங் மோல்கள், பல்பொருள் அங்காடிகள் என்பன செறிந்திருக்கும் பத்துக்கும் மேற்பட்ட *Platz (Square)*கள், சதுக்கங்கள் நகரம் முழுவதும் பரவி அமைந்திருப்பதுவும் பெர்லினை உலகின் பிற நகரங்களுடன் வேறுபடுத்திக்காட்டும் பிறிதொரு அம்சமாகும். இன்னும் அரச அலுவலகங்களும், அவற்றின் சேவைகளும் அனைத்துப் பிராந்தியங்களுக்கும் *(Decentralized)*

பங்கிடப்பட்டுள்ளன. உதாரணத்துக்கு உங்களின் கடவுச்சீட்டை நீங்கள் வதியும் பிரதேசத்திலேயே விண்ணப்பித்துப் பெற்றுக் கொள்ளலாம். உங்கள் வாகனத்தையும் உங்களின பிரதேசத் திலேயே பதிவுசெய்து கொள்ளலாம். வேறொரு இடத்துக்கு அலையவோ காத்திருக்கவோ வேண்டியதில்லை.

○

ஐரோப்பாவிலேயே வீயன்னாவுக்கு அடுத்தபடி மிகுதியும் செவ்வியல் கலைகளின் கலை அரங்குகளையும், இசை அரங்குகளையும், கலைக்கூடங்களையும் எண்ணிக்கையில் அதிக அளவில் கொண்ட மாநகரம் பெர்லின்தான். இங்குள்ள *Philharmonie, Friedrichsstadt Palast, Staats Oper, Deutsch Oper, Konzerthouse, Admiralspalast, Komische Oper, Delphi theater, Schiller theater, O2 World* என்பன உலகப் பிரசித்திபெற்றவை. இந்த *Philharmonie* என்கிற எண்கோண இசையரங்கு மிகவும் நவீன மானது. அரங்கின் நடுவில் மேடையமைந்திருக்கிறது. அதைச் சுற்றிலும் விரிந்த றோஜா இதழ்களின் அடுக்கொழுங்கில் 2,440 இரசிகர்கள் அமர்ந்து கேட்கக்கூடிய வசதியான உப்பரிகைகள் அமைந்துள்ளன. செவ்வியல் கலைகளின் பிரியர் களுக்கு தினமும் ஏதாவது ஒரு அரங்கில் சிம்போனிகளோ, இசைநாடகங்களோ, கச்சேரிகளோ ஏதோவொரு கலை நிகழ்ச்சி இருக்கும். பயணிகளின் வசதி கருதி எமக்கும் அவற்றின் நிகழ்ச்சி நிரல்கள், முடிவுறும் நேரங்கள் பற்றிய அறிவித்தல்கள் வந்தபடி இருக்கும்.

பெர்லின் முக்கிய வீதிகளும் பார்க்கவேண்டிய இடங்களும்:–

பெர்லின் வரைபடத்தை நோக்கினோமாயின் ஒரு வெளவால் தன் சிறகை லேசாக விரித்துக்கொண்டிருப்பதைப் போலிருக்கும். 900 சதுர கி.மீ. பரப்பளவைக் கொண்ட இந்நகரின் நிலை அச்சைவிடவும் (25 கி.மீ.), அதன் குறுக்கு அச்சு (36 கி.மீ.) அகலமானது. பெர்லின் நகரமே ஜெர்மனியின் ஒரு தனி மாநிலமாக விளங்குகிறது. இதைப் போல் ஜெர்மனியில் *Hamburg, Bremen*ம் தனி மாநிலமாக விளங்கும் ஏனைய பெருநகரங்களாகும்.

பெர்லின் நகரின் வடக்கிலுள்ள *Prenzlauerberg* என்னும் *(Borough)* பகுதியில் *Schoenhauserallee* எனும் பெயருடன் ஆரம்பித்து தென்மேற்காக வளைந்து வந்து பெர்லின் மத்தியி லுள்ள *(Mitte) Alexander Platz*ஐத் தொட்டுக்கொண்டு பின் நேர்மேற்காக *Unter den Linden* என்னும் பெயருடன் ஓடும் நேரான நெடிய வீதி ஒன்றுள்ளது. *Unter den Linden* என்னும்

இவ்வீதியின் நடுவிலுள்ள அகன்ற மேடையிலும், சாலையோர மாக இருமருங்கிலும் *Linden* எனப்படும் மரங்கள் நின்று அழகூட்டுகின்றன. இந்த வீதி பெர்லின் பிரிசுவர் இருந்த இடத்தில் கிழக்கு மேற்கைப்பிரிக்கும்படி அமைந்துள்ள *Brandenburg Tor* எனப்படும் ஞாபகார்த்தக் கடவையைத் தொடுகிறது. அசப்பில் கொஞ்சம் டில்லி கேட்டின் சாயலில் அமைந்திருக்கும் இக்கடவையை *Unter den Linden* வீதியின்

Brandenburg Tor/Gate

நான்கு தடங்களும் ஊடறுத்துச் செல்லுகின்றன. இக்கடவையின் மேல் நான்கு குதிரைகள் பூட்டிய செப்பு இரதமும், ஒரு வீரனும் பாய்ந்துகொண்டிருப்பதைக் காணலாம். மேலும் இவ்வீதியில் *Berliner Dom* என்று அழைக்கப்படும் ரோமிய கலைவடிவில் நிர்மாணிக்கப்பட்ட புரொட்டஸ்தாந்திய தேவாலயம் ஒன்றுள்ளது. அதன் அருகில் *Albert Einstein* இயற்பியில் ஆசிரியராக ஊழியம் புரிந்த *Humboldt University* அமைந்துள்ளது. இந்த பல்கலைக்கழகத்தின் முன்றலில் ஒரு சிறிய தரைப்பகுதி பளிங்குக்கண்ணாடியினால் அமைக்கப்பட்டிருக்கிறது. அக் கண்ணாடித் தரையினூடு கீழே பார்த்தால் தரையின் கீழ் ஒரு நூலகம் இருப்பது தெரியும். ஆனால் அங்குள்ள அலமாரி களிலோ, விறாக்கைகளிலோ நூல்கள் எதுவுமில்லாமல் காலியாக இருக்கும். அக்காலி நூலகத்தைப் பார்க்கையில் நீங்களும் ஒரு சூனியத்தால் ஆட்கொள்ளப்படுவீர்கள். அரசுக்கும், பாஸிசத் துக்கும், வர்க்கபேதத்துக்கும் எதிரானவை எனக் கருதப்பட்ட

Berliner Dom

A Albert Einstein இயற்பியல் கற்பித்த Humboldt University of Berlin

நூல்கள் அனைத்தும் நாஜிகளால் எரியூட்டப்பட்டன. அதை நினைவேந்தும் வகையில் அமைக்கப்பட்டதே அந்த வெற்று நூலகம். இவற்றைப் பார்க்கையில் சிங்கள ஃபாசிஸ்டுகளால் எரியூட்டப்பட்ட நமது யாழ் நூலகத்தையும் அழிவின் ஞாபகச் சின்னமாகப் பாதுகாத்து வைத்திருக்கலாமேயென்று தோன்றுகிறது.

*Unter den Linden* வீதியை வடக்கு தெற்காக குறுக்கறுக்கும் பிரதான வீதிகளில் *Friedrichstrasse*யும் ஒன்று. இவ்வீதியில்தான் நாம் பெர்லினுள் நுழைந்த கண்டாயத் தொடருந்து நிலையமான *Friedrichstrasse Bahnhof* உள்ளது. இன்னும் *La Fayatte* என்னும் ஃப்றெஞ் பல்பொருள் அங்காடியுமுள்ளது. அங்கே ஒரு இடுப்புப்பட்டிதான் வாங்குவதாயினும் *100* மார்க்குகள் தேவைப்படும். *Unter den Linden*க்கும் *Friedrichstrasse*க்கும் இடைப் பட்ட அழகிய சதுக்கம் *Gendarmen Markt* எனப்படும். அது அசப்பில் லண்டனின் *Trafalger Square*ஐப் போலிருக்கும்.

அங்கு மாடங்களில் அழகான சிலைகளுடனும், சித்திரங் களுடனும், வேலைப்பாட்டுடனான தூண்களுடனும், அமைக்கப் பெற்ற *Konzerthaus* எனப்படும் புராதன இசை அரங்கு உண்டு. அது சக்கரவர்த்தி *Kaiser Friedrich II*இனால் *1695*இல் நிர்மாணிக்கப் பட்டதாகும். அதன் இருமருங்கிலும் உயர்ந்த கோபுரங்களுட னான இரு மனைகள் எழுப்பப்பட்டுள்ளன. அவை ஒன்று *Deutsche Dom* எனவும், மற்றது *French Dom* எனவும் வழங்கப்படும். கட்டிடக்கலையின் ஆர்வலர்களுக்கு ஆர்வத்தையூட்டும் அதன் அழகமைப்பு.

Gendarmenmarkt, நடுவிலுள்ளது ஒரு Konzert Hall, இடமும் வலமும் இருப்பவை French, German Doms எனப்படும்.

*Gendarmen markt*ஐச் சுற்றிலும் *Hilton*, 4 *Seasons*, *Dorint*, *Reagent* எனப்படும் ஹொட்டல்களும் அமைந்துள்ளன.

*Brandenburg Tor* கடவையினூடாக நுழையும் *Unter den Linden* வீதி நேர்மேற்காக மேற்கு பெர்லினுள் நுழைகின்ற இடம் *Pariser Platz* எனப்படும். அங்கே அமெரிக்க, ஐக்கிய இராச்சிய, ஃப்றெஞ்ச் தூதுவராலயங்கள் அமைந்துள்ளன. போருக்கு முன்னால் அவ்விடத்தில் றோமியன் கட்டிடக்கலை வடிவிலமைந்த *Adlon* எனப்படும் ஒரு யூதருக்குச் சொந்தமான பாரிய ஹொட்டல் ஒன்று இருந்தது. அந்த ஹொட்டல் போரின் போது 1946இல் தரைமட்டமாகிப் போனது. இடையில் பெர்லின் பிரிசுவர் வந்து போய் இப்போது ஐம்பத்து நான்கு ஆண்டு களின் பின்னர் இப்போதைய அரசு அந்தக் ஹொட்டலின் வரைபடத்தை எங்கேயோ தேடி எடுத்துத் துடைத்து அது முன்பிருந்த அதே மாதிரிக்கு இம்மியும் பிசகாது திரும்பவும் நிர்மாணித்துள்ளது. ஹொட்டலின் கலை வேலைப்பாடுகள், தளவாடங்களில் மாத்திரமல்ல, தரைக்கான விரிப்புக்களில்கூட அதே பழமை. ஆனால் நல்ல மலிவான ஹொட்டல் மாத்திரம். ‘சுயிற்’ ஒன்றில் தங்குவதாயின் ஒரு நாளைக்கு வெறும் 9000 மார்க்குகள் போதும். (ஏறத்தாழ நாலரை இலட்சம் ரூபாய்கள்). உங்களுக்கு ஞாபகம் வரலாம் பெர்லினில் ஒருமுறை மைக்கேல் ஜாக்ஸன் ரசிகர்களுக்குத் தன் குழந்தையை ஜன்னலுக்கு வெளியே தூக்கிப் பிடித்துக்காட்டி காவல்துறைக்கு அபராதம் கட்டியிருந்தார். அது இங்கேதான். தவிர அடையாளம் காணக் கூடியவர்களில் றொபேர்ட்ஸ், நிகோலி, ஹிட்மான் என்று ஏகப்பட்ட ஹொலிவூட் புள்ளிகளையும், பிறிட்னி ஸ்பியேர்ஸ், ஜெனெட் பீடமான், மடோனா போன்ற பாடகிகளையும் இங்கே தங்கிப் பார்த்திருக்கிறேன். நெல்சன் மண்டேலா, யாஸீர் அரபாத் போன்ற தலைவர்கள்கூட தமது தனிப்பட்ட விஜயங்களின் போது இங்கே வந்து சிக்கனமாகத் தங்கிச் செல்வார்கள். *Holocaust*இல் கொல்லப்பட்ட 11 – 17 மில்லியன் ஜூதர்களுக்கும் நினைவுச்சின்னம் அமைக்க வேண்டுமென்கிற கோரிக்கை இத்தனை காலமும் ஜெர்மன் பாராளுமன்றத்தில் விவாதிக்கப்படுவதும் பின் கிடப்பில் போடுவதுமாகவே இருந்து வந்தது. ஒரு துன்பியல் நிகழ்வுக்கு நினைவுச்சின்னம் எதற்கு என்கிற எதிர்வாதங்களால் ஆண்டுகளாக இழுபட்டுக் கொண்டிருந்த இவ்விஷயம் ஒருவழியாக இப்போது 2005இல் முடிவுக்குவந்து *Adlon* ஹொட்டலின் பின்னால் போர்க் காலத்தில் பதுங்குகுழிகள் இருந்த இடத்தில் நிறுவப்பட் டுள்ளது. இன்னும் அதற்கு தெற்குப்பக்கமாக *Gertrud-Kolmar-Straße Ecke In den Ministergärten* என்னும் இரு வீதிகள் சந்திக்கும் முக்கில் அடோல்ஃப் ஹிட்லரின் அந்திமகாலப் பதுங்குகுழி உள்ளது. *Adolf Hitler*உம், அவனது *Goebbels* அன்ன சகாக்களும் *Der Untergang / The Fall* எனும் திரைச்சித்திரத்தில் வருவது

Adolf Hitlerஇனதும், அவனது Goebbels அன்ன சகாக்களினதும் அந்திமகாலப் பதுங்குகுழி அமைந்திருந்த இடம்.

போன்று இதேயிடத்தில்தான் தற்கொலை செய்துகொண்டதாக நம்பப்படுகிறது. ஆதலால் அவ்விடம் பாதுகாத்து வரப்படுகிறது.

❍

*Wilhemstrasse* தெற்கு நோக்கித் தொடர்ந்தால் இரண்டாம் உலக மகா யுத்தத்தின்போது இங்கே சிதறித் தரைமட்டமாகிப் போன பல தொடருந்து நிலையங்களில் ஒன்றான *Anhalter Bahnhof* வரும். பெர்லினின் மையப் பகுதியில் உள்ள அத் தொடருந்து நிலையத்தின் வேலைப்பாடுகள் நிறைந்த முகப்பு மட்டும் இத்தனை குண்டுமழைகளிலிருந்தும் தப்பித்திருப்பதால் தெரிந்தவர்களுக்கு யாழ் சங்கிலியன் தோப்பின் முகப்பை ஞாபகப்படுத்தக்கூடிய அம்முகப்பையும், பாரிய கோரம் தவிர்ந்து ஏனைய சிதைந்துபோன பகுதிகளை *Kaiser Wilhelm War Memorial Church (1896)* தேவாலயத்தைப்போலவே நோக்குவோர் போரின் அழிவுகளை ஞாபகம் கொள்ளும் வகையில் புனருத் தாரணம் எதுவும் செய்யாமல் அப்படியே பாதுகாத்து வைத்திருக் கிறார்கள். இன்னும் *Anhalter Bahnhof* முன்றலில் இன்ன தேதியில் எந்த மேடையிலிருந்து எந்தத் தடத்தில் எத்தனை யூதர்கள் *Auswitz*க்கு வண்டியேற்றப்பட்டார்கள் என்கிற விபரத்தையும் இப்போது அதன் வாசலில் எழுதிவைத்துள்ளார்கள். இந்த தொடருந்து நிலையத்திலிருந்து *500* மீட்டர்தூரம் *Tiergarten* திசையில் நடந்தால் இன்னும் இரண்டு பிரதான கட்டிடங்களைச் சந்திக்கலாம். முதலாவது *Martin - Gopius Bau* எனப்படும் *Bismarck*

Anhalter Bahnhof போரில் சிதிலமாக்கப்பட்ட
முன்னாள் தொடருந்து நிலையம்

Auswitz க்கு அனுப்பப்பட்டவர்களின் எண்ணிக்கை விபரம்

காலத்தில் நிர்மாணிக்கப்பட்ட கலைக்கூடம். அதன் முகப்பிலும் அமைந்திருக்கும் சிறிய சிறிய சிலைகள் போரினால் தலை ஒடிந்தும் கைகால்கள் உடைந்தபடியும் காணப்படுகின்றன. கட்டிடத்தின் பக்கவாட்டுச் சுவரை குண்டுகள் துளைத்த காயங்கள் பல உள்ளன. அச்சிலைகளையும், சிதிலங்களையும் போரின் ஞாபகமாக அப்படியே விட்டுவைத்திருக்கிறார்கள்.

அதற்கு எதிரில் அமைந்திருப்பதுதான் *Purussian Landstag*. அது பெர்லினை மையமாகக் கொண்ட பிரஷியசாம்ராக்ஷியம் அமைந்திருந்த காலத்தில் *(1701–1913)* கட்டப்பட்டது. அதில் *Berlin Abgeordnetenhaus* அல்லது *Berlin Landestag* இயங்குகிறது. *Between* 1951 *and* 1990 *Abgeordnetenhaus was a parliament of restricted autonomy*. இணைப்புகளுக்கு முன்னர் பெர்லினுக்கு மட்டுப் படுத்தப்பட்ட தன்னாட்சி அதிகாரம் இருந்ததை நினைவில் கொள்க. *Abgeordnetenhaus* என்பதற்கு தோராயமான ஆங்கிலப்பதம் *Haus of Legislation* (சட்டசபை) என்பதாகும்.

திரு. தமிழ்க்குடிமகன் அவர்கள் பன்னாட்டுத் தமிழர் ஒன்றியம் என்னும் அமைப்பினால் ஒழுங்கு செய்யப்பட்ட மகாநாடொன்றில் பங்கேற்பதற்காக 1993இல் பெர்லினுக்கு வந்திருந்தார். அவரைக் கூட்டிக்கொண்டு *Abgeordnetenhaus*ஐப் பார்க்கச் சென்றிருந்தேன். நாங்கள் போன நேரம் அங்கே ஒரு அமர்வு முடிந்து அவர்கள் அதனை மூடும் நேரமாக இருந்தது. சற்றே ஏமாற்றமாக இருக்கவும் நான் அங்கிருந்த அதிகாரிகளுக்கு தமிழ்க்குடிமகனை இவர் தமிழ்நாடு சட்ட சபையின் முன்னாள் சபாநாயகர் என்று அறிமுகப்படுத்தவும் அவர்கள் உடனே அதன் கதவுகளை மீளவும் அகலத்திறந்து எம்மை உள்ளே அழைத்துச்சென்று எல்லா அரங்குகளையும் காட்டினர். ‘இப்படி ஒரு செயலை இந்தியாவில் நாம் எதிர் பார்க்கவேமுடியாது’ என்று நெகிழ்ந்தார் திரு. தமிழ்க்குடிமகன்.

*Brandenburg Tor*க்கு மேற்காக உள்ள இடம் *Tiergarten* எனப்படும். செறிவான மரங்கள் அடர்ந்திருக்கும் பகுதி. இப்பிரதேசத்தை *(Borough)* வனத்துறைச்சிறகம் மிகுந்த கவனத் துடன் பராமரித்து வருகிறது. இவ்வனத்தை *Spree* என்னும் கால்வாய் ஊடறுத்துப் பாய்கிறது. இவ்வனத்துள் உலாத்து பவர்களுக்காகவும், ஜொக்கிங் செய்பவர்களுக்குமாக அழகான பாதைகள் *(Prominades)* அமைக்கப்பட்டிருக்கின்றன. *Bill Clincton* அன்றும் இன்றும் பெர்லினில் விடுமுறையைக் கழிக்க வந்தால் இங்கேதான் ஜொக்கிங் போவார். இந்த *Tiergarten*ஐ ஊடறுத்துத் தொடர்ந்து செல்லும் வீதி *Strasse des* 17 *juni* எனப்படும். நாஜிகளின் ஆட்சிக்காலத்தில் *Charlottenburger Chaussee* என வழங்கப்பட்டது.

Strasse des 17 Juni வீதியும் அதில் அமைந்திருக்கும் French Victory ஞாபகார்த்த ஸ்தூபியும்.

இவ்வீதி *1953*ஆம் ஆண்டு ஜூன் மாதம் *17*ஆம் தேதி கிழக்கு பெர்லினில் தொழிலாளர்கள் அரசுக்கெதிராகக் கிளம்பிய போது அவர்களில் *300* பேரை செம்படையினர் சுட்டுக் கொன்றனர். அந்த துயர சம்பவத்தை நினைவிலேந்தும் வகையில் இவ்வீதிக்கு *Strasse des* 17 *juni* எனப் பெயரிடப்பட்டது. ஆண்டுதோறும் ஜெர்மனியில் இடம் பெறும் *Love Parade* எனப்படும் காதலர் களியாட்ட ஊர்வலங்கள் இந்த வீதியிலேயே நிகழ்கின்றன.

முழு ஐரோப்பாவிலிருந்தும் ஒன்றிலிருந்து ஒன்றரை மில்லியன்வரை இளசுகள் கூடுவர். அந்த வீதியில் மட்டிலும லாமல் அதனுடன் இணைப்புள்ள பல வீதிகளிலும் வாகனங்களின் போக்குவரத்தைத் தடைபண்ணிவிடுவார்கள்.

அலங்கரிக்கப்பட்ட *Conveyer* எனப்படும் நீண்ட பார வுந்துகளில் பாரிய இசைக்கருவிகள் ஸ்டீரியோ சவுண்ட்

சிஸ்டங்களைப் பொருத்தி அரிசி மில் இஞ்ஜின் ஓடுவதுபோல தொம் தொம் ஒரு இசை வையகம் அதிர இசைத்து விடிய விடிய ஆடுவார்கள். பிரதான தொலைக்காட்சிகள் அனைத்திலும் அந்நிகழ்ச்சிகளை அஞ்சல் செய்வார்கள். *Columbiadamm, Zoologischergarten* ஆகிய இடங்களிலும் அங்கங்கே சவுண்ட் சிஸ்டங்களை வைத்துக்கொண்டும் இளைஞர்கள் குதியாய் குதிப்பார்கள். இப்படிக் குதிக்கவென்றே நோர்வே, சுவீடன், பெல்ஜியம், ஹொலண்ட் பிரான்ஸ், ஸ்பெயினிலிருந்து வருகிறார்களென்றால் அவர்களுக்கு அதிலுள்ள ஆனந்தத்தைச் சொல்லவும் வேண்டுமா? திரும்பின பக்கமெல்லாம் பியர் கடைகள். பியருடன் விஸ்க்கி, றம், பக்காடி கலந்த குவளைகள் புதுவகையான சக்திபானங்கள் என்று பானங்கள் பலவகை. முறைப்படி வியாபார அனுமதி பெறாத பல துருக்கியர்கள் வான்களிலும் மகிழுந்துகளிலும் பானங்களை நிறைத்து அங்கங்கே நிறுத்தி வைத்துக்கொண்டு விற்பார்கள். மொத்தம் எத்தனை இலக்ஷம் குவளைகள் போத்தல்கள் அழிந்தன வென்பதைக் கணக்கெடுக்கவே முடியாது. விஷேசமாக அலங்காரங்கள் செய்யப்பட்ட திறந்த தொடர் டிறக் வண்டி களில் ஸ்டீரியோ சவுண்ட் சிஸ்டங்களை வைத்துக்கொண்டு பலவிதமான வேஷங்களில் அரைநிர்வாண இளைஞர்களும் இளைஞிகளும் பாட்டும் கூத்துமாக பவனியாகச் செல்வார்கள்.

சிலர் கீலங்கீலமாகக் கிழிக்கப்பட்ட துணியை மட்டும் இடுப்பில் சுற்றி முழு நிர்வாணத்துக்கு அணுக்கமா யிருப்பார்கள், சிலர் உளதோ இலதோ என்னும் வகையில் மெலிதாக வலை ஜட்டிகளை மட்டும் அணிந்தும் அகலம் குறைவான கலர்கலரான நீண்ட றிப்பனை மட்டும் உடலில் சுற்றியுமிருப்பார்கள். அழகான உடல்வாகிருக்கும் சிலர் குளிர் விட்டுத்தம் உடைகளை அணிவதும் அவிழ்ப்பதும் திரைப்பதும் உரிப்பதுமாக விளையாடியபடி போய்க்கொண்டிருப்பார்கள்.

பியர் கோலா கடைகளுக்குப் போட்டியாக கழுத்தில் மாட்டும் தடத்துடனான விசில்கள் ஒளியுமிழும் மாலைகள் உலக அழகுராணிகள் மார்பின் குறுக்காக அணிவதுபோன்ற மார்புத் தடங்களில் கிளர்ச்சியூட்டக்கூடிய வாசகங்கள் எழுதப்பட்ட தடங்கள் விற்கும் கடைகள், மெகர் எழுதும் கடைகள் என ஒரு கும்பமேளாதான்.

ஒருவருக்கு குஷிவந்து விசிலடித்தால் நகரம் முழுவதும் பல இலட்சம் விசில்கள் ஏககாலத்தில் அடித்தோயும். *Love Parade* முடிந்த மறுநாள் வீதியில் வீசப்பட்டிருக்கும் காலி பியர் குவளைகள் போத்தல்கள் ஒரு யுத்தகளம் மாதிரிக்

குவிந்திருக்கும். சிறப்புப்படி வழங்கப்பட்ட தயார் நிலையி லிருக்கும் நகரச் சுத்திகரிப்புத் தொழிலாளர்கள் *Parade* முடியவும் பாரவுந்துகளில் வந்து சுத்தம் செய்ய ஆரம்பிப்பார்கள்.

இவ்வளவு ஆட்டம் பாட்டம் மது கூத்துக்கள இருந்தும் தனக்குச் சம்பந்தமில்லாத யாரையும் எவரும் தொட்டான் பிடித்தான் இழுத்தான் என்கிற குற்றச் சாட்டுக்கள் எழாது. பெண்களும் எந்த ஆணையும் இம்சை செய்வதில்லை. அதனால் எனக்கும் அது பிடித்திருந்தது.

இந்தப் பரேட்டுக்கு பெர்லின் ஒரு தளமாக இருந்துதே தவிர நிகழ்வுக்கு வருபவர்கள் அநேகம் பேர் வேற்றிடங்களி லிருந்தே வருவார்கள். அதனாலே எவருக்கும் ஒரு விதேசத்தில் வந்து கோல்மால்கள் புரியத் தயக்கமிருப்பது இயல்பே.

இவ்வளவு கேளிக்கைகளிலும் ஒரு வகையான ஒழுங்கும், கட்டுப்பாடுமிருக்கும். *Love Parade* காட்சிகளை இங்கே முழுவதும் தருவது அசாத்தியம். ஆர்வமுள்ளவர்கள் *Berlin Love Parade History* என்னும் வார்த்தையை *Youtube*இல் கொடுத்து அக் கோலாகலக் கூத்துக்களைப் பார்க்கலாம். இன்னும் இவ்வீதி 'பிரம்மகுமாரி'களுக்கு தொழில்புரிய அனுமதிக்கப்பட்டிருக்கும் வீதிகளில் ஒன்றுமாகும்.

இவ்வீதியில் *Berlin Technical University*யும், கலைப்பொருட்கள் மற்றும் செகன்ட்ஹான்ட் பொருட்களுக்கான பெர்லினின் பிரசித்த 'லுண்டா' தரை அங்காடியும் இந்த இடத்தில்தான் அமைந்துள்ளன. நெப்போலியனின் ஆட்சிக் காலத்துக்குப் பின்னால் ஜெர்மனி ஃப்ரான்ஸைக் கைப்பற்றியது *(1870–72)*. இவ்வீதியில் தொடர்ந்து செல்கையில் வரும் மேடையில் *(Round about)* அவ்வெற்றியை ஞாபகம் செய்யும் வகையில் *(French Victory Monument)* ஞாபகார்த்த ஸ்தூபி அமைந்துள்ளது. அந்த ஸ்தூபியின் உச்சியில் பெரிய தங்கதேவதையொன்று பறந்துகொண்டிருப்பதும் அழகு. மேற்காக *Charlottenburg* நோக்கி நீளும் *Strasse des 17 juni* வீதியானது *Ernst - Reuter Platz*க்கு அப்பால் திசைக்கு 5 பாட்டைகளுள்ள ஐரோப்பாவிலேயே அகலமான *Bismarckstrasse* எனும் வீதியாகத் தொடர்கிறது.

## Kufuerstendamm

பெர்லினுள் பிரசித்தமான ஷொப்பிங் வீதிகளில் *Kufuerstendamm* என்பதுவும் ஒன்று. அதில் *KADEWE (Kaufhaus des Westens)* எனப்படும் ஐரோப்பாவிலே பெரியதெனச் சொல்லப்படும் பல்பொருள் அங்காடி ஒன்றுளது. இன்னமும்

இதன் பங்குதாரர்களில் நிறைவிகிதம்பேர் ஜூதர்களாக இருப்பது ஆச்சரியந்தான். அதனைத் தொடர்ந்து சென்றால் போரின் கொடூரங்களை உலகத்துக்கு இன்னமும் நினைவுறுத்திக் கொண்டிருக்கும் *Kaiser Wilhelm War Memorial Church*இன் செப்ப னிடப்படாத உயர்ந்த உடைந்த கோபுரத்தையும் காணலாம் பெர்லின் கரடியை முத்திரையை அடுத்து அந்த தேவாலயந்தான் ஊடகங்களில் முனைப்புறுத்தப்படும் இரண்டாவது முத்திரையு மாக விளங்குகிறது. இந்த *Kufuerstendamm* இருமருங்கிலும்

Kaiser Wilhelm War memorial Church

*5* கிமீ நீளத்துக்கு நவநாகரீக உடைக்கடைகளும், காலணிக் கடைகள், வாசனைத்திரவியக்கடைகள், இலத்திரனியல் உபகரணங்களுக்கான ஸ்தாபனங்கள், வைன் கடைகள், திரையரங்குகள், வங்கிகள், எனச் செறிந்து கிடக்கின்றன. *Kufuerstendamm / Jochimstalerstrasse*ஐ சந்திக்கும் முக்கில் *Swiss Hotel* உள்ளது. அந்தக் ஹொட்டலின் மேற்குச்சுவரில் ஒரு பாரிய *Groesster LED - Wand* திரை *(10* x *15* மீட்டர்) பொருத்தப்

பட்டுள்ளது. அதில் உலகின் நாலா திசையிலிருந்துமான முக்கிய செய்திகள் ஓடியபடி இருக்கும். *LED* தொழில்நுட்பம் வளர முதல் மைகிறோ மின்குமிழ்களைப் பாவித்து இயங்கிய அந்தத் திரைதான் உலகின் பெரிய அளவிலான செய்தித்திரை எனப் பட்டது. இப்போது அதில் வரும் செய்திகளைவிடவும் அதில் செய்யப்படும் விளம்பரங்கள் மக்களின் கவனத்தை ஈர்ப்பதாக உள்ளன. எடுத்துக்காட்டுக்கு பார்ப்போரை கிளர்த்தும் விதமாக அதில்வரும் விளம்பரங்களில் ஒன்று: அவ்விளம்பரசாதனம் பெண்களுக்கானதேயெனினும் அதன் முற்பகுதி ஆண்களுக்கான தென்பேன். கடற்கரை ஒன்றில் இளம்பெண்ணொருத்தி முன்பக்கமாகப் பொருத்தும் வகையிலான மார்புக்கச்சை ஒன்றை தோளிற்போட்டுப் பிடித்தபடி, மணலில் புதையும் கால்களை வலிந்து எடுத்துவைத்து நடந்துவருவாள். கேசம் கடற்காற்றில் பறக்க அலட்சியமாக அவள் வருகின்ற கோலத்தில் எம்மை நெருங்கமுதல் எப்படியும் அதைக் காற்றில் வீசி விடுவாளெனக் காத்திருக்கும் 'ஜொள்ளர்களை' ஏமாற்றி விட்டு அவளது நெடியகாந்தள் விரல்கள் அதை நளினமாக இழுத்துப் பொருத்தவும், திடுப்பென குளோசப்பில் கச்சித மானதும், உயர்ந்த ரகத்திலானதுமான அக்கச்சை மார்பின் முழு வனப்பையும் திரைமுழுவதும் வியாபித்து ஒப்புவிக்கும். விஸ்க்கியுள் ஐஸ் திண்மங்களைப் போட்டுச் சிலாவிக்காட்டி தேமேயென்று சும்மா இருப்பவனின் மனதையும் சபலப் படுத்தல்போலும், நுகர்வோரின் கவனத்தை ஈர்க்கத்தான் எத்தனை முயற்சிகள், உத்திகள்!

இதே *Kufuerstendamm/Fasanenen strasse* வீதியில் *KEMPINSKI* என்றொரு முதல்தர ஹொட்டலுள்ளது. அந்தக் ஹொட்டலுக்கு சின்னதாக ஒரு சரித்திரமுள்ளது. ஒரு காலத்தில் *Berthold Kempinski* என்றொரு ஜூதரும் அவர் மனைவியுமாக இதே மூலையில் சின்னதாக நம்ம கையேந்திபவன் தினுசில் ஒரு கடையை வைத்துப் பிழைத்துக்கொண்டிருந்தார்களாம். நாளடைவில் அவர் வியாபரம் பெருகவும் அதே இடத்தில் ஒரு உணவகத்தையும், மதுவகத்தையும் வைத்து நடத்தி வந்திருக்கிறார்கள். மேலும் பணம் செழிக்கவே அந்த நிலத்தை அப்படியே வாங்கிப்போட்டு *KEMPINSKI* என்கிற இந்தக் ஹொட்டலை நிர்மாணித்திருக்கிறார்கள். பின்நாட்களில் ஒரு இரவில் *Berthold Kempinski*யின் ஹொட்டல் நாஜிகளால் சூறையாடப்பட்டு அவரும் மனைவியும் படுகொலை செய்யப் பட்டனர். *Berthold Kempinski*க்கு பிள்ளைகளோ, வேறு இரத்த உறவுகளோ இல்லையாதலால் நாஜிகளின வீழ்ச்சியின் பின்னர் ஹொட்டல் கோரிக்கையற்றுப் போனது. உரிமைகோர எவரு மில்லாமல் போகவே அரசே அதைப் பொறுப்பெடுத்துக்

Bristol Hotel Kempinski

அதன் வரலாறு குறிக்கப்பட்ட பித்தளைத்தகடு

கொண்டது. நாஜிகளின் ஜூதர்களின் தடுப்புமுகாமிலிருந்து தன் 12ஆவது வயதில் தப்பியோடிவந்த மானிடநேயம் மிக்க ஒரு ஜூதர் (இதுபோன்ற தப்பித்தல் முயற்சிகளில் பலர் குண்டடிபட்டும், மின்சாரத்தால் தாக்குண்டும் பலியானமை வரலாறு) பெர்லினுக்கு வந்தபோது இந்த *KEMPINSKI* ஹொட்டலுக்கு இப்படியொரு துன்பியல் பின்னணி இருப்பதைத் தெரிந்துகொண்டு ஜனநாயக சோசலிஸக் கட்சியின் அனுசரணையுடன் தினமும் அந்தக் ஹொட்டலின் வாசலில்போய் "இது ஒரு அப்பாவி ஜூதக் குடும்பத்திடம் அபகரிக்கப்பட்ட சொத்து, அனைத்து ஜெர்மானியரினதும் அவமானச் சின்னம்" என்று கலாட்டாசெய்து சத்தியாக்கிரகம் பண்ணத்தொடங்கினார். 'அட அப்படியா' என்று அதிசயித்த ஹொட்டலின் விருந்தினர்கள் பலரும் இரவிரவாகத் தம் பயணவுறைகளைத் தூக்கிக்கொண்டு வெளியேறத் தொடங்கினர். ஹொட்டல் நிர்வாகம் அக்கலகக்காரரிடம் போய் மண்டியிட்டு "இப்போ என்னதான் பண்ணணுங்கிறே" என்றதுக்கு "வேறொன்றும் வேண்டாம். இந்த இடத்தில் 1928ஆம் ஆண்டிலிருந்து பெர்லினர்களின் விருந்தோம்பலின் அடையாளமான *Kempinski* எனும் இந்தக் ஹொட்டல் இருந்துவருகிறது. அதன் ஸ்தாபகரும், உடமையாளரும் ஒரு ஜூதராக இருந்தமையால் இந்தக் ஹொட்டல் 1937இல் 'ஆரியர்வசமாகியது', அதாவது நிர்ப்பந்தித்து விற்கவைக்கப்பட்டது. *Kempinski* குடும்பத்தினர் கொல்லப்பட, மீதமிருந்தவர்கள் தப்பிப் பிழைத்துக்கொண்டனர். 1951இல் *Bristol Hotel Kempinski*யின் ஸ்தாபகர் குடும்பத்துக்கு இழைக்கப்பட்ட அநீதியும், கொடுமையும் எம்மால் மறக்கப் படவே கூடாது" என்று அதன் சரித்திரத்தை இந்த வாசலில் எழுதிவையுங்கள், அதற்கு மேலும் இங்கே தங்க வருபவர்கள் வரட்டும், எனக்கு ஆட்சேபனை இல்லை" என்றார். அப்படியே அதன் வரலாற்றை பித்தளைத் தகட்டில் எழுதி ஹொட்டலின் வாசலில் பொருத்தியிருக்கிறார்கள். *Bristol Kempinski* என்று பின்னால் உருவான குழுமம் ஒன்றே இப்பொழுது Brandenburg கடவையிலிலுள்ள *Adlon* ஹொட்டலையும் பரிபாலனம் செய்வதோடு *Zurich, Korea, Tokyo* என்று பூகோளப்பரப்பு முழுவதும் மேலும் பல ஹொட்டல்களை நிர்மாணித்துக் கிளைபரப்பி விசாலித்து நிற்கிறது.

## Potsdamer Platz

*Berlin Philharmonie* இசையரங்குக்கு அருகாமையில் இந்த இடம் இணைப்புகளுக்கு முன்னர் போரில் அழிந்துப்போன கவனிக்கப்படாத ஒரு இடிபாடுகளுடன் கூடிய ஒரு இடமாக

இருந்தது. பெர்லின்களின் இணைப்பு ஏற்பட்டதோடு அந்த இடத்தை *Sony, Mercedes Benz, Thyssen* அன்ன இராக்ஷத குழுமங்கள் ஒன்று சேர்ந்து வாங்கி அதில் தத்தமது ஐரோப்பா வுக்கான வர்த்தக மையத்தையும், காட்சியறைகளையும் நிர்மாணித்து வைத்துள்ளன. அதற்கான மொத்தச் செலவு *750* மில்லியன் இயூரோக்களாம். இப்போது மகிமையும் வியாபார முக்கியத்துவமும் வாய்ந்த உலக கேந்திரங்களில் ஒன்றாக அது விளங்குகிறது. *Sony* குழுமம் அங்கே நிர்மாணித்துள்ள *Sony Center*. ஜப்பானியர்களுக்கு ஜெர்மனியில் தங்கள் கட்டிடக் கலை நிபுணத்துவத்தை நிறுவிடவும் ஒரு சந்தர்ப்பமாய் அமைந் துள்ளது இது. எந்த ஒரு மரபுரீதியாக நிர்மாணிக்கப்பட்ட கட்டிடத்திலும் அதனைத் தாங்குகின்ற பகுதியும், அதிக பலம் கொண்ட பகுதியும், கூடவே எடையில் மிகுவிகிதம் கொண்ட பகுதியாகவும் அமைவது அதன் பிரதான சுவர்களாகத்

Sony Center

தான் இருக்கும். 30 மாடிகளைக் கொண்ட இக்கட்டடத்தில் சுவருக்குரிய தாங்கும் பணி, எடையில் குறைந்தும் பலத்தில் கூடியதுமான டைட்டேனியமும் அலுமினியமும் கலந்துருவாக்கப்பட்ட விசேட உலோக குழாய்களுக்குப் பிரதியீட்டப்பட்டிருக்கிறது. இதே கலவைதான் விமானங்களின் கட்டுமானத்திலும் பயன்படுத்தப்படுகின்றது. அதன் வெளிச் சுவர்கள் முழுவதும் கண்ணாடியாலும், தரைப் பகுதிகள் முழுவதும் தீப்பிடிக்காத வகைத் திரவியத்தினாலும் ஆக்கப்பட்டு கம்பீரமாக நிற்கிறது. கலைகள் சார்ந்த கண்காட்சிகள், நூற்றுக்கும் மேற்பட்ட திரையரங்குகள் இருப்பதால் ஆயிரக் கணக்கில் தினமும் மக்கள் கூடும் இந்நிலையத்தில் நிலநடுக்கம் ஏற்பட்டாலும் எதுவும் ஆகாது என்று சொல்லப்படுகிறது. இந்நிலையத்தில்தான் சர்வதேசச் சினிமாக் கலைஞர்கள் பங்கு கொள்ளும் புகழ்பெற்ற *Berlin Film Festivals* ஆண்டுதோறும் ஃபெப்ருவரி மாதத்தில் நடைபெறுகின்றன. Sony Centerஇன் கீழாகவும் அதை அடுத்தும் *CINEMAXX, IMAX-3D, CINESTAR, ARSENAL* என்னும் *Festival Kino*க்கள் அமைந்துள்ளன. ஒவ்வொன்றினுள்ளும் 10இலிருந்து 16வரையிலான அரங்கங்கள் உள்ளன. *IMAXX*இல் *3D* சினிமாக்கள் மட்டும் திரையிடப்படும். இதைத்தவிர *ZOOLOGISCHERGARTEN, MARZAHN, HELLERSDORF, HOHENSCHOENHAUSEN* ஆகிய இடங்களிலுள்ள *Mall*களில் தலா 750 இருக்கைகளுடன்கூடிய 10க்கு மதிகமான அரங்குகள் ஒரேயிடத்தில் அமைந்துள்ளன.

ஜெர்மனில் சினிமா தியேட்டர்களை *Kino* என்பார்கள். *Theater* எனும் பதத்தால் அநேகமாக அரங்காற்றுக் கலைக் கூடங்கள்தான் சுட்டப்படும். இங்குள்ள *Kino*க்களை பல்வகைப் படுத்தலாம். நம் நாட்டில் இருப்பதைப்போன்ற சாதாரண *Kino*க்களும் கணக்கற்ற எண்ணிக்கையிலுள்ளன. அவை சிலவற்றில் போர் சம்பந்தப்பட்ட சினிமாக்கள் மட்டும் திரையிடப்படும், சிலவற்றில் கிறைம் சினிமாக்கள் மட்டும் திரையிடப்படும், சிலவற்றில் முன்னேறிவரும் நாடுகளில் தயாரான சினிமாக்கள் மற்றும் திரையிடப்படும், குறுந்திரைப்படங்கள், வணிகநோக்கற்ற தயாரிப்பிலான திரைப்படங்கள் மட்டும் திரையிடப்படும், சிலவற்றில் பாலியல் படங்கள் மட்டும் *Nonstop*ஆக 24 மணிநேரமும் ஓடிக்கொண்டிருக்கும். அத்தனை படங்களுக்கும் ஒரே சீட்டுத்தான். வேடிக்கையென்னவென்றால் இவ்வகையான பாலியல் சினிமாஅரங்குகளில் கூட்டமே இராது. வேலையும், கூரையும், போக்குமற்றவர்கள சும்மா நேரத்தைக் கொல்ல வந்து உட்கார்ந்திருப்பர், அல்லது தூங்குவர். *Peep show Cabin*களில் இருப்பதுபோன்று மைதுனப்பேர்வழிகளுக்கு

பஞ்சு, டிஸ்ஸு, *Wet wipe, Trash Can* வசதிகள் செய்திருக்கும். இன்னும் சிறிய திரையுள்ள *Sexkino*க்களும் உண்டு. *Trailor*ஐப் பார்த்துப் படங்களை இரசிகரே தெரிவுசெய்யலாம். *Kino Bar* என்றொருவகை அரங்குமுளது. அங்கே திரையில் படம் ஓடிக்கொண்டிருக்கையிலேயே மெழுகுதிரி வெளிச்சத்தில் மதுவகமும், உணவகமும் அமைதியாக இயங்கிக்கொண்டிருக்கும். இரசிகர்கள் சினிமா பார்ப்பதுடன் சாப்பாட்டையும் முடித்துக் கொண்டுவிடலாம். அவைகளுக்கு முன்பதிவு அவசியம். எனக்கு மிகவும் பிடித்தது இவ்வகை அரங்குதான். *Konzerthaus*ஐப் போலவே *Theater des Westens* என்றொரு கலையரங்கம் உள்ளது. சிலைகளும் சிற்பங்களுமாக அதன் முகப்பே ஒரு அரண் மனையைப்போலிருக்கும். உள்ளே புகுந்தால் பட்டன்ன

Theater des Westens

கம்பளமும், விமானத்தின் முதலாம்வகுப்பு இருக்கையைப் போல விசாலமான வெல்வெட் இருக்கைகளும், நவீன மோஸ்த்தரிலான ஒலி – ஒளியமைப்பு வசதிகளுமாகப் படாடோபமாக இருக்கும். *Bernard Shaw*வினால் எழுதப்பட்டு *Lerner, Loewe* என்பவர்களால் இசைநாடகமாக வடிக்கப்பட்ட *My Fair Laday* என்னும் இசைநாடகம் இந்த அரங்கில்தான் 10 வருடங்களாக தொடர்ந்து அரங்காற்றப்பட்டது. பெர்லின் அரங்கங்களுக்குப் பெயர்போன உலக நகரங்களில் ஒன்றா தலால் அவற்றின் மகாத்மியங்கள் மீதான விபரிப்பு தீராதது. இன்னும் இவ்விடத்துக்கு அணுக்கமாக *Berliner Spielbank* என்கிற

பெரும் சூதாட்ட நிலையமும், *Hyatt, Scandi* என்கிற நக்ஷத்திர ஹொட்டல்களும் அமைந்துள்ளன.

## Kufuerstenstrasse

*Leipziger Strasse*யில் ஆரம்பமாகி *Potdamerplatz*ஐ ஊடறுத்துக் கொண்டு தெற்காகச்செல்லும் வீதிக்கு Potsdamerstrasse என்று பெயர். ஒரு கி.மீட்டர் தெற்காகச் சென்றால் அதனைக் குறுக்கறுக்கும் இன்னொரு வீதிக்குப் பெயர் *Kufuerstenstrasse.* இந்த சுரங்க நிலையம் அருகில்தான் பிரசித்திபெற்ற *LSD* பால்வினை நிலையம் உள்ளது. (இதன் மேல் விபரம் பின்னால் வரும்)

இந்த வீதியில் *'115/116'* என்ற விலாசத்தில் அமைந்திருந்த *Brueder -Verein (Brotherhood House)* என்ற கட்டத்தில்தான் தேசிய காவல் படையின் ஜூதர்களின் விவகாரங்களுக்கான தலைமை அலுவலகம் இயங்கியது. போரில் ரஷ்யா குண்டு வீசி அதைத் தகர்த்த பின்னால் இப்போது அதே இடத்தில் *Sylt* என்றொரு பிரமாண்டமான ஹொட்டல் எழுந்து நிற்கிறது. அத்தனை தகவல்களையும் ஒரு பித்தளைத் தகட்டில் பதித்து அந்தக் ஹொட்டலின் பிரதான வாசலில் சுவரிலொரு அறிவிப்புபோலப் பொருத்தப்பட்டிருக்கிறது. *Sylt* என்பது ஜெர்மனிக்கு மேற்காக அட்லான்டிக்கை மருவிய வடகடலில் அமைந்திருக்கும்

அடுக்ககத்தில் எமது ஜாகை.
பக்கச்சுவரில் Graffiti ஓவியக் கைவண்ணங்கள்

எம் அடுக்ககத்தில் முன்னர் வாழ்ந்து Auswitz கொலைமுகாமுக்கு அனுப்பிக் கொல்லப்பட்ட ஜூதர்கள்பற்றிய 'Seders' குறிப்புகளும்

சிறியதொரு உல்லாசத் தீவு. அதன் வரைப்படத்தை பார்த்தால் பாலே நடனம் ஆடும் ஒரு பெண்ணின் தோற்றத்தை ஒத்திருக்கும்.

அதில் *Gestapo*வின் (நாஜிகளின் உளவுப்படை) துணைச் சிறகம் போல் இயங்கிய தேசிய காவல் படையின் *Judenreferat* என்ற ஜூதர்களின் விவகாரங்களுக்கான பிரிவின் தலைவனாக விளங்கிய *Adolf Erichmann* என்ற அசுரனிடந்தான் ஜெர்மனி, போலந்து, ஹங்கேரியிலிருந்து கைது செய்யப்பட்ட ஜூதர்களைத் தொடருந்தின் பொதி வண்டிகளில் மிருகங்களைப் போல அடைத்து *Auswitz, Dachau, Buchenwald* போன்ற கொலை முகாம் களுக்கு அனுப்பும் பொறுப்பை ஹிட்லர் வழங்கியிருந்தான். போரில் ஜெர்மனி படுதோல்வி கண்டபின் அல்ஜீரியாவுக்குத் தப்பியோடி அங்கே தஞ்சம் புகுந்திருந்த இவனைப் பிடித்து ஜெருசலேம் விசாரணைக் கமிஷன் முன் நிறுத்தியபோது கமிஷன் அவனுக்கு *1952*இல் மரண தண்டனை வழங்கியது.

சரித்திர முக்கியத்தும் வாய்ந்த கட்டடங்களில் இங்கே இன்னார் இன்னார் இத்தனை காலம் வாழ்ந்தார்கள் என்ற அறிவிப்புக்ளைப் பொருத்தி வைக்க இன்னும் ஜெர்மனியர் மறப்பதில்லை. அந்த வகையில் *Albert Einstein, Bertolt Brecht, Franz Kafka, Karl Jasper, Konrad Adenauer, Marlene Dietrich, Shimon Dubnow, Hubert Von Karajan* ஆகியோர் வாழ்ந்த இல்லங்களைப் பார்த்துப் பரவசம் அடைந்திருக்கின்றேன். நாங்கள் குடியிருக்கும்

Auswitz, Dachau கொலைமுகாம்களுக்கு ஜூதர்கள் தொடருந்துகளில் அனுப்பிவைக்கப்படுவதைச் சித்தரிக்கும் வெண்படிகப்பிரதிமையும், பின்னணியில் அவர்களின் எண்ணிக்கை மற்றும் தேதி விபரங்களும்.

தொடருந்துப் பிரதிமையில் கருணாகரமூர்த்தி

வீட்டின் வாசலில்கூட 'இங்கே வாழ்ந்த ஜூதர்கள் *Thea Gutmann, Lina Guttmann 1943*இல் முன்பனிக் காலத்தில் *Auswitz*க்கு அனுப்பப்பட்டு அங்கே மறைந்தார்கள்' என்ற வாசகம் பதித்த பித்தளைத் தகடு தரையில் பதிக்கப்பட்டுள்ளது. இப்படி

இவ்விடம் ஜூதர்கள் நடமாடத் தடைசெய்யப்பட்டது என்பதைக் குறிக்கும் அறிவிப்பு. முரண்நகை என்னவென்றால் அதே சதுக்கத்தில்தான் (1914 –1918) Albert Einstein வாழ்ந்திருந்தார்.

பல்லாயிரம் நினைவுத் தகடுகளைப் பல வீட்டு வாசல்களிலும் பெர்லினில் இன்றும் காணலாம். சில வீதிகளில் 'இந்த வீதியில் ஜூதர்களின் நடமாட்டம் தடை செய்யப்பட்டிருந்தது' என்ற அறிவுப்புக்கள் இன்னமும் இருக்கின்றன. *Albert Einstein* வாழ்ந்த *Haberland strasse* கூட பின்னாளில் ஜூதர்களின் நடமாட்டத் துக்கு தடைசெய்யப்பட்டிருந்தமை முரண்நகையாகும்.

பெர்லினில் *Potsdamer Platz*இல் *Sony, Mercedes Benz* கட்டடங் களை, *Alexander Platz*இன் *Park Inn* ஹொட்டலின் மோஸ்தர்களைப் பார்த்தால் *New York*இன் சாயல் இருக்கும். *Mitte* பகுதியில் *Gendarmen Markt, Berliner Dom, Hedwig Church, Humboldt University, Museum Island* ஆகிய கலையம்சத்துடன்கூடிய பழைய கட்டிடங் களைப் பார்த்தால் வீயென்னாவைப்போலிருக்கும். உல்லாசப் படகுகள், கப்பல்கள் விரைந்தும் மிதந்தும் திரியும் *Wannsee*யை யும் *Tegelersee*யையும் ஒப்பு நோக்கின் *Switzerland*இல் நீண்டு விரியும் *Zurichsee*யைப் பார்த்தது போலிருக்கும். இத்தனை ரம்மியமானதும் பெர்லினின் காஷ்மீர் என வர்ணிக்கப்படு வதுமான இந்த *Wannsee* பிரதேசத்தோடு ஜெர்மனி எந்நாளும்

கழுவிவிட முடியாத களங்கம் ஒன்றும் படிந்துள்ளது. உலகின் 'மிகப் பயங்கரமானதும், கொடூரமானதுமான தீர்மானம்' என்று வர்ணிக்கப்படுவதாய *Wannsee Assertion*ஐ அதாவது சிறைப்படுத்தப்பட்டு வைத்திருக்கும் ஜூதக் கைதிகள் அனைவரையும் விஷ வாயுக்களாலும், கில்லெட்டின் இயந்திர மூலமும் கொன்றொழித்துவிடவேண்டுமென்று இதே *Waansee*யில் இன்னமும் *Wansee Konferenz Villa* என்கிற பெயருடன் இருக்கும் ஒரு வில்லாவில் நடந்த *Wannsee-Konferenz*இல்தான் முடிவு செய்தார்கள். ஆனால் அந்த *Konferenz*இல் அடோல்ஃப்

Villa der Wansee - Konferenz

ஹிட்லர் பங்குபெறவில்லை. அவன் சார்பில் *Rheinhard Heydrich, Heinrich Himmler, Adolf Erichmann* என்கிற கிங்கிரர்கள்தான் கலந்துகொண்டிருந்தார்கள்.

*Wannsee*க்கும் மேற்காக நாலு கிலோமீட்டர் பயணித்தால் *Potsdamm* என்றொரு சிறுநகரம் உள்ளது, ஆனால் அது *Brandenburg* மாநிலத்திற்குரிய பகுதியாகும். அங்கே 1945இல் செய்துகொள்ளப்பட்ட *Potsdamm Accord* எனும் ஒப்பந்த – தீர்மானம் ஜப்பானால் தவறுதாலாகப் புரியப்பட்டதாலேயே அமெரிக்கா அணுக்குண்டுகளை அங்குபோட நேர்ந்தது என்கிற சரித்திரத் தகவல் ஒன்றுளது.

○

# சரணம்
# பெர்லின் இரவுகள்
## அவன் மனைவி டிவோர்ஸுக்கு சம்மதித்துவிட்டாளாம் . . !

பெர்லினாயிருந்தாலென்ன பெந்தோட்டையா யிருந்தாலென்ன, அம்ஸ்ரடாமாயிருந்தாலென்ன அவினாசியாயிருந்தலென்ன, சிகரெட்டும் இருமலும் போல், காரும் தூசியும்போல், நாய்க்குலையும் தெள்ளும் போல் இந்தப் பொருட்பெண்களுக்கும் சீருந்துக்காரர்களுக்குமுள்ள உறவு ஆதியானதும் அந்நியோன்யமும் கொண்டவை.

எனக்கு 12ஆவது படிக்கையில் ஆய்வு 'டிரேயில்' கவுழ்த்துப் போட்ட தவளை, எலிகளின் மூளையின் தொடர்ச்சியாய் நீண்டு முள்ளந்தண்டூடாகப் புகுந்து அவற்றின் உடல் முழுவதும் விரவி வியாபிக்கும் அத்தனை நரம்புகளையும் தேடி இனம் காண்பதும், இதயத்தில் புறப்பட்டு வில்லாய் வளைந்து கீழிறங்கி விரல்களின் நுனி வரை விநியோகிக்கப்பட்டிருக்கும் குருதிக் கலன்களை ஆய்வதும் பிடித்தமான விஷயங் களாக இருந்தன. எதிர்காலத்திலும் உயிரியலைத் தொடர்ந்து படித்து ஒரு மருத்துவனாகும் கனவுடன் இருந்தவனை,

ஒதுக்கித்தள்ள இலங்கையின் பாஸிச அரசுகள் கடைப்பிடித்த தரப்படுத்தல் என்கிற வடிகட்டலில் தேறமுடியாமல் பண்ணி 'ஏமஞ்சாம மென்றிலாது

பெர்லினின் பதின்மூவாயிரத்துச் சொச்சக் குளிர் வீதிகளை யும் ஊர்வதால் பிழைத்திரு, பாவம் அளைந்து வரும் 200 ஜெ. மார்க்குகளில் சுகித்திரு' என்று மெய்யாகிலும் மெய்யாகிலும் ஒருவன் விதித்தது வாஸ்த்தவமேயானால் அவன் பரந்து கெடுக. அதென்ன 200 ஜெ. மார்க்குகள்? அறியத் துருதுருக்குதில்ல. கொஞ்சம் பொறுங்கள் பின்னால் நிச்சயம் சொல்வேன்.

வைத்தியக் கல்விப் பீடத்துள் நுழைவதற்கு எனது சாமர்த்தியத்தால் ஆகாது போயிற்றென்றால் குறைந்தபட்சம் ஒரு விமானியாக ஆகிவிடுவதென்கிற ஒரு உப கனவும் இன்னொரு பக்கத்தில் எப்போதும் கூடவே இருந்தது.

ஆண்டுக்கணக்கில் தொடர்ந்து இரவுப் பணியே பண்ணிப் பண்ணி இரவுப் பூச்சியாக ஆகிவிட்டதால் என்னுள்ளான மணிக்கடிகை தானாகவே எப்போதோ தலைகீழாக மாறிக் கொண்டுவிட்டது.

என்போல் இப்படியாக இரவுப்பணிபுரிய நேர்பவர் களுக்குத்தான் அன்றைக்கே இராமலிங்க சுவாமிகள் "தனித்திரு, விழித்திரு, பசித்திரு" என்று சொல்லிவைத்தார்.

அடுத்த சவாரி கிடைக்கும் வரை தனித்திருப்போம்.

கண்ணுக்குள் வெண்ணையை விட்டுக்கொண்டு விழித் திருக்கவே வேண்டும், அன்றேல் பயணி அடுத்த வண்டியில் ஏறிக்கொண்டு போய்விடுவான்.

தூக்கத்தில் பசியுணர்விருக்காது, ஆனால் விழித்திருப் பவனுக்கு உண்டு, எனில் அதற்காக ஏமஞ்சாமத்தில் சாப்பிட்டுக் கொண்டிருக்க முடியாது.

சூழல் வெப்பநிலை சுழியத்தைவிடத் தாழ்வாக இருக்கும் குளிர் காலமாயின் வெளியில் நிறுத்தியிருக்கும் வண்டியும் சேர்ந்து உறைந்துபோயிருக்கும். பணி ஆரம்பிக்கும்போதே வண்டியைச் சூடு பண்ணித் தயாராய் வைக்க நவீன வண்டி களின் *Board Computer*இல் 'இத்தனை மணிக்கு வருவேன். கால் மணி நேரம்; முன்னதாகவே இஞ்சினை உயிர்ப்பித்து கணப்பைப் போட்டு தயாராக வைத்திரடா ராஜா' என்று 'உத்தரவு' இட்டுவைக்கலாம். அதிநவீன வண்டிகளில் குளிப் பறையில் இருந்தபடியே *Transmitter* மூலமும் இந்த உத்தரவு களை வழங்கி வண்டியைத் தயார்படுத்தியும் வைக்கலாம். எதைத்தான் நவீனம் பண்ணிவைத்தாலும் மின் கணப்பின் சூடு இயற்கையான வெம்மையைப் போல இருக்கவே இருக்காது. வண்டியின் உள்ளக கணப்பிலிருந்து தொடர்ந்துவீசும் சூடான

காற்றால் முகம் வெந்நீராவி பட்டதுபோல் ஒரு தினுசாக எரியும். கண்களும் தொண்டையும் நாவும் உலர்ந்துவிடும். வேண்டுமானால் உற்பாதத்தின் சிறுவீதத்தை வண்டியின் உள்ளக வளியின் நீர்ப்பதனத்தை அதிகரிப்பதால் குறைத்துக்கொள்ளலாம்.

உலரும் தொண்டையை அடிக்கடி நனைத்துக்கொள்ள தேநீர் கோப்பியன்ன பானங்களே அதிகமும் இரவில் கைகொடுக்கும். பானங்கள் அதிகமானால் சும்மா சும்மா மூச்சா போகவேண்டிவரும். குளிர்காலமெனில் கேட்க வேண்டாம். அடுத்தடுத்து நகரத்துக்குள்ளேதான் உழல்வது மாதிரிச் சவாரிகள் வந்துகொண்டிருந்தால் நினைத்த மாத்திரத்திரத்தில் மூச்சா போய்விட முடியுமா என்ன? அதிலும் கைக்கொள்ள வேண்டிய சில மரபுகள், விதிமுறைகள், சடங்குகளும் உண்டென்பதை அறிக.

முதலாவது வண்டிக்குள் பயணி இல்லாதிருக்க வேண்டும்.

சீருந்துநிலையத்துக்கு அண்மையாக பொதுக் கழிப்பறையோ, ஒரு உணவகமோ வசதியாயிருத்தல் வேண்டும்.

அவை இருந்தாலும் அவற்றுக்கு அணுக்கமாக வண்டியை நிறுத்த இடம் கிடைக்க வேண்டும்.

இவ்வளவுமிருந்தாலும் குறைந்தபட்சம் (அறுபது ரூபாய்களுக்குச் சமமான) சில்லறை தயாராயிருத்தல் வேண்டும்.

இதனால் நகருக்கு வெளியே சவாரி போய்விட்டு தனியாகத் திரும்ப நேரும்போதெல்லாம் எதிர்ப்படும் காடு, புலம், புல்வெளியில் விஷயத்தைச் சிக்கனமாக, காற்றோட்டமாக முடித்துக்கொண்டுவிடுவது சிலாக்கியம்.

பெர்லின் பெருநகரின் பதினாறு திக்கையும் நோக்கி சிலந்தி வலைபோலும் சிக்கலாக விரவி விரியும் சுரங்கத் தொடருந்துகளின் வலை வேலைகள், அதிவேக இன்டர்சிற்றித் தொடருந்துகள், உள்ளூர் வெளியூர் கடுகதி தொடருந்துகள், டிராம்கள், நகரப்பேருந்துகள் என அத்தனை பொதுப்போக்குவரத்து வசதிகள் உள்ளன. இருந்தும் பெர்லினுக்கு வரும் உல்லாசப் பயணிகள், வியாபார நோக்குடன் அல்லது தத்தம் பிரத்தியேக அலுவல்கள் நிமித்தம் வருபவர்கள், தனிப்பட்ட அலுவலாய் வருபவர்கள் தனவந்தர்கள், சோக்காளிகள், குழந்தைகளுடன் பயணிப்போர், முதியவர்கள், பிணியாளர்கள், மாற்றுத் திறனாளர்கள், பொருட்பெண்கள், அப்பன் தேட்டத்தின் அருமைதெரியாது அள்ளி விசுக்கிக்கொண் டிருக்கும் ஊதாரிகள் ஆகியோருக்கு இரவிலும் கணிசமான

அளவு சீருந்துகள் தேவைப்படும். இன்னும் மழைபெய்யு மென்று கொஞ்சமும் எதிர்பாராத நாட்களில் மழைபெய்தால் கோட்டும் கழுத்துப்பட்டியுமாகவிருக்கும் நனைதலை விரும்பாத சீமான்கள், சீமாட்டிகள் அனைவருக்கும் நகரம் முழுவதும் சீருந்துகள் தேவைப்படும்.

பகலைவிட இரவும், வசந்தம், கோடையைவிடவும், மாரி, குளிர், மழை பனிக்காலங்களும் வருமானமிக்கவை.

இரவுநேரங்களில் வீதிகளில் வாகன நெருக்கடியும் மிதமாக இருக்குமாதலால் சாரதீயத்திலும் 'அழுத்தம்/ஸ்ரெஸ்' குறைவாக இருக்கும்.

காதுமடல்களைக் கடதாசி அட்டையாக விறைக்கச் செய்துவிடும் பனிக்குளிர், பனிச்சகதி, பனிச்சாரல், வீதியில் நடைபாதைகளில் கண்ணாடியாக இறுகிவிட்ட வழுக்கவல்ல திடப்பனியுறைவுகள், மழை, ஊதற்காற்று என்பனவும் நம் தொழிலுக்கு அனுகூலமான விஷயங்கள்.

பெர்லின் தலைநகராக இருப்பதால் மட்டுமல்ல, இது ஐரோப்பாவின் முக்கிய சர்வதேச மாநாடுகள் நடைபெறும் கேந்திரங்களிலொன்றாம். ஆதலால் ஆண்டு முழுவதுக்கும் அனைத்துலக வர்த்தகக் கட்டிடக்கலை சார்ந்த கண்காட்சிகள், திரைப்பட விழாக்கள், சுற்றுலாத்துறைக் கண்காட்சிகள், விசையுந்துகள், மகிழுந்துகள், பேருந்துகள், பாரவுந்துகளன்ன வாகனங்கள் மற்றும் கணினிகளின் தொலைக்காட்சிகள், இசைநுகர் உபகரணங்களையொத்த மின்னியல் சாதனங்களின் கண்காட்சிகள், அரங்கிசை நிகழ்வுகள், பசுமை வாரங்கள், சர்வதேச உணவுவாரங்கள், தேசிய அளவிலான உதைபந் தாட்டங்கள், வலைப்பந்துப் போட்டிகளென்று ஏதோ ஒரு நிகழ்வு நடைபெற்றவண்ணமே இருக்கும். மாநகரில் ஏழா யிரத்துச் சொச்ச சீருந்துகள், அழைப்புந்துகளிருந்தும் இவ்வாறான நிகழ்வுகள் நடைபெறும் காலங்களில் அவற்றால் அனைத்துப் பயணிகளினதும் தேவைகளை ஈடுசெய்ய முடியாமற் போய் விடும். மேலும்; பெரியவெள்ளி, ஈஸ்டர்ஞாயிறு, விபூதிப்புதன், கிறிஸ்துமஸ், புதுவருஷமன்ன கொண்டாட்டக் காலங்களிலும் ஜெர்மன், மற்றும் கிறிஸ்தவ சாரதிகளில் அநேகம்பேர் விடுமுறையை குடும்பத்துடன் அனுபவிப்பதற்காக விடுப்பு எடுத்துக்கொண்டுவிட நம் காட்டில் மழை அதீதமாகப் பெய்யும். தொழில் சூடாயிருக்கும் இக்காலங்களில் எடுத்துவந்த ஆனந்த விகடனைத் திறந்து நாலு ஜோக்குகள் படிக்கமுன்னரே அடுத்த பயணி ஏறி உட்கார்ந்துகொள்வான்.

சாதாரண ஒரு பகல் பணிமுறையாயின் சீருந்து நிலையத்தில் காத்திருக்கும் வேளைகளில் ஒரு சிறுகதை படிக்கும் நேரத்துக்குள்ளாக அடுத்த பயணி கிடைப்பது வழக்கம். முழுதாக ஒரு *அம்மாவையோ*, *உயிர்மையையோ*, *கணையாழியையோ*, *காலச்சுவடையோ* படித்து முடித்துவிட்டு விசுக்கிக்கொண்டிருக்க நேரினும் பயணிகள் எவரும் அணுகாத நாட்களுமுண்டென்க.

குளிர்காலம் முடிந்து வசந்தம் வந்து வெய்யில் மினுங்கத் தொடங்குதா? மஹாஜனங்கள் வெய்யில் குளிக்கவும், காலாற நடந்து செல்லவுமே மனப்படும். அக்காலங்களில் அதுவும் பகற்பணிமுறையாயின் 'விஷ்ணுபுரத்தையே' எடுத்துப் போகலாம். சிலர் வண்டியில் பொருத்திவைத்திருக்கும் மினித்தொலைக் காட்சியில் அல்லது எடுப்பு காணொளிக் கருவி வைத்துச் சினிமா பார்ப்பார்கள். சீருந்துக்காரர்களுக்கும் சவாரி வருகிறதா வருகிறதா என்று பார்த்துப் பார்த்து நாளடைவில் கண்களில் அதீதப் பிரகாசம் வந்துவிடும். வண்டி ஒரு திசையில் சென்று கொண்டிருக்கையிலே கண்கள் தாமாகவே எதிர்த் திசையிலும் தத்தித் தாவியபடி இருக்கும். இவ்வாறு சும்மா நகர்வலம் வந்துகொண்டிருக்கையில் சீருந்துத் தரிப்பு நிலையத்தில் காத்திருக்க வைக்காது இடைவழியில் மறித்து ஏறிக்கொள்கிற பயணிகள் பெரிதாக இனாம் எதுவும் இழக்காவிட்டாலும் கூட அவர்கள் எம் பிரியத்துக்கும் மரியாதைக்குமுரியவர்கள். வரங்கொண்டுவரும் அவர்களை வானத்துத் தேவர்கள்போலும் கனம் செய்வோம். நகர்வலங்களின் போது வீதியோரமாக நிற்கும் யாராவது சும்மா கக்கம் சொறியத்தான் கையை உயர்த்தினாலும் வண்டியை மறிப்பதாகவே படும். இன்னும் சிலர் சீருந்து எதிரில் வருவதைக் கவனத்தில் கொள்ளாது கையைக்குறுக்காக நீட்டுவர். பிரானுக்கு வண்டி தேவை போலிருக்கு என நாமும் நிறுத்திவிட்டுக் காத்திருந்தால் அவர் கூடவருபவருக்கு எதிர்ப்பக்கத்திலிருக்கும் ஒரு விண்ணாணத்தைக் காட்டி விடுப்பும் விளக்கமும் சொல்லிக் கொண்டிருப்பார்.

ஒரு இரவு எங்கேயோ ஒரு வீதி முக்கிலிருந்து ஒருத்தி கைத்தொலைபேசியில் சீருந்து தேவையென்று நடுவத்தை அழைத்தாள். எந்த வண்டியும் போகவில்லை. அவ்வகையான எடுப்புப்போன்மூல அழைப்புச் சவாரிகள் உத்தரவாத மில்லாதவை. ஏனெனில் ஒருவர் வினைக்கெட்டு அங்கு போனால் அவள் வரவழைத்த அழைப்புந்துக்காகக் காத்துக் கொண்டுமிருக்கலாம் அல்லது அந்தப் பக்கம் காலியாகச் செல்லும் வேறொரு வண்டியில் ஜாலியாக ஏறிக்கொண்டும்

போய்விடலாம். நம்பிப்போன சவாரி கிடைப்பது அழைத்தவரின் நாணயத்தையும், அவசரத்தையும் பொறுத்தது. ஆதலால் பயணிகள் எடுப்புபோனை வைத்துக்கொண்டு அழைப்புந்தை அழைத்தால் யாராவது நகர்வலம் வருபவர்கள் ‘சரி எட்டித்தான் பார்ப்போமே’ என்று போனால் சரி, வண்டித் தரிப்பு நிலையத்தில் காத்துநிற்பவர்கள் ‘றிஸ்க்’ எடுத்துக்கொண்டு போக மாட்டார்கள். சீருந்து எதுவும் போகாதிருக்கவே அவளும் விடாமல் ஐந்து நிமிஷத்துக்கொரு தடவை நடுவத்துக்குப் போன் பண்ணிக்கொண்டேயிருந்தாள்.

நடுவத்தின் குறுப்புக்கார இணைப்பாளர் “பாவம் . . . சின்னப் பெண் ஒருத்தி தனியே நின்று தவிக்கிறாள” எனவும், ஒரு பத்துப் பேர் ஒரே சமயத்தில் “நான் போகிறேன்” என்றனர் கோரஸாக.

சிலவேளைகளில் வாடிக்கையாளர் வண்டியை வரவழைத்து நாங்கள் வாடிக்கையாளரின் விலாசத்துக்கு விரையும்போது அல்லது விலாசத்தை அடைந்த பின்னால்கூட நடுவம் அழைத்து “கசப்பான செய்தி தோழா . . . பயணி இப்போது வேறுவிதமாகச் சிந்திக்கிறாராம் அல்லது பயணிக்கு வண்டி தேவையில்லையாம்” என்று சொல்லி சவாரிகளை ரத்துச் செய்து விடுவதுமுண்டு. எதுவும் செய்ய முடியாது. பொறுமையாக அடுத்த சவாரிக்குப் போய்க் காத்திருக்க வேண்டியதுதான்.

ஒருமுறை ஒரு சவாரிக்கு வண்டியை அனுப்பிய நடுவத்தின் இணைப்பாளர் சென்றுகொண்டிருந்த வண்டியைப் பாதியில் அழைத்து “மன்னிக்கவும் . . . தோழரே, முதலிலேயே உறுதி செய்ய மறுத்துவிட்டேன். உமது வண்டியில் புகைக்க அனுமதி உண்டல்லவா” என்று கேட்டார்.

“ஜோராய் புகைக்கலாமே . . . ஆனால் அவர் (பயணி)தான் சிகரெட் கொண்டுவர வேண்டும்” என்றார் அச்சாரதி. மெலனியத்துக்குப் பின்னால் ஐரோப்பா முழுவதும் விண்ணுந்துகளைப் போலவே சீருந்துகளினுள்ளும் புகைத்தல் தடைசெய்யப்பட்டுவிட்டது.

எப்போதும் தமாஷாகவும் சாமர்த்தியமாகவும் பேசுவதில் சமர்த்தனான இதே சாரதிக்கு சவாரிகள் குறைந்த ஒரு நாளில் பொழுதுபோக மறுத்தது. அடிக்கொரு தடவை ஒலி வாங்கியைக் கையில் எடுத்து வைத்து பொதுவான தொடர் பாடல் சானலில் “இஷ்க் . . . இஷ்க் . . . இஷ்க் . . .” என்று நம்ம ஜனகராஜ் பாணியில் சிரித்துக்கொண்டும், கனைத்தும் தமாஷ் பண்ணிக்கொண்டிருந்தான்.

பொறுத்துப் பொறுத்துப் பார்த்த இணைப்பாளர்: "தோழர் வெகு குஷியாக இருக்கிறாப்போல ஏது ... ஜாக்போட்டோ. லொட்டோவோ அடிச்சிட்டுதோ ..?" என்றார்.

நான் குறுக்கிட்டு "அது வேறொன்றுமில்லை, அவன் மனைவி டிவோஸுக்கு சம்மதித்துவிட்டாளாம் ... அதுதான் தோழனுக்குச் சந்தோஷந்தாங்கலை தவியாய்த் தவிக்கிறான்" என்றேன்.

*Thomas* என்பது அவன் திருநாமம், ஆனாலும் இனி நான் அவனை ஜனகராஜ் என்றே குறிப்பிடுவேன். பொது வெளியில் பயன்படுத்தக்கூடாத வார்த்தைகளையெல்லாம் எதுவித தயக்கமுமின்றி எடுத்துவிட்டுவிடுவான் நம்ம ஜனகராஜ்.

சில வாடிக்கையாளர்கள் வண்டி அனுப்பக் கோரும்போது குளிரூட்டப்பட்ட, மிகவும் துப்புரவாகப் பேணப்பட்ட, புகைக்கும் அனுமதியில்லாத வண்டிதான் தேவை எனப் பிரத்தியேகமாகக் கேட்பார்கள். சிலர் *Mercedez Benz* அதுவும் இன்ன மொடல் வண்டியாகத்தான் இருக்க வேண்டும் என்பவர்களும் உண்டு, அவர்கள் சிலவேளை *Dialysis* செய்துகொள்வதற்காக மருத்துவமனைக்கோ, அதற்கான சுகாதாரநிலையத்துக்கோ போகின்றவர்களாகவோ, ஆஸ்த்துமாக்காரராகவோ, தூசி, புகைமணத்தின் ஒவ்வாமை உள்ளவர்களாகவோகூட இருக்கலாம்.

ஒருமுறை எக்ஸ்டிரா கிளீனாக ஒரு சீருந்து தேவையென அழைப்பு வரவும் அச்சவாரிக்கு நமது விதூஷகன் ஜனகராஜே போனான். போனவன் ஐந்து நிமிஷத்தில் திரும்பிவந்தான். 'அந்தப் பயணியை ஏற்ற முடியாதாம்'.

காரணத்தை நடுவம் உசாவியபோது "அந்த ஆளே *(Junkie)* ஒரு ஊத்தைப்பரதேசியாக இருக்கிறான் ... நம்ம வண்டிக்கு பார்ட்டி கிளீன் போதாது" என்றான்.

இன்னொருமுறையும் இந்த ஜனகராஜுக்கு ஒரு விருந்து முடிந்து கிளம்பும் சில விருந்தினர்களை ஏற்றிச் செல்வதற்கான அழைப்பு வந்தது. ஆட்கள் கூட்டமாக வெளியே வருவார்களாதலால் இவன் தவறுதலாக வேறு எவரையாவது ஏற்றிக் கொண்டுவிடலாம் என்பதற்காக முன் எச்சரிக்கையுடன் சரியான பயணியின் அடையாளக்குறிப்பை நடுவம் அவனுக்குச் சொன்னது: "நீல சூட் அணிந்த ஒரு கனவான் கூட மூன்று இளம்பெண்களுடன் வருவார்."

ஐந்து நிமிடங்களாகியும் புறப்படாதிருந்த ஜனகராஜை ஏன் புறப்படவில்லையென நடுவம் விசாரித்தது. ஜனகராஜ்

காரணத்தை விளக்கினான்: "...க்கும் ஒரு கனவான்... கூட மூமூமூமூன்று இளம்பெண்கள்! அவன் மீதுவந்த எரிச்சலில் பொருமிப் புகைந்துகொண்டிருந்தேன்... இதோ புறப்பட்டாச்சு."

○

*Adlon, Estrel, Hilton, Ritz Carlton, Esplanade, Radission, Westin Grand* போன்ற பெரிய ஹொட்டல்களில் அவற்றின் விருந்தாளிகளின் மகிழுந்துகளுக்கு அசௌகரியம் உண்டாகாமலிருக்க அவற்றின் பிரதான வாசல் அருகில் இருக்கும் முதலாவது சீருந்து நிரையின் அணியில் ஐந்து அல்லது ஆறு சீருந்துகள் தான் நிறுத்த அனுமதிக்கப்படும். இதர வண்டிகள் சற்றேதள்ளியிருக்கும் இரண்டாவது மூன்றாவது அணிகளில் காத்திருப்பதுவும் வழக்கம். முதல் அணியின் வண்டிகள் கிளம்பி தரிப்பிடம் காலியாகவும் இரண்டாவது அணியின் வண்டிகள் முன் அணிக்கு ஒவ்வொன்றாக நகரும். அவ்வாறு முன்நகர வேண்டிய சந்தர்ப்பத்தில் முன் நகரவேண்டிய இரண்டாம் அணியின் வண்டிச்சாரதி படித்துக்கொண்டோ, தூங்கிக் கொண்டோ, பராக்குப் பார்த்துக்கொண்டிருந்தாலோ, மற்றச் சாரதிகள் அவரைக் கவனப்படுத்துவர். அச்சீருந்துக்காரர் காப்பி சிகரெட்டுக்கோ, புத்துணர்ச்சி பண்ணிக்கொள்ளவோ போயிருப்பாராயின் அவ்வணியின் இரண்டாமவர் முன் அணிக்கு நகரலாம். இதுவும் எம் பிரமாணங்களில் எழுதப் படாத ஒரு வழமை.

ஒருமுறை முன் நகரவேண்டிய முறையிலிருந்த ஜனகராஜ் அந்தக் கவனமேயின்றி நம் எஸ்.வி. சுப்பையா பண்ணுவது போல் வாயையும் கண்களையும் திறந்துவைத்தொரு மோனக் கனவில் ஆழ்ந்திருக்கவும் இதை ஜெர்மனியில் காற்றிலுள்ள வெளிகளைப் பார்த்துக்கொண்டிருத்தல் / *Loecher in die Luft starren / Apathie* என்பர். காத்திருந்து பொறுமையிழந்த பின் வண்டிக்காரர் (ஒரு துருக்கியர்) முன் நகர்ந்துவிட்டார். ஒருவருக்கான சந்தர்ப்பத்தை இன்னொருவர் அமுக்குவதை நசூக்காகச் சுட்டவும் ஜெர்மனில் அழகான ஒரு சொற்றொடருண்டு *Vor Angel* என்பது அது. அதாவது முன்தூண்டில் போடுதல். ஓடுகிற ஆற்றிலோ, கால்வாயிலோ ஒருவர் தூண்டில் போட்டு மீன்பிடித்தால் நீர்வரும் திசையில் அவருக்கு மேற்புயத்தில் நின்று இன்னொருவர் தூண்டில் போட முற்படுதல்.

ஒருவாறு நனவுலகத்துக்கு வந்த ஜனகராஜுக்கு தனக்குப் பின்னாலிருந்த தோழர் முன்னால் ஆரோகணித்து நிற்பதைப் பார்த்ததும் நிலமை தெளிந்தது. உடனே வண்டியை விட்டிறங்கி அவரிடம் போய் முன்வளைந்து முல்லா பாணியிலான

ஒரு சலாம் வைத்துவிட்டு ஏற்ற இறக்கங்களுடனான ஒரு நாடகமொழியில் சொன்னான்: "தோழரின் சங்கடத்தை நான் புரிந்துகொள்கிறேன் ... தயைகூர்ந்து என்னை நீர் பொறுத்தாற்றக்கடவ. எம் பிரமாணங்களை, மரபை மீறவைக்கக் கூடியதொரு அசுரப்பசியுடன் நீர் இருப்பது எனக்குத் தெரியாது தோழா!"

○

ஒரு சவாரியை ஏற்றுக்கொண்டு ஒருமுறை ஜனகராஜ் போயிருந்தான். அவன் புறப்பட்ட ஐந்து நிமிஷங்களின் பின்னர்தான் எம் தொடர்பாடல் நடுவத்தின் ஊழியக்காரி அவன் எடுத்துச்செல்லும் முகவரியில் தவறான வீட்டிலக்கம் கொடுக்கப்பட்டதைக் கண்டுபிடித்தாள். வயர்லெஸ்ஸில் ஜனகராஜை அழைத்துச் சொன்னாள்: "தோழா பொறுத்தாற்றவும் ... வீட்டு இலக்கத்தில் ஒரு மாற்றம். அது *67* அல்ல *167*.

ஜனகராஜ் துல்லிய டைமிங்கில் வெகு இயல்பாகச் சொன்னான்: "அடேங்கப்பா ... அதுக்குள்ள கில்லாடி வீடு மாறிவிட்டானாமா ... எதுக்கும் முகவர் (வீடுகள் மாற ஏற்பாடு பண்ணும்) யாருன்னு கேட்டுவை அம்மணி, நமக்கும் பின்னாடி உதவும்."

○

ஒருமுறை ஜனகராஜை ஒரு சவாரிக்கு அனுப்பிவிட்டு நடுவம் அவனை இதேபோல் இடையில் அழைத்து " தோழர் மன்னிக்க வேண்டும் ... பயணி இப்போது இரண்டு குழந்தைகளும்கூட இருக்காம் ... அதனால பெரிய வண்டி வேணுங்கிறாள்" (6 பேர் பயணிப்பது) என்றது. ஜனகராஜ்: "அட ... எப்போதும் டாக்ஸி ஓடர்பண்ணிட்டுத்தான் இரணைப்பிள்ளை பெத்துப்பாளாமா சிறுக்கி?" என்றான்.

சாதாரண ஆட்களின் பயணங்களுக்கு உதவுவதைத்தவிர வாடகை வண்டிகளுக்கு வேறும் பலவகையான சவாரிகள் உள்ளன. அவை *Messenger Trip, Material Trip, Sight Seeing, Courier Trip* என்று பலவகைப்படும்.

கூரியர் சேவையைப்பற்றி விளக்கவேண்டியதில்லை. அது இதர குழுமங்கள் செய்யும் கூரியர் சேவையைப்போன்றதுதான். பொருளைக் கையில் சேர்ப்பித்து பெற்றுகொண்டமை உறுதிப் படுத்தவேண்டும். கூரியர் கட்டணங்கள் தன்னியக்கமாக சீருந்துக் குழுமத்தின் வங்கிக் கணக்கில் சேர்ந்துவிடும்.

மெடிகல் கூரியர் என்றொரு வகை இருக்கிறது. அதுதான் கொஞ்சம் வித்தியாசம். அதற்கான ஆணைகள் மருத்துவமனைகள், தனியார் கிளினிக்குகள், சிறுசத்திரசிகிச்சைக்கூடங்கள், பிரக்டிஸ் களிலிருந்துதான் வரும். அநேகமாக அவர்கள்தரும் குருதி, மற்றும் மருத்துவ மாதிரிகளை *(Biopsic - Specimen)* எடுத்துப்போய் தொடருந்து நிலையத்தில் சேர்ப்பிப்பது. அங்கேயும் அப்படி யான மாதிரிகளைப் பெற்றுக்கொண்டு உரிய தொடருந்தில் சேர்ப்பிக்க சென்ட். ஜோண்ஸ் ஆம்புலன்ஸ் போன்றவொரு மருத்துவ அணி முனையில் தயாராக இருக்கும்.

இதை வாசிக்கும் உங்களில் சிலருக்கு மனதில் நம்ம பழைய தமிழ்ப்படங்களில் கதாநாயகன் கதாநாயகியினதோ எதிர்நாயகனின் தங்கையினதோ உயிரைக்காப்பாற்ற இரத்தம் என்ற வில்லை ஒட்டப்பட்ட கருப்புப்போத்தலையோ அல்லது சிவப்பு சாயத்தால் நிரப்பப்பட்ட வெள்ளைப் போத்தலை ஒரு ஜோல்னாப்பைக்குள் வைத்துக்கொண்டு விசையுந்தில் விரைவதுவும் அவ்வேளை பார்த்து எதிர்நாயகன் அவரின் மென்னியைக் குதறத் தன் சகாக்களுடன் வந்து மடக்குவதும், கதாநாயகன் தன் பையைப் பத்திரமாக ஒரு வேலியில் கொழுவிவிட்டு அவர்கள் அனைவரையும் நையப்புடைத்து துவம்சம் பண்ணிச் சுருட்டிக் கட்டிவைத்துவிட்டு மீண்டும் ஜோல்னாப்பையை எடுத்துக்கொண்டு மருத்துவமனைக்கு விசையுந்தில் விரையும் திவ்யதரிசனங்கள் வந்து விரிவது தவிர்க்க முடியாமலிருக்கும்.

மசெஞ்சர் சவாரியாவது ... சிக்கனம் கருதி ஒரே வண்டியின் மூலம் பல காரியங்களைப் பண்ணுதல். எடுத்துக் காட்டாக ஒரு சவாரி இப்படி இருக்கும்:– ஒரு முகவரியில் வாடிக்கையாளர் ஒருவர் தரும் சாவிக்கொத்தைப் பெற்றுக் கொண்டுபோய் அவர்தரும் இன்னொரு முகவரியில் சேர்க்கையில் – அவர்தரும் ஃபைலையோ இன்னொரு பொருளையோ எடுத்துப்போய் முன்னவரின் மனைவி யிடமோ அவரது ஸ்டெப்னியிடமோ சேர்ப்பித்துவிட்டு – பின்னர் அவரையும் அவரது பிள்ளைகளையும் ஏற்றிக்கொண்டு போய் ஒரு களியாட்ட அரங்கிலோ, விருந்து மண்டபத்திலோ சினிமாவுக்கோ அவர்கள் கேட்கும் இலக்கில் இறக்கிவிடுதல் என்று இருக்கும்.

மடீரியல் சவாரியாவது ... தொலைபேசி இலக்கம் அல்லது முகவரி தரப்பட்ட ஒரு பயணியை நாம் தொடர்புகொண்டு அவர் சொல்லும் பொருளை வாங்கிக்கொடுப்பது.

இதில் முக்கியம் என்னவென்றால் சிலருக்கு இரவுவேளை களில் ஏதாவது மருந்துகள் தேவைப்படலாம். நான் எப்போதும் யாருக்கும் ஏதாவது மருந்துவகைகள் என்றால் வாங்கித் தருவேனேதவிர இதர பொருட்களைப் பெற்றுத்தரும் தூதுவ னாகப்போவதில்லை.

இன்னும் மக்களுக்குத் தேவைப்படும் பொருள்களும் பல்வேறு வகைப்படும். அது சாமத்தில் ஒரு விருந்தின் நடுவில் தீர்ந்துபோன விஸ்க்கியாகவோ, வைனாகவோ, பியர்க் குலைகளாகவோ இருக்கும். ஒருவேளை ஒரு உணவகத்தில் முன் ஆணைகொடுத்துத் தயாராக இருக்கும் சாப்பாடாகவு மிருக்கலாம். சிலவேளைகளில் ஒரு சிகரெட் பாக்கெட், கோடெக்ஸ், ஆணுறைகளை வாங்குவிப்பதற்குக்கூட அழைப்புக்கள் வரும்.

நம்ம ஜனகராஜ் ஒருநாள் ஒரு மெட்டீரியல் ஓட்டத்துக்குப் போனான், பின் வழமைபோல் பாதியில் முறித்துக்கொண்டு திரும்பிவந்தான். நடுவம் அவரை அழைத்துக் காரணம் கேட்ட போது சொன்னான்: "பார்ட்டி ஆணுறை வாங்கியாரச் சொல்லுது, ஆனா சைஸைக் கேட்டால் சொல்லமாட்டேங்குது அலுப்புப் பார்ட்டி. (கஸ்மாலம்?)" என்றும் நொந்துவிட்டு விளக்கத்தையும் சொன்னான். "இப்போ ஆணுறைகளும் அவற்றில் புரிகள், புடைப்புக்கள், பிதுக்கங்கள், கரணைகள் கொண்டவைகளாகப் பல வகைகளில் மட்டுமில்லாமல் கூடவே ஜட்டிகளின் சைஸ்கள் போல S, M, L, X, XL, XXL, XXXL என்று பல்வேறு அளவுகளிலிலும் வந்திருக்கல்லா!"

மிக முக்கியமான இன்னொரு வகை சவாரிதான் *Sight seeing Trips*. அதாவது சாரதி ஒரு பயண வழிகாட்டிபோல் கடமையாற்ற வேண்டியிருக்கும். இதற்குப் *Ortskunde pruefung* தவிர பிரத்தியேகமான சோதனை ஒன்றிலும் சாரதிகள் தேறி இருக்க வேண்டும் இப்போ நம்ப ஜமுனா ராஜேந்திரன் போல ஒரு சரித்திர ஆர்வலர் வந்து ஆல்பேர்ட் ஐன்ஸ்டைன் பணிபுரிந்த பல்கலைக்கழகத்தைக் காட்டு, ஃப்ரான்ஸ் கஃப்கா, ஹெர்மன் ஹெஸ்ஸ, பெர்தோல்ட் பிறெச்ட், இவங்கள்லாம் வாழ்ந்த வீடுகளைக்காட்டு, நாஜிப்படைகள் றோஸா லுக்ஸெம் பேர்க்கை கொன்றுவிட்டுத் தூக்கிவீசிய கால்வாயைக்காட்டு என்றோ, *Sandhausen* வதைமுகாமைக்காட்டு, *GESTAPO* தலைமை யகத்தைக் காட்டு, ஹிட்லரோட பதுங்குகுழியைக் காட்டு என்று கேட்டால் அவரை அந்த அந்த இடங்களுக்கு அழைத்துப் போய் காட்டவேண்டியிருக்கும்.

ஜெர்மன்காரர்கள் பொதுவாக பார்ட்டிப் பிரியர்கள். பெர்லினின் வாரவிடுமுறைகள் தவிர வியாழக்கிழமையையும் ‘பார்ட்டி – டே’ என்பார்கள். நண்பர்களாக ஒழுங்குசெய்யும் பார்ட்டிகள், கிளப்புகள், பார்கள் என்பன ஒழுங்குசெய்யும் பார்ட்டிகள், நடனக் கலைஞர்கள், இசைக் கலைஞர்கள், இலக்கியர்கள் ஏற்பாடுசெய்யும் பார்ட்டிகள் என அதுவும் பலவகை உண்டென்க. அநேகமாக பொதுவான பார்ட்டி களுக்குள் அதுக்கென நிர்ணயிக்கப்பட்ட அனுமதிச்சீட்டை வாங்கிகொண்டு யாரும் நுழைந்து கலந்துவிடலாம். இரவில் பார்ட்டிகள் முடிந்தபின்னால் அவர்களின் பெரிய *Viola, Conrad Bass, Synthesizer, Key-board, Drums* போன்ற இசைக்கருவிகளை ஏற்றிச்செல்ல பெரிய சீருந்துகள் தேவைப்படும்.

இத்தொழிலின் வியாகூலங்கள் என்னவெனில் அருந்தகங் களில் நள்ளிரவுக்கு மேலும் ஊற்றிக்கொண்டிருந்துவிட்டு வெளிவரும் குடிமக்கள்தான். தெரிந்தும் தெரியாமல் அப் பெருமக்களை ஏற்றிக்கொள்ள நேர்ந்துவிடின் அவர்கள் தரும் ரக ரகமான அலுப்புக்களையும் சகித்துக்கொள்ள நேரும்.

# அரிதல்களின் வகைமாதிரிகள்

ஜெர்மனியில் வருடம் முழுவதுமே ஏதாவது ஒரு வீதியில் திருத்த வேலைகள் செய்துகொண் டிருப்பார்கள். வீதிகளை அகலமாக்குதல், கழிவுநீர் வடிகால்களுக்கான குழாய்களை, எரிவாயுக் குழாய்களை மாற்றி அமைத்தல், டெலிகொம் மற்றும் மின்விநியோகத்தினரின் திருத்தப்பணிகள் என்று பல்துறை சார்ந்த தீராத பணிகள் எப்போதும் நடந்த வண்ணம் இருக்கும். அதுவும் பெர்லின் தலைநகரம் ஆகியபின் திருத்த வேலைகள் பத்து மடங்கு அதிகம். அப்படியான திருத்தப்பணிகள் நடைபெறும் இடங்களில் போடப்பட்டிருக்கும் பை–பாஸ் பாதையால் போக நேரிட்டாலோ, அல்லது குறைவான வேகத்தில் போகவேண்டி வந்தாலோ சில பயணிகளிடமிருந்து வேடிக்கை யான செந்தில் பாணிக் கேள்விகள் புறப்படும். அவர்களுக்கு நானும் பீர்பால் பாணியிலான பதில்களைத் தயாராக வைத்திருப்பேன்.

“எதுக்கு இங்கே தோண்டுகிறார்கள்?”

“பாரிய நிலங்கீழ் வாகனத் தரிப்பிடமொன்று நிர்மாணிக்கப்போகிறார்கள்.”

“இந்தத் திருத்த வேலைகள் எப்போது முடிவடையும்? ”

“எப்படியும் அடுத்த ஆகஸ்ட் 23க்குள் முடித்துவிடுவார்கள்.”

“நாளை மறுநாள் எனக்கு ஒரு கலை நிகழ்ச்சிக்குப் போகவேண்டியிருக்கு, அன்று சாயந்தரம் மழை பெய்யுமா ..?”

“ஓ . . . நாளை மறுநாளா . . . நாளை மறுநாள் மாலை மழையோ பனியோ பெய்யாது. தென்றற்காற்றும், தெளிவான வானத்துடனும் மாலை மனோகரமாயிருக்கும் அஞ்சற்க.” என்பேன்.

எனது தொடர்பாடல் கருவியின் ஒலிவாங்கியை அதிசயத்துடன் பார்த்த ஒரு பெண் கேட்டாள்:

“ஓஹோ . . . ஓய்வு நேரத்தில ஜாலியா பாடுவீங்கபோல இருக்கு ?”

“என்ன செய்ய . . . ஓய்வு நேரத்தில நாங்கள் எல்லோரும் *KARAOKE MUSIC* வைச்சுப்பாடணும்கிறது எங்க கொம்பனி நிபந்தனைகளில ஒன்று. பாடியாகணுமே . . .”

இப்படியான கேள்விகளைச் சந்திக்கும்போது எனக்கு சின்னவயதில் எங்கள் கிராமத்து வீட்டில் என் தம்பி கேட்ட கேள்விகள்தான் ஞாபகத்துக்கு வரும். எனது தம்பிக்கு ஐந்து அல்லது ஆறு வயதிருக்கும்போது அம்மாவுடன் செல்வச்சந்நிதி கோவில் தீர்த்தத் திருவிழாவுக்குப் போயிருந்தான். தீர்த்தமும் முடிந்து இரண்டு மாதங்களுக்கும் மேல் ஆகிருக்கும். தனக்கு காலில் முள் ஒன்று தைத்ததால் வலிக்கிறது என்று சொல்லிக் கொண்டிருந்தான். ஒரு மாலை நேரம் அம்மா அவனை “காலைக் கழுவிட்டு வாடா . . . உனக்கு அந்த முள்ளை எடுத்துவிடுகிறேன்.” கூப்பிடவும் அவன் வெகு கூலாகக் கேட்டான்: “அம்மா எனக்கு எந்தக் கால்லயணை முள்ளுக்குத்தினது ?” பின்னர் ஒருவாறு இருவருமாக முள்ளைத் தேடிக்கண்டுபிடித்து அதை எடுத்துகொண்டிருக்கையில் அடுத்த அவனிடம் கேள்வி ஜனித்தது.

“அம்மா . . . அன்றைக்குத் தீர்த்ததிலன்று செல்வச்சந்நிதி கற்பூரவாசலுக்குக் குறுக்காய் தோள்ல காவடியோட தெப்பைக் குளப்பக்கமாய்ப் போனாரே ஒரு ஒல்லிப்பிச்சான் மாமா அவர் ஆர் ?”

○

ஒரு பயணி வந்து ஏறியதும் கேட்டார்: “நீ தொடர்ந்து வண்டியை ஓட்டிக்கொண்டே இருப்பியா . . . அல்லது டாக்ஸித் தரிப்புகளில் நிறுத்திவிட்டுக் காத்திருப்பியா . . ?”

இதை அறிவதற்காகத்தான் வண்டியிலேறினார் போலிருந்தது அவர் கேட்ட தோரணை.

“எப்போது ஓடிக்கொண்டேயிருக்கவேணும், எப்போது தரிப்புகளில் காத்திருக்கவேணும் என்பதை அவ்வப்போது

எமக்கிருக்கும் உற்சாகமும், பணியின் காலமும், காலநிலையும், நகரத்தில் பயணிகளின் செறிவும் எனப்பலகாரணிகள் தீர்மானிக்கும்".

"ஆங் . . . அப்பிடியா?"

பயணி அவருக்கு எமது தொடர்பாடல் கருவியின் உரையாடல்கள் இடைஞ்சலாய் இருக்கப்போகிறதே என்று கருதி அதன் சத்தத்தைத் தணித்தேன். பயணி "சச் சச் சச் சய்க் குறையாதே" என்றார்.

"என்ன வந்தது உமக்கு?"

"அவளுக்கு என்னவொரு செக்ஸியான குரல் . . . நூறில் ஒருவருக்குத்தான் இப்படி அமையும். என்ன சுகமாய் அவளைக் கேட்டுக்கொண்டிருந்தேன் . . . அந்தக்குரலை ஒடுக்க எப்படி உனக்கு மனசு வந்தது?" என்று வருத்தமிகப்பட்டார்.

"ஃபாஷன் வீக் நடக்கிறதே உங்கள் பிஸினெஸ் சூடாக இருக்குமே?"

"பரவாயில்ல . . . ஏதோ போய்க்கொண்டிருக்கு."

அன்று ஒரு வியாழக்கிழமை.

"சரி. எப்படியோ இன்றைய வசூல் சென்ற வியாழனைவிட அதிகந்தானே?"

"இருக்கலாம்."

"இன்றைய வசூல் சென்ற சனி ஞாயிறைவிடவும் அதிக மாகத்தானே இருக்கும்?"

"தினப்படி வசூல்களை மீட்டருடன் இணைந்துள்ள *(integrated)* கணனி தானாகப் பதிவுசெய்து வைக்கும், நாங்கள் வீணாக மண்டையை உடைக்கத் தேவையில்லை கொம்றேட்."

"எப்படியும் உங்களுக்கும் ஒரு கணிப்பு இல்லாமலா இருக்கும்?"

"நீர் வருமானவரிச் சிறகத்து ஆசாமி இல்லையென்றால் இம்மாத முடிவில் வியாழன், சனி, ஞாயிறுகளின் வசூல்களை புள்ளிவிபர கட்டவரைபுடன் ஒப்புமைசெய்து ஒரு அறிக்கை அனுப்பிவைக்கலாம் . . . உங்கள் முகவரியைக் கொடுத்துவிட்டுப் போங்கள்."

"இல்ல சும்மா ஒரு பேச்சுக்குத்தான் கேட்டேன்."

"நானும் ஒரு பேச்சுக்குத்தான் சொன்னேன்."

அதோடாவது பெம்மான் நிறுத்திறமாதிரி இல்லை.

"இதுக்கும் முந்திய சவாரி எந்த இடத்துக்குப் போயிருந்தாய்?"

பச்சைக் கண்களுடன் என் பின்னாலிருந்துகொண்டு அவர் முன்னால் எட்டி எட்டிப் பறையவும், அவரது மூச்சுக் காற்று என் பின்கழுத்தில் சுடவும் ஒரு ஆதிஷேசன் எழும்பி என்மேல் கவிவதைப்போலிருந்தது. எரிச்சல் வரவும்

"ஒரு முக்கியபிரமுகர் வீட்டுச் சுன்னத்துக்குப் போக வேண்டிய மொஹல் ஒருவர் ஃபிளைட்டைத் தவறவிட்டுட்டார். அதனால் அவரை *Amsterdam* வரை கொண்டுபோனேன்."

(மொஹல் – சுன்னத்துச் சடங்கு செய்பவர். ஹீப்ரு வேரிலான வார்த்தை.)

எனது கடி புரிந்ததோ தெரியவில்லை. "ஆமோ" என்று விட்டுப் பெம்மான் அடுத்த கேள்விக்குப்போனார்.

❍

அடுத்த பயணி

"குட்டென் டாக்." (வணக்கம்)

"குட்டென் டாக்."

"தோழரே *Kreuzberg* திசையில் போகலாமா?"

"ஆகட்டும் போகலாமே . . . சௌகரியமாக அமருங்கள்."

வண்டியை ஓட்டிக்கொண்டிருக்கும். ஒரு பத்து நிமிஷங்களின் பின் கண்களைப் பூஞ்சிப் பூஞ்சிப் பார்த்துவிட்டு "எங்கே தலைவா நிற்கிறோம்?" என்பான்.

"*Moeckernbruecke* பாலத்தில?"

"எதுக்குத் தலைவா அது இங்கே வருது?"

"*Kreuzberg* போகிற வழியில அதுவா வருது."

"ஏன் தலைவா *Kreuzberg* போகிறோம்?"

"எனக்கெப்படித் தெரியும் தோழரே . . . நீர்தானே அங்கு போகவேணுமென்றீர்."

"எனக்கு அங்கே ஆக வேண்டியதொண்ணுமில்லைப்பா . . . திருப்பு திருப்பு திருப்பு!"

"சரி பின்ன எங்கதான் போக வேணும் என்கிறீர்?"

பின்னர் இன்னொரு இடத்தின் பெயரைச் சொல்லிவிட்டு மொய்த்துக்கொண்டிருப்பான்.

"வர வர இங்கிறிட்டின் போக்கு துண்டாய்ச் சரியில்லப்பா . . . சய்க்!"

"அவதான் யாரோ?"

"உனக்குத் தெரியாதில்லை, எம் பொண்டாட்டிதான் . . . க்கும் . . . அவ தன் இஷ்டத்துக்குப் போறா, வாறா, துங்கறா, எழும்பறா, குளிக்கிறா, மினுக்கிறா . . . எதுக்கும் ஒரு நேரங் காலம் வேண்டாம்? நான் ஒரு சோப்ளாங்கி அங்கே இருக்கிறனென்டே துளி மரியாதை கிடையாதென்ன?"

ஏதோ நான் சொல்லி விட்டுத்தான் அவள் அப்படியெல்லாம் பண்ணுகிறாள் போலிருந்தது சொன்ன பாணி.

"ச்சொ . . . அப்படியா பண்றா அவ . . . அவ அப்படிப் பண்ணவே கூடாது."

"போதாக்குறைக்கு பிறெடியும், றோஜரும் சேர்ந்து பண்ற இம்சைகள் வேற . . . அவர்களைத் தெரியுமில்லை?"

"தோழர் சொன்னாத்தானே . .?"

"பிறெடி என் பக்கத்து வீட்டுக்காரி. சதா விஸ்க்கியில தோய்ந்து கிடக்கிற பிட்ச் . . . கசுமாலம். ரோஜர் அவளோட செல்ல நாய். இரண்டு சைத்தான்களுமாகச் சேர்ந்து நேரங் காலமில்லாம கத்திப் பண்ணிற அழிச்சாட்டியமிருக்கே . . . மகா தலைவலிப்பா."

"மெய்யாமோ . . ."

"சாமத்தில அவங்க வீட்ல இருந்து வருகிற கூச்சலைப் பார்த்தால் அவள்தான் போதையிலே கத்துறாளா, இல்லை அவள் நாய் கத்துறதா என்றே தெரியாமலிருக்கும்."

"அதைவிட சத்தமா நீர் கத்துறது . . ."

"கத்துறதாவது . . . அவளோட மிச்சச் சங்கதிகளையும் சொல்லுறன். நுட்பமாய் கேள்."

"சொல்றது."

"வேறு பேரோட கதைச்சுத்தானென்ன . . . நீ நுட்பமாய் கேட்கிறதால சொல்றன்."

"ஆகட்டும் . . ."

"அவள் ஒவ்வொரு முறை ஃப்றென்டை மாற்றும்போதும், தன்னுடைய நாயையும் புதுசா மாற்றிடுவாள் என்ன."

"அடடா... அப்பேர்ப்பட்ட கில்லாடியா அவள்."

"என்றைக்கு அவள் ஃப்றென்டெங்கிற ஊத்தைக் கம்மனாட்டிக்கு விஸ்க்கிப் போத்தல் ஒன்று கொண்டுவர முடியாமப் போச்சோ அன்றைக்கே அவனைத் துரத்திவிடுவாள். அவன் போன கையோட நாயை விற்றுப்போட்டு... உடனே இன்னொன்றை புதுசா வாங்கிவந்து அதுக்கு அவனுடைய பேரையே வைச்சிடுவாள்... இந்த றோஜர் எங்கிறதுகூட அவளோட பழைய ஃப்றென்ட் ஒருத்தனின் பேராக்கும்!"

அவனுக்காகச் கொஞ்சம் உரக்கச் சிரித்துப்பார்த்தேன். அடி வயிற்றில் நொந்தது, விட்டுவிட்டேன்.

○

மேலும் சிலருக்கு தாங்கள் பத்து வருஷத்துக்கு முன்னம் மெக்சிக்கோவில் குடித்த குலாஷ் சூப், சென்ற மாசம் பிடுங்க நேர்ந்துவிட்ட மூன்றாவது மேற்கடவாய்ப் பல்லு, தன் அடுக் ககத்துக்கு வாடகை கட்ட பணம் தேவையென்று அடிக்கடி வந்து நச்சரிக்கும் இரண்டாவது மகளின் 'றப்சர்' என்று தொடர்ந்து பேச நிரையாக விஷயங்கள் ஜனித்து முகிழ்த்து வந்தபடி இருக்கும்.

சீருந்துக்காரர்களுக்கு சூரியனின் கீழுள்ள எல்லா விஷயங் களும் தெரியும் என்பது ஐதீகம். சிலர் நிதியமைச்சரின் புதிய வரிச் சீர்த்திருத்தம்; சாஸ்திரிய கலைக்கூடங்கள்; ஆற்றலரங்கு களுக்கு மக்கள் வரிப்பணத்தில் அரசு 70 மில்லியன் மானியம் தரவிருப்பது நியாயந்தானா போன்ற உள்நாட்டு நடப்புக் களை, பிரச்சினைகளை, அரசியலை சீருந்துக்காரர்களுடன் அலசி ஞானோச்சியம் அடைவர்.

சிலருக்கு வீடு வந்து சேர்ந்த பின்னாலும் இறங்கிப் போக மனமிருக்காது. கதைவைத் திறந்து ஒரு காலை வெளியே வைத்துக்கொண்டு சர்வதேச விவகாரங்களில் இறங்கி ஹிட்லர் தமக்குச் செய்த இன்னல்களை ஒரு ஐம்பது வருஷங்களுக் குள்ளாக பாலஸ்தீனர்களுக்குச் சுமத்திப் பார்த்து மகிழும் இஸ்ரேலியர்கள், பொஸ்னியா, கொசவோ, மசடோனியா, அல்பானியப் பிரச்சினைகள், ஸ்பானியா, கிரேக்கத்தின் பொருளாதாரச்சரிவு, ஈரான், பின் லாடன், தலிபான்கள், சதாம் ஹூசேன் என்று அலசத் தொடங்கிவிட்டால் கதை கந்தாயந்தான். சமயங்களில் காதுக்குள் உடுக்கடி கேட்கு மளவுக்கு இரத்தவழுத்தம் ஏறி வாழ்வே வெறுத்துப்போகும். பொறுமை காத்துத் தம் கதையை முழுவதும் கேட்டதற்காக மேலதிக இனாம் வழங்கும் புரவலர்களும் உண்டு.

நல்ல போதையுடன் வந்தேறிய கனவான் ஒருவர் திடீரெனப் பாதிவழியில் தன் கோர்ட்டையும் ஷேர்ட்டையும் கழற்றத் தொடங்கினார். நான் சொன்னேன்:

“நீங்கள் கொஞ்சம் பொறுக்க வேண்டும், உங்கள் வீடு இன்னும் வரவில்லை . . . மெஸூயூ”

“அப்படியா . . . விஷயத்தை முன்னமே தெளிவுபடுத்தியிருந்தால் சப்பாத்துக்களைக் கதவுக்கு வெளியே விட்டிருக்க மாட்டேனே” என்றார் கனவான்.

○

ஒரு முறை ஐம்பது வயது மதிக்கத்தக்க ஒருவர் ஒரு காலை லேசாக விந்தியபடி வந்து ஏறிக்கொண்டு *'Fulda Strasse'* என்றார். வாட்டமான முகத்தோடிருந்த அவரிடமிருந்து லேசான ‘பக்காடி’ மணம் வியாபித்துக்கொண்டிருந்தாலும் தன் பாட்டுக்கு தேமேயென்று வீதியைத்தான் வேடிக்கை பார்த்தவாறு வந்தார். குடும்பம் பந்தம் என்ற கட்டுக்களி லில்லாமல் ஆசாமி சும்மாவொரு நாடோடியைப்போல அலைந்துகொண்டிருப்பார் போலிருக்கவும் சும்மாதானும் வம்புக்கு “முன்பு வேறு இடத்தில இருந்தாப்பல . .?” என்றேன். என்னைப் பேராச்சரியத்துடன் பார்த்தவர் “எது *Johannes Strasse*யைச் சொல்கிறீரா?” என்றார்.

“ஆமாமாமாம்.”

“இப்படி எல்லா டாக்ஸிக்காரரும் தம் பயணிகளை ஞாபகத்தில் வைத்திருக்க மாட்டார்கள் என்ன, நன்றி தோழா” என்றவருக்கு நன்றிப் பெருக்கால் குரலே கம்மியது.

பின் அவர் உலோகத் தொழிலாளியாக வேலை பார்த்தது; முந்திய வீட்டில் இருந்த காலத்தில்தான் அவர் களஞ்சியமொன்றின் நிர்மாண வேலையின்போது அதன் உலோக உத்தரங்களை *(Truss)* செயின் புளொக்கினால் மேலே ஏற்றும்போது கால் தவறி விழுந்து விபத்தானது; அவ்விபத்தில் பாத எலும்புகள் நொருங்கியதில் இனி வேலைக்குச் சரிப்படாரென்று கொம்பனி காய்வெட்டி அவரை வீட்டுக்கு அனுப்பியது; விபத்து நிவாரணப்பணம் கிடைத்தது; இப்போது ஓய்வூதியம் கிடைப்பது; ஓய்வூதியம் எடுக்கத் தொடங்கிய பின்னால் அடுத்தடுத்து மூன்று வீடுகள்மாற நேர்ந்ததென்று இடைவெளியில்லாது தொடர்ந்தார். அவர் பெருங்கதையாடலின் எந்தவொரு அத்தியாயத்திலும் பெண்களின் நடமாட்டமோ, வாடையோ இல்லாதிருக்கவே கேட்டேன்:

“தோழர் மனைவி, குடும்பம் என்று எதையும் அமைக்க வில்லையோ?”

“என்ன பெண்களா . . . சீ . . . த்தூ!” என்றவர் முகம் அஷ்டகோணலாகியது.

“ஜா . . . ஜா . . . பெண்கள். ”

“அந்தத் தூத்தேறியளை என்ன தண்டத்துக்கு . . . மனுஷன் அந்த அழுக்கு ஜந்துக்களை அணுக்கத்திலும் அடுப்பானா வாழ்க்கையில்?” என்றவர் சிறு இடைவெளிவிட்டு “ சும்மா வீடுவாசலையும் அசுத்தம் பண்ணிக்கொண்டு . . . சைய்க்!” என்றொரு ஒட்டுப்போட்டார்.

“என்ன அத்தனை மோசம் என்கிறீரா . . . இந்த லோகமே பெண்களால்தானே அழகாகிறது என்கிறார்களே சில பேர் ..?”

“அவங்கள்மேல உன் வண்டியை ஏற்று. விவரங்கெட்ட கம்மனாட்டிப் பசங்கள் விடு . . . இவளவை சும்மா சாரைப் பாம்பு கணக்கா கிடந்துகொண்டு ‘ஸ்ஸக் ஸ்ஸக்’ என்று பயங்காட்டுவாளவையே தவிர செத்துப்போறமாதிரி கொத்தவு மேலாது சனியனுகளுக்கு. நமக்கும் அடிச்சுக்கொல்ல மனம் வராது, துன்பம்.”

“அவரவர் அனுபவம் அவர்களுக்கு” என்றேன் கல்லாப் பெட்டி பாணியில்.

தோழரின் விபரிப்பு தொடர்ந்தும் சைபீரிய இருப்புப் பாதைமாதிரி விரிந்தது. மனுஷன் அரிவதற்கு ஆள்கிடைக்காத அலகு உழைவில் இருந்திருப்பான் என்று யார் கண்டது. வம்பாகப்போய் மாட்டியாகிவிட்டது. இத்தனை அரிவுக்குள்ளும் அவர் எம் தொடர்பாடல் றேடியோவையும் கவனிக்கிறார்.

“அதுக்குள்ளே *Nord Bahnhof* நிலையத்தை நான்கு தடவை கூப்பிட்டாச்சே . . . அங்கின என்னதான் விசேஷமோ?”

“ம்ம்ம் . . . யார் கண்டது . . . எவனாவது பிள்ளை பெத்திருப்பான்!”

“குளோனிங் வந்தாப்போல அதற்கும் வழியுண்டு அறிந்தீரோ?”

“அட . . . தேவுடா!” வண்டியை நடுவீதியில் நிறுத்திவிட்டு குதித்துக் காலோட்டமாய் ‘வடலியடிப்புக்கே’ வந்திடவேணும் போலிருந்தது.

மாமா எங்கேயோ வகையாய் ஒரு ஊத்தைக் காமாஷி யிடம் மாட்டி நல்லாய் நொந்துபோயிருக்கிறார் போலிருந்தது.

அவரை இஷ்டத்துக்குப் பறைய விட்டேன். பொழிந்து கொண்டே வந்தார். அவருக்கு இப்போது போதை கொஞ்சம் தணியவும் ‘ஸ்திரிசுகம் துய்க்கப்பாலதே’யென மூளைக்குள் பொறித்திருக்க வேண்டும். திடீரென “நல்லதா ஒரு *Puff*க்கு விடப்பா” என்றார். அணுக்கமாக இருந்த ஒன்றுக்கு விட்டேன்.

போன வேகத்தில் திரும்பி வந்தார். என்னவென்று கேட்டேன். “என்ன அவ தானாகவே எல்லாத்தையும் அவிழ்த்துப் போட்டுவிட்டு அதைப் பார்க்கிறியா . . . இதைப் பார்க்கிறியா என்கிறா, எனக்கது பிடிக்காது” என்றார் கோபத்துடன். வாழைப் பழத்தைப் பிறிதொருவர் உரித்துத் தருவதில் எழக்கூடிய அசூசைதான் இவருக்கு மிகையாக.

○

சுரங்கத்தொடருந்து சாரதி ஒருவர் தனது கடைசி ரயிலை ஓட்டிக்கொண்டுபோய் அதற்குரிய ஷெட்டில் விட்டுவிட்டு தன் வீட்டுக்குப்போவதற்காக என் சீருந்தில் வருவார். ஒரு தமிழ் சினிமாவில் கிராமத்துக்காரர் விசுவைக் கண்டவுடன் ஆட்டோக்காரர்கள் எல்லோரும் ஓடி நழுவுவார்களே அதைப் போல இவரைக் கண்டதும் சீருந்துக்காரர்கள் உஷாராகி விடுவார்கள். இவரது சொரூபம் தெரியாமல் நானும் பல தடவைகள் மாட்டுப்பட்டதுண்டு. அவருக்கு என்ன பிரச்சினையென்றால் மனிதனுக்கு ஆளொருவர் பக்கத்திலிருந்தால் கதைப்பதை நிறுத்த முடியாத வியாதி. பயணம் முழுவதும் அரிந்து தள்ளிக்கொண்டிருப்பார். உதாரணத்துக்கு:

“என் பணி முடிந்து வண்டியை ஷெட்டில விட்டிட்டு வந்து பேருந்து எடுப்பதற்காக வந்தேன். பயணச்சீட்டு தான்வழங்கி இயந்திரத்தினுள் சில்லறையைப் போட என் மடிசஞ்சியை எடுத்தேன். மூன்று இளைஞர்கள் என் பின்னால் வந்து நின்றுகொண்டு ‘எங்களுக்கும் பயணச்சீட்டு வாங்கிக் கொடு’ என்று கேட்டார்கள். ‘உங்களுக்குப் பயணச்சீட்டு வாங்கிக் கொடுக்க என்னிடம் பணமில்லை முடியாது’ என்று சொன்னேன். என்ன கோளாறோ அன்றைக்கு இரவு பஸ் ஸொன்றும் வரவே இல்லை. காத்திருக்கச் சலிப்பாக இருந்தது. டாக்ஸி எடுப்போமென்று வந்தேன். அவ்விளைஞர்கள் ‘எங்கே போகிறாய்?’ என்றார்கள் என்னிடம். ‘டாக்ஸி எடுக்க’ என்றேன். ‘உனக்கு டாக்ஸியில் போகமட்டும் பணமிருக்கா?’ என்று கேட்டவர்கள் பின் என்னைப் பார்த்துக் கிண்டலாகச் சிரித்தனர்.”

“நன்றாகத்தான் சிரித்துவிட்டுப் போகட்டுமே களிசறைகள் . . . அவர்கள் உங்களின் மடிசஞ்சையைப் பறிக்க எத்தனித்தார்களா?”

“இல்லை இல்லை ... அப்படியொன்றும் அவர்கள் செய்ய வில்லை. ஆனால் அச்சம்பவத்தின் பிறகு நள்ளிரவின்மேல் எனக்கு அலெக்ஸாண்டர் பிளாட்ஸில் பஸ்தரிப்பிலோ பயணச் சீட்டு தான்வாங்கிப் பொறியருகிலோ எந்த இளைஞனைப் பார்த்தாலும் பயமாய் இருக்கு. அதனால்தான் செலவு அதிக மானாலும் இப்போது இரவில் நான் டாக்ஸியில்தான் வீட்டுக்குப் போகிறேன்.”

இந்தக் கதையை ஒரு அக்ஷரம் மாறாமல் என் வண்டியில் வந்த 1654 தடவைகளும் சொல்லியிருக்கிறார். நானும் அவர் பெருங்கதையாடலைக் குறுக்கறுத்து ‘சுரங்கத்தொடருந்தில் சிக்னல் சிஸ்டங்கள், ஒரே பாதையில் இரண்டு தொடருந்துகள் செல்ல நேர்கையில் எடுக்கவேண்டிய முன்னெச்சரிக்கைகள், சாரதிக்குத் தூக்கம் வந்தால் என்னாகும்’ என்றெல்லாம் கேட்டுவைப்பேன். பெம்மானும் அதற்கான பதிலைப் பகர்ந்து விட்டு வாரியார்போல நிறுத்திய இடத்தில் அரிவுசாலினுள் தன் ரம்பத்தைச் லாவகமாகச் சொருகி மீண்டும் அரியத் தொடங்கும் இம்சையை என்னென்பேன்.

ஒருநாள் அவருக்கு பணி வழமையைவிட சீக்கிரமே முடிந்துவிட்டதாம். தானும் அடுத்து வந்த ரயிலில் சக தோழர்கள் தானே என்கிற கோதாவில் முன்பக்கமாக சாரதிகள் அமரும் Cabஇனுள் ஏறப் போனாராம். அந்த சுரங்கத்தொடருந்தின் சாரதியோ உடனே கீழே குதித்துத் தன்னை வணங்கி (கைகளைக் குவித்துக் காட்டினார்) “நீ தயவுசெய்து பயணிகளின் (பொதுப்) பெட்டியிலேயே ஏறிடப்பா” என்று கெஞ்சினானாம்.

“அப்போ தோழருக்கு குடும்பம் மனைவி மக்கள் எல்லாம் உண்டுங்களா ?”

“எந்தப் பெண்ணின் நட்புமே எனக்கு வாரத்துக்கு மேல நிலைத்ததில்லை ... அவளவையோட மணிக்கணக்கில செக்ஸ் செய்துகொண்டிருக்கவெல்லாம் எனக்கு முடியாது. நான் வேற ஆளாக்கும். அதிகமான பெண்களின் முழுக் கவனமே அதில்தான், நான் அந்த நினைப்பை விட்டே வெகு காலமாயிற்று !”

இவர் தரும் இனாமும் எப்போதும் தாராளமாக இருக்கும்.

இன்னும் சிலருக்கு இறங்கிப் போகையில்தான் அவர்கள் மனச்சாட்சி உறுத்தி இரக்கம் பிரவகிக்கும். அவர்கள் போட்ட ரம்பத்தில் நாங்கள் சங்கு முடிச்சறுந்து ஆவி கலங்கி யாக்கை அகத்ததோ புறத்ததோ என்று அறியாமல் தவித்துக்கொண் டிருக்கையில் பௌவியமாய் வந்து “நான் அதிகமாகப் பேசி

உம்மை ஒன்றும் அசௌகரியப்படுத்தவில்லையே?" என்றும் கேட்டுப்போவார்கள். இவரும் ஒவ்வொருமுறையும் என்னை அப்படிக் கேட்பார்.

○

ஊத்திக்கொண்டு வந்துவிட்டு "வாந்தி வருகிறது, வண்டியை நிறுத்து நிறுத்து" என்று முழத்துக்கு மூன்று தரம் அலறுபவர்களைவிட சுவாரஷ்யமற்ற விஷயங்களால் அரிபவர்கள் ஊட்டும் 'அலுப்பு'மிக அதிகம். எனக்கோ இவர்களைக் கடத்திக்கொண்டுபோய் தொலைக்காட்சிக்கு முன்னால் ஒரு கதிரையோடு சேர்த்துவைத்து இரண்டு நாட்களுக்கு எழுந்திருக்க முடியாதபடி கட்டி வைத்துவிட்டு நம்ம தமிழ் அலைவரிகளில் ஒன்றை வைத்து சாகடிக்க வேணும் போலத் தோன்றும்.

பேச்சுத்துணை குறைந்த கிழவிகள் எவரிடமாவது எக்குத்தப்பாக அகப்பட்டுவிட்டாலும் கண்டமுண்டு. இதற் கென்றே மொண்ணை பண்ணிய அரிவாளுடன் திரிவார்கள். நம்ம ஊர் சிகையலங்காரர்கள் மாதிரி எங்களை மட்டும் குடைமானம் செய்துவிட்டு 'பிழைத்துப் போகட்டும்' என்று விட்டுவிடுபவர்கள் ஒரு ரகம். தங்கள் மலரும் நினைவுகளில் தோய்ந்து விபரண உரைகள் நிகழ்த்துவோர் இன்னொரு ரகம். இவர்களிடம் இசகு பிசகாய் மாட்ட நேர்ந்தால் சீருந்துக் காரர் தலை தொங்கும் என்பது சர்வ நிச்சயம்.

சிலரிடம் அவர்கள் அலசும் விசயங்களுக்கு சம்மந்தா சம்பந்தாமில்லாமல் முதலாம் உலகப்போர் மூண்டதற்கான மூல காரணங்கள்; உலகமயமாக்கலும் அதன் சாதக பாதகங் களும்; ஐரோப்பிய ஒன்றியத்தின் மெத்தனமும் மேம்போக்கும்; பின்நவீனத்துவ சூத்திரங்களும் அதன் கோத்திரங்களும்; தகவல் தொழில்நுட்பத்தின் அதிவளர்ச்சி மனிதனின் தார்மீகவுணர்வை அவன் சிந்தனையை மேம்படுத்துகிறதா இல்லையா என்று எதிர்ச்சால் அரிவு அரிந்து தப்பிக்கலாம். ஆனால் ஆசாமி அதிலேயும் பிடித்துக்கொண்டு மூர்ச்சையாக்கிவிடுவார் என்றால் அது பொல்லைக்கொடுத்து அடியை வாங்கியதாகி விடும். அரிவுரைகளைத் தாங்குவதைப் பொறுத்து சில பணக்காரக்கிழவிகள் தம் கிழவர்கள் கவனியாதபடிக்கு தாராளமாக 'இனாம்' தருவார்கள்.

○

ஒரு சதுரங்கத்தையோ, அல்ல உதைபந்தாட்டத்தையோ எதற்கு உட்கார்ந்து பார்க்கிறோம்? அடுத்த 'மூவ்' எப்பிடி யிருக்கும் என்பதைத் தெரிந்துகொள்ளும் தவிப்பினால்தானே?

ஜேர்மன்காரர்களில் மிகைவிகிதம் பேருக்கு உதைபந் தாட்டத்தில் ஆர்வம் அதிகம். மீதிப்பேருக்குப் பைத்தியம். பருவகால ஆட்டங்கள், உலகக்கோப்பைக்கான ஆட்டங்கள் தொடங்கிவிட்டால் அவர்களின் செயல்களும் பேச்சுக்களும் ஒரு மாதிரியாய் மாறிவிடும். வண்டிக்குள் ஏறும்போதே “என்ன கோல் விபரம் . . . என்ன மாதிரி?” என்று விசாரித்தபடிதான் வருவார்கள். இன்றைய ஆட்டத்தில் *Borussia* - 3. *Hertha* - 0 என்கிற கோல்களில் முடிந்தது என்று வைப்போமே, அதை மீண்டும் ஒருதரம் எம்மையும் கேட்டுவைப்பார்கள், பிறன் வாயால் கேட்டுத்துய்க்கும் இன்பத்துக்காக. அ. முத்துலிங்கம் ஓரிடத்தில் சொல்லுவார் தான் முடிதிருத்தகத்துக்குச் செல்லும் போது அவ்வார *Sports Weekly*யைப் படித்து அனைத்து விளையாட்டுத் தகவல்களையும் விரல் நுனியில் எடுத்துச்செல் வாராம், தன் சிகைக்கலைஞரின் அலசல்களுக்கு ஈடு கொடுத்தாகணுமே?

நான் ‘யார் யாருக்கிடையே ஆட்டம் . . . எங்கே எப்போது நடக்கிறது’ என்கிற விபரம் தெரியாமல் விழித்துக்கொண் டிருக்கையில் கூடவே “நேற்று மிஷேல் பலாக் காற்றில் எம்பிக் கரணமடித்து இறுக்கிய ஸ்கோபியோன் கிக்கும், போட்ட கோலும் அற்புதம் என்ன?” என்பார்கள். அவர்கள் முகம் சுண்டாமல் சும்மாதானும் ஒத்து ஊதவேண்டும். இவர்களுக்காக நானும் குறைந்தது வானொலியிலாவது விபரங்களைக் கொஞ்சம் தெரிந்து வைத்திருப்பேன்.

எந்தவொரு ஜெர்மன் உம்முணாமூஞ்சியைக்கொஞ்சம் கதைக்கவைக்கவேணும் போலத் தோன்றினால் “அதோ நம்மை முந்திச்செல்லும் மகிழுந்தை மிஷேல் பாலாக்கோ அல்லது ஸ்டெஃபி கிறாஃபோ விரட்டிச்செல்கிறார் . . நீங்களும் கவனித்தீர்களா” என்று சின்னதாகவொரு றீலைவிட்டால் போதும். அவர் முகம் ஒரு சிகரெட்டைப் பற்றவைக்கு மளவுக்கு சுவாலித்து விகசிக்கும். அவர் தொடர்ந்து மிஷேல் பாலாக்கோ, ஸ்டெஃபி பற்றிய தன் கதாகாலேட்ஷேபத்தைத் தொடங்கினாலே ஆச்சரியமில்லை.

உலகக்கோப்பை உதைபந்தாட்டத்தில் ஜெர்மனி வென்ற அன்று (1990) மகிழுந்துகளெல்லாம் ஜெர்மன் கொடிகளுடன் பெர்லினைச் சுற்றிச்சுற்றி வலம் வந்துகொண்டிருக்கின்றன. தெருக்களின் ஒவ்வொரு சந்தியிலும் பதிவுசெய்த ஆட்டத்தை பெரிய திரைகளில் திரும்பத்திரும்ப ஓடவிட்டுக்கொண்டிருக் கிறார்கள். எங்கும் வைன்போத்தலும் *Prosit* என்கிற கூச்சலும் *(Cheers)* ஆரவாரமுமாயிருக்க ஒரு பாலியல் விடுதி முன்னால் நின்றொரு பொருட்பெண் என் வண்டியை மறித்தாள்.

அவர்கள் கிளப்புக்கு வந்த ஒரு வாடிக்கையாளருக்காக இருக்கலாமென நினைத்து நிறுத்தினேன். “உன்னை ஒன்று கேட்கலாமா” என்றபடி என்னிடம் வந்தாள்.

“பிரச்சினை இல்லை என்ன விஷயம்.”

“இந்த வீதிதான் செத்துப்போச்சா . . . இல்லை நகரத்தின் எல்லா வீதிகளுமா” என்றாள்.

எனக்குப் புரிந்தது. எனினும் “ஏன் அப்படிச் சொல்லிப் புட்டாய் . . . நகரம் முழுவதும் ஜனங்கள் கொண்டாட்டமாய் திரிகின்றனரே பார்க்கலையா !”

“ஒரு பயலை இந்தப்பக்கம் காணனே . . . ஒரே சாக்காடு மாதிரியில்ல இருக்கு” என்று நொடித்தாள். மனித மனங்களை சந்தோஷமாக இருக்கும் நேரங்களைவிட துயரம் படியும் வேளைகளில்தான் பெண்வலியும் காமமும் வந்து கௌவும் போல.

○

ஜப்பானியர்களுக்கு அடுத்தபடி ஜெர்மன்காரர்களில் நான் கண்டு ஆச்சரியப்படும் ஒரு விஷயம் ஒரு பொது விடத்திலோ அல்லது ஒரு அங்காடியிலோ ஒரு தொடருந்து பயணத்தின்போதோ எத்தனை பேர்தான் கூடியிருந்தாலும் அங்கொரு தேன்கூட்டின் அமைதி இருக்கும். அவர்களுக் கிடையில் ஏதாவது பேசநேர்ந்தால் அடுத்தவருக்குத் தொந்தர வில்லாதபடி மெதுவாகத்தான் பேசுவார்கள். ஆனால் விதிவிலக்காக பார்ட்டிகளில், களியாட்டமையங்களில் கீறிக் கொண்டு வருபவர்கள் வண்டியினுள் இரைந்து கதைப்பார்கள், பொறுத்தாக வேண்டும்.

இவர்களிடமுள்ள விநோதமான பழக்கங்கள் என்றால் கூடவே இன்னும் சிலவற்றைக் குறிப்பிடலாம். உங்கள் வீட்டுக்கு ஒரு விருந்தினர் வருகிறார் என்று வையுங்கள். அவரை சாப்பிட உபசரிக்கிறீர்கள். அவர் ‘வேண்டாம்’ என்றால் விட்டுவிட வேண்டியதுதான். ‘கொஞ்சம் போல சாப்பிடேன் . . . பருப்பிருக்கு . . . கூட்டிருக்கு . . . பொரியலிருக்கு . . . சொதியிருக்கு . . . இரசமிருக்கு’ என்ற பாணியில் மேலும் வற்புறுத்தவே கூடாது. அது அவர்களுக்குப் பிடிக்காது.

அவர் மறுநாள் ஊருக்குப்புறப்படுகிறார் என்போமே. உங்கள் ஆசையில் அவரை “இருந்து நாளைக்குப் போனால் என்ன . . . அடுத்த ரெயினுக்குப் போகலாமே” என்றெல்லாம் நிர்ப்பந்திக்கப்படாது. கோபமே வந்துவிடும்.

உங்கள் பக்கத்துவீட்டுக்காரருக்கு ஒரு உறவினரோ, விருந்தினரோ வருகிறார் என்று வையுங்கள். அவ்வேளை அவரும் அருகில் எங்கேயோ போயிருக்கிறார், சீக்கிரத்தில் வந்துவிடுவார் என்றும் வையுங்களேன். அவர் வரும் வரையில் வந்தவரை உங்கள் வீட்டில் உட்காரச்சொல்லி உபசரிப்பீர்கள் அல்லவா? இதொன்றும் ஜெர்மன்காரரிடம் எதிர்பார்க்க முடியாது. உறைபனியென்றாலும் வெளியே பிடித்து விட்டு விடுவார்கள். அதுவும் வந்தது ஒரு வெளிநாட்டுக்காரர்/ரி என்றால் ஒரு கைக்குழந்தையுடன்தான் நின்றாலும் கண்டு கொள்ளவே மாட்டார்கள்.

உங்கள் நண்பரோ உங்களுடன் பணிபுரியும் ஒருவரோ தன் பிறந்த நாளை ஒரு ஹொட்டலில் கொண்டாட உங்களையும் அழைக்கிறாரென்று வையுங்களேன். நீங்கள் போதுமான அளவு பணம் எடுத்துச்செல்ல மறந்துவிடக்கூடாது. காரணம் அங்கே உங்கள் சாப்பாட்டுக்கும், குடிவகைகளுக்கும் நீங்கள்தான் பணம் செலுத்தவேண்டியிருக்கும். அல்லது உங்கள் சிநேகிதர் ஒருவர் உங்களை ஒரு உணவகத்துக்கோ, மதுவகத்துக்கோ அழைக்கிறாரென்று வைப்போமே அங்கும் இதேதான் நிலமை, நண்பன் அழைக்கிறான் பார்த்துக்கொள்வான் என்றுபோனால் ஏமாறுவீர்கள். கூட வாழும் தோழிகளுக்குக்கூட நிலமை இதுதான். பில்கள் எப்போதும் தனித்தனிதான் எல்லாவற்றிலும். ஒருவருக்காக ஒருவர் பணம் இழக்க மாட்டர்கள்.

ஒருமுறை மதுவகம் ஒன்றுக்குப்போவதற்காக இளைஞன் ஒருவன் சீருந்து வரவழைத்திருந்தான். அவன் வந்து வண்டியில் ஏறவும் அதேசமயம் இவனுக்குத் தெரிந்திருந்த இன்னொரு இளைஞன் அயல்வீட்டுக்காரனோ, கூடவசிப்பவனோ, சகோதர னாகக்கூட இருக்கலாம். வேலைக்கோ வெளியிலோ சென்று விட்டு அங்கு வந்து சேர்ந்தான். இவன் "ஹேய் . . . ஹவானா வுக்குப்போறேன், வாறியா" என்றான். அதொரு பிரசித்தமான பார். 'ஹவானா' என்றதும் மற்றவன் முகம் விகசித்தது. "அதொரு ரம்யமான யோசனைதான் . . . ஆனால் இன்று என்னிடம் பணமில்லையே . . ." என்றவன் "ப்ச்" என்று நெளிந்தான். இவனோ நிர்த்தாட்ஷண்யமாய் "அப்படியா . . . சரி அடுத்த முறை பார்க்கலாம் *Tschuesss*" என்றுவிட்டு என்னிடம் "ஹவானா பிற்றே" என்றான்.

அன்றைக்கு பெர்லின் தியேட்டர் ஒன்றில் 'ஹே ராம்' திரையிட்டிருந்தார்கள். ஒரு நான்கு மணித்தியாலங்கள் உழற்றிவிட்டுப் படத்துக்குப் போவதாக இருந்தேன். *Anhalter Bahnhof*இல் வேறு வண்டிகள் எதுவுமில்லை, நான் மட்டும் தனியாக நின்றிருந்தேன். அந்த போலிஷ் பெண் வேறும்

இரண்டு தோழிகளுடன் வந்தாள். "வண்டி ஃப்ரீதானே" என்றொரு சமாளிப்புடன் வந்து வண்டியில் ஏறினாள். என்ன இப்படிக் கூட்டமாகப் போகிறார்களே, ஏதும் கூட்டுகலவி விருந்தோ . . . கட்டறுத்த என் கற்பனைகள் ஏன் இப்படிப் பாய்கின்றன? தெரியவில்லை. வழிமுழுவதும் அவள் போலிஷ் மொழியில் தன் தோழிகளுடன் கிசுகிசுத்துக்கொண்டு வந்தாள். ஒரு வார்த்தை புரியுதில்லை. என்னைப் பற்றிய தாகவும் இருக்கலாம். என்ன அதிகப்பிரசங்கி என்றிருந்திருப்பாள்.

❍

நகரத்தில் நீள் குறும்பார்வைக் குறைபாடுடையவர்கள் எத்தனை வீதம்பேர் இருக்கிறார்கள் என்று சுகாதார அமைப்பினரை விடவும் அதிகமாக நாம் அறிவோம்.

சீருந்தை விழையும் பயணிக்குப் பக்கத்தில் நாம் இருப்போம். நீள்பார்வைக் குறைபாடு உடையவர்கள் எம்மைத் தவிர்த்து விட்டு (அல்லது கண்டுகொள்ளாமல்) 500 மீட்டருக்கப்பால் வந்துகொண்டிருக்கும் இன்னொரு வண்டிக்குக் கையைக் காட்டுவார்கள். சில குறும்பார்வைக்காரர்கள் கையையும் நெற்றியில் கவித்துவைத்துக்கொண்டு பார்பாரென்று பார்த்துக் கொண்டு நிற்பார்கள். அவர்கள் பேருந்தையோ அல்லது அழைத்துச்செல்லவரும் பிறிதொரு வண்டியையோ எதிர் பார்த்துக்கொண்டிருக்கிறார்கள் என நாம் நினைத்து அவர் களின் பார்வைப்புல எல்லைக்குள்ளாக வந்ததும் சடக்கென நம்மை நிறுத்துவார்கள். நாம் பின்னால் வரும் வண்டியைக் கருத்தில் எடுக்காமல் உடன் தடுப்பு போட்டுவிடத்தான் முடியுமா?

❍

சீருந்து ஓட்டுபவர்கள் வீதியில் தென்படுபவர்களில் யார் யாரெல்லாம் வண்டியில் ஏறுவார்கள் யார் மாட்டார்கள் என்கிற உளவியலில் தேறியிருப்பார்கள்.

பொதுவாக வண்டி செல்லும் திசைக்கு எதிர்த்திசையில் நடந்துவருபவர்கள் வண்டியேற மாட்டார்கள். வண்டிசெல்லும் திசையில் நடப்பவர்கள் எவராவது ஏறிக்கொள்ளலாம். அதாவது வண்டி செல்லுந்திசையில் பயணி நடப்பதென்பது தொலைவில் சில மீட்டர்களையாவது குறைக்கவேண்டியே என்பது பட்டறிவு.

பேருந்துத்தரிப்புகளில் காத்திருப்பவர்கள் அநேகமாக சீருந்துகளில் ஏறிக்கொள்ள மாட்டார்கள். ஆனால் பேருந்தில் வந்து இறங்குபவர்கள் எவராவது மேற்கொண்டு பயணிக்க சீருந்தை நிறுத்தலாம். அதனால் அநேகமாக நாம் பேருந்துகள் வந்தால் அவற்றை முந்திக்கொண்டு செல்வதில்லை.

மழை அல்லது பனிச்சாரல் வீசுங்காலத்தில் குடை எடுத்துக் கொண்டோ, மழைக்கோர்ட் அணிந்துகொண்டோ வருபவர்கள் உசார்ப் பேர்வழிகள். அவர்கள் பஸ்களின், டிராம்களின், சுரங்க தொடருந்துகளின் நேர சூசிகைகளை அறிந்தும் வைத் திருப்பார்கள். சீருந்தெல்லாம் அவர்களுக்குத் தேவைப்படாது.

இன்னும் ஒவ்வொரு பேருந்து டிராம்களின் தரிப்பிலும் அடுத்தவண்டி எப்போது வரும் என்கிற அறிவிப்புக்கள் விமான நிலையங்களில் இருப்பதைப் போன்று சிறிய எண்ணிமப் பலகைகளில் விழுந்துகொண்டிருப்பதுவும் மேலதிக வசதி. அப்படியான அறிவிப்புப் பலகைகள் இருந்தும் இயங்காது இருந்தால், அல்லது இல்லாத தரிப்புகளில் ஒவ்வொரு தடத்துக்கும் ஆறு எண்களாலான ஒரு இலக்கம் தரப்பட் டிருக்கும், அவ்விலக்கத்தை உங்கள் செல்பேசியில் அழுத்தியதும் அடுத்த வண்டி எப்போது வரும், தாமதமென்றால் எத்தனை நிமிஷங்கள் தாமதமாகலாமென்பதுபோன்ற விபரங்கள் உங்கள் செல்பேசியின் திரையில் 'குபிக்'கென விரியும்.

கோட் சூற் அணிந்த பின்னாலும் முழங்காலுக்கு கீழ் இறங்கும் பார்கா போன்றவற்றைப் பந்தாவாக அணிந்து வருபவர்களுக்கு சீருந்துகளே தேவைப்படும். புதிய காதல் ஜோடிகளுக்கும், பெண்களுடன் கூடவரும் ஆண்களுக்கும் சீருந்துகள்தான் தேவைப்படும். இன்னும் நவநாகரீக உடையலங்காரங்களுடன் விருந்துகளன்ன கொண்டாட்டங் களுக்குச் செல்பவர்களுக்கும் சீருந்துகளே தேவைப்படும் என்பதுவும் பட்டறிவு. எத்தனை பந்தாவாக வந்தாலும் பயணமுடிவில் பயணிகள் பானகங்களுக்கெல்லாம் நான்தானே பணம் கொடுத்தேன், வண்டிக்கு நீதான் கொடுக்க வேண்டும் என்று மல்லுக்கட்டுவதெல்லாம் சகசகசகசகஜம்.

○

எத்தனை சுத்தமான வண்டியாக இருந்தாலும் சில பெண்மணிகள் ஏதோ ஒப்ரேஷன் தியேட்டருக்குள் நுழையப் போகிறவர்போல் சட்டைப்பையிலிருந்து திஸூவை எடுத்து அதனால் வண்டிக் கதவின் கைப்பிடியைப் பிடித்துத் திறப்பார்கள். ஆனால் அதே நபரின் எதிரிலிருந்து உங்களுக்கு சாப்பிட நேர்ந்தால் அவர் அதே திஸூவால் தன் மூக்கைப் பிடித்துச் சிந்தவோ சீறவோ செய்யலாம். நீங்கள் அருகிருப்பதோ அல்லது சாப்பிட்டுக்கொண்டிருப்பதோ அவர்களுக்கு ஒரு பொருட்டே அல்ல. மகாராணிதான் எதிரிலிருந்தாலும் எந்தச் சபையிலும் ஒழுகும் தம் மூக்கைச் சிந்தத் தயங்குவதேயில்லை.

○

# ஒரு தேவாலயத்தின் எலியைப்போல . . .

ஒரு படத்தில் டி.எஸ். பாலையா வேலைக்காரர்களையோ, மனைவியையோகூட தன் சுட்டு விரலை மடக்கித்தான் கூப்பிடுவார். அரிவையர்கள் தேச இன மொழி அகவை பேதமின்றிக் கட்டைக் களிசான்களுள் புகுந்து திரியும் கோடைகாலப் பகலொன்றில் ஒரு பேருந்துத்தரிப்பு நிலையத்தைக் கடக்கையில் அதில் சாண் அளவில் களிசான் அணிந்திருந்த ஒரு ஜப்பானிய இளமாது அதே பாணியில் தன் சுட்டுவிரலை மடக்கி என் வண்டியை நிறுத்தியது. அவரது ஒன்றரை இஞ்ச் விரலை நான் தற்செயலாகப் பார்க்க நேர்ந்ததால் நிறுத்தினேன்.

"ஏன் முழுக்கையையும் வீசி நிறுத்தலாந் தானே?"

"நாங்கள் டோக்கியோவில் அப்படித்தான் நிறுத்துவோம்"

"உங்கள் விரலை யார் கவனிக்கப்போகிறார்கள் . . ."

"இப்போ எப்படி நிறுத்தினியாம் கவனிக்கவில்லையென்றால் . . ." என்று பதில் கிடுக்கி போட்டது மாது.

"சும்மா ஒரு பெண்ணென்பதால் பார்த்தேன், அழகியாயிருப்பதால் நிறுத்தினேன் அல்லது

தொடர்ந்து போயிருப்பேன், சரி இனிமேல் உங்களின் சுட்டுவிரல்களையும் கவனிக்கிறேன்" என்றேன். குழந்தை களின் முகத்தில் ஊதினால் வருமே அதுபோல் ஒரு விகசிப்பு அவரது மங்கோலியமுகத்திலும் வந்து மறைந்தது.

○

இன்னொரு முறை இரவொன்றில் *Tiergarten* என்னு மிடத்தில் *Strasse des 17 Juni* என்கிற நேரானதும் நடுவில் பிரிமேடை *(Medial-Strip / Mittelstreifen)* இருப்பதால் அகன்றதுமான சாலையில் நான் சென்றுகொண்டிருந்ததுக்கு எதிரான திசையில் ஒரு வயதான பிரித்தானிய தம்பதி வீதியைப் பார்த்தபடி நின்று கொண்டிருந்தது. வீதியில் அவர்கள் நின்ற தோரணை ஒரு வண்டியை எதிர்பார்த்துத்தான் போல இருந்தும் அவர்களைக் கடந்து வந்த எனக்கு அவர்கள் கையசைக்கவில்லை. மரங்கள் செறிந்த அந்தச் சாலையில் நடைக்காக வருபவர்கள் கால்கள் ஓய்ந்ததும் சீருந்துகளை நிறுத்திப் பயணிப்பதும் வழக்கம். அப்போ ஒரு மழை வருவதற்கான அறிகுறிகளுடன் வானமும் கறுத்திருந்தது. ஒரு கி.மீட்டர்வரை சென்றபின்னாலும் மனம் சமாதானமாகாமல் ஏற்றமுனையொன்றில் வண்டியைத் திருப்பிக்கொண்டு வந்தேன். அப்போது அவர்கள் என்னை நிறுத்தினார்கள். "முதல்லேயே நான் கடந்து செல்கையில் எனக்குக்கையை அசைத்திருக்கலாந்தானே" என்றேன் அவர் களிடம். "நிறுத்தத்தான் நினைத்தேன், நீ எதிர்த்திசையில் சென்றுகொண்டிருந்ததால் கோவிச்சுக்குவாயோவென்ற தயக்கத்தில் நிறுத்தவில்லை" என்றார் கிழவர். நான் திரும்பி வந்து தங்களை ஏற்றிக்கொண்டதுக்கு இருவரும் நன்றி மிகப் பாராட்டினர்.

○

சுமாரான வருமானம் இருந்த ஒருநாள் 'இன்னும் ஒரு ஓட்டம் வாய்த்தால் செலவுகளுக்குச் சிலாக்கியமாயிருக்கும்' என்று எண்ணிக்கொண்டு *Rudow Spider* சந்திப்பால் *Neukoelln* பக்கமாய் திரும்புகிறேன். பேருந்துத்தரிப்பில் அன்னை திரேசா சாயலில் நின்ற ஒரு வயோதிப மாது கையை அசைத்து வண்டியை மறித்தார்.

"*Guten Tag…*"

"*Guten Tag…*"

அவர் அமர்ந்துகொண்டு கதவு கிளிக்கியதும்

"*Zehlendorf Bitte*" என்றார்.

நல்ல சவாரிதான் 50 மார்க்காவது தேறும். புதிய பென்ஸ் வண்டி உற்சாகமாகிக் காற்றிலே மேவிப்பாய்கிறது. எனக்கு அந்த *Drivage*இல் வண்டியைச் செலுத்துவது ரொம்பப் பிடிக்கும். வாகன நெரிசலற்ற நெடிய சாலை மட்டுமல்ல அதன் இருமருங்கிலும் பைன், இயூகலிப்டஸையொக்கும் நெடிய மரங்கள் நிரைச்சியாக நின்று மெல்ல அசைந்து அசைந்து முகில்களுடன் கண்ணாமூச்சியாடிக்கொண்டு நிற்கும். அதே சாலையில்தான் மேற்குப் பக்கமாக அரைவட்ட வடிவில் அமைந்த பிரதேசத்தில் சிறிய நீரோடை ஒன்றும் அதைச்சுற்றி *Britzergarten* எனப்படும் பெர்லினின் அழகானதும் பெரியதுமான பூங்கா ஒன்று அமைந்துள்ளது.

கதிர்ப்பாயைச் சுருட்டித்தலையில் வைத்துக்கொண்டு நடக்கையில் அதன் நுனிகள் மெலிதாய் நடுங்குமே அப்படி ஒரு லேசான தலைநடுக்கத்துடன் அப்போதுதான் முட்டையிலிருந்து வெளிவந்த குஞ்சுமாதிரி வலதும் இடதும் திரும்பி உலகத்தை விழித்துவிழித்துப் பார்த்துகொண்டு வருகிறார். வண்டி *Britzer* பூங்காவின் நுழைவாசலை அண்மிக்கவும் திடீரென உடைந்து அழுதார். எனக்கோ ஒன்றுமாய் புரியவில்லை.

"உங்களுக்கு என்ன பிரச்சினை ... என்ன நடந்தது?" என்றேன். அவருக்கோ வார்த்தைகள் வெளிவர மறுத்து உதடுகள் மட்டும் துடித்துக்கொண்டிருந்தன.

மீண்டும் "தங்களுக்கு வேண்டியவர்கள் யாருக்காவது ஏதும் கஷ்டமா ..?" என்றேன் ஆதரவாக.

"இல்லை, ஒருவருக்கும் ஒரு கஷ்டமுமில்லை. நான்தான் அதிகம் இழந்துவிட்டேன் ..." என்றார் கேவலுடன்.

மீண்டும் கண்ணீர் கொப்பளிக்கிறது, டிஸ்ஸூக் கைக்குட்டையால் கண்களை ஒத்திக்கொண்டார்.

அவர் அழுகையை நிறுத்தவிட்டிருந்தபோது "ஏதோ இழந்துவிட்டதாகச் சொன்னீர்களே ..." என்றேன்.

"நான் யுத்தத்தில் என் ஐந்து தம்பிகளையும் இழந்து விட்டேன். என்போன்ற துர்ப்பாக்கியசாலிகள் ஆயிரத்தில் ஒருவர்தான் இருக்கமுடியும்" என்றவரால் தொடர்ந்துபேச முடியவில்லை.

"ஐந்து பேரையும் எப்படி இழக்க நேர்ந்தது."

“இரண்டு பேர் போர் தொடங்க முன்னரேயே தேசிய படையில் (நாஜி இராணுவம்) இருந்தாங்கள் . . . போரிலே ஜேர்மனி பின்வாங்க நேர்ந்தபோது மீதிப்பேரையும் அவர்கள் இழுத்துக்கொண்டு போய்விட்டார்கள். பின்னர் ஒருவரும் வீடு திரும்பவில்லை.”

*Britzer* பூங்கா நடுவில் ஒல்லாந்தில் இருப்பதுபோன்ற அமைப்பில் புராதான காற்றாலை ஒன்று இயங்காமலேயே சும்மா நின்றுகொண்டிருப்பது என் நெடுநாள் அதிசயம். அதைக்காட்டி “அங்கேதான் . . . அங்கேதான் நான் என் தம்பிகளோடு விளையாடுவேன், இங்கே விளையாடுவது என்றால் எமக்குக் குதூகலம் . . . இந்தக் காற்றாலைச் சுற்றிச் சுற்றி எத்தனை தரம் ஓடியிருப்போம் . .?”

மீண்டும் அவர் கண்கள் பொழிகின்றன. ஆண்டுகள் அறுபதைக் கடந்தும் இவ்வளவு விசும்பலையும், கண்ணீரையும் கொட்டவல்ல அந்த ரணத்தின் ஆழம் என்னவாக இருக்கும்?

ஏதாவது பேசிக்கொண்டு வந்தால் அவர் கவலை தணியும் போலிருந்ததால் “வெட்டவெளி ஒன்றிலேயே இருக்கவேண்டிய அந்தக் காற்றாலை எப்படி இவ்வளவு செறிவான மரங்களின் மத்தியில் அமைய நேர்ந்தது?” என்று கேட்டேன்.

“ம்ம்ம்ம் மரமாவது . . . காடாவது . . . இதெல்லாம் முன்பு ஒரே வெட்டவெளியாய்தான் இருக்கும். அப்போ இந்தக் காற்றாடி எம்மாம் வேகத்திலே சுற்றும் தெரியுமா . . .” என்றவர் மீண்டும் நினைவிடை தோய்ந்தார்.

யாழ்ப்பாணத்தில் இராணுவம் பாதுகாப்பு பிரதேசம் என்று பிடித்துவைத்திருக்கும் கட்டுவன், வயாவிளான், தெல்லிப்பழை, மயிலிட்டி, தையிட்டி, காங்கேசந்துறைப் பிரதேசத்தின் மேலாக ஒருமுறை எனக்குத் தாழப் பறக்க நேர்ந்தது. பார்த்தால் அங்கேயிருந்த வீடுகள் எல்லாம் சிதைவும் சிதிலமுமாயிருக்க அச்சிதிலங்களும் தெரியாதபடிக்கு அங்கங்கே காடுகள் உருவாகியிருந்தன. இந்தச் சீதளவலயத்தில் 60 ஆண்டுகளில் இங்கே காடு உருவாவது ஒன்றும் பெரிய அதிசயமில்லைத்தான்.

மூன்று நாலு கிலோமீட்டரைக் கடந்திருப்போம். ஒரு சிறியவீதி கிளைக்கும் ஒருமுக்கில் ஒரு *Apotheke* (மருந்தகம்) இருந்தது. அதை நோக்கிக் கையை நீட்டிக்காட்டி “அங்கே தான் . . . அங்கேதான் . . . அங்கேதான் . . . முன்னர் எங்கள் வீடு இருந்தது . . . அதுக்குப் பின்னால் பதுங்குகுழியும் இருந்தது . . .

விமானங்கள் வரும் சத்தம்கேட்டால் நாங்கள் அதுக்குள் ஓடி ஒழிஞ்சுகொள்வோம். போர் தீவிரமாகிக்கொண்டே போக நாங்கள் பெர்லினைவிட்டு *Baden-Baden*க்கு ஓடி விட்டோம். போர் ஓய்ந்து திரும்பிவந்து பார்த்தால் . . . இங்கே பூரா மண்மேடும் சாம்பலுந்தான் குவிஞ்சுகிடக்கு . . . சிறுவர் களாய் நாங்கள் தவழ்ந்து புரண்ட பூமி இது."

மீண்டும் கண்ணீர் பிரவகிக்கிறது. மௌனமாக வெளியே வெறித்துப்பார்த்தபடி வந்தார்.

*Zehlendorf* எல்லைக்குள் பிரவேசித்ததும் கேட்டேன்: "*Zehlendorf*இலே எந்த வீதியில உங்கள் வீடு இருக்கு அம்மணி?"

அவர் என்னையே திருப்பிக்கேட்டார்: "*Zehlendorf*இல் எந்த வீதிக்குப் போறோம்?. . ."

என் ஜெர்மனில்தான் கோளாறோ, இவருக்குப் புரிய வில்லையோ . . . மனதிலே வாக்கியத்தை இன்னொருமுறை ஒத்திகை பார்த்துக்கொண்டு இலக்கணச் சுத்தமாகக் கேட்டேன்:

"அம்மணி . . . நீங்க எந்த வீதியில எத்தனையாம் இலக்க வீட்டில் இருக்கிறீர்கள் என்பதைச் சொன்னால்தானே நாம் அங்கு போகலாம்?"

"என்னுடைய வீடு எங்கே இருக்கு . .?"

போச்சுடா. இன்றைக்குப் பிழைப்பு கோவிந்தா கோவிந்தாதான் . . .

அரைமணிக்கு மேலாக அநேகமாய் *Zehlendorf*இன் அனைத்து வீதிகளாலும் ஓட்டியிருப்பேன். திடீரென ஒரு கியோஸ்க்கைக் கடக்கும் போது சொன்னார்:

"இதோ நம்ம கியோஸ்க் இந்தக் கடையை எமக்குத் தெரியும் . . . இங்கதான் நான் பத்திரிகை, பால், சொக்கலேட் எல்லாம் வங்குவேன்."

அப்பாடா என்று இருந்தது. அதில் பொழுது போகாத இரண்டு குத்தியன்கள் பியர் போத்திலும் கையுமாய் நின்று கியோஸ்கார மாதுடன் அரட்டை அடித்துக்கொண்டு நின்றனர். இறங்கிப்போய் கிழவியைக் காட்டி பிரச்சினையைச் சொன்னேன்.

கிழவியைப் பார்த்தபின்னால் கியோஸ்க் மாது சொன்னார்:

“அவரைத் தெரியும் . . . *Teltowerdamm* வீதி *Mahlower Strasse*ஐச் சந்திக்கும் மூலையில ஆமிப் பச்சையில கூரை வேய்ந்த ஒரு பழைய வில்லா இருக்கு. அங்கே விசாரிச்சுப் பாருங்கள், அவர் அங்கேதான் இருந்தார்.”

அந்த வீட்டண்மையில் போனதும் கிழவி வண்டியால் இறங்கிறமாதிரி இல்லை. தப்பான விலாசமோ . . . எதற்கும் அந்த வில்லாவின் *Hauswart*ஐயும் ஒரு வார்த்தை கேட்பதுதான் நல்லது. அவர் வீட்டு அழைப்பானை அழுத்தினேன். வயசான *Hauswart*க்கு உடலின் அனைத்து மூட்டுகளிலும் பிடிப்புகள் போலும் பலவகையான முனகல்களோடும் அவர் மெல்லப் படியிறங்கிவரும்வரை காத்திருந்து கேட்டேன்.

“ஐந்து வருஷத்திற்கு முன்னே இந்த *‘Oma’* இங்கேதான் இருந்தார் . . . பிறகுதான் *Seniorenheim* (முதியவர் பராமரிப்பு இல்லம்)க்குப் போயிட்டுதே.”

*Zehlendorf Seniorenheim*க்கு ஓட்டினேன்.

அங்கேயும் உதட்டையே பிதுக்கினார்கள். *‘Oma’*வின் அறிமுக அட்டையைவாங்கி அதிலிருந்த பெயரை கணினியில் கொடுத்துப் பார்த்தபோது ஒரு விபரமும் அறியமுடியவில்லை.

பின் அவர்களே காவல்துறையைத் தொடர்புகொண்டு விசாரித்தனர். காவல்துறை அவர்கள் பதிவுகளிலிருந்து கிழவியின் தற்போதைய சரியான விலாசம் *“Neukoelln Seniorenheim”* என்றது. எம் நடுவத்திடம் தொடர்புகொண்டு அதன் தொலைபேசி இலக்கத்தைப் பெற்றுக்கொண்டு அங்கே பேசி அவரது வதிவை உறுதி செய்துகொண்டேன். மீண்டும் புறப்பட்ட இலக்குக்கே போயாகவேண்டும், போனோம்.

அதற்குள் பணி முடிவடைந்து வீடு திரும்புவோரின் வாகன நெரிசல் தொடங்கிவிட்டிருந்தது. அதற்குள் அகப் பட்டதில் பயணம் அரைமணி நேரத்திற்கு மேல் எடுத்தது. விலாசத்தை அடையவும் கிழவி ‘இனி எனக்குத் தெரியும்’ என்பதுபோல் இறங்கி கம்பீரமாக ஹைம் உள்ளே நடந்தார். அங்கே *Heimleiter* (பொறுப்பாளர்) இடம் நடந்த கூத்தை விபரித்தபோது சுவாரஸியமாகக் கேட்டார்கள். ஆனால் முழுவதையும் நம்பிவிடவில்லையென்பது பின் அவர்கள் *Zehlendorf Seniorenheim*க்கும் போன் பண்ணி உறுதிசெய்ததில் விளங்கியது. பின்னாலும் பல பத்திரங்களில் கைவலிக்கு மளவுக்கு கையெழுத்துக்கள் வாங்கிக்கொண்டே பணம் தந்தார்கள்.

“என் அன்பான இளைய சகோதரனே என் நெஞ்சின் அடியாளத்திலிருந்து உமக்கு நன்றி சொல்கின்றேன்” என்ற கிழவி எனக்கு இனாம் ஏதும் தருவதற்கு தன் பர்ஸைத் திறந்து பார்த்து அதனுள் சில்லறைகள் இல்லாதிருப்பதைக் கண்டு “என்னை இன்று நீர் மன்னிக்கவேண்டும். தவறிப் போன இந்தச் செம்மறியை மீண்டும் அதன் பட்டியில் கொணர்ந்து சேர்த்தீர். உமது உதவிக்கு எந்தப் பிரோதிப காரமும் செய்ய முடியாதவாறு இன்று நான் ஏழையாக உள்ளேன், ஒரு தேவாலயத்தின் எலியைப்போல” என்று துக்கப்பட்டார். அச்சம்பவம் நடைபெற்று ஆண்டுகள் பலவாகியும் அவரது உவமானம் இப்போதும் எனக்கு நினைவுகளில் வரும்.

# உனக்கு ஜெர்மன் டாக்ஸிவரும் . . .

ஒரு ஜெர்மன்காரர் தனது வெளிநாட்டு நண்பர் ஒருவருடன் அவருக்கு பேர்லின் நகரைச் சுற்றிக்காட்டும் நோக்கத்துடன் வண்டி ஏறினார். அவருடைய நண்பர் இழுத்து மென்று பேசிய மொழியும் ஜெர்மன்தான் என்று தெளிய எனக்கு வெகுநேரமாகியது. ஆனாலும் அவர்கள் பேசிக் கொண்டதிலிருந்து அந்த ஜெர்மன்காரர் கல்வித் துறை போந்த ஒருவராக இருப்பார் போலிருந்தது. ஆனால் தன் தாய்நாட்டின் சரித்திரத்தை மேம் போக்காகத்தான் தெரிந்துவைத்திருப்பார் போலும். காட்டிய இடங்களுக்கெல்லாம் தப்பும் தவறுமான விளக்கங்களையே வழங்கிக்கொண்டுவநதார். அவற்றுக்கு யாதொரு மறுப்போ எதிர்ப்போ இன்றி நண்பரும் எல்லாவற்றையும் ஆமோதித்துக்கொண்டு வந்தார்.

ஜெர்மனியின் முடியரசுகளின் அந்திம காலத்தில் அதன் பிரபல சக்கரவர்த்தி *Kaiser Friedrich* கட்டுவித்த இசைவளாகமொன்றை *Bismarck* கட்டுவித்தது என்றும், அண்மையில் புதுப்பிக்கப்பட்டிருந்த யூதர்களின் புராதன *Synogogue* (வழிபாட்டுத்தலம்) ஒன்றை இரண்டாம் உலக யுத்தத்துக்குப் பின்னால் கட்டப்பட்ட தென்றும், *Hedwig* கத்தோலிக்க தேவாலயத்தை மார்ட்டின் லூதரது என்றும் சொல்லிக்கொண்டே வந்தார். சில சுற்றுலாப்பயணிகள் சில புராதன கட்டிடங்கள் அல்லது வளாகங்கள்மீது அளவுக்கு

அதிகமாக ஈர்க்கப்பட்டு அவைபற்றி மேன்மேலும் குடைவார்கள். அப்போது நானும் அவை நிர்மாணிக்கப்பட்ட ஆண்டு போன்ற விபரங்களைக் குறிப்புகளை சமயத்துக்கேற்றவாறு என் தலையிலிருந்தும் எடுத்துவிடுவதுண்டு. நாகேஷ் ஒரு படத்தில் வழிகாட்டியாக வந்து மகாபலிபுரத்தில் வைத்து பல்லவர் காலத்தையும் – நாயக்கர் காலத்தையும் ஒன்றாகப் போட்டுச் சொதப்பி சுற்றுலாப்பயணியிடம் மாட்டி முழிக்குமே அந்த அளவுக்கெல்லாம் இருக்காது.

இவர் *Wilhelm* சாலையில் அமைந்துள்ள நிதி அமைச்சகத்தைக் காட்டி இதுதான் எமது 'காலாசார அமைச்சு' என்றபோது என்னால் மேலும் பொறுக்கமுடியவில்லை.

"மெத்தச் சரிதான் ... அது கொலைக் கலாச்சாரத்தின் தலைமையகம்" என்றேன். இருவரும் ஆச்சரியத்துடன் என்னை நோக்கினர். அடோல்ஃப் ஹிட்லரின் ஆட்சிக்காலத்தில் நாஜிகளின் *GESTAPO* எனப்படும் உளவுத்துறையின் தலைமைச் செயலகமாக விளங்கிய அக்கட்டிடத்தையும் அதன் அருகிலுள்ள ஏனைய சிதைந்துபோன கட்டிடங்கள் உட்பட அந்த வளாகம் முழுவதுமே அத்தனை இலட்சம் ஜூதர்கள் கொல்லப்பட ஆணைகள் வழங்கப்பட்ட இடமுமாக விளங்கிய தாகையால் அவ்விடம் *'Topographie des Terror'* என அடையாளப் படுத்தப்பட்டிருப்பதையும் காட்டினேன்.

நாஜி உளவுப்படையின் தலைமையகம் – GESTAPO / ஜெர்மனியின் தற்போதைய நிதியமை

“போரின் குண்டு வீச்சுக்களிலிருந்து தப்பியிருக்கும் அந்த வளாகத்தின் பகுதியானது மீண்டும் ஆயுதம் தாங்கிய படைகளின் எந்தப் பிரிவாலும் பாவிக்கப்படாமல் இப்போது ஜெர்மனியின் மத்திய நிதித்துறை அதனுள் இயங்குவது நல்லதுதான்” என்றேன். என் தலையீட்டினால் உள்ளூர எரிச்சலடைந்தவர் ஒரு ஃபெனிக் இனாம் கூட வெட்டாமலே இறங்கிப்போனதும் பரவாயில்லை, என்னைப் பார்த்த பார்வையின் தகிப்பு இருக்கே தாங்க முடியாமல் போனது அதுதான் !

அதன் பிறகு எவராவது கிழக்குத் திசையை மேற்கென்றாலோ தெற்மேற்கு மூலையென்றாலோ நான் வாயைத் திறப்பதில்லை. நான் உண்டு என் திருகணை உண்டென்று இருந்துவிடுவேன்.

ஜெர்மனில் *Platz* என்றால் *Place* அல்லது *Square* என்று பொருள்கொள்ளலாம். இனி நான் *Hermann Platz, Aleaxander Platz, Nollendorf Platz, Insbrucker Platz, Leipziger Platz, Rosa - Luemburg Platz, Wittenberg Platz, Mexiko Platz* என்று குறிப்படப்போகும் இச்சதுக்கங்களில் சுரங்க, டிராம் அல்லது வேகத்தொடருந்து நிலையங்களும், *Shopping Molls* எனப்படும் பல்பொருள் அங்காடிகளும், காஸினோக்களும், பால்வினைக்கூடங்களும் அமைந்துள்ளதால் எப்போதும் ஜனநடமாட்டம் அதிகமாக இருக்கும். எமக்கும் தொழில் இருக்கும்.

○

கிழக்கு பெர்லினில் நகர்வலம் வந்துகொண்டிருந்த ஒரு விடிகாலையில் அலெக்ஷான்டர் பிளாட்ஸ் சதுக்கத்தில் ஒருவர் ஏறினார். அவர் பேசுகையில் அவரிலிருந்து மெல்லிய விஸ்க்கி நெடி வந்துகொண்டிருந்தாலும் ஏறியவர் நடு வயதுகளில் இருந்ததால் அவர் தரவல்ல அலுப்பு அத்துமீறினால் குறைந்த பக்ஷம் அவரை வண்டிக்கு வெளியே இழுத்தெறிந்துவிடலாம் என்ற துணிச்சலில் ஏற்றிக்கொண்டுவிட்டேன்.

ஏறியவுடன் “நேராகப் போ” என்றொரு ஆணை பிறப்பித்தார். அப்படியே செலுத்தலானேன். பின் ஒவ்வொரு வீதிச்சந்தியிலும் வீதியின் பெயர்ப்பலகைகளைப் பூஞ்சிப் பூஞ்சிப் பார்த்துவிட்டு “இடப்பக்கம் திருப்பு, வலதுபக்கம் திருப்பு” என்று சொல்லிக்கொண்டே வந்தார். அவர் ஆணைப்படி செலுத்திக்கொண்டே வந்தால் புறப்பட்ட இடத்திலிருந்து ஏறத்தாழப் பெரியதொரு முக்கால் பிறைவட்டம் அடித்தானதுந்தான் பிரான் திக்குத்திசை தெரியாமல் சும்மாதானும்

சுழற்றுகிறார் என்பது புரிந்தது. ஞாயிறாதலால் வீதியில் அவ்வளவாக வாகனங்களும் இல்லை. வண்டியை ஓரங் கட்டிவிட்டு கறாரான தொனியில் "இடமும் வலமும் திருப்பிய விளையாட்டுப் போதும், தோழருக்கு எங்கே போகவேண்டும் என்பதைச் சரியாகச் சொன்னாலே மேற்கொண்டு செலுத்த முடியும்" என்றேன்.

"அதொரு கிண்டில் பியர் விளம்பரம் எழுதப்பட்ட றெஸ்டோரன்ட்."

"அப்படி கிண்டில் பியர் விளம்பரம் எழுதிய றெஸ்டோ ரன்ட் ஆயிரம் இருக்கு."

"வேறேதாவது றெஸ்டோரண்டாகப் பார்த்துப்போவது."

அப்போதான் மெல்ல விஷயத்துக்கு வந்து தான் அங்கே போகவேண்டியதன் அவசியத்தைச் சொன்னார். மியூனிக் இலிருந்து ஏதோ சொந்த அலுவலாக பெர்லின் வந்தவர் அந்த மதுவகத்தில் இரவு பூராக இருந்து குடித்ததில் கையி லிருந்த உரொக்கம் தீர்ந்துபோக அங்கே தனது *Rucksack*ஐப் பொறுப்பாகக் கொடுத்துவிட்டு கடனட்டையிலிருந்து வங்கியின் தானியங்கியில் பணம் எடுத்துக்கொண்டுவர வெளியே வந்திருக் கிறார். வந்தவர் அருகிருந்த வங்கித் தானியங்கியில் பணத்தைச் சரியாக எடுத்துக்கொண்டுவிட்டார். ஆனால் பெம்மானுக்கு மீண்டும் அந்த மதுவகத்தைக் குறிப்புப் பிடித்துத் திரும்ப முடியவில்லை.

"அங்கே வைத்த என் *Rucksack*இனுள் முக்கியமான பத்திரங்கள் இருக்கு. அந்த றெஸ்டோரன்டை மட்டும் கண்டு பிடித்தாயானால் உனக்கு 50 மார்க் சன்மானம்" என்றும் அறிவித்தார்.

"தோழர் நன்கு நிதானமாக யோசித்துப்பாருங்கள். அந்த வங்கியின் தானியங்கிக்கோ, றெஸ்டோரன்டுக்கோ அருகில் ஒரு எரிபொருள் நிரப்பு நிலையம், ஒரு கொம்பனியின் பெயர்ப்பலகை, ஒருபாலம், ஒரு கால்வாய், அல்லது ஞாபகம் வைத்திருக்கக் கூடியமாதிரி பிறிதொரு கட்டிடம் இப்படி ஏதாவது இருந்ததா?"

மூக்கைக் கழுதைபோல் பல தினுசுகளில் விடைத்தார். பின் விசிலடிப்பதைப்போல உதடுகளைக் குவித்து, நெற்றியைச் சுருக்கிக்கொண்டு கொஞ்சநேரம் இருந்தார், யோசிக்கிறாராம்.

திடுப்பென ஒருகால் முகம் விகசித்தது.

“அங்கே ஒரு கார்ணிவெல் கிரவுண்டும், ராக்ஷத ராட்டினமும் இருந்தன.”

‘அட பன்னாடை ... அங்கிருந்துதானே வண்டி ஏறினாய்’

அவராக அடித்த முக்கால் பிறைவட்டத்தை நான் பூரணச் சந்திரனாக்கவும் ராக்ஷத ராட்டினம் இருந்த இடத்துக்கே வந்தது வண்டி. அங்கே அவ்வீதியில் பெம்மான் நின்றவிடத்தில் வீதிக்கு எதிர்ப்பக்கத்தில் ஜெகஜோதியாக ... கிண்டில்பியர் விளம்பரப் பலகையுடன் சிரித்துகொண்டிருக்கிறது அவரது மதுவகம். அவர் உள்ளே விட்டுக்கொண்ட திராவகங்கள் பிரானைத் தலையை நிமிர்த்திப் பார்க்கவிடாமல் வம்பு பண்ணியிருக்கு.

நன்றிப் பெருக்கால் நவுந்துபோன தோழர் தன் வாக்கைக் காப்பாற்ற 50 மார்க் தாளை எடுத்து விசுக்கினார். ஒருவனின் பலவீனத்தில் விளைவதா நம் வெற்றி? அவரது சவாரிக்கான கூலியை மட்டும் பெற்றேன்.

என்னதான் நிறைபோதை ஏற்றிக்கொண்டிருந்தாலும் கொப்பிழக்காமல் வெகுநிதானமாக பாயத்தெரிந்த போற்று தலுக்குரிய கனவான்களும் இல்லாமலில்லை.

○

இவரை இறக்கிவிட்ட பின்னால் மிகத் தாமதாகத் தன் பணியை முடித்துவிட்டு வீட்டுக்குச் செல்பவன்போலத் தோன்றிய ஒரு கறுப்பு இளைஞன் ஏறினான். *Will Smith* ஸ்டைலில் அடர்த்தியாகச் சுருண்டிருந்த மயிரை நடு மண்டையில் செங்கல்லுச்சூளை மாதிரி உயரமாக வளர்த்தும், கன்ன மண்டையைச் சுற்றியும் பிடரியிலும் மயிரை அரித்து வெட்டியுமிருந்தான். வார்த்தைகளை அளந்து அளந்தே பேசினான். இருபது வயதுக்குள்ளாகவே இருக்கும் போல் தோன்றவே “இன்னும் படிக்கிறாயா?” என்று கேட்டேன். “இப்போதுதான் முடித்துவிட்டு ஒரு சீடி றோம்கள் தயாரிக்கும் கொம்பனியில் வேலை செய்கிறேன்” என்றான்.

“என்ன படித்தாய்?”

“மியூஸிக்தான்.”

“அதுதான் சீடி றோம் கொம்பனியில் சேர்ந்தாயா.”

“நான் போடும் இசையையும் எதிர்காலத்தில் சீடி றோமில் கொண்டுவரும் எண்ணம் இருக்கிறது, அதனால்தான் அதில் சேர்ந்தேன்.”

“நல்லது. நல்ல எண்ணம் . . . வாழ்த்துக்கள். என்ன வகையா இசைபோட உத்தேசம்.”

“வாழ்த்துக்கு நன்றி. எனது இசை என்ன இசையாகக் கொள்ளப்படுமென்று எனக்கு இப்போது சொல்ல முடிய வில்லை.”

பேசிக்கொண்டு வந்தவனின் கண்களை அவதானிக் கின்றேன். ஏதோ ஒன்று ‘இவன் ஆபிரிக்கன் இல்லை’ என்றது.

“நீ தமிழனா?” என்றேன்.

திடுக்கிட்டு “ஏஏஏஏ . . . எப்படித் தெரியும்?” என்றான்.

“எப்படியோ தெரியுதுமேன்.”

“என்னை ஆபிரிக்கன் என்றுதான் எல்லாரையும் நம்ப வைத்துக்கொண்டிருக்கிறேன் . . . நீங்கள் பலே கில்லாடியாக இருக்கிறீர்களே . . .”

பின் தமிழில் கேட்டேன்.

“சரி பெர்லினில் நீர் யாருடைய மகன்?”

“நான் இங்கு நான்கு வயதில் வந்தேன் . . . நான் சொன் னாலும் உங்களுக்குத் தெரியாது.”

“பெர்லினில் உன் வயதொத்த புதியவர்களை எனக்குத் தெரியாது போகலாம். ஆனால் பழையவர்களை நிச்சயம் எனக்குத் தெரியாமல் இருக்காது . . . சும்மா சொல்லு.”

“அப்பாவின் பெயர் அருந்தவம்.”

“ஓகே . . . அவர் சொந்த ஊர் ஊர்காவற்துறை. ஆனையிறவு உப்பளத்தில் பணிபுரிந்தவர். 1980இல் பெர்லினுக்கு வந்தார். இரண்டு வருடங்கள் கழித்து நீங்கள் அம்மாவுடன் வந்து சேர்ந்தீர்கள் . . . சரிதானே.”

“என்ன அப்பாவைத் தெரியுமா உங்களுக்கு.”

“1980 அப்பாவும் நானும் ஒரே ஹைமில் ஒரு வருடத்துக்கு மேலாகத் தங்கியிருந்தோம்”

“ஏன் தம்பி தமிழன் என்ற உன்னுடைய அடையாளத்தை மறைக்கிறீர்.”

“எனக்குத் தமிழையும் தமிழரையும் பிடிக்காது.”

“என்ன அப்பிடிச் சொல்லிவிட்டீர் . . . உலகச் செம்மொழி களில் ஒன்றல்லவா எம் தீந்தமிழ், சரி அது எப்படிப் பிடிக்காமல் போச்சென்று சொல்லும்.”

"இரண்டு வருடங்களுக்கு முன்னே ஒரு தமிழர்களுடைய விழாவில் பாடிய இசைக்குழுவில் நானும் கஷ்டப்பட்டுக் கொம்போஸ் பண்ணிய ஒரு பாட்டைப் பாடினேன். சனம் 'ஐயோ ... காதுக்க அவ்வா செய்யுது (வலிக்குது) ... கீழே இறங்கு இறங்கு' என்று கத்திக் கூச்சல்போட்டு இறக்கிப் போட்டுது."

"அப்படிக் கூச்சல்போட்ட பேர்வழிகளுக்கு வேறொரு இசையை இரசிக்கத் தெரியாமல் போயிருக்கலாம். தமிழர்கள் பெரும் இசைப் பாரம்பரியத்தின் சொந்தக்காரர்கள் மகனே."

தமிழிசை பற்றியும் அதன் பழைமை பற்றியும் எனக்குத் தெரிந்ததைச் சொன்னேன். எதையும் அவன் புரிந்ததுபோலவோ ஏற்றுக்கொண்டமாதிரியோ தெரியவில்லை.

"*Scheisse* தமிழரும் அவங்க இரசனையும்" என்றுசொல்லிக் கொண்டு இறங்கிப்போனான்.

○

அதிகமான பயணிகளுக்கு சீருந்துச்சாரதிகள் மீது எப்போதும் சந்தேகம். எங்கே சாரதி தன்னைச்சுற்றிவிடு வானோ என்று தீராத பயம். போகவேண்டிய இலக்கைச் சொல்லிவிட்டு "உதில பக்கத்திலதான்" என்றொரு ஒட்டையும் சேர்ப்பார்கள், எரிச்சலாயிருக்கும். சிலர் நகர வரைபடத்தை எடுத்துவைத்து செல்லவேண்டிய தூரத்தையும் பருமட்டாகக் கணித்துக்கொண்டு வருவார்கள். சிலர் இன்னும் மேலேபோய் கணினியில் சீருந்துக்கான கிரயம் என்ன என்பதையும் அறிந்து கொண்டே வருவார்கள். ஒரு பயணி பெர்லின்வாசியா இல்லை வருகை தந்தவரா என்பதை இரண்டொரு கதைகளிலேயே கண்டுபிடித்துவிடுவோம். ஆனாலும் சிலர் எம்மிடமே 'புருடா' விடுவார்கள். "நான் முந்தி இங்கே பத்து வருஷங்கள் இருந்தனான், எல்லா இடங்களும் அத்துபடி". பின் சிறிது நேரம் கழித்து முன்னர் சொன்னதை மறந்துபோய் "*HermannPlatz*இலிருந்து *Alexanderplatz* ரொம்பத் தூரமோ" என்பார்கள் அப்பாவியாக. ஒரு பயணி தன்னை மெக்ஸிக்கோவில் ஒரு சீருந்துக்காரன் அருகிலிருந்த ஒரு இடத்துக்கு எப்படி ஐயன்னா, ஓவன்னாச் சுத்தெல்லாம் சுற்றிக்கொண்டுபோய்ச் சேர்த்தான் என்பதைத் தமாஷாகச் சொல்லிகொண்டு வந்தார். என் பணியில் மனது அறிய எந்தவொரு சவாரியையும் சுற்றியது கிடையாது. ஆனால் சிலர் ஏறும்போதே "சுருக்கமான வழியில் அன்டன் பிளாட்ஸ்" என்னும்போது "சந்தேகமென்றால் நீர் வேறு வண்டியைப் பார்க்கலாம்" என்பேன். கப்சிப்பாகிவிடுவார்கள். சிலர் கொஞ்சம் வினயத்துடன் "சுருக்கமான வழியில் கொண்டுபோய் விடப்பா"

என்றாலும் எரிச்சல் வரத்தான் செய்யும். "அப்போ நீரே சுருக்கமான வழியையைக் காட்டுறீரா ..." "சச்சச்சச்சாய் சும்மா ஒரு பேச்சுக்குச் சொன்னேன்" என்று சடைவார்கள். "இப்போ நான் பயணி, நீர் சாரதி என்று வைப்போம்... அப்போ என்னைச் சுற்றுப்பாதையிலா கொண்டுபோவீர்?" பிறகு ஒரு கதையும் வராது.

சில பயணிகள் எம் கறுப்புத் தோலைக் கண்டவுடன் இவன் தலை வெறுங்கோதாகத்தான் இருக்குமென்று முடிவுக்கு வந்து சவாரியின் பாதையை தாமே சொல்ல ஆரம்பித்து விடுவார்கள். எரிச்சல் எரிச்சலாய் வரும். அனேகமானோர் காட்டுவது சுற்றுவழியாகத்தான் இருக்கும்.

"அடுத்த சிக்னலிலே வலப்பக்கம் திரும்பி நேரே போக வேண்டும்" என்று தொணதொணக்கையில் இரத்த அழுத்தம் ஏறி ஏறி இறங்கும். எம்மால் ஒன்றும் செய்ய முடியாது."

"இனி ... மெல்ல முதல் டிறாக்குக்கு வாரும், வாற மூன்றாவது சிக்னலில் இடதுபக்கம் திரும்ப வேண்டும்."

"உங்கள் இலக்கைச் சொல்லிவிட்டீர்கள் தானே. இனி எங்கே திரும்ப வேண்டும், எப்படி ஓட்டவேண்டும் என்பது எல்லாம் எனக்குத் தெரியாமல் இருக்குமா, நீங்கள் கொஞ்சம் சும்மா இருந்தாலே போதும்."

இரண்டு நிமிஷம் தொந்தரவில்லாமல் கழியும். பின்னர் ஆரம்பித்துவிடுவார்கள்.

"ஷெல் பெற்றோல் நிலையம் கழிய இடது பக்கம் திருப்ப வேணும் என்ன."

"அட ராமா."

"கம்முன்னு கிடக்கமாட்டியா?" என்று கேட்க நேரமாகாது தான். ஆனால் பயணியைப் பகைத்துக்கொண்டால் எம் இனாம்தான் சேதாரமாகும். வேண்டியது எல்லாம் இன்னும் இன்னும் இன்னும் பொறுமை.

சில வேளைகளில் பயணிக்கு மிகவும் பரிச்சயமானதும் எமக்குப் பரிச்சயம் இல்லாததுமான ஒரு முடுக்குச் செல்ல நேர்ந்து எமக்கு அங்கே பாதை சரியாகத் தெரியாமல் திணறட்டும் ... அப்போதெல்லாம் லேசில் பாதையை சொல்லிவிட மாட்டார்கள். மிகவும் 'பிரியம்' *(Fussing)* காட்டு வார்கள், அல்லது எமக்கு இரண்டாவது சோதனை வைத்து அதிலும் நாங்கள் தேறுகிறோமோ என்பதைப் பரிசீலிப்பார்கள்.

போதையில் மின் கம்பத்தைப் பிடித்துக்கொண்டோ, நிறுத்தப்பட்டிருக்கும் வாகனத்தில் ஊன்றிக்கொண்டோ சாய்ந்து கொண்டோ நின்று சீருந்தை மறிக்கும் பிரகிருதிகளுக்கு லேசில் எந்த சீருந்துக்காரரும் நிறுத்தமாட்டார்கள்.

○

இளநொங்குச் சுளைகளைப் பூவாகத் துருவி விசிறிக் கொண்டிருந்ததைப்போல் பனியும் மழையும் கலந்து தூவிக் கொண்டிருந்த ஒரு முன்னிரவில் சிற்றருவி ஒன்றின் மீதான பாலம் ஒன்றையடுத்து வாகனம் நிறுத்துதல் கணடிப்பாகத் தடுக்கப்பட்டிருந்த ஒரு முடுக்கில் நின்றுகொண்டு ஒரு கிழவன் என் வண்டியை மறித்தான். குளிரையும் அந்த மோசமான காலநிலையையும் கருதி என் ஆடியில் பின்னால் போக்கு வரத்துக் காவல் துறை வண்டி எதுவும் வரவில்லை என்பதை உறுதிபண்ணிக்கொண்டு வண்டியை நிறுத்தினேன். கிழவனோடு சேர்ந்து சன்னமான வொட்கா வாடையும் ஏறிக்கொண்டது. தன் உள்ளங்கைகள் இரண்டையும் தேய்த்துச் சூடு பண்ணியபடி "ஆகா உள்ளே என்ன கதகதப்பு" என்றுவிட்டு என்னைப்பார்த்தான்.

"ஓ . . ."

'பிடிக்கவில்லை' என்றன அவன் பார்வையும் அந்த 'ஓ'வும்.

எனக்குக் கடமை. "குட்டன் ஆபென்ட்" என்றேன். அது காதில் விழாததுபோல் "ஓ . . . ஜேர்மன் டாக்ஸி இல்லை" என்றான் சகித்துக்கொண்டு.

"தலைவருக்கு எங்கே போகவேண்டும்" என்றேன்.

"*Feldzeugmeisterweg* (அத்தனையும் ஒரு வீதியின் பெயர்தான்)."

அது தென் பெர்லின் எல்லையிலுள்ள ஒரு கையொழுங்கை. எனக்குத் தெரிந்திருக்கவில்லை. அவ்வொழுங்கை கிளைக்கும் பிரதான வீதியின் பெயரையும் கிழவன் சேர்த்துச் சொல்லி யிருக்கலாம். குசும்பு பண்ணினான். அன்று எனக்குக் கிடைத்த சீருந்தில் *Autonavigation* சிஸ்டம் வேறு பொருத்தியிருக்க வில்லை. நகர வரைபடத்தில்தான் தேடிப் பார்க்க வேண்டும்.

"*Feldzeugmeisterweg* தோராயமாக எங்கின இருக்குங்கோ?"

"வேறெங்க . . . நேற்றிருந்த இடத்திலதான்." மீண்டும் இடக்குப் பண்ணினான்.

"இறங்குமேன் உடனே கீழே ... ஜேர்மன் டாக்ஸி வரும் பார்த்து ஏறிக்கோ ... சௌகரியமாயிருக்கும்."

*"Scheisse Auslander"* (வசவு) இறங்கிநின்று நடுவிரலை செங்குத்தாக நிறுத்திப்பிடித்துக் குலுக்கிக்காட்டினான். விரல் களுக்கெல்லாம் அசுத்தமும் கந்தமும் கூடியது நடுவிரலே என்பது இவர்களின் துணிபு. இருக்கட்டுமே ... எதனாலென்ற விசாரங்கள் நமக்கு எதற்கு?

○

நமக்குக் கொஞ்சம் ஹீசனோபீலியா பிரச்சினை உண்டு, இதனோடு ஆஸ்துமா வந்து மோகிக்கும் நேரங்களில் ஆனந்தம் தாங்காத நாசி அப்பப்போ கொஞ்சம் விசிலடிக்கும். நானும் ஏமாந்து வீதியால் போகிற துரைதான் சீருந்துக்காக சீழ்க்கை ஒலிக்கிறாரென்று வண்டியை ஓரமாக நிறுத்திவிட்டு காத் திருந்தால் ஏதுமறியாத துரையோ தன் மோனம் குலையாது நாடியில் பியானோ வாசித்தபடி வானத்து நட்சத்திரங்களைப் பார்த்து அவற்றுக்குப் பெயர்கள் வைத்துக்கொண்டு நிற்பார்.

அதிகாலை வேளைகளில் ஆர்ப்பரிக்கும் குருவிகளில் சிலவும் விசிலடித்து இப்படி ஏமாற்றும். வீதியில் ஒரு பெரிய வாகனமும் சிறியவாகனமும் முன்பின்னாக நிறுத்தப்பட் டிருந்தால் இரண்டுக்கும் இடையில்விழும் நிழல் ஒருவர் நின்று வண்டியை மறிப்பதான தோற்றத்தைத்தரும்.

இரவு வேளைகளில் யாரும் முதுகில் கித்தாரையோ, செல்லோவையோ போட்டுக்கொண்டு வீதியோரத்தில் நின் றாலும் தோளுக்கு மேலால் உயர்ந்து நிற்கக்கூடிய அதன் வாலானது அந்தநபர் கையையுயர்த்தி சீருந்தை மறிப்பதான பிரமையைத் தரும். ஒருமுறை நானும் ஏமாந்து வீதியில் அவ்வாறு கிட்டாருடன் நின்றவரிடம் வண்டியை நிறுத்தவும் அவரும் அருகில் வந்து பவ்வியமாக "ஆட்சேபனையில்லையென்றால் நான் உங்களையொன்று கேட்கலாமா?" என்றார். ஏதாவது இடத்துக்குப் போவதற்கான கட்டணம் விசாரிக்கப்போகிறா ராக்கும் என்று "என்ன விஷயம்?" என்றேன். அவர் " பெர்லினில் மொத்தம் எத்தனை சீருந்துகள் சேவையிலுள்ளன ... என்ன வொரு பத்தாயிரம் இருக்குமா?" என்றார். என்னைப் பீர்பால் ஓடிவந்து உசுப்பினார். நானாட்டான் மந்திரியொன்று *String Theory* பற்றி யோசித்தாற்போல் உதடுகளைக் குவித்து, கருவிழி களை மேலே சொருகி, மூஞ்சியை ஒரு தீவிர பாவனையில் மணித்துளிகள் வைத்திருந்துவிட்டு "இல்லையே 9999தானே

இருக்கு . . .” என்றேன். வண்டியை மறித்து “மன்னிக்கவும் . . . எனக்குச் சவாரி வேண்டாம் கொஞ்சம் நெருப்பு அல்லது ஒரு சிகரெட் தரமுடியுமா” என்று கேட்பவர்களும் இருக்கிறார்கள்.

சிலர் “*Tegel* விமான நிலையத்துக்குபோக என்ன கட்டணம் வரும்?” என்பார்கள். வருகிறது ஒரு சவாரி என்கிற நினைப்பில் “என்னா ஒரு 20இல் இருந்து 25 இயூரோக்குள் வரலாம் . . .” என்றால் “சுமாரான டிறாஃபிக் உள்ள நேரத்தில் எவ்வளவு நேரம் பிடிக்கும்?” அதுக்குமொரு பதிலைச் சொன்னால் “நன்றி. எனக்கு அடுத்த வியாழக்கிழமைதான் விமானம், எதுக்கும் தெரிஞ்சு வைச்சிருக்கலாம் என்று கேட்டேன் என்பார்கள்.” நடுமண்டையில் போட்டால் என்னவென்றிருக்கும்.

அப்பனுக்கு ஒரு விடலை வயசிருக்கும்போது அவனை விடவும் இளையபையன்கள் யாழ்ப்பாணத்திலிருந்து பெரிய ஐஸ்பழப்பெட்டியை (*Popsicles*) மிதியுந்துகளில் வைத்துக் கட்டிக் கொண்டு எமது கிராமங்களுக்கு உச்சிவெய்யில் நேரத்தில் வியர்த்துக்களைக்க மிதித்துக்கொண்டு வருவார்கள். இவன் தெருவில் நின்றுகொண்டு ஒரு நூறுமீட்டராவது கடந்துபோக விட்டுவிட்டு அவர்களைக் கையைத் தட்டிக் கூப்பிடுவான்.

“தம்பி ஐஸ்பழம் விக்கிறதோ?”

“ஆமாங்க . . .”

“சரி, இல்லை சும்மா அறியுறதுக்காகக் கேட்டனான், நீ போ . . .” என்பான்.

○

இன்னொருமுறை வண்டியை எடுத்துப் பணியை ஆரம்பித்து இரண்டு கி.மீட்டர்கள்கூடப் போயிருக்கமாட்டேன். நாலு சங்கிலியும் மாணிக்கவிநாயகம் பாணியில் அனைத்து விரல்களுக்கும் கற்கள் பதித்த மோதிரங்களும் கொழுவி, கழுத்துப்பட்டியின் கௌவியைக்கூடத் தங்கத்தில் சூடியிருந்த ஒரு தங்கக் கோமகன் வண்டியை நிறுத்திவிட்டு லேசான திக்குவாயோடு “*Ha... Ha... Ha... Hamburg*” என்றார். என்ன அத்தனை பெரிய சவாரியா . . . (350 மார்க்குகள் தேறும்). புலர்காலைப்பொழுதில் அம்மாம்பெரிய அதிஷ்டத்தைப் பொழிந்த அகிலாண்டேஸ்வரியை வியந்து நெக்குருகையில் அவர் விநயமாக “*Hamburg*க்கு பஸ்ஸில் போவதா ரயிலில் போவதா சிக்கனமாயிருக்கும்” என்றார்.

○

ஒரு பகல் பணியின்போது ஒருமுறை முகில்களே சிதிறிப் போகும்படியான ஒரு சுருதியில் காட்டமான ஒரு விசில் வந்தது. விசில் வந்த திசையை நோக்கின் அவ்வாறானதொரு ஸ்ருதியை எழுப்ப வல்ல தாட்டியான பரிமாணங்களுடன் கூடிய ஒரு குண்டுப் பெண்மணி இரண்டு கைகளிலும் ஏராளம் ஷொப்பிங் பைகளுடன் நின்றுகொண்டிருந்தார். அருகில் போய் நான் வேகத்தைக் குறைக்கவும் ஷோபனா லெவெலுக்கு நயனங்களால் 'வண்டி வேணும்' என்பதாக அபிநயித்தார். நிறுத்தினேன்.

"ஜங் மேன், முன் சீட்டில் உன் பக்கமாக அமர்வதில் ஆட்சேபனை இல்லையே..?" என்றார் விநயமாக.

"சௌகர்யமாக அமர்ந்துகொள்ளுங்கள் அம்மணி..." என்றேன் அதே விநயத்துடன்.

தானே பின்கதவத்தைத் திறந்து சீட்டில் பைகளை வைத்துவிட்டு அவர் நிதானமாக முன்னால்வந்து ஏறவும் வண்டி தரையில் குத்திவிடுவது போல் ஒருக்களித்து முன் சாய்ந்தது. தேகத்தின் கனதியால் அவருக்கு மூச்சிரைக்கவும் ஆசுவாசப்படுத்திக்கொண்டு சாவகசமாகத் தன் பயண இலக்கைச் சொன்னார்.

அன்று அங்கே குண்டுப் பெண்களின் மாநாடோ சந்திப்போ என்னவோ, அடுத்த சமிக்ஞைக்கு வண்டிநின்ற போது வேறும் பல குண்டு குண்டு மனுஷிகள் வீதி மருங்கில் நின்றார்கள். இரட்டையர் போல் தோன்றிய இரண்டு மஹா குண்டு மனுஷிகள் ஒருவர் கையை ஒருவர் பிடித்துக்கொண்டு பெங்குயின் தவ்வல்கள் போல் மெல்ல வீதியைத் தவ்வித் தவ்விக் கடந்துகொண்டிருந்தார்கள். ஒரு சாக்கினுள் போட்டு இறுக்கிய பன்றிக்குட்டிகளைப் போன்று அவர்களின் பிருஷ்டத்தின் சோணைகள் ஒன்றிலொன்று ஏறிவிழுந்து கொண்டும், காற்று வெளியிலாத கனத்த தொடைகள் ஒன்றையொன்று உராய்ந்தும் அவர்களை நடக்கவிடாது குந்தகம் செய்துகொண்டிருந்தன.

தெங்கின்காயிலிருந்து பிள்ளை முளைப்பதுபோல் இவர்கள் பிட்டத்திலிருந்துதான் கூறுக்கும் முதுகும் முளைத்திருப்பது போலிருந்தது எனக்கு. எமக்குப் பச்சை வந்து விட்டபோதும் அந்த தௌவல்களுக்கு வீதியைக் கடந்து முடிக்க முடியவில்லை. வண்டிக்குள் இருந்த அம்மணிக்குக் கெட்ட கோபம் வந்தது.

"... க்ஹூம்" என்று சி.கே. சரஸ்வதி மாதிரி கழுத்தை ஒரு நொடிப்பு நொடித்துவிட்டுச் சொன்னார்:

"நீர்யானை கணக்காய் கிடந்து அரக்கிறதுக்குப் பதில் ... உடம்பை ஸ்லிமா ... ஸ்லென்டரா வைச்சிருக்க வேண்டாம் ... க்ஹூம்!"

○

ஒருமுறை லேசாக ஒரு பக்கம் சாய்ந்தபடி கைத்தடி ஒன்றை ஊன்றிக்கொண்டு வந்த ஒரு வயதான மாது வண்டியுள் ஏறிய பின்னாலும் காலைச் சரியாக மடித்து வைத்து உட்காரச் சிரமப்பட்டார்.

ஆசனத்தின் பட்டியைப் பொருத்துவதற்கு அவருக்கு உதவி செய்துவிட்டு பெருகிய அனுதாபத்தில், "ஏதோ ஆக்ஸிடென்ட் ஆயிடிச்சுப்போல ..." என்றேன.

"ஜா ... என் துர் அதிஸ்டம்."

"எப்போ ..?"

"இப்போ ஆறு மாசந்தான்."

"எப்படி நடந்துச்சு ..?"

"சைக்கிளில்ல என் பாட்டுக்கு வீதியில ஓரமாய்ச் சென்றுகொண்டிருந்தேனா."

"... ம்."

"நிறுத்தப்பட்டிருந்த காரொன்றின் பக்கமாகச் சென்ற போது அதற்குள் இருந்து *Penner* (பேமானி) எதையும் கவனி யாமல் திடீரெனக் கதவைத் திறந்தான். நான் வந்த வேகத்தில் அந்தக்கதவு நெற்றிமுகமாக என் முழங்கால் சிரட்டையிலே அடித்ததிலே அது சிதறிப்போச்சு. இப்போது அதை அகற்றி விட்டு பிளாஸ்டிக் சிரட்டை பொருத்தியிருக்கிறார்கள். ஒரு மாதம் ஆஸ்பத்திரியில் கிடந்தேன்."

"அடப்பாவமே."

இயல்பாகவே நான் யாருடன்தான் கதைத்தாலும் கதைக்கிற விஷயங்களை விடவும், எதைக் கதைக்கக் கூடா தென்பதில் ஜாக்கிரதையாக இருப்பேன். அன்று என் நாக்கில் ஏறியிருந்த ராகுவோ, சனியனோ ஏதோவொன்று "விபத்து நிவாரணம் ... இழப்பீடென்று நிறையப் பணங்கிடைத் திருக்குமே ..." என்கிறது.

அவர் பதினைந்து விநாடிகள் மௌனமாக இருந்த போதுதான் 'வேண்டாத விஷயம்' ஒன்று தொடப்பட்டது புலர்ந்தது.

மௌனம் கலைந்த அம்மணி கதைக்கத் தொடங்கினார்.

"நான் அந்த விஷயத்தில் அதிஷ்டக்காரியாக இருக்க வேணும். வாழ்க்கையில் பணம் இல்லையென்று என் காரியங்கள் ஒன்றும் என்றைக்குமே ஆகாமல் போனதில்லை. எப்போதும் என்னிடம் பணம் நிறைவே இருந்திருக்கிறது, இருக்கிறது. என்றைக்குமே நான் பணத்தை தேடி அலைந்தவளுமல்ல. இழப்பீட்டுக் காப்புறுதியிலிருந்து வேறு இப்போது எழுபதி னாயிரம் மார்க்குகள் என் வங்கிக் கணக்கில் ஏற்றியிருக் கிறார்கள். காலத்திலேயே செகன்ட்ஹான்ட் பஜாரில்தான் என் உடுப்புகளை வாங்குவேன். அப்படி எளிமையாக வாழ என்னைப் பழக்கப்படுத்திக் கொண்டவள் நான். வயசான காலத்தில் பணத்தை இடுப்பில் சொருகிக்கொண்டு நானென்ன 'றொக்' டான்ஸா ஆடமுடியும் . . . டாய்லெட் க்ளோவில் குந்துவதே எவ்வளவு சிரமம் தெரியுமா . . . எனக்கு வேண்டிய தெல்லாம் என் ஆரோக்கியம். என் வயசான காலத்தில் பிறருக்குத் தொந்தரவு தராமல் என் காரியங்களை நானாகவே கவனிக்க முடியும்படியான ஒரு தேகம். அன்றைக்கு இந்தக் காலையே எடுக்கவேண்டியிருந்தது என்றால் இரண்டு இலக்ஷம் மார்க்குகள் அதிகமாகவே கிடைத்திருக்கும். மனிஷருக்கு வேண்டிய காலத்தில் . . . வேண்டிய வகையில் உதவமுடியாத இலக்ஷங்களெல்லாம் சும்மா வெறும் இலக்கங்கள்தான். இவ்வளவு பணத்தையும் எடுத்துக்கொண்டு என் முழங்காலை பழையபடி எனக்குத் தரக்கூடிய ஒரு மீட்பனை யாராலும் என்னிடம் அழைத்துவர முடியுமா?"

என்னைப்போல் இப்படி எத்தனை பேர்தான் அவர் இரணத்தில் எலுமிச்சை பிழிந்தார்களோ, மனுஷியின் நியாயமான கோபத்தின் முன் நான் வார்த்தைகளாலும் பயன் இழந்தேன். எந்தப் பதில்தான் அவருக்குச் சாமாதானத்தைத் தந்துவிடும்?

ஆரோக்கியம் எத்தனை பெரிய ஐஸ்வர்யம் என்பது அதை இழக்கும்போதுதானே புரிகிறது. என் கேள்வியின் அபத்தம் மிகையாக உறைத்தது. மௌனமாக இருப்பதை தவிர வேறு வழி தெரியவில்லை.

# தத்தாரிகளும் தகிடுதத்தங்களும்

*Nollendorf Platz* என்னும் இடத்தில் வெகு கௌரவமாக உடையணிந்திருந்த ஒருவன் ஒரு முறை அவசரமாக சீருந்தை மறித்து தனக்கு "உடனே *Tegel* விமான நிலையத்தில் ஃபிளைட்டைப் பிடிக்க வேணும். போக எவ்வளவு நேரம் எடுக்கும்?" என்றான்.

"ஒரு முப்பது நிமிடங்களாவதாகும். "

"*Tempelhof* ஊடாகப் போகிறதென்றால் ..?"

"நாற்பது நிமிடங்களாகலாம்."

"சரி முதல்ல *Tempelhof* போவோம், அங்கே தான் என் சூட்கேஸுகளிருக்கு. "

கண்களிலும் பேச்சிலும் பரபரப்போடு இருப்பவன் போலக் காட்டிக்கொண்டான்.

நகர எல்லைக்குள் அனுமதிக்கப்பட்ட வேகம் 50 கிலோமீட்டர். அவனின் அவசரம் கருதி 70, 80களையெல்லாம் தொட்டேன். *Tempelhof*இல் ஒரு அடுக்ககத்தின் முன்னால் நிறுத்தச் சொல்லி விட்டு உள்ளே ஓடினான். அவ்வளவு அவதிப்பட்ட வனைப் பத்து நிமிடங்களாகியும் காணவில்லை. அடுக்ககத்தின் எந்த வீட்டிலும் விளக்கேற்றப் பட்டு வெளிச்சம் வராதிருக்கவே சந்தேகத்தில் வண்டியை விட்டிறங்கி பக்கத்தில் காலியாகவிருந்த வளவை மதிலால் எம்பிப் பார்த்தேன் அதற்குள்

புதிய வீடு கட்டுவதற்கு அத்திவாரம் வெட்டப்பட்டிருந்தது. பகல் முழுவதும் கொடுக்கன்கள் மாதிரித் தம் தூக்கங்களை உயர்த்திப் பிடித்தபடி முன்னும் பின்னும் பக்கவாட்டிலும் ஓடி உழைத்துக் களைத்துப் போயிருந்த சில ட்றெஜர் மெசின்கள் அவ்வளவின் ஓரமாக நின்று ஓய்வெடுத்துக்கொண்டிருக்க வளவின் பின் கேற்று 'ஓ'வெனத் திறந்திருந்தது. அடுக்ககத்தின் ஏதோ ஒரு கதவால் அவ்வளவுக்குள் நுழைந்து அங்கிருந்து பின் கேற்றால் கம்பி நீட்டிவிட்டிருந்தான்.

○

கொஞ்ச நாட்களுக்கு முன்னர்கூட இரண்டு இளைஞர்கள் ஒரு துண்டுக் காகிதத்தில் குறித்த முகவரியோடு வந்து விரல்களின் சங்கேத பாஷையில் தாம் வெளியூரிலிருந்து வருவதாகவும், ஒரு பத்து மார்க் தாளையும் தூக்கிக் காட்டி அது மட்டுந்தான் தங்களிடம் இருப்பதாகவும் அவ்விலாசத்தில் கொண்டுபோய் விடமுடியுமா?' என்றும் கேட்டனர். அதுவோ *Charlottenburg* என்கிற இடம். 30 மார்க்குகளுக்குக் குறையாத ஓட்டம். பேசும் சக்தியற்றவர்களென்றதும் மனது ஈரம் கண்டது. 'சரி, ஏறிக்கொள்ளுங்கள்' என்று அழைத்துப் போனேன்.

வண்டிக்குள்ளும் தம் விரல்களின் சங்கேதத்திலேயே சம்பாஷிக்கிறார்கள். குறித்த விலாசத்தில் சீருந்தை நிறுத்தியதும் மரியாதையாக இறங்கிக் கொண்டு இருவரும் சலூட் வைத்தபடி ஒரே குரலில் சத்தமாகச் சொன்னார்கள்:

"மிக்க நன்றி. தலைவா ... மீண்டும் சந்திக்கலாமா?"

அம்மாற்றுத் திறனாளிகளின் திறன் கண்டு அசந்தேன்.

○

ஒருமுறை பேருந்துத் தரிப்பில் தரித்து நின்ற பேருந்து ஒன்றைப் பிடிப்பதற்காக மங்கோலிய முகச்சாயலுடைய இளைஞன் ஒருவன் முதுகுப்பையுடன் வேகமாக ஓடிவந்தான். எனினும் பேருந்து அதற்குள் புறப்பட்டுவிட்டது.

எங்கேயோ வேலைக்குப் போகிறவனைப் போலிருந்த அவனின் ஏமாற்றத்தைப் பார்க்கப் பரிதாபமாக இருந்தது. அவனுக்கு "வண்டியில் ஏறு பேருந்தைப் பிடிக்க உதவி செய்கிறேன்" என்பதாக அபிநயித்தேன்.

புரிந்துகொண்டு வண்டிக்குள் தாவினான். அந்தப் பேருந்தை விரட்டிக்கொண்டு சென்றேன். அடுத்த தரிப்பிலும்

அதைப் பிடிப்பதற்கு சாலையின் சமிக்ஞை விளக்குகளும், வாகன நெரிசலும் ஒத்திசைக்காததால் எம்மால் அந்தப் பேருந்தைப் பிடிக்க முடியவில்லை. சரியென்று மூன்றாவது தரிப்பை நோக்கி விரையவும், அந்தப் பேருந்து முன்னதாக வொரு நாற்சந்தியில் வேறு பக்கமாகத் திரும்பிக்கொண்டு சென்றது. நான் அதன் திசையில் திருப்பவும் இவன் "அது அப்படித்தான் போகும், நீ திரும்பவேண்டாம் நேராகச் செல்" என்றான். அவ்வாறே நேராகச் செலுத்தலானேன். ஒரு கிலோ மீட்டர் தூரம்வரை வந்திருப்போம். இவன் பேசாமல் ஜம்மென்று உட்கார்ந்திருக்கிறான்.

சரி என்னதான் நடக்கிறது என்கிற ஆர்வக்கோளாறில் தொடர்ந்து செலுத்துகிறேன். அப்போது ஒரு சீன உணவகம் வரவும் அங்கே நிறுத்தச் சொன்னான். "எனக்கு இங்குதான் அலுவல்... மிக்க நன்றி தோழா, உம்மை என்றும் நான் மறவேன்." *(Du bist sehr Lieb und nette Komrade, I will dich nie vergessen)* என்றொரு காதல் வசனத்துடன் ஒரு 'சலூட்'டும் வைத்தபடி இறங்கிப் போய்க்கொண்டேயிருந்தான்.

❍

பின்னிருந்து ஓடிவந்த ஒரு பெண் சுத்தத் தமிழில் என் கைகளைப் பிடித்துக்கொண்டு "இரண்டு அரபிங்க என்னைத் தொரத்தி வாராங்க பின்னால... இங்ஙங்ங் என் கையைப் பிடிச்சிட்டு திரும்பிப் பாராம உங்க லவர் மாதிரி என்னை அழைச்சிட்டுப் போங்க" என்றாள். இதென்ன புதுக்கரைச்சல். கூட்டிட்டுப் போனேன். அவள் திரும்பித்திரும்பிப் பார்த்த படியே வந்தாள். யாரும் வந்தால்தானே. "எனக்கு மலேஷியா, ராணி என்று பெயர் இங்கே வேலை பார்க்கிறேன்" என்றாள்.

எங்களைப்போல் அவர்களுக்கு ஐரோப்பியா விசாக்கள் பெறுவதில் சிரமங்கள் இல்லை. நான் என்ன வேலையென்று கேட்கவில்லை.

அப்போதுதான் கவனித்தேன் நடிகை ரஞ்ஜினி, ஸ்ரீப்ரியா இவர்களுக்கு இருப்பதுபோல் அவளுக்கும் லேசான மாறு கண்ணும் அதில் ஒரு ஈர்ப்பும் இருந்தது.

"தமிழ்ப்பெண் போல "

"ஆங்... இப்போ உங்ககிட்ட என்ன மலேயிலயா பேசிக் கிட்டிருக்கேன்?"

"நானும் சிங்களம் பேசுவேன், அப்போ நான் சிங்களவனா?"

என்னை விஷமமாகப் பார்த்தாள். யாரையும் கொத்தக் கூடிய பார்வைதான். தடுமாற்றத்தை மறைத்துப் பொதுவில்

"வேலைகள் ஒன்றுஞ் சிரமமில்லையே ..?" என்றேன்.

"அப்படி எல்லாம் இல்லை. சில வாடிக்கையாளர்கள் கொடுத்த பணத்துக்கும் அதிகமாக வேலை வாங்கப் பார்ப்பாங்க அப்போதுதான் சிரமம். பொதுவில் ஒவ்வொரு கஸ்டமரும் அதற்கு முந்தியவனைவிடவும் மோசமானவனாகவே இருப்பான்" என்று தன் ஊழியத்தைக் கோடி காட்டினாள். ஐரோப்பாவில் கடனட்டையில் மோசடிகள் செய்யும், போதைத்தூள் கடத்தல் வியாபாரங்களில் ஈடுபடும் பெரும் மாஃபியாத் தமிழர்கள் இருக்கிறார்கள்தான், ஆனால் சிறுகளவு, மோசடி, விபச்சாரம் செய்யும் தமிழர்கள் இல்லை எனலாம்.

இந்த மாறுகண் ராணி விரைவில் தமிழ் வட்டகையிலும் 'நானு கமல்ஹாசன் கூடவே படுத்தவவாக்கும்' என்று சொல்லிப் பிரசித்தமாகிச் சம்பாதிக்கத் தொடங்கினாள். நாளடைவில் அவளுக்கும் போதைத்தூள் தமிழ் மாஃபியாக்களுக்கும் தொடர்புகள் ஏற்பட்டன. (எனது 'வாழ்க்கை வசப்படும்' குறுநாவலில் இந்த ராணி வருகிறாள்.) ஒருநாள் அக்கும்பலில் ஒன்றுக்கு ஹொட்டல் ஒன்றில் கொம்பனி கொடுத்துக்கொண் டிருந்த ராணி அவர்கள் போதையில் வாயைத் திறந்துவைத்துத் தூங்கிக்கொண்டிருந்த ஒரு சமயத்தில் அவர்களின் பணக் கட்டுக்களை இலக்ஷக்கணக்கில் ஈஷிக்கொண்டு மலேஷியா வுக்குக் கம்பிநீட்டிவிட்டாள். இவர்களால் அவளைத் தொடர முடியவில்லை. அவர்கள் கோவிந்தா கோவிந்தா என்று பண்ணிய கோவிந்தநாம சங்கீர்த்தனந்தான் பெர்லின் முழுவதும் கொஞ்ச நாட்களாக எதிரொலித்துக்கொண்டிருந்தது.

○

சிலர் எம்மிடம் வந்து எடுத்துக்காட்டாக "இங்கிருந்து கும்மிடிப்பூண்டிக்குப் போக என்னவாகும்? கூடுவாஞ்சேரிக்குப் போக என்னவாகும், அப்புறம் கும்மிடிப்பூண்டியிலிருந்து கூடுவாஞ்சேரிக்குப் போக என்னவாகும்" என்றெல்லாம் ஒரு சீரியஸ் தன்மையுடன் விசாரித்துவிட்டு சம்பந்தமில்லாமல் நேற்றைய மாட்சில் *Schweinsteiger*ரின் கிக் எப்படியென்றெல் லாம் கேட்டு ஒரு நெருக்கத்தை ஏற்படுத்திக்கொண்டு திடீரென "சின்னதாய் ஒரு நஷ்டாவுக்கு *(Kleinigkeit essen)* உதவி பண்ணுறியா" என்பார்கள்.

○

என் அனுபவத்தில் என் பர்ஸை மட்டும் கில்லாடித் திருடன் ஒருவன் அடித்திருக்கிறான். மற்றும்படி துர் அனுபவங்கள் எதுவும் பெரிதாக நிகழவில்லை. *Herman Platz* என்னுமிடத்தில் 24 மணிநேரமும் இயங்கும் ஒரு *Mc. Donalds* உணவகம் இருக்கிறது. அதன் முன்னால் வண்டியை நிறுத்திவிட்டு ஒரு ஒறேஞ் ஜூஸ் வாங்கிக் கொண்டுவந்து வண்டியில் ஏறிக் கதவைச் சாத்தமுதல் நமது வையாபுரியை ஞாபகப்படுத்தும்படி ஒடிசல் உடம்பு, நீண்டமுகத்துடன் ஒரு துருக்கியோ அல்பானிய இளைஞன் வந்து "அதோ ஒரு பெண் குழந்தைவண்டியுடன் வருகிறாள்" என்றான். நானும் அதை நிஜமென எண்ணி எதிர்ப்பக்கமாகப் பார்த்தேன். அங்கு அப்படி எவரும் வரவில்லை. பின் இவனும் என் பர்ஸூம் மாயமாய் மறைந்தன. எப்படி எடுத்தான் எப்படி மறைந்தான் என்று எனக்கு இன்னுந்தான் விளக்கமாகச் சொல்லத்தெரியவில்லை.

❍

ஒரு பயணி ஒருமுறை பணம்கொடுக்காமல் ஓடப்பார்த் திருக்கிறான். சீருந்துக்காரரோ இளைஞர் துரத்திக்கொண்டு போய் அவனைக் கொலரில் பிடித்துக்கொண்டு முகத்தில் ஒரு கும்மாங்குத்தை இறக்கிவிடவும் அவனது முன்வாயில் ஸோலோவாக சல்ஸா ஆடிக்கொண்டிருந்த பல்லொன்று வெளியே பாய்ந்துவிட்டது. எத்தனை காலத்தைய ஆட்டமோ . . . ஒரு துளி இரத்தங்கூட வரவில்லையாம். ஆனால் பல் விழுந்து விட்டது. பல் விழுந்ததைப் பார்த்ததும் சீருந்துக்காரர் பின் வாங்கிவிட பயணி அதை எடுத்துக்கொண்டு நேராகப் காவல் நிலையத்துக்குப் போய் முறைப்பாடு கொடுத்திருக்கிறான். இதுபோன்ற சில்லறை ஏய்ப்புக்கள் செய்வது இங்கே பெரிய தண்டனைக்குரிய குற்றங்களாகக் கொள்ளப்படுவதில்லை. ஆனால் ஒருவரைப் பல்லுவிழும்படி தாக்குவது கிறிமினல் ஆக்ட்டுக்குள் வரும். அவன் பல் சல்ஸா ஆடியதோ டங்கோ ஆடியதோ இவர் கைபடப்போய்த்தானே அது ஜம்ப் பண்ணியது? சீருந்துக்காரருக்கு இரண்டு மாதச்சிறையும் 20,000 மார்க் அபராதமும் கட்ட நேர்ந்தது. அடிபட்டவன் ஒரு மேடைக் கலைஞனாகவோ அல்லது பேச்சாளனாகவோ இருந்திருந்தால் அபராதம் இரண்டு இலக்ஷம்கூடக் கட்டும்படியாகியிருந் திருக்கும். அதன் பிறகெல்லாம் சண்டிபண்ணும் பயணிமீது எவரும் கும்மாங்குத்து இறக்குவதோ, பியர்ப்புட்டி விடுவதோ இல்லை, பன்னாடைகள் தொலையட்டும் என்று விட்டு விடுவோம்.

❍

என் சாரதீய ஊழியத்தில் இன்னும் ரௌடி ராக்கம்மாக் களையும், 'வியாழிகளையும்' சந்தித்து இருக்கிறேன். ஒருமுறை ஒரு மதுவகத்திலிருந்து அழைப்புந்து கேட்டிருந்தார்கள், நான் போனேன். நிறை 'சுப்பா' ஏற்றிக்கொண்டு சிநேகிதிகள் போலிருந்த இரண்டு பெண்கள் மெல்லிய உலாஞ்சலுடன் வந்தார்கள். ஒருகணம் அழைப்பை நிராகரித்துவிடவா என்று தோன்றினாலும் சரி பெண்கள்தானே என்ன பண்ணிவிடப் போகிறார்கள் என்கிற அசட்டுத் தைரியத்தில் ஏற்றிக்கொண் டேன். அவர்களுள் ஒருத்தி நடுவயதுப் பெண், மற்றவளுக்கு அகவைகள் 60 ஆவது இருக்கும். அந்த மதுவகம் இருக்குமிடம் *A* என்றால் ஒருவரது பயண இலக்கு *B*யாகவும், மற்றவரது இலக்கு *C*யோகவும் முக்கோணப்பட இருந்தன. 'முதலில் எங்கே போக வேணும்' என்று கேட்டேன். நடுவயது *B* என்று சொல்ல, முற்றல் *C* என்றாள். மீண்டும் நடுவயது 'இல்லை முதலில் *B* தான், அதுதான் சுருக்கவழி' எனவும் முற்றல் மௌனமாக இருந்தது. எனவே நடுவயதை *B*யில் முதலில் இறக்கிவிட்டு Cக்குப் போனேன். *C*யை அடைந்ததும் முற்றல் "பணமெதுவும் தரமுடியாது போ" என்றது.

"ஏனாக்கும் அம்மணி?"

"நீ அவள் விரும்பியபடிதானே ஓட்டினாய், போய் அவளிடமே வாங்கிக்கொள்."

"அந்தப் பாதைதானே சுருக்கவழி."

"சுருக்கமோ தூரமே நான் விரும்பியபடிக்கு ஓட்டியிருந் தாலே உனக்குப் பணம் கொடுக்க முடியும், அவளுக்கும் சேர்த்துப் பணம் அழ எனக்கென்ன கிறுக்கா?"

முற்றல் எவ்விதத்திலும் படியிற மாதிரி இல்லை. நான் நடுவத்துக்குப் பிரச்சினையைச் சொன்னேன். நடுவம் 'பத்து நிமிஷத்தில் அங்கே போலீஸ் வரும்' என்றது. முற்றல் தன் மணிக்கூட்டையே பார்த்துக்கொண்டிருந்தாள். 12 நிமிஷங் களாகியும் பொலீஸ் வரவில்லை.

"ஓகே. எனக்கு இனியும் தாமதிக்க முடியாது . . . *Tschuess Junge Mann*" என்றுவிட்டு இறங்கிப் போய்க்கொண்டிருந்தாள். எப்படி அவளைத் தடுத்துநிறுத்துவது என்று தெரியவில்லை. ஒரு கணம் ஓடிப்போய் அவள் கைப்பையைப் பிடுங்கவா என்றுகூட யோசித்தேன். அவள் நான் தன்னிடம் வழிப்பறி செய்ய முயன்றதாகவோ, கையைப் பிடித்து முறுக்கினே னென்றோ, தாக்கினேனென்றோ எப்படி வேணுமென்றாலும் வழக்கைக் 'கிறிமினல் ஆக்ட்'டுக்குள் திசைதிருப்பிவிடலாம்.

பின் அவளது வாதங்கள்தான் தீர்ப்பாயத்தில் எடுபடும். 20 மார்க் பணந்தானே . . . அவளோடு தொலையட்டுமென்று விட்டுவிட்டேன்.

இவளைப் போலவே யாழ்ப்பாணத்திலும் 'வியாழி' என்றொரு ரௌடி இருந்தாள். குறுக்குக்கட்டாகத்தான் சேலை எப்போதும் கட்டியிருப்பாள். நான் கடைசியாகப் பார்த்தபோது வியாழிக்கு ஐம்பது வயதாவது இருக்கும், கீரைக்கொட்டையின் நிறமும் மினுக்கமும் ஒருங்கே கொண்ட கருங்காலித் தேகம். 2 x *Harley Davidson* விசையுந்துகளின் பெற்றோல் கலன்களைக் கழற்றி அருகருகே வைத்ததைப் போலிருக்கும் பிருஷ்டம். அவள் குதித்து நடந்து வருகையில் ஒரு பெருந்துருவக் கரடியோ, உறங்குட்டானோ வருவதைப் போலிருக்கும். 'வியாழி' என்கிற அவள் பெயர் விசாலியினதோ வைசாலியினதோ மருவல் அல்ல. அவ்வகைப் பிராமணீயப் பெயர்கள் இலங்கையில் வழக்கில் இல்லாதவை.

அந்தப் பெயர் வந்ததுக்கே 'தனிக்கதை' சொல்வார்கள். கண்டநின்ற எல்லாரிடமும் 'வியாழன் தாறன் மச்சான்' என்று சொல்லி ஐம்பது, நூறென்று கைமாத்துக்கள் வாங்குவாளாம். பின் கொடுத்தவர் வியாழன் போய் பணத்தைத் திருப்பிக் கேட்டால் "வியாழன் எண்டெல்லே மச்சான் சொன்னான், இண்டைக்கு வந்து நிற்கிறாய். மற்ற வியாழன் வா தாறன்" என்பாளாம். பிறகு மற்ற வியாழன், மற்ற வியாழன் . . . இதற்கடுத்தும் வியாழன்கள் வந்திருக்குந்தானே . . . கொடுத்த பணம் 'ஸ்வாகா'தான். இதுவே அவளை 'வியாழி'யாக்கியதாம்.

அவளுக்கும், (இயக்கங்கள் வளர்ந்த பின்னாளில் சுட்டுக் கொல்லப்பட்ட) அவளது ரௌடி குமாரர்களுக்கும் ஆகிவந்த பிரதான தொழில் குடாநாட்டின் முக்கிய பொழுதுபோக்கு ஸ்தலமான கீரிமலையில் சாராய வியாபாரம். தினமும் ஃபோர் ஏசெஸ், த்றீ ஸ்டார்ஸ் என மட்டரக சிகரெட்டுக்களையே பிடித்தபடி ஓடும் பேருந்தில் தாவியேறி படியில் நின்றுகொண்டு இரண்டு மூன்று தடைவகளாவது சரக்கு கொள்வனவுக்காக யாழ்ப்பாணம் சாராயத்தவறணைக்கு வந்துபோவாள். பேருந்துச் சாரதிகளும் அவள் நின்று கையைக் காட்டுமிடத்தில் பேருந்தைச் 'ஸ்லோ'வாக்கி, அவள் சொல்லுமிடத்தில் நிறுத்தியாக வேண்டும். தவறினால் பிறகு அவர் கீரிமலைப் பக்கம் போகமுடியாது.

ஆண்கள் அனைவரும் அவளுக்கு மச்சான்தான். அவள் சிகரெட் பிடித்துக்கொண்டு நிற்கும் ஆளாகப் பார்த்து "மச்சான் எனக்குமொன்று எறியடா" என்றால் எறிந்துவிட்டால் விஷயம்

அதோடு போச்சு, மறுத்தால் 'பச்சை' அர்ச்சனையாலேயே நாறடித்துவிடுவாள். 'பச்சைப் பேச்சன்றி வேறொன்றறியாத பிறவி. அவள் நடத்துனருக்கு பயணத்தின் கட்டணத்தை பார்ட்டி பலூன்கள் போலிருக்கும் மார்புகளின் குவட்டிலிருந்து எடுத்துத் தருகையில் ஆண்கள் யாராவது யதேச்சையாகப் பார்த்து விட்டால் போதும். "என்ன மச்சான் கண்ணைவிடுகிறாய் . . . கொஞ்சம் பூச்சிக்குளப்படிபோல கிடக்கு . . . அப்ப பொழு தடைய வந்து ஓராய்ச்சல் போட்டுப் பார்க்கிறது" என்பாள்.

❍

ஒரு முன்இரவில் *Petershagen* என்னும் இடத்துக்கு போவதற்கு ஒரு இளைஞன் வந்தான். அவன் பார்வைக்கு ஒரு தடகள வீரனைப்போலிருந்தான். அது பெர்லின் புற வரைக்கும் அப்பால் ஒரு குறிச்சி *(Domain)*. ஆளரவமற்ற சிறிய வீதிகள் பலவற்றில் மடிந்து மடிந்து உள்ளே சென்றோம். வழியின் முடிவில் *Lidle* என்கிற அங்காடி ஒன்று எதிர்ப்பட்டது, விலாசமான அதன் வாகனத் தரிப்பிடத்தில் நிறுத்தச் சொன்னான். வண்டியில் கதவைத் திறந்துவைத்துகொண்டு பர்ஸை எடுத்துப் பணத்தைத் தருவதுபோல் பாவ்லா காட்டியவன் திடுப்பென் இருட்டுக்குள் பாய்ந்து மறைந்தான். அவனைத் துரத்திப் பிடித்துப் பணத்தை பறிப்பதென்பது ஆகிற காரியமா? பயணி சந்தேகத்தை ஏற்படுத்தினால் ஒரு தோராயமான தொகையை முன்பணமாக வாங்கலாம், அல்லது அவரது அடையாள அட்டையை வாங்கிவைத்துக் கொள்ளலாம், எதுவும் பட்டபின்னால்தானே பட்டறிவாகுது? இந்த வகையான அயோக்கியத்தனங்களிடையே அபூர்வ மானவர்களையும் சந்திக்காமலில்லை. நாளைய பத்திரிகை யின் முதற்பதிப்பு இன்றைக்கு இரவு பத்து மணிக்கெல்லாம் விற்பனைக்கு வந்துவிடும். ஒவ்வொரு சமிக்ஞை விளக்குள்ள சந்திகளிலும் சுடச்சுட விற்பார்கள். குளிர் சுழியத்துக்குக் கீழே பதினைந்து வரைகள் நின்ற ஒரு நாளில் சமிக்ஞை விளக்கில் மகிழுந்தை நிறுத்தவும் மாணவன் போலிருந்த ஒரு இளைஞன் பத்திரிகையைக் கொண்டு ஓடி வந்தான். நானோ அன்று அதற்கு முதற் சமிக்ஞை விளக்கில் பத்திரிகையை வாங்கியிருந்தேன். நம்பிக்கையுடன் ஓடி வந்தவனை ஏமாற விட வேண்டாமென்று ஒரு மார்கை அவனிடம் தந்து "இதோ வைத்துக்கொள் பத்திரிகை வேண்டாம் . . ." என்று சொல்கையில் சமிக்ஞை விளக்கில் பச்சை வந்திடவும் புறப்பட்டேன். அவனோ வண்டியைத் தொடர்ந்து துரத்தி வந்து "பரவாயில்லை . . . மிக்க நன்றி"யென்று மார்க்கை என்னிடம் திருப்பித் தந்தான்.

❍

மிக நவீன வண்டிகளில் பயணி ஏதாவது தகராறு பண்ணுகிறானா, இரகசியமாக அவசர கால ஆழியை அழுத்தி விட வேண்டியதுதான். வண்டியுள் பொருத்தப்பட்டுள்ள லேசர் கமராவானது குறையொளியிலும் நடப்பவற்றை அப்படியே காவல்துறையின் கண்காணிப்பு திரையில் காட்டும், அப்போ அது உதவிக்கு விரைந்துவரும். அல்லது பயணி கைத்துப்பாக்கியையோ, கத்தியையோ காட்டிமிரட்டுகிறான் என்றால் *Berolina* என்றொரு சமிக்ஞை வார்த்தையை மைக்கில் சொன்னாலும் காவல்துறை உதவிக்கு வந்துவிடும். அல்லது காலினால் தொடக்கூடிய இன்னுமொரு அவசரகால அழுத்தியைத் தொட்டால் வண்டியில் கூரையிலுள்ள மஞ்சள் விளக்கு விட்டுவிட்டுச் சுடரத்தொடங்கும், அதைப் பார்த்த இன்னொரு வண்டிக்காரரோ, காவல்துறையோ உதவிக்கு வருவார்கள். ஒரு பயணி கட்டணத்தையிட்டு *(Zahlung streit)* தகராறு பண்ணுவானாயினும் காவல்துறையை அழைக்கலாம். அப்படியான தருணங்களில் அவர்கள் எப்போது வந்து சேருவார்களென்று நிச்சயமாகச் சொல்ல முடியாது. 10 மணித்துளிகளாகவுமிருக்கலாம். வாகன நெரிசல் நேரமென்றால் 30 மணித்துளிகளாகவுமிருக்கலாம். ஒரு 10 அல்லது 15 இயூரோவுக்காக அத்தனை நேரத்தை விரயம் செய்வதும் நஷ்டந்தான், பயணியும் பொறுமைகாத்து நிற்பானென்று சொல்லமுடியாது. 'போய்த்தொலை . . .' என்று விட்டுவிடுவேன். அத்தகைய சம்பவங்கள் மிக அரிதாகத்தான் நிகழ்வதுண்டு. ஜெர்மன் சாரதிகள் அடிக்கடி சொல்வதுண்டு *"All in the game... Ja."*

○

சவாரி முழுவதும் எதுக்கென்று சொல்லாமல் ஆத்திர மூட்டப்பட்ட *Patas* குரங்கைப்போல முகத்தை உர்ரென்று வைத்திருந்த ஒரு நடுவயதுப்பயணி தன் வீட்டை அடைந்ததும் மடிசஞ்சியைத் திறந்துகொண்டு "உனக்கு ஒரு சதமும் *Trinkgeld* (ஏதும் குடிப்பதற்காகத் தரப்படும் / இனாம்) தருவதற்கில்லை" என்று வெள்ளை அறிக்கை விடுத்தார். எனக்கு எதுவும் புரியவில்லை.

"கொம்றேட் நீவிர் *Trinkgeld* தராவிட்டாலும் பரவாயில்லை, அதற்கான காரணத்தையும் செப்பின் எதிர்காலத்தில் சூதானமாக இருப்பேனே" என்றேன் விநயத்துடன்.

"இவ்வளவு நேரமும் கொங்கிறீட் ட்றில்லரைப்போல ஒன்றை நடுமண்டையில்போட்டு என்னைப் படுத்தாமல்

படுத்தினியே... அதுக்குத்தான், நீயும் உன் மியூசிக்கும்... ஹூம்" வெறுப்பு வடிந்தது அவன் முகத்தில்.

அத்தனைக்கும் வெறும் ஜாஸ் இசைதான் வைத்திருந்தேன். அதுவே அவனுக்கு வெறுப்பேற்றியிருக்கிறது.

அடுத்து வந்த பயணியும் நடுவயதுக்காரிதான். வண்டிக்குள் ஏறியது முதல் சலக்கடுப்பால் அவஸ்த்தைப்படுபவர் போலவும், ஏதோ சொல்ல வருபவர்போன்றும் முகத்தை உன்னிக் கொண்டிருந்தார்.

"ஒன்றும் அசௌகரியமில்லையே" எனக்கேட்கலாமா என எண்ணவும் அவரே,

"நான் உன்னிடம் ஒன்றைவிரும்பலாமா..?" என்றார்.

இவள் என்ன புது அலுப்பைக் கொண்டுவாறாளோ, என்று உள்ளூர லேசாகத் திகில் பரவியது. ஏனெனில் 'இந்தக் கத்தியை உன் வயிற்றில் நான் சொருகலாமா' என்று கேட்ப தானால்கூட மிக்க விநயமான வார்த்தைகளில்தான் இவர் களுக்குக் கேட்கத் தெரியும். எனவே தற்காப்புடன் 'ஒரு நியாயமான விருப்பமென்றால் தடையாய் இருக்கமாட்டேன்' என்றேன்.

"நான் இப்போ ஒரு ஐரிஷ் கலைஞரும், சுவீடிஷ் கலைஞரும் சேர்ந்து நிகழ்த்திய ஒரு 'டெக்னோ' இசைக்கச்சேரியிலிருந்து வருகிறேன். அந்த இசைதான் என் காதுகளில் இன்னும் நிரம்பி யிருக்கு, அந்த சந்தங்களின் அதிர்வுகள்கூட என் உடம்பில் இன்னும் நிற்கவில்லை. அதை நான் இன்னும் கொஞ்சம் அனுபவிக்க உமக்குச் சம்மதமா..?"

"அதுக்கு நான் என்ன செய்ய வேணும் மேடம்..?

"அதை நிறுத்திவிட்டால் போதும்... மெஸியூர்."

அப்படியே நிறுத்திவைத்தேன்.

"உனது இசையை நான் குறைகூறவில்லை,... ஆனால் அது என்னுள்ளான சுகமான அதிர்வுகளை நீர்த்துப்போகச் செய்கிறது."

அது நெகிழ்வான தருணம், கனிந்து என்னை நன்றியுடன் பார்த்தாள்.

அவ்வாரத்தில் ஒரு அறுபது வயது ஜெர்மன சீருந்துக் காரரை *Brandenburg* வரை கூட்டிப் போய் வெறும் இருநூற்று நாற்பதே மார்க் பணத்துக்காகத் தலையில் அடித்துக்கொன் றார்கள். அந்த ஆண்டில் அது மூன்றாவது சீருந்துச்சாரதி கொலை. அப்பப்போ நடு வழியில் துப்பாக்கியைக் காட்டித் தத்தாரிகள் சீருந்துக்காரர்களின் வசூலைப் பிடுங்கிச்செல்வது சகஜம். ஒருவர் கொல்லப்பட்டால் சக தோழர்கள் தத்தம் வண்டி அன்டெனாவில் சின்னதாய் ஒரு கறுப்புக் கொடியை கட்டிக்கொண்டு இரண்டு நாளைக்குச் சுற்றுவதோடு சரி. ‘எங்களை பிஸ்டல் வைத்திருக்க அனுமதிக்க வேண்டும்’ என்று கோரிக்கை வைத்துள்ளோம். காவல்துறையோ வன்முறை அதிகரிக்க அதுவே மேலும் வழிவகுக்குமென்று மறுத்து வருகிறது.

○

# நெடிய சில பயணங்களில் . . .

பெர்லினிலிருந்து 500 கி.மீ. தென்மேற்காக *Nordrhein - Westfalen* மாநிலத்தில் *Dortmund* நகரம் உள்ளது. உதைபந்தாட்டத்துக்கு பெயர்பெற்ற *Borussia* என்னும் அணி அங்கேதான் உள்ளது. அங்கேதான் என் சகோதரி வனிதாவின் குடும்பம் இருக்கிறது. ஒருமுறை அவர்களிடம் விருந்தாடப் போய்விட்டு தனியாகத் திரும்பி வருகையில் வழியில் சாப்பிடு வதற்கென அக்கா நிறையவே பலகாரங்கள் செய்து தந்துவிட்டிருந்தார். அவற்றை காரின் கொன் சோலினுள் மூடி வைத்துக்கொண்டு வந்து கொண்டிருந்தேன்.

இங்கே அதிவிரைவு நெடுஞ்சாலைகளின் ஆரம்பத்திலும், நகர வீதிகளை அவ்விரைவு சாலை களுடன் இணைக்கும் தொடுப்பு வீதிகளிலும், நெடுஞ்சாலைகளை இணைக்கும் வீதிகளில் அமையும் எரிபொருள் நிரப்பு நிலையங்களிலும் தூர இடங்களுக்கு போகும் வண்டிகளின் லிஃப்ட் கேட்போர் (அநேகமாக மாணவர்கள், வேலை யற்றோர், சமூக உதவிப்பணத்தில் வாழ்வோர்) தாம் போகவேண்டிய இடத்தினை ஒரு அட்டையில் பெரிதாய் எழுதி அதை உயர்த்திப் பிடித்துக் கொண்டு நிற்பார்கள்.

அன்று நான் வருகையில் குறுந்தாடி வைத்துக் கொண்டு பக்கிரி போல BERLIN என்று எழுதிய அட்டையைத் தூக்கிப் பிடித்தபடி நின்றான் ஒரு

விசித்திர *Waymate.* அவனது அப்பாவித் தோற்றத்தைப் பார்த்ததும் ஏற்றிக்கொண்டேன். வண்டி விரைவு சாலைக்குரிய வேகம் பிடித்திராது. அவன் வண்டிக்குள் எல்லாத் திக்கிலும் முக்கை நீட்டி முகர்ந்து பார்த்து விட்டு "மிக அருமையான ஒரு வாசனை வருகிறது . . . நிச்சயம் அது இந்திய வகை உண வொன்றிலிருந்து தான்" என்றான் உறுதியாக. அக்கா சூசியத்தில் சேர்த்திருந்த ஏலக்காயின் மகத்துவமோ, பிரானின் அதீத நுகரும் சக்தியோ பண்டம் கண்டுபிடிக்கப்பட்டாகிவிட்டது. சூசியங்கள் இருந்த பார்சலை எடுத்து அவனிடம் நீட்டினேன். அதன் சுவை அவனுக்கு மிகவும் பிடித்துப்போக இருந்த அத்தனையும் ஒரு கை பார்த்தான். வெந்நீர்க் குடுவையிலிருந்த கோப்பியையும் ஒரு டம்ளரில் வார்த்துக் கொடுத்தேன். "கொம்பினேஷன் பிரமாதம்" என்றுவிட்டுக் குடித்தான்.

ஒரு பத்து நிமிஷம் ஆகியிராது. மீண்டும் மூக்கை ஆழ முகர்ந்துவிட்டு "வேறும் ஒரு வாசனை வருகிறதே வித்தியாச மாக" என்றான். அது அக்கா எனக்கென்று பிரத்தியேகமாகக் பாகிஸ்தான் குண்டுக்கார மிளகாய் சேர்த்து முறுகச் சுட்டு தந்த உழுந்துவடை.

"கொம்றேட் அது வடை எனப்படும் ஒரு காரமான பண்டம். உனக்கு மிகவும் காரமாக இருக்கும். சாப்பிட்டால் தாங்கமாட்டாய் . . . அவஸ்த்தைப்படுவாய்" என்று எச்சரித்தேன்.

"காரமென்றால் எனக்கும் ரொம்ப இஷ்டம் . . . விரும்பிச் சாப்பிடுவேன்." என்று ஜொள்ளு வடித்தான். "எதற்கும் ஒரு வடையைப் பிரித்து மிளகாயை நீக்கி விட்டு சாப்பிட்டுப் பார்" என்றுவிட்டு வடைகள் இருந்த நெகிழிப்பாத்திரத்தை அவனிடம் நீட்டினேன். ஒன்றை எடுத்து மிளகாய் எதனையும் நீக்காமலே சாப்பிட்டவன் " காரம் சற்றுத் தூக்கல்தான் . . . ஆனாலும் அருமையான ஒரு சுவை. நான் என்றுமே இப்படிச் சாப்பிட்டதில்லை" என்றான்.

"இன்னொன்று சாப்பிடுகிறாயா ?"

"மிகவும் நன்றி." இன்னொன்றையும் கொடுத்தேன். சுவைத்து சாப்பிட்டுவிட்டு "ஆவ் . . . அபராதம்" என்றான்.

இன்னொன்றையும் கொடுத்தேன்.

பின் சற்றுக்கழித்து "நான் இன்னொன்று எடுக்கலாமா ?" என்றான். சுவை நன்றாகத்தான் பிடிபட்டுவிட்டது.

"தாராளமாக . . ." என்றேன். எடுத்துச் சாப்பிட்டான்.

பிறகும் "நான் இன்னுமொன்று எடுத்தால் ஆட்சேபனை யில்லையே?" என்றான்.

"இல்லை . . . நீ எடுத்துக்கொள்ளலாம்."

மீண்டும் பின் சீட்டிலிருந்து அவன் குரல் வரவும் "*Comrade you need no more permission… Please do manage yourself*" என்று பாத்திரத்தை அவனிடமே கொடுத்துவிட்டேன். ஒரு பதினைந்து வடைகளாவது இருந்திருக்கும். அத்தனையும் அவனே புகுந்து விளையாடிவிட்டுத் திஸூவும் என்னிடமே வாங்கி கையையும் வாயையும் நன்றாகத் துடைத்துக்கொண்டான். அன்று டாய்லட்டில் உட்கார்ந்து குளறும்போதுதான் என்னைக் கெட்ட கெட்ட வார்த்தைகளால் அர்ச்சித்திருப்பான் என்பது திண்ணம்.

○

புறநகரிலிருந்து வீட்டுக்குத் திரும்பும்போது வரும் *Tiergaten* காட்டுப்பிரதேசத்தைப்பற்றி பலதடவையும் குறிப்பிட்டுவிட்டேன். அப்போதெல்லாம் அவ்வனத்தின் பசுமையை இரசிப்பதற்காய் என் வண்டியின் வேகம் தானாகக் குறைந்துவிடும்.

அது ஒரு வசந்தகால மாலைப்பொழுது. *Tiergarten* ஊடாக வந்து கொண்டிருக்கும்போது வீதியோரமாக ஒரு மகிழுந்து நிறுத்தப்பட்டிருக்கவும் அதன் அருகில் அப்சரஸ் போலொரு பெண்ணும் அவன் காதலனும் நின்றுகொண்டு என் வண்டியை மறித்தார்கள். நிறுத்தினேன். "வண்டிக்கு பெற்றோல் தீர்ந்து போச்சு, எமக்கு 5 லிட்டர் பெற்றோல் வாங்கிவந்து தர முடியுமா" என்றான் இளைஞன்.

நான் கேட்டேன் அவனை "நீ ஒரு மதுப்புட்டி வாங்கியா என்று கேட்டிருந்தால் சந்தோஷப்பட்டிருப்பேன். இயற்கை எழிலான இடம், அருமையான வசந்தகாலம், ரம்யமான மாலைப்பொழுது, அடர்பச்சைக்காடு, தேவதைபோல ஒரு பொண்ணு , வண்டியிலும் எரிபொருள் இல்லை . . . இன்னும் சொர்க்கத்திலிருந்து எதைத்தான் எதிர்பார்க்கிறாய் குழந்தாய்?"

○

அது பேர்லினுக்கு வடகிழக்கிலிருக்கும் ஒரு புறநகர்ப் பகுதி. *Frohnau* என்று பெயர். வீதியின் இரு மருங்கிலும் சோளமும் மோணும் பயிரிட்டிருப்பார்கள். மோண் என்பது எள்ளின் குடும்பத்தைச்சேர்ந்த ஒரு சிறிய எள்ளு இனம்.

ஆங்கிலத்தில் *Poppy* என்பர். அநேகமாக கேக், பண் தயாரிப்பில் பயன்படுத்தப்படுவது. அதன் அழகான சிவப்புப் பூவின் அடியில் புடைத்திருக்கும் சூலகத்துள் கீரை விதையை ஒத்த கரிய மோண் விதைகள் நிறைந்திருக்கும். (பழுப்பு நிறத்திலும் விதைகள் உண்டு, இதன் மேலதிக விபரம் நாடுவோர் இணைவலையில் கூகிள் கொண்டு காணலாம்.) விளைச்சல் காலத்தில் பண்ணைகள் முழுவதும் ஒரே சிவப்புப்பூக்களாக மலர்ந்துவிட்டிருப்பது கண்கொள்ளாக் காட்சி. நம் சினிமா இயக்குனர்கள் பார்த்தால் அப்பண்ணைகளில் காதலர்களை இறக்கிக் குறுக்கும் நெடுக்கு மாக ஓடவிட்டு ஒரு நூறு பாடல் காட்சிகளாவது சுட்டுத் தள்ளுவார்கள்.

அப்படியொரு அழகான இடத்துக்கு ஒருநாள் ஒரு இரவுச் சவாரி கிடைத்தது. பயணியை இறக்கிவிட்டுத் திரும்புகையில் ஒரு இடத்தில் வண்டியை நிறுத்தி அதுவரை உட்கொண்ட கப்புசீனோ, கறமெல் கோப்பியன்ன பானகங்களைப் பண்ணை யொன்றின் பாசனத்தோடு சங்கமமாக்கிவிட்டு வண்டிக்கு வந்தால் பெரீய ஒரு புளிச்சாக்கு மாதிரிக்கொழுத்த கரிய உருவம் ஒன்று என் வண்டிக்குப்பக்கத்தில் நிற்கிறது. அசையக் கிசையக் காணோம். அதற்குக் கால்கள் இருப்பதாகவுந் தெரிய வில்லை, மூக்கில் மட்டும் வியர்த்து மினுங்குகிறது. என்னடா வொரு புதுக்கரைச்சல். ஐரோப்பாவில் எருமைகள் இல்லை உறுதியாகத் தெரியும். ஆதலால் அது எருமை அல்ல. அத்தனை உயரமும் இல்லை எனவே கரடியுமல்ல. சிலவேளை காட்டுப் பன்றியாக இருக்கலாமோவென மனம் ஊகிக்கிறது. பன்றி யாயின் கடுந்தரையைத் தோண்டவல்ல அதன் வளைந்த பற்களால் என்னையும் வெட்டிக் குதறலாம். ஒருவேளை முள்ளம்பன்றியானால் எதிரியின்மேல் அது தன் முட்களை விசிறித் தாக்குமென்று சின்னவயதில் கேட்டிருக்கிறேன் அது மட்டும் நிஜமானால்... பயம் வருகிறதுதான் ஆனாலும் துரிதமான அசைவுகள் எதையும்காட்டி விலங்கை உசார்ப் படுத்திவிடக் கூடாது. சற்றுநேரம் நானும் அசைவற்று நின்றேன். அதுவும் அசையாமல் நிற்கிறது. ஜாக்கிரதையுடன் புறூஸ்லி பாணியில் அங்குலம் அங்குலமாக பக்கவாட்டில் நகர்ந்த படியே அவ்விலங்கும் நகர்கிறதா என்பதைக் கவனித்தேன். அதற்கு *Primate* (இரண்டுகால்) மிருகங்களில் சுவாரசியமில்லை, துளியாவது பயப்படக்கூடத் தெரிந்திருக்கவில்லை. வாசிக்கத் தெரியாவிட்டாலும் எலெக்டிறிக் கிட்டாரைப் பார்த்தவுடன் எமக்கும் ஒரு மோகம் கிளம்புமல்லவா அதைப்போலத்தான் அதுக்கும் என் பென்ஸ் வண்டியைப் பார்த்ததும் ஒரு ஆசை கிளம்பியிருக்க வேண்டும். ஏதோ விலைபடிந்தால் வாங்கலாம்

என்கிற மாதிரியும் பார்த்துக்கொண்டு நிற்கிறது. எதற்கும் பாதுகாப்பாக அது நின்ற பக்கத்திற்கும் எதிர்ப்பக்கத்துக் கதவைநோக்கி அங்குலம் அங்குலமாக நகர்ந்துபோய் வண்டிக்குள் தாவி மின்னல் வேகத்தில் உயிர்ப்பித்து வேகமாக பின்னோக்கிச் செலுத்தி வெளிச்சத்தில் அது என்ன மிருகம் என்று பார்த்தேன். என் ஊகம் சரிதான், 150 கிலோவாவது தேறக்கூடிய பழுப்பு நிறத்திலான பெரிய காட்டுப்பன்றி அது. கழுத்து தலை நெஞ்சு இடை அனைத்தும் ஒரே மொத்தம். ஏச எத்தனையோ பேரை வசையப் பயன்பட்ட அந்த 'மிறுகம்' 'மோண்' பண்ணையை உழுதுகொடுக்கவோ, சோளத்தை அறுவடை செய்யவோ, சீனிக்கிழங்கு தோண்டவோ அந்தப் பக்கம் வந்திருக்கிறது. இடையில் பார்த்த இந்த பென்ஸ் காரிலும் ஒரு சோட்டை வந்துவிட்டது. அது 'நான் வாங்குவதற்குப் பார்த்துவைத்திருந்த வண்டியை 'அமடு' பண்ணிக் கிளப்பிக் கொண்டுபோற அண்ணாத்தே கொண்டுபோறதுதான் போறே என்னையும் வைத்து ஒரு சின்ன ரவுண்டாவது அடிக்க மாட்டியா' என்று கேட்கிற பாவனையில் தலையை உயர்த்தி விண்ணார்ந்து கொண்டு நிற்கிறது. 'பன்றிகளுக்குப் பைத்தியம் பிடிப்பதில்லை' என்பது நிஜந்தானோ?

புறநகருக்குப் பயணம் செய்த இன்னுமொரு அனுபவம்.

ஒரு இரவில் ஒருவருக்கு நூறு கி.மீட்டர் தொலைவி லிருக்கும் *Wittenberg* என்னும் இடத்துக்குக் போகவேண்டி யிருந்தது. கார்ல் மார்க்ஸ் பிரியர்களுக்கு அவர் பிறந்த *Trier* நகரம் போன்று மத நம்பிக்கை உள்ளவர்களுக்கு இதுவும் ஒரு முக்கியமான நகரமாகும். அதைச் சொல்லாமல் மேற் செல்ல முடியாது. காரணம் இதுதான் கத்தோலிக்க திருச் சபையிலிருந்து அதன் கோட்பாடுகளையும் நம்பிக்கைகளையும் முற்றாக ஏற்றுக்கொள்ள முடியாமல் அதைவிட்டு வெளியேறி புரட்டஸ்தாந்து கிறிஸ்தவம் என்னும் புதிய சபையைத் தோற்று வித்த மார்ட்டின் லூதர் பிறந்த இடம். அவரை நினைவு/ கௌரவம் செய்யும் வகையில் அவ்வூரின் பெயரையே *Luther-Wittenberg* என்று மாற்றிவைத்துவிட்டார்கள். லூதரின் சம காலத்தில் (1495–1546) வாழ்ந்தவரும் அவரது ஆருயிர் ஸ்நேகிதரும் தலைசிறந்த மானுஷத்துவவாதியுமான *Philipp Melanchthon* என்பவருக்கும் மார்ட்டின் லூதருக்கும் அங்கே சிலைகள் வைக்கப்பட்டு இருவரது வாழ்ந்த மனைகளும் நினைவுச் சின்னங்களாகப் பராமரிக்கப்பட்டுவருவதால் மத ஆர்வமுள்ள பயணிகளுக்கு அது ஒரு முக்கியமான சுற்றுலாத் தலமுமாகும்.

பெர்லினிலிருந்து *Leipzig*இன் திசையில் செல்லும் வேக நெடுஞ்சாலை அடர்த்தியான குளிர்வலயக் காடுகளை

ஊடறுத்துச் செல்வது. அக்காடுகள் பல்லின விலங்குகளின் சரணாலயமுமாகும். மிகச் செறிவாக மரங்கள் உள்ள இடங் களில் மாத்திரம் ஒரு மீட்டர் உயரத்துக்கு உருக்குச் சலாகை களால் வேலிபோன்ற தடுப்புக்கள் அமைத்திருக்கிறார்கள். வீதியின் மறுபக்கம் போயே தீரவேண்டுமென அவாவும் விலங்குகளுக்கு ஆங்காங்கே வீதிக்குக்கீழே சுரங்க வழிகளும் வைத்திருக்கிறார்கள். அப்படியிருந்தும் சலாகை வேலிகளின் கீழ் பன்றிகளும் முள்ளெலிகளும் நிலத்தைக் குடைந்துவிட்டு வீதிக்கு வந்துவிடும். அத்தனையையும் மீறி உற்சாக மிகுதியில் வீதியில் தெறித்துப்பாயும் முயல், மான், மரைபோன்ற விலங்கு களையிட்டு அவ்வீதியில் பயணிக்கும் சாரதிகளுக்கு குறுக்கே எந்நேரமும் விலங்குகள் பாயும் அபாயம் இருப்பதை விழிப் புணர்த்தி வழிநெடுகிலும் அறிவிப்புப் பலகைகளை வைத் திருப்பார்கள். வீதிக்குக் குறுக்கே தற்செயலாக வந்துவிடும் பன்றியும், ரெடி – கரடியும், முள்ளெலியும் எப்படியும தப்பித்துக் கொண்டுவிட, மற்றைய விலங்குகளைவிடவும் வேகமாயப் பாயக்கூடிய புலுட்டைமானும் *(Reh / Roedeer)* முயலும் மரநாயும் கீரி இனத்தைச் சேர்ந்த விலங்குகளும் அதிகமாக வாகனங் களில் அடிபடுவதன் மாயமும் புதிரும் புரிவதில்லை. இவ்விலங்கு களுக்காக வேலிகளை ஒரு பனை உயரத்துக்கு அமைப்பதுவும் அசாத்தியம். பெருமழை தொடர்ச்சியாகப் பெய்யும் காலங்களிலும், வெள்ளம்போட்டாலும் முள்ளெலிகள் நம்பவூரில் சிவப்புக்கம்பளப் பூச்சிகள் புறப்படுவதைப் போல ஆயிரக்கணக்கில் புறப்பட்டுத் திக்கற்றுத்திரியும். அப்போது அவை வீதிகளைக்குறுத்தால் அத்தனையும் அடிபட்டு அரைபட்டுப்போகும் சாத்தியங்கள் உண்டு. ஒருமுறை கடற்கரைக்குப் பக்கமாகப்போகும் சாலையொன்றின்மீது கடற்கரையில் விளைந்த நண்டுக்குஞ்சுகள் கோதுமையைக் கொட்டிவிட்டதுபோலப் பரவிக்கிடக்கவும், அந்த வீதியில் போக்குவரத்தையே தடைபண்ணிவிட்டார்கள்.

ஒருமுறை எனக்கு முன்னே சென்றுகொண்டிருந்த பொலீஸ் வானொன்றின் மீது பாய்ந்த புலுடடைமான் ஒன்று அடிபட்டுத்துடித்துக் கொண்டிருந்தது. இறங்கிப்பார்த்த பொலீஸ்காரருக்குப் பதட்டத்தில் கைகால் ஓடவில்லை. என்னிடம் கேட்டார்: "இனி என்ன செய்யணும்?"

அவையெல்லாம் ஞாபகத்துக்கு வந்துகொண்டிருந்தன. வெண்மணலைப் பரவிவிட்டதுபோல் வீதியில் பனிப்படிவு இருந்தது. ஆதலால் வெகு ஜாக்கிரதையாக வண்டியை ஓட்ட வேணும். வண்டி சாலைத்தளத்தின் பிடிப்பை இழந்து கட்டுப்பாடற்று வழுக்கத் தொடங்கிச்சுதாயின் *(drift)* எந்த

வகை மேம்படுத்தப்பட்ட பிறேக்குகளாலும் எதுவுமாகா தென்பது தெரிந்ததுதானே.

**பனிப்படிவில் மகிழுந்து பாட்டத்தில் சறுக்கும்போழ்**
**நவீனத் தடுப்புக்களால் பயனென்.**

என்பது குறள்.

மிதமான வேகத்தில்தான் (100 கி.மீ.) வண்டியைச் செலுத்திக் கொண்டிருந்தேன். இருந்தும் பயணியும் ஜாக்கிரதையாக ஓட்டும்படி அடிக்கடி என்னை எச்சரித்துக்கொண்டு வந்தார். விலங்குகளில் இத்தனை பட்ஷமாக இருக்கிறாரே மனிதர் ஏதும் ஜீவகாருண்யக் கழகத்தின் ஆயுட்கால ஊழியரா யிருப்பாரோ என்று எண்ணவும் மனிதர் தொடர்ந்தார்: “கீரி, முயல் என்றால் பரவாயில்லை. ஓநாய் நரி புலுட்டை மான் என்றால் ஒரு மூவாயிரம், பன்றி என்றால் எப்பிடியும் ஐயாயிரம், கலைமானோ மரையோ, ஹிர்ஷ் அடிச்சுதென்றால் (*Hirsch/Stag*> 2 மீட்டர்கள் வரை நெடுத்த சவள் உருவான கொம்புகள் கொண்ட பாரிய மரையினங்கள்) லைட்டுகள், பஃபர் மட்டுமல்ல, ஷெல்லும் (*Radiator Grills*) சேர்ந்தே சிதறும் . . . எப்பிடியும் உனக்கு ஏழாயிரமாவது பறக்கும்” என்றார் அந்தக் காருண்யர்.

○

# அதியுச்சம் எப்படி இருக்கும்?

பெர்லினுக்கு தொழில் நிமித்தம் வருகை தருபவர்களானாலும், விடுமுறை, சுற்றுலாவென்று வருபவர்களானாலும் கணிசமான வீதத்தினர் விஜயம் செய்யும் இடமொன்றால் அது பால் வினை கிளப்புகள், மதுவகங்கள், டேபிள் டான்ஸ் கிளப்புகள், லைஃப்ஷோ கிளப்புகளன்ன இரவு விடுதிகள்தான்.

பெர்லின் இரவு வாழ்க்கை பிரசித்தம் என்பதால் சிலர் தாமாகவே இங்கேயுள்ள பிரபலமான சில கிளப்புகள், விடுதிகள், பாலியல் கூடங்களைத் தெரிந்துவைத்துக்கொண்டு நேரடியாக அங்கே போகவேணுமென்பார்கள். சிலர் பீடிகையோடு வேறு மாதிரிக் கேட்பார்கள். முதற் பீடிகையே அவர்கள் மனதைத் தெரியப்படுத்திவிடும்.

நம்புங்கள், சிலருக்கு வெட்கமெல்லாங்கூட வரும்.

"பெர்லினில் நைட் லைஃப் எல்லாம் எப்படி ... ஜாலியா இருக்குமா?"

"அமர்க்களமாயிருக்கும் போங்கள்."

"நல்ல ஜாலி பண்ணக்கூடிய இடம் எங்கேயிருக்கு?"

எந்த அளவுக்கு ஜாலி பண்ண விரும்புகிறார் என்பதைப் பற்றியறிய சுகிர்தங்களை ஏறுவரிசையில் வைப்போம்.

"பீப் ஷோ, காபரே, டேபிள் டான்ஸ், ஸ்டிறிப் டீஸ், லைவ் ஷோ, புஃப், செக்ஸ்பூல்ஸ்."

*(Puff => Brothel)*

"சரி . . . நல்ல புஃப்பா போகலாம் . . . ஒன்றும் ஆபத் திருக்காதே?"

பார்ட்டி வெளியூர்க்காரரா, நைட் கிளப்புகளுக்குப் புதியவரா என்பதையெல்லாம் அவர் கேள்விகளே காட்டிக் கொடுக்கும்.

'ஆமாங்க . . . ஆபத்திருக்கலாம்' என்றால் சவாரி மனதை மாற்றிக்கொண்டுவிடுவான்.

'இல்லை' என்றுதான் நாங்கள் எப்படி உத்தரவாதமளிப்பது?

அநேகமானோர் வங்கிக் கடனட்டைகள்தான் வைத் திருப்பார்கள். என்றாலும் உரொக்கப்பணம் செலுத்துவ தென்றால் 'எதற்கும் பணத்தை அளவாக எடுத்துச் செல்வது நல்லது' என்பேன்.

அடுத்து 'என்ன செலவு வரும்' என்பார்கள்.

"அதெல்லாம் உங்களைப் பொறுத்த விஷயம்."

கிரயங்களிலும் கடை, இடை, உச்சம், அதியுச்சம் என்று பல்வேறு பட்ட எல்லைகள் உண்டென்று அறிக.

"அதி உச்சம் எப்படி இருக்கும்?"

"நான் பால்வினைக்கூடங்களுக்குப் போவதில்லை சாமி. ஆனால் கடை, இடை, உச்சம் எல்லாமே ஒன்றுதானென்று பட்டினத்தடி சொல்லியிருக்கிறார்."

"எந்தத் தாடி?"

"பட்டினத் தாடியென்று நம்மூர்க்காரர் ஒருத்தர்."

ஒருவன் கிளப்பை அடைந்த பின்னால், "பிறகு டாக்ஸி உடனே கிடைக்குமோ என்னவோ . . . நான் முயங்கிவிட்டு வரும்வரைக்கும் வெயிட்டிங்கில் நிற்கமுடியுமா காம்றேட்?" என்றான்.

என் சுயம் சுத்தியடிபடும் தருணங்கள் இவை. ஐயா என் ஹெமிங்வே பிரபு . . . நீயும் இப்படிச் சுத்தியடிகள் பட்டு வலியில் துடித்தாயா? சிக்காகோ நகர வீதிகளில் அர்த்த ஜாமங்களில் குறுகிப்போக நேர்ந்ததா . . . அப்போ தெல்லாம் எப்படி உனக்குள்ளான உன்னைச் சமாதானம்

செய்துகொண்டாயென்று என் கனவுகளில் வந்தாவது சொல்லிவிடு.

"நிச்சயமாக மாட்டேன்."

"ஏன் . . . வெயிட்டிங் சார்ஜைவிட மேலதிகமாகவே பணம் தருவேனே."

இது 'விளக்குப் பிடித்தலின்' இன்னொரு வகை. எரிச்சலில் புறப்பட்ட கெட்ட வார்த்தையைக் குறுக்காக விழுந்து மறித்து மடக்கி உள்ளே வைத்துவிட்டு வேறு விதமாகச் சொன்னேன்.

"என் உணர்வுகள் சுடப்படுகின்றன. மன்னிக்க வேண்டும் . . . நீங்கள் நடுவத்தைத் தொடர்பு கொள்ளுங்கள் அவர்கள் எப்படியோ உங்களுக்கு வண்டி அனுப்பி வைப்பார்கள்."

நடுவத்தின் தொலைபேசி இலக்கங்களுள்ள அட்டையை அவனுக்குக் கொடுத்தேன். என்னை ஒரு அபூர்வப் பிராணியைப் போலப் பார்த்தான். பின் மீண்டும் என்னை 'அசௌகரியப் படுத்தியதற்காகத் தன்னை மன்னிக்க'ச் சொன்னான். என் அவசத்தின் ஒரு மில்லிகிராமைக்கூட அவன் உணர்ந்ததாகத் தெரியவில்லை. அப்போதும் *"Gute Heimfahrt"* (சுகமாக வீடுபோய்ச் சேர்வாயாக) என்று மலர்ச்சியுடன் வாழ்த்தியே விடைபெற்றான்.

சாதாரணமாக ஒரு மார்க் இனாம் தர முனகுபவர்கள் எல்லாம் *Puff*களுள் நுழைந்ததும் பாரிகளாகவும், பேகன் களாகவும், கர்ணமகா பிரபுக்களாகவும் மாறிவிடுவதுதான் இப்புவி மாந்தர் மீது எனக்கின்னுமுள தீராத ஆச்சரியம்.

பேச்சுக்கு, சேர்ந்து குடித்ததுக்கு, கொம்பனி கொடுத்ததுக்கு, தொட்டுக்கொண்டிருந்ததுக்கு, நடனமாடியதற்கு, படுக்கை விரித்ததுக்கு, கூடப்படுத்ததற்கு என்று செலவுத் தானங்கள் தனித்தனியே வரும். வாரி இறைத்துவிடுவார்கள் இச் சக்கரவர்த்திகள்.

o

அது எனக்குத் திருமணம் நிச்சயமாகியிருந்த வருஷம். வழக்கத்தைவிட விழிகளை அலையவிடாது அடக்கி நேர் கோட்டில் மட்டும் பார்க்க நான் பயின்றும் முயன்றுங் கொண்டிருந்த நேரம். *Nollendorf Platz* என்னுமிடத்தில் இருந்து *Tiergarten* செல்லும் லிண்டன் மரங்கள் செறிந்த ஒரு சாலையில் சொக்கோ பிறௌண் நிறத்தில் புதிதாக ஒரு பெண் வந்து சேர்ந்தாள். நிறைந்த ஆரோக்கியமும், பட்டன்ன முகமும் அப்படியே (பழைய) இந்தி நடிகை பிந்துவின் சாயல் இருந்தும் அந்தத் திமிர்த்த குதிரை நடையும், சிகரெட்

பிடிக்கும் தோரணையும் அவள் இந்தியப் பெண்ணல்ல என்றன. *Brazil* காரியாக இருக்கலாம். அவளது பிறௌண் நிறத்துக்காகவும், அவளின் சௌந்தர்ய தரிசனம் வேண்டியும் அந்தப் பாதையால் செல்லும் வேளையில் எல்லாம் என் கண்களே தாமாகவே அவளைத் தேடலாயின. ஒரு பெண்ணுக்கு அவளின் ஆரோக்கியந்தான் முதல் அழகு. அவ கன்னம் கழுத்து கண் – நாக்கு மூக்கு கேசம் – இடுப்பு மடிப்பு சுழிப்பு எல்லாம் பின்னாடித்தான். அவளின் சோபிதம் தினந்தினம் எனக்குள் ஒரு உந்துதலை தந்துகொண்டிருந்தாலும் ஏதோ நம்ம ஊர்ப்பெண்ணு ஒருத்திதான் அதிலே நிற்கிறாள் போலொரு பாவனை மனதில் படிந்துவிட்டது. 'இந்தாபார்' என்று நிற்பவளை நுணுகிப் பார்ப்பது பொதுக் கழிப்பிடத்தில் மூச்சாபோவதுபோல் எனக்குச் சங்கடமாய் இருக்கும். சந்தர்ப்பம் வரும்போது ஒருநாள் அவளிடம் 'நீ எந்த ஊர்க்காரி' என்று கேட்கலாமென்றுதான் இருந்தேன். அதற்கான சந்தர்ப்பம் அமையாமலே நாட்கள் கழிந்தன. மூன்று நான்கு வருஷங்கள் சென்றிருக்கும். பிறகு நான் அவளை அங்கே காணவில்லை. அவள் இடத்தையோ ஊரையோ மாற்றிக்கொண்டிருக்கலா மென்று நினைத்தேன். பின் அவளை முற்றாக மறந்துவிட் டிருந்தேன்.

*Hackeshe Markt* என்பது பெர்லினின் மத்தியிலுள்ள ஒரு பிஸியான இடம். அங்குள்ள உணவகங்கள், மதுச்சாலைகள், கிளப்புகள் மிக நீண்டநேரத்துக்கு திறந்திருக்கு மாதலால் இளஞ்சனக் கூட்டம் எப்போதும் ஜேஜே என்றிருக்கும். சீருந்து களுக்கும் இடையறாத தேவை இருக்கும். அதுவும் வார விடுமுறைகள் என்றால் சொல்லவும் வேண்டியதில்லை. இன்னும் பிரம்மகுமாரிகளுக்கும் குறைவில்லை. அது அவர்களுக்கும் அனுமதிக்கப்பட்ட இடம். அருகிலுள்ள ஹொட்டல்களில் நிரந்தர அறைகள் போட்டு வைத்துக்கொண்டு வீதியில் நிற்பார்கள் வெவ்வேறு அலங்காரங்களில். ஆட்களை மடக்கிப் போடுவதிலுள்ள டெக்னிக் குமாரிக்கு குமாரி வேறுபடும். திறந்து வைத்திருக்கும் தம் மார்புக்குழிகளைச் சட்டை செய்யாது கடந்துபோவர்களை மறித்துப் பச்சையாக எதையாவது கூறி 'அது' உனக்குத் தெரியுமா என்பார்கள். அவர்கள் இல்லை யென்றால் 'வாவேன் காட்டிறேன்' என்று கையைப் பிடிப்பார்கள்.

சிலர் 'இன்று என்னுடன் கழியாத இந்த நாள் உனக்கு வேஸ்ட்டிலும் வேஸ்ட்' என்பார்கள். சிலர் *Blow up / Hard core* என்பவற்றுக்கான ஆபாசமான சைகைகள் செய்து அழைப்பார்கள். ஒருநாள் இவர்களில் வித்தியாசமாக ஒருத்தி

ஒரு இளைஞன்மேல் தத்துவ வியாகரணம் பெய்து அவனைக் கவர முயன்றாள்.

'வணக்கம், மெஸூர் ... மிகத் தொலைவிலிருந்து வாறாப்பல'

' ஆமா *Stuttgart*ல இருந்து வாறன்.'

'தலைநகரில பார்த்திட்டுப் போறதுக்குப் பல அலுவல் களோட ஒரு ரவுண்ட் வந்திருக்கிறீங்க சரிதானே ... நான் சொல்றது.'

தலையை ஒரு பறவையைப் போல நளினமாக நொடித்து கொக்கிபோடும் விதமாக அவனைப் பார்க்கிறாள். அவன் 'ஆமா ... அப்படியும் வைச்சுக்கலாம்' என்றதும் அவனை நட்போடு நெருங்கி அவன் கையை பிடித்துக்கொண்டு விரல்களைச் செல்லமாக நீவத்தொடங்குகிறாள்.

'இளசுகளுக்குத்தான் எத்தனை விதமான டென்சன்கள் மனத்தில குவிந்திருக்கும், இருந்தாலும் எதையும் வெளிக் காட்டாமல் அப்பாவி மாதிரித் திரிவீங்கள். உங்க டென்சனை இறக்கிட்டா ஃப்ரீயா ஒரு குருவிமாதிரி லேசாவிடுவீங்க. அப்புறம் உயர உயரப் பறக்கலாம். பண்ணவேண்டிய அடுத்த அலுவலைக் கச்சிதமாப் பண்ண ஒரு உற்சாகம் உத்வேகம் எல்லாம் பிறக்கும். கொஞ்சம் செலவைப் பார்காதீங்க. ஜஸ்ட் 20–30 நிமிஷங்கள் போதும். உங்களைப் புத்துணர்ச்சி பண்ணிப் புதுமனுஷனாக்கிட நானாச்சு, வாங்க.'

'வருத்தப்பட்டுப்பாரம் சுமக்கிறவர்கவே நீங்கள் என்னிடத்தில் வாருங்கள், நான் உங்களுக்கு இளைப்பாறுதல் தருவேன்' பாணியில் போகிறது அவள் பேச்சு.

அதில் அவன் மடங்குகிறானா இல்லை கழற்றிவிட்டுப் போகிறானா, அடுத்து என்ன நடக்கிறது, எங்கே கூட்டிப் போகிறாள் என்று என் ஆர்வமும் கொதிநிலையைத் தொட முன்னே அடுத்த பயணி வண்டியில் ஏறிக் குந்திவிடக் கிளம்ப வேண்டியதாயிற்று.

○

*Tiergarten* என்கிற இடத்தில் *Strasse des 17 Juni* என்கிற இடத்தில் வார விடுமுறை நாட்களில் தரை அங்காடி *(Lunda)* ஒன்று கூடும் என்று மேலே சொல்லியிருந்தேன். அந்த இடம் வார நாட்களிலும், சனி ஞாயிறுகளில் அங்காடி கலைந்த பின்னும் பிரம்ம குமாரிகளின் இராச்சியமாக இருக்கும். அநேகமாக ஒவ்வொரு தெருவிளக்கின் கீழும் பூச்சிகளைப்

பிடிக்க பூனைகள் நிற்பதுமாதிரி நிற்பார்கள். *Tiergarten* தேவதைகள் அனைவரையும் தரிசிக்க வாஞ்சைப்பட்டான் ஒரு இளைஞன். கூட்டிப்போனேன். வண்டி வேகங்குறைந்ததும் அவர்கள் உஷாராகுவார்கள்.

சாவகச்சேரிச் சந்தையில் முன்பு ஒரு காக்கா கருவாட்டுக் கடை வைத்திருந்தார். நீங்கள் நாலு தேங்காய்கள் வாங்கலாமென்று அந்தப் பக்கமாகப் போகிறீர்கள். உங்களை ஒரு அத்தியந்த தோஷ்த்தைப் பார்த்ததுபோல் பார்த்துக் கனிந்து சிரிப்பார். நீங்கள் பதினெட்டு வயதுக்காரராயிருந்தாலுஞ் சரி, வாங்க அய்யா வாங்க வாங்க ... என்ன பலகாலமாய் இந்தப் பக்கம் காணலையே ... இப்பிடி இளைச்சுப் போயிட்டீங்களே ... ஊரிலே அம்மா அப்பா மாமா மாமி சித்தி எல்லாரும் சுகந்தானே என்பார். ரொம்பக் களைச்சு வர்றீங்களே அய்யா ... சோடா குடிக்கிறீங்களா எளனி குடிக்கிறீங்களா என்று உபசரிப்பார். பின் புதுசா வந்திருக்கு என்று சொல்லித் தன்னிடமிருக்கும் சரக்குகளின் மகாத்மியங் களைப் புகழத் தொடங்குவார். மங்குச்சூடையில் தீயல்வைத்துச் சாப்பிட்டால் கண்ணுக்குள் கைலாயம் தெரியும் என்பார். கருவாடுகளைப் பக்குவமாகத் தூக்கி அதைப் பல கோணங் களிலும் பிடித்துக்கொண்டு ‘சும்மா வைரம் பாய்ந்த தசை பாருங்க’ என்று சுண்டிக் காண்பிப்பார். பஜாரில் தன்னிடம் மட்டுந்தான் இப்படியான உயர்ந்த சரக்குகள் கிடைக்குமென்றும் ஜி.ஜி. பொன்னம்பலம், செனெட்டர் நடராஜா, தலைமை நீதிபதி ஞானச்சந்திரன் வீடுகளுக்கெல்லாம் தான்தான் சரக்கு விநியோகம் செய்வதென்று சத்தியம் செய்வார். உங்கள் தேங்காய் வாங்கும் எண்ணத்தைப் போட்டுவிட்டு அவரிடம் கருவாடு வாங்கியே தீரவேண்டியிருக்கும்.

வண்டி வேகங்குறையவும் திரும்பி ‘என் பின்னழகைப் பார்’ என்று ஒயிலாக ஒரு நடை நடப்பார்கள். வண்டி நிற்குமேயாயின் கொக்கிபோட்டிழுக்கும் ஒரு மந்தகாசப் புன்னகை. கிரயங்கள் உச்சாரத்திலேயே இருக்க, வாடிக்கையைத் தடாலடியாக வீழ்த்தவேண்டிய வியூகத்தோடு தேர்ந்தெடுத்துத் தூவப்படும் ஐஸ்கிறீம் வார்த்தைகள்.

“ஷட்ஸாக்கு பயேர்ண் பக்கம்போல ... அந்த அழகான மொழியிலேயே தெரியுதே ...”

“சரிதான் என்னே பசுமையானபகுதி அது ... *Donau, Main* ஆறுகளின் தீரமாக எங்கும் மரங்கள் மரங்கள் மரங்கள் ... வீதிகள் வளைவுகள் ... வாவ் ... என்னே லவ்லி இடமது.

பயேர்ண் வந்தாலே யாருக்கும் திரும்பிப்போக மனம்வராது. மெஸூர் அட்டகாசமாப் புறப்பட்டு வந்திருக்கிறதப் பார்த்தால் ... பெர்லினையே ஒரு உலுக்கு உலுக்கிறதா உத்தேசம்போல ... ம்ம்ம்ங் நாம விடமாட்டோம்." உதடுகளைச் செல்லமாய் குவித்து கொஞ்சிக்கொஞ்சிப் பேசி "இந்த ஜீவிதம் முழுவதும் உன்னைச் சந்திக்கும் இந்தக் கணத்துக்காகத்தான் காத்திருந்தேன் கண்ணாளா ..." என்பார்கள். அவர்கள் போடும் சோப்பில் வழுக்குவதும், தப்பிப்பதுவும் வாடிக்கையாளனின் சாமர்த்தியம்.

*Penthouse* பெண்களைவிட வீதிப்பெண்களின் கிரயங்கள் குறைவு. எங்குதான் நின்றாலும் அவர்கள் தொழில் அனுமதிப் பத்திரமும், ஆரோக்கியத்துக்கான மருத்துவச் சான்றிதழும் கையில் வைத்திருக்க வேண்டும். வாடிக்கையாளர் கேட்டாலோ, சுகாதார அதிகாரிகள் கேட்டாலோ காட்டவேண்டும்.

இந்த *Tiergarten* வீதியோரங்களில் பிரம்மகுமாரிகள் நீண்ட *American Limousine* ரக மகிழுந்துகளையும், பிற வாகனங்களால் இழுத்துச்செல்லப்படும் *Camping Caravan*களையும் கொண்டு வந்து தொழிலை விஸ்தரித்தார்கள். அந்த *Caravan* ஒன்றினுள் சிவப்பு விளக்கு எரிந்தால் வாடிக்கையாளர் நுழையவேண்டியதுதான். இப்போது *Strasse des 17 Juni*யில் மட்டும் அத்தகைய பாலியல் பணிமனைகளும் காதல் வாகனங்களும் தடை செய்யப்பட்டுள்ளன.

காதல்வாகனம் ஒன்று

இப்போது முதன்மைத் தொடருந்து நிலையத்திலிருந்து *Wedding* என்கிற இடத்தை நோக்கிச்செல்லும் *Heide Strasse* வீதி காதல் வாகனங்களுக்காக ஒதுக்கப்பட்டுள்ளது.

*Frankfurt*இல் பழையதாக ஒரு அடுக்ககத்தையே இப்பெண்டிர் முழுவதுமாக எடுத்துவைத்திருக்கிறார்கள். ஒவ்வொரு அறையின் முன்னாலும் அவர்களே நின்றுகொண் டிருப்பார்கள், அல்லது கதவில் அவர்கள் படம் ஒட்டப் பட்டிருக்கும். பிடித்திருந்தால் நுழையவேண்டியதுதான். அந்த அடுக்ககம் மிகப் பழையதாகையால் மின்னுயர்த்திகள் கிடையாது. ஒவ்வொரு தளமாக ஏறியிறங்க வேண்டும். நம்மவர் கள் சங்கேதமாக 'மலைக்குப் போதல்' என்பார்கள். 'எங்கடா சாந்தனைக் காணோம்' என்றால் 'வேறெங்க இன்று அவனுக்கு *Off*... மா. *Off days Operations* நிறைய இருக்கும். மலையேறப் போயிருப்பான் பிடிக்கமாட்டியள்' என்றால் விஷயம் கிரகிக்கப்படும்.

*Hamburg*இலும் துறைமுகத்தின் பிரதான வாசலையொட்டி *St. Pauli* என்றொரு *Erotic Spot* இருக்கிறது. அனைத்துலக மாலுமிகளும் வந்து குவிகின்ற இடமாதலால் எப்போதும் இவர்களுக்கு வியாபரம் 'ஜே' 'ஜே' என்றிருக்கும்.

ஒருமுறை ஒருவர் வந்து வண்டியில் ஏறிக்கொண்டு "*St. Pauli* க்கு விடு" என்றார்.

"தோழரே ... அது *Hamburg*இல் அல்லவா இருக்கு ..."

"இல்லை பெர்லினிலிருக்கு."

அவருடன் விவாதித்து முடியவில்லை. கடைசியாக நடுவத்தை அழைக்க வேண்டியதாயிற்று சாட்சிக்கு. பின் *ARTERMIS* என்கிற *Sauna, Sexpools* எல்லாங் கொண்டதொரு வி.ஐ.பி மையத்துக்குப் போனோம்.

ஒரு வாடிக்கையாளன் வீதிப் பெண்ணைத்தான் தேர்வு செய்வதன்று முடிவெடுத்தால் சுத்திச்சுத்தி பத்துப்பதினைந்து பேரையாவது பார்த்தபிறகுதான் ஒன்றைத் தேர்வு செய்வான். இன்னும் இவர்கள் இரசனையை தரையில் போட்டு நிலந் தட்டியால் அடித்தாலும் தீராது எனக்கு. ஹோம்லியாக பாந்த மாய் மானின் நளினத்தோடு அம்சமா ஒரு பெண்ணிருப்பாள். இவன் அவளை ஒதுக்கிவிட்டு நெடுநெடென்று ஒட்டகச்சிவிங்கி மாதிரி தாடையிலும் தோளிலும் எலும்புகள் துருத்திக்கொண்டு நிற்கும் மற்றொருத்தியைத்தான் பேரம் பேசுவான்.

கொஞ்சம் வெக்கறைப்பேர்வழிகள் வண்டியைவிட்டு இறங்கிப்போய் தனியாகப் பேரத்தை வைத்துக்கொள்வார்கள். சிலருக்கு மூன்றாவது பேர்வழி ஒருத்தன் இருக்கிறானே என்கிற ஸ்மரணை எதுவும் இருக்காது. வண்டியிலிருந்தபடியே பேரத்தை ஆரம்பித்துவிடுவார்கள். சிலரின் அணுகுமுறையும் பேரமும் வக்கிரமாக இருக்கும். நாம்தான் நெளியவேண்டியிருக்கும்.

"என்னதான் உன்னுடைய றேஞ்ச்?"

"முன்னூறு" என்றுவிட்டு தொடர்ந்து தொலைபேசியில் சிரித்துக்கொண்டு இடுப்பை முறித்து முறித்து நடந்து ஒயில் காட்டுவாள். பின் டம்பப்பையை தோள் மாற்றிமாற்றி வீசுகிற தோரணையில் நெஞ்சை நிமிர்த்திச்சில சாகசங்கள் செய்வாள்.

"இல்லை நூறுதான் . . . என்ன சொல்றே?"

பேசும்போதே உதடுகளை ஈரம்பண்ணி, மார்புக்குவட்டுக் குள் விரலை நுழைத்து அல்லது மார்பை லேசாகத் தடவிப் பார்ட்டியைச் சூடேற்றி மடக்கப்பார்ப்பாள்.

"ஒரு கோமகனா இருந்துக்கிட்டு இப்படிப் பேரம் பேசுகிறது உம்ம தரத்துக்கு ஆகாது . . . அழகில்லை ஷட்ஸ்" என்பதுபோல் பெருங்குல்லாவாகச் சூடிக் கவிழ்க்கப் பார்ப்பாள்.

பார்ட்டி அனுபவசாலியாயிருந்து இந்த 'ட்றிக்'குகளில் மசியமாட்டான்போலத் தோன்றினால் டெக்னிக்குகளும் டயலொக்குகளும் வேறுதினுசில் வரும்.

"கோமகன் இடம்மாறி வந்திட்டார்போல . . ."

"அட கூசாம முன்னூறெங்கிறியே அப்படியென்ன தங்கத்திலயா மருவிவைச்சுருக்கே . .?"

"இளவரசருக்கு 'தில்' இருந்தா மார்க்கைத் தள்ளிட்டு தங்கமா பிளாட்டினமாங்கிறதை ஆராயுறது . . . நான் 'ஸ்வாஸ் நிக்கரயே' பார்த்தவவாக்கும்!"

". . . க்கும், அப்புறமென்ன ஹொலிவூட்ல ஒரு பென்ட் ஹவுஸையே உனக்கு எழுதிக் கொடுத்திருப்பானே?"

அங்குசுற்றி இங்குசுற்றிப் பேரம் பிறகு இருநூறுக்கே படிவதெல்லாம் எனக்கொன்றும் ஆச்சரியமில்லை.

என்னதான் கறாராக இருப்பதுமாதிரிப் பாவ்லா பண்ணி னாலும் நெருங்கிய கிராக்கியை லேசில் கழன்றுபோகவும் விடமாட்டார்கள். அவர்கள் கிரயத்தில் கிராக்கி அதிகம் கைவைத்தானாயின் 'சரி' என்று சம்மதித்துவிட்டு 'நீ

என்னிடம் இன்னஇன்னதெல்லாம் பண்ணமுடியாது' என்பதை நிபந்தனையாக விதிப்பார்கள். 'எயிட்ஸ் சங்கதி' பரவலான பின் எவருமே வாய்மூலமான செக்ஸை அனுமதிப்பதில்லை. மற்றும்படி தோளுக்கு கீழ அனுமதிக்கப்படும், அனுமதிக்கப் படாத விஷயங்கள் முழுவதும் 'வாத்ஸாயனரிஷம்'. வார்த்தை களில் வடித்துவிட முடியாதவை.

அநேகமான சீருந்துகளில் முன்சீட்டுகளின் பின்னதாக விமானங்களில் இருப்பதுபோன்று நைலோன் வலையிலான பைகள் இணைத்திருக்கும். அதற்குள் இலவசப் பத்திரிகைகள், பர்ஃபியூமிலிருந்து உடைகள், மகிழுந்துகள், கணனிகள் உள்ளிட்ட பல்பொருள், இலத்திரனியல் அங்காடிகளின் விளம்பரங்கள் வைக்கப்பட்டிருக்கும். *'La Belle'* எனும் நகரின் பிரபல டேபிள் டான்ஸ், ஸ்றிப்ரீஸ் கம் பால்வினைக்கூடம் ஒன்றின் பளபள தாளில் கிறுகிறுக்க வைக்கும் நிர்வாண அழகிகளின் படங்கள்போட்ட மடிப்பிரசுரங்களை நிலை யத்தில் நிற்கும் சீருந்துகளில் வைப்பதற்காக எடுத்துக்கொண்டு வாராவாரம் பெண்ணொருத்தி வருவாள். வந்ததும் "என்ன உன்னைப் பலநாளாய் கிளப்பக்கம் காணவே முடியலை . . . வா ஷட்ஸ் வராமல் விட்டுடாத . . . சீமான்களை கோமான் களை எல்லாம் அழைத்து வந்து எங்களுடைய சொர்க்கத்தைக் காட்டு ஷட்ஸ் . . ." என்று குழைவாள்.

"அழைத்து வராமலென்ன, உங்க கிளப்பில நுழையிறவெ னெல்லாம் நுழைஞ்ச வேகத்தில ஸ்பிறிங்ல வைச்சு எத்தின மாதிரியில்ல வெளியில வந்து விழுகிறான் . . . அந்த அளவுக்கா அகப்பட்ட ஒருவனிட்ட உரிப்பீங்க . .?"

"சே . . . சே . . . அப்படியெல்லாமில்லை, இதெல்லாம் யார் சொன்னது உனக்கு?"

"சொல்றதாவது . . . நானே பலதடவையும் பார்த்தது."

"அப்படியெல்லாமில்லை ஷட்ஸ், அப்படியெல்லாம் பண்ணினோமென்றால் பிறகு எப்பிடி வாடிக்கையாளர்கள் எங்க கிளப்பை நாடி வருவாங்க . .? இந்த ஆண்களிலே எத்தனை பேர் தொடைநடுங்கிப் பசங்க பயந்தாங்கொள்ளிகள் இருக்காங்கன்னு நாம அறியாமலா இருக்கோம்? கிளப்பை திறந்தவுடனே ஒவ்வொன்றாத்தானே வாடிக்கை வந்துசேரும். வாடிக்கையாளர்கள் வந்து கிளப் களைகட்ட முதலே முதல்ல முழிசிக்கொண்டு தனியா உள்ள வருவான் பாரு, அவன்தான் திரும்பி ஓடுறவன். டான்ஸ் ஆடுற பெண்கள், கொம்பனி கொடுக்கிற பெண்கள், உபசரிக்கிற பெண்கள் என்று பத்துப் பதினைந்து பெண்கள் ஒண்ணாயுக்காந்தா தமாஷா அரட்டை

யடிச்சு சிரிச்சுக்கிட்டுத்தானே இருப்பாளவை, அந்தக் கும்மாளத்தைக் கண்டு இவன் பயந்திடுவான். "அட ... இத்தனை மோகினிகள் இருக்கிறாளவையே ... நாம தனியா வந்து மாட்டிக்கிட்டமோ ... எல்லாருமா சேர்ந்தென்னை அமுக்கி இருக்கிறதெல்லாத்தையும் உருவிடுவாளவையோ என்று இவன் பயந்திடுவான். உள்ளே இருக்கிறவங்களும் மனுஷங்கதானே என்றெல்லாம் யோசிக்கவராது. மனதில பயம் வந்திட்டா பிறகு யார்மறிச்சாலும் நிற்கமாட்டான். ஓட்டந்தான்! இதே லா பெல்லாவில நானும் ஆறு வருஷமாய் டான்ஸ் பண்ணிட்டிருக்கேன். இப்படி ஓடிற எத்தனை பேரைப் பார்த்திருப்பேன் ஷட்ஸ். அளவுக்கு மிஞ்சி வெட்கப்படற, பயப்படற, ஓடுற ஆம்பிளைக்கு பால்வினைச் சுகிப்போ சுகிர்தமோ ஏது ... ஓடிற கம்மனாட்டியை நாம விரட்டிக் கிட்டா போகமுடியும்? உனக்கு சுகம் தேவையா ... 'தில்' இருக்கா ... வா – சுகி – போய்க்கிட்டேயிரு. இதுதான் நம்மோட பிறின்ஸிப்பிள்!"

"ஒஹோ ... அப்படியா சங்கதி? நானும் நீங்க அவங்க நுழைந்தவுடனேயே எதையாவது பிடிச்சு முறுக்குகிறீர்களோ வென்று நினைத்தேன்."

"நீ போ ஷட்ஸ் ... எப்போதும் குறும்புதான் உனக்கு" என்று என் கன்னத்தில் இடித்துவிட்டு விழுந்துவிழுந்து சிரித்தாள்.

○

அது நான் சீருந்துப்பணி ஆரம்பித்திருந்த காலம். இவர்களின் நளின நைற்றியங்களுக்கு ஈடுகொடுத்து வித்தாரமாகப் பேசுங்கலை அவ்வளவாகக் கைவராத நேரம். ஒரு நாள் இரவு ஒரு பொருட்பெண் என் சீருந்தை மறித்தாள்.

"*Lankwitz* வரை போகலாமா?"

"ஜோராப் போகலாமே."

"கட்டணம் என்னாகும்?"

"50 மார்க்குகளாவது வரும்."

"இல்லை, 30 தான் வரும். நான்தான் தினமும் போகிறேனே?"

"அப்போ நீ 30 மார்க்குக்கே போகிற வழியை எனக்குக் காண்பித்தாயானால் சரிதான்."

"எனக்கு வழி எல்லாந் தெரியுமா ஷட்ஸ்?"

"அப்போ நீ தினமும்போற வண்டியைப்பார்த்து ஏறிப்போறது."

“என்ன ஷட்ஸ் இப்பிடிக் கோபிக்கிறே?”

“நீ மீட்டரெல்லாம் போடவேண்டியதில்லை, 35 மார்க்கையும் தருவேனாம், நீ பாக்கெட்லயே வைச்சுப்பியாம் சரிதானே ..?”

“அப்படியெல்லாம் ஓடிவிட்டு ஓஃபீஸுக்கு கிலோமீட்டர் கணக்கெல்லாம் காட்ட முடியாது, பிரச்சினையாயிடும்.”

“உனக்குப் பிழைக்கத்தெரியாது. அப்படித்தான் எல்லாரும் பண்றாங்க.”

“சரி நான் இப்பிடியே இருந்திட்டுப் போறேன்.”

“முரண்டுபிடிக்காத ஷட்ஸ் ... என்னால குளிர் தாங்க முடியல. எப்போதான் கதகதப்பாய் வீட்டுக்குள் நுழைந்து உடம்பைச் சாய்ப்போமென்று இருக்கு. சரி நாற்பதையும் வாங்கிக்கொள்.”

குளிரைச்சொல்லி உணர்வுபூர்வமாய் தாக்கினாள்.

“சரி சரி ஏறிக்கொள்.”

பாவம் அவள். 40 மார்க்குகள் வந்ததும் மீட்டரை நிறுத்தி விடுவோமென நினைத்தேன். மீட்டர் 20க்கு வரவும் பின் சீட்டிலிருந்தவள் “எங்கே ஷட்ஸ் பல நாளாய் உன்னைக் காணல ... எங்கே விடுமுறையில் போயிருந்தியா ...” என்றபடி முன்னகர்ந்து வந்து என் தோளில் கைவைத்தாள். எனக்கு அவளைக் கையை எடுக்கச்சொல்லவோ அல்ல எப்படி எதிர் வினையாற்றுவதென்றோ தெரியவில்லை. என் எதிர்ப்பு வராமலிருக்கவும் தோள்ப்பட்டையைச் சுகமாக அமுக்கத் தொடங்கினாள். பின் இரண்டு பக்கத் தோள்ப்பட்டைகளையும் மாறிமாறிச் சுகமாக அமுக்கினாள். சில விநாடிகள் கழித்து அவளது மெல்லிய விரல்கள் என் கொலருக்குள்ளாகப் புகுந்து நீவ ஆரம்பித்தன. மீட்டர் 30 மார்க்குக்கு வந்ததும் ஆரம்பித்தாள்:

“ஷட்ஸ் அதை நிறுத்திவிடேன்.”

“ஷட்ஸ் அதை நிறுத்திவிடேன்.”

“அப்போ இதிலேயே இறங்கிக்கொள்கிறாயா?”

“விளையாடாத ஷட்ஸ் ... இது நமக்கு உழைப்பில்லாத சீஸன் ஷட்ஸ். அவனவன் ஒரு 100 மார்க்கைத் தள்ளிட்டு விடிய விடிய வைச்சுத் தாலாட்டென்கிறான் ... சொல்லு ஷட்ஸ் எப்பிடிப் பிழைக்கிறது ?”

“ஜொப்பை மாத்திறது.”

"இதுக்கே பழக்கப்படுத்தித் தொலைச்சிட்டமே ... இனி மாத்திறது நடக்கிற காரியமா."

அவள் சுகமாக நீவி நீவி விடவும் மணிக்கணக்காக நிறுத்திக்கொண்டிருந்ததில் பலகைபோல் விறைத்துப்போயிருந்த முதுகிலும், தோள்ப்பட்டையிலும் குருதி குதிகொண்டுபாயவும் சுகமாகத்தான் இருக்கிறது. 'கடன்பட்டார் நெஞ்சம்' குறு குறுக்கிறது. மீட்டர் 35 மார்க்குக்கு வரவும் அதை நிறுத்தினேன்.

"என்ன பெருந்தன்மையான மனிதன் நீ" என்றுவிட்டு பின்கழுத்தில் முத்தமிட்டாள். சிலிர்க்கிறதுதான் என்றாலும் எனக்கு பொருட்பெண்களோடு குலவப்பிடிப்பதில்லை.

"என்றாலும் ஒரு அந்நியனுக்கு இது மிக அதிகம்" என்றேன். "உலகத்தில் எவரும் யாருக்கும் அந்நியமில்லைத் தெரியுமோ" என்றாள்.

இவ்வாறு அன்னை திரேசா மாதிரிப் பேசிக்கொண்டு வந்தவள் அவள் வீடு வந்ததும் வெகு விநயமாகக் கேட்டாள்:

"ஷட்ஸ் இவ்வளவு தூரம் வண்டியை ஓட்டிட்டி வந்தே ... களைப்பிருக்கும், என் வீட்டுக்கு வந்து ஒரு கப் காப்பி சாப்பிட்டுப் போகக்கூடாதா ..."

"நன்றி, எனக்கு அதற்கெல்லாம் நேரமில்லை மிஸ் ... இன்னொருநாள் பார்க்கலாம்."

"ஒரு பத்து நிமிஷம்போதும், உனக்கு ஒரு ஃபுல் மசாஜ் தந்து கணக்கை நிமிர்த்திவிடுறேனே ... உனக்கு உடம்பும் உஷ்ணமான மாதிரி இருக்கும் ஷட்ஸ்." கண்ணடித்தாள்.

இப்படித்தான் ஒரு இங்கிலிஷ் கொமெடியில் கொட்டும் மழையில் ஒரு இளம்பெண்ணுக்கு ஒருத்தன் தன் காரில் லிஃப்ட் கொடுப்பான். அவள் வீடு வந்ததும் அவள் அவனை 'உள்ளே வா ... கொஞ்சம் *Glu-wine* (குளிர் காலத்தில் சூடாகச் சாப்பிடும் சிவப்பு ரக வைன்) சாப்பிடலாமென அழைப்பாள். அவசரமாக எங்கேயோ செல்ல இருந்த அவன் மறுக்கவும் நைச்சியமாகப்பேசி வலிந்து எப்படியோ தனது அடுக்ககத்துக்குள் அழைத்து வந்துவிடுவாள். அவர்கள் உள்ளே சென்றதும் கமெரா அடுத்த காட்சிக்கு மாறும். முதலில் படுக்கையறை ஜன்னலி னூடாக அவனது சப்பாத்துக்கள் வெளியில் வந்துவிழும். பின் அவனது ஜீன்ஸ், பின் உள்ளாடைகள். பின் அறையின் விளக்குகள் அணையும்.

"வேண்டாம் ... அதெல்லாம் வேறொரு தடவை பார்க்கலாம்."

“மனுஷங்க ஒருத்தருக்கொருத்தர் உதவியா இருக்க வேணாம்?”

“ப்ச்ஸ் . . .”

*“Then what about a quick blow monsieur?”*

*“No Thanks, dear.”*

ஏராளம் முனகல்களுக்குப் பிறகு பணத்தை எண்ணித் தந்துவிட்டு கொசுறாக ‘கிஸ்’ ஒன்றைப் பறக்கவிட்டாள்.

❍

அப்போது என்னிடம் இளந்தாடியொன்று இருந்தது. அசப்பில் பின்லாடன் மாதிரி தலைப்பாகையோடு ஆட்டுத்தாடி வைத்துக்கொண்டு கையில் செபமாலையுடன் வந்த ஒருவர் எனக்கு முன்னதாக நின்ற மூன்று வண்டிகளைத் தவிர்த்து விட்டு நேராக என்னிடம் வந்து “அஸ்லாம் அலைக்கும்” என்றார்.

“வலைக்கும் ஸலாம்”

“பட்டர்ஃப்ளை போகலாமா?”

அதிக அளவில் தெற்காசியப் பெண்களைக் கொண்ட நைட் கிளப் அது.

“சந்தோஷமாய்.”

பயணம் முழுவதும் காக்காய்வலி வந்தவன் மாதிரி கண்களை மேலே செருகிக்கொண்டு செபமாலையை உருட்டியபடி கிடாயாட்டின் முணுமுணுப்போடு வந்தவர் இடையில் கேட்டார்.

“நான் ஏன் உனது வண்டியைத் தேர்வுசெய்தேன் தெரியுமா?”

“தெரியவில்லையே . . . சொன்னால் தெரிந்துகொள்வேன்.”

“நான் ஒரு வெளிநாட்டுக்காரன் உனக்குந் தெரியும். எனது காசை நான் இன்னொரு வெளிநாட்டுக்காரனுக்குத் தான் தருவேன்.”

“நல்லது.”

“நான் ஒரு முசல்மான், எனது காசையும் இன்னொரு முசல்மானுக்குத்தான் தருவேன்.”

“மிகமிக நல்லது.”

இஃதன்ன தகைசான்ற தத்துவங்கள் நம் வசமிருக்க 'நான் ஜெர்மன் காரனுடைய சீருந்தில்தான் போவேனென்று' ஏறிப்போகும் ஜெர்மன் பேதவாதிகளை எப்படிக் குறைப் படலாம்?

ஒட்டுமொத்த இனவாத ஒடுக்குதல் நெருக்குவாரங்களுக் குள்ளும் தீண்டாமைபோலும், வெளிநாட்டவர் என்ற சிறு வர்க்கத்துள்ளும் முஸ்லிம், முஸ்லிம் அல்லாதவர் என்ற மதத் தேசியம் ஜோதியுள் ஜோதியுள் ஜோதியாக.

"வாவ்... அற்புதமானதொரு வாழ்வியல் கோட்பாடு ஹாஜீ... அதையே தொடர்ந்து கடைப்பிடியுங்கள்."

பட்டர்ஃப்ளை வந்ததும் "இன்ஷா அல்லா.. மா அஸ் ஸலாம்." என்றபடியே நடையில் வேகம் காட்டினார்.

வேறும் சில துருக்கிக்காரர்களும் முதலில் நிற்கும் ஜெர்மன் காரர்களின் சீருந்துகளைத் தவிர்த்துவிட்டு துருக்கிக்காரர் களின் சீருந்துகளாகப் பார்த்து ஏறிக்கொள்வார்கள். இதுவன்ன சின்னச் சின்ன செயற்பாடுகள்தான் ஜூதர்கள் மீதான ஹிட்லரின் வெறியை வளர்த்தது என்பதை எப்படி மறப்பது? இன்னும் ஜெர்மனிக்கு வந்திருக்கும் ஆங்கிலேயர்கள் அல்லது ஆங்கிலம் தெரிந்த சுற்றுலாப்பயணிகள் இந்த ஆசியனுக்கு எப்படியும் ஆங்கிலம் புரியவே செய்யும் என்கிற நம்பிக்கை யில் இதரவண்டிகளைத் தவிர்த்துவிட்டு எனது வண்டியில் ஏறிக்கொண்டாலும் மிகவும் சங்கடமாகவிருக்கும்.

○

மேற்கு பெர்லின் இரண்டாம் உலகப் போரில் ரஷ்யாவி னால் கைப்பற்றப்பட்ட பிரதேசத்தினுள் (முன்னைய கிழக்கு ஜெர்மனி) வருவதால் அதற்குச் சில விசேஷ அதிகாரங்கள் உடைய பிரத்தியேகமானதொரு அரசியல் சட்டமும் நடை முறைகளும் உண்டு. பெர்லின் அரசு வெளியிட்டுள்ள அதன் நகர வழிகாட்டிக் கையேட்டிலேயே 'உணவகங்களில் பரிசாரகர் களுக்கும், சீருந்துக்காரர்களுக்கும் செலுத்தவேண்டிய கட்ட ணத்தின் இருபது சதவீதத்தை 'இனாம்' அல்லது 'சேர்விஸ் சார்ஜ்' ஆகக் கொடுப்பது இங்கே அனுமதிக்கப்பட்ட வழக்கம்' என்று குறிப்பிடப்பட்டுள்ளது. சிங்கப்பூரில், ஜப்பானில், ஐக்கிய இராச்சியத்தில் இந்த 'சேர்விஸ் சார்ஜ்' மொத்தக் கட்டணத்திற்குள் உள்ளடக்கப்படுவதால் தனியாக 'இனாம்' கொடுக்கும் வழக்கம் அதிகமாக இல்லை எனலாம்.

பத்து வருடங்களுக்கு முன் சிங்கப்பூரில் மாக்.டொனாட் ஸில் விற்பனைப் பெண்ணிடம் மீதிச் சில்லறை 2 டொலரை

அவளையே வைத்திருக்கச் சொன்னேன். திடுக்கிட்டு என்னைப் பார்த்தாள். பின் என்ன நினைத்தாளோ என் மேசைக்கே ஓடிவந்து "மன்னிக்கவும் இனாம் இங்கு தடைசெய்யப்பட் டுள்ளது" என்றபடி அந்த டொலர்களைத் திருப்பித் தந்துவிட்டுப் போனாள்.

சில பயணிகள் பார்த்தால் முரட்டுத் தோற்றத்துடன் அலுக்கோசுகள் மாதிரி இருப்பார்கள். 'இவன் பணம் தருவானா, பிச்சுக்கொண்டு ஓடிவிடுவானா'வென்று யோசித்துக்கொண் டிருந்தால் பதினைந்து மார்க் பயணத்துக்கு இருபது மார்கு களைத் தந்துவிட்டுத் திரும்பிப் பார்க்காமலே போய்க்கொண் டிருப்பான். அனேகமான உடலால் உழைக்கும் தொழிலாளர் களுக்கு சக தொழிலாளர்கள் மேல் இன, மத எல்லைகள் கடந்த அபிமானம், கரிசனம் கொஞ்சம் இருப்பது இயல்பு.

எனது பயணிகளில் சந்திக்கும் கஞ்சல் திலகங்களும், புரவலர்களும் ஆச்சரியத்தை ஏற்படுத்திவிட்டுப்போவார்கள். ஒரு பயணம் 9.90 மார்க் வருகிறதென்று வைப்போமே. சில கஞ்சல்கள் 10 மார்க்கைத்தந்துவிட்டு மீதிச்சில்லறை 10 ஃபெனிக்கை பர்ஸில் நான் தேடி எடுத்துக்கொடுக்கும்வரையில் எவ்வளவு வாகன நெரிசலான நேரமானாலும் கையைப் பராரிமாதிரி நீட்டிக்கொண்டு நிற்பார்கள்.

○

ஒரு முறை *Kohlfurterstrasse* – 31 என்கிற விலாசத்திலிருந்து ஒருவர் சீருந்து அழைத்திருந்தார். அவரது கதவின் இலக்கம் ஒற்றை இலக்க வரிசையாதலால் நான் சென்றதிசையில் வலப்பக்கமாக அமையும் வீடாக இருந்தது. நான் 31ஆம் நம்பர் இலக்க வீட்டின் முன் வண்டியை நிறுத்திவிட்டுக் காத்திருக்கவும், அவ்வீதியில் வீட்டின் எதிர்ப்பக்கத்திலிருந்து ஒரு விசில் வந்தது. அங்கேயொரு குள்ளமான மனிதர் நின்று என்னை நோக்கிக் கையை விசுக்கினார். நான் "எனக்கு 31ஆம் இலக்க வீட்டில் சவாரி இருக்கிறது" என்றேன். அவரோ "இல்லையில்லை நான்தான் வண்டியை வரவழைத்தது" என்றார். பெயரைக் கேட்டேன். சரியாகச் சொன்னார்.

பார்வையிலேயே ஒரு தந்திரசாலிபோலிருந்த அப்பிரகிருதி வீதியின் மறுபக்கத்தில்போய் நின்றதன் சூக்குமத்தை உசாவி னேன். அவருக்கு நான் வந்த திசைக்கும் எதிர்த்திசையில் உள்ள *Dialysis Center* ஒன்றுக்கு இரத்தம் சுத்திகரிப்பதற்காகப் போக வேண்டும். எனவே எதிர்த்திசையில் செல்வதற்கு வண்டி பொருத்தமான இடம்வரைபோய் *U-Turn* செய்து

திரும்புவதற்கிடையில் மீட்டரில் 20 ஃபெனிக்காவது ஏறி விடுமாம், செப்பினார். இத்தனைக்கும் அது சிறியதொரு சவாரிதான். வண்டிக்கட்டணம் 7 மார்க், 40 ஃபெனிக்கே வந்தது. சல்லிமுட்டியை உடைத்துப் பொறுக்கிக் கொண்டு வருபவர்போல நிறையச் சில்லறைகள் இருந்த தாளை விரித்து மேகநீல கோலிக்கோளக் கண்களை உருட்டியுருட்டி செப்பு நாணயங்கள் 1, 2 ஃபெனிக்குகள் உள்ளிட்ட சில்லறைகளை எண்ணி ஒருவாறாகத் தந்து முடித்தார், ஒரு ஃபெனிக் அதிக மில்லை. இதனைக்கும் இப்படி மெல்ல மரணித்துக்கொண் டிருக்கும் நோயாளிகளுக்கும், தீராத பிணியாளர்களுக்கும் கிடைக்கும் ஓய்வூதியம் நீங்கலாக சமூக – உதவிகள் சிறகமும், அவர்களுடைய மருத்துவக் காப்புறுதிக் குழுமங்களும் மாசா மாசம் தாராளமாகவே பணத்தை அள்ளிக்கொடுக்கும், ஆனால் கஞ்சனாக வாழப்பழகிவிட்ட அந்தப் பஞ்சப்படி மாத்தான் களுக்கு செலவுசெய்ய மனம்பிடிக்கணுமே ?

❍

மூன்று நாலு கனதியான பயணவுறைகளுடன் வந்தும் சிலர் இனாம் எதுவும் தராமல் இறங்கும்போது அவர்களின் பயணவுறையை எடுத்துக்கொடுக்க மாட்டேன், அவர்களே தாங்களாகவே எடுத்துக்கொள்ளட்டுமென்று விட்டுவிடுவேன். என்றாலும் பின்னால் அப்பழிவாங்கும் குணத்தையிட்டுப் பச்சாதாபம் எழுந்தெழுந்து வருத்தும்.

பியர்போத்தலைப் பிச்சைகேட்டவனுக்கு உடனடியாக மறுத்துவிடலாம், பின்னால் உங்களால் அதனை நிம்மதியாகச் சுவைக்க முடியாது. வேலைக்களைப்புடன் வந்த ஒருநாள் *KAISER'S* என்னும் அங்காடியில் கவுண்டரில் பல நிமிஷங்கள் காத்திருந்து 3 பியர்களை வாங்கிவந்தேன். வழக்கம்போல் வாசலில் நிற்கும் தடியான இளைஞன் என்னிடம் யாசித்தான். இரண்டு கைகளிலும் சாமான்கள். இப்போ பொக்கட்டினுள் கைவிட முடியாதென்றேன். 'அப்போ பியர்போத்தலில ஒன்றைத் தாறது' என்றான் சாதாரணமாக. எனக்கு உடனே திருச்சி மலைக்கோட்டைப் பிள்ளையார் கோவிலின் தாடிவைத்திருந்த ஐயர்தான் ஞாபகத்துக்கு வந்தார். அது 1990. "உங்களுக்கான குறைகள் அத்தனையும் இக்கணமே தவிடுபொடியாக்கிடும் சர்வ வல்லமை படைத்த சக்திங்க இது, அவருக்கொரு ஸ்பெஷல் அபிஷேகம் ஜஸ்ட் த்றீதௌசன்ட் றுப்பீஸ்தான் ஆகும் செஞ் சிடுங்க." என்னைத் துரத்தித்துரத்தி நச்சரித்தார். அவரைக் காய்வெட்டமுடியாமல் தவித்து "என்னிடம் அத்தனை ரூபாய்கள் இப்போது இல்லையே சுவாமி" என்றேன். என் மோதிரத்தைப்

பார்த்தபடியே "பரவாயில்லீங்க ... வருத்தப்படாதீங்க ... நீங்கள் தங்கம், டாலர், கமெரா, ரிஸ்ட்வோட்ச், பான்ட் லெங்க்த், ரீ – ஷேர்ட்டு, பேனா இப்படிப்பொருளாக் கொடுத்தாக்கூட ஸ்வாமி ஏத்து க்கும்" என்றது சின்னச்சுவாமி.

○

இந்தக் கோர்ட்சூட் பேர்வழிகள் இருக்கிறார்களே, அநேகமானோர் கஞ்சலும் கறாருமாகவே இருப்பர். அநேக மானோரிடம் இனாம் பெயரவே பெயராது. அப்படித்தான் இருந்தாலும் அதிகபட்சம் ஒரு மார்க்குக்கு மேற்பட்டுவிட்டால் அதிசயம். பெர்லின் மீண்டும் ஜெர்மனியின் தலைநகரான பின் பிற மாநிலங்களைப் பிரதிநிதித்துவப்படுத்தும் அவற்றின் பிரதிநிதித்துவ செயலகங்களை இங்கே நிறுவியுள்ளார்கள். அச்செயலகங்கள் செறிந்திருக்குமிடத்தை *Ministergarten* என்பார்கள்.

அன்றைக்கு *Ministergarten*இல் *Rheinlan-Pfalz* மாநிலச் செயலகத்தின் உத்தியோகபூர்வ வண்டியில் ஏதோ கோளாறா யிருக்க வேண்டும். அதன் நிதித் துறை அமைச்சர் அவரது செயலாளர் சகிதம் தம் செயலத்திலிருந்து *Tegel* விமான நிலையம்வரை என் அழைப்புந்தில் பயணித்தார். அவர் வண்டியில் பல்வேறு வேலைத்திட்டங்கள் பற்றியும் அவற்றுக் கான நிதியங்கள் பற்றியும் தன் செயலாளருடன் கதைத்துக் கொண்டே வந்தார். அவர்கள் சொன்ன மில்லியார்டன் களுக்கும், பில்லியார்டன்களுக்கும், திறில்லியாடன்களுக்கும் எத்தனை சுழியங்கள் இருக்கும் என்றே எனக்குத் தெரியாது. நாம் சும்மா இலக்கங்களில் தானும் காண நேர்ந்திராத தொகை களை நிஜத்தில் கையாளும் மனிதர்களின் அணுக்கத்தில் கொஞ்சநேரம் நானும் என்னை ஒரு பில் கேட்ஸாகவே உணர்ந்தேன். வண்டி விமான நிலையத்தை வந்தடைந்ததும் செயலாளர் பயணத் தொகைக்கான கூப்பனைக் கையெழுத் திட்டுத் தர, மந்திரி எனக்காக எவருக்கும் தெரியாமல் அரசின் கஜானாவுக்குள் கையைவிட்டு எடுத்துத் தருவது போன்றவொரு பாவனையுடன் இரண்டு நாணயங்களை இரகசியமாக என் உள்ளங்கையில் வைத்து அமுக்கினார். முல்லா நசுருத்தீன் அளித்ததைப் போல ஒருவேளை தங்க நாணயங்களாக இருக்குமோ கையை இறுகப் பொத்தி வண்டியுள் வெளிச்சத் தில் விரித்துப் பார்த்தேன், இரண்டு பத்து 'பெனிக்குகள்' சேர்ந்து கிடந்து சிரித்தன. இங்கே அதைக்கொண்டு வெங்காயத் தூசுதானும் வாங்க முடியாது!

○

காலநிலை உவப்பாயிராத நேரங்களில் மழையை, வெயிலை, பனியை, குளிரைச் சபித்தபடி வரும் பயணிகள் அதிகம். சலிப்பதெல்லாம் சீருந்து பிடிக்க வேண்டி வந்திட்டுதே என்பதனாலேயொழிய இயற்கை என்ன செய்யும் இந்தப் புலம்பல்களுக்கு.

"உனக்கு என்ன மிதமான காலநிலையுள்ள அழகான நாட்டிலிருந்து வருகிறாய்" என்பார்கள் சிலர்.

"நாடு அழகானது சரிதான் ... ஆனால் இத்தனை அரசியல் கொந்தளிப்புகள், அடிதடிகள், துப்பாக்கிப் பிரயோகங்கள் ஒரு நாள் நிம்மதியாக தூங்கமுடிகிறதா ..? நானும் என் தீவிலேயே வரட்சியான ஒரு பகுதியில் இருந்துதான் வருகிறேன். இன்னும் பாலஸ்தீனத்திலும், சவூதிப் பாலையிலும், அலாஸ்கா ஐஸிலும் மக்கள் வாழ்கிறார்கள்தானே. அவர்களோடு பார்க்கையில் நம்பாடுதான் பரவாயில்லை ... இயற்கையை சபித்துக் கொள்வதால் என்னவாகப்போகிறதென்று நான் பனியையும் குளிரையும் ரசிக்கப் பழகிவிட்டேன்" என்பேன்.

அமெரிக்கர்கள் என்றால் பணத்தை வீசியெறிந்துவிடக் கூடிய கனவான்கள், பிரபுக்கள் என்று நான் நினைத்துக் கொண்டிருந்தது எல்லாம் தப்பு. பிரிட்டிஷ், சீனாக்காரரை விட வடித்தெடுத்த முதல் நம்பர் கஞ்சன்கள் என்றால் அவர்கள் தான். 'ஒரு அந்நியதேசத்தில் வந்து எதுக்கு இன்னொரு அந்நியனுக்கு சும்மா இனாம் கொடுக்கவேண்டும்' என்று நினைக்கிறார்கள் போல, ஃபெனிக் இழக்க மாட்டார்கள். ஒரு அமெரிக்கன் பயணித்துக்கொண்டிருக்கையிலேயே கேட்டான்.

"வண்டியிலிருந்து சூட்கேசுகளை நானே எடுத்திட்டால் இனாம் தரவேண்டியதில்லை ... இல்லை? "

வேணுமென்றே அவனுக்கு ஒரு நாடகமொழியில் பதிலிறுத்தேன்.

"ஐயகோ ... அச்சுமையுறைகளும் அவை மாட்டுள திரவியங்களும் நுமதாயிற்றே, எதுகாறும் நீர் அவற்றை எடுத்துத்தானேயாக வேண்டும்?"

இன்னொருத்தன் வண்டியால் இறங்கிக்கொண்டபின் சொன்னான்:

"ஜாஸ் மியூசிக் கேட்கிற சீருந்துக்காரரை இன்றைக்குத் தான் பார்க்கிறேன் ... சிலவேளைகளில் சாரும் ஜாஸ் இசைஞனோ?"

“இல்லை . . . பொப் . . . றொக் . . . றேகே இசை வகைகளை விட தொடர்ந்து கேட்பதற்கு ஜாஸ் இசை சுகமாயிருக்கு . . . அதனாலே வண்டியிலே ஜாஸ் கேட்கிறன். வீட்டியே இந்தியன் கிளாசிக் கேட்பேன். பெரிய இசைஞானம் எல்லாம் கிடையாது. சாருக்கு அமெரிக்காதானே?”

“ஜா . . . ஜா . . . ஜா ஸ்டேட் மேரிலான்ட். எப்படிக் கண்டுபிடித்தாய்?”

“வேறெப்படி . . . எல்லாம் தங்கள் டிப்ஸை வைச்சுத்தான்.”

❍

வெளியூரிலிருந்து அல்லது வெளிநாட்டிலிருந்து வரும் சிலருக்கு தங்களின் ஹொட்டலின் பெயர் விலாசம் அனைத்தும் மறந்துவிடும். சில ஹொட்டல்களுக்கு அவற்றின் கிளைகள் நகரம் பூராவும் இருக்கும். வெறும் பெயரை மட்டும் சொன்னால் எதற்குத்தான் அவர்களைக் கூட்டிச்செல்ல முடியும்? அப்படி அமெரிக்கா அரிஸோனா மாநிலத்திலிருந்து வந்தவருக்கு ஒன்றுமே ஞாபகத்தில் இல்லாமலிருந்தது. உங்கள் ஹொட்டல் அருகில் நீங்கள் பார்த்த ஏதாவது ஒரு பொருளை அல்லது ஒரு கட்டிடத்தை நினைவுகூர்ந்து சொல்லும்படி கேட்டேன்.

நெற்றியைத் தேய்த்துக்கொண்டு நெடுநேரம் யோசித்தவர் கடைசியாக தன்ஹொட்டலுக்கு அணுக்கமாக ஒரு இடத்தில் ‘தொடருந்துகளை கல்லில் வடித்து வைத்திருக்கிறார்கள்’ என்றார். அதுதான் நாஜிகள் யூதர்களை பொதிகள் வண்டியில் திணித்து *Auswitz* கொலை முகாமுக்கு அனுப்பியதன் ஞாபகார்த்தமாக ஜெர்மனியர் வடித்துவைத்திருக்கும் தொடருந்துச் சிலைகள். அதை எதற்காக அங்கே வடித்துவைத்திருக்கிறார்கள் என்று அறியும் ஆர்வமே பிரானுக்கு இருக்கவில்லை.

இன்னொரு அமெரிக்கருக்கும் இதே பிரச்சினை ஏற்பட்ட போது எனக்குத்தெரிந்த அத்தனை ஹொட்டல்களையும் ஒப்புவித்தேன். எல்லாவற்றுக்கும் தலையை இடமாகவும் வலமாகவும் ஆட்டிக்கொண்டிருந்தார். கடைசியாக எனது மடிக்கணனியைக் கொடுக்கவும் தனது மெயில்துறையினுள் புகுந்து ஒருவாறு ஹொட்டலைக் கண்டுபிடித்தார்.

வெளியூரிலிருந்தோ, வெளிநாட்டிலிருந்தோ வரும் மாணவர்கள் மற்றும் இளைஞர்களுக்கு தங்குவதற்கு *Domizil / Domitry* எனப்படும் விலை மலிவான ஹொஸ்டல்கள் பெர்லினினில் நூற்றுக்கணக்கில் உள்ளன. விசாலமான பெரிய அறைகளில் ஒவ்வொன்றிலும் நாலிலிருந்து பத்து

கட்டில்கள்வரை போடப்பட்டிருக்கும். பொதுவான பாத்ரூம், டாய்லெட்தான் இருக்கும். இப்படியான டொமிஸில்களிலோ ஹொட்டல்களிலோ வந்து தங்கும் இளைஞர்கள் பெரும்பாலானோர் வெளியில் செல்லும்போது அவற்றின் விலாச அட்டைகளையோ, தொலைபேசி இலக்கங்களையோ எடுத்துவர மாட்டார்கள்.

அவர்களில் சிலர் வெறுமனே *Bax- Pax , A & O, Motel ONE, Generator, Meminger Hostel, City Youth Hostel* என்றுமட்டும் சொல்வார்கள், அவை ஒவ்வொன்றிலும் நூறு இருப்பது தெரியாமல். கொண்டுவந்த விலாசத்தை தொலைத்துவிட்டால் கொஞ்சம் அனுதாபம் வரும். சிலர் நான் விலாசத்தையே எடுத்து வரவில்லை என்பார்கள் வெகுசாதாரணமாக.

ஹொஸ்டல் அல்லது ஹொட்டல் பெயரை மறந்துவிட்டு வரும் இளவயதினர் கைவசம் முகவரி இல்லாததுக்குச் சொல்லும் காரணங்கள் இன்னும் எரிச்சலூட்டுவதாக இருக்கும்.

“ஃப்றெண்ட் எடுத்துப்போயிட்டான்.”

“நெட்ல புக்கிங் செய்ததால நினைவில இல்லை.”

அத்தகைய வேளைகளில் எந்தப் பொறுமைசாலிக்கும் எரிச்சல் வருவது தவிர்க்க முடியாதது. அப்பேர்ப்பட்ட பிரகிருதிகளை எக்கேடாவது கெட்டுப்போவென்று விட்டு விடுவேன், ஏற்றிக்கொண்டு உலையமாட்டேன். இப்பொழுதெல்லாம் மக்கள் புத்திசாலிகளாகி தத்தம் கைத்தொலைபேசிகளிலேயே தமக்கு வேண்டிய அனைத்து முகவரிகளையும் பதிவுசெய்துகொண்டு வருகிறார்கள். இப்போதுதான் கைத்தொலைபேசி மூலமாகவே இணைவலைகளை எட்டும் வசதிகள் வந்தாயிற்றே. நவீன தொழில்நுட்பம் தந்திருக்கும் நற்கொடைகளில் இதுவுமொன்று.

இன்னும் இளைஞர்களில் பத்துக்கு ஒருவராவது கையில் கொண்டுவரும் மடிக்கணனியையோ, பொதியுறையையோ, கைத்தொலைபேசியையோ வண்டிக்குள் விட்டுவிட்டு இறங்கி விடுவார்கள். பயணியை இறக்கிவிட்டு பத்து கிலோமீட்டர் சென்றபின்னால் அவன் தொலைபேசி பின் சீட்டில் கிடந்து சிணுங்கும் அல்லது அதிரும். அல்லது அடுத்த பயணியே அதைக் கண்டெடுத்துத்தருவார். அதைக் குப்பைத் தொட்டிக்குள் சேர்த்துவிடவும் மனசுவராது, அதைத் தூக்கிக்கொண்டு லோலோவென்று அவனைத் தேடி அலைய வேண்டியிருக்கும். இந்த மறதியின் மைந்தர்களால் இளைஞர்கள்மீது அவநம்பிக்கை

உண்டாகிறது. இவ்வாறு தொலைக்கப்படும் பொருட்களைச் சேர்ப்பிக்க பொலிஸில் *FUNDBUERO* என்றொரு பகுதியுள்ளது. உரிமையாளர் தகுந்த அடையாளங்காட்டி பொருளைப் பெற்றுக் கொள்ளுமிடத்து காவல்துறை பொருளின் பெறுமதியின் 20 சதவீதத்தை தொலைத்தவரிடமிருந்து வசூலித்து, பொருளைக் கண்டெடுத்து அதை அங்கே சேர்ப்பித்தவரிடம் கொடுக்கும். அதைக் கண்டெடுத்தவர் சம்பளம் *Gefunderlohn* என்பர். இப்படி விட்டுப்போன மடிலேஞ்சிகள் பலவற்றைச் சேர்ப்பித்துச் சிறியதும் பெரியதுமான சம்பளங்கள் நானும் பலதடவைகள் பெற்றதுண்டு.

ஜெர்மனிக்கு தங்கள் கல்லூரி விடுமுறையைக் கழிக்க வரும் மாணவர்கள் மற்றும் இளைஞர்களை நான் அவதானித்ததில் தெரிந்துகொண்டது இந்நாட்டின் சரித்திர முக்கியத்துவம் வாய்ந்த இடங்களைப் பார்ப்பதில் அவர்களுக்கு ஆர்வமோ கவனமோ இல்லை. இரண்டாம் உலகமகா யுத்தம் பற்றியோ *Holocaust* அழிவுகள் பற்றிய அறிவோ இல்லை, அல்லது மிகவும் மேலோட்டமாகவே தெரிந்துவைத்திருக்கிறார்கள். ஜெர்மனியின் பிரிவு இணைவு எல்லாம் ஏதோ எப்போவோ 19ஆம் நூற்றாண்டுச் சமாச்சாரங்கள் என நினைக்கிறார்கள். அவர்கள் கவனங்களும் கனவும் டிஸ்கோதேக்குகள். களியாட்டக் கூடங்கள், பார்ட்டிகள், கொக்டெயில்ஸ் சாப்பிடுவதும் வாந்தியெடுப்பதுவுந்தான்.

○

சில பயணிகள் சீருந்துகளில் மறந்துவிட்டுப்போய் மனிதரின் உயிரைவாங்குவதற்கென்றே சிலபொருட்களை எடுத்து வருவார்கள். கைத்தொலைபேசி, குடை, கைப்பை, கையுறை, மஃப்ளர், தொப்பி, மூக்குக்கண்ணாடி, பர்ஸ், மடிக்கணனி என்று அவை ஆயிரம் வகைப்படும். பயணவுறையை விட்டு விட்டு இறங்கிப் போய்விடுபவர்களும் உண்டு.

ஒரு பொருள் தொலைந்துபோனால் தொலைந்திட்டுதே என்று சும்மா இருக்கமாட்டார்கள். நினைத்து நினைத்து எல்லா நடுவங்களுக்கும் தொலைபேசி அலுப்புக் கொடுத்தவண்ண மிருப்பார்கள். மறதியில் தொலைத்தபின்பு அவர்கள் தரும் தகவல்கள் மிகத்துல்லியமாகவும் தெளிவாகவும் இருக்கும். 19ஆம்தேதி மாலை 18:26 மணிக்கு *Becksstrasse* 23ஆம் இலக்க வீட்டிலிருந்து *Mercedez Benz 2012*ஆம் ஆண்டுமொடல் *'C' Class* வண்டியில் மத்திய பேருந்து தரிப்பு நிலையத்துக்கு பயணம் செய்த பயணி தனது *ipod Phone 4*ஐ தவறுதலாக விட்டுவிட்டு இறங்கிவிட்டார். அந்த போன் உங்கள் வண்டியில் இப்போதும்

மேலதிகமாக இருந்தால் (இப்படித்தான் நடுவம் உசாவும்) சாரதி தயவுசெய்து நடுவத்தை அல்லது பயணியை இன்ன இலக்கத்தில் தொடர்புகொள்ளவும். நிஜமாக அதைச் சாரதி கண்டெடுத்திருந்தாலோ, நல்ல ஒரு பயணி கண்டு எடுத்து எம்மிடம் கொடுத்திருந்தாலோ சரி. இன்னொரு பயணி அவனே அமுக்கிக்கொண்டு போயிருந்தால் 'கோவிந்தா கோவிந்தா'தான். தினமும் ஒவ்வொரு தொலைபாடல் அலை வரிசையிலும் இருபதிலிருந்து முப்பது வரையிலான எடுப்புத் தொலைபேசிகளாவது தொலைந்தமை பற்றி உசாவுவார்கள். இவர்கள் என்ன பேசுவதற்காக வாங்குகிறார்களா இல்லை தொலைப்பதற்காக வாங்குகிறார்களா அத்தனை விலையுயர்ந்த எடுப்புத்தொலைபேசிகளை என்றிருக்கும்.

சில ஆண்டுகளுக்கு முன்பு ஒரு பெண் தனது 'மூன்றாவது பல்லை' ஒரு சீருந்தில் தவற விட்டுவிட்டாராம். அதன் நினைப்பு வரும்போதெல்லாம் இப்போதும் விசாரிப்பார்.

இன்னும் சில பயணிகள் அலுப்புக்கென்றே இருக்கிறார்கள். ஒருவழியால் போனால் "சய்க் . . . இது என்ன ஒரே வாகன நெரிசலாயிருக்கு, அந்தப் பாதையால் வந்திருக்கலாம்" என்பார்கள். அந்த வழியால் போயிருந்தாலோ "அட என்ன இத்தனை சிவப்புச் சமிக்ஞைகளாயிருக்கே இந்தப் பாதையால் வந்திருக்கலாம்" என்பார்கள். இவையெல்லாம் எமக்கு பரிச்சயமான சமாச்சாரங்கள்தான். ஒருமுறை ஒரு பெண் பயணம் முழுவதும் இப்படித்தான் தொணதொணத்துக் கொண்டே வந்தவள் இறங்கிப் போகும்போது கணிசமான பணத்துடன் கூடிய தனது பையை விட்டுவிட்டு இறங்கிப் போய்விட்டாள். அதைக் கண்டெடுத்து அதை நான் திரும்பிக் கொண்டுபோனபோது வீட்டின் வாசலிலேயே என்னை எதிர்பார்த்து நின்றிருந்தாள். நானும் பணத்தின் தொகையை எண்ணிப்பார்த்து 'சத்திய சோதனை' செய்துகொள்ள விரும்ப வில்லை. இவன் எப்படியும் அதைக் கொண்டுவருவான் என்கிற நம்பிக்கை எதனால் அவளுக்கு வந்ததெனவும் தெரியவில்லை. அன்பளிப்பாக 200 மார்க்குகள் தந்தாள். வாங்க மனமில்லைத் தான் எனினும் அவளூட்டிய எரிச்சலில் மனது இன்னும் பொங்கிப்போயிருந்தது. அதைக் கொண்டுவந்து *SOS Kinder* என்னும் அறக்கட்டளைக்கு அனுப்பிவைத்தேன்.

"நான் உன் பையைக் கொண்டுவருவேன் என்று என்ன நம்பிக்கையில் காத்திருந்தாய்" என்று கேட்டேன்.

"உன் கண்களில் ஒரு கண்ணியத்தைக் கண்டேன்" என்றாள். அதிலேயே ஒரு சென்டிமீட்டர் வளர்ந்தேன்.

*அந்தப் பணத்தை நான் அமுக்கியிருந்தால் என் வீட்டுக்கு ஸ்டெம்பர் அடித்திருக்கலாம், அல்லது தரையின் கார்பெட்டையே பிடுங்கிவிட்டு லமினேட் விரித்திருக்கலாம், ஏன் ஒரு அடுக்கத்தையே வாங்க முடிந்திருந்தாற்கூட அவைகள் தந்திருக்கக் கூடிய சந்தோஷத்திலும் அவளது பாராட்டு பரவசமூட்டுவதாக இருந்தது.*

*பிறன் சம்பத்து தரவல்ல மனவுளைச்சல் பற்றிய எனது கவிதை ஒன்று:*

**மானுஷம் என்றது படுபொய்**
**விழுமியம் என்றது புழுகு**
**சமூகக் கரிசனம் என்றது பேத்தல்**
**நாணயம் என்றது சும்மா**
**கண்ணியம் என்றதும் கதைதான்**

**விடாது விசாரம் பண்ணி**
**இரவு முழுவதும் என் தூக்கத்தைக்**
**கலைத்துக்கொண்டிருந்தது**
**பேருந்து நடத்துனர்**
**தவறுதலாய் தந்து தொலைத்து**
**நானும் நெஞ்சுப்பொக்கெற்றில்**
**வைத்துக்கொண்டுவிட்ட அந்த**
**அழுக்குப் பத்து ரூபா நோட்டு**

○

*கொஞ்சக் காலம் எனக்கொரு விமானி நிரந்தர வாடிக்கையாளராக இருந்தார். தினமும் அவரை Schoenefeld விமானத் தளத்திலுள்ள Lufthansa Training Centreக்கு அழைத்துப் போகவேண்டும். தோற்றத்திலும் கம்பீரத்திலும் சும்மா Gold Finger காலத்து ஜேம்ஸ் பொண்ட் மாதிரி இருப்பார். பழகப் பழக அவர் சாதா விமானியல்ல, விமானி இளவல்களையெல்லாம் பயிற்றுவிக்கும் மாஸ்டர் பைலட் என்பது தெரிந்தது. விட்டிடுவேனா Aviation சார்ந்த என் சந்தேகங்களை எல்லாம் அவரிடம் கேட்டுத் தெளிந்தேன்.*

*"நம்ம தேசத்தில மோட்டார் சைக்கிள் சும்மா தூவானம் பட்டாலே ஸ்டார்ட்டாக அடம்பிடிக்குதே . . . உங்கள் விமானத்தின் ஜெட் இஞ்சின்கள்தான் அடைமழைகளின் போதும் காற்றோடு சேர்த்து பெருமளவு தண்ணீரை உறிஞ்சிக் குடிக்க வாய்ப்பிருக்கே . . . அப்படியிருந்தும் எப்படி சார் அந்த இஞ்சின்களால் மிஸ்ஸிங் இல்லாமல் தொடர்ந்து பறக்க முடிகிறது ?"*

"ஒவ்வொரு ஜெட் இஞ்சினினதும் தகன சேம்பர் 2000 டிகிரி வெப்பத்திலிருக்கும். இயங்கிக்கொண்ருக்கும் இஞ்சினினுள் பீப்பாய் தண்ணீரைத்தான் கொட்டினாலும் அத்தனையும் நொடியில் ஆவியாகி வெளியேறிடுமேயன்றி எரிபொருளின் தகனத்தில் எவ்வித இடையூறும் பண்ணாது."

பின்னர் ஒவ்வொரு முறையும் *Auto Navigation, Auto Pilot Functions, Deirection Findings, Auto Landings, Emergency Landings* என்று எமது அலசல்கள் விரிந்தன.

ஒரு நாள் "*Aviation Field*இல் இவ்வளவு ஆர்வமாயிருக்கிறாயே ... ஒரு பைலட் ஆகியிருக்கலாமே' என்றார்.

"பெரிய இலக்குகளை நோக்கி ஆசைப்படு; அப்போதுதான் சிறிதாகவென்றாலும் ஏதாவது கிடைக்குமாமே ... அது என் வரையில் சதவீதமும் சரியாகவே இருக்கு" என்றேன்.

"எப்படி ?"

"இப்போ டாக்ஸி ஓட்டக் கிடைத்திருக்கல்லவா ... நானும் ஆரம்பத்தில் விமானம் ஓட்டத்தான் ஆசைப்பட்டேன் ..." என்றேன்.

ஒரு ஜோக்கை கேட்ட அளவுக்குச் சிரித்தார்.

இன்னொரு நாள் "உங்களுக்குக் கடவுள் நம்பிக்கை இருக்கிறதா?" என்று கேட்டதற்கு "ஒரு பறத்தலில் இரண்டாவது இஞ்சினும் மிஸ் பண்ணாதவரை இல்லை" என்றார்.

○

ஒரு கோடைவிடுமுறையைக் கழிக்க நோர்வேயிலிருந்து பெர்லினுக்கு வந்திருந்த இரண்டு மாணவிகள் என் வண்டியில் வந்தனர். என்னை எந்த நாட்டுக்காரன் என்று கேட்டாள் ஒருத்தி. நான் சொல்லவும் "எங்கள் வகுப்பிலும் சில ஸ்ரீலங்கன்ஸ் இருக்கிறார்கள் ..." என்றாள் அவள்.

"அப்படியா ... நல்லது." பின்னர் "அதனால ... எங்களுக்கும் சில தமிழ் வார்த்தைகள் தெரியும்" என்றாள்.

"சரி ... சொல்றது."

"... க்குண்டி."

"சரி. மற்றது."

"பண்டி."

“இல்லை புண்டி.” திருத்தினாள் மற்றவள்.

முன்னவள் உற்சாகமாகி “மிச்சத்தையும் சொல்லவா ..?” என்றாள்.

“இல்லடா செல்லம் இருக்கட்டும் ... நீயே வைச்சுக்கோ.”

○

ஒரு முறை கோடை விடுமுறைக்காலத்தில் லண்டனிலிருந்து 18, 19, 20 அகவைகளில் இருக்கக்கூடிய நான்கு வட இந்திய மாணவிகள் பெர்லின் வந்திருந்தனர்.

என் நிறத்தைப் பார்த்தும் ஒருத்தி “நீயும் பஞ்சாபியா” என்றாள். பின் “பெர்லினிலேயே விலாசமான டிஸ்கோதேக்கு கூட்டிட்டுப் போ” என்றார்கள்.

“அதுக்கு ரொம்பத் தூரம் போக வேண்டியிருக்கும் ... போய்ஸ்.”

“சார் மீட்டரைப் போடாமல் எங்களை அங்கே ஓட்டிப் போவாராம்” என்று ஒருத்தி கனமான ஐஸாக நடுத்தலையில் வைத்தாள். ‘வடக்கோ தெற்கோ எம் சகோதரிகள்தானே, இலவசமாகச் சவாரி ஒன்றை வழங்கலாமா’ என்று ஒரு எண்ணம் வந்தாலும் மனது எதிர் விவாதம் செய்தது.

‘ஏதொவொரு வசதி இருந்தபடியால்தானே பெர்லின் வரை இவர்களால் உல்லாசப் பயணம் வர முடிந்தது? இத்தனை ஆடம்பரமா உடுத்தி வந்திருக்கிறார்ளே ... சீருந்து சவாரிக்கு மட்டும் என்ன ஓசி வேண்டிக்கிடக்கு, நீ உன் பெருந் தன்மையைக் காட்டப் போக அது பயல் நம் அழகைப் பார்த்து வழிந்துவிட்டான். வளீச் ..! வளீச் ..! என்கிற மாதிரிப்போய்விடும். சும்மா கிட.’

“சரி, நல்லதாக ஏதாவதொரு டிஸ்கோவுக்குப் போகலாம்” என்றாள் இன்னொருத்தி.

ஹஷீஸ் புகைத்தார்களோ, இல்லை வேறேதும் வித்தியாச மான திரவங்களைப் பருகினார்களோ, எல்லாருடைய கண்களும் காட்டுப் பூனையின் கண்கள் மாதிரி மினுங்கிக் கொண்டிருக்கின்றன.

ஒருத்தி கண்களைக்குறாவிக்கொண்டு தன் கீழுதட்டையும் மேலுதட்டையும் ஒன்றுமாறியொன்று மடித்து மடித்துச் சூப்பியபடி புழுந்திக்கொண்டிருந்தாள். அவர்கள் சம்பாஷணை முழுவதும் *Fuckings* அன்ன பல கெட்ட வார்த்தைகள் ஒட்டி யிருந்தன. அவர்களது போதையும், அவர்கள் சும்மா சும்மா

இழித்துக்கொண்டிருந்ததும் அந்த இலவசச்சவாரி எண்ணத்தை ஒரேயடியாய் அடித்துச் சென்றுவிட்டிருந்தன.

*COOKIES* என்றொரு டிஸ்கோதேக்கு அழைத்துப் போனேன். வெளியே அரிசி ஆலையின் *Single Piston* டீசல் இஞ்சின் ஓடுவது போல் 'தொம்' 'தொம்' என்று *Techno Music* வந்துகொண்டிருந்தது.

ரிசெப்ஷனில் விசாரித்துவிட்டு உடனே திரும்பி வந்து "இங்கே *Latino Music* இல்லையாம். அது *Disco - Matrix*இல் தான் இருக்காம் அங்கே போகலாம்" என்றனர்.

அதற்குப் போகும் வழியில் *Humboldt University* வரவும்

"இதுதான் *Humboldt University*... இது கணிதம், மொழியியல் கல்விக்கு மிகவும் பெயர் போனது" என்றேன்.

நான் சொன்னேன் என்பதற்காக சும்மா "அப்படியா?" என்றார்கள்.

அவர்களுக்கு ஆர்வம் வருகிறதாவென்று பார்க்க "இந்தியர் களில் நான் அறிந்து ஜாஹிர் ஹுசேன் இங்கேதான் உயர் கல்வி பயின்றார், நரசிம்ராவ் கூட பதவியில் இருந்த காலத்தில் ஒருமுறை இங்கு வந்து உரையாற்றியிருக்கிறார்" என்றேன்.

"யார் அவர்கள்?" என்றனர். அவர்களின் வயதையிட்டு அவர்களது அறியாமையை மன்னித்தாலும், "நூற்றாண்டு வருகிறதே *Albert Einstein* அவர்கூட இங்குதான் இயற்பியல் கற்பித்தார்" என்றபோதும் மௌனம் காத்தனர்.

"*Einstein*ஐத் தெரியுமில்லை?"

"கேள்விப்பட்ட பெயர்தான். *The name is itching Ja... but could'nt remember who he is... Ja*" என்றனர்.

"*Theory of Relativity?*"

"ப்ச்... இது என்ன பெர்லின், லண்டன் என்றால் எம்மாம் பெரிசு தெரியுமா?"

"அதுக்கு நான் என்ன பண்றது?"

அவர்கள் பேசிய கெட்டவார்த்தைகள் ஸ்டைல்ஸ் எல்லாம் ஐரோப்பியம்தான், டபுள் ஓகே... ஆனால் பயண இறுதியில் மீட்டர் காட்டிய கட்டணம் 25 மார்க் என்பதைக் கடைக் கண்ணாலேனும் பார்க்காது மீன் சந்தை லெவலுக்கு இறங்கி 10 தான் தருவோம், 15 போதும் என்று கத்திப் பேரம் பேசிய போதுதான் அசல் இந்தியத்தைக் கமழ்த்தினர். அவர்களுக்கு

ஓசிச் சவாரி வழங்காமல் விட்டதே 'சரி' என்றிருந்தது. இவ்வாறே சில வேளைகளில் மெச்சிக்கொள்ளும்படியாக சில காரியங்களை நான் செய்துவிடுவதுமுண்டு.

❍

சில வேளைகளில் கெட்ட கெட்ட வார்த்தைகள் தவிர சாதாரணமாக நாம் தமாஷுக்குக்கூடச் சொல்லத் தயங்கும் அதிர்ச்சியான விஷயங்கள், அந்தரங்கங்கள் எல்லாம் நம் காதில் விழுந்து தொலைக்கும்.

தோழிகள் போலத் தெரிந்த இரண்டு இளம்பெண்கள் என் வண்டியில் பயணித்தபோது பல்வேறு விஷயங்களைச் சம்பாஷித்துக்கொண்டே வந்தனர். இடையே ஒருத்தி கேட்டாள்: 'ஜேன் எப்படி இருக்கிறான் ... தங்கையோடு இப்போதும் மல்லுக்கு நிக்கிறானா?"

"அவன் குளப்படிக்கு ஒன்றும் குறைச்சலில்லை. இவ்வளவு காலமும் ... அவனை நான் அலெக்ஸுக்குத்தான் பெத்தேன் என்று நினைத்துக்கொண்டிருந்தேன் ... பயலுக்கு இப்பெல்லாம் 'சுருக்சுருக்'கெண்டு வர்ற முற்கோபத்தையும், விடைச்சுக்கொண்டு நிக்கிற அவன் மூக்கையும் பார்க்க அசல் ஸுபேர்ட் மாதிரித்தான் இருக்கிறான்டி."

அவர்கள் பேசிக்கொண்டதில் இருவரும் ஒரே மருத்துவ மனையில் பணிபுரியும் மருத்துவத் தாதிகள் என்று தெரிந்தது. பேச்சு இடையில் யாரோ ஒரு டாக்டர் பக்கம் திரும்பியது.

"எப்படி அவன் ... பரவாயில்லையா?"

"பணியில் தொந்தரவில்லை சமர்த்து, ஆனால் ஆரம்பத்தில் சும்மா போகவும் வரவும் என் பிருஷ்டத்தைத் தடவிக் கொண்டேயிருந்தான் ... அலுப்புத் தாங்காமல் ஒரு நாள் 'வாய்யா' என்றுவிட்டு ஜீன்ஸைத் தளர்த்திப் பணியவிட்டேன்."

ஆர்வம் தாங்கமுடியவில்லை தோழிக்கு.

"ஆங் ... பணியவிட்டு ... அப்புறம் ... அப்புறம்?"

"விட்டிட்டுப் பிறகும் தூக்கி இறுகக்கட்டினதுதான் ..."

"ஏன்டி ..?"

"விறைச்சாத்தானே அந்தக் கம்மனாட்டிக்கு?"

விழுந்து விழுந்து சிரிக்கின்றனர் இருவரும்.

❍

இன்னொரு முறை பதின்ம அகவைகளில் இருக்கக்கூடிய நான்கு துருக்கிப் பையன்கள் வந்தனர்.

அவர்கள் சிந்தனையும் பேச்சும் பூராவும் இளங்குட்டிகள் குட்டிகள் குட்டிகள் பற்றித்தான். குட்டிகள் அன்றி வேறில்லை.

ஒருவன் தன் சிநேகிதிகளைப் பற்றிச் சொல்லிக்கொண்டு வந்தான்.

"சாரா, சூசானா, சன்ட்றா, ஜுடித், இவோன் ... குட்; சிசி, லின்டா, காபி பெற்றினா பெட்டர்; ஆனால் மாட்டீனாதான் சூப்பர் பெஸ்ட் கேர்ள்."

ஒருவன் "எதை வைச்சுச் சொல்றே தடியா?" என்றான். (*Dicke* = தடியா என்பது இங்கே செல்லப்பெயர்.)

"அவள்தான் முயங்க எப்போதும் உடனே சம்மதிக்கிறவள்" என்றான் வெகு இயல்பாக.

○

இருவருக்கும் 40 அகவைகளுக்கு முன்பின்னாகத்தான் இருக்கும். நண்பர்கள் போலத் தெரிந்தார்கள். ஒரு களியாட்ட அரங்கிலிருந்து வந்தார்கள். வண்டியில் அமர்ந்ததும் முதலில் அவர்கள் பேச்சு அங்கே குடித்த கொக்டெயில்கள் பற்றியதாக இருந்தது.

பின் ஒருவர் "மற்றவரிடம் உன்னுடை புதுத்தோழி இத்தனை அட்டகாசமா இருப்பாளென்று நான் நினைக்கவே இல்லை. எங்கே எப்போ எப்பிடிப்பிடிச்சே ..?"

"இப்போ இரண்டு மாதமாகத்தான் பழகிறோம். ஆள் ரொம்ப வித்யாசம் ... அடையாளமோ ஆழமோகாண்றதுவல்லை."

"ஒவ்வொரு பெண்ணுமே அப்பிடித்தாம்பா ... வெகு சூட்ஷுமமாத்தான் இருப்பாளவ."

"உன்னோட வந்தாளேயென்றால் இட்டுக்கொண்டுபோய்ப் படுப்பா, நான் ஒண்ணும் கண்டுக்கல்ல" என்றார் மற்றவர்.

"சச்சச்சச்சச்சச்சாய் ... நான் அப்பிடியொரு எண்ணத்தில கேட்கேல்லப்பா" என்று நெளிந்தார் இவர்.

○

வேறொருதடவை பல பொதுத் தொலைபேசிக் கூண்டுகள் இருக்குமொரு இடத்தில் குழுமிநின்ற இளைஞர்கள் கூட்டத்தி

லிருந்து மிதமான, மிகையான போதைகளிலிருந்து இரண்டு இளைஞிகள் ஏறினார்கள். அவர்கள் ஒரு பார்ட்டியிலிருந்து திரும்புபவர்களாக இருக்கவேண்டும். வண்டிக்குள் 'மிகை' போதையிலிருந்தவள் விசித்து விசித்து அழுவதும் 'மிதம்' அவளைச் சமாதானம் பண்ணுவதுமாக இருந்தனர்.

"முழுவதும் ஏமாற்றம் . . . ஏமாற்றம் . . . இப்படியாகுமென்று தெரிந்திருந்தால் வந்திருக்கவே மாட்டேன். வீட்டிலேயே கவுண்டடித்துப் படுத்திருப்பேன். வந்திருந்த மொத்தப்பேரும் எருமைகள். ஒரு அருமையான மாலை முழுவதும் வீண்."

"சரி. போகுது விடுடி."

"அப்படிச் சொல்லித் தப்பிக்காதை. என்ன சொல்லி நீ என்னை கூட்டிட்டு வந்தாய்?"

"போகுது விடெங்கிறேனே."

"தடித்தடியாய் அஞ்சாறு குத்தியன்கள் . . . அந்த விஸ்க்கி போத்தல் தீர்ந்தாற்போலயும் அதைவைச்சு நக்கிக்கொண்டிருக்கிறானுவள், ஒருத்தனுக்காவது என்னை முயங்கத் தோணிச்சா . . . சோம்பேறிக் கம்மனாட்டியள்!"

# என் ஆஷ் டிரேயைப் பார்க்கிறீரா . .?

சிலருக்கு அந்தரங்கம் என்று ஒன்றுமில்லை. எல்லோருடனும் வெள்ளந்திகளாய் இருப்பார்கள். அவளுக்கு *Excelsior* என்றொரு ஹொட்டலுக்கு போகவேணும்.

"*Hotel Excelsior Bitte*" என்றாள்

"ஆகட்டும் அமருங்கள்" என்றேன்.

எதேச்சையாக அமைந்திருந்ததோ அல்லது தெரிந்தேதான் அப்படிச் செய்தாளோ தெரியவில்லை, என்னுடன் பேசிக்கொண்டு வருகையில் கையில் பிடித்திருந்த செல்பேசியின் *Touchscreen* இலிருந்து கசிந்த மென்நீல ஒளி அவள் முகத்தில் பட்டு என் ஆடியில் அழகாகத் தெறித்தது. அவள் பர்ஸிய மற்றும் ஆரியர்களுக்கேயான நீண்ட நாசியைக் கொண்டிருந்தாள். மிக எடுப்பாகத்தான் இருந்தது. இன்னும் நிறையப் பேசுவதற்கான மனநிலையோடு இருப்பவளைப் போலத் தெரிநதாள்.

"இந்த ஹொட்டல் உனக்கு எப்படித் தெரிந்தது."

"இதுதானே நம்ப தொழில் . . . முடிந்தவரைக்கும் ஹொட்டல்களைத் தெரிந்துவைத்திருக்க வேண்டும் . . . இன்னும் சில ஆண்டுகள் நானும் அங்கே பணிபுரிந்திருக்கிறேன்." அவள் நம்பவில்லை.

“இல்லை . . . நீ அங்கே எவளையாவது தள்ளிக் கொண்டு போயிருப்பாய், இப்போ எனக்காக மாற்றிச் சொல்கிறாய் என்ன அப்படித்தானே . . .” என்றவள் விஷமப் புன்னகையுடன் “என்னையும் ஒருத்தன் இங்கே அழைத்திருக்கிறான், அநேகமாக அவனுடன்தான் இன்று நான் *Uebernachtung* செய்ய (இரவைக் கழிக்க) வேண்டியிருக்கும் . . . சாப்பாடு, விஸ்க்கி, பாலின்பம் . . . *So is Life*” என்றவளிடமிருந்து அடுத்த கேள்வியும் வெகு இயல்பாக ஜனித்தது.

“நான் மிகவும் வெளிப்படையானவள் . . . இதுவரையில் நீ எத்தனை பெண்களுடன் படுத்துக்கொண்டிருப்பாய் . .?”

நான் அதிசயித்து அவளைப் பார்க்கவும் “முழுவாழ்க்கையிலும்” என்று திருத்தினாள்.

சில பெண்களிடம் எம்மை ஸ்ரீராமச்சந்திரமூர்த்தியின் பிம்பமாகக் காட்டிக்கொள்ள வேண்டும். சிலரிடம் அது பிரயோசனப்படாது, எம்மை அய்யாமுத்துக்கள் வரிசையில் சேர்த்துவிடுவார்கள். இவர்களைப் போன்றவர்களிடம் சாரு நிவேதிதாவின் உத்திதான் கைகொடுக்கும். அதாவது ஒரு இந்திரன் சந்திரன் மன்மதனாகக் காட்டிக்கொண்டாலே ஒரு சங்கை இருக்கும். “என்ன ஒரு முப்பது பெண்கள் வரையிலாவது இருப்பார்கள்” என்றேன் அலட்சியமாக. அவள் அதைவிட அலட்சியமாக உதட்டைப் பிதுக்கினாள்.

இவளைச் சும்மா விடப்படாது, பதிலுக்கு “நீ எத்தனை ஆண்களுடன் படுத்துக்கொண்டிருப்பாய்” என்றேன். “நான் எண்ணிக்கையை டைரிகளில் குறித்து வைப்பதில்லைத்தான் என்றாலும், எப்படியும் முன்னூறுக்கும் மேலதான் வரும்” என்றாள் அசுவாரசியமாய்.

*Gabriel Garcia Marquez* சுயசரிதம் கலந்த *Memories of My Melancholy Whores* என்கிற தன் நாவலில் எழுதுகிறார்: எனது 50 அகவைகள்வரை என் கட்டிலைப் பகிர்ந்துகொண்ட பெண்களின் எண்ணிக்கை 514. சமூகத்தின் குப்பைக்குள் நான் கண்டெடுத்த பெண்களிலிருந்து, செல்வச்சீமாட்டிகள் வரை அங்கே இருந்தார்கள். வெறும் எண்ணிக்கையை மட்டுமல்ல, ஒவ்வொரு பெண்களைப் பற்றிய விவரணங்கள் குறிப்புக்களையும் தனித்தனியாகத் தாள்களில் எழுதிச்சேகரம் செய்து வைத்திருந்தேன். எந்தவொரு பத்திரிகையும் அந்தக் குறிப்புக்களைப் பிரசுத்துவிட்டு அதற்காக எனக்குப் பணம்தர முன்வரவுமில்லை. அதன் பிறகு போதிய தாள்களும் கிடைக்கவில்லை.

அதனால் பெண்கள் பற்றிக் குறிப்புகள் எழுதுவதை நிறுத்தி விட்டேன், என்று தமாஷாகக் குறிப்பிடுகிறார்.

○

சீருந்துக்காரரை உரசிப்பார்க்கவென்று பெரும் தத்து வார்த்திகளெல்லாங்கூட சில சமயங்களில் வந்து சேருவார்கள்.

"ஒவ்வொரு மனுஷனுக்கும் வாழ்க்கையில் இன்பம், துன்பம், அதிர்ச்சி, ஏமாற்றம், திருப்பம் என்று சம்பவங்கள் நடக்கிறதுதான். இதெல்லாமே சேர்ந்த *Schoene-Scheisse (Pretty - Shit)* அடுத்தடுத்து நடக்கிறதென்றால் அது இந்த உலகத்தி லேயே இத்தனி ஒருவனுக்காகத்தானிருக்கும்." வந்து அமர்ந்த வுடனேயே தொடங்கினார் அவர்.

நான் மனதுள் ஒரு சிறுகதைக்கான விஷயம் கிடைக்கப் போகிதென்ற ஆவலுடன்,

"விஷயம் அவ்வளவுக்குச் சுவாரஸ்யமென்றால் நம்மோடும் கொஞ்சம் பகிர்ந்துக்கிறது" அவரை உசுப்பேற்றினேன்.

"இந்தக் கோடை விடுமுறைக்கு *Miami* போறதாய் தீர்மானிச்சிருந்தேனா . . ."

"சரி."

"ஹொட்டல், விமானச்சீட்டு எல்லாம் சென்ற ஆண்டுக் கடைசியிலே 'புக்' செய்தாச்சு."

"பண்ண வேண்டாமா பின்னே? "

"மே மாசம் பார்த்து றோஸி கர்ப்பமாகியிருக்கிறா. சரியா என் விடுமுறை நடுவிலதான் பிரவசமாகும் என்கிறார் டொக்டர்."

"ச்சொச் . . . ச்சொ . . . ச்சொ."

"செலவைப் பாராமல் *Pfoetchenhof* போன்ற கிளினிக் கிலேயே விட்டுப் பராமரிக்கலாந்தான் . . . யார் எப்படிக் கவனிக்கிறாங்களோ . . . அதுவும் தலைப்பிரசவமாச்சே . . . எனக்கு மனசு வரேல்ல. உடனேயே விடுமுறை, விமானம், ஹொட்டல் முன்பதிவெல்லாம் கான்சல் பண்ணிட்டேன்."

"உங்கள் உணர்வுகள் புரியுது."

"இருக்காதா பின்னே, பாவம் . . . என்னையே தஞ்ச மென்றிருக்கும் வாயில்லா ஜீவன் பார்."

"...!!!"

"ஒரு ஐந்து வருஷம் முன்னாடி நடந்த இன்னொன்றைச் சொல்லவா?"

"சொல்றது."

"ஒரு மூன்று நாலு வருஷமா கிறேஸ்னு என்றொரு பொண்ணு எங்ககூட வாழ்ந்தா."

"சரி."

"மகா உல்லாசி அவ... எங்கூட வாழ்ந்த காலம் பூரா எமக்குப் புதுவீடு வேணும், கார் வேணும், தினம் மதுவகங்களுக்கு, டிஸ்கோதேக்களுக்குப் போகவேணுமென்று ஒரே நச்சரிப்பா."

"ஒரு துணைவி ஆசைப்பட்டதுகளைச் கொஞ்சம் கொஞ்சம் பண்ணியிருக்கலாந்தானே?"

"மனுஷனுக்கு எது முடியுமோ அதைத்தான் செய்யலாம். வங்கிகளில கடன் வாங்கிப் பழுக்களைத் தூக்கித் தோளில வைத்துக்கொண்டு ஒப்பந்தம், கடன், வட்டியென்று வங்கிகளோட அல்லாடுறது, பிறகு ஓவர்டைம்னு பறக்கிறது இதுகள் எனக்குச் சம்மதமில்லை. மனுஷன்னா கிடைச்ச வாழ்க்கையை எளிமையா வாழ்ந்திட்டு நிம்மதியா இருக்கணும். இதுக்குள்ள அவளுக்கு வேறு ஒருத்தனோடு நட்பு ஏற்பட்டுதா... என்னைக் கழற்றிவிட்டிட்டு சொல்லாமல் கொள்ளாமல் அவங்கூட மாறிட்டா."

"அப்படியா?"

"சேர்ந்து வாழ்ந்தவளாச்சே... இரண்டுநாளா அவளோட பிரிவு தாங்க முடியாமத்தான் இருந்துச்சு. நல்லாத் தண்ணியை அடிச்சிட்டு அவளோட பெட்டிக்குள் இருந்த சாமான்கள் எல்லாத்தையும் எடுத்து வெளியே வீசினேன்... வீசிட்டுப் பார்த்தால் அவளுக்கு விருப்பமான நெக்ல்ஸ் அடியிலே இருக்கு. அவசரத்தில எடுக்க மறந்திட்டா. அடுத்த நாள் அதை 700 மார்க்குக்கு வித்துப்போட்டு *Spielbank*இல போய் (சூது) விளையாடினேன். முதல்ல ஒரு 17,000 கிளம்பிச்சு. அதில பத்தைத் திருப்ப வைச்சனா... அதொரு இலக்ஷமா சிரிச்சுது பார்."

"நிஜமாலுமா?"

“அன்று அதிஷ்டத்துக்கான பாதையை ஒரு தேவதை என் மூளையில் வரைஞ்சிருக்கிறாள் பார் ... கேட்க இட்டுக் கட்டின கதை மாதிரி இருக்கில்லை ... உண்மை. எனக்கு வசதியைத் தந்திட்டுப்போன அந்தக் கசுமாலத்துக்கு தான் அனுபவிக்க அதிஷ்டமில்லை பார்.”

“அவருக்கு அதிஷ்டமில்லைத்தான் ... ஆனாலும் உமக்கு ஐஸ்வர்யம் சேர அந்த கிறேஸூம் ஒரு வகையில காரணியாக இருந்திருக்கிறா ... அவருக்கும் எதனாச்சும் தர வேணுமே யென்று தோணலையா?”

“நல்லா தோன்றிச்சே ... கொடுத்தேனே ... அவளுக்கும், அவளோட புது ஃப்ரெண்டுக்கும் செமையான ஒரு பார்ட்டி. அதோட அந்த நெக்லஸையும் 100 மார்க் அதிகமா கொடுத்துத் திரும்பி வாங்கியாந்து அவளுக்கே கொடுத்திட்டேன் ... அவளது உடமை எனக்கெதுக்கு?”

அப்போ விற்றது என்ன நினைப்பிலையாம்? என்று கேட்கத் தோன்றியது. எதுக்கு வீணே விசாரத்தை வளர்த்துவானென்று மாற்றிப் போட்டேன்.

“கொடுத்திட வேண்டியதுதானே ... பின்னே.”

நோபல் போன்ற உயர்ந்த பரிசுகள் பல ஆங்கிலமல்லாத பிறமொழிகளில் எழுதும் எழுத்தாளர்களுக்கு அவர்கள் படைப்புக்கள் ஆங்கிலத்தில் மொழிபெயர்க்கப்படுவதனால்தான் கிடைக்கின்றன. ஆனால் நோபல் பரிசைப்பெறும் எழுத்தாளர்கள் 25 இலக்ஷம் டொலர்கள் கிடைத்ததும் அதைத் தத்தம் வங்கிக் கணக்கில் போட்டுவிடுவார்களேயன்றி தம் படைப்பை முனைந்து மொழிபெயர்த்த அப்பாவி மொழிபெயர்ப்பாளர் களுக்கும் பரிசில் ஒரு சதவீதத்தையாவது கொடுப்போமே என்று தோன்றுவதில்லை. இதுவும் அதுபோன்ற ஒரு கதைதான்.

பேச்சோடு அவருடைய வீடும் வந்து சேரவும், “கொம்றேட் உன்னுடைய நாயை (வண்டியைத்தான்) ஒரு பக்கமாகக் கட்டிவிட்டுவா. எங்கிட்ட சூப்பரான *Sauvignon Blanc dry wine* இருக்கு. நாம குடித்துக்கொண்டே பேசலாம், இன்னும் அதிசயங்கள் சொல்கிறேன்” என்று விருந்தோம்பினார்.

நான் “எல்லாம் நல்ல மாயக் கதைகளாகத்தான் இருக்கும் ... ஆனால் ... கொம்றேட் இது எனக்குப் பணி முடியும் நேரம். வண்டியை தொழுவத்தில் கட்ட வேணும், அடுத்த சாரதி எதிர்பார்த்துக்கொண்டிருப்பான். இனி ஒரு நிமிஷம் தாமதிக்க இயலாது” என்று மறுக்கவும்,

‘தனது செல்லப் பூனையைக்கூடப் பார்க்காமல் போகிறேனே’ என்று துக்கப்பட்டார்.

“ஏன்பா நத்தை உனக்குச் செல்லப் பிராணிகள் மேலே பிரியமே இல்லையா?”

நத்தையென்றதும் என்னைத்தான். செல்லம் மேவுகையில் இவர்கள் தம் சகாக்களுக்கு நத்தை, எலிக்குஞ்சு, முயல்குட்டி, தடியன், கிழவன் என்றெல்லாம் திருநாமங்களைச் சூட்டுவார்கள்.

“எப்படி இல்லாமல் போய்விடும்?”

“அப்போ நீ வீட்டில் என்னதான் வளர்க்கிறாய்?”

“ஒருமாதிரி ஷைன் பண்ணிக்கொண்டிருக்குமே அதுதான்.”

“ஷைன் பண்ணுமா ... சூப்பர் என்னப்பா அது?”

“ரொம்ப வித்தியாசமானதொரு கரும்பச்சை நிறத்திலே.”

“... க்கூல் ... கரும்பச்சை நிறத்திலே ...”

“மஞ்சள் புள்ளிகள் போட்ட ஒரு கொம்பேறி மூக்கன்.”

“... !!!”

“தோழரிட்ட பூனையோட நாயும் இருக்கிறாப்போல ..?”

“சச்சச்சச்சாய் ... அப்படிக்கூரான நாயொன்றும் எங்கிட்ட கிடையாது, நீ பயப்படாம வாப்பா.”

அவரது வீட்டின் முன்றலில் ஒரு மினி சரணாலயம் போல முயல்களும், முள்ளெலிகளும், ஆமைகளும், வளர்ப்பு வளை எலிகளும் *(Gophers)* இறைந்து நின்றன. மனிதருந்தான் மிகவும் ஆசைப்படுகிறாரே அவரது ரசனைகளும் வித்தியாச மாக இருக்கும்போலத் தோன்றவும் அரைமனதுடன் வண்டி யால் இறங்கினேன்.

வாஸ்தவந்தான் ... உறுதியாயிற்று. தோழர் வீட்டின் அழைப்பு மணியின் பொத்தானை மார்புக்காம்பு மாதிரி வடிவமைத்திருந்தார். அவரது கலைநயத்தை வியந்துகொண்டு அவர் வீட்டு வெளிக்கதவைப் பார்த்தால் அதன் தாழ் திருகியை *(Latch)* செப்பு உலோகத்தில், நிறுத்திய ஆண்குறி மாதிரி அமைத்திருந்தார்.

எதுக்காக இப்படியென்று கேட்டேன். “ஏன் அவைகள் ஏதும் விலக்கப்பட்ட பொருள்களா கொம்றேட்?” என்று பதில் கேள்வி கேட்டார்.

“இல்லைத்தான்... என்றாலும் எங்கள் ஊரிலாயின் இப்படியான கதவிருக்கும் ஒரு வீட்டினுள் ஒரு காகம்கூட நுழையத் தயங்கும்” என்றேன். அப்போ அவர் இன்னொரு திசையைக் காட்டினார். அங்கே பாடம் பண்ணிய காகங்களும், ஆந்தைகளும், காட்டுக்கோழிகளும் நின்றன.

நல்ல காலம், பெம்மானுக்கு எம் ‘இலிங்க வழிபாடுகள்’ பற்றி ஒன்றும் தெரியாது என்று எண்ணிக்கொண்டு புறப் படவும் “காமசூத்திரம் தந்த நாட்டிலிருந்து வருகிறவரே... உள்ளே வந்து என் ஆஷ் டிறேயைக் கொஞ்சம் பார்க்கிறீரா?” என்றார் கண்களில் குறும்புடன். அதை எவ்வாறு வடிவமைத் திருந்தாரென்பதை மட்டும் நான் உங்களுக்கு சொல்வதாய் இல்லை.

# என்னை அதிர வைத்த ஒரு அழகி

இரண்டு ஆண்டுகள் முன்னே *Nollendorf Platz* என்னுமிடத்தில் இருந்து *Tiergarten* செல்லும் லிண்டன் மரங்கள் அடர்ந்த ஒரு சாலையில் இந்தி நடிகை பிந்துவின் சாயலில் மிடுக்கும் ஆரோக்கியமுமாக ஒரு அழகி நிற்பாள் என்று சொல்லியிருந்தேன் அல்லவா?

அந்த இடத்தைத்தாண்டிச்செல்ல நேர்ந்த போது . . . என்ன ஆச்சரியம். இன்றைக்கும் அதே இடத்தில் மீண்டும் அந்த செளந்தரி நிற்கிறாள். அதே அழகு, அதே களையானமுகம். இருக்க வேண்டிய அளவைத் தவிர அவள் எலும்புகளை ஒரு கிராம் தசைகூட உபரியாகப் போர்த்தியிருக்க வில்லை. ஜிம்மிலேயே வாழ்பவள்போல வார்ந்து இளைத்து வந்திருந்தாள். அந்த *Brazil* காரியின் கட்டழகு என் வண்டியையும் திடுக்கிடுத்தியிருக்க வேண்டும், மேலே அவளைத் தாண்டிச் செல்ல முடியாமல் தானாகவே நின்றுவிட்டது.

வண்டியின் வேகங்கள் மந்தமானால் சில பொருட்பெண்கள் அணுக்கமாக வந்து குனிந்து நேராகத் தம் மார்புக்குவட்டைக் காண்பிப்பார்கள். சிலர் வயிற்றை எக்கி நெஞ்சை நிமிர்த்தி மார்பகத் தின் வளப்பத்தைப் பதினாறு கோணங்களிலும் காட்டியும், இடுப்பை முறித்து முறித்து நடந்து காட்டியும் ஆகர்ஷிப்பர், சிலர் இன்னும் மேலே போய் மேலுதட்டை நாவால் தடவிக்காட்டி

அல்லது கட்டை விரலை வாய்க்குள்விட்டுக் குழலூதிச் சமிக்ஞை செய்வர்.

ஆண்களுக்கு எப்போதும் தம் மனைவியர்தான் உலகப் பேரழகிகள். இருந்தும் வழியில் குறுக்கிடும் மற்றப்பெண்களையும் நோக்குகிறார்கள் என்றால் அது சும்மா ஒரு ஒப்பீட்டுக் காகத்தான். இப்போதும் அவளுடன் பேசாமல் போனால் அதைவிட அபத்தம் வாழ்க்கையில் வேறிருக்க முடியாது. பிந்து வண்டி நின்றதும் அருகில் வந்தாள். சங்கடமியற்றும் தூண்டுமுட்சுரப்பிகள் மௌனித்திருந்த ஒரு ஷணத்தில் அவளைக் கேட்டேன்:

"இவ்வளவு காலமும் எங்கே போயிருந்தாய் அம்மணீ?"

'பிஸினெஸைப் பேசாமல் இவன் என்ன விண்ணாணம் கதைக்கிறான்' என்றுதான் நினைத்திருப்பாள், என்னை விநோதமாகப் பார்த்தாள்.

பழைய லக்ஸ்சோப் விளம்பரத்தில் வரும் சம்பாஷணைப் பாணியில் கேட்டேன்.

"சரி... இத்தனை காலங்கழித்தும் முன்னே பார்த்த மேனிக்கு அதே கட்டிளமையுடனும் அழகுடனும் இருக்கிறாயே... அந்த இரகசியந்தான் என்ன?"

என் அக்கறை கொடுத்த நெருக்கத்தில் இப்போது அவளும் உரிமை எடுத்துக்கொண்டு வண்டியின் முன்சீட்டில் ஏறி அமர்ந்துகொண்டாள். பொதுவாக பொருட்பெண்களிடமிருந்து மட்டமான பரிமளங்கள்தான் கமழும். அவளிடமிருந்து *Naomi Campbell*இன் பரிமளசுகந்தம் கமழ்ந்தது. (கையடக்க குப்பியே 60 இயூரோ வரும்) வண்டிக்குள் காலும் சூரியக்கதிர்களைத் தடுக்கும் அட்டையில் பதித்திருக்கும் முகம்பார்க்கும் கண்ணாடியை என்னைக் கேளாமலே கீழ்மடித்துக்கொண்டு தன் கைப்பைக்குள் இருந்து கண்மை – லைனரை எடுத்து கண்ணுக்கு வேகமாக மை வரைந்தாள். பின் உதடுகள் மேல் ஸ்டிக்கினால் இன்னொரு பட்டை இழுத்துவிட்டு அவற்றை மடித்துக்கவ்விச் சீராகப் பரவியபின் டிஸ்ஸூவினால் ஓரங்களைத் துடைத்துச் சீராக்கினாள். பின் நிதானமாக தன் அலங்கார அணியங்களை கைப்பைக்குள் வைத்துவிட்டு என்னைப் பார்த்து ஸ்பானிஷ் உச்சரிப்புடன் சொன்னாள்:

"நீங்கள் முன்னே பார்த்திருக்கக்கூடியது என்னோடஅம்மா. அவ ஊரோடபோய் அய்ந்தாறு வருஷமாச்சு மெஸூயூ."

மனிதனை எதிர்பாராத நேரத்தில் தாக்கக்கூடிய ஆயுதங்களின் நிரையில் அழகை முதலில் வைக்கலாம். அழகிகள் என்றதும் எவருக்கும் முதலில் மனதில் வரக்கூடியவர்கள் சினிமா நடிகைகள்தான். காரணம் கண்கள், உதடுகள், கன்னக்கதுப்புகள், கால்கள், நாபி, கூந்தல் இன்னோரன்ன விஷயங்களில் வேறு எவரையும் அத்தனை விவரமாக நாம் குளோசப்பில் பார்க்க முடிவதில்லை. மனைவியின் நாபியை ஒருநாளும் கவனிக்காவிட்டாலும் நடிகைகளின் நாபியை வைத்தே இது யாருடையது என்று சரியாகச் சொல்லிவிடக் கூடிய வித்தகப் பாரம்பரியம் நம்மது.

பெண்களும் மகிழுந்துகளும் பல விஷயங்களில் ஒத்துப் போகக்கூடியன. அதாவது ஒவ்வொருவரிடத்திலும் ஒவ்வொரு விஷயம் தூக்கலாக இருக்கும். என் 'கதறீனா' என்கிற சிறுகதைக் காக நான் பன்னிய கவிதையை அதன் பொருத்தம் கருதி இவ்விடத்தில் பெய்கிறேன். ஏலவே அதைக் கண்டவர்கள் பொறுத்தாற்றக்கடவ.

**நின் தண்மையும் சொகுசும் 'பென்ஸு'ள**
**நின் நளினமும் பாந்தமும் 'ஜகுவா'ருள**
**நின் கந்தமும் ஜொலிப்பும் 'சிவிக்'குள**
**நின் சந்தமும் இசையும் 'மொறிஸு'ள**
**நின் எளிமையும் மிருதும் 'கோல்ஃப்பு'ள**
**நின் சாந்தமும் காந்தியும் 'ஃபியட்'டுள**
**நின் விரைவும் துடிப்பும் 'றெனோ'வுள**
**நின் உழைப்பும் உறுதியும் 'சாப்பு'ள**
**நின் ஓளிப்பும் ஓண்மையும் 'ஃபோட்டு'ள.**

இதையேபோல பெண்களுக்கும் ஆண்களைப்பற்றிச் சொல்லப் பலது இருக்குந்தான், ஆனால் கவிதாயினிகள் சொல்வதரிது.

○

சரி இந்த சினிமா, கல்லூரிகள், பார்ட்டிகள், பொது நிகழ்ச்சிகள் நீங்கலாக வாழ்வின் பிற சந்தர்ப்பத்தில் ஒரு கனவில், இசையரங்கில், கடந்துசென்ற தொடருந்தில், விமானப் பயணத்தில் எதிர்பாராமல் ஒரு நொடியில் வெட்டித்தாக்கி விட்டுக் கடந்துசென்ற மின்னல்களால் நீங்களும் வருந்தி யிருப்பீர்கள்தானே. சரி, இப்போ என்னையும் ஒரு நொடியில் தாக்கி அதன் தாக்கம் இன்னும் தீராமல் எனக்குள் அதிர்ந்து கொண்டிருக்கும் ஒரு அழகியைப்பற்றிக் கொஞ்சம் சொல்ல வேண்டும்.

இங்கே இரவுக்கிளப்புகள் பல தினுசானவை.

சில கிளப்புகளில் ஜோடியாகப்போனால் மட்டும் அனுமதி கிடைக்கும். தனியாகவரும் ஆண்களை *Stags* என்பர்கள். அதாவது கலைமான்களுக்கு அனுமதி இல்லை. ஆனால் தனியாக வரும் பெண்களுக்கு இந்த விதி பொருந்தாது. இதற்காகவே வெளியில் காத்திருந்து வரும் பெண்களோடு இணக்கமாகி ஜோடியாக நுழைபவர்களுண்டு. *Adaggio, Felix* போன்ற கிளப்புகளில் நீங்கள் கோட் & சூட்டில் போனாலே உங்களுக்கு அனுமதியுண்டு. மிகையானபோதை என்றாலும் அனுமதி இல்லை. உள்ளே போனப்புறம் எந்தளவுக்கு வேணு மென்றாலும் ஏற்றிக்கொள்ளலாம், குறையில்லை அவர்களுக்கு அவர்கள் வியாபாரந்தான் முக்கியம்.

எந்தவிதமான நிபந்தனைகளும் அற்ற கிளப்புகளும் பலவுண்டு. முதலில் வரும் 100 பெண்களுக்கு இலவசம் அனுமதியென்று யுக்தியுடன் விளம்பரம் தருவார்கள். கும்பல் அடித்துப்பிடித்துக்கொண்டு குவியும். அப்பிடியும் கும்பல் குறைகின்ற நாட்களில் பெண்களை இலவசமாக அனுமதித்து விடுவார்கள். தன்னாலேயே ஆண்களின் கும்பல் கூடும். இன்னும் அந்தந்த கிளப்களின் டிஸ்கோ ஜொக்கிகள் அவர்கள் வைக்கும் இசை, டெக்னோ, ஹிப் – பொப், லத்தீன் அமெரிக்கன், சல்ஸா, கண்ட்றி, ப்ளூஸ், றேகே, றாப், றொக் என்பவற்றுக் கேற்ப கும்பலுமிருக்கும். சினிமா நடிகர்களைப்போல இங்கே டி.ஜேக்களுக்கும் இரசிகர்களிடையே பலத்த வரவேற்புண்டு. சில கிளப்களில் இன்று இன்ன டி.ஜே வருகிறார், நாளை யார் வருவார் என்றெல்லாம் விளம்பரப்படுத்துவார்கள். டி.ஜேக்களுக்காகவே கும்பல் சேர்வதுண்டு. இவைகள் நீங்க லாக பாதாள இசை என்றும் ஒரு விஷயமிருக்கிறது. எளிமை யாக அவற்றை எம் கானாப்பாட்டு வகையானதெனலாம். வர்த்தக இசைக்கு ஈடானதும், மேலானதுமாக அப்பப்போ அங்கங்கே யாராவது பண்ணும் பாதாள இசைகள் எல்லாம் உண்டு. அவை இசைத்தட்டுக்களின், இறுவட்டுக்களின் விற்பனையை இலக்காகக்கொண்டு பிரசவிக்கப்படும் இசைமாதிரிகள் அல்ல. அது ஒரு தனியான இசை உலகம். அவற்றின் வகைமாதிரிகள் பற்றி விரித்து இன்னும் நிறைய எழுதலாம், ஆனாலும் இதில வேண்டாங்கிறன்.

நொவெம்பர், டிசெம்பர் இரண்டுமே ஐரோப்பாவில் பார்ட்டி மாதங்கள். அனைத்துக் குழுமங்களும் நிறுவனங் களும் நொவெம்பர் மாதத்திலேயே தமது கிறிஸ்மஸ் பார்ட்டி களை வைக்கத்தொடங்கிவிடுவார்கள். இவ்வாறாக பார்ட்டிகளை ஏற்பாடு செய்து வைப்பவர்கள், லைஃப் மியூசிக் வைக்கும் கிளப்புகள், உணவகங்கள், அருந்தகங்களும் இவ்வகைக்

கலைஞர்களை அழைத்து வைத்து இசை நிகழ்ச்சிகள் நிகழ்த்துவதுண்டு. பெர்லினும் பாதாள இசைக் கலைஞர்களும், இரசிகர்களும் நிறைந்த நகரம் இது. அவர்கள் இசையில் எந்த தணிக்கைகளும் இருக்காது. ஒரு சின்ன பாதாள இசைமாதிரி:

Warschauerstrasse Bahnhof

*Warschauerstrasse* என்கிற தொடருந்துத் தரிப்பு நிலையத்தை மருவினாற்போல தொடரும் *SPREE* கால்வாய்க்கான ஒரு பாலம் இருக்கிறது. வில்லுவளைவான அந்தப் பாலத்தில் நின்று பார்த்தால் *Treptow*வில் இருந்து *Friedrichshain* வரை கிழக்கு பெர்லினின் முழு அழகும் தெரியும். அந்தப் பாலத் துக்கும் தொடருந்து நிலையத்துக்கும் இடையில் முன்றல் போல் ஒரு சிறு வெளி அமைந்திருக்கிறது. சனநடமாட்டமுள்ள பகுதி. அவ்வெளியில் எப்போதும் இசைக்கலைஞர்கள் எவராவது தனியாகவோ குழுவாகவோ நின்று பாடிக்கொண்டோ, வாத்தியங்களை இசைத்துக்கொண்டோ இருப்பார்கள். அவர்கள் விரித்துவைத்த துண்டில் சில்லறைகள் விழும். அன்றும் அந்தி மயங்கிக்கொண்டிருக்கும் நேரம் ஒல்லியான ஒரு பெண் தன் அகுஸ்டிக் கித்தாரை வைத்து வாசித்தபடி ஒலி வாங்கியில் பாடிக்கொண்டிருந்தாள். பதிவுசெய்த றிதம் ஒலி நாடாவில் ஓடிக்கொண்டிருக்கிறது. அது அவளது சொந்தத் தயாரிப்பாக அல்லது பாதாள இசையாகத்தான் இருக்க வேண்டும். ஏனெனில் அதற்குமுதல் நான் அந்தப் பாட்டை எங்கும் கேட்கவுமில்லை.

கிட்டத்தட்ட *Hindi Zahraவின் - Beautiful Tango.../Beautiful Stranger, Take me by the hand, make me dance all the nightஐப்* போன்ற *Rhythm*ம் நடையுடனுமான ஒரு பாட்டு *(Try Youtube)*. போதை யுடன் பாடுவதைப்போலவும், மனதைப் பிசையும் பாவத்தைப் பிழிந்த அவள் வெளிப்பாட்டின் சாகித்தியம் எனக்குப் புரிய வில்லை, ஆனாலும் கடைசி வரிகள் மட்டும் ஸ்படிகத் தெளிவாக இருந்தன.

*"Hey . . . I will fuck you... mm fuck you and fuck you hard Guys."*

○

சில குழந்தைகள் எதையாவது வேண்டி அடம்பிடிக்கையில் நிலத்தில் கால்களைத் தடதடவெனக் குத்திக்கொண்டு குளறுமே அதைப்போல, முதல்நாள் அதே இடத்தில் ஒரு இளைஞன் தரையில் இரு கால்களையும் 8ஆம் கால ஜதியின் கதியில் குத்திவிட்டுக் கத்திக்கொண்டிருந்தான்: *"Hey hey Leute... ich habe Hunger, Brauche ich ein dicke Fleish stuck ja... hey hey hey ich habe Hunger!"*

(ஹேய் ஹேய் சனங்களே . . . எனக்குப் பசிக்குது, ஒரு தடித்த துண்டு இறைச்சியாவது வேணும்யா . . . ஹேய் . . . ஹேய் . . . ஹேய் . . . எனக்குப் பசிக்குது!)

*Weekend* என்பதுவும் *Alexander Platz*இல் ஒரு பிரசித்தமான கிளப். அங்கு ஞாயிறுகள் மட்டும் ஓரினச்சேர்க்கையாளர்கள், மற்றும் திருநங்கையருக்கான நாள். அன்று அவர்களுக்குப் பொருத்தமான இசையும், நடனங்களுமிருக்கும். பொதுவாக பெண்கள் கிளப்புகள், டிஸ்கோதேக் அன்ன இடங்களுக்குப் போகும்போது வித்தியாசமாக பார்ட்டி உடுப்புகள் அணிவது வழக்கந்தானே. ஒரு ஞாயிறு இரவு அந்த கிளப்பின் முன் காத்திருக்கையில் ஒரு பெண்ணும் அவள் கூட ஒரு மின்னலும் வந்தன. திடுக்கிட்டு நிமிர்ந்து உட்கார்ந்தேன். அந்தப்பெண் மட்டும் என் வண்டியில் ஏற, ஏனோ தரையிலேயே நின்று கொண்ட மின்னல் சிகரெட்டைப் பிடித்துக்கொண்டு நிற்கிறது. அவளின் பவளப்பற்கள் அநியாயத்துக்கு கறுக்கப்போகுது. அவள் சிகரெட் பிடிப்பது மட்டும் எனக்குப் பிடிக்கவில்லை. இவளுக்கு விடைதந்துவிட்டு மின்னல் திரும்புகையில் அழகாகச் சுழன்ற அவளின் வானவில்லையொத்த பல நிறங்களினாலான குடை வெட்டுப்பாவாடையின் விளிம்பின் சிறு சிறு மினியாச்சர் குஞ்சங்கள் தெருவிளக்கின் ஒளியில் டாலடித்தன. ஐஸ்வர்யா ராய், பிரியங்கா சோப்ரா, திரிஷா, மீரா ஜாஸ்மின், அமலா போல், எந்த ஸ்கேலிலும் அடங்காத கரியகூந்தலால் கவிந்

திருந்த அவளின் குருவிச்சம்பழ முகவழகும், துருதுரு கண்களின் காந்தியும், நீண்ட செல்லநாசியும் உத்தட்டசைவின் கவர்ச்சியும் கண்டு சப்தமில்லாத ஒரு குண்டு எனக்குள் வெடிக்க நான் நொருங்கி உருகிக்கொண்டிருக்கிறேன். அந்த மின்னல் வண்டியில் ஏறாதது பெருத்த ஏமாற்றம். இவள் தன் இலக்கைச் சொன்னாள். சொக்கி எவ்வளவு நேரந்தான் உட்கார்ந்திருப்பது, வண்டியைக் கிளப்ப வேண்டிய நிர்ப்பந்தம். ஏதோ நான் அவளை யுகாந்திரமாகக் காதலித்தது போலும், அவள் என்னில் ஒரு பாகம் போலும் இப்போது என்னை உதறிவிட்டுப் பிரிந்து செல்கிறாள் போலும் ஒரு தவிப்பு மேலிட அவளது பிரிவு என்னை வருத்துகிறது. அந்த அப்சரஸ் பற்றி இவளிடம் அறிய மெல்லப் பேச்சைக்கொடுத்தேன்.

"ஏன் நீங்கள் கிளப்புக்குப்போகவில்லையா?"

"இல்லை . . . இன்று ஓரினச் சேர்க்கையாளர்களுக்கான நாளாம், தெரியாமல் வந்திட்டோம்."

"உன் சிநேகிதி ரொம்ப அழகாக இருக்கிறாள் என்ன . .?"

"ம்ம் . . . அவள் எங்கள் வட்டத்தில் ஒரு அழகிதான்."

அது இந்திய அழகல்ல என்பது தெரியும், இருந்தும் சும்மா இவளிடம் என் இரண்டாவது சரத்தையும் விடுத்தேன்.

"அவள் என்ன இந்தியப்பெண்ணா?"

"இல்லை, அவள் பேர்ஷியன் கேர்ல் . . . அவள் அழகில கொஞ்சம் உருகினாப்பல."

"அவ்வளவுக்கில்ல ஆனாலும் எழுந்திருக்கும்போதுதான் சரியாகத் தெரியும்."

இவள் சிரிக்கிறாள்.

"உவளைப்பார்த்தே உருகி உப்பிடி இருக்கையோட ஒட்டி, இத்து இல்லாமல் போறதுக்கு . . . அவளுக்கு ஒரு தங்கை இருக்கிறாள் அவளைப் பார்த்திருக்கோணும் நீ, சும்மா தரையில் வந்த ஒரு ஏஞ்ஜெலைப் போலிருப்பாள் இவளென்ன அழகி." அவளும் தன்பங்குக்கு கனலும் என் கங்கில் வெள்ளைப் பெற்றோலையே விளாவினாள்.

நிச்சயமாகச் சொல்வேன் அப்படி ஒரு அழகியை அதற்கு முன்னும் பின்னும் இன்னும் கண்டதில்லை. கறிச்சோற்றைப் பார்த்துச் சொக்கியே செத்துச்சாம் தொத்தல் நாய் ஒன்று . . . ம்ம்ம்ம்ம்.

# பெர்லினும் சூதாட்ட மையங்களும்

பெர்லினில் *Spielbanks, Casinos* என்று அழைக்கப்படும் சூதாட்ட விடுதிகள் வெகு பிரசித்தம். மிகப்பெரிய *Spielbank*களும் *Casino*க்களும் *Aleandra Platz, Zoologischegarten, Potzdamer Platz* ஆகிய இடங்களில் உள்ளன.

சில சூதாட்டமையங்களில் கோல்ட் கிறெடிட் கார்ட், டெபிட்கார்ட் (அதில்தான் ஒரே தடவையில் அதிகத் தொகையை வாரலாம்) வைத்திருக்கும், கோட் சூட் அணிந்த கனவான்கள் மட்டும் உள்நுழைய அனுமதிப்பார்கள். ‘அது இரும்பு அடிபடும் இடம். அங்கே ஏழைக் கொசுக்களுக்கு அலுவலில்லை’ இதய நோயாளிகளும், நரம்பியல் கோளாறுகள், மனஅழுத்த நோய் உள்ளவர்களும் நுழைய வேண்டாமென்ற அறிவுரை உள்ளே இருந்தாலும் விடுதிகளின் முகப்புக்களில் ஒவ்வொரு செக்கண்டிலும் பணம் கட்டினால் ஜாக்பொட்டில் அடிக்கக்கூடிய மில்லியன்களின் இலக்கங்களை பெரிதாகச் சிமிட்டுக்கொண்டு ஓட விட்டும், மாயவர்ண *LED* விளக்குகளோடு *Roulette* சக்கரங்களை அனிமேஷன் ரூபங்களாகச் சுழல வைத்தும் பண விட்டில்களைச் சலனப்படுத்திக்கொண்டிருப்பார்கள்.

*Automaten Casinos* என்ற வகைக்குள் அடங்கும் இலத்திரனியல் சூதாட்ட மிஷின்களில் எண்ணிறந்த வகைகள் இருந்தாலும்; *Baccara, Poker, Sie-Bo, Black*

*Jack, Jackpot* என்னும் வகை விளையாட்டுக்கள் பொது வானவை. அவற்றுள்ளும் ஒரு நானோ செகண்டில் பல மில்லியன்களைப் பெய்துவிடக்கூடியதும், அதிகமான தருணங் களில் இட்ட பணம் அனைத்தையும் விழுங்கிவிட வல்லதுமான *Roulette* அதிஷ்டச் சக்கரந்தான் சூது வகைகளிலேயே பிரசித்தமானது.

Potsdamer Platzஇல் Spielbank சூதாட்ட நிலையம்

ரம்மி விளையாட்டின் சூட்சுமங்களே சரியாகப் பிடிபடாது எனக்கு. இந்த *Roulette* சக்கரம் எப்படித்தான் இத்தனை பேரை ஈர்க்கிறதென்று அறியும் ஆவல் என்னையும் உந்தித் தள்ள ஒரு நாள் *Potsdamer Platz*இலுள்ள *Spielbank*இனுள் நுழைந்தேன்.

அது ஒரு கப்பலின் சுக்கானை ஒத்த ஒரு சக்கரம். அழகான வேலைப்பாடுகளுடனான கால்களையுடைய பில்லியார்ட் மேசையையொத்த நீண்டமேசையின் மேற் கிடைத்தளத்தின் நடுவில் அச்சுக்கான் சக்கரம் அதன் மைய அச்சு பற்றிச் சுழலத்தக்கதாகப் பொருத்தப்பட்டிருக்கும். சுக்கானின் ஆரக்காலொன்றில் நீளவாகுக்கு மணிக்கூட்டின் கையையொத்தவொரு சுட்டி பொருத்தப் பட்டிருக்கிறது. சக்கரத்துக்குக் கீழே மேசையின் தளத்தில் வட்டமான தளமுகம் மணிக்கூட்டின் முகம் போலப் 36 பிரிகோடுகளால் சிறுசிறு புலங்களாகப் பிரிக்கப்பட்டிருக்கும். அப்பிரிவுத்

தளம்தான் உண்மையில் *Roulette* எனப்படும். ஒவ்வொரு ஆட்டத்துக்கும் அதை ஆடுவோர் தாம்தாம் விரும்பிய *Roulette* பிரிவில் பணத்தை அதற்கான டோக்கன் சிப்ஸ்களை வாங்குவதன் மூலம் கட்டிவிட்டு அதைச் சூழ நின்று கண்களை அகட்டிவைத்துப் பார்த்துக்கொண்டிருப்பர். இதற்கென வெள்ளைச்சீருடை அணிந்து நிற்கும் ஒருவர் ஆட்டம் ஆரம்பிப்பதாக அறிவிக்கப்பட்டவுடன் அச்சக்கரத்தை இழுத்து ஒரு சுழற்றுச் சுழற்றி விடுவார். சுக்கான் பல சுற்றுக்கள் சுற்றிவிட்டு மெல்ல மெல்ல ஓய்வுக்குவர அதன் சுட்டி ஏதோ ஒரு புலத்தைச் சுட்டியபடி நிற்கும்.

ஒருவகை ஆட்டத்தில் சுட்டி ஓய்விற்கு வரும் புலத்திற்கேற்ப ஆட்டத்தில் போட்ட பணம் 2, 4, 8, 16, 32, 64, 128, 256, 512, 1024 மடங்காகக் கிடைக்கும். இன்னொரு ஆட்டத்தில் 3, 9, 27, 81, 243, 729, 2187 மடங்காகக்குதிரும். ஜெயித்தவர் உடனே பணத்தை ரொக்கமாகப் பெற்றுக்கொள்ள வேண்டியது. விரும்பின் அங்கிருந்தே நேராக *Online Baking* மூலம் தனது வங்கிக் கணக்கிலிட்டு உறுதிசெய்து கொள்ளலாம். மேலே சொன்ன புலங்கள் எதிலும் ஓய்வுறாமல், அவற்றுக்கு இடையாகவுள்ள வெளிகளில் சுட்டி ஓய்வுக்கு வந்தால் ஏனைய புலங்களில் போடப்பட்ட பணம் அத்தனையும் கோவிந்தா! தோல்வியுற்றவர்கள் பலரும் "சுக்கான் இழுப்பவர்கள் பணம் கட்டுப்பட்டிராத வெளிகளில் சுட்டி ஓய்வுக்கு வருமாறு அதை இழுப்பதில் தேர்ச்சியுடையவர்கள்" என்று புலம்புவதைக் கேட்டிருக்கிறேன். அப்போ எதுக்கடா மீண்டும் அங்கே போறீங்க. நிஜம் சொர்க்கத்துக்கே துலக்கம்.

பனி எப்படித்தான் வழுக்குகிறது என்று அறியக் காலை வைத்துப் பார்த்து நானும் முதல் அடியிலேயெ மூஞ்சை அடிபட விழுந்தேன். 1000 மார்க்குகள் சில நொடிக்குள் ஸ்வாகா. யாரோ என்னைப் பிடரியில் அறைந்துவிட்டுப் பணத்தைப் பிடுங்கிச் சென்றதைப் போலிருந்தது. 1000 மார்க்குகள் சேமிப்பதற்கான காலத்தை நான் பிறந்திராத காலமாகவே எடுத்துக் கொண்டு மனதைச் சமாதானம் பண்ண முனைந்தாலும் அறிவுச் சோரம் போனேனே என்ற அவமான உணர்ச்சி இரவு பூராவும் தூக்கம் பிடிக்கவிடாமல் தடுத்தது. சில வேளை கொஞ்சம் ஸ்கொட்ச் உதவி செய்யலாமென நினைத்து அதனையும் உள்ளே விட்டால் பெர்லினிலுள்ள அனைத்துக் காஸினோக்களினதும் *Roulette* சக்கரங்களும் என் கட்டிலுக்கு நேர்மேலாக வந்து தலைகீழாகத் தொங்கிக் கொண்டு சுழல ஆரம்பித்தன.

*Spielbank* / சூதாட்டமையம் ஒன்றின் முன் நிற்க நேர்ந்தால் கன்றுக்குட்டியாகத் துள்ளிக்கொண்டு உள்ளே போவோரின் உற்சாகத்தையும், தலையைத் தொங்கப் போட்டுக்கொண்டு சவக்களையோடு வெளியே வருவோரின் சோகத்தையும் மாறி மாறிப் பார்க்க வாழ்வே சீக்கிரம் வெறுத்துப் போகும். உள்ளே போகும்போது இருந்ததைப் போன்றே மலர்ச்சியாக வெளி வருபவர்கள் ஒரு சதவீதம்தான் என்பதே அதிகப்படியான கணிப்பு.

கொண்டு வந்திருந்த கடைசி பெனிக்கையும் தொலைத்த பின் கைக்கடிகாரத்தையோ மோதிரத்தையோ கழற்றி நீட்டிக் கொண்டு "என்னை வீட்டுக்குக் கொண்டுபோய்ச் சேர்க்கிறியா" என்பவர்களும் அல்லது அதையே வைத்துக்கொண்டு "ஒரு 50 மார்க் தருவியா, நான் நொடியில் 100 கொண்டுவந்து அதை மீட்கிறேன்" என்று கெஞ்சுபவர்களும் உண்டு.

பெருந்தொகையைத் தொலைத்துவிட்ட சிலர் தத்தம் சோகங்களை சீருந்துக்குள் வந்து வாந்தியெடுப்பர்.

இப்பேர்வழிகளுக்குச் தரும் எந்த ஆறுதல் வார்த்தை களுமோ, புத்திமதியோ வியர்த்தந்தான். அநேகமான பேர் வழிகளை மீண்டும் மறுநாளோ மறு வாரமோ அதேயிடத்தில் சந்திக்கலாம்.

ஒருத்தன் "நீ இன்றைக்கானதை உழைத்துவிட்டாய்... நான் கொண்டுவந்ததையே இழந்துவிட்டு நிற்கிறேன் பார்" என்று பெருமூச்சு விட்டான். தொலைத்துவிட்டு நிற்பவர்களது தர்க்கங்கள் எரிச்சலூட்டும்.

"ஏது தோழரை நான்தான் உசுப்பி அனுப்பிவிட்டது மாதிரியிருக்கே?"

"ப்ச்!"

ஒருநாள் விதிவிலக்காக மங்கோலிய முகத்துடனான வாயாடி ஒருவர், இதே *Spielbank*இலிருந்து என் வண்டியில் ஏறினார். தனது முகவரியைச் சொல்லிவிட்டு "சய்க்... பத்தாயிரம் இயூரோ நொடிக்குள்ள பறந்துது" என்றார். அவருக்கு எப்பிடித் தேறுதல் சொல்லுவது, "கொஞ்சம் ஜாக்கிரதையா இருக்க வேண்டாமா" என்றேன். சவாரி முழுவதும் சிந்தனை வயப்பட்டவராக வந்தார். அவரது வீட்டையடைய இரண்டு கிலோமீட்டரே இருக்க திடீரென "வேண்டாம்... *Butterfly Garden* க்கு விடு" என்றார், அது மனிதனை உரிப்பதோடு கதுவிச் சக்கையாகப் பிழிந்துவிடக் கூடியதொரு பால்வினைக் கூடம்.

"இப்போதானே பத்தாயிரம் ஸ்வாகா என்றீர்கள் . . . அதுக்குள்ளயா . . ."

"இதுக்காக மனுஷன் என்ன நாண்டுகொண்டா சாக முடியும், தொலைஞ்சதோட தொலையட்டும் . . . சுனாமியைத் தொடர்ந்தொரு பூகம்பமும் வந்ததென்று என் டைரியில் எழுதிவைக்கிறேனே." என்றார் கவித்துவத்துடன்.

○

*Potsdamer Platz*இன் இதே *Spielbank* முன் காத்திருக்கையில் மூன்று இளைஞர்கள் வெகு அந்நியோன்னியத்துடன் ஜாலியாகச் சிரித்துப் பேசிக்கொண்டு உள்ளே போனார்கள். ஒரு இருபது நிமிஷம் கழித்திருக்கும், அவர்கள் அதே கோலாகலத்துடன் திரும்பி வந்ததிலிருந்து ஏதோவொரு பெரிய தொகையை வென்றுவிட்டார்கள் என்பதை ஊகிக்கமுடிந்தது. வந்தவர்கள் எனக்கு முன்னால் நின்றவண்டியின் அருகில் நின்று பேசிக் கொண்டிருந்தார்கள்.

"ஜென்டில்மென் உடன்பாடு. தொகையை மூன்றாகப் பிரித்துவிடுவோம்."

" அதெப்படி அப்படியென்றால் . . . நீங்களே விளையாடி ஜெயித்திருக்க வேண்டும். விளையாடினதும் ஜெயிச்சதும் நானாக்கும் கம்மனாட்டிகளா."

"பத்து இயூரோவே கொண்டுவராத பன்னாடை நீ. கொஞ்சம் மனசாக்ஷியோடு யோசித்துப்பார், இந்த விளையாட்டில உன்னுடைய முதலீடு பூஜ்ஜியம் என்பதைச் சொர்க்கமே அறியும். ஆக முதல் எங்களது, அதனால இலாபமும் எங்களது. அதுதான் நடைமுறை, அதுதான் தார்மீகம்."

"என் மூலந்தான் இருபதினாயிரமும் குதிர்ந்ததென்பதையும் சொர்க்கம் அறியுமாக்கும்."

"அதிஷ்டம் வாய்த்தால் தொகையை உனக்கே தந்து விடுவதாக நாங்கள் உனக்கு வாக்களித்திருந்தோமா தடியா, எங்களை இளிச்சவாயர்களாக்காதே தேவடியாளப் பயலே. சும்மா கூடவந்த உனக்கு மூன்றிலொன்றைத் தருகிறோமென் கிறோம், அதுவே உனக்குக் கசக்குதாக்கும், பன்றிபோட்ட பரதேசி."

திடீரென அவர்களது பாவங்கள் எல்லாம் மாறி ஒரு பாவமும் அறியாத அவர்களின் அம்மாமார்கள் அர்ச்சிக்கப் பட்டனர். ஒருவன் திடீரென வண்டியிலேற முயன்றான். மற்ற இருவரும் சேர்ந்து அவனை வெளியே இழுத்து நிலத்தில்

விழுத்தினர். திமிறி எழுந்தவன் எனது வண்டிக்கு ஓடிவந்தான். இருவரும் அவனைத் துரத்தி வந்து அவனது ஜெர்கினில் பிடித்து இழுத்ததில் அது டர்ர்ர்ர்ர்ர்ரெனக் கிழிந்தது. இவர்களின் இந்த இழுபறியை கண்காணிப்பு கமெராவின் மூலம் *Spielbank*இன் உள்ளேயிருந்து பார்த்துக்கொண்டிருந்த காவலதிகாரிகள் ஓடிவந்து அவனை உள்ளே கூட்டிகொண்டு போயினர். காவலதிகாரிகள் “இதுக்குத்தான் வண்டிவரைக் கும் எஸ்கோர்ட் தேவையா எனக் கேட்டது” எனவும் முன்னவனைக் கடிந்துகொண்டனர்.

“எல்லாந் தோஷ்துங்கதான். திடீரென இப்படிப் பண்றாங்க.”

சந்தைத் திடலில் தேமேயென்று படுத்திருக்கும் நாய்கள் திடுப்பென எழும்பி ஒன்றுடனொன்று கடிபடுமே அப்பிடி யிருந்தது எனக்கு. அவர்கள் உரையாடலில் இருந்து என்னால் இப்படித்தான் ஊகித்துக்கொள்ள முடிந்தது.

நண்பர்கள் மூவரில் இருவர் தலைக்கு பத்து இயூரோக்கள் போட்டு டோக்கன் சிப்ஸ்களை வாங்கி முதலாமவனை விளையாட வைத்திருக்கிறார்கள். அவன்தான் *Roulette* விளையாட்டின் சூக்குமங்கள் அதிகம் அறிந்தவனாயிருக்க வேண்டும். ஒரே இழுவையில் இருபதினாயிரம் குதிர்ந்திருக்கிறது. பணத்துடன் வெளியில் வந்ததும் முன்னவன் மனம்மாறி ‘விளையாடினது நான்தானே அதனால் பணம் முழுவதும் எனக்கே’ என்கிற தர்க்கத்தை முன்வைக்கிறான். இது தனி மனிதனின் நேர்மை, அறம், நாணயம், தர்க்கம், தார்மீகம் இதெல்லாம் சம்பந்தப்பட்ட பிரச்சினை.

*Spielbank* அதிகாரிகளைப் பொறுத்தவரையில் பணம் கொடுத்து சிப்ஸை அவர்களிடம் வாங்கி வைத்து விளை யாடியவன் முன்னவன்தான். அதனால் அவனை மட்டும் உள்ளே அழைத்துப்போயினர். அவனுக்கு மட்டுந்தான் பாதுகாப்பும் வழங்கப்படும். எனவே அவனிடம் ரொக்கத்தை மீளப்பெற்று அவனது வங்கிக் கணக்கில்தான் தொகையைச் சேர்ப்பார்கள். மற்றவர்களின் ‘நாங்கள்தான் டோக்கன் சிப்ஸ் வாங்கப்பணம் கொடுத்தோம்’ என்கிற கதை அங்கே கொஞ்சமும் எடுபடாது. டோக்கன் சிப்ஸை வாங்கிவைத்து யார் வென்றாரோ அவருக்கே பணம் சேருமென்பது அவர்களது நடைமுறை. அவ்விளைஞர்களது எத்தனை வருஷத்து நட்போ வெறும் *20,000* இயூரோக்களால் ஒரு பனிமலையைப்போல் ஒரே நிமிஷத்தில் நம் கண்முன்னே தகர்ந்துபோனது!

சூதாட்டத்தில் இழந்தவர் மூலமும், வென்றவர் மூலமும் அரசுக்கு வரி ஆதாயமுள்ளதால் பெர்லினில் முன் எப்போதையும் விட அதிகமான சூதாட்ட நிலையங்களை அமைக்க அரசு அனுமதித்துள்ளது. இந்த சூதாட்ட நிலையங்களில் சீருந்துகளுக்கும் அதிக வாடிக்கையாளர்கள் கிடைப்பார்கள். வென்றவனுக்கும் சீருந்து தேவை, தோற்றவனுக்கும் சீருந்து தேவை. வென்றவர்கள் ஏதாவது பெனாத்திக்கொண்டே வருவார்கள், தோற்றவர்கள் முகத்தின் வெளிறலும், மௌனமும் அவர்களைக் காட்டிக்கொடுத்துவிடும். அட இந்தச் சோணகிரிகளாலும் பிழைக்கவேண்டியுள்ளதேயென மனது தன்னிரக்கம் கொள்ளும்.

○

ஒரு *35* வயது இருக்கக்கூடிய துருக்கிப் பெண் வண்டிக்குள் அமர்ந்ததும் "*Schlampe, Schlampe , Schlampe* (வேசை)" என்று யாரையோ வைதுகொண்டே வந்தாள். எதுவும் அறியாதது போல் "என்னதான் பிரச்சினையோ?" என்றதும் அவள் விம்மி அழ ஆரம்பித்தாள்.

"என்னுடன் வேலைசெய்யும் ஒரு அவிசாரி 'சம்பளத்தை எடுத்துக்கொண்டு *Spielbank* போனால் சுளுவில் இரட்டிப் பாக்கிவிடலாம். நீயும் வா... நான் ஒவ்வொரு மாதமும் அப்படித்தான் செய்வேன்' என்றாள். அந்தச் சூனியக்காரியின் பசப்பில் மயங்கி என் சம்பளத்தை எடுத்துக்கொண்டு இங்கு வந்தேன். ஒரு மின்னல் கணத்துள் *1800* இயூரோக்களும் ஸ்வாகா... அடுத்த மாதத்தை எப்படித்தான் தள்ளப்போகிறேனோ தெரியவில்லை."

அவள் சொல்லும்போதே கண்ணீர் தாரையாக வழிகிறது.

"நீ ஒன்றும் சிறுபிள்ளையல்லவே... சற்று ஜாக்கிரதையாகவே இருக்கப்படாதா? பணத்தை இரட்டிப்பாக்க அப்படியொரு சுலபமான வழியிருப்பது வாஸ்தவமானால் அங்கங்கு அரசுகளே இதில் முதலீடு செய்யுமல்லவா... பெரிய பணமுதலைகளிடம் உள்ளவற்றை நேரடியாகவே பிடுங்குவதற்கு இதெல்லாம் அவர்கள் பண்ணும் உபாயம். உழைக்கும் வர்க்கம், விளிம்புநிலை மக்கள், ஏழைகள் எமக்கு அங்கே என்னதான் வேலை?" என்றேன். அவள் கண்கள் பயணம் முழுவதும் பொழிந்துகொண்டுதானிருந்தன.

○

என் நெருங்கிய தமிழ் நண்பரொருவரும் ஒரு இரவில் *1.2* மில்லியன் டொலர்கள் ஜெயித்தார். ஜெயித்ததும்

அதுவரை கனவாக இருந்த அவரது தமிழ் படம் பண்ணும் ஆசை எழுந்து நின்றாடத் தொடங்கியது. எவ்வளவோ எடுத்துச் சொல்லியும் கேளாமல் அத்தனை பணத்தையும் தூக்கிக்கொண்டு தனது கனவை நனவாக்கச் சென்னைப் பட்டணம் வந்தார். இதுவரை அவர் படமும் வெளிவர வில்லை, ஆளும் மீண்டு வரவில்லை. தற்போது சற்றே மனச்சிதைவுக்குட்பட்டு தனியாக அங்கேயே வருந்துகிறார்.

○

ஒருநாள் இரவு இதே *Spielbank*க்கு பெர்லினுக்கு அப்பால் முப்பதுமீட்டர் தொலைவிலுள்ள *Oranienburg* என்கிற சிறு நகரத்திலிருந்து வந்து விளையாடிய ஒருவர் கொண்டுவந்த முழுப்பணத்தையும் தொலைத்துவிட்டார். நேரமோ இரண்டு மணி. அவருடைய பிடித்திருக்கவேண்டிய கடைசித் தொடருந்தும் சென்றுவிட்டிருக்கும். அவர் ஊருக்கு பெர்லின் புறநகர எல்லையிலிருந்து *Sandhausen* சித்திரவதை மற்றும் கொலைமுகாம்தாண்டி மேலும் இருபது கி.மீட்டர்கள்வரை செல்லவேண்டும்.

எனக்கு முன்னே நின்ற வண்டிக்காரர்கள் எல்லோரிடமும் போய் தன்னிடம் வீட்டில் போதுமான ரொக்கமுள்ளதாகச் சொல்லி தன்னை வீட்டுக்கு ஓட்டிப்போனால் தான் அங்கே பணத்தைச் செலுத்திவிடுவதாகக் கேட்டுப்பார்த்தார். எல்லோரும் அவரை 'உங்கள் கடனட்டை மூலம் செலுத்தி விடுங்களேன்' என்று ஆலோசனை பகர்ந்தனரேயன்றி அவர் வார்த்தையை நம்பி ஏற்றிச்செல்ல மறுத்துவிட கடைசியாக என்னிடம் வந்தார். கடனட்டையை அவர் மனைவிதான் பிடுங்கி வைத்திருக்கிறாளோ என்னமோ, மனுஷன் எல்லா வற்றையுமா பொதுவில் பறைய முடியும்?

நான் எப்படியும் சம்மதிப்பேன் என்கிற ஒரு நம்பிக்கை அவர் கண்களில் தெரிந்தது. மனிதனை நம்ப எனக்கும் காரணங்கள் இருந்தன. ஒருவன் ஏமாற்றுப்பேர்வழி என்றால் 'தன்னிடம் பையில் பணமில்லை' என்கிற சங்கதியை முதலில் சொல்லவேமாட்டான். என் கண்களை நேர்கொண்டு பேசிய அம்மனிதனிடம் ஒரு யோக்கியம் எனக்குத் தெரிந்தது. அப்படி ஒரு 50 மார்க்குகளை அவன் ஏமாற்றிவிட்டாலுந்தான் என் மனிதர்களுடனான அனுபவங்களிலொன்று அதிகமாகுமே தவிர குடியொன்றும் முழுகிப்போய்விடாது. இவ்வகையான ஸ்பெகுலேஷன்ஸ் எடுப்பது எனக்கும் கொஞ்சம் பிடிக்கும். போகும் வழியில் அவர் அதிகம் ஒன்றும் பேசவில்லை. ஒரேயொரு தடவை "ஒரு சிகரெட் புகைத்தால் தேவலை"

என்றார். நானும் புகைப்பதை நிறுத்திவிட்டிருந்தேன். அடுத்துவந்த எரிபொருள் நிரப்பு நிலையத்தில் அவருக்கான *Rothmanns* சிகரெட்டை வாங்கிக்கொள்ளும்படி சில்லறையைக் கொடுத்தேன், பெற்றுக்கொண்டார். சந்தோஷப்பட்டார். அவர் வீட்டை அடையவும் வண்டிக் கட்டணம் அண்ணளவாக 50 மார்க்குகள் என்றது மீட்டர். 5 நிமிஷங்கள் போதுமென்றுவிட்டு உள்ளே போனவர் 3 நிமிஷங்களில் திரும்பி வந்து என்னிடம் 50 மார்க் தாளைத் தந்தார். பின் இன்னொரு 50 மார்க் தாளையும் நீட்டினார். 'இது அதிகமல்லவா' என்றேன். "இது என்மீது நீர்வைத்த நம்பிக்கைக்கு பரிசு" என்றார். நான் 'நன்றி' சொல்லவும் இன்னொரு 50 மார்க்கையும் நீட்டினார். "இது சிகரெட் வாங்கிக்கொடுத்த உம் மனிதநேயத்துக்கு" என்றார். இப்படியாகவும் சில மனிதர்கள் இருக்கத்தான் செய்கிறார்கள்!

○

*Spree Radio* என்ற பெர்லின் பண்பலை *FM* றேடியோவின் *Jochen Truss* என்பவன் அதன் பிரபலமான அறிவிப்பாளன், கொஞ்ச நாட்கள் என்னுடைய நிரந்த வாடிக்கையாளனாக இருந்தான். அவனுக்கான சீருந்துக் கட்டணத்தை *Spree Radio*வே செலுத்தும். அவனது குரலும் சம்பாஷணையும் மிகவும் செக்ஸியாம், இலக்ஷக்கணக்கில் அவனுக்குப் பெண் ரசிகைகள்.

அவனது ஒரு காலை ஒலிபரப்பில் கவனிக்க நேர்ந்தது.

ரசிகை: "*Jochen* இன்று எனக்கு சுவாரஸ்யமாய் ஒரு ஆருடம் கூறுங்களேன்?"

*Jochen Truss*: "சொன்னால் போச்சு... ஓகே... சற்று முன் உன் மார்புக் கச்சையைக் கொஞ்சம் தளர்த்திவிட வேண்டுமென்று நினைத்தாயல்லவா?"

ரசிகை: "ஹையோ... பொய் பொய் பொய்..!

*Jochen Truss*: "ஏம்மா?"

ரசிகை: ஹா... ஹா... ஹா! நான்தான் இன்னும் எதையும் அணியவே இல்லையே..!"

இந்த வகையிலான பினாத்தல்களும், ரசிகைகளும் இங்கும் நிறையப்பேர்.

தனக்கு நேரங்காலமில்லாமல் போன் பண்ணி 'என்கூட பாருக்கு வாறியா; ஒரே ஒரு இரவு என் போர்வைக்குள்

வாறியா'வென்று தொடர்ந்து தன்னைத் தொந்தரவு செய்கிறார்களென்று பல பெண்களுக்கு வழக்கே வைத்திருக்கிறான். பத்திரிகைகளில் பார்த்தேன்.

ஒரு முறை *Glenn Kaiser*இன் *'A Long way from my Home'* என்ற பாடலை எனக்காக ஒலிபரப்பினான்.

பின்னரும் 'என் சீருந்துச் சாரதிக்காக' வென்று பல பாடல்களை ஒலிபரப்பியிருக்கிறான். தினமும் பற்களை துலக்குவானோ மாட்டானோ, அவன் பேசுகையில் மூச்சுக் காற்று மாத்திரம் எப்போதும் முதநாள் வார்த்த விஸ்க்கியின் நெடியுடன் சேர்ந்து சுழன்று வரும்.

'செப்டெம்பர் – 11' நேரம்.

"நீ அதைப் பற்றி என்ன நினைக்கிறாய்?" என்றான்.

"தாக்குதலில் இறந்துபோன எந்தப் பிரஜையுமே அமெரிக்காவின் வெளிநாட்டுக் கொள்கையுடன் சம்பந்த மில்லாதவர்கள், தவிரவும் திட்டமிட்ட ஒரு கொலைத் தாக்குதல் என்ற வகையில் நான் அதனை வன்மையாக எதிர்க்கிறேன். ஆனால் அதற்காக CNN, BBC உட்பட ஊடகங்கள் வாரக் கணக்கில் துக்கம் கொண்டாடுவதும் பிடிக்கவில்லை" என்றேன்.

"ஏன் ?"

"எதியோப்பியாவிலும், சோமாலியாவிலும் குழந்தைகள் பட்டினியால் இறந்தழிந்தபோதும்; றுவண்டாவில் இனப்படுக் கொலையால் ஏழு லட்சம் பேர் படுகொலை செய்யப்பட்ட போதும்; மனிதநேயம், மனித உரிமை மீறல்கள் பற்றி ஓலமிட்டுக் கொண்டு, பயங்கரவாதத்துக்கு எதிராகப் போர்ப் பிரகடனம் செய்துகொண்டுள்ள அமெரிக்கா தன் வல்லாண்மையைப் பிரயோகித்து ஏன் அவற்றை நிறுத்தவில்லை? அவர்களுக்காக இவர்கள் ஒரு நாளேனும் துக்கித்தார்களா ... இதிலிருந்து அமெரிக்கா கறுப்பனது உயிருக்கு ஒரு விலையும், வெள்ளைய னது உயிருக்கு இன்னொரு விலை வைத்திருப்பது அப்பட்ட மாகத்தெரிகிறதல்லவா" போச்சு இப்படியே போகவும், "இப்போது ஈராக்கின் மீது அமெரிக்கா போர் தொடுப்பது பற்றி" என்றான்.

"ஈராக்கின் எண்ணை வளத்தில்தான் அமெரிக்காவுக்கு கண்ணேயொழிய மனிதநேயம் காக்கவல்ல ... ஆக அதுவும் எனக்குக் கட்டோடு பிடிக்கவில்லை" என்றேன்.

“அப்போது சதாம் ஹுசேன், பின் லாடன் போன்ற பயங்கரவாதிகளை யார் அடக்குவதாம்?”

“நிச்சயமாக அவர்கள் பயங்கரவாதிகள்தான். இவர்களை அடக்குவதற்கு, ரஷ்யர்களை ஆப்கனிஸ்தானிலிருந்து விரட்ட தலிபான்களை வளர்த்துக் கொம்புசீவிவிட்டு, அவர்கள் கையில் ஆயுதங்களைத் திணித்த இன்னொரு பயங்கரவாதிக்கு யோக்கியதை ஏது . . . ஏன் அவர்களால் இஸ்ரேலின் *Ariel Sharon*ஐ அடக்க முடியவில்லை . . . சதாமைப் பதவியால் இறக்கியாயிற்றா, இடைக்கால அரசை ஏற்படுத்தியதும் அமெரிக்கா வெளியேறியிருக்கவேண்டாம் ..? நடுநிலையாளனா யிருக்கவேண்டிய ஒரு ஊடகக்காரன் இப்படி ஒரு பக்கச் சார்பாய்ப் பேசலாமா?” என்றேன்.

அவனுக்கு அது சுத்தமாகப் பிடிக்கவில்லை என்பது அடுத்த நாள் அவன் வேறு கம்பெனி சீருந்து வரவழைத்துக் கொண்டு வேலைக்குப் போனபோதுதான் புரிந்தது.

○

# நான் போருக்குக்குப் பின்னால பிறந்தவன்

அமெரிக்காவிலிருந்து ஒரு டீனேஜ் மகளுடன் விடுமுறைக்காக வந்து *Adlon* ஹொட்டலில் தங்கியிருந்த யூதக் குடும்பமொன்று அதில் சலித்துப் போய் என்னிடம் "இதைவிட வேறு நல்ல ஹொட்டல் பெர்லினில் கிடையாதா?" என்று கேட்டது. இது அசல் *LDL* வகைக் கொழுப்பன்றி வேறென்ன ... வானத்தைக் காட்டி "சுவர்க்கத்துச் சமாச்சாரங்கள் தெரியவில்லை ... தரைபற்றிய தகவல்களிலிருந்து அட்லோன் இஸ் த பெஸ்ட் ஹியர்" என்றேன். அவர்களுக்கு புரிய நேரமெடுத்தது.

நிறையப் பணத்தை வைத்துக்கொண்டு செய்வதறியாது திண்டாடும் மில்லியனேயர்கள், திறில்லியனேயர்களின் பந்தாவன்ன அலட்டல் களை இப்படியான ஹொட்டல் வாசல்களில் சற்று நேரம் நிற்க நேர்ந்தால் காணலாம். அநேக மானோருக்கு ஹொட்டல் சிப்பந்திக்கு ஒரு இயூரோ இனாம் தர மனசு வராது. ஐம்பது மீட்டர் தூரத்தில் நிற்கும் அவன் மூச்சிரைக்க ஓடிவந்து கதவைத் திறந்துவிடும் வரையில் வண்டியுள் பந்தாவாக உட்கார்ந்திருப்பார்கள்.

இதே *ADLON* ஹொட்டல் வாசலில் ஒருநாள் *Rolls Royce* மகிழுந்தில் வேகமாக வந்தவொரு கனவானுக்கு ஏதோ அவசரம். அது எமது சீருந்துக் கான நிறுத்திடமே என்கிற பிரக்ஞையே இல்லாமல் தன் மகிழுந்தை நிறுத்திவிட்டு உள்ளே போய் விட்டார். காவல்துறைக்கு அறிவித்தோமானால்

சிலநொடிக்குள் வந்து வண்டியையே தூக்கிக்கொண்டு போய் விடுவார்கள். அபராதம் 200 இயூரோவரும். சில பணப்புளிப் பெடுத்த கனவான்கள் இப்படித்தான், வரக்கூடிய அபராதம் பற்றிச் சட்டைசெய்யமாட்டார்கள், அவர்களுக்குத் தோன்றிய இடத்தில் விட்டுவிட்டுப் போய்விடுவார்கள். பொறுமைகாத்தோம், கால்மணிநேரம் கடந்திருக்கும், ஹொட்டல் சிப்பந்திகள் எவரும் வந்து வண்டியை எடுத்துப்போய் விருந்தினர்களுக் கான நிறுத்திடத்தில் நிறுத்தவுமில்லை. வண்டி அதிலே நின்று எமக்கு இடைஞ்சல் பண்ணிக்கொண்டிருக்கிறது. அப்போது ஹொட்டலுள்ளேயிருந்து ஒடிசலாய் ஒரு பெணவெளியே வந்தாள். பகட்டாகத்தான் உடுத்தியிருந்தாள், எனினும் அவள் விழிகளின் அலைவில் பொருட்பெண் என்பது புரிந்தது. தமாஷாக "ஹேய் . . . அம்மணீ, சீக்கிரம் உன் வண்டியைக் கிளப்பு, இதிலே நின்று எமக்கு இடைஞ்சல் பண்ணுது" என்றேன். "எந்த வண்டி" என்றாள். Rolls Royceஐக் காட்டினேன். திடுக்கிட்டுப்பதறியவள் *"Oh... mein Got... Nein, Es ist nicht mein"* (ஓ . . . கடவுளே இவ்வண்டி என்னதல்ல) என்றுவிட்டுக் கடந்து போனாள். என் குசும்பால் அவளை நோகடித்துவிட்டேனோ வென மருகி என்னையே நொந்து நான் கழிவிரங்கையில் அவள் திரும்பிவந்து பெருமையுடன் இமைகளைப் படபடத்து "தன்னிடம் அப்படிக் கேட்டதுக்கு மிக்க நன்றி" என்றாள்.

❍

கல்லூரி மாணவியின் வயசில் ஜப்பானியப் பெண் போலிருந்த ஒருபெண் வெகு நட்பாகப் பல விஷயங்களையும் என்னிடம் பேசிக்கொண்டுவந்தாள். மழை பனி காலநிலை அரசியலை விடுத்து எனது பூர்வீகம், எவ்வளவு காலமாக இங்கே இருக்கிறேன், இங்கத்தைய வாழ்க்கை பிடித்திருக்கா என்றெல்லாம் விசாரித்தாள். நானும் விருப்பு வெறுப்புகளுக் கப்பால் வேறுமாற்று இல்லையென்பதால் இங்கே தொங்கிக் கொண்டிருப்பதைச் சொல்லிவிட்டு பதிலுக்கு அவளிடம் 'உனக்கு எவ்வளவுகாலம் ஜெர்மனி வாசம்' என்றுகேட்டு வைத்தேன். அவள் 'ஐயைய்யோ நான் ஜெர்மன் பெண்' என்று அலறினாள். 'உன்னிடத்தில் ஒரு மங்கோலியச் சாயல்' இருக்கிறதே . . . அதனால்தான் கேட்டேன் சொறி' என்றேன்.

"அது நிஜமாய்க்கூட இருக்கலாம் . . . ஆனால் அம்மா எனக்கு இன்னும் முழுக்கச் சங்கதிகளையும் சொல்லலையே . . ." என்றாள் விரல்களின் அபிநயத்துடன்.

*(Es kann wahr sein... aber Mama hat nicht mir alles erzaehlt.)*

❍

ஒரு நாள் பின்னால் இருப்பவளுக்கு எங்கே கேட்கப் போகுது என்ற துணிச்சலில் சீர்காழியின் 'வனமேவும் ராஜகுமாரி ... வளர் ஜோதியே சுகுமாரி'யை ஹம் செய்தேன். நல்ல இசை இரசனையுள்ளவளாக இருக்கவேண்டும். 'அது என்ன' என்று கேட்டாள். நான் 'அது ஒரு பழைய தமிழ் சினிமா பாடலின் பல்லவி' என்றேன். 'அதை முழுசாகப் பாடிக்காட்டுறியா' என்றாள், 'நீங்க அவஸ்த்தைப் படத்தயா ரென்றால் இதுபோன்ற இம்ஷைகள் செய்வது எனக்கும் இஷ்டம்' என்றேன். 'பிளீஸ் பாடு' என்று மீண்டும் வற்புறுத்தி னாள். அதன் பல்லவியையும் அனுபல்லவியையும் பாடிக் காட்டினேன்.

'வித்தியாசமாக இருக்கிறது ... நன்றி' என்றாள்.

○

என் வண்டியில் எப்போதும் ஏராளம் இசைத் தொகுப்புகள் வைத்திருப்பேன். பணி நேரத்தில் எனக்குப் பிடித்தமான இசையைப் போட்டுக் கேட்பேன்.

ஒருமுறை என் வண்டியில் பிம்ஷென் ஜொஷி அவருக்கு மிகவும் இஷ்டமான ஜமன்கல்யாணிக்குள் மிருதுவாக விளம்பத்தில் புகுந்து விஸ்தாரமாக அதை ஒவ்வொரு வர்ண ஜரிகையாக இழைகள் பிரித்து அழகு காட்டிக்கொண்டிருக்கவும் ஒரு பயணி வந்து ஏறினார். அவருக்கு இந்துஸ்தானி இடைஞ்ச லாக இருக்குமே என்று இசையை உடனே நிறுத்தினேன். பயணியோ "நிறுத்தாதே நிறுத்தாதே தொடர்ந்து அது ஓடட்டும், நானும் கேட்கிறேன் ..." என்றார். அப்படியே ஓடவிட்டேன். அக்கிருதியை முழுவதும் கேட்டபின்னால் அவர்: "அந்த இசையை எப்படி ரசிப்பது என்று எனக்குத் தெரியவில்லைத்தான், ஆனாலும் அந்தக் குரல் என்னைக் கிளர்த்துகிறது" என்றார். இசையில் ஏதாவது ஒரு வகையை இரசிக்கத் தெரிந்தால் இன்னொரு வகையையும் அறிந்துகொள்ள ரசிக்க ஆர்வம் வருவது இயற்கைதான்.

○

இன்னொரு நாள் ஒரு இளைஞன் கோல்ஃப் விளை யாடும் துடுப்புகளுடனும், அதற்கான அம்புறாத்தூணி யுடனும் வந்து ஏறினான். அவனது இலக்கை நோக்கிச் சென்றுகொண்டிருந்தோம். பாதிவழியில் கேட்டான் 'இந்தச் சவாரிக்கு எவ்வளவு ஆகும்?' 'என்ன 20 இயூரோக்கள் வரும்' என்றேன். 'அப்படியானால் உன் மீட்டரில் 15 வந்ததும்

என்னை இறக்கிவிடு ... என்னிடம் 20 இயூரோ சில்லறைதான் இருக்கு நான் மீதித் தூரத்தை நடந்தே போய்விடுகிறேன் ... ஒரு கெபாப்புக்கும், சிகரெட்டுக்கும் கொஞ்சம் பணம் தேவையாயிருக்கு' என்றான். 'எனக்கு ஆச்சரியமாக இருக்கு தோழா ... கோல்ஃபோ பணக்காரர்களின் விளையாட்டு, இத்தனை கோல்ஃப் துடுப்புக்களை வைத்துக்கொண்டுமா கையில் காசில்லை என்கிறாய்?' என்றேன். 'உனது கருத்தை நான் மறுக்கவில்லை. ஆனால் நிஜம் வேறுவிதமாக இருக்கிறதே, இன்று ஒரு குறும்படத்துக்கான படப்பிடிப்பு இருந்தது ... அதில் நான் ஒரு கோல்ஃப் ஆட்டக்காரனாக நடித்துவிட்டு வருகிறேன். இந்தத் துடுப்பும் அம்பறாத்தூணியும் வாடகைக்கு எடுத்தவை, நாளைக்கு நான் அவற்றைத் திருப்பவேண்டும்' என்றான். அட எத்தனை கண்டங்கடந்தாலும் கலைஞனின் நிலமை இதுதானா ... கொஞ்சம் வருத்தமாகவும் இருந்தது. 'நீ எனக்கு 10 இயூரோ தந்தால்போதும் நான் உன்னை உன் வீட்டில் கொண்டுபோய்ச்சேர்க்கிறேன்' என்றதும் உற்சாகமாகி தான் பல்கலைக்கழகத்தில் அரங்கியலுடன் இசை, நடிப்பு என்பவற்றில் டிப்ளோமா செய்தது, இபோது அங்கங்கே குறும்படங்களில் நடித்துவருவது என்பது பற்றியெல்லாம் விஸ்தாரமாகச் சொல்லிக்கொண்டு வந்தவன் இடையில் 'ஏன் உன்னிடம் 'பொலிவூட் பாடல்கள்' எதுவும் கிடையாதா' என்றான். 'ஏன் இல்லை' என்றுவிட்டு ஒரு ஒலிப்பேழையை ஓடவிட்டேன். அது அனைத்தும் ஆராதனா, ஜிந்தகி, ஜாப் ஜாப் பூல் கிலே, அபிமான், கீத், ஏக்பூல் தோமாலி என 60–70இன் பாடல்களாக ஒரு தொகுப்பு.

ஐந்தாறு பாடல்களைக் கேட்டானதும் அவன் "தன்னுடன் அடுக்ககத்தில்கூட வதியும் தோழன் ஒருவனும் தன்னுடன் அரங்கியலும், இசையும் படித்தவன் ஹிந்தி, கஜல் பாடல் களின் மெலோடிமீது தீராத பைத்தியம் அவனுக்கு, எப்போதும் எதையாவது போட்டுக் கேட்டுக்கொண்டிருப்பான், அவனது கிருத்தியத்தால் எனக்குங்கூட சில ஹிந்திப் பாடல்கள் தெரியும்" என்றான். "சரி அப்போ ஒன்றை எடுத்துவிடுகிறது" என்றதும் காத்திருந்தவன்போல உடனே தொடங்கிவிட்டான்.

**"பரதேசியான் சேனா அக்கியா மிலானா**
**மாவுகர் தோகே எக்கி தீனயானா**
**தில்மேரா முயாரா சோட்டா பேமானே**
**யாதகி, சுந்தகி எந்திகி ஷோர்தியா**
**மேரா பியாரா தோநகி கமுகோ**
**துனியா தூர்கபி ஆதாகே ராக்குதோ**
**யாதகி தேபினா தில்லகி ஆசாரே ..."**

என்று அவன் கைகளையும் உயர்த்தி உச்சத்துக்குப்போகையில் பல்லவிக்கும் மேலே சாகித்யம் தளைதட்டுவது போலிருக்க அவனை நிறுத்தி “இது எந்தப் படத்தில்” என்றேன். “யாருக்குத் தெரியும் கேட்ட பாடல்களிலிருந்து வார்த்தைகளைப் பொறுக்கி யெடுத்துச் சும்மா நானே இட்டுக்கட்டினது” என்றான். ஆச்சரியமாக இருந்தது.

பாகிஸ்தானில் ஒரு ஆட்டிடையன் வானொலியில் தொடர்ச்சியாக ஆங்கில கிரிகெட் விவரணைகளைக் கேட்டுக் கேட்டு நாளடைவில் அவனே மணிக்கணக்கில் கிரிகெட் விமர்சனம் செய்ய ஆரம்பித்துவிட்டான், ஒருமுறை சொன்ன விவரணை மறுபடியும் வராது. இத்தனைக்கும் அவனுக்கு ஒரு வார்த்தை ஆங்கிலம் புரியாதது மட்டுமல்ல எழுதப் படிக்கவே தெரியாது. பிபிஸி உலக சேவையில் அவனது விவரணையைக் கேட்டு அப்படியே அசந்துபோயிருந்தேன் ஒரு நாள்.

இடைக்கால இந்திப்பாடல்களில் துனியா, மேரேயா, தில்லகி, தேரே, மேரே, பியாரா, துஜே, தும்நகி, ஜிந்தகி, ஆப்னா, மீகிரம், துஜுகோ, பினா, கோகயா, திவானா, சந்தா, கஷம் போன்ற வார்த்தைகள் மீண்டும் மீண்டும் வருமல்லவா அதையே தோழனும் கெட்டியாகப் பிடித்துக் கொண்டுவிட்டான். அவனுக்கு தமிழ் சினிமா பாடல் இலக்கியம் தெரியாதோ வைரமாமணிகளும் கையோடு கைசேரவா, முத்தாடவா, டப்பி டோலாமா கவிஞர்களும் தப்பித்தார்களோ.

ஜெர்மனியில் பல்வேறுதுறைகள் இருக்கே தேர்ந்து படிக்க . . . எதற்காக அரங்கியலைத் தேர்ந்தாய் என்று கேட்டேன். ‘என் ஆழ்மனத்தில் அரங்கியலுக்குத்தான் இடம் இருந்தது, இன்னும் மனிதனுக்கு வித்தைகளைப் பார்ப்பதிலுள்ள ஆர்வம் அநாதி யானது, அதனால் எப்போதும் அவனுக்கு எதையாவது செய்து காட்டிப் பிழைத்துக்கொள்ளலாமெனத் தீர்மானித்தேன்.’

எனக்கு நன்றி சொல்லிவிட்டு இறங்கிப் போகும்போது “எனக்கு கொஞ்சம் பொலிவூட் நடனமும் வரும்” என்றான். நான் அவனை ஆச்சரியத்துடன் பார்த்து “எங்கே பழகினாய்” எனவும் “இதுவென்ன பிரமாதம் முதலில் ஒரு மோட்டார் சைக்கிளை உதைப்பதைப்போல ஒற்றைக்காலில் சாய்வாக நின்றுகொள்ளவேண்டியது.”

“அப்புறம்?”

“அப்படியே நின்றுகொண்டு கைகளால் கூரைவிளக்கின் மின்குமிழ்களைக் கழற்றி மேடைவிளிம்பிலிருக்கும் குவியக் குமிழ்களோடு *(Focus Lamps)* பொருத்துவதுபோலவும், பின் மேடைவிளிம்பிலிருப்பவற்றைக் கழற்றி கூரையிலிருப்பவற்றோடு பொருத்துவது போலவும் மாறிமாறி விரைவாகச்செய்தால் சரி, அதுதான் பொலிவூட்நடனம்” என்றுவிட்டு விரைவாகப் பொருத்தியும் கழற்றியும் காட்டினான். இரண்டுக்கும் நடுவில் கொக்கைச்சத்தகத்தால் (தொரட்டி) வேம்பிலோ இலுப்பை யிலோ பிடித்த குருவிச்சையை அரிந்து விழுத்துவதைப்போல் ஒரு புதுக் கரணத்தையும் சேர்த்து அபாரமாக ஆடிக்காட்டி விட்டுப்போனான். மெய் விதிர்த்தது.

○

வண்டியில் வந்த துருக்கிக்காரர் ஒருவர் “உங்கிட்ட இந்தியன் மியூசிக் இருந்தால் போடு” என்றார். அவர் எதிர் பார்ப்பது பொலிவூட் இசையைத்தான் என்பது தெரியும், ஆனால் என்னிடம் அன்று குலாம் அலி கானின் கஜல் தொகுதிதான் ஒன்று இருந்தது, போட்டேன். உன்னிப்பாகக் கேட்டுகொண்டு வந்தார். அதில் ஒரு பாட்டில் ‘கெஸி’ என்றொரு வார்த்தை திரும்பத்திரும்ப வரும். “‘கெஸி’ என்றால் துருக்கியில் வெள்ளாடாம். ஆட்டைப்பற்றி இத்தனை விஸ்தாரமாகப்பாடிறாரே ... அதுல அப்படி என்னதான் இருக்கு பாட” என்றார். “யாருக்குத் தெரியும் கெஸின்னா உருதுவில் புலியாயிருக்குமோ என்னவோ ...” என்றேன், என் கடி பிடிப்பதற்குள் அவர் இறங்கிப் போய்விட்டார்.

○

*Adlon*இலிருந்து வண்டியேறிய பயணி ஒருவர் *“Bel Ami* அமிக்கு போகலாம்” என்றார்.

*‘Bel Ami’* என்பதற்கு அழகான தோழியரென்று அர்த்தம். பெண்கள் தவிர சவுனா ஆவிக் குளியல்கள், பால்வினைப் பிசைதல்கள் எல்லாமும் இருப்பதால் அதிகம் விஐபிக்கள் விஜயம் செய்யும் களியாட்டக் கூடமும் அது. *Eden Garden* அல்லது *Sex Pools* என வகைப்படும் கேந்திரம் அது. உள்ளே மங்கலான கிளர் ஒளியில் பல *Eden* தோட்டங்கள் அல்லது *Pool*கள் இருக்கும். அவ்விடங்களுக்கேயான முக்கல் முனகல் களுடன் கூடிய கிளர்ச்சி இசை முகிலென மிதந்து பரவிக் கொண்டிருக்க ஒவ்வொரு *Garden / Pool*களுள்ளும் இருபத் தைந்து முப்பது ஏவாள்கள், வேதகாலத்து ஸ்திரீகள், பிரம்ம குமாரிகள் சிருஷ்டித்த மேனிக்கு இருப்பார்கள். விருந்தினர்

குறுக்காகவோ, நெடுக்காகவோ, மூலைப்பாடாகவோ அத் தடாகங்களில் குதித்து அவரவருக்கு முடிந்த அளவுக்கு எத்தனை பிரம்மகுமாரிகளுடனும் விடிகிற வரையில் நீச்சலடிக்கலாம். நீச்சலில் வகைகளோ, மரபுகளோ. விதிகளோ எதுவும் கிடையாது. இவையும் ஒரு வகையான கூட்டுக் கலவிக் கூடங்கள்தான். அங்கு செல்வதற்கான சவாரி இதற்கு முன்னர் எனக்கு வாய்த்ததில்லையாதலால் அது எங்கிருக்கென்றும் எனக்குச் சரியாகத் தெரியவில்லை. பிரானோ பிடி துணியில்லாமல் கொதிநீர் குண்டாவைத் தூக்கிவிட்டவர் மாதிரி வைப்பதற்கு அவதிப்படுகிறார். விசாரணைகளுக்கான அலைவரிசையில் நடுவத்தை உசாவினேன். விலாசம் சொன்னார்கள். போனோம். அது *Charlottenburg* பிரதேசத்தில் நகரத்தின் *Westend* என்கிற மேற்குத்தொங்கலில் ஒலிம்பியா ஸ்டேடியத்துக்கு அண்மித் தாக *Flatow allee* என்கிற முகவரியில் ஒதுங்கலான மரங்க ளடர்ந்த பகுதியில் விஸ்தாரமான வளவொன்றுள் ஒரு பெருந் தோட்ட வளமனையைப்போல் அமைதியாக இருந்தது அந்த வில்லா. இவ்வகையான கிளப்புகளுக்கு இருக்கக் கூடிய றோஸ், பிங், லைலா, வயலட், ஸ்கார்லெட் நிற விளக்குகள் எதுவும் வெளியே இருக்கவில்லை. வாசலில் ஒளிப்பான பித்தளைத் தகட்டில் *'Bel Ami'* என்று சின்னதாக எளிமையாக எழுதியிருந்தது.

வண்டி வாசலை அண்மியதும் கேற்றுக்கள் தானே திறந்து வரவேற்கின்றன. உள் வளவுள் யாருக்கு எப்படி அவசரமோ, காராமணிப் பயற்றங்காயை விசிறிட்ட மாதிரிப் பல *FERRARI, JAGUVAR, BMW, MERCEDES, BUGATTI, LAMBORGHINI, PORSCHE* குஞ்சுகள் ஒழுங்கற்றுக் கண்டதெல்லிக்கும் நிறுத்தப்பட்டிருந்தன. பயணி இறங்கி உள்ளே சென்று மறையவும் நீளமான வெள்ளை கோட்டும் உயரமான தொப்பியும் அணிந்த ஒருவர் என்னிடம் ஓடிவந்தார். ஏதோ கேட்கப்போகிறாராக்குமென்று கதவின் கண்ணாடியைத் தாழ்த்தினேன். பக்கத்து சீட்டில் ஒரு கடித வுறையை வைத்துவிட்டு லட்ஷணமாய் ஒரு சலூட் வைத்து "அடிக்கடி சந்திப்போம். ரம்யமான மாலைப்பொழுது" என்று வழியனுப்பினார். கிளப்பின் விளம்பரமாயிருக்கலாமென்று நினைத்தேன். அடுத்த சமிக்ஞை விளக்குக்கு நிற்கும்போது அதை நிதானமாக எடுத்து உள்ளே பார்த்தால் அதற்குள் 200 மார்க்குகள் இருந்தன. ஐயையோ..! அதிர்ச்சி தாள முடியவில்லை. தொழிலையே மாற்றிவிட்டார்களே பாவிகள். அட எனக்கே 200 மார்க்குகள் ஊக்குவிப்புப் பணமென்றால் அவனிடம் எப்பிடித்தான் ஈய்ப்பார்களோ... என் இரண்டு நாள் ஊதியம். அதைவைத்து என்ன செய்வதென்றும்; தெரியவில்லை. திருப்பிக் கொடுக்கலாம்... என்ன அவன்

தன் பாக்கெட்டுக்குள் வைத்துக்கொண்டுவிடப் போகிறான், வேறென்ன நடக்கும்?

"ஏங்க அரசு அண்ணாச்சி, (இது வேறு அரசு) டாக்ஸி ஓட்டப் போனா மாமா வேலையெல்லாம் பார்க்க வரும் போலிக்கே... இது பாவமில்லையா?"

"அது உன் கடமையின் ஒரு பகுதி குழந்தாய், அதாவது அது உன் கடமையோடிணைந்தவொரு உபகிரியை அவ்வளவு தான். ஒன்றும் பதற வேண்டியதில்லை, நீ உன் கடமையைத் தானே செய்கிறே தவிரவும் *Puff*க்கு அழைத்துப் போ என்பவனை நீ *Football* ஸ்டேடியத்துக்கா கூட்டிப் போகமுடியும்?"

"ஒருத்தன் மாமிசம் புசித்தாற்கூட அதை அவனுக்கு விற்றவன், கொன்றவன், உரித்தவன், சமைத்தவன் என்று எல்லாருக்கும் பாவங்கள் சமபங்காமுங்களே..."

"இப்படிப் பார்த்தாத் தோழர் தொழிலை விட்டிட்டு 'ஆனந்த மார்க்கம்' மடத்திலை சேர்ந்து தேவநாம சங்கீர்த்தனம் பாடவேண்டியதுதான்."

இந்தத் தத்துவசாகர் அரசு கொஞ்சக்காலம் என்னுடைய *Dresselstrasse, Stressemannstrasse* அடுக்ககங்களில் விருந்தாளி யாகவும் (வாடகை தந்தால்தானே?), இணைக்குடியிருப்பாள னாகவும் இருந்தவன். அவன் ஊருக்கு பன்னிரண்டு இலக்கணப் பிழைகளுடனும், இருபத்துநான்கு எழுத்துப் பிழைகளுடனும், எழுதும் கடிதங்களுக்கு நான்தான் முகவரி எழுதிக்கொடுக்க வேண்டும். அப்போது என்னிடம் தமிழ்படிக்க *Naomi* என்று ஒரு ஜெர்மன்காரி வாரவிடுமுறை நாட்களில் வந்துகொண் டிருந்தாள். நல்லபிள்ளை. உலகஅரசியல், அயல்கலாச்சாரம், பிறமொழிகளை அறிவதில் தீராதமோகமும் ஈடுபாடும் கொண்டிருந்தாள். காப்பி டீ பழக்கம் துண்டறக் கிடையாது, காட்டினாலும் குமட்டும் அவளுக்கு. காலையில் வந்தாலும் ஷம்பேனோ, பியரோதான் கேட்பாள்.

அது ஒரு சனிக்கிழமை *Naomi* காலையில் வருவாள் என்கிற நினைப்போடு தூங்கப்போனதாலோ என்னவோ 'விடிந்தால் வேதியியல் சோதனை எதுவுமே படிக்காமல் படுத்திருக்கிறேன்' என்பதுபோல் கனவுகள் வந்து உற்பாதஞ் செய்யவும் இரவு முழுவதும் அடித்துப்பிடித்து எழுந்து அலமருந்திக்கொண்டிருந்தேன். இப்படி அபத்தக்கனவுகள் எனக்கு இப்போதும் அடிக்கடி வருவதுண்டு.

அன்று காலை வழமையைவிட அரைமணிநேர முன்ன தாகவே *Naomi* வந்திருந்தாள். அவளது இஷ்டபானகங்கள்

ஒன்றும் வீட்டில் இருக்கவில்லை. நான் பல்லுக்கூடத் துலக்க வில்லை. அடுக்ககத்தின் கீழ்த்தளத்திலுள்ள கியோஸ்க்கில் ஒரு குலை பியராவது வாங்கிவா அப்பனே என்று அரசை உசுப்பினேன். அலங்காமல் செத்தானைப்போலக் கிடந்தான். களிசானைப் போட்டுக்கொண்டு நானேபோய் ஒரு பியர்க்குலை வாங்கிவர எடுத்த பத்து நிமிஷத்துக்குள் அவளை என்ன மாயஞ்செய்தானோ, மந்திரஞ்சொன்னானோ சொல்லி வசைத்துக்கட்டி, கதவைத் தாழ்ப்பாளிட வேண்டுமென்ற பிரக்ஞையே இன்றி இரண்டுபேரே அமரக்கூடிய ஒரு சின்னக் கவுச்சினுள் ஒரு உடும்பைப்போலச் சுருட்டிவைத்துச் சுக்கிலா பிஷேகமும், சுகிர்தத்தீக்ஷையும் அருளிய வித்தகன்.

"வெளியே போனால் பெல்லை அடித்துப்போட்டுக் கதவைத் திறந்து கொண்டு வாறது மரியாதை."

"கொம்றேட் . . . இது என்னுடை அறை. இதுக்குள் நுழைய எனக்கு யாருடைய அனுமதியும் மரியாதையும் வேண்டியதில்லை. உனக்கு அவதி. மரியாதை தேவையென்றால் குத்தியா கதவை நீயல்லோ உள்ளே பூட்டியிருக்க வேணும். அல்லது *'Privacy Needed'* என்றொரு குறிப்பை வெளிக்கதவில் ஒட்டியிருக்க வேணும்."

○

*Prenzlauerberg* என்னும் இடத்திலிருந்து கல்லூரி போகக் கூடிய வயதில் ஒரு பெண்ணும் இரு ஆண்களுமாக அழைப் புந்தை வருவித்திருந்தனர். பெண் முன்னால் ஏறிக்கொள்ளவும் ஆண்கள் பின்னால் ஏறிக்கொண்டனர். பெண்பேசிக்கொண்டே வந்தாள். "என்ன படிக்கிறாய் . . ." என்றேன்.

"படிப்பொன்றுங் கிடையாது . . . வேலை பார்க்கிறேன். "என்ன வேலை . . ."

"*Erotic Car Wash* இதில பின்னால இருக்கிறவங்கதான் என் பங்காளிகள்."

"*Erotic Car Wash*...னா என்ன?"

தன் கைப்பையிலிருந்து அவள் அஞ்சலட்டை அளவில் பல்வர்ணத்திலான ஒரு மடிப்பிரசுரத்தை எடுத்துத் தந்தாள். அதில் அவளே 3 செ.மீட்டர் அளவில் ஒரு ஜட்டியை அணிந்து கொண்டு ஒரு மகிழுந்தை நெகிழிக்குழாயினால் கழுவிக் கொண்டு நிற்கும் படம் இருந்தது. நேரில் பார்ப்பதைவிடவும் அந்தப்படத்தில் இன்னும் அழகாக இருந்தாள்.

"உங்களின் *Washing*இல் அப்படி என்னதான் சிறப்பு?"

"நீ நேர்ல ஒருநாள் உன் வண்டியைக் கொண்டுவாவேன், ஜட்டியுமில்லாம நின்று கழுவிப் பொலிஷ் போட்டுத் தாறேனே ... ஆனால் ரொம்ப அழுக்கா மட்டும் கொண்ணந்துடாதப்பா."

"சரி ... பார்க்கலாம்."

அவளது மடிப்பிரசுரத்திலிருந்த வலையின் சுட்டியை உலவிப்பார்த்தேன். உண்மைதான். *www.eroticcarwashberlin.de* அந்தப் படத்தை இங்கே தரமுடியாது. விரும்பிய அன்பர்கள் மேற்சொன்ன இணைப்பில் உலவிப்பார்க்கலாம்.

❍

ஒருநாள் ஒரு துருக்கிக்காரர் ஒருவிருந்தோ திருமணத் துக்கோ போயிட்டு நல்ல 'சுப்பா'வோடும் தன் இளம் மனைவி யுடனும் வந்து வண்டியேறினார். தாங்கள் போகவேண்டிய வீதியின் பெயரையே அவரால் சொல்ல முடியவில்லை. ஏதேதோ திருப்பித்திருப்பி உளறினார் எனக்குப்புரியவில்லை. அவர் மனைவியிடம் கேட்டேன்.

"என்னதான் சொல்கிறார் மனிதன் ... எங்கே போக வேணும் உங்களுக்கு? "

"ஏ ... ஏ ... எங்கிட்டமட்டும் பேசணும் ... பொம்பளகிட்ட வேணாம்."

அவள் இலக்கைச் சரியானபடி சொல்லவும் அவளுக்கு அடிக்க கையை ஓங்கினார் ஹாஜி.

"என்னாடி பேச்சு உனக்கு 'ஹாஃபிர்' கிட்ட"

'ஹாஃபிர்' என்றால் பிற மதக்காரன், மதவிரோதி அல்லது நாத்திகன்.

"எதுன்னாலும் கையை நீட்டிற வேலையெல்லாம் வீட்டில வைச்சுக்கொள்ளுங்கள் ஹாஜி. அல்லது நான் பொலீஸைக் கூப்பிடவேண்டிவரும்."

பின்னர் அமைதியாக இருந்தார் ஹாஜி.

❍

அது ஒரு தேர்தல் காலம். இங்கெல்லாம் கட்சிகள் ஒலி பெருக்கி கட்டிக்கொண்டு பிரசாரக் கூட்டம் போடுவதோ, அதைக் கேட்க மக்கள் தம் சோலிகளையெல்லாம் தள்ளி

வைத்துவிட்டு திரண்டுபோய் விண்ணார்ந்து கேட்டுக்கொண் டிருப்பதோ இல்லை. ஒவ்வொரு கட்சியும் தத்தம் கொள்கை களை, தம் வசமுள்ள எதிர்காலத் திட்டங்களை ஊடகங்களு டாகவும் மற்றும் விளம்பர நிறுவனங்களூடாகவும் மக்களுக்குத் தெரியப்படுத்துவார்கள். மக்களுக்கு எந்தக் கட்சியினுடைய திட்டங்கள் உவப்பாகப் படுகிறதோ அக்கட்சிக்கு வாக்களித்து அதனை அரசேற்றுவார்கள்.

இரண்டு இளைஞர்களும் ஒரு இளைஞியும்; ஒரு இரவு எங்கேயோ போய்விட்டு நல்ல போதையில் பாட்டு எழுப்பிக் கொண்டு *Mehringdamm* வீதியால் வந்துகொண்டிருந்தார்கள். அவ்வீதியில் மின் விளக்குக் கம்பங்கள் ஒவ்வொன்றிலும் ஒவ்வொரு கட்சியினதும் தேர்தல் விளம்பர அட்டைகள் கட்டப்பட்டிருந்தன. போதையில் இருந்தவர்களின் கைகளுக்கு எதையாவது பிடுங்க வேணுமென்று கைகள் பரபரத்திருக்க வேணும். எல்லாக் கட்சிகளின் அட்டைகளையும் ஒவ்வொன் றாகப் பிடுங்கிக் கீழே போட்டுக்கொண்டு வந்தார்கள். ஒரு மின் கம்பத்தில் மட்டும் அவர்களுக்கு எட்டாத உயரத்தில் ஒரு அட்டை கட்டப்பட்டிருந்தது. ஒருவன் அருகிலிருந்த உந்துருளியை தூக்கி வந்து அதைக் கம்பத்தில் சாத்தி வைத்துக் கொண்டு இளைஞியை “அதன் மேலேறி வேண்டாத மசி ரெல்லாம் பிடுங்கிப்போடு” என்றான். அவளும் அப்படியே அதில் ஏறி நின்று அவ்வட்டையைப் பிடுங்கிக்கொண்டிருக்கவும்; மற்றவன் “என்ன வேண்டாத மசிரெல்லாம் பிடுங்கவா

சீருந்துடன் கருணாகரமூர்த்தி

சொல்கிறே” என்றுவிட்டு அவள் பாவாடைக்குள்ளாகத் தெரிந்த அவள் ‘ஸ்லிப்’பை வெடுக்கெனப் பிடுங்கித் தூர எறிந்தான்.

○

ஜெர்மனியரும், ஜெர்மன் அல்லாதோரும் அதிகமானோர் சீருந்துப் பயணங்களில் ‘ஏன் எதற்கு இங்கு இருக்கிறாய்’ என்பதைப் பலவித மாதிரிகளில் கேட்பார்கள். எவர் எப்படிக் கேட்டாலும் கேள்வியின் ‘த்வனி’யைப் புரிந்துகொண்டு அவர்களிடம் புலம்பெயர்ந்து அகதியாகத்தான் இங்கு வந்தேன், வேறு போக்கிடம் இல்லாததால்” என்பதை நேரிடையாகச் சொல்லிவிடுவேன்.

அன்றைக்கும் அப்படித்தான் ஒருவன் வண்டியில்

ஏறியவுடனேயே என்னை ஏன் எதுக்கு இங்கே என்று குடைமானம் செய்துகொண்டிருந்தான். அவனைப் பொறுக்க முடியாமல் “என் நாட்டில் அமைதியில்லை. எந்நேரத்தில் தலையில் ஷெல்லோ எரிகுண்டோ வந்துவிழுமென்று தெரியாது, நிம்மதியாகத் தூங்க முடியாது. அதனாலதான் இங்கு அகதியாக வந்தேன்” என்றேன்.

“ஓ . . . அகதியா” என்று இழுத்தான். எரிச்சலாயிருந்தது.

“1986இல ரஷ்யாவின் ஷெனோர்ஃபில் அணுஉலை பிரிந்த போது அந்தக் கதிர்வீச்சால் முனைவாக்கப்பட்ட முகில்கள் ஜெர்மனியில் வந்துபொழியலாம் என்கிற பயத்தில் நம்முள் எத்தனையோ பேர் வீட்டுக்குள்ளேயே அடைந்து கிடந்தோம். சுற்றியிருந்த பிரதேசங்களில் உற்பத்தியான காய்கறிகளையும், பழவகைகளையும், கால்நடை உற்பத்திகளையும் தவிர்த்தோம். 2005 ஆகஸ்டில *Katrina* சூறாவளி *South Florida*வையும் *New Orleans*ஐயும் தாக்கியபோது ஆயிரக்கணக்கான பேர் பிற மாநிலங்களில்போய்த் தஞ்சம் அடைந்தார்கள். ஏன் நாளைக்கு இங்கே ஒரு அணுஉலை பிரிந்தால் ஜெர்மனியர்களுக்கே வட துருவத்தை நோக்கி ஓட நேரலாம். அதிகம் ஏன் இரண்டாம் உலக யுத்தத்தின்போது எத்தனை ஜெர்மனியர்கள் துண்டைக் காணம், துணியைக் காணோமென்று அமெரிக்காவுக்கு அகதிப்படை எடுத்தீர்கள் தெரியுமா?” என்று கேட்டேன்.

“அந்தப் போர்க்கதையை மட்டும் என்னிடம் எடுக்காதே.”

“எதனாலயோ . . .”

“நான் அந்தப் போர்களுக்கெல்லாம் பின்னால பிறந்தவன்.”

"பின்னால பிறந்தியோ முன்னால பிறந்தியோ . . . நீ பெனாத்துவது ஒரு *Historian*னுடன் என்பதாவது தெரியுமா உனக்கு?" என்றேன். அவனுக்குச் சுடட்டுமென்றே *Quatsch* (பினாத்தல்) என்கிற வார்த்தையையே அழுத்திப் பிரயோகித்தேன். அத்தோடு 'கப்சிப்'பென்றானான். அதன் பிறகு மனிதன் மூச்சு விட்டுக்கொண்டுதான் இருந்தானா விடாமலிருந்தானா என்பதே சந்தேகமாக இருந்தது.

இவனைப் போலத்தான் சிலர் ஆசாமிகள் எடுத்த எடுப்பிலேயே குரோதமான தொனியில் உரையாடத் தொடங்குவார்கள். அப்பேர்ப்பட்ட பேர்வழிகளிடம் நான் ரொம்ப வசதியானவன், சும்மா பொழுதுபோக்குக்காக சீருந்து ஓட்டுவது' என்றெல்லாம் றீல்கள் விட்டு மேலும் எரிச்சலூட்டுவேன். ஒருவர் பெர்லினில் நான் எந்தப்பகுதியில் இருக்கிறேன் என்பதை வெகு அக்கறையுடன் விசாரித்தார். நான் பணமுதலைகளால் மட்டும் நீந்தமுடியும் *Grunewald* என்கிற பகுதியைச் சொன்னேன்.

"ஓ . . . அங்கு வீட்டுவாடகை எல்லாம் எக்கச்செக்கமாய் இருக்குமே?"

"இருக்குந்தான் . . . ஆனால் எனக்கு அந்த வாடகைப் பிரச்சினையே இல்லை."

"அஃதெப்புடி . .?"

"சொந்தவீடல்லா . . ."

அவன் முகமும் காதுமடல்களும் மேலும் சிவந்தன.

# அப்போ நீ பூ விக்கலையா?

சில ஜெர்மன் வாடிக்கையாளர்கள் ஈரானிய, அராபிய, ஆஃப்கானிஸ்தானிய, துருக்கி தேசத்தவர்களைத் தவிர்ப்பதற்காக சீருந்து பதிவு செய்யும்போது 'நாயும் இருக்கும்' என்பதை மேலதிகமாகச் சொல்லிவைப்பார்கள். எந்த நாட்டவராக இருந்தாலும் அநேகமான முஸ்லிம்கள் நாயை ஏற்றச் சம்மதிப்பதில்லை. அத்தோடு வண்டிகளின் இருக்கைகள் வேறு சிந்தெடிக் அல்லது அக்கிறைலாக இருப்பதால் அதில் ஒட்டிவிடும் நாயின் உரோமத்தை சுத்தம் செய்வதும் கடினம்.

ஒருமுறை ஒருத்தி அடர்கேசத்துடனான ஒரு நாயுடன் நின்று மறித்தாள். நான் "நாயை மடியில் வைத்திரு அல்லது அதை கால்(மிதி) விரிப்பில் உட்காரவை" என்றேன். "முடியாது" என்ற அப்பேதவாதியும் "நான் வேறு வண்டி பார்க்கிறேன்" என்றுவிட்டுக் கதவை ஓங்கி அடித்தாள்.

❍

சீருந்துக்காரர்களை இங்குள்ள பெரிய ஹொட்டல்கள் அடிக்கடி அழைத்து விருந்துகள் வைக்கும். விருந்தில் ஏதாவது கலை நிகழ்ச்சிகளுக்கு முழுக் குடும்பத்துடன் செல்வதற்கான அனுமதிச்சீட்டுக்கள், வைன் போத்தல்கள் போன்றவற்றைப் பரிசுகளாக வழங்கி அவர்களைக் குஷிப்படுத்துவார்கள். இவையெல்லாம் ஹொட்டல் நிர்வாகத்தின் உச்சக்கட்ட விருந்தோம்பல் பண்பினாலோ, சீருந்துக்காரர்களின் சேவைநலம்

பாராட்டியோ, சீருந்துச்சாரதிகள் குழாத்துடனான அவர்தம் நட்பைப் பெருக்கி 'இனையர் இவரெமக்கு இன்னம் யாமென்று புனைவதற்காகவோ' அல்ல. இதொரு விதத்திலான இலஞ்சம். அவ்விருந்துகளை மனதில் வைத்து நாம் நிறைய உல்லாசப் பயணிகளை தங்கள் ஹொட்டல்களில் கொண்டு போய் இறக்கி வைப்பதற்காய் அவர்கள் செய்யும் தந்திரம். சில ஹொட்டல்களினுள் சீருந்து தரிக்கும் இடத்தில் நாம் 24 மணி நேரமும் நுகரக்கூடிய மாதிரிக் குளிர்காலங்களில் கோப்பி அல்லது தேநீரும், கோடை காலங்களில் பொருத்த மான குளிர்பானங்கங்களும் தயாராக வைத்திருப்பார்கள்.

பேருந்துச்சாரதிகளுக்கு பணியின்போது கழுத்துப்பட்டி யுடனான சீருடை அணிந்திருத்தல் வேண்டும். சீருந்துச்சாரதிக் களுக்கு சீருடைக்கோ கழுத்துப்பட்டிக்கான அவசியமோ கிடையாது.

நல்ல உத்தியோகத்தில் இருந்துகொண்டும் மேலும் காசுபார்க்க சீருந்துச்சாரதீயத்தைச் செய்பவர்கள், பொழுது போக்காகச் செய்பவர்கள், தீயணைப்பு, ஆம்புலன்ஸ், கடல், தரை, காவற்படைச் சேவைகளிலிருந்து ஓய்வுபெற்ற பின்னால் வீட்டிலிருக்க முடியாமல் சீருந்துச்சாரதீயம் செய்பவர்களுண்டு. அவ்வகையினரும், முனைந்து பெற்ற பட்டங்களை முண்டாசு கட்டிக்கொண்டிருப்பவர்களுக்கும், கழுத்துப்பட்டியைக் கழற்றி வீட்டில் வைக்க மனசுவராது. சீருந்துச்சாரதீயத்தின் போதும் விட்டுவிடாது அதைக் கட்டிக்கொண்டிருப்பார்கள்,

நன்றாக நினைவிலிருக்கிறது, அது 2000ஆவது ஆண்டு பெர்லினில் உலகத் திரைப்பட விழா நடந்துகொண்டிருந்த நேரம். அன்று மாலை நானும் *'Four Seasons'* என்றொரு நாலு நட்சத்திர ஹொட்டல் வைத்த விருந்தொன்றில் கலந்து விட்டு வந்ததால் 'கழுத்துப்பட்டி' கட்டிக்கொண்டிருந்தேன். நகரின் *Zentrum* எனும் மையப் பகுதியில் *HILTON* ஹொட்ட லுக்கு முன்பாகவுள்ள சீருந்துத்தரிப்பில் வண்டியிலமர்ந் திருந்தேன். ஹொட்டலின் *Terrace*இல் *Sylvestor Stallone* யாரோ ஒருத்தியின் தோள் மேல் தன் நீண்ட கைகளைப் போட்டுக் கொண்டு பியர் குடித்துக்கொண்டிருப்பதைப் பார்த்துக்கொண் டிருக்க முடிகிறது. அப்போது நடுவத்திலிருந்து *Ministergarten* இலுள்ள *Thuringen* மாநிலச் செயலகத்துக்காக அழைப்பு ஒன்று வருகிறது, ஏற்றுக்கொண்டு சென்றேன்.

*Thuringen* மாநிலசெயலகத்திலும் அன்று அங்கே ஏதோ விருந்து நடத்திருக்கிறது. அதில் கலந்துகொண்டு கொஞ்சம்

மிகையாகக் கீறிக்கொண்டுவிட்ட ஒரு உயரமான பெண் வி.ஐ.பி எவளோ மெல்லிய உலாஞ்சலுடன் வந்து வண்டியில் ஏறினாள்.

“குட்டென் டாக்!”

ஏறிக் கதவைப் படீரிட்டுக்கொண்ட பின்தான் என்னைப் பார்க்கிறாள். ஒரு விதேசியைப் பார்த்ததும் ஒரு ஜந்துவைப் பார்த்துவிட்ட பாவம் முகத்தில் தோன்ற தொண்டையவிட்டு வெளிவரச் சிமரப்படும் விருப்பற்றதோர் தொனியில் “குட்டென் டாக்...” என்றுவிட்டு “*Marburger Platz -10*” என்கிறாள்.

சௌகரியமாக உட்கார்ந்துகொண்ட பின் சற்று இடைவெளியிட்டு

“இடம் சரியாகத் தெரியுமில்லை...”

“ஜா ஜா... தெரியும் ”

வண்டியை உயிர்ப்பிக்கிறேன்.

“சுற்றாமல் நேராய்க் கொண்டுபோய் சேர்ப்பாயில்லை.”

இலேசாக எரிச்சல் எட்டிப்பார்க்கிறது எனக்குள். இத்தனைக்கும் அவள் போகவேண்டிய தொலைவு நாலு கிலோமீட்டர்கூட இருக்காது.

“உள்ளவற்றுள் சுருக்கமான வழியால் செல்லப் பயின்றிருக்கிறோம். எனக்குச் சந்தேகமென்றால் செய்மதி இணைப்புள்ள என் ஆட்டோ நவிகேட்டர் உதவி செய்யும். இன்னும் சந்தேகமென்றால் அம்மணி வேறு வண்டியைப்பார்க்கலாம்.”

பயணத்தின் பாதி வரைக்கும் அமைதியாயிருந்தவள் பின் பேசத் தொடங்கினாள்.

வண்டியின் கொன்சோலில் விஷ்ணுபுரம் இருந்தது.

“அது என்ன தடிப்பாய் ஒரு புத்தகம்... உன்னுடைய குர் ஆனா?”

“இல்லை இது *Metaphysics* பற்றிப் பேசும் ஒரு தமிழ்நூல், தெரியுமில்லை... *Metaphysics?*”

“ப்ச்... எந்த நாட்டுக்காரன் நீ?”

“இந்தியன்.”

“எப்படி ஜெர்மனி... நல்லாயிருக்கா?”

“ஏதோ மூச்சுவிட முடிகிறது.”

இந்தக் கேள்விகள் எத்தனை தினுசில் எங்கெங்கே சுற்றி என்ன ரூபத்தில் வந்தாலும் அவை அனைத்தினதும் த்வனி ‘நீ ஏன் இங்கு இருக்கிறயாய்?’ என்பதாகத் தானிருக்கும். அதனால் கேட்கும் ‘த்வனி’யில் குரோதமிருந்தால் ஆட்களுக் கேற்றவாறும், அவ்வப்போது உதிக்கும் கற்பனைகேற்றவாறும் நானும் பதில்களைப் போட்டு வைப்பேன்.

இவளுக்கு கொஞ்சம் ‘றீல்’ விட முடிவுபண்ணினேன்.

“இங்க அமெரிக்கன் எம்பாஸியில என் மனைவி ஒரு கொன்சல்டன்ட் ஆபீஸராயிருக்கா ... அதுதான் அவகூட நானும் இங்கே இருக்கேன்.”

அவள் முகம் மேலும் இறுகிப்போகிறது. அப்படி அது இறுகுவதற்கு அன்றைய எனது ‘டை’யுடனான ‘கெற்அப்’பும் கூடக் கராணமாக இருந்திருக்கலாம்.

“இந்தியாவிலே நீ பெரீய்ய கொம்பியூட்டர் எஞ்ஜினியராக்கும் ...”

அவள் குரலோடு இழைந்து வந்த ‘குரோதம்’ என்னை அவளை மேலும் எரிச்சலூட்டிப் பார்க்கச் சொல்லிற்று.

“ஜா ... ஜா ... சாஃப்ட்வேர் எஞ்சினியர். சரியாகக் கண்டுபிடித்ததுக்கு என் பாராட்டுக்கள்.”

“இங்கேதான் பாவம் ... கூலிக்கு டாக்ஸி ஓட்டறாப் போல ...”

“அப்படியொன்றும் கூலிக்கு ஓட்டவில்லை அம்மணீ. இது எனக்கும் என் மனைவிக்கும் சொந்தமான கொம்பனி. ஐம்பது சீருந்துகள்வரைல ஓடுது ... எங்கள் சாரதிகளில் ஒருத்தர் இன்று விடுப்பு எடுத்துக்கொண்டுவிட்டார். நான் எதுக்கு வீட்டிலிருக்கணும் ... ‘அங்கங்கே ரோஜாக்களையும் அப்பப்போவரும் வண்ணத்துகளையும்’ பார்த்துக்கொண்டு ... சும்மா ஜாலியாய் ஓட்டறேன்.”

அவளால் தாங்க முடியவில்லை.

“அப்ப நீ பூ விக்கல்லையா ..?”

இங்கே வேலை அனுமதியற்ற சில பாகிஸ்தானியர்கள், பங்களாதேசியர்கள் பூக்களைக் கொத்தாகத் தூக்கிக்கொண்டு தெருத்தெருவாகவும், உணவகங்கள், மதுவகங்கள் முதலான இடங்களுக்கும் கொண்டு சென்று விற்பனைசெய்வார்கள்.

“இல்லை, பூ விற்பதாக இல்லை . . . “*XXXXXXX*” (வல்லிய கெட்டவார்த்தை) விற்பதாக இருக்கிறேன் . . . நீயும் வாறியா?”

“!!!”

இறங்கிப் போகையில் கதவை வன்மத்துடன் ஓங்கி அறைந்துவிட்டுப் போனாள். இப்படி எவரெவர்தான் கதவை ஓங்கியடித்தாலும் சினங்காத்திடுதலே சீலமாம்.

என் ஜீவிதத்தில் அவ்வளவு சன்னமானதொரு கெட்ட வார்த்தையை அதுவும் ஒரு பெண்ணிடம் பிரயோகித்ததே இல்லை, இன்றைக்கு அதை நினைத்தாலும் வெட்கமாகத் தானிருக்கிறது.

அன்று . . .

“ஹேய் பாக்கி, என்ன பொண்டாட்டி யோசனையில ஓட்டறியா . . . என் வண்டியில தேய்க்கப் பார்க்கிறியே . .!” என்று வைதான் ஒருவன்.

ஹோரணை அடித்து எரிச்சலுட்டாததும், வைதல் ஜெர்மனிலேயே காலியாதாலும் ‘சுரீர்’ கொஞ்சம் குறைச்சல். தப்பு என் மேலதான். வையட்டும். சாரதீயம் பண்ணுவதால் ஜெர்மன் பாஷைதான் சரிவரப் பிடிபடாவிட்டாலும் இவ்வகை வைதல்களில் விரைவில் ஒரு முனைவர் பட்டம் பெற்றுக்கொண்டுவிடலாம்.

# பால்வினைப்பெண்களும் பால்வினை அங்காடிகளும்

ஒரு நாள் . . . *Anhalter Bahnhof* சீருந்துகள் நிலையத்தின் முதலாவது ஆளாக 'மல்டி கல்சர்' சனலில் வந்த நஸ்ரத் ஃபட்டே அலி கானின் ஃக்வாலில் கிறங்கியபடி இருக்கிறேன்.

தவிட்டுச் சிவப்பில் கோப்பி பிரௌன் கட்டங்கள் போட்ட ஜீன்ஸுடன், மஞ்சள் ரீ – ஷேர்ட்டும் அணிந்துகொண்டு சித்தாரா, ஸ்மிதா பட்டேல், ஸ்டொஃபி கிராப் மூன்று பேரையும் சம வீதத்தில் கலந்து வார்த்தெடுத்தமாதிரிப் பொண்ணொருத்தி வந்தாள். சற்றே நீள் பாங்கான முகத்தில் மூன்று விரலகலத்துக்கு ஒடுங்கிய நெற்றி, கள்ளமும் துறுதுறுப்பும் கலந்த செப்பு சல்பேற் நிறக் கண்கள். வலது மூக்கு குத்தியிருந்தாள். முற்கட்ட தொண்ணூறுகளின் உற்பத்தி.

"குட்டென் டாக்" என்றுவிட்டு முகவரி குறித்துக்கொண்டு வந்த அட்டையை நீட்டினாள்.

அவளது ஜெர்மன் உச்சரிப்பு "நான் போலத்துத் தயாரிப்பு" என்றது.

சித்திரப் பதுமைபோல அமர்ந்துகொண்டு பயணம் முழுவதும் வெளியே வேடிக்கை பார்த்துக் கொண்டிருந்தவளின் அமெரிக்கையும் பாந்தமும் பதவிஸும் என்னை ஈர்த்து, ஆடியில் இரண்டொரு தடவைகள் அவளை நோக்க வைத்தன.

*Anhalter Bahnhof*இல் இரண்டு மூன்று சீருந்துகளே நிற்பது வழக்கம். இரண்டு நாட்கள் கழித்து அதே நிலையத்தில் நின்று கொண்டிருக்கிறேன். மீண்டும் அவள் வந்தாள். இப்போதும் முகவரி எழுதியிருந்த தாளை நீட்டினாள். இன்றைக்கு வேறொரு முகவரி அதே கையெழுத்தில், கொஞ்சம் அதிர்ச்சியாயிருந்தது.

அவளது அத்தனை ஸ்மார்ட்டுக்கும் ஒரு கல்லூரி மாணவியாயோ, எங்கேயாவது வேலை பார்ப்பவளாகவோ இருப்பாளென்ற என் ஊகம் பனிமலையாகத் தகர்ந்தது.

அவள்பால் என் மனங்கொண்ட கனம், அபிமானம் எல்லாவற்றையும் மண்ணில் தட்டிக் கொட்டிவிட்டாள்.

அட ... முகவரிகளைத் தேடிப் போகிறவளா நீயும்?

எனக்கு மிக வேண்டிய உறவுப்பெண்ணொருத்திதான் அப்படிப் பண்ணுகிறாள் போலும் அவள் மேலெனக்கு கனதியான கோபம் வந்தது.

அது பத்து கி.மீட்டருக்கும் மேலான பயணம். அவளின் விலாசத்தில் கொண்டுபோய் இறக்கிவிட்டு, அந்த ஏரியாவுக்கான என் றேடியோவின் சானலை மாற்றிக்கொண்டு மீட்டும் அவ்விலாசத்துக்கு அண்மித்தான வண்டித்தரிப்பில் போய் நின்றேன். அரை மணி நேரத்தில் அவள் சென்ற அதே விலாசத்துக்கு சீருந்து தேவையென்கிறது நடுவம். செல்கிறேன். அதே அவள்! தோள் மேல் கை போட்டு வாசல்வரை கூட்டி வந்தொருவன் அவளை வழியனுப்பி வைத்தான். என்னையே மறுபடி பார்த்தவளுக்கு வியப்பேதுமில்லை. *Anhalter Bahnhof*க்கே போகச் சொன்னாள். செலுத்தினேன். சில நிமிஷங்களில் அவளது எடுப்புத் தொலைபேசி கிணுகிணுக்கிறது. எடுத்துப் பேசினாள். அவளது 'நடுவத்திலிருந்து' வேறொரு முகவரி கொடுக்கப்படுகிறது. அவள் அதைக் குறித்துக் கொள்ளும்போதே எதிர்பார்த்ததுதான்.

"மன்னிக்க வேண்டும் மிஸ்டர் டாக்ஸி டிறைவர், என் பயண இலக்கில் ஒரு மாற்றம்." அந்த அட்டையை நீட்டிக் கொண்டு, "இந்த விலாசத்துக்குப் போகிறீர்களா?" என்கிறாள்.

"சரி."

போலந்துக்காரர் ஜெர்மனியில், ஜெர்மன்காரர் டனறஃபியில், ஹெல்சிக்கிகாரர், ஹொப்பன்ஹானில், ஹொப்பன்ஹாகன்காரர் ஆம்ஸ்டர்டாமில், ஆம்ஸ்டர்டாம் காரர் ஸ்டாக்காமிலும் நடத்தும் லேசான பிழைப்பிது.

அநேகமான மாணவர்கள் தங்கள் படிப்புகளுக்கு பெற்றோரிடமோ, அல்லது அவர்களுக்கு உதவக்கூடிய நிதி அமைப்புக்களிடமிருந்தோ போதிய அளவு நிதியுதவி கிட்டாத பட்க்ஷத்தில் பால்வினையில் ஈடுபடுகிறார்கள். லண்டனில் உள்ள ஒவ்வொரு பொதுத்தொலைபேசிக் கூண்டினுள்ளும் இவ்வாறு பொருள் விழையும் மாணவர்கள் தங்கள் தங்கள் தொடர்பு இலக்கத்தை எழுதியிருப்பதைப் பார்க்கலாம். வறுமையை நிவர்த்திக்கப் பால்வினையை நாடுவதென்பது அடுத்தபக்ஷந்தான். அபரிமிதமாகப் பிரவகித்திருக்கும் எடுப்புத் தொலைபேசிகளின் எண்ணிக்கையால் பொதுத்தொலைபேசிக் கூண்டுகள் ஐரோப்பாவில் அருகிவருகின்றன.

○

ஒரு தொலைக்காட்சி நடத்திய பால்வினைத் தொழிலாளருடனான கலந்துரையாடலொன்றில் வெள்ளைத் தலைமுடியில் பாதிக்கு மட்டும் செங்காவிச்சாயம் பூசிக்கொண்டு செம்போத்து மாதிரியிருந்த ஒரு அமெச்சூர் தொழிற்பெண் சொன்னாள்:

"ஒரு கொஞ்சக்காலம் நல்ல காசு பார்த்திடலாம்... வசதியோட இளிச்சவாயன்களாய் பணத்தைக் கொட்ட பல ஆண்கள் கியூவில நிக்கிறாங்க, வேணுங்கிறத சம்பாதிச்ச பிறகு நோர்மல் வாழ்க்கைக்குத் திரும்பிவிடுவோம். ஒன்றுங் கெட்டுப்போறதில்லை."

"அப்போ இது அப்நோர்மல் வாழ்க்கைதான் என்கிறதை ஒத்துக்கொள்றீங்க?"

"இல்லை. அது அவரவர் சாமத்தியம்... மற்றவர்களுக்கும் நாங்கள் இதைச்சிபார்சு பண்றதில்லையே..."

"அதை ஒரு மோரல் டமேஜ் என்பதாய் நீங்கள் ஃபீல் பண்றதில்லையா?"

"இல்லை, இந்த ஆண்கள் உலகம் என்னடாவென்றால் தாங்கள் மிகப் பவித்தரமானவர்கள் போலவும், தாங்கள்தான் கற்புடமைக் கோட்பாட்டின் காப்பாளர்கள் போன்றவொரு பாவனையுடன் எங்களைப் புனிதப் பார்வையோட பார்க்கிறது. இந்தப் பார்வையை நான் முழுவதும் அலட்சியப்படுத்துகிறேன். ஒரு மனிதனுடைய மோரல்ங்கிறது ஒருத்தருடைய தனித்துவம், தனியுரிமை அது. உங்கள் மோரல் உங்களோடது... என் மோரல் என்னோடது. ஒருத்தருடைய மோரல் பற்றிப் பேசிற உரிமை, இரண்டாவது நபருக்கு இல்லை."

நம்ம திரைப்பட நடிகைகளைப்போலும் முழுக்கலந்துரை யாடலின் போதும் கர்மசிரத்தையாகத் தன் கேசத்தை நிமிஷத்துக்கு நான்கு தடவைகள் பின்னுக்குத் தள்ளிவிட்டுக் கொண்டிருந்தாள்.

எதிர் இருந்தவர் கேட்டார்: "இப்போ நானிருக்கிறேன். ஒரு ஆண். ஒரு ஆணோ பெண்ணோ என்னிடம் வந்து நிபந்தனையாக 'உனக்கு பத்தாயிரம் தருகிறேன். என்னை உன் மடியில் என்னை ஐந்து நிமிஷம் வைத்திருக்கிறாயா' என்று ஒருவர் கேட்டால் என் சுயம் அதை அனுமதிக்காது, ஏற்காது, அப்படி என்னைக் கேட்பவரை உதைக்கக்கூட செய்வேன். இந்த மாதிரி உங்களுக்கேயான சுயம், மானத்தை சீண்டவல்ல ஒரு கோபம், நெருப்பு, நான் எவனதும் பாலியலடிமையல்ல என்கிற வைராக்கியம், சுயமரியாதை ஒன்றிருக்குமில்லை?"

"உள்ளான உணர்வுகளின் கலகம், ஈகோவோ ஒன்றிருக்குத் தான் . . . தத்துவங்கள், கோட்பாடுகள், நெறிகள் பற்றிய விசாரங்கள் எல்லாம் எங்களுக்கும் இருக்கும். நாம ஏதோ வேற்றுக் கிரகத்தி லிருந்து வந்தவங்களா . . . ஆனால் நடைமுறை வாழ்க்கையும் பிரச்சினைகளும் அதை வெல்றதுந்தான் இங்க யதார்த்தமா யிருக்கு. அதாவது வாழ்க்கை எல்லா கேள்விகளுக்கும் தேடல் களுக்குமான பதிலை எமக்குத் தரமுதலே எங்களை ஒரு விதமான 'ஞானி'களாக்கிவிடுகிறது. வெறும் தத்துவங்களும், கோட்பாடுகளும் வயித்துக்கு எப்போதுமே பதில் சொல்ற தில்லை. அதனால நாம வீணாக வாழ்க்கை தரும் சந்தர்ப்பங் களையும் விட்டுர்றதில்லை. நான் சொன்ன அந்த 'ஞானோச்சியம்' வேறு வாய்த்திடுறதாலே இயல்பாகவே எதையும் பரிசீலிப் பதற்கான, செய்வதற்கான தயக்கங்களும் அகன்றுவிடுகின்றன. நாங்கள் ஒரு வீட்டை வாடகைக்கு எடுக்கிறதில்லையா . . . அப்படித்தான் இங்கே கொடுக்கிறோம். ஜா . . . அப்பிடித்தான் இதை எடுக்க வேணும், இது இயல்பான விஷயந்தான். சரி யென்றோ தப்பென்றோ விசாரம் பண்ண இங்கே எதுவுமில்லை."

"ஒரு வகையில குளிர்விட்டுப்போகிதென்கிறதை வேறு வார்த்தைகளில் சொல்கிறீர்கள். இனி வரப்போகும் மூவா யிரமாம் ஆண்டாகத்தான் இருக்கட்டுமே . . . 'என் தங்கை ஒரு மருத்துவமனையில் செவிலியாயிருக்கிறாள் அல்லது ஒரு வாடிவீட்டில் மனைபேணுனராக இருக்கிறாள் என்று சொல்வதை விடவும் 'சிட்டி'யிலேயே புகழ்வாய்ந்த பால்வினைப் பெண்ணாயிருக்கிறாள்' என்று சொல்ல நேரும் ஒவ்வொரு சகோதரனுக்கும் மன அழுத்தமும் சங்கடமும் ஏற்படத்தான்

செய்யும். தன்னுடலைத் தானே விற்பது, உங்க வார்த்தையில் வாடகைக்கு விடுகிறது எல்லாமே மானிட விழுமியங்களை முற்றாகப் புதைத்துவிடுகின்ற செயல்தான். ஜடமான வீட்டையும், உயிரும் உணர்வுகளுக்குமுள்ள அற்புதமான உடலையும் எப்படி உங்களால் ஒன்றாகப் பார்க்க முடிகிறது ... சரி, உண்மையில வயித்துக்கு இல்லாததிலதான் நீங்க இதைப் பண்றீங்களா?"

"வயித்தை சொன்னது ஒரு எடுத்துக்காட்டுக்காக, புரிதலையுண்டுபண்ணச் சொன்னது. நீங்கள் அதிலேயே பிடித்துக் கொண்டு தொங்கப்படாது. மானிட சரித்திரத்தைப் முன் நோக்கித்தான் பாருங்களேன் ... அதுக்கு முன்னாடிப் போங்க. இந்த ஒழுக்கம், விழுமியம், நெறிகள் எல்லாமே மனுஷன் தானாகவே தனக்குச் சூடிக்கொண்ட கிரீடங்கள்தான். அதுல அவனே பிடிச்சுத் தொங்க முதல் பொருள் நோக்கில என்பதை விடுத்து, ஆணோ பெண்ணோ தாங்கள் விரும்பிய ஒன்றைச் சாதிக்க வேண்டித் தங்கள் உடலைப் பாவிச்சிருக்க மாட்டாங்க என்பதற்கு என்ன உத்தரவாதமிருக்கு. அது மாதிரி இதைப் பார்த்தால் பெண்களின் உடம்பைப் பச்சையாய் காட்டிக் காட்டி சினிமா பண்றாங்களே, விளம்பரம் பண்றாங்களே அவங்களைவிட மட்டமான சோரப் பேர்வழிகள் யார் இருக்கிறார்கள். ஏன் நேரடியான ஆண் விபசாரமில்லையா ... எத்தனையோ இளைஞர்கள், அதிலும் குறிப்பாக வெளிநாட்டுக் காரர்கள் தங்கள் விசாப் பிரச்சினையைச் சமாளிக்கவோ, பணத்துக்காகவோ நடுவயதும் கடந்த பெண்களைத் திருமணம் செய்து கைகோர்த்து இழுத்துக்கொண்டு திருகிறார்களே ... இது ஆண் விபச்சாரமில்லாமல் வேறென்ன? ஒரு ஹொட்டலில் 'சிக்'கென்று உடுத்திச் சிரித்துச் சிரித்துப் பேசிற ஒரு ரிசெப்ஷனிஸ்டுக்கு ஐந்து மார்க் அதிகமாக இனாம் நீங்க தர்றதில்லையா? அவ சிரிக்கிறதும் நீங்கள் கொடுக்கிறதும் ... அதைப் பகுத்தாய்ந்தால்கூட குறைந்த வீதத்தில அதுவும் ஒரு வகைச் சோரந்தான். ஆக ... இதொரு தொழில். நாளுக்கும் ஆயிரம் சம்பாதிக்க வழியிருக்க ஐம்பது நூறுக்கெல்லாம் யார் போய் மாய்கிறது ... இலக்குகள் ஒவ்வொருத்தருக்கும் வெவ்வேற இருக்குமில்லையா ... காஸ்ட்லியான பழக்க வழக்கங்கள் ... உடுப்பு, கார் செலவுகள் இவற்றைச் சமாளிக்க, பென்ட்ஹவுஸ் வாழ்க்கையை இலட்சியமாய் வைச்சுக் கொண்டு ..."

"அதெல்லாம் ஒரு குடிகாரன் நான் ஏன் குடிக்கிறேன் என்பதற்காகச் சொல்லுற சமாதானங்களைப் போலத்தான் ...

ஒன்றைக் கவனியுங்கள். எமது ஒட்டுமொத்த எதிர்ப்புக்குரலே சோரம் என்கிற மானிடக் கடைகேட்டுக்கு எதிரானதேயன்றி அதை ஆண் பெண் என்று கூறிட்டு அணிசேர்வதல்ல. ஏதிலி ஒருத்தி தனது அடுத்த வேளைக் கஞ்சிக்கோ, தன் குழந்தைக்கு அரை லிட்டர் பாலுக்கோ வேறொரு முகாந்திரமுமில்லா தொரு கையறுநிலையில் சோரம் போவதை எவராலும் புரிந்துகொள்ள முடியும். தனது வளத்தால் தம் பிரஜை ஒருவனின் / ஒருத்தியின் உண்டியைக் காய அனுமதிக்காத அளவுக்கு சமூகப் பொருளாதாரப் பாதுகாப்பை எட்டியுள்ள நாடுகளில் சுயமரியாதை கெட்டு இருந்தாலே தன் சுயத்தை இன்னொருவன் தின்ன அனுமதிக்க முடியும். பொருட் பெண்கள் மீதான உளவில் ஆய்வுகள் உலகத்தில் சோரம் தொடர்வதற்கு லௌகீகக் காரணங்களையெல்லாம் விடுத்து வேறும் பல காரணங்களைப் பட்டியலிடுகிறது. சிலருக்கு பணந்தேட இலேசான சுருக்கவழி. சிலருக்கு மேலதிக வருமானம், சிலருக்கு திறில்லுடன்கூடிய வித்தியாசமான விளையாட்டு, சிலருக்கு பல்வேறு ஆண்களுடன் பால்வினை, சம்போகம் செய்வதிலுள்ள சுகம், சிலருக்கு தாளாது பிரவகிக்கும் காமமும் அதற்குத் தீனியும், அத்தோடு ஒழுக்கம் சார்ந்த மரபுகளை யெல்லாம் மீறவேண்டுமென்ற நவீனப் பெண்களின் துடிப்பு. இவைகளெல்லாம ஒட்டுமொத்தமாகச் சேர்ந்துதான் நலிவான, சிதைவான வாழ்க்கைமுறையைத் தேர்ந்தெடுக்க வைக்கின்றன. சோரந்தான் வாழ்வின் முன்னேயுள்ள ஒரேபாதை என்ற அறுதியான முடிவுக்குப் பெண்கள் வந்துவிடுவதற்கு இக்காரணங் களோடு ஒன்றாக அவர்களை மோசம் பண்ணியவர்கள், அவர்களுக்கு விலை தரத் தயாராயிருப்பவர்கள், அவர்களை முதலாக வைத்து தொழில் நடாத்துபவர்கள் என்று ஆண்களும் இல்லாமலில்லை. ஆனால் ஆண்களேதான் காரணம் என்று முழுப் பழியையும் ஆண்கள் மேல் போட்டுவிடுவது தப்பித்தல் வாதம். ஆண்களால்தான் நாமெல்லாம் இப்படியானோம் என்கிறீர்களே . . .”

“எவ எவ சொன்னா?”

“பெண்ணியவாதிகள்.”

“அதெல்லாம் மிக மேலாட்டமான மதிப்பீடுகள. சொல்லு வோமே இந்த உலகம் பூராவும் சொர்க்கமா மாறிட்டுது; எல்லோருமே ராஜாக்களும் ராணிகளும் பிரபுக்களுமா யிட்டங்க, பார்த்தவிடமெல்லாம்; தீனும், தேனும் பாலும், சோலையும் குயிலுமென்றாற்கூட இந்தத் தொழில் அங்கே யிருக்கும். அதாவது மனிதர்களுக்குப் பாலியல் வேட்கையுள்ள

வரைக்கும் பாலியல் தொழிலுமிருக்கும், இதை உலகத்தி லிருந்து அப்புறப்படுத்த முடியாது. பெண்ணியவாதிகள் அல்லது அவர்கள் சார்ந்த அமைப்புக்கள் என்னவென்றால் பாலியல் தொழிலாளர்களை கின்டர் கார்டன் குழந்தைகளைப் போல அணுகுகிறார்கள், அதாவது விளிம்புநிலைப் பெண்க ளாகிய எங்களிடம் பொருளியல் வறுமை மட்டுமல்லாமல், தத்துவவறுமை, கோட்பாட்டு அறியாமையெல்லாம் இருக்கிறதா நினைக்கிறார்கள். நிஜம் அப்பிடியில்லை. நாங்கள் அவர்கள் நினைப்பதைவிடவும் அறிவும் பிரக்ஞையுமுள்ளவர்கள். இந்தத் தேவையற்ற முயற்சிகளை விடுத்து அவங்க வேறேதாவது பிரயோசனமான முயற்சிகளில் ஈடுபடலாம். மரம் நாட்டப் போகலாம், எங்கள் லைஃப் ஸ்டைலில் நீங்கள் தலையிடுகிறது, அபிப்பிராயம் சொல்றது எந்த வகையில் நியாயம், அது அத்துமீறலில்லையா? தத்துவங்களை நாங்கள் 'டன்' கணக்கில் உற்பத்தி செய்யலாம், ஆனால் நிஜவாழ்க்கை என்பது வேறு விதமாயிருக்கு. உங்க கோட்பாடுகளோடு நீங்கள் வாழ்ந்திட்டுப் போங்க... இதுதான் மனுஷ்ய தர்மம், இதுதான் அறம், வாழ்வியல் ஒழுக்கம், விழுமியங்கள் என்று உங்க கோட்பாடு களை எங்க மேல திணிக்கிறது எங்க சுதந்திரத்தில தலை யிடுகிற வன்முறை. இதை நாங்கள் கடுமையாய் எதிர்க்கிறோம். இல்லை நானுந்தான் கேட்கிறேன், உங்களில யாருக்காவது எந்த விதத்திலாவது நாங்கள் இடைஞ்சலா இருக்கிறோமா?"

"... இருக்கிறீங்க. பொறுங்க சொல்றேன்."

"இல்லை இதை நாம தனிமனிதப் பிரச்சினையா நோக்காம ஒரு ஒட்டுமொத்த சமூகப் பிரச்சினையாகப் பார்க்க வேணும். பாலியல் தொழில்ல எவ்வளவு றிஸ்க், எவ்வளவு பாதிப்புகள்... சூழல் வெப்பநிலை சுழியத்துக்குக் கீழே இறங்கியிருக்கிற காலங்களில்கூட வீதிகளில் வாடிக்கை பிடிக்க வேண்டி உடம்பைச் சரியாகப் போர்த்தாம மார்பையும், இடுப்பையும் தெரியக் காட்டிக்கொண்டு மணிக்கணக்கில் நிற்கிற பெண்களுக்கு ஆரோக்கியம் பாதிக்கப்படுகிறது. நெஞ்சு குளிர்ந்துபோறதால மூச்சுக்குழாய், சுவாசப்பைகள் பாதிக்கப்பட்டு புறோஞ் சீற்றஸும், வெதவெதப்பான சூட்டில் சிறுநீரைத் தாங்கி நிற்கும் சிறுநீர்ப்பை புறக்குளிரால தாக்கப்படுகிறதால சிறுநீர்ச்சுற்று சம்பந்தப்பட்ட கோளாறுகளும், சூலகக்குலை களே கன்றிப் போகின்ற அவலங்களுக்கும் நேர்வதாக மருத்துவ அறிக்கைகள் சொல்லுது. பொதுப்பெண்களையும் சேர்த்ததுதான் ஒரு சமூகம், அரசு எல்லாம். அவர்கள் ஆரோக்கியம் இப்படி அநியாயத்துக்குக் கெட்டுப்போவதை மொத்த சமூகத்தையும்

பாதிக்கக்கூடிய விஷயந்தான், கண்டுகொள்ளாமலும் பொறுப் பற்றுமிருக்க முடியாது. ஆக இவைகளெல்லாவற்றிலும் முதன்மையான பாதிப்பைச் செலுத்துதென்றால் இப்போ எயிட்ஸைக் காவுறதில, கடத்திறதில உங்களுக்கு மெகா பங்கிருக்கு இல்லையா... அதெல்லாம் ஆரோக்கியமான விஷயமென்பீங்களா?"

"ஒரு விமானப் பணிப்பெண்ணுக்கு இருக்கக் கூடிய றிஸ்க்தான் இதிலும்... எந்தத் தொழில்லதான் றிஸ்க் இல்லை? எயிட்ஸை நாங்க மட்டுந்தான் காவுறோமென்கிறதை நான் ஏற்றுக்கொள்ளவில்லை, தவிரவும் அதொரு உயிரியல் பிரச்சினை, அறிவியல் சவால். அந்தப் பிரச்சினைக்கான அணுகுமுறை வேற. எங்கள் மேல புனித நீரைக் கொட்டிறதால ஒன்று மாகப்போறதில்ல!" என்றவள் தொள்ளாயிரத்து இருபத் தேழாவது தடவையாகக் கூந்தலைப் பின்னே தள்ளிவிட்டுத் தன் விரல் நகங்களுக்குப் பொலிஷ் போட ஆரம்பித்தாள்.

○

பொருட்பெண்களை பாலியல் சந்தையில நிறுத்திறதில் மாஃபியாக்களின் ஈடுபாடில்லாமல் இல்லை. பொருட்பெண் களைப்பற்றிச் சொல்லப்புகின் விலாவாரியாக நிறைய விஷயங்களைக்குறிப்பிடலாம். இந்தவகையிலான பெண்களின் உதயமும் பரம்பலும் ரஷ்யாவின் உடைவுக்குப்பிறகும், கிழக்கு மேற்கு ஜெர்மனிகளின் இணைப்புக்குப் பின்னும் இங்கே மிகவும் அதிகரித்திருப்பது கண்கூடு. சென்னையிலோ, மும்பா யிலோ எத்தனைபேர் பெண்கள் பால்வினைசெய்து பிழைக் கிறார்கள், எத்தனைபேர் பிச்சை எடுக்கிறார்கள் என்பதற்கு எப்படி ஒரு சமூக அமைப்பிடமும் சரியான புள்ளிவிபரங்கள் இல்லையோ அதேபோல் ஐரோப்பாவிலும் நிலமை. சிலர் வருவார்கள், அமயமாகச் செய்துவிட்டு மறைந்துவிடுவார்கள். ஐக்கியநாடுகள்சபையின் மனித உரிமைக்கான அமைப்பும், பெண்ணியம், மற்றும் மாதர் நலன்களில் அக்கறையுள்ள அமைப்புக்களும் ஒரு குத்துமத்திப்பான கணக்கிலும் ஊகத்திலும் ஜெர்மனி முழுவதிலும் 400,000 பொருட்பெண்கள் இருக்கலாம் என்கிறார்கள். ரஷ்யா, செக்கோசிலவாக்கியா, போலந்து, ஹங்கேரி, ரூமேனியா, அல்பானியா, பல்கேரியா. லிதுவேனியா, லட்வியா, எஸ்ரோனியா, உக்கிரைன், சேர்பியாவன்ன நாடு களின் வறுமையான கும்பங்களிலிருந்து பெண்களுககு வேலை வாய்ப்பு, மற்றும் உல்லாசமான கனவுகளை விரித்துக்காட்டி அவர்களை மயக்கி அழைத்துவந்து இங்கு பால்வினையில் ஈடுபடுத்தப்படுவதும் உண்மைதான். சினிமாக்களில், கதை

களில் வருவதுபோன்று பிளாக்மெயில் வகையிலான நட வடிக்கைகள் மூலம் பெண்களைப் பால்வினையில் ஈடு படுத்தும் சிக்கலான வலையமைப்புடன் இயங்கும் பல முகவர்கள் இவ்வாணிபத்தில் ஈடுபட்டுள்ளனர்.

*Kufuersten Strasse* என்கிற சுரங்க தொடருந்து நிலை யத்தில் *LSD* என்றொரு பாலியல் அங்காடி திறந்துள்ளார்கள். அதன் முகப்பில் கவர்ச்சிகரமான Scarlet வண்ணத்தில் ஒளிரும் நியோன் விளக்கில் *L => Love, S => Sex, D => Dream* என்று அர்த் தத்தையும் விளக்குகின்றனர். அங்காடியின் தரைத் தளத்தில் வீடியோ கபின்கள் உள்ளன. இன்னும் வீடியோ நாடாக்கள், குறுவட்டுக்கள், இறுவட்டுக்கள் மற்றும் ஆணுறைகள், வயாகரா வில்லைகள், கிறீம்களன்ன பாலியல் சாதனங்களின் விற்பனை நடைபெற அதன் மேற்தளங்கள் அவர்களுக்கான *Penthouse* களாக / அந்தப்புரங்களாக இயங்குகின்றன.

LSD (Love, Sex, Dream) பாலியல் மாளிகை ஒன்று

அந்த வீதி முழுவதும் இரவுபகல் என்றில்லாமல் பொருட்பெண்கள் நின்றுகொண்டு போவோர் வருவோரைச் சுண்டியும் சீண்டிக்கொண்டுமிருப்பர். அவர்களைப் பார்த்த மாத்திரத்தில் ஏழைப்பெண்கள் என்பது துலங்கும். விலாசமான வி.ஐ.பி. ரக கிளப்புகளைவிட இவர்களிடம் பால்வினையும், பால்வினைப்பிசைதல்களும் *(Massage)* மலிவான கிரயத்தில் கிடைக்கும்.

மாத முடிவில் பெரிய சம்பளம், ஓய்வூதியம், அரச வுபகாரம், உதவிகள் பெறுபவர்கள் பெரிய கரன்ஸித்தாள் களாகக் கொண்டுவந்து எம்மை வெறுப்பேற்றுவார்கள். அப்போது சூதாட்ட நிலையங்களும் பால்வினை மனைகளும் நிரம்பிவழியும்.

ஒருமுறை என் வண்டியில் எங்கேயோ ஏறிக்கொண்டு LSDக்கு வந்த ஒரு பொருட்பெண்ணுக்கு வண்டிக்கட்டணம் 10 இயூரோ வந்திருந்தது. அவளும் தன் பர்ஸிலிருந்து 200 இயூரோ கரன்ஸியை எடுத்து நீட்டினாள். அன்றைக்கு அப்போதுதான் பணியை ஆரம்பித்திருந்தேன். மீதியைக் கொடுக்க என்னிடம் அத்தனை பணம் இருக்கவில்லை. அடுத்த வீதியில் ஒரு சிங்களத்தோழர் சிறிய கடையொன்று வைத்திருப்பது ஞாபகம் வரவும் வண்டியை அங்கே திருப்பி னேன். அவரிடம் பணத்தை மாற்றிக்கொண்டு நான் அவளிடம் 190 இயூரோவையும் கொடுக்கவும் என்னை முன்பே தெரிந்திருந்த அவர் சிங்களத்தில் அலறினார்.

“மாத்தயா . . . மே வேசிட்ட மொக்கட்டத எச்சற சல்லி தென்னே . . . ஏக்க குங்கக் வடி நே? ” (ஐயா . . . எதுக்கு இந்த வேசிக்கு இத்தனை பணம் கொடுக்கிறீர்கள் . . . இது ரொம்ப அதிகமல்லவா ?”)

“நீ நினைக்கிற மாதிரி ஒண்ணுமில்லைப்பா . . . அவள்தான் என்னோட வாடிக்கையாளர். நான் பாக்கியைக் கொடுக்கணும் . . . நீ சும்மா கிட.”

○

ஒரு மாலை நேரம் பார்த்தேன் அதில் நின்றிருந்த ஒரு இளையபெண்ணிடம் ஒரு இளைஞன் வந்து ஏதோ கேட்டான். அது பணமன்றி வேறு என்னவாகத்தான் இருக்கமுடியும். அவள் மறுக்கவும் அவளைக் கன்னங்கன்னமாக அறைந்தான். அப்போதும் அவள் தன்னிடம் பணம் இல்லையென மறுக் கவும் பட்டப்பகலில் அவளின் ஆடைக்குள் கையைவிட்டுக் கண்டபடி தேடத்தொடங்கினான். ஆச்சரியம் என்னவென் றால் அருகில் நின்ற பிற பொருட்பெண்களோ அல்லது வியாபாரிகளோ, வேறுயாருமோ அவர்கள் அருகில் வரவு மில்லை, அவர்களை விலக்குப்பிடித்துவிட முயலவுமில்லை. நான் பொலீஸை அழைக்கத்தான் எண்ணினேன். ஆனாலும் பிரயோசனமிருக்காது, பொலீஸ் வருமட்டும் அவன் அங்கு நிற்கமாட்டான். இன்னும் நான் சம்பந்தப்படாத ஒரு பிரச்சினைக்கு பொலீஸை அழைத்தால் அவர்கள் வருமட்டும்

நானும் அந்த ஸ்தலத்திலேயே நிற்கவேண்டும், தேவைப்பட்டால் சாட்சியமளிக்க வேண்டும் என்பது விதிமுறை. காரணமே தெரியாமல் வலியப்போய் இத்தகைய தெருச்சண்டையில் மூக்கைநுழைப்பது ஆபத்து நிறைந்தது. நாலைந்து வருடங்களுக்கு முன்னால் இப்படியாக எனக்குண்டான அனுபவமொன்று.

நான் *Excelsior* ஹொட்டலில் வேலைசெய்துகொண்டிருந்த நேரம் அது. ஒருநாள் அதிகாலை இரண்டு மணி, வேலைக் களைப்புடன் வீடு திரும்புகின்றேன். நான் எனது வண்டியை எம் அடுக்ககவாசலில் கிடைத்தவொரு இடத்தில் நிறுத்தவும் ஒரு இளம்பெண்ணை ஒரு இளைஞன் விரட்டிக்கொண்டு வந்தான். இருவரும் எதுக்காகவோ இழுபறிப்பட்டார்கள். அவனிடமிருந்து தப்பித்து ஓட முயன்றவள் என் வண்டியருகாக விழுந்தாள், விழுந்தபின்னும் இருவரும் அடித்துப் புரண்டனர். என்ன ஏது எதற்கு இந்த இழுபறி என்று ஒன்றுமாகப் புரியவில்லை. சண்டையில் நன்கு களைத்துப் போன பெண்ணின் காலை இளைஞன் தடக்கி மீண்டும் கீழே விழுத்தி அவளது சட்டையைக் கிழிக்க முயன்றான். அது கிழிபட மறுக்கவும் அவளின் தொண்டையை நெரித்தான். அவள் மூச்சுத்திணறித் துடித்தாள். செத்துப்போடுவாள் போலிருக்கவும் நான் அவன்மீது பாய்ந்து அவனது பிடரியில் விசையாக ஒன்றை இறக்கிவிட்டு அதே கணத்தில் அவன் ஜாக்கெட்டின் கொலரைப் பிடித்து இழுத்து எறிந்தேன். எதிர்பாராத என் தாக்குதலால் அதிர்ந்து பதகளித்தவன் “மீஷேல் . . .” என்று அபயக்குரல் எழுப்பினான். (*Michael* என்பதை ஜெர்மனில் அப்படித்தான் சொல்வார்கள்.) இரண்டு வீடுகள் தள்ளி நூறு மீட்டர்கள் தொலைவிலிருந்த ஒரு மதுவகத்திலிருந்து வெளியே ஓடிவந்த ஒருவன் என்னிடம் பிஸ்டல் ஏதும் இருக்கும் என்று நினைத்தானோ என்னவோ என்னை நெருங்கி வராமல் அங்கிருந்தே டென்னிஸ் பந்து அளவில் ஒரு கல்லை என்னை நோக்கி விட்டான். விரைந்த அந்தக் கல்லுக்கு நான் மயிரிழையில் விலகவும் அது எம் அடுக்ககத்தின் இரும்புக் கதவில் பட்டுத் தெறித்தது. அதற்குள் அந்தப் பெண் எழுந்து ஓடிப்போய் ஒரு மகிழுந்தில் ஏறினாள். அவ்வண்டியின் உள் விளக்கில் அதற்குள் இன்னும் 3 அல்லது 4 இளைஞர்கள் இருப்பது தெரிந்தது. ஏன் அவர்களில் யாரும் அப்பெண்ணைக் காப்பாற்ற முன்வரவில்லை என்பதுவும் இன்னும் மர்மந்தான். பின் அந்தக் காரும் அவளை அடித்தவனும் நொடியில் மறைந்தார்கள். அவள்தான் ஏதோ ஒன்றை இவனிடமிருந்து அபகரித்தோ திருடியோ செல்கிறாள் என்பதுவும், அது போதைப்

பொருள் வர்த்தகம் சம்பந்தமான இழுபறியாக இருக்கலாம் என்பதும் என் ஊகங்கள். அந்தக் கல் மட்டும் அன்று என் தலையைச் சீவியிருந்திருந்தால் யாரால் எதுக்காகத் தாக்கப் பட்டேன் என்பது தெரியாமலே போயிருக்கும், ஊடகங்கள் அந்த மாஃபியாக் கும்பலில் என்னையும் ஒருவனாகச் சித்தரித்து 'பெர்லினில் போதைப்பொருள் வர்த்தகத்தில் பிணக்கு, ஏற்பட்ட கைகலப்பில் இலங்கையரின் மண்டைபிளந்தது – நிலமை கவலைக்கிடம்' என்று செய்தி வந்திருக்கும். அதுதான் போகட்டும்... இந்த நினைவலைகளை நான் மீட்கவும் அதை நீங்கள் தெரிந்துகொள்ள முடியாமலும் போயிருந்திருக்கும், வேறென்ன ?

அந்தச் சம்பவத்திலிருந்து பிரச்சினை புரியாமல் வீதிச் சண்டைகளுக்குள் தலைநுழைப்பதையிட்டு நான் ஜாக்கிரதை யாகவே இருக்கிறேன். இப்போதும் அவளின் தொழில்முறைத் தோழிகள்கூட காவல்துறையை அழைக்காததிலும் ஏதோ மர்மம் உள்ளது. காவல்துறை வருவதில் இருவருக்கும் ஏதோ பிரதிகூலமுள்ளது. அப்பிணக்கின் நுனிகால் புரியாமல் என்னால் அதில் செய்வதற்கொன்றுமில்லை.

பெர்லினைப் பொறுத்தமட்டில் பொருட்பெண்களில் எத்தனை சதவீதம்பேர் இப்படி மாஃபியாக்களின் கட்டுப் பாட்டில் இயங்குகிறார்கள், நிர்ப்பந்திக்கப்பட்ட பாலியல் தொழில் செய்கிறார்கள் என்பதன் திசையிலான ஆய்வுகள் பல சமூக ஆர்வலர்களாலும் அமைப்புக்களாலும் முன் னெடுக்கப்படுகின்றன. ஆனால் அதை இல்லாதொழிப் பதற்கான சக்திகள் எங்கிருந்தும் ஜனிக்கக் காணோம்.

# அந்த சைத்தான் இப்போ இதுக்குள்ள நிக்குது

அன்று ஒரு மாலை. *Anhalter Bahnhof* இல்தான் நிற்கிறேன். அந்த இளைய போலிஷ் பெண் முகவரி குறித்துள்ள அட்டையுடன் வந்து ஏறினாள்.

வண்டி சென்றுகொண்டிருக்கவும் மனது அடித்துக்கொண்டிருக்கிறது.

'உண்மையில் இவர்களுக்கு எயிட்ஸ் பற்றிய பயமில்லையா? இவளுக்கு அது பற்றி என்ன கருத்திருக்கென்று அறியலாமா.'

தொண்டையைச் செருமிக்கொண்டு "உங்களை ஒன்று கேட்கலாமா?" என்றேன்.

முகத்தின் தோரணை மாறாமல் 'என்ன?' என்பதாகப் பார்த்தாள்.

"உண்மையில் உங்களுக்கு எயிட்ஸ் பற்றிய பயம் கொஞ்சமுமில்லையா..?"

"எனக்கு அவ்வளவா ஜெர்மன் தெரியாது. உங்கள் கேள்வி புரியவில்லை" என்று முடித்து விட்டு முகத்தில் அதே பழைய அப்பாவித்தனத்தைத் தொடர விட்டுக்கொண்டு வெளியே பார்த்தாள்.

ஜெர்மன் மொழி புரியவில்லை சரி. சர்வதேச வார்த்தையாம் 'எயிட்ஸ்' என்பதுகூடவா புரிந் திருக்காது? பாசாங்கிது, நடிக்கிறாள்.

○

முன்னால் சென்றுகொண்டிருக்கும் பல்லுகுளிப் பாரவுந்தின் பிற்பக்கத்தில் 'அதிகம் நெருக்காதீர். என்னுடையது சரியான நீளம்' என்று அங்கதமாக எச்சரித்திருந்தான்.

சில பாரவுந்துகளில் எச்சரிக்கை: 'முன்னால் 760 குதிரைகள் பாய்கின்றன, ஒரு கழுதையின் வழிகாட்டலில்' என்றெழுதியிருக்கும்.

○

சில மகிழுந்துகளில் தமாஷாகவும் பெண்களைக் கிண்டல் பண்ணும் விதமாகவும் எழுதியிருப்பார்கள்.

*Caution: Wife On Board*

சிலர் 'எச்சரிக்கை: நான் *Igel*களுக்கும் (ஒரு சாண் உயரமே வளரக்கூடிய ஒரு வகை முள்ளெலிகள் / *Hedgehogs*), நரிகளுக்கும், பெண்களுக்கும்கூட சடென் பிறேக் பிடிப்பேன்' என்று எழுதியிருப்பார்கள்.

பெண்கள் விட்டுவிடுவார்களா என்ன, அவர்கள் தம் மகிழுந்துகளில் 'கழுதைகளுட்பட எல்லா விலங்குகளுக்கும் பிறேக் அடிப்பேன், ஆண்கள் நீங்கலாக' என்று எழுதுவார்கள்.

சில சுவாரசியமான சிறிய கவிதைகளை எழுதியிருப்பார்கள்.

ஒரு மகிழுந்தின் பின் பக்கத்தில் ஏதோ கவிதையைப் போல் எழுதியிருந்தது. எழுத்து சிறியதாக இருந்ததில் தெளிவாக வாசிக்க முடியவில்லை. என் வண்டியைக் கொஞ்சம் முன் நகர்த்தி நெருங்கிப் போனதுமே வாசிக்க முடிந்தது. அதில் எழுதியிருந்ததாவது:

'ஒவ்வொருவருக்கும் பின்னாலே கடவுள் மிக நெருக்கமாக நிற்கிறான். இப்போது நீ என் *Buffer*ஐ நெருங்கி நிற்பதைப்போல!'

○

ஒருவன் தன் வண்டியில் எழுதியிருந்தான்: 37 வயதுக்கும் குறைவான ஒவ்வொரு பெண்ணுக்கும் இலவச மசாஜ் தரப்படும். தேவைகட்கு உடன் தொடர்புகொள்க : 1760 992 998 54.

○

கோல்ஃப் மைதானத்தைப்போல விசாலித்தவொரு புற்தரையை முன்றிலாகவும், அப்பிள், சேலா, பேரிக்காய் மரங்களால் சூழ்ந்தும் இருந்த ஒரு வளமனையின் வாசலில் கண்ட அறிவிப்பு:

இங்கே இலவச பாலியல் வகுப்புகள் நடைபெறுகின்றன. கால நேர நிர்ணயங்களுக்கு கீழ்வரும் இலக்கத்துடன் தொடர்பியற்றவும்: *0157 79 20 55 65.*

❍

ஒரு நாள் தொடருந்து நிலையமுள்ள இதே *Anhalter Strasse* எனும் வீதியில் என்னை நிறுத்திய ஒரு பெண் தனக்கு *Steglitz* "வரைக்கும் போகவேணும் சீருந்துக்கு எவ்வளவாகும் என்றாள். நான் ஏறத்தாழ இருபது இயூரோ வருமென்றேன். "... சய்க் என்னிடம் பத்து இயூரோதான் இருக்கிறது."

"மன்னிக்கவும் என்னால உதவமுடியாது."

"நிஜமாக என்னிடம் பத்து இயூரோ மட்டுந்தான் இருக்கிறது ... வேணுமானால் வீடு வரும்வரைக்கும் உன் அணியத்தை நான் பிடிச்சிருக்கட்டுமா?"

"ஏம்மா நீ ஒழுங்காய் வீடு போய்ச் சேரல்லியா ... ஏர் பிடிக்கிறதெல்லாம் நானே பார்த்துப்பேன், நீ ஏறிப்பின்னால உட்காரு."

கன்னத்தில் அடர்த்தியான கிருதா வைப்பதெல்லாம் 70களின் ஃபாஷன், பழமை என்பார்கள். ஆனால் வின்டேஜ் கார்களை மோகிப்பதுபோலும் இதுக்கும் இன்னும் தொன் கணக்கில் ரசிகைகள் இருக்கிறார்கள். பல பெண்கள் என்னைக் கேட்டுக்கொண்டும், பிரியம் கூடுனால் கேளாமலும் "படு எடுப்பாயிருக்கு உன் கிருதா" என்று அதைச் செல்லமாகத் தடவிப்பார்க்கிறவர்கள் இருக்கிறார்கள். இவளும் தன் உபயமாக அதைத் தடவிவிட்டுத்தான் போனாள்.

❍

ஒருமுறை ஒருவர் இரண்டு பெண்களைக் கூட்டிவந்து சிலேடையில் "இவர்களுக்கு '90 டிகிறி'யைக் காட்டு" என்றவர் பயணத்துக்கான கட்டணத்தை முன்பணமாகத் தந்தார். "பின் அழுத்தமாகச் சொன்னார் வண்டிக்குள் காட்டிப் போடாதே கொண்டுபோய் பத்திரமாக இறக்கிவிடு ... சரியா." *90 Degrees* என்பது ஒரு களியாட்ட விடுதி.

இரவு நேரச் சவாரி ஒன்றின்போது குமரி ஒருத்தி குழந்தையைப்போல திடீரெனத் தனக்கு பாத்றூம் போக வேணுமென்றாள். நாங்கள் ஒன்றுக்கு இரண்டுக்கு என்பது போல் ஜெர்மனில் 'பெரிது' 'சிறிது' என்பார்கள். வேறென்ன எங்கேயாவது பியரை மாந்தியிருப்பாள், இப்போ 'சிறிது'க்கு ரொம்ப அவசரமாம் அலறினாள். "அணுக்கத்தில் பொதுக் கழிப்பறையோ, எரிபொருள் நிரப்பு நிலையமோ, உணவகமோ எதுவுமில்லை. "வேகமாக ஓட்டுவேன் ... ஒரு பத்து நிமிஷங்கள் தாக்குப்பிடிக்க முடியாதா" என்றேன். "பத்து செக்கண்ட்ஸ் கூடத் தாங்காது." என்றவள் "சாலையோரமாக நிறுத்தி வைக்கப்பட்டிருந்த ஒரு டெலிபஸ்ஸைக் காட்டி அதோ அதற்குப் பக்கத்தில் இடைவெளி விட்டு நிறுத்திவிட்டு வண்டியின் விளக்குகளை அணை" என்று அவசரப் படுத்தினாள். அவ்வாறே நான் நிறுத்தியதும், அவள் ஜீன்ஸைத் திரைச்சுக் கீழிறங்கிக் குந்தியதும், 'சர்' ரென்று அருவியொன்று கட்டுடைத்து வீதிநீளம் பெருகியதும் ஏககாலத்தில் நிகழ்ந்தேறின.

❍

பொதுவாக ஜெர்மன்காரர்களை முசுடுகள், சிரிக்கத் தெரியாதவர்கள் என்பார்கள். ஆனால் என் ஊழியத்தில் விதிவிலக்கான பலபேரைச் சந்தித்துள்ளேன். அப்படியானவர் களை எனக்கு மிகவும் பிடிக்கும்.

ஒரு சவாரியில் எனக்கு நேர் பின்னான சீட்டிலிருந்து பயணித்தவர் திடீரெனச் சொன்னார்: "மனிதன் தனக்குத் தகமையில்லாத பேர்வழிகளுடன் சேருதல் கூடவே கூடாது". ஒரு கதை இருக்கும்போல் தோன்றிய அத்தத்துவசாகரிடம் என் ஞானத்தையும் சற்றே துலக்கி விடுவதே எனக்கும் சங்கையாக இருக்கும்.

எனவே "ம்ம்ம்மெய்தானுங்கோ ... உன்மத்தரைக்கூடுதலின் தீமைபற்றி திருக்குறள் எனும் ஒரு பழைய தமிழ் நீதிநூலில் அதன் ஆசிரியர் ஒரு அதிகாரம் முழுவதுமே பேசுகிறார்" என்று அவரை வழிமொழிந்து குஷிப்படுத்தினேன்.

"ஆமோ ... அப்பிடியோ" என்றுவிட்டு தொடர்ந்தார் அவர்.

"இன்றைய எனது மோசமான ஒரு அனுபவத்தைப் பாருங்கள் *Lindenhof* என்றொரு சைத்தானை (மட்டமான ஒருவகைச் ஷாம்பேன்) உள்ளேவிட்டேன்."

என்ன மிஞ்சிப்போனா லேசாத் தலையை வலிக்குது, அல்லது வயித்தைக் குமட்டுது என்று சொல்லப் போகிறாரென நினைத்தேன் அதைவிட வேற என்னதான் பண்ணும் அது.

“தகமையில்லாத பேர்வழிகள் எதிர்பாராத இடத்தில், எதிர்பாராத நேரத்தில் எம் மானத்தை வாங்குவார்கள் அல்லது சொல்லாமல் கொள்ளாமல் மாறுவார்கள் அற்பங்கள். இப்போ என்னிடம் உத்தரவு பெறாமலே தன்பாட்டுக்குப் புறப்பட்டுப் போய்க்கொண்டேயிருக்குது பாருங்களேன் . . . பவனத்தையும் கனமாக்கி மற்றவர்களையும் அசௌகரியப்படுத்திக்கொண்டு” என்றார் அப்பாவியாக.

அப்போதும் என் ‘குழல்விளக்கு’ சும்மா சும்மா உள்ளுக் குள் பொறிக்குது பனுக்குதே தவிரத் தொடர்ந்து ஒளிர மறுக்கிறது. பனுவல் துலங்கவில்லை என்பதற்காய் பன்னிய பாவலனிடமே பொருளை உசாவுவதா . . . அபத்தம். பொறுத் திருந்தால் சில சங்கதிகள் தாமே துலங்கும். பொறுத்திருந்தேன்.

அத்தனை அதிர்வில்லைத்தான், ஆனாலும் போபாலை ஞாபகப்படுத்தும் ஒரு பிராண சங்கடம் பின்னிருந்து உருவாகி முன்னே வியாபிக்கவுந்தான் அவரது பூடகம் மெல்லத் துலங்கத் தொடங்கியது. ‘மௌனம் பிராண சங்கடம்’. ஓசையின்றிக் கண்ணாடிகளைக் கீழிறக்கி விடுதலன்றி வேறென் செய்கும் பராபரமே?

○

ஒரு உறை பனிக்காலம். மிதமான வேகத்தில்தான் சென்று கொண்டிருந்தேன். வீதியில் நடைமேடையில் ஏதோ யோசனையோடு நின்ற ஒரு பெரியவர் என் வண்டியைக் கவனியாது திடீரென வீதியைக் குறுக்கறுத்து நடக்கத் தொடங்கினார். நான் படாரென விசைத்தடுப்பை அமுக்கி னேன். வண்டியோ நழுவி நொழுவிப் பனியை உழுதுகொண்டு போய் ஒருவாறு அவரைத் தொட்டுக்கொண்டு நின்றது. அதுவோ வீதியின் வரிக்குதிரை வரைகளைப் பனி மூடிப் போயிருந்தாலும் பாதசாரிகள் கடப்பதற்கான இடம். அவ் விடத்தில் விபத்துண்டுபண்ணும் எச்சாரதியும் ‘அது பனி வழுக்கியதால் ஏற்பட்ட விபத்து’ என்று பனிமேல் குற்றத்தைப் போட்டுத் தப்பிக்க முடியாது. அவ்வாறாயின் ‘எதுக்குப் பனி வழுக்கக்கூடிய வீதியால் நீ வந்தாய்’ என்கிற கேள்விக்கும் பதிலிறுக்க வேண்டியிருக்கும். நான் இறங்கிப்போய் அவரிடம் மன்னிப்புக் கேட்கவும் அவரோ வெகுசாதாரணமாக “சரி பரவாயில்லை விடப்பா . . .” என்றார்.

“என்ன தலைவா இப்படிச் சாதாரணமாச் சொல்லிட்டீங்க?”

“பார்த்தால் நான்தான் உனக்கு நன்றி சொல்லவேணும்...”

“எதுக்கு?”

“இப்படி என்னாலும் முழங்கால் முட்டியால் நெட்டி ஒரு வண்டியை நிறுத்த முடியுங்கிறது இன்றைக்குத்தானே தெரிஞ்சுது” என்று போட்டார்.

*‘Signal Flirtings’* என்பது பொதுவாக இன்று முழு உலகமும் விரவியுள்ள ஒரு குறும்பு விளையாட்டு. அதாவது வண்டிகள் சமிக்ஞை விளக்குகளில் நிற்கும்போது மற்ற வண்டிக்குக்குள் இருக்கும் பெண்களைக் கிண்டல் பண்ணுவது, வம்புக்கிழுப்பது, ஃப்ளையிங் கிஸ் தருவது, ஆபாச ஜோக்குகள் சொல்லுவது, ஆபாச சைகைகள் காட்டுவது, என அதில் ரகங்கள் பலவுண்டு. என் பயணி ஒருவர் செய்த மறக்க முடியாதவொரு *Signal Flirting* ஒன்றுண்டு.

அன்று ‘கீறி’ விட்டு மிதமான ‘சுப்பா’வோடு வந்திருந்தார் அந்தப் பயணி. ஒரு சந்திப்பில் எனக்குப் பக்கத்தில் வந்து நின்ற வண்டிக்குள்ளிருந்த பெண்ணைப் பார்த்து இளித்தார். அவளும் பதிலுக்கு இளித்தாள். சரி, இளித்ததோடு நிறுத்திக் கொண்டிருக்கலாம். குஷியாகிய இவரோ கண்ணாடியைப் இறக்கி விட்டுக்கொண்டு கேட்டார்.

“*Schatz* (அன்பே) எப்பிடி இருக்கே?”

‘வேல் இருக்க வினையில்லை’ என்ற தொனியில் அவள் சொன்னாள்:

“ ‘அது’ இருக்கும் மட்டும்; குறை ஏது *Schatz*?”

கேட்டவருக்கோ (எனக்குந்தான்) எதுவும் புரியவில்லை. அவரோ விடுவதாயில்லை. மீண்டும் தருமி பாணியில் கேட்டார்:

“ ‘எது’ இருக்கு மட்டுமோ?”

அவள் தன் பக்கத்து சீட்டிலிருந்த கைப்பையினுள் நிதானமாக கையைவிட்டு ஒரு சாண் நீளத்தில், பாட்டரி மின்சாரத்தில் துடிக்கவல்ல, மிருது நெகிழியினாலான ஒரு ஆண்குறியை எடுத்து அதன் விதைகளில் பிடித்து உயர்த்திக் காட்டினாள். இத்தனை தயாரிப்புடன் இருப்பாளென்று

எதிர்பார்த்தாரா ... இவர் முகம்போன போக்கை ஒரு சிவாஜி பார்த்திருந்தாலே இன்னொரு தடவை பண்ணிக் காட்டுவது கஷ்டம்.

ஒரு வாரம் கழிந்திருக்கும். அதே *Anhalter Bahnhof*இல் குறைவான வண்டிகள் நின்றிருந்தன. யூமா வாசுகியின் 'இரத்த உறவு'க்குள் புதைந்திருந்த நான் எதேச்சையாய் நிமிர்ந்து பார்க்கிறேன். அந்த போலிஷ் அப்சரஸ் வந்து கொண்டிருந்தாள். என்னைப் பார்ப்பதையே தவிர்த்து வெட்டிக் கொண்டு போய் பின்னால் நின்ற சீருந்தில் ஏறினாள்.

'ஓஹோ ... அன்று நான் 'எயிட்ஸ்' பற்றிக் கேட்டது அவளுக்குப் பிடிக்கவில்லை, போகட்டும்.

*Dum - Dum* எனப் பெயர்கொண்ட ஆஃப்ரோ – கறிபிக் மக்கள் அதிகமாகக்கூடும் டிஸ்கோதேக் அது. அதிலிருந்து ஒரு விடிகாலை நேரத்தில் வயதுக்கும் மீறி அமிதமாக வளர்ந்து விட்ட ஒரு சொக்கோபிறவுண் பெண் ஏறினாள். இலேசான போதை. உணர்த்தப் போட்ட புகையிலைப்பாடங்களை எடுத்து இடுப்பைச் சுற்றிக் கட்டிவிட்டமாதிரி இருந்தன அவளது பாவாடையின் சுருக்கங்கள். *Wedding* என்னு மிடத்தில் ஒரு முகவரியைச் சொல்லி அங்கு தான் போக வேணும் ஆனால் 10 இயூரோதான் தருவேன் என்றாள் முன்நிபந்தனையாக.

"இது மிகவும் அநியாயம் அது 15 இயூரோக்களுக்கான சவாரியல்லவா ... நீ ஒரு 12 இயூரோ தருவதாகச் சொன்னால் கூட நான் அதை உனக்காக மறுபரிசீலனை செய்வேன் Suesse (ஸ்வீட்டி)" என்றேன்.

"சரி பார்க்கலாம் விடு" என்றாள்.

என்ன செய்வாளோ சந்தேகந்தான், றிஸ்க் எடுக்கமுடியாது. மீட்டரைப் போடாமலே செலுத்தினேன். அவளது இடம் வந்தானதும் பர்ஸைத் திறந்தவள் அலட்சியமாக 20 இயூரோக் களைத் தந்துவிட்டுச் சென்றுகொண்டே இருந்தாள்.

❍

ஒருமுறை பின் இருக்கையில் ஏறியமர்ந்த ஒரு பயணியை என் கண்ணாடியில் பார்த்தேன். பிரபல ஜெர்மன் எழுத்தாளர் குந்தர் கிறாஸ் போலவே நறுக்கு மீசையுடன் காணப்பட்டார். நேரம் ஆக ஆக என் சந்தேகம் வலுக்கவே அவரிடம் "நீங்கள் திரு. குந்தர் கிறாஸ்தானே ?" என்றேன்.

“இப்படியாக என்னிடம் கேட்கும் ஆயிரமாவது ஆளாக நீ இருப்பாய் இல்லை நான் அவரில்லை. என்றவர் நீகூடக் கேட்டதுதான் (அதாவது ஒரு விதேசி) எனக்கு ஆச்சரியம்” என்றார்.

*Meistersaal Tonstudio* எனப்படும் ஒரு ஸ்டூடியோவினுள் அதன் லாபியில் ஒரு ஆதிவகை / மூலமாதிரி *Zeiss ikon* ஃபிலிம் புறொஜெக்டரை காட்சிக்காக வைத்திருக்கிறார்கள். அதை வெளியில் நின்றபடி கண்ணாடிச்சுவரினூடாக வேடிக்கை பார்த்துக்கொண்டிருந்த ஒரு நபர் திடீரென என் வண்டியை நிறுத்தி ஏறினார். பார்த்தால் ஜெர்மனியின் பிரபல காபெரெட் கலைஞர், நகைச்சுவை நடிகர் *Diether Krebs*. ஆச்சரியம் தாங்காமல் அவரிடமே கேட்டு அதை உறுதிசெய்துகொண்டேன். எனக்குத் தனது பிஸினெஸ் அட்டையையும் தந்தார். அதன் பின்னர் அவரது படங்கள் அல்லது காட்சிகள் தொலைக்காட்சியில் வரும்போது இவரை ஒருநாள் நான் என் வண்டியில் ஏற்றினேன் என்று பிள்ளைகளிடம் சும்மா பீற்றிக்கொள்வேன். அவர்களுக்கு அது ஒன்றும் அப்படி ஆச்சரியப்படக்கூடிய விஷயமல்ல. சார்லி சாப்ளினின் தோளில் கைபோட்டேன் என்றால்கூட ‘ஸோ வாட்?’ என்பதாகவே பார்ப்பார்கள். சோகம் என்னவென்றால் *Diether Krebs* அதன்பின் ஆறு மாதங்களில் கான்சர் கண்டு இறந்து போனார். காலதேச வர்த்தமானங்கள் கடந்து நகைச்சுவை நடிகர்களின் வாழ்வு இப்படித்துயரமாக முடிந்துபோவது என்ன பொதுநியதி?

ஜெர்மனியின் தென் கோடிமாநிலமான *Bayern*இலிருந்து *Brandenburg*இல் நாலு போர்ஷன் வீடு ஒன்றை வாங்கிப் போடுவதற்காக வந்த ஒருவருடன்கூட அவரது ஐந்து வயதிருக்கக் கூடிய மகளும் வந்திருந்தாள். வண்டியுள் ஏறிய நேரமுதல் அச்சிறுமி என்னைப் பாதாதிகேசம் பார்த்துக் கொண்டேயிருந்தாள். எதுக்கு இப்படிப் பார்க்கிறாள் என நான் வியந்துகொண்டிருக்க அவளாகவே கேட்டாள்:

“மிஸ்டர் டாக்ஸிடிறைவர் நீ *Schornsteinfeger* (வீட்டுக் கணப்புகளின் புகைபோக்கிகளைத் துப்பரவாக்குதல்) வேலையும் பார்ப்பியா ..?”

“இல்லையே ... ஏன் செல்லம்?”

“அப்போ இன்றைக்கு உன் கைகளை அலம்ப மறந்து விட்டாயா?”

“இல்லையே ... எதுக்குப் பாப்பா கேட்கிறே?’

“அப்போ ஏன் உன் கைகள் அழுக்காக ஒரு மாதிரி பிறவுணா இருக்கு?”

“ஓ ... அதுவா, அது எங்க நாட்டிலதான் எனக்கு அப்பிடியாச்சு. இங்கே மாதிரியில்லே ... எங்க நாட்டிலே சூரியர் நல்லா தாழப் பதிஞ்சு வந்து எங்களுடைய தோலை நல்லாவே வாட்டி எரிப்பாரா ... அதனாலே நாமெல்லாம் இப்படி அநியாயத்துக்குக் கறுத்துப் போனோம். எங்கவூர்ல எல்லோருமே இப்படி டார்க்கா, பிறவுணாத்தான் இருப்போம். பாப்பா உங்க ஊர்ல இப்படி என்னைப் போல பிறவுண் ஆட்கள் இல்லையா ... நீ பார்த்ததில்லையா?”

“ஒரே ஒருத்தர் மட்டுந்தான், அவர் *Fasching*க்குப் பூசிய சாயத்தைக் இன்னும் கழுவாம கலரா வைச்சிருக்கிறார்.”

*(Fasching =› என்பது பல வேஷங்கள் போட்டு மக்கள் வேடிக்கைகள் பண்ணுகிற ஒரு கொண்டாட்டம். விபூதிப் புதனுக்கு முன்னதாகவரும்.)*

அவன் யாரோ ஒரு ஆபிரிக்கனாக இருக்க வேண்டும்.

நாங்கள் போயிருந்தது *Schonflies* எனப்படும் பெர்லினுக்கும் அப்பால் ஒரு பகுதி. *Brandenburg* மாநிலத்துக்குள் வரும். அவர்களை இறக்கி விட்டுவிட்டு இவர்கள் தங்கள் விவகாரங்களை முடித்துவர எப்படியும் ஒரு மணி நேரமாகலாம். அதுவரையில் ஒரு பியர் குடித்து இளைப்பாறலாமேயென்று அங்கிருந்த ஒரேயொரு கியோஸ்க்கினுள் நுழைந்து பானகங்களின் பகுதிக்குப் போனால் ‘உங்களுக்கான பானகங்கள் இங்கே இருக்குது’ என்று சொல்லி என் இடுப்பில் கையை வையாத குறையாக உந்திக்கொண்டு வந்து ஒறேஞ் ஜுஸ், கொகோகோலா, ஃபன்ரா இருந்த மூலையில் விட்டார் கியோஸ்காரர். சீருந்துக்காரர் கடமையின்போது ஒற்றை பியர்கூடக் குடித்திருக்கலாகாது என்பது கடுமையான விதி, அதனை *‘Null pro milli’* என்பர்.

ஒரு நள்ளிரவு 12 மணி இருக்கும். *Herman Platz* இல் ஒரு அருந்தகத்திலிருந்து இரண்டு நடுத்தர வயதுள்ள துருக்கிக் காரர்கள் வெளியே வந்தார்கள். என் சீருந்தைக் கண்டதும் அதிலொருவர் மறித்தார். மறித்தவர் ஏறிகொள்ளவும் மற்றவர் வண்டி புறப்படப் புறப்பட அவரிடம் “இதையும் கேள், இதையும் கேள்.” என்று தீராது கதைத்துக்கொண்டேயிருந்தார்.

"சரி . . . சரி . . . பிறகு எல்லாம் பேசிக்கொள்ளலாமே . . . மீட்டர் சார்ஜ் ஏறுதில்லை?"

மற்றவரோ கதையை நிறுத்திற மாதிரித் தெரியவில்லை. நிலைமையைப் புரிந்துகொண்டு நான் வண்டியை மெதுவாய் நகர்த்தினேன்.

"ஒரு ஐந்து நிமிஷம் எங்கேயாவது ஓட்டப்பா . . . இந்தப் பன்றியை நான் காய்வெட்ட வேணும் . . . நிம்மதியாக ஒரு பியர் குடிக்கலாமென்று வந்தா எக்குத்தப்பா இந்தக் கம்மனாட்டிட்ட மாட்டிட்டன்."

"உங்க பழைய தோஸ்த்தோ . .?"

"ஆமா தோஸ்த்துத்தான் . . . அதுக்காக நான் ஒரு பியர் குடித்துமுடிக்கமுதலே இவன் மூன்றைக் குடித்திட்டு மூஞ்சையைப் பார்த்தா . . . இது சரிப்பட்டு வராது. 'நான் தூக்கம் வருது வீட்டுக்குப்போகிறேன்' என்று மாறுகிறமாதிரிப் போக்குக்காட்டினால்தான் அவனைக்கழட்டலாம்."

நான் ஒரு வட்டம் அடித்துக்கொண்டு மீண்டும் *Hermann Platz* வரவும் வேறொரு அருந்தகத்தில் நிறுத்தச் சொன்னார், நிறுத்தினேன். வண்டிக்கட்டணத்தைத் தந்துவிட்டு இறங்கி விஸிலோடு உள்ளே போனவர் போனவேகத்தில் பிஸாசு கலைத்தவர்மாதிரி அலறியபடி பாய்ந்துவந்து மீண்டும் வண்டியுள் தாவினார்.

"கிளப்பு கிளப்பு கிளப்பு சீக்கிரம் தாமதிக்காதே . . . ஆபத்து."

"என்னதான் அப்படிப் பிரச்சினை?"

"*Katastrophie*... அந்த சைத்தான் இப்போ இதுக்குள்ள நிக்குது."

○

இங்கத்தைய பேருந்துச் சாரதிகள் கடற்படையினர் அணிவதுபோல கடும் நீலத்தில் கோட்டும், கவிகையுடன் கூடிய தொப்பியும் அணிவார்கள். ஒரு செப்டெம்பர் மாதம் கோடை இன்னும் இருந்தது. ஒரு பேருந்து இறுதி நிறுத்தத்தில் நின்றபோது திடீரென மழை பெய்தது. குஷியான சாரதி தன் கோட்டையும், மற்ற உடுப்புக்களையும், தொப்பியையும் கழற்றிவைத்துவிட்டு வெளியில் இறங்கி மழையில் நனைந்து கொண்டு ஒரு சிறுவனைப்போலக் குதித்துக்கொண்டிருந்தார்.

இதைவிடத் தமாஷ் . . . ஒரு ஞாயிற்றுக்கிழமை. *Alexander Platz* இலும் அதன் சுற்றுப்புறத்திலும் இரவு நைட் கிளப்புகள் அதிகம். வாரவிடுமுறை நாட்களில் இரவில் இளைஞர்கள் கும்பல் அதிகம் காணப்படும். ஒரு இரவில் அங்கு நின்றிருந்த இளைஞர் ஒருவருக்குத் திடீரெனக் கீலா வந்துவிடவும் எல்லா உடுப்புகளையும் அவிழ்த்தெறிந்துவிட்டு ஒரு குழந்தையைப்போல் நின்றுகொண்டிருந்தார். இளைஞர்கள் பெரிதாக யாரும் அவரைக் கண்டுகொள்ளவில்லை. புதிசா என்னதான் இருக்கப்போகிறது அவரிடம்? விஷயம் காற்றில் போனில் பரவவும் சுற்றுவட்டத்தில் இருந்த பெண்கள் எல்லாம் தத்தமது கமெராக்களுடனும், கைத்தொலைபேசியின் கமெராக் களுடனும் ஓடிவந்து சூழ்ந்துகொண்டு கிளிக் கிளிக் கிளிக் கெனக் கிளிக்கினர். அரைமணிநேரம் கழிந்திருக்கும். பத்திரிகைக் காரர்கள், தொழில்முறைப் புகைப்படக்காரர்கள், பொழுது போக்காகப் புகைப்படம் செய்பவர்கள் என நூற்றுக்கணக்கில் பிளாஷ்கள் சூழ்ந்துகொண்டு பளிச்சிடத் தொடங்கின. மெல்ல அவருக்கும் எங்கிருந்தோ கொஞ்சம் வெட்கம் வந்து துளிர்க்கத் தொடங்கவும் அங்கே மூங்கிலளவுக்கு ஒல்லியாயிருந்த ஹொட்டலுக்கான ஒரு கொடிக்கம்பத்தை இடமும் வலமு மாகச் சுற்றி அதில் மறைவதற்கு முயன்றுகொண்டிருந்தார்.

○

# அழுத்தமாய் ஒரு 'கிஸ்' தந்திடவா?

சீருந்துச்சாரதிகள் சதா வாசித்தபடி இருப்பதால் வாசிப்பு அனுபவமும், சமகால உலக விவாகரங்களில் அத்துபடியான அறிவும் இருக்கும். இருந்தும் எல்லா ஜெர்மன் சீருந்துச் சாரதிகளுமே சக சாரதிகளுடன் நட்பாக இருக்க மாட்டார்கள். பத்து வருடங்களாக தினமும் பதினைந்து தடவைகள் தான் நேருக்கு நேராகக் காண நேரினும் ஒரு 'ஹலோ' சொல்லவோ, குறைந்தபட்சம் ஒரு மைக்கிரோமீட்டர் முகலோபனமோ செய்ய முடியாதோர் பலர் இருக்கிறார்கள்.

ஒரு சீருந்து தரிப்பிடத்தில் சேர்ந்து கோப்பி குடிக்கையிலோ, சம்பாஷிக்கையிலோ, சிகரெட் புகைக்கையிலோகூட ஜெர்மன்காரர் ஒரு இடமாகவும், விதேசிகள் வேறொரு இடமாகவுந்தான் கூடுவார்கள். விதேசிகள் அதிகமுள்ள குழாமென்றால் சுதேசி வந்து கலக்கமாட்டான். சுதேசிகள் அதிகமுள்ள குழாமென்றால் விதேசி விலகித் தனித்து நிற்பான். சுதேச – விதேச அபேதவாதிகள் வெகு அருமையாகத்தான் இருப்பார்கள். ஒரு விதேசத்தில் இந்த சுதேசி – விதேசிக்கலத்தலை *Penetration> integration> Assimilation* என்று பல படிநிலைகளில் சமூக ஆய்வாளர்கள் குறிப்பிடுவார்கள். பாலும் நீரும் போன்ற கலத்தல் உலகில் எங்கும் இருப்பதாகத் தெரியவில்லை.

*Kreuzberg* என்கிற பகுதியில் சீருந்துக்காரர்கள் அனேகமாக குறு ஓய்வு செய்ய விரும்புகின்ற, நின்றபடியேயோ அல்லது தற்காலிகமாக விரிக்கப்பட்ட கூரைகளின் கீழ் போடப்பட்ட வாங்குகளில் அமர்ந்து சாப்பிடும் வகையிலான (சிறு உணவகம்) ஒன்றுள்ளது. அங்கு கிடைக்கும் மசாலாபூசி கிறில் பண்ணப் பட்ட இளங்கோழி பிரசித்தம். கூடவே அவர்கள் 24 மணி நேரமும் திறந்திருப் பதுவும் எமக்கு அனுகூலம். ஒரு நாள் நான் அங்கு கிறில் கோழி ஒன்றுக்கு உத்தரவு கொடுத்து விட்டுக் காத்திருக்கையில் என் மேசைக்கு எதிர் மேசையில் ஒருவன் *Crepes* எனப்படும் *Caramel* தூவித் தயாரிக்கப்படும் இனிப்பான அப்பம் சாப்பிட்டுக்கொண்டிருந்தான். எனக்கான கோழி வந்ததும் அதன் தூக்கலான மசாலா வாசனைக்கு அவனோடு நின்றுகொண்டிருந்த அவனது திடுமன் நாய் அவனை விட்டுவிட்டு வந்து என்னுடன் நட்பாகியது. அதற்காக கோழியின் ஒரு பகுதியைப் பிரித்துவிட்டு எதற்கும் அதன் எஜமானனையும் ஒரு வார்த்தை கேட்பது நல்லதென்று "ஹலோ கொம்றேட் உன் நாய்க்கும் கொஞ்சம் இறைச்சி கொடுக்கவா?" என்றேன்.

"தாராளமாய்க் கொடு ஆட்சேபனை இல்லை. ஆனால் எலும்பைமட்டும் கொடுத்திடாதே... பாவம் பல்லுச்சப்ப மாட்டுது" என்றான்.

இந்த உணவகத்தில் பகல் வேளையில் கூட்டங்கூட்டமாக சிட்டுக்குருவிகள் வந்து அவர்கள் போடும் ரொட்டித்துண்டு களையோ பன்களையோ பொறுக்கி தின்னும். ஒரு நாள் சாப்பாடொன்றை வாங்குவதற்காக வரிசையில் நின்றுகொண் டிருந்த என் பின்னாலிருந்து யாரோ விஸிலடிப்பதைப் போலிருந்தது. அவ்விஸிலின் சுருதி எங்கள் வீட்டுப் பழைய *ERRES* 'வால்வ் ரேடியோ' அடிப்பதை போல சற்று வித்தியாச மாக இருக்கவே திரும்பிப் பார்த்தேன்.

பல பாட்டுக்களுடன் இணைந்தும், 'சோலோ'வாகவும் நெடுங்காலம் விசில் செய்த எமது ரேடியோதான் தற்போது முழுநேர விசில் கச்சேரிகள் செய்யும் வித்வான்களுக் கெல்லாம் முன்னோடி என்றாலது எம் வீட்டு ரேடியோவை மிகைப்படுத்திச் சொல்வதாகாது.

தோற்றத்தில் இளங்குயிலைப்போல நரை நிறமாக, ஆனால் உடலெங்கும் புள்ளிபுள்ளியாக கடுமஞ்சள் வண்ணத்தை தெளித்து விட்டதை போலுமிருந்த ஒரு ஜாதிக்குருவி 'சீக்கிரம் சீக்கிரம்' என்பதாக தன் இறகுகளைத் அடித்துவிட்டு மீண்டும்

சற்று உரத்து விஸிலடித்து. புரிந்துகொண்ட கடைக்காரர் சிரித்துக்கொண்டே "இதோ வந்திட்டேன்டா . . . செல்லம்" என்றபடி சூரியகாந்தி விதை தூவப்பட்ட 'பன்' ஒன்றைப் பிரித்து போடவும் எடுத்துக்கொண்டு பறந்தது

"என்ன இப்படி அதிகாரம் பண்ணுகிறதே . . . இது எத்தனை காலமாய்?" என்றேன்.

"என்னவோ தெரியவில்லை, கொஞ்சகாலமாய் இப்படித் தான் வந்து போகிறது. அதிகாரம் பண்ணுகிறது. எந்த வேளையில் வருமென்று சொல்ல முடியாது. நல்லகாலம், பேசத் தெரிந் திருந்தால் தாமதமானதுக்கு எப்படியெல்லாம் வைதிருக்குமோ" என்றார்.

❍

ஜெர்மனில் இரவு வாழ்க்கைப் பிரியர்களை *Nachtschwaermers* என்பார்கள். உலகிலேயே சிறந்த இரவு வாழ்க்கையைக் கொண்ட இடங்களாக *Las Vegas, Miami, Chigago, Bahamas, Toronto, Bangkok, Mallorca, Bali* ஆகிய நகரங்களைக் கூறுவார்கள். பெர்லின் தலைநகரமாக ஆனபின்னால் உயர்ந்து வரும் களியாட்டக் கூடங்களினதும், காஸினோக்களினதும், பால்வினை, உடம்பு பிசைதல் விடுதிகளினதும் எண்ணிக்கையைப் பார்த்தால் விரைவில் அந்நகரங்களையெல்லாம் பின் தள்ளிவிடுமோ என்று எண்ணத் தோன்றுகிறது. ஜெர்மானியர்களும் உல்லாசம் மற்றும் இரவு வாழ்க்கைப் பிரியர்களாதலால் இவர்களும் ஆண்டுதோறும் *Las Vegas, Bali, Toronto, Bahamas* போன்ற இடங்களுக்கு இலக்ஷக் கணக்கில் பறப்பார்கள். இன்னும் பல ஜெர்மனியர்களே இந்நகரங்களில் பால்வினை, காஸினோக்கள், கேளிக்கைக் கூடங்களை நடத்தியும் வருகிறார்கள்.

இளைஞர்கள்தானென்றில்லை, நடுவயதைக் கடந்தவர்கள் கூட பொதுவாக இரவில் மதுவகங்களில், களியாட்டக் கிளப்புகளில் டிஸ்கோதேக்களிலேயே தம் இரவைக் கழிக்கவும், வினைக்கெடவும் விரும்புவதால் *Bravo, Beauty, Brigitte, Freundin, Lisa, Petra, Tips, Vogue* போன்ற பத்திரிகைகள் அடிக்கடி ஏற்பாடு செய்து நடத்தும் *Lonely Hearts Party* எனும் மெகா மேளாக்கள் பிரசித்தமானவை. ஜோடி சேர்வதையே நோக்கமாகக் கொண்ட மாந்தர்கள் பல வயதுக் குழுமங்களிலும் அங்கே கூடுவர். அநேகமாக அங்கே பிரபலமான குழுக்களின் நேரடி இசை நிகழ்ச்சிகள் இருக்கும். நுழைவுக்கொரு கட்டணம், கிறில்கள், இதர சாப்பாட்டு ஐட்டங்கள், மது வகைகள், கொக்டெயில்கள்,

லோங் டிறிங்ஸ், நொருக்குத் தீனிகள் எனப் பலதரப்பட்ட பார்ட்டி ஐட்டங்கள் விரிந்திருக்கும்.

இளைஞர்கள் ஆட, முடியாதவர்கள் பார்த்து இரசிக்க, ஜோடிகள் கிடைத்தவர் களிக்கவும், கிடைக்காதவர்கள் அடுத்த முறை பார்க்கலாமென்று ஆறவும் பொழுதுகள் கழியும். ஜோடி தேர உதவும் இக்கேந்திரங்களைவிடவும் மக்கள் தம் பொழுதை உல்லாசமாக கழிக்க, பரஸ்பர அறிமுகங்கள்கூட, நட்புக்களை நாட உதவும் ஆயிரக்கணக்கான கிளப்புகள் வேறுபலவுமுள்ளன.

*Popsicle, Thurst, Mangoes, 90 Degree, Connection Rod, Hot Cave, Hidden Cave, Bar Ficken, Ficken 3000, Push - Up, Tuning Point, Take Off* என்று பெயர்களைக் கொண்டிருக்கும் இக்கிளப்புகளுகள் சும்மா எட்டிப் பார்க்கத்தானும் எமக்குத் தண்டுவடம் கூசும்.

ஒருமுறை கிளப்பின் முன்னிருந்து பிணைத்துக்கொண்டு வந்து இளஞ்சோடி ஒன்று என் வண்டியில் ஏறியது. ஏறியதும் தம் பயண இலக்கைச் சொல்லிவிட்டுக் காளை ஏதோ 5 ஆண்டுகளாகப் பிரிந்து சவூதிஅரேபியாவில் காய்ந்துவிட்டு வந்தவன்போலப் பிராட்டியைப் பிசைந்தெடுக்கத் தொடங்கினான். அவளும் அவனைவிடத் தாபத்துடன் இருந்ததாகவே தெரிந்தது. இருவரும் பின்னித் தழுவிக்கொண்டு முத்தமிடத் தொடங்கினர். கொஞ்சம் நேரம் 'ச்சு ச்சு ச்சு . . .' பின் 'சளிச் பொளிச் மளிச் . . .' பின் இவையெல்லாம் கலந்த மாதிரிச் சத்தங்கள் வரத் தொடங்கின. அவர்கள் வேகமும் அவஸ்த்தையும் வண்டிக்குள் இன்னொருவன் இருக்கும் பிரக்ஞையோ ஸ்மரணையோவின்றிப் பண்ணும் கிரியைகளையும், பிணையல்களின் தினுசுகளையும் பார்க்க அடுத்து அவர்கள் குய்யாலங்கடி குய்யாவையையும் தொடங்கிவிடக்கூடிய அபாய கட்டத்தை அணுகிவிட்டது புரிந்தது. நகரத்தின் வேகவிதிகளை மீறி வண்டியை விரட்டினேன்.

"நிறுத்து நிறுத்து நிறுத்து" என்றாள் பிராட்டி.

வண்டியின் தடுப்பு விசையை மிதித்தேன்.

"மன்னிக்கவும் . . . நான் உமக்குச் சொல்லவில்லை, இவனுக்குச் சொன்னேன்."

கால்மணிநேரம் கழிந்திருக்கும், அவர்கள் முத்தத்தில் திகட்டியோ, களைத்தோவோரு சிறிய இடைவெளிக்கு வந்த போது பிராட்டி அவன் தோளை வளைத்திருந்த கைகளைப் பிரிக்காமலே கேட்டாள்:

"உனக்கு என்ன பெயர்?"

அதன் பின்னர் அவர்கள் தம் பிறந்த தேதிகள், ராசிகள், கூட்டுக்கலவி, பெர்லினர் வைஸ௯க்கு பெர்ப்பர்மிண்ட் ஸிறப் சேர்ப்பதா அல்லது வால்ட்மைஸ்டர் ஸிறப்பா உவப்பா யிருக்கும் போன்ற 'எரியும் பிரச்சினைகள்' பற்றி அலசினர். இறங்கிப் போகையில் பிரான் என்னிடம் ஜோக்கடித்தான்:

"டாக்ஸிக் கட்டணத்தில் உனக்கு 10 மார்க்குகள் பிடித்துக்கொண்டுதான் தருவேன்."

"ஏனாக்கும்?"

"நீதான் நாங்கள் பண்ணியதெல்லாம் நிகழ்வழியாகப் பார்த்திட்டியே . . ."

"நான் முழுக்கப் பார்த்திருத்தேனென்றால் நீங்கள் இப்படி ஒழுங்காக வந்து சேர்ந்திருக்க முடியாதாக்கும்."

நானும் பதிலுக்குக் 'கடி'த்தேன்.

❍

இன்னொருமுறை ஒரு இளம்பெண்ணும் அவள் சிநேகிதி யும் அச்சிநேகிதியின் காதலனுமாக ஏறினார்கள். சற்று நேரத் திற்குள் காதலர்கள் தம் மன்மத லீலைகளைத் தொடங்கிவிட் டார்கள் ஒவ்வொரு நிமிஷ இடைவெளியில் கால்மணிநேரத் துக்கும் நீளமான முத்தங்கள் தொடர்ந்தன. முத்தத்துடன் நிறுத்தியிருந்தால் பரவாயில்லை, உடும்புப்பிடிகள், பிசைதல்கள் அத்துமீறிப்போயின.

சகித்துப்பார்த்த இளம்பெண் "சரி போதும் போதும் குழந்தைகளா மீதியை பிறகொரு சமயத்தில் வைத்துக்கொள் ளுங்கள்" என்று சொல்லிக்கொண்டே வந்தாள். அவர்களும் அதைக் காதில்போடாமல் லீலைகளைத் தொடர்ந்தவண்ண மிருந்தனர். சகித்துப் பார்த்த சிநேகிதி கடைசியாகக் கேட்டாள்: "இந்த இலவச ஃபோர்ணோ காட்சிகளை எப்போது நிறுத்தவ தாக உத்தேசம்?" அவர்கள் நிறுத்தவதாக இல்லை. அடுத்த சாலைச் சந்திப்பின் சமிக்ஞையில் வண்டி நிற்கையில் "*Tschuessssssss* பசங்களா, நீங்கள் தொடருங்கள் . . ." என்றுவிட்டுத் தன்பாட்டுக்கு இறங்கிப் போய்க்கொண்டேயிருந்தாள்.

ஒரு ஈரானிய சீருந்துச்சாரதி என்னிடம் ஒரு நாள் ஒரு ஜோடியின் சேஷ்டையைப் பொறுத்துக்கொள்ள

முடியாமல் தான் அவர்களைப் பாதிவழியில் இறக்கிவிட்டதாகச் சொன்னான். பிறன் பார்க்க பால்வினை துய்ப்பதுவும் ஹறமாம்.

❍

இருபதுகளில் இருக்கக்கூடிய ஒரு அழகி ஒருமுறை *Hot Hut* என்றொரு பால்வினைக் கிளப்புக்குப் போகவேண்டும் என்று வந்தாள். பலதையும் பத்தையும் பேசிக்கொண்டு வருகையில் தான் தகவல் தொழில்நுட்பத்தில் முதுகலை படிப்பதாகச் சொன்னாள்.

“பின் *Hot Hut*க்கு ஏனோ?” என்றேன். அங்கே தான் பகுதிநேரத் தொழில் புரிவதாகச் சொன்னாள். அவள் இயல்பாகப் பேசிக்கொண்டு வந்த தோரணை சிநேகமான தாக இருக்கவே கேட்டேன்.

“அப்போ உனக்கு எயிட்ஸ் பயமெல்லாம் கிடையாதா . . . ஆணுறையையெல்லாம் எப்படி அவ்வளவு தூரம் நம்பலாம்?”

“யாருக்குத்தான் எயிட்ஸ் பயமில்லை . . . ஆனால் நான் ஆணுறையைப் பாவிப்பதுமில்லை, அது எனக்கு வேண்டியது மில்லை. அங்கே விருந்தினரை உபசரிப்பது, அவர்களுக்கு பேச்சுத்துணையாக இருப்பது மட்டுந்தான் எனது பணி என்று விட்டு விழுந்து விழுந்து சிரித்தாள்.

“மன்னிக்கவும், பாலியல் கிளப்பாக இருந்ததால் நானும் பால்வினைத் தொழிலாளி என்றே தப்பாகப் புரிந்துகொண்டு விட்டேன். யாரும் போதையில் அத்துமீறினால் என்ன பண்ண முடியும் . . ?”

“என்ன பண்ணுவதா, பிடித்துக் கட்டிவைத்து பொலிஸில் பிடித்துக் கொடுத்துவிடுவோம்.”

“பணியில் வேறொரு அசௌகரியங்களும் இல்லையா?”

“அசௌகரியமாவது . . . சும்மா ஒரு கிளாஸ் சிவப்பு வைனை வைத்து குடிப்பதாகப் பாவனை பண்ணிக்கொண்டிருந் தாலே போதும். ஒரு பத்துச் சோப்ளாங்கிகளாவது அதற்கான விலையைச் செலுத்துவார்கள். சிலர் சும்மா எமக்கும் மேலதிக மாக இனாம் வெட்டிவிட்டுப் போவார்கள். கிளப் தரும் நிரந்தரச் சம்பளம் உண்டு, தனியாக.”

இவளும் வேறு வார்த்தைகளில் ‘ஆண்களின் பலவீனத் தால்தான் நாம் பிழைக்கிறோம்’ என்கிறாள்.

“நிறைவான பணி” என்றேன்.

எனக்கான அவளது ‘இனாம்’ அதை உறுதிப்படுத்தியது.

○

இன்னொரு தடவை சாதா பெண்ணோ, சமயோசிதப் பொண்ணோ, கல்லூரி மாணவி போலிருக்கக்கூடிய ஒருத்தி சவாரி முடிவில் பர்ஸைத் திறந்து பார்த்துவிட்டு அலறினாள்.

“என்னாச்சு கண்ணு?”

“ஒன்றுமில்லை ... டாக்ஸிக் கட்டணத்துக்கு ஒரு பத்து மார்க் குறையுதே”

“பரவாயில்லை. நான் காத்திருக்கிறேன் ... நீ ‘நிதானமாய்’ வீட்டுக்குள் போய் எடுத்துக்கொண்டு வா.”

“அங்கே வேறு யாருமிருக்கமாட்டார்கள். இருந்தாலும் பணமிருக்காது. ஏன் ... இப்படிச் செய்யலாமுங்களா?”

“எப்படி”

“அழுத்தமாய் ஒரு கிஸ் தந்திடவா?”

“என்ன அவ்வளவு ஸ்மார்ட்டாகவா நான் இருக்கிறேன்?”

“சும்மா ஒரு மாற்றீடாகத்தான் ...”

“இன்றைக்கு இதுதான் எனது ‘மகசூல்’ என்று நான் இதையே என் முதலாளினிக்கு பிடரிக்கு ஆபத்தின்றித் தர முடியுமா?”

நாலு விநாடிகள் இடைவெளி விட்டு ‘பிங்’கென்று வெடித்துச் சிரித்தாள். பணத்துக்கு மாற்றீடாக வாய் மூலமான செக்ஸை முன்மொழிகிறாள். ஆனாலும் மோசடி பண்றதைவிட பிரச்சினையை நேரடியாகக் கையாள முனையும் அவளின் துணிச்சலும், சாதுர்யமும் எனக்குப் பிடித்திருந்தன.

“பத்து மார்க்கை ஜஸ்ட் மறந்துவிடு. இந்த ஐடியா எதிலிருந்து எப்படி உதித்தது என்பதை மட்டும் எனக்குச் சொல்லு.”

*(“Es ist die Beste und Praktischste Loesung oder ..?”)*

“இக்கட்டான இவ்வேளைக்கு இது சிறந்ததும், இலகுவானதுமான தீர்வல்லவா?”

மெச்சூரிட்டி அடையாத பேதை பெதும்பைப் பிராயத்துச் சிறுமிகளை ஜெர்மனில் *'Backfish'* என்பார்கள். இது ஆங்கில வழி வந்து ஜேர்மன் ஆகிவிட்ட வார்த்தை. அதாவது ஆழ்கடல் மீன்பிடித்தலில் ஒரு வலை வீச்சில் வாரப்படும் ஒரு தொகை மீன்களில் விற்பனை செய்யமுடியாத, சமையலுக்கு உவப்பா யிராத மீன்களையும், குஞ்சு மீன்களையும் மீளவும் கடலுள் விட்டுவிடுவார்கள். அவளைத் தூக்கிக் கடலிலேயே விட்டேன். நொடியில் இருளில் காணாமல் போனாள்.

○

கிராமங்களில் முகம் கழுவியிராமல் அழுக்காக நின்று விளையாடிகொண்டிருக்குமே சில பட்டுவெள்ளைக் குழந்தைகள் அக்குழந்தைகளில் ஒன்றைப்போல் இருந்தாள் அவள். ஒரு இரவில் என் வண்டியை நிறுத்தி ஏறினாள். அவள் வண்டி யேறிய இடத்தில் இன்னும் இரண்டு இளைஞர்கள் நின்றிருந் தார்கள். அவர்கள் ஜேர்மானியர்கள் அல்ல, அரபிய / பெர்ஸிய / அல்பானிய / துருக்கிக்காரர்களாக இருக்கலாம். அவர்களுடன் எதற்காகவோ சண்டைபோட்டுக்கொண்டு வந்திருக்கிறாள் என்பது தெரிந்தது. பிரச்சினை தூளாகவோ / துரோகமாகவோ இருக்கலாம். வண்டி நகரத்தொடங்கியதும்

"*Baumschulen Weg* வரையில் என்னைக் கொண்டுபோய் விடுவாயா" என்று கேட்டாள்.

"இதென்ன கேள்வி அதுதானே எனது ஊழியம்"

"அதற்கு எவ்வளவு பணம் வரும்?"

"இருபது இயூரோக்கள் வரையில் வரும்."

"அப்படியென்றால் என்னை நீ *Plaenterwald*இல் இறக்கி விட்டுவிடு, மீதித்தூரத்தை நான் நடந்தே சென்றுவிடுவேன்" என்றாள்.

"இந்த நேரத்திலா . . . நாலு கி.மீட்டருக்குக் குறையாத தூரமல்லவா அது."

"என்னிடம் பத்து இயூரோதான் இருக்கிறது, அதுதான் எனது கடைசிக்காசு என்றாள்."

"இன்னும் நீ படித்துக்கொண்டிருக்கிறாயா."

"*Arbitur* (பல்கலைக்கழக புகுமுக சோதனை) இப்போதுதான் எழுதினேன். நேற்றுத்தான் *Abiball* (அதற்கான விருந்தும்) முடிந்தது."

"அது சந்தோஷமான சமாச்சாரந்தானே... ஆனால் நீ கவலையோடு இருப்பதைப்போலிருக்கிறதே."

"துரோகம் எங்கிருந்து முளைக்கும் என்பது தெரியாம லிருக்கிறது. எனது 3 வருஷ சிநேகிதன் அந்தப் பார்ட்டியில் ஒருத்தியை அழைத்துவந்து எனது புதிய சிநேகிதி என்று எனக்கு அறிமுகப்படுத்துகிறான் ராஸ்கல்."

மிகவும் உடைந்துபோயிருப்பது தெரிந்தது. பிறவுண் நிறத்தில் கட்டங்கள் போட்ட துணியில் பெரிய கொலரும் பட்டிகளும் வைத்துத் தைத்த அழகான கவுண் அணிந்திருந்தாள்.

சென்றுகொண்டிருந்தோம், அதை நினைத்து இடை யிடையே விசும்பிக்கொண்டிருந்தாள்.

"உன்னிடம் பணம் இல்லையென்றால் பரவாயில்லை. நான் உன்னை வீட்டிலேயே சேர்ப்பிக்கிறேன்."

"நீ நல்லவன், உண்மையான மனிதன் என்றாள்."

"முதல்தடவை கேட்கிறேன் இப்படி ஒரு வார்த்தையை, எப்பிடிம்மா இந்த முடிவுக்கு வந்தாய்."

"உங்கிட்ட ஒரு மனுஷத்வம் இருக்கு, அப்பிடியானவங் களைத்தான் எனக்குப் பிடிக்கும், உனக்கொரு முத்தம் தரவேணும்போலிருக்கு" என்றவள் சற்று நேரத்தின்பின் வெகு இயல்பாகச் சொன்னாள்:

"நீ விரும்பினால் இன்று எங்கூடப் படுத்துக்கலாம்."

தளர்ச்சியான ஈனமான ஒரு குரலைக் கேட்டாலே எனக்கு சகலமும் வடிந்தொடுங்கிவிடும்.

வண்டிக்குள் பயணிகள் தவறுதலாக விட்டுச்செல்லும் பெறுமதியான பொருட்களை எடுத்துப்போய் அதற்கான காவல்துறையின் அலுவலகங்களில் சேர்ப்பித்தபோதெல்லாம் காவல்துறையினர் "*Ehrliche Mensch noch*" (உண்மையான மனிதர்கள் இன்னும்) என்று பாராட்டுகையில் ஒரேயடியாக ஒவ்வொரு அங்குலம் வளர்ந்திருக்கிறேன். அவள் தன் சோகக் கதையை என்னிடம் விபரியாதிருந்தால் ஒருவேளை முடிவுகள் வேறுமாதிரி அமைந்திருக்கலாம். துக்கித்துக்கொண்டிருக்கிற ஒருத்தியை போகிப்பதாவது? இது அன்று எனக்குள் பொறித்த ஒரு கவிதை.

பயணிகள் என் வாகனத்தில் விட்டுச்சென்ற
பணப்பைகள் நகைப்பைகள்
மடிக்கணனிகள் அலைபேசிகளையும்,
காவல்துறையில் சேர்த்த ஒவ்வொரு வேளையும்
அவர்கள் நீ உண்மையான மனிதன் என்பார்கள்
அவ்வப்போ ஒவ்வொரு அங்குலங்கள் வளர்வேன்.

ஒரு இரவில் சவாரிக்குப் பணமில்லாது
தவித்த ஒருத்தியை அவள் வீட்டில் சேர்ப்பித்தபோதும்
அவளும் 'நீ உண்மையான மனிதன்' என்றாள்.
மேலும் சில அங்குலங்கள் வளரலாமெனச் சிந்திக்கையில்
அவள் மனம் நெகிழ்ந்து
'வேணுமால் இன்று நீ என்கூடப் படுத்துக்கலாம்' என்றாள்.
அத்தனையும் ஒடுங்கினேன் அக்கணம்.

○

இத்தனைக்கும் செக்ஸ் என்ற வார்த்தையையோ, இணைப்பான விஷயங்களைப் பேசவே கூச்சப்படுபவர்களுமுண்டு. ஒருநாள் கிழக்குவானம் சிவக்க ஆரம்பித்துவிட்ட நேரம் எமது நடுவகத்திலிருந்து எம்முடன் இணைப்பாளராகத் தொடர்பாடிக்கொண்டிருந்த (வேலைக்கு புதிதாக சேர்ந்திருந்த) ஒரு பெண் "*Kameraden...*" (தோழர்களே) என்றுவிட்டுத் தயங்கினாள். பின் மறுபடியும் "நண்பர்களே . . . என்றுவிட்டு நீண்ட இடைவெளியின் பின் ஒருவாறாக 'அந்த மற்ற வகைக்குள் வரும் கிளப்புகள் *(Clubs von andere Kategorie)* இன்னும் திறந்திருக்குமா' என்று கேட்டாள்.

ஒரு தோழர் வழமையாக சற்று தாமதமாகவே வியாபாரங்களை முடிக்கின்ற *La Belle* என்ற கிளப்பின் பெயரைப் பரிந்துரைத்தார்.

"நன்றி" என்றாள்.

சில விநாடிகளில் கழிந்திருக்கும், பிறகும் அவள் தோழர்களே '*Charlottenburg... Tiergarten*' பகுதிகளில் இன்னும் பெண்கள் உற்சாகமாக வேலை செய்கிறார்களா" என்று கேட்டாள். இன்னொரு தோழர் '*Erotic Club Lady Nina*'வைச் சிபார்சு செய்தார். சற்றுக் கழிந்து மூன்றாந்தரமும் அவள் "இன்னும் சுறுசுறுப்பான பெண்கள் கிடைப்பார்களா?" எனவும் ஒரு தோழர் கடுப்பாகி, "இப்போதானே இரண்டு இடங்கள் சொன்னோம் பிறகென்ன" என்று காய்ந்தார்.

“மன்னிக்க வேணும். சுவீடனிலிருந்து ஒரு பேருந்து நிறைய சுற்றுலாப்பயணிகள் வந்திருக்கிறார்களாம். எல்லோருக்கும் ஏககாலத்தில் பசிக்குதாக்கும் நானென்ன செய்ய . . .” என்றாள் அப்பாவியாக.

○

அன்று பெர்லின் மேற்கு எல்லைக்கு அப்பால் *Falkensee* என்றொரு இடத்திற்கு சவாரி போயிருந்தேன். அதை முடித்துக் கொண்டு திரும்பி வருகையில் ஒரு லிட்டர் வெந்நீர் குடுவையில் கொண்டுவந்திருந்த கோப்பி ஏறத்தாழ முழுவதும் தீர்ந் திருந்தது. நகரத்துக்குள் மீளப் பிரவேசிக்கையில் *Tiergarten* என்கிற மரங்கள் செறிவான ஒரு இடம் வரும். ஒதுங்குவதற்கு நல்ல வசதி. அங்கே ‘17 ஜூன்’ வீதியில் வண்டியை நிறுத்தி விட்டு களிசான் பட்டியைத் தளர்த்துகிறேன்.

“என்னையா தேடுறே . . . *Schatz* நான் இருக்கிறேன் . . .” என்றபடி மரங்களுக்கிடையிலிருந்து ஒரு இளம் பெண் ஓடி வந்தாள். அந்த வீதி பால்வினைத் தொழிலாளர்களுக்கு ஒதுக்கப்பட்ட வீதிதான்.

அவளோ பால்வினைப் பெண்களுக்கான, உடலை வருத்திப் பிடித்திருக்கும் இறுக்கமான உடைகள், தொடைகளை வரித்திருக்கும் பட்டைகள், மார்புகளை ஏந்தானத்தில் வைத்திருக்கும் விறைப்பான கச்சைகள் எதுவுமே அணிந் திருக்கவில்லை. இன்னும் தடித்த லிப்டிஸ் பூச்சு, மிகையான பரிமளங்களின் நாற்றங்களுமடிக்கவில்லை. சாதா *Stretch Top*ம், ஜீன்ஸுமே அணிந்திருந்தாள். சுவாதீனக் குறைவான வளாகவும் தெரியவில்லை.

“*Schatz* உன்னைக் கண்டதும் என்னுடம்பு எப்படிக் கொதிக்கத் தொடங்கிவிட்டது பார்த்தாயா . . .” என்று சரசத்துடன் மேலும் நெருங்கி வந்தாள்.

நான் தப்பிக்க வண்டிக்கு விரைந்தேன்.

“*Hey... Schatz Stop bitte, Du bist mein Mann*” என்றபடி என்னைத் துரத்திக்கொண்டு வந்தாள். (நீதான் என் பர்த்தா.)

தொடர்ந்து வந்தவள் வண்டியின் கதவருகில் நின்று கொண்டு “*Schatz* என்னை நீ இப்படித் தவிக்க விடலாமா . . . எப்படி உனக்கு மனசு வந்தது . . . என் இதயம் வலியில் எப்படி எம்பிக் குதித்து அடிக்குதென்று பார்க்கிறியா . . .”

என்றபடி என் இடது கையை பிடித்துத் தன் மார்பின் மேல் அழுத்தக் கொண்டுபோனாள்.

அநேகமாக பொருட்பெண்கள் இந்த அளவுக்கு வித்தார வார்த்தை ஜாலங்கள் பண்ணுவதில்லை, அப்பப்போ கிராக்கியை அமுக்க ஏதோ கொஞ்சம் பண்ணினாலும் தம் கிரயத்தில்தான் குறியாகவிருப்பார்கள்.

"*Fraulein* (மிஸ்) என்னை மன்னிக்க வேண்டும் . . . இது எனக்குக் காதல் செய்யும் நேரமில்லை. என் பணி நேரம் . . . அதில் காதல் செய்துகொண்டிருந்தேனாயின் என் முதலாளினி இன்றே என்னை வேலையிலிருந்து தூக்கிவிடுவாள், தவிரவும் இந்த ஏழை டாக்ஸிச்சாரதி உனக்குச் சரியான கொம்பனிகூட இல்லை."

எனது அசுவாரஸ்யம் அவளுக்கு எரிச்சலூட்டியிருக்கும் . . . ஆனாலும் அவள் விடுவதாயில்லை, என்னை உசுப்பேற்ற வேண்டிப் பச்சை பச்சையாய் பேச ஆரம்பித்தாள்.

ஏதோ "காப்பி சாப்பிட்டுவிட்டாயா . . . மேலே பீடா போடுகிறாயா . . ." என்பதைப் போல அடுத்தடுத்து வெகு இயல்பாயும், 'பாவம் இவன்' என்ற த்வனியோடும் வந்தன அவள் கேள்விகள்.

"அய்யோ எனக்குக் குளிர் தாங்கலையே . . . அப்போ எங்கேதான் நீ முயங்குவாய்?"

" . . ."

"அப்போ . . . இன்றைக்கு நீ முயங்கிவிட்டாயா . . . நீ"

". . ."

"ஹையோ . . . சொக்கிலேட்டில நான் பார்த்ததில்லையே."

மனுஷனென்றால் அவன் தினமும் முயங்கியே ஆக வேண்டும்.

"இன்னும் முயங்கவில்லைத்தான் பேபி . . . ஆனாலும் உன்னைப் பார்த்ததும் . . ."

உதட்டை கடித்துக்கொண்டு விழிகளை *Search Light*களைப் போல் இரண்டு திசைகளிலும் 180 பாகைகள் சுழற்றியபடி கைகளை மேலே தூக்கிக்கொண்டு உடலை ஒய்யாரமாக பக்கவாட்டில் 'எஸ்' ஆக வளைத்து காட்டி "ஏன் நான் அழகாக இல்லையா . .?" என்றாள்.

நான் வண்டியை உயிர்ப்பித்து வைத்துக்கொண்டு, "அப்படிச் சொல்லிடலாமா, உன் அழகுக்கென்ன ... எந்தா வொரு அம்சமான குட்டி நீ, சும்மா பூமிக்கு வந்தவொரு அப்சரஸாட்டம் இருக்கிறாய். எனக்குத்தான் எப்படிக்காதல் செய்வதென்பது மறந்துபோச்சு."

அடிவயிற்றிலிருந்து காறினாள்.

அது படுவதற்குள் எனது வண்டி இயந்திரத்தின் சுழற்சி வேகமானியின் சுட்டி எம்பி ஐய்யாயிரத்தைத் தொட்டது!

❍

மூளை கபாலத்துள் கொதித்துக் கொந்தளித்துக்கெண் டிருக்கிறது. திசைக்கு *5* பாட்டைகள் வீதம் *10* பாட்டைகள் உள்ள *Bismarck* சாலையில் அசிரத்தையாகவும் கவனக்குறை வாகவும் வண்டியை நான் செலுத்தியிருக்க வேண்டும். சில ஒலிப்பான்கள் எச்சரித்து முன்னேறின.

❍

# மங்களம்

இன்றும் இப்பெருநகரின் கட்டிடக் காடு களைத் தாண்டி *Tiergarten* சிறுவனப்பகுதியையும் கடந்து வந்துகொண்டிருந்தேன். வானம் மிக தெளிவாகவிருக்கிறது. சுட்ட பூண்டைப் போலும் ஒரு நிலவு வனிலா ஐஸ்கிறீம் என மேலே உருகித் தளும்பிக்கொண்டு நிற்பது என் பால்ய நண்ப னொருவனைத் தற்செயலாக வீதியில் கண்டது போலிருக்கிறது.

மழை மந்தாரங்கள், பனிமூட்டங்கள், நகரத்துக் கட்டிட மறைப்புக்கள், மின்னொளிகளால் எத்தனை தண்ணொளி நிலவிய வெண்ணிலவுகளைத் தொலைத்துவிட்டிருப்போம். மனதில் நல்ல கவிதை தரவல்ல பரவசம். இவ்வுலகில் வாழ்ந் திருந்த அத்தனை கோடிப் பெண்களையும் கண்டு அவர்கள் அனைவரதும் மகிழ்வுக்கும், துயரங் களுக்கும், தேவைகட்கும், நியாயப்படுத்தலுக்கும் குறைகளுக்கும், நிறைவுக்கும், வளத்துக்கும், வாழ் வுக்கும் சாட்சியாய் ஒரு மந்தகாசப் புன்னகை வீசிநிற்கும் நிலவின் மேல் காதல் காதலாகக் கனிகிறது எனக்கு.

கொஞ்சத் தூரம் தள்ளிப் போய் வண்டியை மீண்டும் நிறுத்தினேன்.

என் காரியமாக வேண்டும்...

நிலவுடன் சேர்ந்து 500 உவாட்ஸ் மேர்க்கறி தெருவிளக்குகளின் பளீரொளி வனத்துக்குள்ளும் காலுகிறது. அங்கே நெடிதுயர்ந்து வளர்ந்திருந்த

கஸ்டானிய மரமொன்றின் குறுக்குக்கெட்டு ஒன்றில் சற்றே எம்பினால் தொடக்கூடிய உயரத்தில் தேன்கூடு போல ஒன்று மஞ்சளாய் தொங்கிக்கொண்டிருக்கிறது.

இன்னும் கிட்ட போய் பார்த்தேன். அட ... தேன்கூடேதான்.

ஜோனி வாக்கர் நிறத்தில் நாலு சாண் நீளத்தில் இந்தியக் கண்டம் போலும் கூம்புருவில் ஒரு தேன்கூடு, கோரிக்கையற்று தொங்குகிறது.

என்ன ஆச்சரியம். தேன் நிறைந்த பெரிய வதையின் திரட்சியில் ஒரு தேனீதானுமில்லை.

இத்தேனீகளுக்கு தாம் அரும்பாடுபட்டுச் சேகரித்த தேனை கூட்டோடு விட்டுவிட்டுக் கலையும்படி நேர்ந்த அவலம் என்ன ?

அதன் சோகத்தையோ, அவலத்தையோ காண விரும்பாதும், பேச விரும்பாதும், ஆயவிரும்பாதும், பிரக்ஞையற்றும் தன் சுழற்சியில் உலகம்.

'நட்சத்திரங்களின் முழு ஜொலிப்பையும் சிமிட்டலையும் உலகம் நன்கு ரசிக்கட்டுமே' என்று செம்முகில்கள் சற்றே விலகி நின்ற பல இரவுகளில் நீல வானத்தின் பகைப்புலத்திலும் பல விடியல்களில் செவ்வானத்தில் வைலெற் ஊதா மென்னீல முகில்களின் பின்னணியிலும் தொலைக்காட்சிக் கோபுரக்கூண்டையும், *Charlottenburg* அரண்மனையின் மணிக் கலசத்தையும், ஃப்றெஞ்சு வெற்றியின் ஞாபகார்த்தக் கோபுரத்தின் உச்சியில் பறக்கும் தங்கத் தேவதையையும், *Brandenburg* கடவையின் மேல் குதிரைகள் பாய்ந்திழுக்கும் செப்பு இரதத்தையும், பசியமரங்கள் செறிந்தடர்ந்த *Tiergarten* வனத்தையும், அதைக் குறுக்கறுத்து வழியும் கால்வாய்களையும், ஏரிகளையும் கண்டு ஏதோ நாம் தலைமுறைகளாக வாழ்ந்துவரும் மண்ணைப் போலெண்ணி பெர்லினை மோகித்திருக்கிறேன். எனக்கும் மனைவி, குடும்பம், நாலு பிள்ளைகளென்றாகி பெர்லின் வாழ்க்கையின் காலம் ஜாலங்கள்காட்டி மூன்று தசாப்தங்களை மெல்லக் கடந்தாயிற்று. இந்த சரித்திர நகரத்தை ஊழியத்தினாலும், அல்லாமலும் இலக்ஷம் தடவைகளாவது வலம் வந்திருப்பேன். என்றைக்கும் அந்த சவாரிகளும் உலாத்தல்களும் எனக்கு அலுப்பதோ சலிப்பதோ இல்லை.

❖ ❖ ❖

* 9 7 8 9 3 8 2 0 3 3 3 8 7 *

FCW - #0247 - 061026 - C0 - 216/140/23 - PB - 9789382033387 - Matt Lamination

Corporate Capitalism in the Era of Financialization and Intangible Capital

# Studies in Critical Social Sciences



VOLUME 367

---

# New Scholarship in Political Economy



VOLUME 39

The titles published in this series are listed at *brill.com/nspe*

# Corporate Capitalism in the Era of Financialization and Intangible Capital

## Value Forms Beyond Fixity

*By*

Tansel Güçlü

BRILL

ISSN 2666-2205
ISBN 978-90-04-76394-4
ISBN 978-90-04-76396-8 (PDF)
DOI https://doi.org/10.1163/9789004763968

Library of Congress Control Number: 2026937806



Brill and Koninklijke Brill BV are part of De Gruyter Brill.
www.degruyterbrill.com

Questions about General Product Safety Regulation: productsafety@degruyterbrill.com

Cover illustration: Bust of Karl Marx, 1939, by S.D. Merkurov, at the Fallen Monument Park (Muzeon Park of Arts) in Moscow, Russia. Photo courtesy of Alfredo Saad-Filho.

*To the memory of my grandfathers, Ali Rıza Güçlü and Muzaffer Baran, whom I lost far too early, and to the memory of my mother-in-law, Emine Özönder, whom we lost recently. Though they are no longer with us, they continue to live on in our memories through the quiet yet enduring marks they left on our lives.*

*To my beloved aunt, Funda Güçlü Yakut, who continues to live with a challenging illness. Her strength, calmness, patience, and dignity in confronting adversity have been a profound source of inspiration, offering us invaluable lessons about resilience, courage, and the many ways in which life can be affirmed even under the most difficult circumstances.*

*To the memory of my teacher and mentor, Fred Lee, from my years at the University of Missouri–Kansas City, whose courses proved deeply influential and whose intellectual generosity and critical spirit profoundly shaped my thinking.*

*And finally, to the memory of my dear friend and colleague, Mehmet Fatih Traş, a member of Academics for Peace, whose commitment to peace and academic freedom continues to inspire.*

# Contents

# Foreword

The economic world is always changing but the current period feels different: there is a widespread sense that the era is reaching limits, be they social, environmental or economic. Where the change may lead cannot be known with confidence, so the specific responses we might advocate present both an analytical and a political challenge.

How Marxists interpret the present and its connection to the future requires an open mind—at least the analytical predisposition to recognize the possibility of (currently) unknowable but dramatic shifts of cultural, social, environmental and economic significance. While Marx's methodology for understanding historical change through class contradictions remains robust, some of the categories developed by Marx in his critique of capitalist political economy of the 19th century need to be reexamined. How do we tell the difference between general categories of the analysis of capitalism and historically-specific categories? What makes this difficult is that some categories can look to be general because they work for so long, but they eventually turn out to be historically specific because historical events push through the categories. So as Marxists, we face the critical challenge to always test the adequacy of the categories to each period of history. Yet for some, that very framing is heretical: in *Capital*, they contend, Marx gave us the tools to understand capitalism in all its specific historical forms.

The challenges for Marxists in thinking through any dialectics of critique are many, but central is the challenge of reconciling two basic requirements. One is that a materialist method focuses on change and evolving contradictions of capitalism. Marx himself built his analysis in the mid-19th century via a critical evaluation of the theories and evidence that preceded him. Expressing the current forms and particularity of those contradictions is critical to the integrity of that method. The other is that economic laws of motion of value creation and accumulation in capitalism, as described by Marx in *Capital*, are too often held as fixed truths of capitalism as a system: that the categories laid out by Marx give us the categories and relations we need to understand all periods of capitalism, including the present.

Tansel Güçlü's book opens an important reframing of some of the economic dimensions of that analysis, specifically through an understanding of changing corporate organizational forms and of capital more generally. His book argues that "... rather than being timeless and non-historical categories, value and capital are to be seen as historically contingent terms" (p12).

Of course, category development is not in itself a theoretical virtue, as anyone familiar with management theory and its multitude of ephemeral fads will attest. But it would be alarming if Marxism, committed to analyzing the frontiers of class and accumulation, did not hold an open mind on categorical and conceptual development, given the changes in capitalism since Marx was writing 150 years ago. So there is a tension between two requirements which inevitably escalates in times of flux. The former is looking at dynamic changes in class relations and indeed in the meanings and expressions of class and capital. The latter is a commitment to depicting new data trends within conventional categories. Marxism at its best sees these two dimensions shaping each other. At its worst, it sets them at odds, leading to a crucial claim of Tansel's book that some of the standard categories of Marxian economic analysis have become somewhat formalist, and may not be sufficient to explain the critical contradictions of the current era.

Put simply, the question is whether the categories described in *Capital*, developed by Marx in the mid-19th century in a world of steam looms, labor as muscle, simple historical cost accounting, canal transport and the gold standard are appropriate to a world of intangible capital, the gig economy and AI replacing wage work, accounting that prices the future, financial analytics and digital data.

To be clear, the question is not whether these more recent innovations *can* be fitted into the old or standard categories, for no doubt they can. But what gets lost when these processes are compressed into those old categories? And is that compression blocking out exactly what it is that makes these innovations critical to the current period?

Tansel's book is something of a test of this dilemma. At a theoretical level he asks how must the categories be reframed so as to capture most sharply what is happening right now. There is much at stake here. Is the desire to rethink categories like finance, 'unproductive' capital and labor a willful move away from Marxism, or is it bringing Marxism into the 21st century?

What is the test here? There is a scriptural test, which would say that analysis involving deviation from conventional categories, no matter how intellectually interesting the output may be, is simply not 'Marxism', and hence of no interest to a Marxist analysis in the current period. The other, historical, test is whether challenging categories in the light of historical developments and trends is breathing new life into Marxian economics, giving it a contemporary pertinence.

Tansel's book fails the scriptural test, and intentionally so. It makes a case that it is time to push back against the idea that economic 'orthodoxy' is the custodian of Marxist method. Tansel interrogates the changing logics through which capital is valued and projected in contemporary capitalism, where, for the world's biggest corporations, primary assets are no longer land and machines but technology, patents and digital data. He challenges how we understand the role of finance in accumulation when most financial turnover is not about credit but about risk trading, in the process transforming flows into stocks (securitization) and stocks into flows (collateralization). The aim of the book is to "… historicize the corporation, capital and value." (p13). It does so by analyzing the new frontiers of corporate capital, specifically the rise of "… financial model of networks, flexibility and liquidity, with a logic of finance at its core" (p186), as well as the emergence of new forms of capital (such as intangible capital) and new ways of valuing capital.

Does the book deliver on the second test of providing the economic foundations for an understanding of the dynamics of the present period? Well, that's an impossibly big task for one book. But Tansel does present to readers the limitations of legacy Marxism in the current era and addresses the sort of category design Marxists might now need. Tansel's major contribution is not the final word but it should shift the debate about capital accumulation from being about the 'one true Marxism' to a more open debate about a 'fit-for-purpose' Marxism.

We were involved variously in advising, encouraging and assessing Tansel's doctoral research that forms the background of this book. The ideas here have become sharper and clearer and we find them persuasive. We are proud to have had an influence in this work and encourage all who are critical of the direction of the current era to incorporate its challenges to and reframing of Marxist orthodoxy. Within this work is the way of thinking we need to see economic change in dynamic new ways.

*Dick Bryan and Mike Rafferty*
24 February 2026

# Acknowledgements

When I flew to Sydney in March 2014, it was difficult to foresee the point at which I would arrive at the end of my research journey. I had questions, and it was these questions that brought me to Dick. Even so, I could not anticipate the profound transformations in my thinking that would eventually lead me to the answers I sought. Thus, I must begin by stating that I learned a great deal through the process of constructing what I consider to be a 'real' narrative of capital. This book is a substantially revised and expanded version of my doctoral dissertation, finalized at the University of Sydney in 2019.

I would like to express my gratitude to all those who have contributed to this study in one way or another. There are many friends, comrades, and intellectuals who have shaped my intellectual life and, in doing so, influenced the formation of this work. However, the central figure of this journey is my supervisor and beloved comrade, Dick Bryan. From the very beginning of my intellectual life, his work has been profoundly illuminating for me. Over time, our relationship has evolved into a true companionship, grounded in thinking through shared problems together. I am deeply grateful to Dick Bryan for his guidance throughout this study. I have benefited enormously from our discussions during the writing process. Without his academic support, personal engagement, trust, patience, and openness, completing this study would have been far more difficult.

Another significant intellectual contribution throughout this process came from Michael Rafferty. His insights have always been illuminating, and his interventions encouraged me to engage carefully and critically with key ideas at crucial moments. He never allowed me to get stuck and consistently directed me toward important readings. Thank you, Mike.

I am also grateful to Mike Beggs for reading early versions of this work and for the valuable comments he provided. My sincere thanks go to the community of the Department of Political Economy at the University of Sydney for the generous support and constructive feedback offered during seminars. I would also like to extend special thanks to Chris Jefferis, whose support proved invaluable at critical moments of this study. I should not fail to express my warm thanks to David Harvie and Robert Wosnitzer, who read the work in its early stages and provided extensive and deeply thoughtful feedback. I am honored that, as external readers with a deep understanding of the subject, they generously shared their time and expertise throughout this process.

I am indebted to Özgür Orhangazi, Fuat Ercan, Funda Barbaros, the late Osman Aydoğuş, Aykut Lenger, Derya Gültekin, Şebnem Oğuz, Özgür Öztürk,

Barış Alpaslan, Ahmet Önder, Emre Özcan, İlhan Döğüş, Ali Alper Alemdar, Bayram Güneş, and Sedat Acar for their critical intellectual contributions to my thinking over the past twenty-five years. I also deeply appreciate the ongoing support of my friends and comrades. In particular, I would like to emphasize the companionship of our Sydney community: Gil Hizi, Claire Parfitt, Javier Recabarren, Sırma Altun, Valentina Curcetti, Matt Costa, Llewellyn Williams-Brooks, Elizabeth Humphrys, Kiran Maharjan, Darius Sepehri, Rhys Herden, Troy Charles Henderson, Stuart Rollo, Roni Demirbağ, Elisabetta Peruzzi and Toby Rogers, as well as my beloved UMKC community: Erik Olsen, Alejandro Garay, Liudmila Malyshava, Mitch Green, Avraham Baranes, Sudeep Regmi, and all the heterodox comrades in the department.

Finally, I am profoundly grateful to my family for their unconditional support: my mother, Ayhan Güçlü; my father, Bülent Hilmi Güçlü; and my brother, Caner Güçlü. Above all, I owe my deepest thanks to my beloved wife, Özgül Özönder Güçlü, for her unwavering love and support. Özgül, without you, I would never have completed this book.

# Figures and Tables

## Figures



## Tables

# Introduction: on Financialization, Intangible Capital, and the Liquid Corporation

On September 15, 2008, Lehman Brothers (the fourth-largest investment bank in the United States, with assets exceeding $600 billion) filed for bankruptcy, sending shockwaves through global financial markets. In the days leading up to its collapse, liquidity evaporated: short-term credit lines were not renewed, counterparties lost confidence, and valuation models for securitized instruments diverged dramatically. Balance sheets that had once been seen as fortresses of capital turned into zones of uncertainty. Lehman's real 'value' was no longer tied to backlogs of deals or to real estate; it was precariously suspended in the fragile interplay of short-term funding, credit spreads, and market belief. The collapse exposed a harsh truth: if a corporation's 'capital' is structured around expectations, contingent liabilities, and financial flows, then a shock to liquidity can bring the entire edifice down.

Yet this logic is no longer confined to financial institutions. Microsoft, for example, has recently reported goodwill and intangible assets exceeding $140 billion (a figure that now constitutes a central component of what we call its 'capital'). But much of this value is invisible in traditional accounting logic: it resides in licensing agreements, software ecosystems, patent portfolios, and user networks (not in brick and steel, but in a world of relations and expectations). The rise of large corporations such as Microsoft and Apple exemplify how corporations are no longer organized around fixed assets but around the orchestration of liquidity and intangible flows. While Lehman's collapse revealed the dangers of liquidity shocks, Microsoft's ascent demonstrates how the logic of liquid organizing has become commonplace even among non-financial giants. For quite some time now, what we have observed is the breaking apart of a corporate form anchored in fixed structures; the corporation has shifted away from reliance on fixed assets and toward a form resting on the fragility of finance-like networks.

These episodes (dramatic though they may appear) are not anomalies but indicators of a deeper reorganization of corporate capitalism. Even leading firms now derive their power not from fixed assets but from liquidity flows. This reorganization not only generates practical concerns for firms and investors, but also raises theoretical questions about how we should conceptualize value and capital under conditions where liquidity and intangible forms of capital predominate. While the growing interest in this topic in heterodox literature is driven by an effort to explain this transformation in material reality,

 | HTTPS://DOI.ORG/10.1163/9789004763968-002

the extent to which this transformation necessitates changes in theoretical categories remains a subject of debate.

In this context, studies of finance have come to the fore in the economics and wider social science literature particularly in the last quarter of the century. Affected by the same conditions, both Marxist and heterodox schools have shown interest in the phenomenon of finance, or commonly referred to as 'financialization', due to its widespread impact. Whilst the term is sometimes used to describe a change in social practices of everyday life (Martin, 2002 and Langley, 2008), it is more commonly associated with the dominance of the finance industry in economic activity and of the financial assets among total assets (Dore, 2002). However, the concept lacks an agreed-upon and coherent meaning. Among the various attempts at a broad definition, Epstein's (2005, p. 3) definition is the most widely cited one. He defines financialization as "the increasing role of financial motives, financial markets, financial actors and financial institutions in the operation of the domestic and international economies". The appeal of this definition lies, no doubt, in its inclusion of a range of issues and perspectives, while remaining silent on the way in which financialization intrudes our understanding of 'value.' It is unclear how we should incorporate financialization into theories and measures of value. Regardless, it is an important contemporary issue. Yet such definitions tend to bypass the question of value—a gap this book addresses by re-examining value categories under conditions of intangible and liquid capital. Beyond this, what remains absent in such definitions is not only the question of value in general too, but the very form through which value is expressed—a problem central to this book and revisited in Chapter 6's discussion of the value form.

When we look at analyses of the dominant present-day Giant Corporations, such as Apple Inc., Alphabet (Google), Meta (Facebook),[1] and General Electric, the finding that the financial investments of these companies exceed their 'real,' 'fixed' or 'tangible' investments is frequently emphasized. Some analysts hold the idea of the 'financialization' of these 'nonfinancial corporations.' To be more precise, there is a widely held view dominantly referring to the fact that such corporations hold an excessive amount of financial assets or non-operating profits on their balance sheets. The argument underlying this view is that funds which 'should' be invested in 'real' investments are being channeled to the financial realm, even within relatively small-scale firms. In the same context, companies are often compelled to pursue short-term goals due to the dominance of strategies aimed at maximizing shareholder value.

1 Facebook changed its name to Meta in October 2021. In the text, I use both depending on specific purposes.

As a result, the idea of finance having a negative impact on capital accumulation dominates perceptions. There is an implicit postulate here about the source and measurement of value in relation to finance; yet the framing of the definitions of 'financialization,' and certainly Epstein's, simply elides this question.

The objective of this research is to bring the issue of value and valuation (in the context of transformations in value forms and anchors) to the fore, challenging the way Marxian and other heterodox traditions appear to be engaging issues of 'financialization' in the post-1980s period or the period what is generally called 'neoliberalism'. The basis of the proposition is the idea that the formal categories on which all theories of value rest are actually historically specific, but we are too inclined to treat them as historically invariant. We must be open to the proposition that 'financialization' involves not just the *increasing* role of financial dimensions (Epstein's emphasis), nor even just the transformative role of that increase, but that it may challenge the very way we understand value and the accumulation of capital. This work is thus built upon the proposition that the present-day giant corporations mentioned above, unlike the giant corporations of the first two thirds of the 20th century, can most adequately be understood by 'financializing' the categories by which value is understood. This also entails, as will be developed in Chapter 6, a re-examination of Marx's notion of abstract capital in the light of liquidity and intangibility. Furthermore, within the same chapter, it is emphasized that consideration must also be given to the historicity of the form of value, as capital expresses itself in more abstract forms through new and liquid forms of value on a global scale. In this context, value form refers to the various processes of asset formation through which value expresses itself. It also encompasses a process that transforms capital accumulation not only in its quantitative aspects but also in its qualitative dimensions, such as labor processes.

A concrete issue regarding how we approach value in relation to these new giant corporations is associated with the rise of 'intangible' forms of capital, which now has profound implications for labor processes, for how we analyze the 'knowledge economy', and for the associated contractual relations. While intangible capital is not new, it is now having a significant impact on theories of value, both Marxian and standard accounting. As it is now a major asset class of these corporations, intangible capital cannot remain as an exception; it must become the centerpiece of an understanding of value, if the theories of value are to have the capacity to explain these frontiers of capitalist development. The increasing proportion of financial assets in the total assets of these companies, and particularly the growth of turnover in financial assets compared to fixed assets, is a fact. This is neither temporary nor 'speculative', rather integral to accumulation strategies. Associated with this, the growth of shadow banking and the merging of the financial sector into corporate profits have also seen increasing growth (Nersisyan & Wray, 2010; Ari, Darracq-Paries, Kok, & Zochowski, 2017).

The 1970s proves a critical turning point in this analysis. Generally, the identification of this period as a turning point is posed in terms of the end of the post-war boom, the decline of the welfare state, the beginning of 'neoliberalism,' 'globalism' or 'financialization,' or the latest long wave characterized as financial expansion (Arrighi, 1994). This period is also the historical context in which financial derivatives emerged in the environment of interest rate and currency risks. This was itself the catalyst of a process of financialization that formed the financial logic of production and distribution (see Bryan & Rafferty, 2006). To be precise, the development of derivative markets (futures, options and swaps) proved critical to financialization for they enabled the creation of liquid (tradable) positions for various financial risks, which had a profound impact on corporate strategy and accumulation. It has created an innovation for trading discrete 'attributes' of capital, which is a revolutionary development for the creation of the world of flows and liquid assets. Additionally, it has enabled new calculative drivers for decomposing, valuing, and commensurating different forms of capital. In effect, this new calculative process—what Martin (2014) calls the 'social logic of the derivative', presents an implicit challenge to the way we think of 'value.' Throughout this work, the term 'liquidification' of capital is used to distinguish it from the concept of 'liquidation of capital' which has other meanings, such as the breaking up of insolvent companies.

In association with this development, the frontiers of capital, and the giant corporations that are the focus of this text, underwent profound changes. These corporations were viewed as a set of risk exposures in the process of valuation, with their individual components being eminently separable and tradable as a result of these innovations. As previously mentioned, the management of financial assets (and liabilities) and intangible assets became central, leading to the creation of specialized departments for financial investments and asset management. Giant corporations once admired or hated for their monolithic scale and juggernaut capacities now have, as their 'leaders,' corporations that are flexible, spatially decentered and with ambiguous attachment to processes conventionally depicted as 'production,' based on the fixity of capital accumulation.

Accordingly, it must be asked whether it is possible to classify these corporations as both 'financial' and 'real' simultaneously. Alternatively, is there some different sort of classification needed that is beyond the real/fictitious dichotomy? And more importantly, is it historically reasonable that capital could only be defined in terms of its attachment (to a company or a certain fixed form)?

The answer of these questions, this work contends, is found within in an analysis of the changing form of corporations and of capital. To do this, we have to go back to the history of capital and trace the evolution of calculative forces as an accumulation dynamic. Therefore, rather than being timeless and non-historical categories, value and capital are to be seen as historically contingent terms. This study narrates a historical account of the evolution of value and capital from the accounting practices of the mid-19th century based on the emerging systematic cost-based accounting to the mark-to-market accounting of corporate capital, framed by the logic of finance.

This study is organized into four periods: The first period spans from the late-19th century to the late 1920s, during which large corporations were constructed. The second period, from the Great Depression to the 1970s, is characterized by the consolidation of large corporations and their control by the state. The third period, the 1970s, is marked by significant change. Finally, the period from the 1980s is depicted as the period of the financialized corporation, leading to the emergence of the 'liquid corporate forms,' over the 2000s and 2010s.

This work does not aim to provide a comprehensive history of capital. Furthermore, the aforementioned dates do not always fully comply with the changes that drive this periodization, as they do not fit into clean temporal delineations. Instead, these four periods serve as the foundation for running three parallel analyses: the evolution of large corporations, the role of capital valuation by the accounting profession and financial analysts in this evolution, and the developments in the Marxian (and related) theories of capital and value to some extent.

This study therefore examines the development of corporate accounting and financial management since the formation of Joint Stock Companies in the mid-19th century. It traces the historical evolution and calculative agenda of the accounting profession and financiers of the second half of the 19th century, followed historically by the fundamental analysis of Graham & Dodd (1940, first published in 1934), the portfolio selection of Markowitz (1952 and 1959) and the derivative pricing formulas of Black and Scholes (1972) and (1973). This process has undergone a gradual evolution, culminating in the analysis of contemporary 'tech' stocks referenced at the outset of this study. It follows the relationship between the evolving forms of capital and accumulation and the changing techniques and conceptual categories by which they are theorized and measured.

The additional parallel concerns how Marxism and related heterodox traditions evolved (or did not) in response to the developments outlined above. As giant corporations expanded throughout the 20th century, a number of Marxist 'responses' emerged—most notably the monopoly capitalism school, though it was not the only one. The aim of this work, however, is to evaluate how adequate these responses have been in addressing their objects of analysis. While accountants and financial analysts struggled to devise functional measures of capital for the purposes of managing and directing it, Marxism had the liberty of stepping back and providing a critical evaluation. Yet it remains an open question whether this liberty served Marxism well or whether it caused Marxism to lose contact with key turning points in the evolution of capital as a class project.

Hence, this work aims to historicize the corporation, capital and value. The focus is on the 'giant corporation' not because they are necessarily the most important institutions of accumulation in capitalist economies, but because they are critical frontiers of development and innovation regarding accumulation. They are also held as a critical object of analysis by both the accounting profession and within the framework of Marxism. The argument does not claim to apply to all giant (or large) corporations, nor does it claim to cover all periods with equal precision. Rather, this historical approach is used to draw out the key events, contributions, and problems that have driven the evolution of analysis. As such, this work is as much related to the analytical method as it is one of theoretical history. While this presents us with a broad agenda (perhaps too broad), this work is an attempt to challenge the current direction of Marxist theory by using a Marxist historical method.

To develop the analysis explained above, Chapter 1 begins by looking at the formation of joint stock companies from the mid-19th century, which served as the foundation for the development of large corporations. With the separation of ownership and control, the expansion of stock markets gave way to a duality (or dual understanding) of corporate value, which was observed and influenced by the emerging 'accounting profession' and 'financial analysts.' The chapter examines the parallels between their framing and that of classical economics, particularly the Physiocrats, Smith, Ricardo, and Marx.

Chapter 2 analyses the foundation of the managerial control of the giant corporations under the post-war Keynesian policies. These policies emphasized the pursuit of full employment, full-time wage labor, benefits, and a stable system of currency under the Bretton Woods Agreement. The chapter also considers the parallel valuation companion of Berle and Means (1933) and its accounting dimension.

Chapter 3 deals with the issue of increased volatility following the collapse of Bretton Woods and its 'anchors.' The chapter also examines the evolution of calculative dynamics of capital in the form of financial practices as a discipline on investment. The role of derivatives is identified as a critical turning point in this context.

Chapter 4 examines how giant corporations responded to volatility and reorganized under the pressure of the drivers of financial accumulation. This was achieved through the expansion of contractual relations in terms of unbundling fixed capital. Additionally, there was a rise in the intangible composition of corporate capital during the 1980s and 90s.

Chapter 5 argues the strikingly distinct working environment of today's modern (giant) corporations such as Apple Inc., Microsoft, Meta (Facebook), and those sorts of intangible-capital weighted companies. It also explores their value dynamics, which represent the new frontiers of corporate capital that have purged fixed capital.

Chapter 6 discusses the theoretical reconceptualization of capital, value, and the *Liquid Corporation* as a new unit of accumulation that generates a world of flows, or liquid capital. This chapter contends that while much of the analysis conducted under the name of Marxian value theory fails to capture the critical dimensions of these new corporate giants, Marx's concept of *abstract capital* and the possibilities opened by his value-form analysis as developed in the Marxian literature, provide critical insights into theoretical framing of finance.

Chapter 7 concludes by investigating the future research possibilities.

A note on terminology: The use of the term 'liquidized capital' to depict a range of financial changes after the 1970s has already been noted. It should also be noted that the terms 'giant', 'large', 'monopoly', and 'transnational' used interchangeably to describe corporations are applied interchangeably throughout the work. The reason for shifting between terms, rather than adopting a single adjective, is to attempt to reflect the term used in the relevant debates being engaged with.

CHAPTER 1

# The Evolution of Joint Stock Companies and the Value Problem (1850–1920)

## 1 Introduction

The increasing size of business units in the form of JSCs characterized the history of capitalism from the 18th century until now. The antecedent form of JSCs came in the way of joint ventures of traders that were supported by empires or state regulators in the 16th century. However, the form and content of JSCs have changed according to changes in the economic environment. In the second half of the XIX century, the gradual emergence of large markets where the ownership of companies could be traded in the form of shares led to the development of a concept of ownership as a corporate entity, separate from the management of the company. Trading on the market on the unstable character of the instantaneous value of the company as a whole led to the emergence of a class of professional accountants working on the valuation of both the financial actors and the corporate capital of the company. As a result, a class of professional managers and technical experts began to exert control over the physical (tangible) production structures of companies. It would be a while before the significance of this development was fully acknowledged by scholars.

Although it is one of the most important institutional changes in capitalism, the work of Adolf A. Berle Jr. and Gardiner C. Means (1933) entitled *'The Modern Corporation and Private Property'*, published in 1933, was the first such major study of this development. Berle and Means' work inspired a great deal of interest in the nature, operation and economic significance of the 'managed corporation'. Prior to its publication, there had been some developments in accounting practice (or the mode of valuation) to accommodate the modern corporation.

On the other hand, it is important to note that Marx's theory of value was developed during the emergence of the modern corporate form. While Marxian value analysis has been elevated to the status of a formal theory, it is crucial to recognize that Marx was only witnessing the early development of JSCs. Therefore, Marx's historical context is significant. He comprehended the importance of investment growth and how JSCs facilitated this development. However, his focus here was not the institutional form of these corporations

 | HTTPS://DOI.ORG/10.1163/9789004763968-003

but the process of value creation in which they were involved. The early corporations and stock exchanges had to operate and develop their own processes of calculation as they historically took certain forms. It is reasonable to question where the development of corporate calculation in the JSC parallels the development of the Marxist value theory. In doing so, we also open a creative door for reflections on how one side of the Marxist theory of value is historically embedded and how it should be developed.

This chapter explores the 19th century developments in the form of the JSC, Marxian value theory and accounting practices, as well as the ambiguous relationship between them. This issue develops from one of mere historical interest into one of 21st century significance, as this ambiguous relationship remains an ongoing issue throughout the next century and a half. Accounting practice is a discourse and a language used in the formation of capital, and is influenced by material conditions. Forms of accounting and valuation are devices used by capital in the course of building new materialities as a means to monitor itself in a changing world. The evaluation of concepts developed by capital in the course of changing material conditions is strongly related to changes in the corporate form of capital.

Section 2 begins by explaining the rise of JSCs in the 19th century, as a separation of ownership of capital from capital itself, and engages with this process using Marx's abstractions. The subsequent section (3) describes the birth of professional accounting, which corresponded to the need for ownership accountability and the measurement of value (and profit) circulation through the JSCs. Section 4 explains the formation of analytical categories and debates on the concept of value from the perspectives of accountants and classical economists. Finally, section 5 presents a conclusion.

## 2 The Evolution of the JSC and Abstract Capital

The second half of the 19th century witnessed an emergence of a new type of economy and corporation. According to Chandler (2004, p. 3), the Modern Industrial Enterprise played a fundamental role in transforming Western economies, particularly in the US, Britain, and Germany, which accounted for over two-thirds of the world's industrial output in 1870. The process of deep transformation, driven by large-scale production after the Industrial Revolution, gradually changed capital accumulation with the increasing influence of stock markets, which made tradable ownership possible.

Whilst the history of the corporate structure as a form is a long one, its critical turn relates to three Acts of the British Parliament. The first of these acts was the repeal of the South Seas Bubble Act in 1828 by the UK. This Act had been introduced in the belief that JSCs were inevitably speculative and financially volatile. The second was the *Joint Stock Companies Registration and Regulation Act* of 1844. This Act was the first legislation to differentiate between a JSC and an ordinary private partnership, which made some of the privileges of incorporation generally available upon registration (Henderson, 1986, p. 112). This allowed for multiple owners and the sale of shares could be sold on a secondary market, enabling the diversification of company ownership.

Following the Joint Stock Companies Registration and Regulation Act of 1844, *the Limited Liability Act* of 1855 legally permitted companies to register with limited liability in England. This was accompanied by a series of fixed rules that aimed to protect the rights of these owners. The Joint Stock Companies Act (1856) and the Companies Act (1862) removed the restrictive qualifications of the Limited Liability Act. With the exception of banks and insurance companies, all that was required for the (share) capital was for seven people to sign a Memorandum of Association, register the company's office and advertise its status by calling itself 'ltd.' (Micklethwait & Wooldridge, 2003, p. 52). In practice, this difference means that the responsibilities of managers and shareholders are separate. For example, while companies as legal entities (and managerial board on their behalf) are liable for debts, shareholders are not. From the point of view of capital accumulation, limited liability delineates the division between the 'permanent capital' of the company and its capitalized ownership, and thus from a valuation standpoint it also implies the disparity between total value of the capital of companies (assumed permanent), whether reproduced or yet to be reproduced, and the value of shares as capitalized ownership. Marx referred to the rise of limited liability as a critical historical turning point of capital accumulation. The purchaser of company stock places their stock at the mercy of the market, no longer in their personal wealth. Capitalist accumulation is depersonalized, and the corporate entity acquires its own 'personality' (De Vroey, 1975, p. 5; Mark, 1987). However, it was still a long way from the 'shareholder capitalism' of fully limited liability companies as we know them today.

The timing of these legislations is noteworthy as they coincided with the British Factory Acts, which restricted the length of the working day and week, and prohibited the employment of women and children in factories. Marx (1976, p. 635) links these latter acts with the shift from formal to real subsumption of labor, where companies had to compete through technological innovation rather than worsening working conditions for workers. Technological competition, particularly in emerging industries such as textiles, mining, and heavy industry, often required scales of production that exceeded the financial capacity of an individual capitalists. The JSC provided a clear financial solution to this. The connection between the conditions of labor and employment and the changing organization of corporations will be an abiding theme of this analysis. The rise of JSCs from the 1870s onward was a significant development, certainly marking an emerging new era of capital.

The advent of the JSC brought about a series of significant changes. Firstly, modern JSCs required *permanent invested capital* due to the development of industrial capitalism. This led to the emergence of the concept of *permanent enterprise*, also known as 'going concern.'[1] In fact, during the so-called mercantile phase of capitalism (between 16th–18th centuries), a time when the huge fixed capital investments of industrial capitalism had not yet developed and there were no stock markets, state-backed companies had been set up for long-distance trade, particularly by sea. Despite their immense proportions, there was no distinct and clear ownership structure to distribute their profits, nor did they possess a significant mass of capital with clear boundaries, or a clearly identifiable individual boundaries to encompass it under their umbrella. However, with the emergence and development of industrial capitalism in the 19th century, the capitalization of ownership in the form of shares and the necessity for a certain fixed mass of capital to be safeguarded under a corporate entity necessitated a reorganization of the financing mechanisms of this novel corporate structure. Thus, with the emergence of large-scale industry investment, companies sought forms of funding that was not of a 'one-off' nature. In accordance with this, a conception of profit distribution was required that was not merely conceived as a division of the surplus of a single venture. The relationship between the present and future was thus integral in forming the concept of corporation as a permanent entity, and with implications for the accumulation of capital (such as the emergence of long-term fixed capital). The company's capital must have a permanent component that requires continuous financing. This has led to the development of a new concept of profit that differs from the traditional one. Thus, how much revenue to distribute to owners and how much to preserve for the future of the corporation became a point of contention.

1 Although the concept of 'going concern' first appeared in accounting literature in the late-19th century, which is the focal point of this chapter, the definition by Commons (1924, p. 375) is generally used as a reference point: "Growing out of this point of approach and in order to do justice to the parties in view of the relations and obligations previously assumed, the courts have built up the joint concept of individual and society, above referred to, namely a 'going concern' *which acts as a unit, through composed of individuals, and is endowed with many of the legal attributes attached to individuals.*" For more, see also Commons (1924b), Biddle (1990), Ramstad (2001) and Bortis (1997).

Secondly, the nature of ownership underwent significant changes, with the rise of the stock exchanges giving rise to a liquid market for corporate shares. Ownership could be bought and sold in small parcels with potentially rapid turnover. The issue of increasing the liquidity of the company, or in other words the capacity for liquid assets, and hence the capacity to buy and sell assets quickly and without loss of value—is an abiding theme of this analysis, since throughout the 20th and 21st century we will see increasing liquidity as an emerging objective of the company. With the company now established as a distinct legal identity, share ownership differs significantly from traditional partnerships. Indeed, a 'share' grants its owner rights to capital gains and losses, dividends out of profits and voting rights at company meetings. However, it does not provide direct ownership over a portion of corporate assets. Therefore, a share can be considered a derivative, providing exposure to the company's performance but not direct control over its assets, particularly fixed assets.

In effect, the secondary markets, where corporate assets were exchanged for cash and the general public was brought together as investors, originated in London in the late-17th century under the name 'coffee houses.' The most notable of these was Lloyd's Coffee House (Herschaft, 2005, p. 170; Neal, 1990, p. 17). These houses to become the formal setting of stock exchanges due to the increasing demand for corporate assets and grew at a rapid pace. During this period, transactions involving government securities dominated the stock exchange markets (Edwards J.R., 1989, p. 104). For instance, the Million Bank, apart from its initial year of operation (1695–1696), functioned as an investment trust rather than a bank, primarily investing in government financial instruments, particularly annuities (Mirowski, 1981, p. 560). The first regulated exchange was established in London, and the modern Stock Exchange was born in 1801.

The transformation of the capital market structure became visible as dominance shifted from state debts (securities) to company securities after the mid-1830s. The Industrial Revolution had a considerable influence on this development, with railways playing a significant role in the capital mobilization process. This industry widely affected the shape of capital markets.[2] In addition, it is important to highlight that the development of the railway industry was a significant factor as cited by Arnold and McCartney (2008, p. 1187)

2 The impact of the merger movement on the managerial and organizational aspect of the large-scale companies in this era is beyond the scope for our purpose. For further information, see Payne (1967).

in their review of the literature.[3] Subsequently, other sectors were drawn to the stock markets, and this trend spread throughout the economy in the latter half of the century.

The share (ownership) market expanded in parallel with the growth of a more sophisticated financial system (Grossman, 2002; Rutterford, Green, Maltby, & Owens, 2011). The number of registered companies increased from 1,000 in 1858 to 2,000 in 1864. According to Edwards (1989, p. 105), there were about 9,000 companies in existence as of 1884, with the number blossoming to over 60,000 at the start of the First World War.[4]

Throughout the 19th century, the London Stock gained significance as banks, railways and insurance companies dominated it, accounting for 80.1% of market capitalization in 1850 (Acheson, Campbell, Turner, & Vanteeva, 2014, p. 9).[5] Therefore, such companies provided extra centralization for corporate shareholding, which supported the expansion of stock markets.[6]

The third change brought upon by the rise of JSCs was that they involved the separation of management and ownership, and hence, what later became known as the 'principle-agent problem' (as a topic that has been debated for the last 50 years). This refers to the possibility that managers, acting as the agents of owners, may have agendas and interests that diverge from those of the owners. This separation between ownership and management had been developing throughout the 18th and 19th centuries (Ireland, 1996, p. 42). However, the legal incorporation of the JSC along with the growth of stock exchanges since the 1850s, altered this process dramatically. This development

3 However, Arnold and McCartney (2008, p. 1202) posit that the canal industry at that time was generally disinclined to differentiate between income and capital accounts and was indifferent to the calculation of profits. In addition, the argument put forth by these scholars is that it is more plausible to suggest that in labor-intensive industries, modern accounting techniques of the period came into play, and that such a financial reporting process was related to the concentration of capitalist production and labor process. It is indubitably a crucial factor to exercise calculative control over wage labor as variable capital.

4 It should be noted that in finance the focus was on various types of transferrable securities, particularly for newly formed JSCs, rather than government securities (Michie, 2001, p. 56). The Daily Stock and Share List in London, which was renamed the Stock Exchange Daily Official List in 1899, included 835 corporate securities in 1867 when it was first published in 1867, and then 4500 in 1914 (Edwards J.R., 1989, p. 105).

5 In the 19th century, the UK was at the forefront of the establishment of stock markets, with more developed funding opportunities compared to the US markets (Davis, 1966).

6 While the separation of ownership and control was a widespread occurrence, the roles played by centralized stock exchanges or investment banks varied across different countries (Tilly, 1989).

intensified the necessity for the implementation of standardized accounting practices, as financial actors, or in other words, shareholders, required a framework to evaluate managerial decisions and overall performance.

The changes here were profound. As there were many investors in different situations, the pursuit of profit *alone* was not a sufficiently specified agenda. Although not yet at the same level as today, managers and owners with different interests expected varying rates of return and sought different insights into the future of the company over different timeframes. An accounting framework to reconcile these power centers positioned at different points about the company was therefore essential. The need for precise accounting, that would help facilitate deliberation, thereby arose in parallel with the growth of JSCs. The London Stock Exchange made the reporting of accounts obligatory in 1881 (Edwards J.R., 1989, p. 105).

The separation of ownership from control has opened up new frontiers for capital accumulation, which can be commodified (or assetized). On the one hand, a separate sphere of commodity-assets was opened up through shareholding in a 'bit' of company capital through stock registration, while the production of profitability became the domain of giant corporations organized as separate entities to employ physical capital. These companies are now the central unit of accumulation and surplus-value production. The focal point of the equity owners shifted to the capitalized value of the company and its prospective yield; ownership therefore became the right to access the expected profits and to hold the 'capitalized value form'. Therefore, the funding needs of corporations were directly associated with the growing size of financial markets (for the issuance of equities and bonds). Hence, the formation of financial markets could be considered as the supplemental characteristic of this type of corporation. On this basis, early investment banking practices gradually began to market corporate securities (White, 1986; Morrison & Wilhelm, 2007).

In brief, the rise of stock markets and equity forms began to alter the way company performance was evaluated. Herein lay the basis of a conception of the need to value 'capital', because an investor in the liquid stock market could see shares in different companies as alternative objects of investment. Therefore, a basis for comparison was necessary in terms of asset value, risk, and expected rate of return.

Beyond the need of individual investors for 'investor choice', the valuation of corporations individually implied a valuation of 'capital' as something that all corporations have in common. While it was never framed this way for stock markets, this process resonates with a concept of capital-in-general, or what Marx called *abstract capital*. Therefore, individual companies could be viewed as a concrete expression of abstract capital. The existence of a liquid market for a particular form of capital can be considered as the historical precondition for the theoretical concept of abstract capital. From this abstraction, we can now conceive of the idea of a particular part of capital such as a corporation, having its own 'fundamental value', conceived as its particular measurement in relation to abstract capital. To elaborate more, the emergence and development of a market mechanism for valuing company capital led to the marketing of company capital in the form of shares. This made it the subject of a separate market, comparable to the value of the capital of other companies, also in the form of shares. The concept of abstract capital, which is commonly understood as a commonality among all individual capitals, can be viewed as a concrete and dynamic historical process within the context of the developments of financial markets. In this context, the value of different companies in the form of shares has constituted to a common measure. In other words, we can say that corporate capital in the form of shares has become more abstract and commensurable with other corporate capitals.

We will return to the historically dynamic abstract and individual capital relation in Chapter 6, after the 20th century evolution of 'corporate' capital is clarified. However, it warrants noting at this point the premise of this proposition: that the evolution of the calculative agenda and finance requires an evolving notion of fundamental value and of abstract capital in motion. Capital must be both a theoretical and a historically contingent category at the same time.

Implicitly cognizant of this requirement, the nascent 19th century accounting profession sought to build up material 'fundamentals' to value corporations by centering upon their 'inside' asset structure to build up 'proper' performative metrics. In conjunction with this development, shareholders began to demand more information quantified in accounting disclosure. Therefore, in the course of gaining separate institutional character, the relationship of companies with creditors and shareholders was changing alongside the changing forms of corporate finance, or, in other words, the two were evolving in parallel.

Particularly for the major investors, their position as shareholders remained akin to that of partners, because they were holding large tranches of high-value shares, which granted them significant voting power and thereby the capacity to be personally involved in company management (Maltby, 1998, p. 22). However, this did not result in conflicts on company boards during the early decades. It appears that, especially during the period between 1885 and 1914, investors molded into a homogenous whole in their attitudes towards each company (Jeffreys, 1938, p. 157), with the assets of the company administered by the managerial class (Neocleous, 2003, p. 156).

According to Marx, the changes associated with the emerging form of the JSC represent a significant break in the history of capitalism. In the 27th chapter of *Capital Volume III*, Marx (1991, p. 567) identified the following three critical changes:

1. There was a tremendous expansion of the scale of production and of enterprises, which would be impossible for individual capitals. At the same time, enterprises that were previously government ones, become social.
2. Capital, which is inherently based on a social mode of production and presupposes a social concentration of means of production and labor-power, now takes the form of social capital (capital of directly associated individuals) in contrast to private capital. Its enterprises appear as social enterprises as opposed to private ones. This represents the abolition of capital as private property within the confines of the capitalist mode of production itself.
3. Transformation of the actually functioning capitalist into a mere manager, responsible for managing other people's capital, and of the capitalist who owns capital into a mere owner, a mere money capitalist. Even if the dividends that they receive include both interest and profit of enterprise, *i.e.* the total profit is still drawn only in the form of interest. This is simply a reward for capital ownership, which is now as completely separated from its function in the actual production process. The manager's salary is or should be considered as the wage for a certain kind of skilled labor, and its price being regulated in the labor market like that of any other labor. Profit thus appears as simply the appropriation of other people's surplus labor from the transformation of means of production into capital, rather than justifying interest as a part of profit from the borrower. This arises from the estrangement of the means of production from the actual producer their opposition as the property of another, vis-a-vis all individuals really active in production from the manager down to the lowest day-laborer. In joint-stock companies, the function is separated from capital ownership. Therefore, labor is also completely separated from the ownership of the means of production and of surplus labor.

For Marx, the focus of change was not about management or accountability so much as the social meaning of such change. That labor is 'entirely divorced' from ownership of the means of production is about labor's conversion to value-creating variable capital ('real' as opposed to 'formal' subsumption), but so too is the owner now divorced from control over capital. As Marx (1991, p. 569) put it starkly: 'this is the abolition of the capitalist mode of production within the capitalist mode of production itself, and hence self-abolishing contradiction, which present itself *prima facie* as a mere point of transition to a new form of production.'

Marx's elaboration of this separation of ownership with the rise of stock markets is also linked to the ambiguous relation between debt and equity as the foundation for the growth of JSCs. The transformation of a capital owner into merely a money manager indicates the converging of being a creditor and capital ownership. In subsequent chapters, we will see the analytical significance of this context. Marx (1991, pp. 571–572) defines the role of the credit system in relation to the factory system's role in transitioning to the form of JSCs:

> Without the factory system that arises from the capitalist mode of production, cooperative factories could not develop. Nor could they do so without credit system that develops from the same mode of production. This credit system, since it forms the principal basis for the gradual transformation of capitalist private enterprises into capitalist joint-stock companies, presents in the same way the means for the gradual extension of cooperative enterprises on a more or less national scale. Capitalist joint-stock companies as much as cooperative factories should be viewed as transition forms from the capitalist mode of production to the associated one, simply that in the one case the opposition is abolished in a negative way, and in the other in a positive way.

Marx pointed to the changing historical role of credit relations in relation to the transformation of the corporate form, and accumulation in general. It is important to note the historical contingency he attached to categories we so readily now think of as purely 'theoretical' categories. The issuance of shares by corporate entities and their sale in stock markets, along with the use of credit, emerged as a practical means of increasing the stock of capital for large-scale investment. By the end of the 19th century, the rise of Joint Stock Companies (JSCs) made the distinction between debt and equity as distinct forms of finance, with different claims on capital, critical. As we will see later, this distinction started to become blurred in the 21st century.

In brief, Marx viewed the corporate form as a consolidated depersonalized central entity for producing value. Within this structure, the interests of all varieties of asset owners, or 'capital' stood in relation (opposition) to 'labor', the workers they employed, who only owned their labor power. This was, for Marx, a structural relationship. While in his theory he wanted (conceptually) to measure the rate of profit with reference to the long-term values, accountants used 'fundamental' values based on the 'underlying' costs of production in compliance with their calculative agenda, rather than the 'current' prices of equities, debt, raw materials, or labor power.

## 3 The Birth of Professional Accounting

The establishment of the fundamentals of value by the emerging accounting profession was critical in setting the agenda of capital's own calculations. It is noteworthy that in this context, as well as across the next century, the ways in which the challenges and debates of this nascent profession paralleled those within Marxism.

The emergence of the JSC and limited liability during the 19th century created an intense need for a clarified convention of performative metrics and analytical concepts. These concepts were required to identify a range of corporate performance measures that could provide a practical and contemporary understanding of the answer to the question of how to define 'capital' and, directly related to this definition, how to measure its value. Accordingly, they developed the techniques to build profit and loss statements, as well as income and expenditure statements for each corporation.

The 19th century had thereby created another significant dynamic for capital accumulation. Debates on the nature and measurement of capital were critical, shaping its formation and analytical discussions on the nature of capital accumulation. As exposures from financial markets increased with the changing the economic environment, the need for financial and operational information for investors grew. This development sparked valuation activities. Not only did the stock market call for precise valuation of equity, but credit relations (debt funding) from the lenders' perspective also required 'reliable information' to assess corporate credit risk. Valuation procedures were becoming increasingly important due to growing liquidity in both equity and debt markets.

To facilitate the process of measurement, new accounting processes were developed during the late-19th century. Although professional auditing was the consequence of double-entry bookkeeping since at least the 16th century, the growth of the stock exchange created a demand for means of comparing across corporate balance sheets, leading to the demand for the development of clear accounting conventions. The accounting profession remained a small business until the 1880s, despite the increasing number of accountants over the course of 1840s and 1860s (Edwards & Newell, 1991). In London, for instance, the number of accountants was around 300–400 in 1840, increasing to 900–1,000 by the early 1870s (Bryer, 1993, p. 671).

This was a period of great economic volatility, so the accountancy profession was born in Britain in an environment of bankruptcies, failures and fraud (Edwards, 1989, p. 261). The 1831 Bankruptcy Act allowed for the appointment of 'officer assignees' (comprising individuals engaged in trade such as merchants, brokers, accountants or persons) to liquidate an estate on behalf of creditors. The process of credentialing members of the accounting profession was initiated by this class of professional accountants. The Institute of Accountants was formed in Edinburgh and Glasgow in 1853, followed by the Society of Accountants in Aberdeen. The Institute of Accountants in England was established respectively in Liverpool (1870), London (1870), Manchester (1871) and Sheffield (1877) (Howitt, 1984; Stewart, 1977; Walker, 1991).[7]

According to Edwards (1989, p. 262), the year 1866 witnessed the devastating effects of the financial crisis on businesses, which provided accountants with rich pickings. The greatest increase in the number of professional accountants occurred in Scotland and England between 1869 and 1883, following the Bankruptcy Act of 1869. This Act abolished the position of official assignee, who employed accountants to investigate and prepare balance sheets (Jones, 1981, p. 48), and thus gave a new status to the profession of accountancy. This coincided with the emergence of reporting requirements for joint stock companies and the need for standardized, reliable valuations.

At that time, the efforts of shareholders and professional accountants were being debated in the context of the principle-agent problem, which related to the issue of inflating reported profits to appease shareholders. Therefore, the idea of separation between the audit of professional independent accountants and the audit of shareholders began to prevail. Clearly defined, limited objectives for auditors, such as the detecting errors and fraud, were being replaced by the valuation of assets and liabilities. The relationship between professional auditing and accounting was being debated in the late-19th century, notably by Dicksee (1903). He argued that auditing should be an independent activity involving a careful examination of the relationship between the final accounts and the underlying economic activities, rather than simply inspecting the accounts (Edwards J.R., 1989, p. 268).[8] Nevertheless, there were still problems with the quality of information in the accounts because there was no agreed framework or institutional unity. Standardization of accounting conventions was not fully achieved until the late 1920s in England and the 1940s in the USA (Lee T.A., 1995, pp. 54–55).

7 On the development of accounting societies in the US, see Lee (2007).

8 For example, Edwards (1989, p. 270) makes this point by emphasizing that the reporting accountants were often appointed as auditors, but then, appointed as in the case of professional chartered accountancy firms in 1890. The need to monitor and control the components of the firm (or 'corporate capital') brought the auditing and accounting professions closer together (or 'corporate capital').

There is no evidence of accountants providing management accounting services before the 1900s, but with the rise of accounting professionalism in the 20th century, accountants began to work with businesses to provide business advice.[9]

The emerging need for measurement was not just about calculating double-entry data; it is also about the generation of norms, so that a company's performance could be measured in a comparable way with other companies, in a way that could verify its competitive position. This was the kind of information that investors required. It was therefore necessary to determine the 'true' or 'fair' value of the company (or corporation), so that this valuation would have market legitimacy even when actual prices deviated from those true values, such as during stock market fluctuations and the extreme deviations that are usually caused by a crisis.

The idea that assets have a 'fundamental value' distinct from their current price was a familiar theme in classical political economy—for example, in the form of Adam Smith's notion of a 'natural price' and Marx's value defined by Socially Necessary Abstract Labor Time (SNALT) and its proxy as the price(s) of production. Nevertheless, coupled with the emergence of the marginalist 'revolution' from the 1870s onwards, and the privileging of market prices as generating efficiency in resource allocation, this notion of a 'natural', 'underlying', 'long term' or 'fundamental' value outside the actual or market price became more ambiguous. The fact that the measurement of an underlying value was at the heart of the emerging profession of accountancy and auditing signaled that the indeterminacy of the valuation processes was a challenge for both managers and shareholders. From this point of view, accounting as a practice and a tool has become implicated in and shaped by the emergence of the process of organizational governance and management (Hopwood, 1987, p. 208).

Yet, it warrants noting that the exercise of constructing sets of accounts and estimating the underlying values of assets required a set of tools that, at least in retrospect, involve a discourse and a particular interpretation of social relations. It is well understood, for example, that double-entry bookkeeping holds profit 'inside' the balance, and thus serves to normalize profit as a natural

9 There is more to be said about how the calculative agenda was integrated into the accumulation in favour of accountants. Richardson's (1989, p. 19) field study concludes that the integration of accountancy into the overall pattern of social control by sectoral elites had significant implications for who was allowed to practice and, consequently, the way in which accountancy was practiced in Canada between 1880 and 1930.

consequence of a viable business (Poovey, 1998). This is an interpretation that is at odds with Marx's 'accounting,' which frames profit as a surplus extracted from labor. But the proposition is more general. As framed by Bryer (2006, p. 568): '... capitalist control is the control of the valuation process, and this is the function of management accounting as the capitalist's intelligence in production.'

This control is directly practiced and processed by professional accountants. For example, their concrete motivation to frame 'income', was to measure the current income that would accrue to investors in investment (capital) funds. The main technique behind the profession was, as Crandell (1935, p. 384) summed up:

> As a practical tool of the business world, relied on a largely as a means of measuring the success of business ventures and as a guide to management in business operation, the accountant's technique is influenced greatly by practical considerations and his theories of value accretion are often tinctured with business expediency. A case in point is the persistent adherence to the view that the sale transaction is the sole criterion of income realization.

The accounting discourse is therefore a constitution of frameworks that reveal the financial requirements of the current corporate form of capital. The need to measure income requires a clear framing of what the business (or corporate) capital is, both for investors and for managers (who are the investors sitting at the top of corporations). These questions lead us to the construction of the conceptual tools of numerical representations that reveal what the value and the asset are, which carries a potential to change, regulate and transform accumulation. In this period, the goal of accountants was to set the definitions and procedures for measuring the various investment options and assets, which were shaped by the direct interest of capital. It is therefore a collective action that does not produce objectivity, but a convention of objectivity (see Porter, 1995).

The practice of defining assets as mostly fixed and tangible was one of these conventions in the second half of the 19th century and the beginning of the 20th century.[10] It helped to entrench the idea that long-term value was attached

---

10 The terms of fixed and tangible 'capital' referred almost to the same asset forms in the late-19th and the first half of the 20th centuries. What becomes distinctive point between those two concepts that will be called as 'intangible' capital is going to rise in the post-1980s. This point will be discussed in Chapter 5 and 6 in detail.

to the cost of an asset. The question remained as to what such a framework projected about the accumulation of capital under the particular form of the limited liability company. Daniels (1934, p. 114) emphasized the main driver of the reference to the 'financial conditions' of corporations in terms of the convention of cost-based pricing and the pre-conditions of the Great Depression:

> During the Great War American business entered an era of writing-up assets—it was apparently felt that sound values were higher than recent costs. This era came to a close in 1929. A subsequent era of writing-down assets is now practically ended- it is felt that sound values are lower than recent costs. The inevitable conclusion is that corporation officials and many accountants are convinced that the balance sheet should display "financial condition" in reference to some kind of value.

The kind of value discourses reflect a particular understanding of and intervention in the underlying facts of accumulation. Given the circumstances of the separation of ownership and control, the long construction of limited liability JSCs and the increasing precedence of financial (e)valuation, driven by the dominance of industrial conglomerates, the accounting tradition, which essentially derived from commercial maritime accounting practices were substantially reformed after being fragmented. In brief, for the rate of return on capital, management was accountable to investors and production agents were accountable to management. New methods of calculation were needed, especially after the 1870s, but there was no simple or ahistorical solution; it was period-specific. The debates about the valuation problem of physical and financial capital were a direct reflection of these developments.

## 4 Theories of Value and Asset Accounting Debates (1850–1930): Accountants at Work

During the first half of the 19th century, the financial reporting of JSCs was free from statutory compulsion, and much business activity was allowed to develop in the hands of private entrepreneurs without any accounting standards. In practice, the arbitrary nature of the accounting rules of that historical period meant that for most of the 19th century there was no general agreement about on how to measure profits and value assets. The procedures depended on the particular objectives of managerial boards. In Great Britain, debates about accounting and valuation (or measurement) became a central issue for the new capitalist class and the accountants who emerged at this time, particularly after the introduction of a statutory requirement to publish accounts for railway companies in 1868, gas companies in 1871 and electric lighting companies in 1882 (Edwards J.R., 1985, p. 19).[11]

Debates among accountants in the 1880s were important in establishing the foundational discourse of capital's calculative logic. The publication of the weekly periodical *The Accountant* in England at the end of 1874 was critical. The concern of the periodical, particularly in the early 1880s, was about the unclear content of bankruptcy laws and the unrecognized status of accountants, but it also dealt with the analyses and articles on accounting procedures to clarify capital and income accounts and various aspects of the profession (Brief, 1976, p. 7). In addressing such issues, the convention, since the early-15th century of double entry book-keeping practices had been to construct the elements of the *book value* of a business via what Perry (2009, p. 99) describes as a 'bottom-up approach'. This involved calculating the value of different 'bits' of assets (machinery, stock, land and other assets) and adding them up. This aggregation was the 'book value' of the company. It lacked any clear valuation pressure from financial markets, although these issues clearly became important later on. Throughout the 19th century, 'book value' was privileged over *market value* or *share value* as a measure of a company's performance and value. The gap between book value and market value was initially negligible, but it sparked a reframing and even a redefinition of accounting categories to clarify the income and capital accounts. It became an issue of growing significance.

Shareholders and creditors-lenders wanted 'proper' (or 'unbiased') information (Lee T.A., 1985, p. 20), with a slightly different agenda from that of the corporation itself, as represented by managers. They wanted information that reflected the current performance and future competitive requirements of a company (a process we would now associate with 'shareholder value'). The indicators that mattered to them were things like stock market valuations and the company's future capital requirements. They were also concerned about the relationship between the interests of managers as decision-makers and other interested parties such as creditors and investors (as well as laborers), which affected the publication of financial data and the calculation of profits

11 The Railway Companies Act 1867 was the main legislation that introduced compulsory auditing for railways. According to the Act, dividends could not be declared until the auditors had certified that 'the half-yearly accounts proposed to be issued contain a full and true statement of the financial condition of the company, and that the dividend proposed to be declared on any shares is bona fide due to after charging the revenue of the half-year with all expense' (Edwards J.R., 1989, p. 112).

available for dividends (Brief, 1966, p. 1). In the later years, the gradual emergence of institutionalized financial investors and the dominance of financial traders in the value of a company's shares would lead to a pressure for the separation of income and capital accounts and influence the agenda for accountants in the area of asset valuation techniques.

### 4.1 The Effects of the Dominance of 'Shareholders and Profit Calculation'

The transformation from 'venture' to 'going concern' that accompanied the formation of joint stock companies represented the changing view of the corporation which had historically been based on the principle of 'permanent capital' or 'maintenance of capital', referring to the preservation of physical capital (Lee T.A., 1983, p. 26). Moreover, the accounting procedures and methods set forth reflected the priority of physical capital preservation and maintenance (i.e., reproduction) and the demands of shareholders. Accountants became increasingly concerned with determining the 'correct' distinction between capital and income, and the calculation of profits took on a new significance. Sweeney (1930, p. 277; 1933) emphasized that the fundamental purpose of accounting 'should' be to attempt to draw a clear line between capital and income. This idea was directly linked to the principle of the maintenance of capital following the emergence of the early forms of JSCs. The demand for dividends from profits reinforced the need to measure the income stream separately from the valuation of capital. The large corporate form, which separated management from ownership, created the need to maintain and reproduce a mass of (physical) capital that is constantly conditioned to produce value. To maintain and reproduce this mass of capital, it became essential to measure its value. In order do so, it was necessary to calculate the incoming flow of profits and, in turn, to calculate the value of the part of physical capital allocated to reproduction and allocate it as depreciation. The distinction between income and capital was essentially an expression of this calculative agenda.

There was an intensified pressure to distinguish between capital and revenue (income) accounts for two reasons. The first, demanded by actual and potential investors, was to avoid the falsification of accounts in measuring the value of the 'enterprise' as capital. This required the development of standard company balance sheets. The second reason was the need to determine the payments (dividends) to shareholders that could reasonably be made by companies as compared with retained earnings. This required the development of standard income and expenditure (profit and loss) accounts.

It was not easy to separate the question of income for the owners from the competitive need to finance new investment. Therefore, profit calculation became a part of this competitive calculation based on the developing cost accounting. It is worth mentioning that the preliminary conventional version of profit calculation as an indicator of performance, according to Yates (1989, p. 8), was the 'operating ratio', which showed the ratio of operating costs to gross revenues as a financial measure, somewhat more sophisticated than the profit and loss statements of the 17th century version of double-entry bookkeeping practices. In conjunction with this measure of an operating ratio, cost accounting which measured the change in capital over a given period, provided the basis for clarifying the profit and income stream. The performance metric of profit was based on the industrial history of capital, which referred to 'revenues in excess of costs'; in Levy's (2014, p. 183) words: "As entrepreneurs began to measure price-cost rations in standardized units of time, [which became] even shorter in the second half of the 19th century, which framed the emerging convention."

Accordingly, the valuation of capital was at the core of the accounting problem. The 'fundamental' value of capital was framed by accountants in relation to the 'maintenance of capital' principle. Brief (1965, p. 14) emphasizes that the oldest assumption underlying accounting practice is that the value of fixed 'tangible' assets remains constant if they are maintained in working order. In fact, it was physical assets that were framed as 'real' capital, and they had to be maintained and replaced. Profit had to be net of depreciation. But depreciation itself required a valuation of capital.

It implied the privileging of the joint stock company over the interests of its owners, and this formed a new conservatism, focused on the stability of 'capital'. As Chatfield (1974, p. 232) wrote:

> Not logically derived from conservatism, but governed and justified by reference to it, were several corollary principles. In a period of declining prices the going concern concept, which implied an obligation to maintain plant and equipment intact during the company's 'indefinite' existence, did not conflict with conservatism. It required only that provision be made for asset replacements before dividends were paid. Business continuity had brought with it the value of the going concern. It made historical cost valuations 'both conservative and convenient.'

This means that the physical capital maintenance rule was still compatible, to a large extent, with the historical cost accounting approach.[12] But it was a vague concept of value that could be defined in terms of original cost, replacement cost, market value, original cost less depreciation, or at an appraised value (Bryer, 1993, p. 654).

Prior to 1875, the practice of replacement accounting was fairly widespread. Under this method, a company capitalized the fixed assets acquired at the outset, with any subsequent purchases resulting in an expansion of production capacity. Worn-out assets were replaced and these purchases were written off against revenue. For Edwards (1989, p. 114), it was "argued by 19th century writers that it worked well enough where companies owned a large number of fixed assets."

The need for external reporting to shareholders and the effect of the diversification of asset structure made this calculation complex. The following quote from Brief (1966, p. 7) is important in this context: "The early accounting literature contains discussions of procedure rather than theory or principle." In depreciation accounting, expenditure on additions and improvements made with funds provided from the proceeds of stock and bond issues or from revenue was capitalized (Brief, 1965, p. 15). The concept of depreciation accounting was directly based on the dominance of fixed, tangible assets.[13] Thus, both

12 The theoretical basis of the classical political economy tradition seems to correspond to the search by accountants for the physical cost aspect of valuation procedures, whose origins and roots go back to the 17th century physiocrats. For the Physiocrats, net product was what remained after the exchange between farmers, manufacturers and landowners at 'natural values' (or natural prices) had taken place in the system. In a sense, this implies the measurability of the real costs of agricultural production (or, in other words, the real physical costs of production) in physical terms (Kregel, 1973, p. 20). This includes the products needed to provide labor and raw materials for the next season's planting, which corresponds to the natural exchange value. The real physical cost of production is therefore equal to the natural exchange value. But, in addition, the debates about value and units of value became apparent after the critical turning point of the industrial revolution with the separation of ownership and control: a process with which Smith and Ricardo grappled. In other words, the notion of natural price used by the Physiocrats and later by classical political economists linked the value of the good to its retrospective (in a sense) historical cost.

13 In accordance with other practices of the era, the method of renewal accounting was treated in the same way. Under this method, the cost of a fixed asset is capitalized, and the maintenance and the replacement costs of individual components of the asset are charged against revenue. This method was also widespread because of the nature of business at the time, as it was useful for the industries where capital investment absorbed a notable proportion of total business expenditure, such as locomotives, blast furnaces and railway tracks. The only difference in this method is that companies capitalize fixed assets acquired at the outset and any subsequent purchases that result in an increase in

financial assets and the newly-emerging importance of goodwill would be a challenge to this framework.

## 4.2 Adding Finance as Capital

Although the maintenance of fixed assets in working order was still at the core, the growing dependence on sources of finance (such as stock and bond issues) also shaped the calculation process. The early cash flow statements that emerged in the first half of the 19th century to monitor the flow of cash in and out of a business (Boockholdt, 1978) were analytically reformed with the rise of stock markets. Financing activities from internal sources requires that capital expenditure be deducted from revenue. On the other hand, external financing (through the issue of stocks and bonds) requires profits to be reported and dividends to be declared in order to ensure a favorable reception by investors. In this context, write-offs would be kept to a minimum.

With the added focus on finance, the concept of value, though still opaque, gained an inter-temporal dimension. As financial assets such as stocks and bonds began to play a systematic role in the accumulation process, the notion of 'earning capacity' was introduced into the concept of value. Although still at a conceptual level, this resulted in the financial dimension being added to the concept of value. There was no simple conceptual distinction and hence no practical distinction, between the earning capacity of a certain asset and that of a whole business capital. The starting point was the going concern enterprise (as the unit of accumulation), producing dividends for shareholders, and any disaggregation of the capital 'below' the level of the enterprise, which could have no statistical significance. For the time being, only the 'earning capacity' or future 'income streams' of the capital of the whole enterprise seemed to be relevant for accounting purposes.

With the fundamental capital assets of the corporation being maintained in an environment of financial diversification, the choice of a unit of measurement also arose. The critical question of the main aspects of corporate capital to be maintained was to define the fundamental anchors of capital. Over time, the fixed capital turnover and historical cost conventions emerged as the answer.

---

production capacity. Any fixed assets purchased to replace worn out items are written off against revenue (Edwards J.R., 1989, p. 114). This method was considered useful the 19th century accountants to be useful for corporations with a large number of fixed assets with a relatively short life span. In the balance sheets, fixed assets in use were recorded at their original cost.

While one major view emphasized that capital was primarily a reflection of its cost of production, the other major view referred to the productivity of capital in terms of market expectations (Sweeney, 1933b, p. 198). Accounting procedures were the process of developing projections, spurred on by the fact that the rise of finance and fluctuating price levels drove the need for 'fair' units of measurement, with the estimates of future productivity as a monetary issue. Nevertheless, conservatism continued to embed a focus on cost measurement in accounting principles throughout the 1900s, even after railway companies made arbitrary provisions for depreciation in the early-20th century (Boyns & Edwards, 1997). As the Second World War approached, the systematic valuation of assets became based on the principle of *cost less depreciation*.[14] This conservatism included the use of hybrid forms of cash basis and depreciation accounting.[15] However, earning power was going to become the most important valuation principle; an issue that will be explored in Chapter 2. The addition of a financial dimension to the question of value and assets remained only provisional until the WWII.

By putting an emphasis on the year 1900 as the beginning of an inflationary period, Chatfield (1974, p. 232), argued that this conservatism in asset accounting was now being applied in a very different environment. Aspects of 'conservatism' and 'new perspectives' were emerging in hybrid forms without implying a clear convention. Writers such as Dicksee (1903), Hatfield (1971) and Canning (1929) challenged conservatism by pointing to the future-looking (prospective) content of the 'going concern' conception of the enterprise, linked to the developing concept of earning capacity. But there was no technical reconciliation. The integration of some kind of future-looking aspects could be seen in the estimation of future profits or benefits as a part of the valuation procedures in accounting (Sterling, 1968, p. 483).

14 The cost-less-depreciation approach became quite common after the WWII for the valuation of fixed assets based on the principle that cost was the base, but revaluations of costs were considered in subsequent declines in their values. But for financials or 'circulating' assets, current market values were taking primacy. It means that "amortization of an asset over its useful life" evoked another important question about the nature of assets, and how its depreciation should be measured in monetary terms. But the convention of this era was still cost based (see Storey, 1959).

15 The beginning of the 1900s witnessed "the lower of cost or market rule"—which is still considered as a part of conservatism by Chatfield (1974, p. 232)—as a recommendation by English and American authorities. The rule stated that stocks were to be valued at cost or market price whichever was lower. It is interesting that market value was the representation of the inclusion of a proportion of estimated profit on work-in-progress (Edwards J.R., 1989, p. 137), even if as the one of the two pillars of the valuation of stocks.

Dicksee (1903) came up with the idea that the main objective of most companies is to stay in business, and that asset values need to reflect this. The moment these assets are sold, their 'true value' is revealed. This implied looking at assets at a level of disaggregation below the company as going concern. The conservative principle was that the valuation methods of fixed assets were determined by their use, which was the basis of the historical cost accounting, focusing on the monetary equivalent of cost and depreciation. Alternatively, Dicksee and his contemporaries in the early-20th century drew attention to the valuation of a business as a going concern. In Dicksee's view, however, it was precisely the short-term changes in the value of the company's fixed assets, which could be used for a long time to ensure the company's survival, that should not be given too much weight. In this sense, his framework did not exclude historical cost accounting. For these companies, reproduction of fixed assets in the long term was essential and depreciation should be spread over time, taking into account their long life, and this should be related to their historical cost.

In essence, there was a preliminary shift from the historical cost understanding of valuation to a concept of value linked to future activities. For instance, Hatfield (1971) attacked the *lower cost or market rule* because of the risk of undervaluation. Although the concept of capital and valuation seemed to be limited to the circulation of fixed assets and their cost conditions, any instability and immediate changes, especially in the price levels of fixed assets, were still of interest to accountants. Another issue was the increasing attempt to understand the new conditions and to design the valuation procedures associated with the separation of ownership and control.

## 4.3 The Birth of Goodwill

One of the practical consequences of the trend towards the inclusion of prospective future earnings in the valuation process and the rise of stock markets was the problematic emergence of the concept of 'goodwill'. We will see in later chapters that this becomes an issue of growing significance, so it is important at this point merely to identify the emergence of the category. As Brief explains it (1966, p. 7):

> If value equals original cost, all expenditures should be expensed. If value relates to earning capacity, an element of goodwill should be recognized. The early texts often mentioned or implied the possibility of recording appreciation and depreciation, but the principles governing entities in these categories were not elaborated.

Brief (1966, p. 18) also adds the following about the practice of accountants in the 19th century:

> Most of the "modern" British accountants argued that all fluctuations in value except wear and tear should be ignored; but there is a great deal of discussion that suggests all "fluctuations" were not ignored. There is even some mention made of recognizing annual charges in goodwill that is based on fluctuations in earning capacity.

From the mid-1920s, the view that assets became should be valued on the basis of earning power rather than cost began to prevail.[16] The question of capitalizing earning power acutely raised the issue of *goodwill*. The question was whether an intangible 'thing' called 'goodwill' could be a discrete asset, and if so, how it should be valued. Echoing the marginalists' opportunity cost concept of assets, Bithell's (1882) *A Counting House Dictionary* defined goodwill as the willingness of a business owner to relinquish the expectation of the business by transferring it for a consideration to someone else for a consideration, known as "selling the goodwill of that business" (cited in Seetharaman, Balachandran, & Saravanan, 2004, p. 133). This definition bridged the moral and commercial senses of goodwill, meaning that there was still a way to go from expectation to the notion of 'earning power'. It was only towards the end of the first quarter of the 20th century that goodwill was recognized as an asset when these companies were sold off as a whole. It was recorded as an excess over the sum of the 'fair' market values of the firm's tangible assets, and in the original accounts of the firm it was written off against the capital accounts of the new proprietor or partners (Andrews, 1981, p. 40). It was thus considered an

---

16 "Apparently original costs were not beyond manipulation. The auditor might argue as he swung on the flying trapeze, but that would be all. Of course he could let go any time he wanted to.

It is obviously hard to cling to original costs when most counsel is against it. This was particularly the case from about 1924 on. 'Permanently higher level of prices,' said economists; 'assets are to be judged by earning power, not cost,' said investment bankers; 'replacement costs can be used in the rate base,' said the utility commissions; 'the dividend base shall be the excess of aggregate assets over debt and stated capital,' said the legislatures; 'short of proven fraud, directors have full legal authority to value assets as they see fit,' said the courts. Then in 1931–1933 an epidemic of asset write-downs followed the prior wave of write-ups and unsettled original costs still further.

As indicated above, there is some basis for the belief that original cost does not inviolate and that it might occasionally be adjusted; the trend of more recent opinion as shown, creates an even stronger impression that original costs have no standing whatever. In fact no one seems to have any respect for original costs any more." (Littleton, 1935, p. 271).

asset, but one that was ambiguously linked to the future potential. In 1901, in the case of *Commissioners of Inland Revenue v. Muller & Co.'s Margarine*, a legal definition of the term was created by Lord Justice Lindley (quoted in Courtis, 1983, p. 14):

> Goodwill regarded as property has no meaning except in connection with some trade, business or calling. In that connection I understand the word to include whatever adds value to a business by reason of situation, name, and reputation, connection, introduction to old customers, and agreed absence from competition, or any of these things.

Defining the origins of these future earning potentials reflects the constitution of goodwill as a clear accounting discourse and an asset. Palgrave's 1923 Dictionary of Economics, a book that represents the conventional thinking of the time, defined goodwill as (quoted in Dore, 1983, p. 460):

> The expectancy of a continuance, to the advantage of a successor in an established business, of the personal confidence, or of the habit of recurring to the place or premises or to the known business house or firm, on the part of a circle or connection of clients or customers.

In the context of joint stock companies as 'going concerns', the challenge of goodwill was confusing. Dicksee's (1897) approach illustrates the changing perception of the value of goodwill. In his 1897 paper, *Goodwill and Its Treatment in Accounts*, he highlighted the dangers of including goodwill in company accounts. For Dicksee, the value of goodwill should be recorded at cost like a fixed asset; on the other hand, the risk is that its value could fluctuate. Therefore, in the first edition of his book in 1897, he argued that goodwill should be written off immediately against capital reserves and not against annual profits (Cooper, 2007, p. 250). However, in the third edition, published in 1906 (republished as Dicksee & Tillyard, 1976), he found this earlier proposal impractical and instead suggested instead that "the valuation of goodwill should be based on surplus profit after paying allowing fair management remuneration, and a normal return on tangible capital employed" (Carsberg, 1966, pp. 4–5). Dicksee apparently concluded that it was reasonable to classify the company's goodwill as an asset that was a source of excess profits in excess of the assumed fair or normal return on the company's capital assets.

Critically and unavoidably, the recognition of 'goodwill' involved the analytical incorporation of future income streams and focused on explaining the analytical gap between capitalized values and tangible asset values. There was by no means universal agreement on how to achieve this. Rorem (1929) emphasized the time content of valuation, expressed as 'earning power.'[17]

While Owens (1923, p. 294) focused on the capitalization of average net profits, according to Hatfield (1971), the methods were mostly based on the calculation of the capitalized value of abnormal excess profits. Estimates of 'excess profits' for the calculation of goodwill were conventionally associated with the past 'abnormal' performance of the company, which was thought to be in directly related to the capitalized value (Hatfield, 1971, p. 117).

Goodwill thus reflected the problem of valuing capital. On the one hand, there was agreement that 'goodwill' was an important and legitimate category. As Cooper (2007, p. 262) remarks:

> Analysis of the early authoritative literature suggests that there were several areas of agreement with respect to accounting for goodwill. These included the nature and definition of goodwill, its status as an accounting asset, its inseparability from the business as a whole, its ability to be separately valued, and the circumstances of its recognition in the accounts.

Yet its incorporation into company accounts pointed to conceptual problems. The confusion was associated with the ambiguity of the concepts of value and capital. The definition of any value-creating element as a capital asset, or the question of what makes a capital asset valuable, was a question embedded in historical circumstances. For this reason, the concepts were characterized by a great deal of ambiguity, especially for this period. While valuation techniques (for any form of asset) had to have a more future-oriented content, goodwill (which would be an indication of future profits) had to be a claim on a stream of profits previously attributed only to physical assets. Both of these elements challenged the conventions of understanding and valuing 'capital'. As we will see in later chapters, the incorporation of the time element into the valuation of goodwill (its nominal presenting issue) pointed to towards the incorporation of risk into the valuation of the company. Still, that issue only came into prominence in the volatility of the 1970s.

---

17 According to Rorem (1929, p. 316), assets are a special case of 'capital values', which are conceptual entities that have no existence apart from the income expected to be realized from them in the future, and the balance sheet value is merely a present representation of the future values, including 'intangible sources of exchange value'. These insights were going to be critically important in the future.

## 5 Conclusion: the Notion of Fundamental Value

The 'conservative' position on placing the valuation of JSC assets focused on the cost of capital replacement capital (amortization or depreciation), for this was the primary condition for ensuring the conditions of a JSC as a large-scale 'going concern' and 'permanent entity'. This was, after all, what distinguished JSCs from the partnerships they were replacing. In line with this, there were vigorous efforts to establish an accounting framework, with accounting being an emerging profession of the age.

In this context, the dominance of what was later described as a 'conservatism' emerged. Conservatism was found in four simple areas: the convention on historical cost accounting; the incorporation of the concept of earning power into value; the challenge to the traditional understanding of value of the ambiguous content of goodwill and the valuation of shares by the financial markets; and the consolidation of the tangible perception of corporate capital. This analytical framework based on a retrospective cost concept attached to the (physical) tangibility of capital, reveals the self-discourse of capital, centered on the limited liability company form. It can be said that retrospective and cost-centered traditionalism has tried, and largely succeeded, in framing these challenging areas with the uncertainties that they entail.

The conservative position was also a perspective consistent with the classical economics of Smith (1976) and Ricardo (1949), and followed elements of the Physiocrats. For Smith, the price of a commodity is the price at which the land, labor and (capital and goods used in the production process) 'stock' used in its production are paid at in their natural rates (Eatwell, 1983, p. 95). Ricardo, on the other hand, was still searching for an invariant measure of value to explain the fundamental value of a commodity and, indirectly, the value of 'capital' as a commodity. Having a theory of value with the invariant measure of value was also the means of measuring the value of the 'surplus' distributed among landlords, capitalists and laborers. The relationship between the distribution of surplus and price formation was illustrated in his corn model. According to this model, the distribution of surplus is determined not only by the amount of surplus invested, but also by the market value of the goods produced. Therefore, once an invariable common measure of the market price of different commodities is found, it will be possible to calculate the distribution of surplus precisely. Although it is clear throughout this study that there is no immutable essence or element that determines value, and that this is a historical problem, we should bear in mind that Ricardo was attempting this endeavor in the specific conditions of the period in which he lived.

There is a circularity here, as there was in the approach of the conservative accountants: that the value of capital was based on its cost of production, but had an inevitable but inexplicable connection with the capacity to produce 'surplus'. Formal logic required a separation of the value of capital from the distribution of income. At this point, Ricardo 'solved' this problem by returning to basic cost elements such as the cost of labor.

Ricardo concluded that the subsistence wage was the real 'cost' of labor. With this conclusion, the measure of value returns to the process of exchange. But the important point is that both Ricardo and Smith focused on the real physical costs of production, starting with wages, to capture the fundamental element of value. Then, especially for Ricardo, the cost of labor, or in other words the cost of reproducing the laborer (or the value of labor power in Marx's terms), is central. It was compatible and part of the convention of the time under the anchoring role of gold and labor costs. Leaving aside the internal inconsistencies of the classical tradition of Ricardo and Smith, the relationship between value and cost of production also seems to have provided an instructive path for the further debates of accountants on the fundamentals of the corporate form (to measure) in the late-19th century.

Marx posed a fundamental challenge to the Ricardian theory, by joining the convention in a different way, locating class struggle and the fundamental contradiction of accumulation within the 'factory'. Whereas Ricardo sought to value commodities, and hence assets, in terms of actual labor time, Marx proposed the concept of socially necessary abstract labor time (SNALT). For Marx, 'social necessity' invoked competitive norms and abstract labor invoked the class 'norm' of labor (what all workers have in common). Through these two norms, the value of the commodity is defined by norms, not by daily fluctuations. In the short term, prices could deviate from SNALT. To resolve this duality between two levels, Marx introduced the notion of *production prices*, constituted by cost plus profit, is put forward to reconcile these two measures. In the *Theories of Surplus Value*, Marx (1972, p. 377) also accepted the dispersion of the prices of production from the labor values as a norm as well[18] and at the same time contended that the determination of the value is the primary

18 "Between these spheres that approximate more or less to the social average, there is again a tendency to equalization, which seeks the 'ideal' mean position which does not exist in reality. In other words, it tends to shape itself around this ideal as a norm. In this way there prevails, and necessarily so, a tendency to make production prices into mere transformed forms of value, or to transform profits into mere portions of surplus-value that is created in each particular sphere of production, but rather in proportion to the amount of capital applied in each of these spheres, so that equal amounts of capital, no matter how they are composed, receive equal shares (aliquot parts) of the totality of surplus-value produced by the total social capital." (Marx, 1991, pp. 273–274).

factor that precedes the rate of profit and the determination of production prices. What is at stake here is the transformation of the value of labor as the main driver of prices of production (Howard & King, 1989, pp. 13–14).

In this framework, the long-term value of output (commodity), including capital goods, is determined in the evolving conditions of production, in which market prices are seen as epiphenomenal: merely the surface representation of the deeper conditions of production. In this way, Marx was directly compatible with (albeit not reducible to) those conservative 19th century accountants, for Marx provided a retrospective measure of value: the value of output could only be specified at the end of an accounting period, when socially necessary norms were known.

However, while the accountants at the end of the 19th century were beginning to deal with financial assets, inter-temporal valuation and goodwill as new phenomena, these issues were not the focus of Marx. While Marx wrote about money capital and the credit system as an integral part of capital accumulation, it was clear in his analysis that the source of value lay in 'production'. Finance may facilitate production by the providing money-capital to be advanced to finance production; it secures a rate of interest in payment for its role. But as a form of capital, it was located in circulation. For Marx, to count both finance and the capital inputs it purchased would be double counting. Finance was thereby 'fictitious' capital. In truth, Marx's was not really concerned with the construction of corporate accounts; his assessment of the value of finance was more what we might now call 'macroeconomics'. It would take a later generation of Marxists, starting with Rudolf Hilferding in the early-20th century, to explore the corporate dimensions of finance. Hilferding's contribution is considered in Chapter 2.

Goodwill was not a consideration for Marx because it could not be explained in terms of labor time. While Marx understood the surplus profits that accountants found as the balance sheet representation of goodwill, for him these surplus profits were either a matter of a new technology that gave a cost of production below the industry norm, or a matter of monopoly rent. Goodwill could well fit under the category of monopoly rent; but monopoly of what? In the 19th century, and indeed for most of the 20th century, goodwill may have been a category of marginal importance, but by the end of the 20th century, now more commonly referred to more as 'intangible capital', it became a central issue of concern for accounting and theories of value (see Cohen, 2005; Nobes, 1992; Bryer, 1995 and Bolbol & Lovewell, 2001).

Whilst the conservative version of accounting can be seen as grounded in the traditions of classical economics, the innovations engaging the income-earning potential of assets (forward-looking valuations) are more related to the marginalist revolution and what became known as neoclassical economics.

Neoclassical economics does not privilege 'production' over 'finance' or 'circulation' as the source of value, and goodwill can easily be assigned a price. Still, the marginalist 'revolution' of the late-19th century provided a way to accommodate the emergence of future-oriented measures of value. The neoclassical tradition was thereby open to the incorporation of the financial dimension into the conventional mode of valuation.

The valuation of assets acquired an inter-temporal dimension as a new departure point with the liquidation of ownership associated with the rise of stock markets. This signaled a basis to valuing different investment options, corresponding to the conceptual difference between 'value in existing use' and 'value in alternative use' (Edwards J.R., 1989, p. 113). 'Value in alternative use' invokes the neoclassical concept of 'opportunity cost', developed by Bastiat in 1848 and used in its current sense by Friedrich Von Wieser in 1914, in line with emphasis of accountants at that time. Its focus is that the performance of assets can only be measured against their alternative use (the benefit foregone by not adopting the alternative use). Like Marx's concept of SNALT, it embedded a competitive measure into valuation, but unlike Marx, it also assumed that assets are liquid and can be assumed to be immediately transferrable to those other uses. The liquidity of assets and fluctuations in this liquidity are crucial for profitability strategies of capital. In particular in view of the diversification of the asset structure, the presumption of liquidity became central to the optimization strategies incorporated in the calculative agenda of capital. The consequences of such strategies and orientations of capital in terms of profound transformations in capital accumulation will be seen in the following chapters.

In summary, the period between the beginning of the 20th century and the Great Depression was, as Canning (1929, p. 198) put it, the period when accountants were skeptical about cost valuations. The era of the late-19th century witnessed the dominance of cost-based valuations. With the formation of the JSC, accounting naturally followed the dominant theories of the classical economics tradition and developed an analytical agenda of value based on the distinction between natural (in Smith's terminology) and market prices. The natural price we can think of as fundamental value, rooted in long-term versions of cost-based and labor-based complementarities. It created backward-looking values that depended on past costs of production which were largely covered mostly by the price of labor paid.

The attraction of forward-looking valuation resonated with the certain analytical tools of neoclassical economics and the concept of opportunity cost. However, the problem with the marginalist 'revolution', however, was that it focused only on relative (subjective) values (such as opportunity cost) and not absolute (objective) ones.

For accountants, the problem was to find an anchor or get a foothold as a stable reference point that would help them to arrive at the appropriate valuation methods in this profoundly changing corporate landscape from a capital standpoint. This fundamental practical process affecting valuation shaped their research agenda. There was no 'rational' or absolute way to find the necessary monetary equivalent of estimated future values (by exploring appropriate valuation procedures) in the context of intensified competition (see, for example, Brief & Owen, 1970). This was the struggle that both accountants and value theorists faced in the 20th century. At all levels, the convention was reasonably clear: there was a relatively stable long-term anchor for value, based on retrospective costs and embedded in production conditions (and hence labor costs).

CHAPTER 2

# Value and the Giant Corporation up to the 1980s

## 1 Introduction

The genesis of the 1950s and 1960s' 'Giant Corporation' can be traced back to the early-20th century, when the advent of large-scale industrial corporations marked a pivotal moment in the evolution of modern business.[1] These monopolistic enterprises were distinguished by their unique form of 'organizational unity,' which emerged from the integration of the process of mass production with mass distribution.

This chapter examines this dominant corporate form (in evolution) and its association with the rise of 'regulated finance' from the Great Depression of the 1930s until the 1980s. It also follows the institutional change and the debates on the valuation of corporations and their components (as assets) that developed in parallel with this change. While the analysis is not nation-specific, the focus clearly shifts from Britain (the base context, especially in legislation) in Chapter 1 to the United States in this chapter. This is no more than a reflection of the well-recognized shift in the dynamics of capital accumulation from Britain to North America from the early part of the 20th century.

The figure of the 'managed corporation', based on the separation of ownership and control as explained in Chapter 1, emerged in the context of post-WWI period and the following Keynesian-style stabilization polices. This stability permitted the emergence of new forms of corporate valuation. Berle and Means (1933) stand out as the theoreticians of this institutional development, with Graham and Dodd (1940)—first published in 1934—providing a parallel valuation analysis.

This development was not merely about long-term investment in industrial capital; it also encompassed banking and finance. The expansion of

1 The American narrative of the growth of large-scale industrial corporations is often regarded as a proper representation for the corporations of other countries. It is because of the highest share of US companies in the world industrial output. When we examine the data more closely on an annual basis, it becomes evident that the share of US Corporations increased significantly between the 1890s to 1938. Especially towards the Great Depression, the US-centered large-scale industrial corporations were responsible for 42 percent of global industrial production. When we consider that in 1913, this figure was 36 percent, it becomes evident that the US companies held a significant position in the global economy (Chandler, 2004, p. 4).

 | HTTPS://DOI.ORG/10.1163/9789004763968-004

investment banking in the 1920s and the separation of commercial and investment banking which was formalized by the US *Banking Act of 1933*, known as *the Glass-Steagall Act*, under the umbrella of the New Deal, are examples of this. Within Marxism, these issues found an analytical framework in Hilferding's (1981) analysis of 'finance capital' (originally published in 1910). Finance capital provided a uniquely Marxist explanation of corporate capitalism, in which financial and the real are intertwined under the leadership of finance (exemplified by German experience). Subsequent to this, the concept was further developed in Lenin's theory of imperialism in analyzing the imperative for large-scale capitalist enterprises to continue to expand their reach. Despite some differences between Hilferding, and Berle and Means, their common ideas were based on large corporations developing a monopolization of market power in the world economy and its associated 'decline of competition'. Whilst the Berle and Means' giant corporation had its valuation counterpart in Graham and Dodd's accounting base on 'fundamentals,' Hilferding's valuation counterpart emerged in analyses of the Monopoly Capital School of neo-Marxism led by Paul A. Baran and Paul M. Sweezy, which took Marxian value theory into the realm of monopolies' ability to appropriate surplus.

This chapter explores the construction of accumulation under certain national and international regulations (Bretton Woods) that conditioned 'giant' corporate forms in the post-war period, and which have been called Keynesianism. It also discusses on Graham and Dodd's (1940) analyses of the determination of the value of the company and their relation to financial investment strategy, and the related debate on the value of corporate assets in accounting. Furthermore, the parallels and complex interrelationships between them are illuminated to demonstrate another dynamic aspect of this corporate form in the context of capital accumulation during this period.

Although the giant corporation with 'monopoly power' is frequently juxtaposed with a process of competition, the role of finance re-focuses the analysis of competition. Finance was, and remains, a critical discipline in all investment. Finance is liquid and as such is drawn to the highest risk-adjusted rate of return, while large-scale industrial capital remains 'fixed', or illiquid. However, in combination, whether by a culture of strategic valuation (Graham & Dodd) or bankers driving investment decisions (Hilferding), 'monopoly power' was not the end of competition; instead, it was the ultimate expression of competition.

The integration of finance that has shaped corporate forms can be discussed in two ways. The first, and most common, is the *exogenous* integration of finance as a bounded sphere for the operational needs of the companies, funding expansion and horizontal and vertical integration. This approach portrays finance as a balloon that has certain boundaries with the real economy and is connected to the real economy by a kind of hose that deflates and inflates according to the situation. The second, which is presented here, is the *endogenous* integration of financial logic in the basic procedures of accumulation that lead to change in the corporate form, giving it a more liquid, commensurable dimension. When the former approach tends to view the corporate entity as a fixed entity, attempting to delineate the boundaries between finance and the productive component of the corporate form, as exemplified by credit relations (or in other words, debt and equity financing), the latter perspective perceives finance as a competitive dynamic of accumulation within as well as between corporations. In other words, whereas in the first approach, finance is an operational concept involved 'externally' in the company structure, in the second approach, finance functions as a logic (valuation) that enables the company to take positions in order to gain, maintain and develop monopolistic power. The phenomenon of finance here is based on the ability to compare various investment options. This represents a logic that, understandably, goes beyond what we call the field of finance or financial sector.

In contrast to the prevailing approaches to corporations, the distinction between finance and the industrial corporate form is not as clear in reality as it might appear. Finance has been integrated into the corporation by the calculative forces of finance. To be more precise, the history of corporate finance shows us that a general tendency of accumulation is to blur distinctions between finance and industry, and ultimately debt and equity. However, this blurring, and other forms of financial innovation did not occur until the 1980s and beyond, as a result of the Keynesian framing of finance that dominated the post-war period during which time giant corporations expanded. Their expansion occurred in the context of a policy emphasis on nationally-centered macroeconomic stabilization. This policy agenda served to retain centrally-regulated rules of banking and stable conditions of tangible-fixed capital circulation by the nation states. Consequently, states were able to absorb a significant proportion of market risks, thereby limiting the necessity for the development of numerous forms of financial innovation.

The strengthening and consolidation of the giant corporate form in accordance with the formation of a Keynesian order will be discussed in the next section (2), which will address the role of nation-states in absorbing risks, including those that at times constrained the expansion of capital. It is important to note that we have discussed the issue of financial innovation in this setting precisely to highlight that we must frame Keynesianism as being about a sort of giving a limited form to financial innovation, as much as it was about creating stable conditions for corporate growth.

This section also addresses theories of capital and value in the Marxian tradition, which were increasingly focused on their huge exploitative capacity, market shares and monopoly pricing that came with the growth of giant corporations. Section 3 considers how the financial market crash of 1929 led to the debates on the categories of value and 'goodwill'. The final section (4) examines the formation of capital's vision, as well as the responses of traditional Marxism to these developments.

## 2 The Formation of the Post-War Giant Corporation

This section addresses three major developments (in addition to the separation of ownership and control discussed in the previous chapter) that took place over the course of the formation of the corporation in the 20th century up to the late 1970s:

1. The giant and 'managed' corporation, as a 'solid and robust organic unit', played a central role as the institutional expression of capital. They were diversified, especially through vertical integration, so that risks were reduced, both in the portfolio sense of diversification and as a system of managed costs and revenues. By and large, this diversification was integral to maintaining high returns on their invested capital (ROI).
2. The rise of finance before the Great Depression (such as the emergence of investment trusts), the securities subsidiaries of commercial banks and some other types of financial market intermediaries proved critical. By actively lending and trading corporate securities, they kept the accumulation liquid, even though the individual 'bits' of industrial corporate capital committed to physical production may have been fixed. Then, state regulation of finance, especially after the Second World War, underwrote many of the risks involved in balancing the 'spread' between the fixity of the 'bits' of capital and the liquidity of capital ownership. In important ways, this role allowed Marx's notion of capital as 'value in movement' to come to the fore, as it saw the 'fixity' of production combined with the mobility of capital as a whole.
3. The emergence of various asset forms that gave investors greater flexibility was promoted by the financial competitive environment. For individual companies in particular, debt became a legitimate alternative to equity in the funding of investment: whether raising investable funds through the stock exchange or through banks became a readily available strategic choice. For Hilferding, this could be seen as an effective merger of banking and industry, while for Graham and Dodd's accounting, the decision could be understood in terms of its impact on company valuations.

The concentration of industry, through cartels and trusts, and large-scale mass production were central to the evolution of these developments. Through the integration of mass production with mass distribution, the processes involved in the manufacture and sale of a range of products were carried out by the single and entity of the giant corporation (Chandler, 1999, p. 285).

This form of large-scale industrial corporation was established over a relatively brief period through a series of Wall-Street-financed mergers. Two waves of mergers (the 1890s and 1920s) contributed to this trend and the construction of the modern characteristics of the 'giant' and 'managed' corporate forms (Davis, 2008, p. 13). Concentration increased during the Second World War. Chandler (1969, p. 257) notes that, according to the available data, "the number of concentrated industries was 32 per cent of the total in 1909, 31 per cent in 1919, and down to 27 per cent in 1939". It is noteworthy that the war economy initially accelerated the concentration of industries, with the number of concentrated industries reaching 43 per cent of the total by 1947. However, this figure subsequently declined to 42 per cent in 1958 and then 37 per cent in 1963, as documented by Chandler.

What was remarkable about this development was that these giant corporations were not merely a disparate assemblage of components, but rather a unified entity or a 'centralized organizational unity'. For Hilferding, this cohesion was at the core of finance capital as a convergence of banking and industry. For Lenin (1970, first published in 1917), it was fundamental to the intentionality of expansionism, or imperialism.

In terms of our present concerns, the defining feature of this 'coherent' entity was its administrative structure, which was conceived in the consequences of the separation of ownership and control, especially concentrated power. In their prominent book, Berle and Means (1933, p. 94), who wrote about the USA in the late 1920s, observed that 65 per cent of the largest 200 US corporations were managerially controlled, with 80 per cent of their total wealth similarly under the control of management or by a legal instrument involving a small proportion of ownership. This figure is thought to have grown over subsequent decades. Consequently, Berle and Means (1933) depicted the modern form of corporation, which set its seal on the post Second World War period and remained in place throughout the rest of the century. Despite the similar arguments expressed by Marx, Veblen and some other precursors of the 19th and early-20th centuries, Berle and Means (1933, p. 2) placed particular emphasis on the growing influence of managers within the corporate hierarchy, which they argued had led to a conflict between owners and managers. They wrote that the balance of power within the corporation had shifted in favor of managers:

> In its new aspect the corporation is a means whereby the wealth of innumerable individuals has been concentrated into huge aggregates and whereby control over this wealth has been surrendered to a unified direction. The power attendant upon such concentration has brought forth princes of industry, whose position in the community yet to be defined. The surrender of control over their wealth by investors has effectively broken the old property relationships and has raised the problem of defining these relationships anew. The direction of industry by persons other than those who have ventured their wealth has raised the question of the motive force back of such direction and the effective distribution of the returns from business enterprise.

However, the unity of property was also destroyed, because with the separation of ownership and control, the unity of ownership was dissolved into its component parts as control and beneficial ownership; and 'this dissolution of the atom of property destroys the very foundation on which the economic order of the past three centuries has rested' (Berle & Means, 1933, p. 8). Conversely, Berle and Means (1933, p. 356) were acutely aware of the uncertainty of the future at times of depression and seeking the possibility of controlling corporations by neutral technocracy "balancing a variety of claims by various groups in the community on the basis of public policy rather than private cupidity." This projection was obviously mitigating the risks associated with private shareholding ownership and to ensure that the 'tangible and fixed modern corporation' remained a viable entity. The conditions demonstrated the concentration of power in the form of the modern corporation and the 'modern state' (Berle & Means, 1933, p. 357), as expressed in the following passage:

> The rise of the modern corporation has brought a concentration of economic power which can compete on equal terms with the modern state—economic power versus political power, each strong in its own field. The state seeks in some aspects to regulate the corporation, while the corporation, steadily becoming more powerful, makes every effort to avoid such regulation. Where its own interests are concerned, it even attempts to dominate the state.

There was a clear parallel here between the corporation and the state. The emergence of what became characterized as 'Keynesianism' involved a critique of laissez-faire and the gold standard—which Keynes (1978, p. 223) described as a juggernaut:

> The truth is that we stand mid-way between two theories of economic society. The one theory maintains that wages should be fixed by reference to what is

> 'fair' and 'reasonable' as between classes. The other theory—the theory of the economic juggernaut—is that wages should be settled by economic pressure, otherwise called 'hard facts', and that our vast machine should crash along, with regard only to its equilibrium as a whole, and without attention to the change in consequences of the journey to individual groups.

In harmony with this agenda, Keynes's concern was to devise a stability scheme by drawing lessons from the period that ended up with the value crash of 1929, which was theorized in particular in *the General Theory* (Keynes, 1936). One of the key emphases in his *magnum opus* was the public management of expectations by stabilizing the value of state money with a liquidity premium associated with holding money as an asset. This was an integral part of the explanation of the changes in the demand for investment goods (Kregel, 1988, p. 299). The market's liquidity preference was directly related to the public's perception of future risk (Kregel, 1976). Risk minimization was at the heart of the public management with the objective of ensuring the stability of the value of money, particularly in favor of illiquid (i.e., fixed or tangible) assets. As Negri and Hardt (2003) noted, 'Keynes's first imperative is to remove fear of future'. The future must be fixed to the present. The convention must be guaranteed. What Keynes did was to introduce uncertainty and risk into the conventional framework of economic policy, thereby establishing a novel role for the state as a planner, regulator and, above all, a risk absorber (by socializing risks) in the broadest sense of economic life. This approach involved the implementation of a series of complementary policies designed to eliminate some of the most critical investment risks faced by corporations.

While a comprehensive examination of Keynes' real theoretical framework and his projections for the capitalist economy and society is beyond the scope of this analysis, it is possible to identify the profound influence of his ideas on the post-World War II economic and social order at both the global and national levels. While there are serious drawbacks to labelling the period as a total Keynesianism, several factors were nevertheless important. One of the key critiques of the gold standard was the preference for state management to secure the stability of the value of money (exchange rates and interest rates). Secondly, the Keynesian turn also advanced the agenda of socially-determined wages, a more planned distribution of income and an emphasis on both nation-building and welfare. The implications of this for value theory will be returned to in a later section. Thirdly, Keynesianism introduced a culture of macroeconomic planning, particularly in relation to investment and aggregate demand. Although the extent of investment planning did not match Keynes's expectations, it represented a profound shift from the approach that had been employed in the first three decades of the 20th century. Fourthly, Keynes provided a proper rationale for counter-cyclical deficit spending, which could be used to maintain the conditions of stability and growth. During the Bretton Woods order, this undoubtedly evolved into a rationale for permanent deficits in advanced capitalist countries. It also established a direct association of borrowing with growth and stability. However, with the so-called neoliberal era, the stabilizing and constructive effects of the public sector position on the capitalist economy have been largely forgotten.

Therefore, the Keynesian regime of socializing risks by nation states was extended to encompass the regulations on standard and full-time employment contracts and benefits provided by large companies as social institutions. In this context, in addition to the economic and political power of monopolies and the political power of the modern state, trade unions were also part of this order, and risks were removed from labor relations as well by those standard employment contracts and benefits. Furthermore, employment was the provision of welfare. As Jessop (1996, p. 168) depicts it, the 'Keynesian Welfare State' has two functions:

> First, economically it aims to secure full employment in a relatively closed national economy and to do so primarily through demand-side management. In this way it tries to adjust demand to the supply-driven needs of Fordist mass production with its dependence on economies of scale and full utilization of relatively inflexible means of production. And, second, it tries to regulate collective bargaining within limits consistent with full employment levels of growth, to generalize norms of mass consumption beyond those employed in Fordist sectors so that all citizens may share the fruits of economic growth (and thereby reinforce effective domestic demand) and to promote forms of collective consumption favorable to the Fordist mode of growth.

The essential point is that this state culture of economic planning and stabilization was increasingly adopted within corporations, which were being run on the principles of centralized planning, borrowing, centralized oversight and control of intersectoral linkages and stable growth.

Moreover, just as the Keynesian state was associated with social policy, so too was the giant corporation, and the giant corporation was similarly regarded as a defining entity for its role in society-building. This was not merely the accumulation of capital in a narrow economic sense; rather, with long-term growth and high profits, the role of giant corporations was to fund a wide range of social activities, including the arts, welfare, political parties and research institutes. This was a case of what would later be called 'legitimation', both in the community and in state policy circles. The term 'soulful corporation' was used throughout the late 1950s and 1960s (see Kaysen, 1957 and Wirtenberger, 1969) to define the social responsibility and centrally controllability of corporations. Hence, the Giant Corporation was considered more than an entity solely responsible for the production and sale of goods; it was perceived as a social institution, controlled by the professional managerial classes responsible for the entire chain of production as well as for employment relations and social policies. Nevertheless, just as Keynesianism went into decline in the early 1970s, so, Gerald Davis (2009) notes that corporations lost their 'soul'.

Just as the state emerged with concentrated power and bureaucratic expertise, so too did the giant corporations. For Chandler (1999, p. 14), the definitive characteristic of the 'modern business enterprise' was that it was administered through a number of distinct operating units managed by a hierarchy of full-time salaried executives. Galbraith (1978) identified the influence of a 'techno-structure' within the managerial elite, comprising those with scientific and technical expertise who exert a profound influence on less technically-oriented corporate managers. At the time Galbraith was writing, the techno-structure was centered on scientists and engineers. In the present era, our attention is directed towards the influence of financial analysts. However, during the period following the 1930s, the role of financial strategy was a less specialized administrative role, in the sense that it was undertaken by senior executives, at least in the USA.

On the other hand, in Germany, the considerable power of large banks was derived from their proxy voting in shareholder meetings, which enabled them to exert a significant degree of control over the strategic decisions. In contrast, in the Anglo-Saxon countries, this phenomenon is more recent, dating back to the 1970s phenomenon, and is often referred to as 'shareholder value'. In Germany, however, the concentration of banking began at the turn of the century, as Hilferding (1981, p. 223) observed that "the development of capitalist industry produces concentration of banking, and this concentrated banking system is itself an important force in attaining the highest stage of capitalist concentration in cartels and trusts." The dependence of industry on banks increased over time, so that "an ever-increasing proportion of capital used in industry is finance capital, capital at the disposition of the banks which is used by the industrialists." For Hilferding, the concept of finance capital encapsulates the combined processes of cartels, monopolization and the breaking down of the distinction between banks and industry, in favor of banks. More importantly, at least in the future, the concept of *finance capital* was of greater significance, as it implied liquidity to capital that had the potential to dynamically reshape the corporate form. Whereas finance capital refers more to the fusion between bank and industrial capital in the context of conglomerations, financialization refers to the aggregation of increasingly liquid forms of capital into large corporations. This situation should be considered in conjunction with the issue that capital has acquired a dimension of flexibility that extends beyond the dimensions of monopolization and vertical integration, as well as centralized management.

## 2.1 The Marxism of the Monopoly Capital School and the Giant Corporation

This widely-adopted discourse of the hierarchical unity of the corporation saw the theories of 'monopoly capitalism' entering into the center of Marxism, in the tradition of Baran and Sweezy (1968) (first published in 1966). They followed this general discourse which expressed the economic and political dominance of giant corporations and the suppression of competitive processes (O'Connor, 1966). The focus of their analysis was the monopoly pricing and surplus profits stemming from the centralized market structure that emerged with the growth of large-scale corporations, control over inputs, advertising, and other barriers to entry. For them, the decline of competition with the growth of some large capitals and the elimination of new entrants revealed the tendency towards the centralization of capital.

As outlined by Baran and Sweezy (1968, p. 18), the dominating giant corporations were "increasingly able to take care of their financial needs from internally generated funds" and the ownership unit, which previously exercised absolute control over numerous enterprises, became increasingly amorphous and leaderless. All these developments contributed to the growing independence of the giant corporations from bankers and dominant stockholders, with power shifting towards senior managers. Finance, in this discourse, was transformed into a mere passive aspect of accumulation.

Baran and Sweezy reached a similar conclusion to Berle and Means regarding the central role of giant corporations and their planning and investment processes. However, while Berle and Means (and Hilferding) viewed financial calculation as an expression of competitive calculus (information to the stock market/banks), Baran and Sweezy emphasized the dichotomy between competition and monopoly. According to them, at best, finance was a presence 'external' to the corporation, or in other words a category relatively autonomous from the firm.

All these commentaries on this subject referred to the same convention: the primacy of the spatial and formal fixity of corporate capital as a central issue. In reference to Marxian value theory, the focus was on the capacity of giant corporations to secure long-term profit in excess of SNALT. Yet, the emphasis on monopoly power led Baran and Sweezy adopt a perspective similar to that of the 19th century, viewing the corporation as a unified entity as 'going concern'. This perspective was based on the assumption that the power of the corporation lay with the assets combined under the corporate entity as a whole, not with individual assets. This did not imply that the corporation would not divest itself of particular assets, rather it necessitated replacement purchases to sustain its market power.

The focus on monopolies also meant that the explanation of profits came from sources other than labor within the industry in question: market power. While this was not incompatible with Marx's idea of surplus value, Marx's surplus became a small part of the explanation, which lay more in the capacity to manipulate market conditions. Sweezy (1962, 1981) had earlier contended that the 'law of value' was only valid for the competitive conditions. This meant that this resulted in an ambiguous relationship between labor values and monopolized 'administered' prices.[2] Corporations were perceived as more institutionally and spatially fixed tangible units that exercised monopolistic regulatory power on markets, rather than the sum of bits of capital competing with each other. The valuation of goodwill and intangibles was not addressed; as it fell outside the scope of their discourse.

In place of the concept of 'surplus value', Baran and Sweezy propose the notion of 'economic surplus' which represents the difference between the actually forthcoming aggregate output and the socially necessary cost of production (Baran & Sweezy, 2012). Their endeavor to reconcile Marxian value theory with the monopolistic conditions of accumulation culminated in the construction of macro categories for elucidating the flow of surplus between disparate sectors (consumption or investment, in the context of absorbing economic surplus). This agenda was consistent with the Keynesian framing of aggregate demand and the dominant cost-based accounting perception of measuring circulating fixed capital. The figures of full-time wage labor, the large-scale mass production of industrial materials, the mass education and the social welfare system (of health and pension funds) were compatible with the Monopoly Capital School's model.

With this emphasis on market power, the monopoly capitalism school in a sense portrayed a capitalism that had lost its competitive dynamic in the sense of the neoclassical economics makes. According to this interpretation, the

---

2 The doctrine of administered prices and its relation with cost accounting as expounded by Berle and Means, became a popular to means of illustrating the monopolistic mechanism of setting up prices in the heterodox tradition. For further details, please see Lee (1999).

period of monopoly capitalism is characterized by a tendency towards stagnation, as competition is defined in terms of pricing and market power. In such a system, finance plays a passive role in accordance with the framework of the Keynesian regulatory regime. One might posit that the role of competitive dynamics beyond pricing power to accumulate financial and intangible assets, which we have demonstrated to be a particularly dynamic topic of discussion in later periods, has been understated. It can be argued that the over-emphasis on monopolistic tendencies has led to the overlooking of a competitive dynamic that favors 'taking financial positions'.

## 2.2 Liquidity beyond Monopoly Capital

While Baran and Sweezy's school of Monopoly Capitalism had concentrated on the fixity of capital and hierarchical control of giant corporations, they had a relative neglect of finance. Although banks as institutions were included in the monopoly capitalism model, finance itself was passive in accumulation.

Yet there were other significant developments concerning the growth of liquidity in capital markets that were associated with both the crash of 1929 (most obviously) and also the 'Keynesian' restoration. While some were compatible with 'monopoly capitalism', others undermined the fixity and stability of its framing. Although the undermining factors will be investigated in detail in Chapter 3, some of the potentialities regulated by Keynesian policy norms should be revealed here.

Firstly, the liquidity of ownership increased during the 1920s stock market boom, only to experience a significant decline due to the 1929 crash and the Great Depression. The total annual share turnover in the USA rose from 159 million in 1900 to 1.1 billion in 1929 just before the Great Crash. The data on preferred and common stocks underwritten demonstrates the significance of equity ownership, which reached to $405 million in 1910 and increased to $9.4 billion in 1929 (Baskin & Miranti, 1999, p. 167).

The number of stockholders provides insight into the concentration of ownership, while share turnover offers a narrative of the economic cycle. Between 1900 and 1930, the number of stockholders increased from 1 million to 10 million. Of this growth, half recorded between 1927 and 1930 (Cox, 1963, p. 197). Over the twenty-year period between 1930 and 1950, the number of stockholders decreased from 10 to 5 or 6 million. This decline was sustained for the subsequent decade, despite the period being characterized by rapid industrial and corporate sector growth in the United States. The reason for this was the concentration of stockholdings in the hands of institutional investors. Another parallel development was the rise of investment funds as monopolized ownership, which occurred after the post-WWII period. Although there were over 25 million investors on the New York Stock Exchange alone by 1973, the holdings of the considerable number of institutional investors grew from 6 percent in 1950 to 40 percent in 1990 (Baskin & Miranti, 1999, p. 232).

The second critical development in corporate finance was the rise of money trusts as the primary face of institutional investing (or an early form of mutual fund). This was profoundly altered in the US by the dramatic financial reform of the Glass-Steagall Act (1933). Prior to the Great Depression, investment funds were largely concentrated in the hands of a small number of investment bankers.[3] Among these, the partnership of J.P. Morgan and Company was by far the largest and the most prominent one in the United States (DeLong, 1992). Maintaining a relationship with the Morgan-dominated money trust was instrumental for corporations and other investment bankers at the turn of the century (Konings, 2011, p. 79). This concentration of security issuance in the hands of a few investment banks also meant that investment bankers were present on the boards of directors. This trend is consistent with the analysis of Hilferding.

By the late 1920s, so powerful were the investment bankers over corporate finance and the finance industry generally that the distinction between commercial and investment banks had begun to blur, which meant that the activities of taking deposits and dealing in securities were carried by the same centers of money trusts. This created two problems for corporations. Firstly, the monopolized investment banks and their affiliates' representation on boards led to concentrated power on the decision-making process and monitoring of the companies from within (Davis & Mizruchi, 1999, p. 216). Secondly, the monopolized power of banks underwriting corporate securities and taking deposits was linked to the overvaluation and undervaluation of securities, and the volatility of security prices.[4] By the beginning of the 1930s, nearly half of

3 With some exceptions, the common tendency towards the 1930s in the banking sector of the global economy was monopolization. In Britain, the capital markets were predominantly operated through stock exchange brokers, dealers, etc. Therefore, it could be said that capital market business was not institutionally fixed in Britain, as Tilly (1989) emphasized. Between 1980 and 1917, the banking sector in Britain became more concentrated, having supported the industrial boom (Capie, 1995, p. 399). British banks were also dominant in the multinational banking sector, which continued during the interwar years (Capie, 1995, p. 405). They were holding an increasing number of financial assets of a more sophisticated nature. However, British commercial banks did not engage in investment banking activities as a rule (Tilly, 1989, p. 196).

4 In this context, the role of investment trusts in the market was important in influencing the corporate valuation. For instance, a financial logic of liquidity could be discerned in their role of exchanging corporate shares from a financial perspective. A notable example is the

new securities went through the affiliates of the commercial banks (Roe, 1994, p. 95). This nexus was perceived as a source of instability for accumulation, given that these monopolized investment houses were utilizing the capital (money) of others in highly leveraged ways. These were the financial conditions that characterized the speculative bubble.

The economic crisis of 1929 ultimately prompted a re-evaluation of the system and the value and valuation mechanisms that underpinned it, which were subsequently deemed to be unsustainable. The Glass Steagall Act (1933), introduced in the United States in response to the Great Crash of 1929. This profound regulation was designed "to provide for safer and more effective use of the assets of banks, to regulate interbank control, to prevent the undue diversion of funds into speculative operations, and for other purposes." The Act prohibited commercial banks and their affiliates from dealing in securities (what became known as proprietary trading). Commercial banking activities were severely limited, particularly in relation to the stock owners of corporations. Commercial banks that collected deposits were prohibited from purchasing or selling securities, and the Federal Deposit Insurance Corporation (FDIC) was established to insure bank deposits.[5]

In this way, the balance between finance and the giant corporation was stabilized again to facilitate the accumulation of 'fixed' capital. The Keynesian and developmental state policies were envisaged within the national borders. However, giant corporations were not constrained to a single country. The realization of this regulatory environment was marked by the Bretton-Woods Agreement in 1944, although it was of limited duration (for further insights, see Bordo, 1993). With this Agreement, national currencies were tied to the US dollar, with the dollar being the only convertible currency to gold. This regime represented a more flexible anchoring system (compared to the precious metal standard) with fixed exchange rates aiming at economic and monetary stability of the global finance to ensure the fixed and tangible cycle of capital. However, the US Dollar became the *de facto* reserve currency serving

---

response written by Morgan partner Henry Davidson to the Pujo Committee (1912–1913). This response argued that "the reason the partnership had control over investors' funds were thousands of investors ... seeking ... securities ... have neither the knowledge nor the opportunity for investigating a great ... enterprise" (DeLong, 1992, p. 215). For them, their influence over investors' choice of securities was beneficial, as it was 'disciplined' by the 'market', and driven by the superior judgment of risk.

5 The establishment of the FDIC had profound effects for the future inclusion of the public into the financial system, particularly in relation to the foundation of the Federal National Mortgage Association (known as Fannie Mae). In the subsequent period, these regulations were to assume a pivotal role in the post-1980 era (Konings, 2011, pp. 82–84).

as the global anchor. Thus, there remained an ontological foundation for the assumption that the long-term value of capital assets and commodities would be stable, contingent upon the conditions of production, costs and retrospective activity of 'productive' labor.

The result of these regulatory interventions was to reinforce the corporate structure as depicted by Berle and Means and Hilferding. The state's role was to stabilize the accumulation process in two fundamental ways: (1) The introduction of a rigorous and transparent framework of calculative agenda for financial decision-making; and (2) the establishment of a supportive financial environment (sphere) for the fundamental container of accumulation, namely the giant corporate form, through the facilitation of safer corporate finance in favor of its fixed-tangible capital circulation for the remainder of the period until the late 1970s.[6] However, the liquid potential of finance remained viable to re-emerge in the neoliberal future.

## 3 Valuation and the Rise of Corporate Accounting

The accounting profession, which had grown significantly to meet the complex needs of giant corporations and financial analysis, pursued this agenda and served to shape the subsequent development of the corporate form. In accounting, the 1920s witnessed an important transformation: the rate of return on capital investment (ROI) was introduced as the metric to measure and follow up the performance of capital. It was different from the prevailing performance measure of the previous period, which focused on the *operating ratio (1850–1920)* of whole corporate capital, which equaled sales revenue in excess of product cost (Levy, 2014). The operating ratio, which focused on costs and profits over a standardized period of time, was an appropriate measure for large companies. However, in a capitalist sense, it was focused on measuring a standardized form of profit. As the weight of industrial fixed capital accumulation, with limited liability and managed as a private entity, increased, the calculation of profit based on capital employed became more important. This led to the development of ROI as a concept focused on the long-term preservation of fixed capital accumulation. As different from the operating ratio, invested

6 As Wray (2009, p. 813) indicates, balance sheets were filled with the safe Treasury debt, which constituted 60 per cent of GDP after the Second World War, "public debt was leveraged and served as collateral for borrowing to finance housing and business investment". This was one of the important and 'indirect' vehicles of intervention to stabilize corporate values through 'financial markets' in general by underwriting risks.

capital used in industrial production became the part of this new ROI calculation, with their historical costs. This was important because all these 'bits' (components) of capital (the various assets of the corporation) were integral to the competitive calculation on each of their expected rate of return, with the emergence of this metric.

This change demonstrated the potential for disaggregating or decomposing corporate capital in a way that would become critical in the 1980s. However, by the 1920s, finance had already developed a calculative process consistent with Marx's notions of the historical process of *value in movement* and the concrete expression of *abstract capital*. If we consider finance as a dynamic process of innovation developed by capital to overcome its exposure to the crisis of value, the notion of value in motion needs to be considered in a broader historical context. The same process can be applied to Marx's concept of abstract capital. The abstract concept of capital is essentially abstracted in the value contained in each individual capital in order to 'expand' it. In other words, the abstractness of capital involves not only a conceptual abstraction that facilitates understanding, but also a process of concretization, just as we understand abstract labor. Capital is expressed abstractly in certain forms of value and becomes comparable with each other. This is because coming to a common measure also refers to a historical movement. This represents the main challenge for accountants.

Consequently, this is also concretized (and expressed) in a specific form of value. While the construction and stabilization of value as a common unit of measure is one process, the continuous abstraction of the value of capital through this established and expectedly stable form of value operates as another parallel process. However, capital also becomes liquid through different financial innovations and crosses different national and physical borders. At this point capital attempts to overcome the problem of benchmarking in terms of national currencies. Consequently, the issue of the common value measure is not a completely solved problem in the process of capitalist accumulation; rather, it represents a problematic area that capital is constantly reconstructing. This issue will be returned to in future chapters. However, the stability or fluctuation of the common measure of value and the internationalization scale of capital accumulation determine the practice of accountants. They too are engaged in an intense activity of finding stable capitals for asset values. The primary objective of these accountants was to analyze and direct the dynamics of these physical assets within the context of companies during the 1930s.

The new form of the company involved the management of capital, which entailed the integration of diverse assets, including mostly fixed assets, in the context of this historical conditions, with the objective of initiating production. Consequently, the distinction between the value of corporate capital and the value and performance of individual capital assets remained a matter of contention. This conceptualization of the corporation as an assembly of assets, each with discrete characteristics, albeit combined in particular ways to form a corporate entity, opened conceptually the idea that elements or 'bits' of capital can be assembled in multiple ways. Ultimately the value of 'capital' itself will guide the assembly and the constant transformation of corporate structure.

For Marxian value theory, this dynamic direction of the calculative agenda represented a sort of challenge, particularly when the analytical project of capital was to explain goodwill and the long-term anchor of asset values. Before we consider theories of value, however, it is necessary to examine the impact of the accounting profession had on forming the emergence of the giant corporations and the impact of the 1929 crash.

Over the course of the 1920's economic boom, there was a strong demand from governments, and especially from investors for a change in accountants' valuation practices. As economic relations became more complex due to the enormous demand for corporate securities (especially equity), the need for more information and more effective modes of communication grew. Hence, the analytical categories responsible for fairly measuring values needed to change, propelled by the crisis of the late 1920s. Although the crisis manifested itself in the form of a value crash, it had a social dimension. Therefore, it is crucial to examine the parallels between the value crisis and the crisis of the institutional forms of capital simultaneously.

The early form of investment banking had played a central role in shaping the new financial accounting and valuation practices. The early practices of the Morgan-dominated 'money trust' as an 'active' intermediator would give important insights about how increasingly liquid assets were being valued until the valuation crisis of the 1929 slump. Here, it is possible to see the conflict between the 'conservative' accounting procedures[7] discussed in Chapter 1 and the financial logic of valuation on securities.

The concern was that there were no clear accounting standards to deal with the rapidly evolving impact of investment banking on the industry. In point of fact, there were not even sufficient numbers of trained accountants at the outset. In 1900, no US educational institutions offered a Bachelor's degree in

7 As can be seen in Chapter 1, accountants were questioning the incorporation of future dimension, but still frame the 'fundamentals' of capital as 'tangible' assets. And the future expectations on the 'productive activity' of the tangible assets formed the basis of their valuation practices regarding the value of corporation, and their accounting was still cost-based.

accounting. However, by 1930, accountancy degrees were available at over 300 institutions, at both the undergraduate and graduate levels (Previts & Merino, 1979, p. 213). It was within these universities that accounting standards were being established. In 1916, the American Association of University Instructors in Accounting (AAUIA) organized as the inaugural national body of academic accountants. In 1921, the organization changed its name to the American Accounting Association. The AAUIA formed the initial set of accounting standards under the title of 'Uniform Accounting' in 1917, which were subsequently revised in 1918 under the new title of 'Approved Methods for the Preparation of Balance-Sheet Statements' (Chatfield, 1974, p. 128). This text presented formats for balance sheets and comparative income statements, only appearing as recommendations. Nevertheless, these developments directly affected the methods used by the SEC (Securities and Exchange Commission) in 1930. The agenda was not merely to identify an anchor for the estimation of the value of assets and corporate value; it also aimed to define the underlying economic relations. The state was also an active participant in this process of 'formation'.

At this juncture, two interrelated factors have to be taken into account:

- Firstly, there was a question regarding the benchmark to be used to measure the value of common stock, which had risen significantly since the late 19th century. The 1929 Crash prompted a search for a new anchor.
- Secondly, in the aftermath of the 1929 Crash, the US Government's sought to unify accounting principles with the assistance of the Securities and Exchange Commission's regulations (1933–1934 Acts). This was designed to rebuild 'confidence' in stock and commodity markets by imposing new regulations on financial statements in order to stabilize the valuation process.

With regard to the first issue, the debates surrounding a stabilized value anchor sought to elucidate the divergence between the market value and book value of corporations during the process of separation of ownership and control. This issue reached its zenith in 1929. A significant proportion of observers believed that stock prices were grossly inflated. Wigmore (1985, p. 3) reports that the average stock price in 1929 was 425 percent of book value per share, with a few stocks reaching levels that are difficult to comprehend. The average market-to-book value ratio declined from 420 percent to 49 percent between the years of 1929 and 1932 (Wigmore, 1985, p. 544). This indicated a need for a more robust approach (or anchor) to establishing the values in question, one that went beyond the limitations of cost-based constructed book values.[8]

---

8 The study by Wigmore (1985) offers a more comprehensive examination of the Great Depression and its impact on various sectors.

In this context, it is crucial to highlight an underlying issue. In essence, the prevailing concern regarding market and book values led to a consensus that 'tangible' corporate capital should be correctly measured. While 'goodwill' was indeed a problem, it was not yet significant enough to cause a practical problem in valuation debates. Instead, the divergence between market and book values opened up a space which could potentially be explained by something called 'goodwill' or other intangible assets.

In this context, the use of face value (also known as par value) as a signal or an anchor also declined.[9] As the prevalence of finance and liquid ownership increased, the capitalization of corporations accelerated. Despite the contradictory nature of book value, it was still believed to provide a robust foundation for corporate value. One of the key benefits of this approach was that it would prevent the occurrence of corporate value crashes by eliminating what were known as 'speculative elements', which were considered to be 'watered stocks'.

In his own way, Thorstein Veblen (1912) (first published in 1904) pointed out the same sort of diversion to the one discussed here as two dimensions of business enterprise namely the relationship between *the effective industrial capital* and *the aggregate of the capitalized material items engaged in industrial output*. In other words, he drew attention to the distinction between the value of industrial capital and the value of business capital. Although Veblen did not explicitly refer to the same distinction here, it can be argued that he was influenced by the prevailing environment. For Veblen, industrial output was not primarily concerned with financial and market value, but with the 'creation of use-value' by the craftsmen and engineers who defined industrial production by its very existence (Veblen, 1914). Nevertheless, it is evident that the heightened focus on financial value creation in comparison to the efficiency and value of physical capital at the time prompted him to adopt this perspective (Veblen, 1921). The emphasis on the increasing dominance of the capitalized value of corporations demonstrates his awareness of the same question regarding the basis for the valuation of a company.

---

9 The term 'face value' or 'par value' is a distinct from the concept of market value. The calculation of this figure is carried out prior to the market process in order to estimate the potential stock market value of the company in question. This was predominantly employed by the large corporations between the 1850s and 1930s. The stated value of a security (in our case, shares and stocks) at issuance represents the price at which the security was initially offered to investors, before the actual price paid by investors in the marketplace. This price was influential in shaping the perceptions of investors in these early times (for further details, see Baskin & Miranti, 1999).

It appears that Marxian writers of the period were largely disengaged from the concept of goodwill or some sort of the notion of intangible capital, and as well as from an engagement with the discrepancy between market and book values. It is evident that the concept of the current price (market value) was not a primary focus of the theory of value. Given that Marxist approach of the period is predicated on a conception of capital as congealed labor, there was no scope to measure intangible value. In practical terms, this was of no consequence. Given that the influence of financial capital and forms of value on the labor process is still largely determined by the dominance of industrial capital, these concepts are considered to be of secondary importance in the context of exploitation at the industrial level.

The second issue, that of regulation, also warrants further elaboration. As might be expected, the accounting profession lost public confidence following the 1929 stock market crash. The prolonged depressive conditions of the 1930s broadened the scope of regulations aimed at establishing an appropriate accounting standard for regulatory purposes (Miranti, 1989). As Miranti (1990, p. 145) emphasizes:

> The disturbing flux of this period, however, eventually gave way to a new pattern of government-professional relationship that better protected the interest of both practitioners and the public. This involved the development of new strategies and structures on the part of the accountants to countervail the undesired encroachments of government. It also involved a greater sensitivity on the part of government planners to how the expertise of professional groups might be better applied in maintaining social order.

In essence, the issue of government regulation to stabilize the measurement of value became a pivotal point of contention within the field of accounting during the 1930s. Professional accountants (AIA and ASCPA)[10] and governments became mobilized (under the leadership of the US government) to stabilize prices and restore confidence (to inform investors 'in a proper way') in commodity prices and financial markets. The establishment of the Securities and Exchange Commission (SEC) in 1934 as the statutory authority led to a close and perpetual interaction between the Commission and the accounting profession in the development of financial accounting and reporting principles and practices as well as auditing standards (Skousen, 1983, p. 104). The SEC exerted

10 In 1936, the two organizations merged to form the AIA (American Institute of Accountants). This name was retained until 1957, when it was changed to the current designation as the American Institute of Certified Public Accountants (AICPA).

a considerable influence on auditing procedures, resulting in an increase in the legal liabilities for managers, accountants, attorneys, and in the new financial disclosure requirements for businesses, as well as the regulations of the accounting profession. The reforms essentially demanded 'transparency' in corporate affairs by strengthening the legal responsibilities of financial agents to provide the basis for public confidence without significant intervention in investment liquidity.

The stated purpose of the authorities was that the concept of accountability for a full disclosure of material information was about providing 'fair' trading practices. The specific objective of *the Securities Act of 1933* was to facilitate informed investment decisions by investors regarding the purchase (or sell) of company securities. *The Securities Exchange Act of 1934* necessitated the continuous disclosure of material information by corporations whose securities were publicly traded.[11] The legislation sought to address the issue of information (asymmetry) and risk. Therefore, the objective was to enhance the liquidity of capital, while mitigating its destabilizing effects through the implementation of 'fair' valuation procedures. The following chapter will demonstrate that this complex problem of valuation re-emerged in the 1970s.

To be more precise, at this juncture, corporate accounting was about developing analytical norms for a clear monitoring of the value of tangible capital and its circulation, as well as useful performance metrics for shareholders. Consequently, it would be feasible to stabilize capital accumulation through the implementation of suitable valuation frameworks and the monitoring of capital flows under the existing arrangements. Subsequent Keynesian international and national regulation regime served to reinforce this process.

### 3.1 The Birth of Financial Logic: Graham and Dodd's Security Analysis and Fundamental Value

In the aftermath of the financial collapse of the Great Depression, the birth of *security analysis* can be considered as a critical reaction to the value crisis. Graham and Dodd's (1940) analysis represented an important turning point

---

11 "To protect investors the securities acts imposed civil or criminal sanctions against professional agents that were found guilty of either dishonest or incompetent practice. The Securities Act of 1933 was particularly stringent, requiring that plaintiffs had to prove only that they had experienced a loss on the purchase of a new issue whose registration statement contained materially false information or omitted material disclosure of fact. In these cases the burden proof was essentially shifted to defendants" (Baskin & Miranti, 1999, p. 202).

for the calculative logic under these conditions. In important ways, security analysis was compatible with the emerging Keynesian order.

Whilst the accounting profession generally typically concentrated on the analysis of the value of individual 'bits' of capital, Graham and Dodd (1934) developed an analytical framework that embraced the Berle and Means' (1933) depiction of the giant corporation as an 'organizational unity', or a more complex entity than the sum of its 'bits'. The concern was to identify short-term changes in the value of this or that asset and the longer-term valuation of a corporation as a whole. The primary concern of Graham and Dodd (1940)[12] was to understand the dynamics of value in order to design an investment strategy for common stock investors. In Berle and Means' (1933) words, these investors were the 'dispersed owners'. In their own words, they stated: "The times would seem to call for caution in embracing any theory as to future and for flexible and open-minded investment policies." (Graham & Dodd, 1940, p. 4).

The intrinsic value concept of Graham and Dodd represents a reformulation of fundamental value, which they framed as the antithesis of speculation. In this context, one dimension of their analysis is the 'fundamental realities' of the 'Going Concern Corporation', which can be observed in terms of its financial statements and competitive position in the commodity market. This was the basis of determining the 'intrinsic value' of a corporation. The intrinsic value of a security could be determined by an empirical analysis of the asset type, earnings, dividends, and definite prospects, as distinct from (potentially fanciful) market quotations. While the trend of earnings was offered as one of the useful indications of investment merit (1940, p. 366), it was not presented as a sole basis for determining intrinsic value. However, it still drove long-term market valuations. The other dimension of analysis is the stock market position of the corporate asset as common stock. Short-term changes in the market prices of common stocks are not necessarily indicative of the long-term (or going-concern) value of the company. Consequently, there is always a potential discrepancy between stock price and intrinsic value.

The investment strategy proposed by Graham and Dodd in their book is known as 'value investing'. The strategy was designed to exploit this discrepancy. Their approach is based on the comparison between the intrinsic value of a company, which reflects its fundamental long-term position, and its stock price. This comparison is used to determine whether the stock price is over- or under-priced in the market. More precisely, they offered an investment strategy based on the purchase of stocks that are priced below their intrinsic value

12 This is the year of publication for the second edition of Security Analysis. This chapter utilizes the second edition of Security Analysis for citations.

and the sale of stocks where the price exceeds their intrinsic value. This point identifies an attachment to the inertia of fundamental reality and stability.

Their work can be understood as an attempt to shape the calculative logic of investment in the formation of finance in the time period of inextricable value crisis. The problem of investment dynamics, as defined by the authors and the projections offered as 'solutions' for common stock investors, were of critically importance in understanding the way of shaping the capital accumulation.

Their theory of *value investing* became a central tenet of an empirical measure of the distinctions between investment and speculation, stability and instability. The valuation formula rejected the speculative agendas of estimating short-term stock price movements. Their perspective did not also explicitly disavow the significance of book value as an accounting pursuit (1940, p. 585):

> We do not think, therefore, that any rules may reasonably be laid down on the subject of book value in relation to market price, except the strong recommendation already made that the purchaser know what he is doing on this score and be satisfied in his own mind that he is acting sensibly.

On the other hand, the purpose of security analysis was not to determine the exact intrinsic value of a given security (1940, p. 24). All that can be achieved is a 'range of approximate value', for three reasons which will be elaborated on below.

The first reason is that uncertainty about the future prevents more precise analysis. The objective was to approximate the security's value for comparison with the market price, with the aim of determining whether it was considered to be lower or higher than its market price. This entailed the conclusion that speculation—the deviation of market price from intrinsic value—was being directly linked to uncertainty and irrationality. This undoubtedly reflected the influence of Frank Knight's (1921) recently published work, *Risk, Uncertainty and Profit*.

This implies that the conditions for attaining the fundamental value were somewhat associated with the sustainability of the fundamentals, which could be perceived as compatible with a Marxian framework for understanding value. The framework of Graham and Dodd also offered an institutional framing of the corporate form, broadly consistent with Hilferding (1981) and Berle and Means (1933). This was then taken up by the Monopoly Capital School in the 1960s (Baran & Sweezy, 1968; Magdoff, 1970; Sweezy, 1981; Sweezy & Magdoff, 1971). In this context, the specific manner in which investors (or security analysts) comprehend the relationship between intrinsic value and market price is contingent upon their capacity to distinguish between speculative elements and fundamental factors.

The second factor was the recognition that there is a qualitative element to intrinsic value:

> The market is not a *weighting machine*, on which the value of each issue is recorded by an exact and impersonal mechanism, in accordance with its specific qualities. Rather should we say that the market is a *voting machine*, whereon countless individuals register choices which are the product partly of reason and partly of emotion. (Graham & Dodd, 1940, p. 28)

In their approach, qualitative factors are defined as the nature of the business and its future prospects, the factor of management, and the trend of business earnings. These underlying facts are irreducible to the quantitative projections that deal with the nature of the business, the relative position of the individual company in the industry, its physical, geographical and operating characteristics, the character of the management, and the outlook for the unit, for the industry and for the business in general (1940, p. 40). Implicitly, it can be argued that goodwill and intangible assets began to be considered in the analysis, although it was not framed that way by Graham and Dodd.

However, there was a gradual recovery observed in the financial markets following the end of the WWII. The number of shareholders declined from 10 million in 1930 to 6 million in 1952, before growing again in the mid-1960s to 20 million. The volume of share trade increased significantly, despite the occurrence of volatility. For instance, 16.4 million shares were exchanged on the famous 'Black Tuesday' of 1929 (1.1 billion in total for that year), whereas the annual volume of shares sold was only 324 million in the following year (1934). The number of shares traded increased to 500 million shares in 1956, before finally blossoming into 2.9 billion shares in 1968 (Baskin & Miranti, 1999, p. 232). Conversely, as the trading volume and shares prices increased, dividend yields were depressed in comparison with prices during the 1960s and 1970s. Hence, the notion that the value of stock was attached to the dividend stream was undermined. Volatility (i.e., the changes in the price of stocks) was regarded as another source of 'profit' distinct from the dividend stream on them, as *capital gains*. Thus, the concept of value was initially challenged by the notion of an income (or dividend) stream on the underlying value of a common stock, and subsequently second by the accelerated debates on 'some other components' concerning the sudden changes in the value of common stocks. To clarify, by the end of the 1970s, several different interpretations of the value of capital attached to its prospective yield emerged, which gained another dimension with the consideration of volatile asset values. Subsequently, the concept of volatility emerged as a key consideration.

Interestingly, Graham (1958; 1963) began to emphasize the enhanced effect of speculative elements in the value of common stocks based on the volatility of financial markets after the late 1950s. Whilst Graham initially viewed the value risks of common stocks as being associated with the weaknesses or the risks of businesses prior to the Great Depression, he subsequently began to consider the speculative element as being more closely linked to the volatilities and uncertainties of the stock market prices, which create extra difficulties in estimating discounted future growth.

From his own specific discourse in criticizing the effects of markets, this tendency was interpreted as the increase in the speculative element. In this regard, the result of his observations and comments on the change in the common stock prices of IBM during the 1961 and 1962 periods appeared to be highly self-critical. Graham (1963, p. 66) stated: "This comparison brings out sharply the relatively new tendency for high quality and high risk to go together in the field of common stock." Graham's intuitive grasp of the growing influence of capital gains for his specific analysis of fundamental value is evident in his observation that this tendency undermines his approach. In his book, *The Intelligent Investor*, he presents the results of his observations, stating that "this is just another of an endless series of experiences over time that have demonstrated that the future of security prices is never predictable" (Graham, 2006, p. 24).

The third factor, an early version of the 1950s portfolio theory, emphasized that the value of an asset is context-specific (i.e., specific to a particular portfolio). This was first introduced in the second edition of Security Analysis (1940, p. 366):

> Investment is conceived as a group of operation, in which diversification of risk is depended upon to yield a favourable average result.

This can be regarded as an early indication of the manner in which the increasing liquidity of capital markets and the flexibility of portfolios were beginning to be incorporated into the definition of 'fundamental value'.[13] At this juncture,

13 As a result of this ongoing value crisis dynamic, the professionalization of the practice of security analysis practice was initially intensified by the leading figures, such as Benjamin Graham, Lucien Hooper, William Norby, Gilbert Palmer, Abe Kulp, Ezra Solomon, etc. under the umbrella of the New York Society of Security Analysts (NYSSA) founded in

the issue at hand was the sustainability of the giant corporation as a fixed and tangible entity.

## 3.2 Accountants' Formidable Responses to the Problem

The valuation of capital, which proved to be unreliable in the economic boom of the 1920s and the subsequent crash of 1929, was of critical importance for accountants because the inadequacy of the analytical tools was well and truly exposed, even from their own point of view. In this vein, Henry Sweeney published *Stabilized Accounting* in 1936, which represents one of the earliest systematic attempts at explanation, with the objective of dealing with asset price changes in the accounts. According to Sweeney, the accounting profession had failed in three ways (Chatfield, 1974, p. 241). First, it failed to provide a principle of capital maintenance and 'purchasing power'. Second, it combined figures which were expressed in different units of measurement. Third, it failed to take into account the gains and losses associated with the changes in the value of money, a potential problem to which the Bretton Woods Agreement provided a temporary solution.

The necessity for more flexible value conceptions compelled accountants to internalize an inter-temporal dimension in their understanding. Although the profession could confirm the problem of 'fair valuation', the problem manifested itself in various dimensions.[14] In the inaugural bulletin of *the American Institute of Accountants* (1939, pp. 1–2), the evolving corporate form and the existing necessity for reforming the profession were articulated:

> As the result of this development in the field of accounting, problems have come to be considered more from the standpoint of the current buyer or seller in the market of an interest in the enterprise than from the standpoint of a continuing owner. The significance of this change is perhaps not yet fully appreciated, and

---

1937. The years between 1937 and 1963, when the Institute of Chartered Financial Analysts (ICFA) was founded, witnessed the formation of the professional standards for financial analysis. During the same time period, the National Federation of Financial Analysts' Societies was formed on 11 June 1947 by the officers and members of the analysts' societies of New York, Chicago, Boston, Providence and Philadelphia analysts' societies. As the Federation grew exponentially, so did the efforts to establish and test analytical standards initiated by Graham developed concurrently. For a more detailed discussion, see Regan (1987).

14 It is crucial to reiterate that the comprehension of asset valuation was profoundly intertwined with the determination of income in accordance with the principle of 'maintenance of capital', which was previously elucidated in the preceding chapter.

> whether or not the rapid exchange of owners is beneficial to society is a large and important question which society itself should carefully consider; but as long as the practice exists accounting must have due regard for it.

This statement represented the inaugural step towards a more malleable understanding of value. The underlying conditions that necessitate flexibility can be interpreted in terms of the disparate parties involved in the intricacies of corporate finance, as elucidated by MacNeal in his publication *Truth in Accounting* (1939) shortly thereafter. He argued that the historical cost conservatism was unsuitable for reporting to stockholders. He argued that reported accounts systematically ignore unrealized appreciation on current assets, and that they also exclude capital gains on fixed assets. He emphasized the discrepancy between the calculation of value and the calculation of costs.

McNeal posited that the notion of 'going value', which entails the use of original cost for assets in financial statements, was only applicable to owner-managers, and that it overlooked the considerations of creditors and stockholders (Zeff, 1982, p. 533). The significance of his approach was to recognize the 'small informed security holder', a characteristic of the era in question. This represents the inaugural attempt to integrate the security holder's liquid vision of 'ownership' into the accounting profession.[15]

The issue was evidently more complex than a mere matter of costs.[16] The necessity of discounting future revenue streams began to emerge as a key consideration. The integration of these elements into the conservative valuation methods became a prominent issue. Paton and Littleton (1940, p. 10) posit that the concept of *earning power* should be the significant basis of enterprise

---

15 MacNeal also held the view that accountants should not attempt to predict the future, despite the fact that he believed that the historical cost valuation was deficient in comparison to market prices (Zeff, 1982, p. 536).

16 The practical problems of costing emerged with depreciation charging. In the first quarter of 1947 United Steel Corporation deducted 30 percent ($26.3 million) more than normal depreciation charges from income based on price indices (Chatfield, 1974, p. 243). E.I. Du Pond de Nemours and Company and Chrysler Corporation also began charging depreciation in advance due to the prevailing high prices in the late 1940s. Especially Chrysler Corporation increased depreciation charges in 1947 by $5.166.127, resulting in a total charge for the year of $13.586.357, and the auditors remarked that "this is not an exception" (McMullen, 1949, p. 302). The inadequacy of an original cost base became obvious, so the depreciation charges started to be written off by taking exceptional sales possibilities predicted for the next few years into account. Chrysler's 'accelerated depreciation' formula was merely tied to 'excessive' construction costs. McMullen (1949, p. 310) verbalized the result due to the practice: "the value of 'cost principle' as an 'objective standard' is destroyed".

value, rather than the cost price, replacement price, sale or liquidation price. They argued that the income statement was the most significant accounting report.[17] Their own approach to the valuation procedure was informed by their understanding of the nature of a 'business entity'. They placed great emphasis on the continuity of the business entity, which they saw as a bridge between the past, present and future.

Even by the 1960s, these issues were far from resolved. Sprouse and Moonitz (1962, p. 62) went further by proposing that if (or assuming that) an asset's value is equal to the expected future value, its price in the balance sheet should be determined by discounting future income. In his analysis of the state of accounting debate in the early 1960s, Philips (1963, pp. 696–697) identified three distinct problem areas that were contributing to the current turbulence in accounting practice. The first issue was the necessity to achieve greater uniformity by designing 'generally accepted accounting principles'. Secondly, the role of valuation should be conceived as opposed to cost allocation. Finally, the third issue pertained to the impact of price changes on the valuation of income and capital: the problem of a changing 'yardstick' was apparent. The agenda of accountants was shaped by this underlying reality of the liquid dynamic of financial investments and volatile prices. These issues which were going to be more problematic in the post-1980s era.

Following the collapse of security prices in 1929, accountants began to question the valuation of corporate assets in balance sheets. In a similar vein to the approach of Graham and Dodd, accountants were pursuing the same objective of an identifying an anchor to determine the corporate value as the sum of all its assets. Their practical activity was more related to the 'bits' of capital held by corporations, rather than to their overall combination. It is evident that their evolving understanding of value conception is reflected in their discussions. The period from the 1920s until the end of the 1970s saw partly a shift away from the historical cost approach to value, with debates emerging on three key topics in accounting: the price-level problem, the replacement cost controversy, and the question of goodwill and intangible assets in general.

With regard to this latter issue (which assumes greater significance in the subsequent chapters), the divergence between the book and market values of corporations gave rise to the concept of 'goodwill', initially conceived as a residual variable to accommodate the discrepancy between book and market value. Nevertheless, the conceptualization and valuation of goodwill in

17 The main aim of accountants, for Paton and Littleton, was to determine the income by means of matching costs and revenues.

balance sheets became a central concern again during the 1960s and 1970s, coinciding with the emergence of the 'soulful' corporation. The question of whether goodwill is an asset was raised, as well as the question of how it should be valued. It was also asked how goodwill is exactly different from fixed capital.

In accordance with the general characteristics of the era, goodwill and intangible assets were taken as assets by professional accountants. The valuation procedures were applied as fixed assets and subjected to amortization, valued at cost (see Avery, 1942). The rationale behind this approach was that goodwill, and thus its value, being considered an arbitrary non-asset existence was the source of overvalued stock value, which was referred to as a 'speculative element' in a sense as a component of corporate valuation. In a sense, they thought that this 'speculative element' should be valued as a non-current asset with a cost-based valuation and only then could it be 'controlled' in a stable manner over the long term.

The *Accounting Research Bulletin No. 24* (1944) presented a statement on the topic of 'Accounting for Intangible Assets'. The proposal was to classify intangible assets be into two groups, according to whether they have a finite or an ongoing nature. The *Bulletin* primarily concurred that the initial carrying values of all intangibles were their costs, contingent on their characteristics. For instance, if they have a limited and finite nature as fixed assets do, the amortization by systematic charges was suggested based on their estimated life. In contrast, for those assumed to have an infinite nature or what was generally called 'permanent retention', the *Bulletin* proposed to estimate the duration periods first and systematic charges of amortization could be calculated thereafter. It is of paramount importance to highlight the interrelationship between the prospective revenue streams of an asset and its incorporation into the cost-based conservatism of accounting. Although this classification identified the finite and infinite characteristics of the intangible capital in question, these forms of capital were conventionally reduced to a fixed material capital equivalent in order to overcome the speculative element of valuation and to secure the tangible capital circulation.

Although the merger boom of the 1960s revived an examination of the role of intangibles in financial reporting, the debate surrounding this topic remained largely around the same questions. The prevailing convention continued to embrace intangibles as a component of the calculation of the circulation of fixed assets. The Accounting Principles Board's Opinion No. 17 on Intangible Assets recommended a systematic amortization method at cost at the date of acquisition, based on the estimation of the useful lives of intangible assets (AICPA, 1970, pp. 339–340):

> The Board believes that the value of intangible assets at any one date eventually disappears and that the recorded costs of intangible assets should be amortized by systematic charges to income over the periods estimated to be benefited.

However, some intangibles, such as goodwill, had indeterminate lives or were inherent in a continuing business and related to the whole business rather than being a separate identifiable asset. In such instances, these items were deducted from income upon their occurrence. Therefore, the unstable value dynamics were still embedded in the ambiguity of what the asset is in the context of rising goodwill and intangibles. The growth of this unidentifiable combination was destined to become a significant future issue in the field of valuation.

Yet opponents, such as Spacek (1964) and Gynther (1969), advocated that goodwill should not be considered an asset in its own right, but rather as a component of the total valuation process for a business. Spacek (1964, p. 36) defined goodwill as the valuation placed on the earning power of a going concern and the present value placed on anticipated future earnings in excess of a reasonable return on these producing assets. As a result, it was necessary to consider the 'cost' to the buyer of earnings in excess of the costs of the assets required to produce those earnings. In the view of Gynther (1969, p. 255), goodwill is dependent on a number of factors that contribute to the overall profitability of the business, but is not an asset in its own right.[18] Both writers approached this question by emphasizing the increasing importance of investors as the target of accounting. This perspective is reminiscent of the priorities espoused by Graham and Dodd, but from the standpoint of accounting practice. Spacek (1964, p. 39) posits that:

> The sharp distinction of responsibility between the presenter of the information and the maker of market-value opinion is at the very essence of a fair presentation of financial statements. The opinions of the securities market have no place in accounting, for then the financial statements cannot serve the needs of the market. In the accounting practices developed for purchased goodwill, accountants have failed to see this distinction.

18 It is noteworthy that Gynther (1969, p. 255) underscored the prospective benefits of measurement practice in development citing the rapid advancements in probability theory, sensitivity analysis, and simulation techniques. For him, the direct valuation of numerous entities and assets with enhanced precision was imminent. It can therefore be argued that this represents an early indication of the necessity for the incorporation of potential future changes in values and market risk into the accounting practice.

In summary, the intangible nature of goodwill was subjected to intensive debate, and resulting numerous questions regarding its inherently unstable and risky character, as well as its inherent incompatibility with cost-based valuation. This was a problem that accountants struggled to reach a consensus over. However, Marxist value theory remained silent on this issue. Indeed, as the Marxist theory of the corporation moved increasingly towards the 'monopoly capitalism' school, issues such as goodwill and intangible assets were simply being framed as unearned surplus. This framework had a quite different agenda from the dilemmas of accountants. Yet by the post-1980s era, this avoidance of goodwill and intangibles would become a significant challenge to Marxist capital and value theory. All the same, the accounting profession and financial analysts were better prepared to address this challenge by actively seeking a common basis for the valuation of all capital assets, despite the convention of the profit regime based on the life cycle of fixed industrial capital with the historical cost convention. The most significant reason for this is that their professional existence is ontologically conditioned to the reproduction of corporate capital.

## 4 Conclusion

The historical period from the Great Depression to the end of the 1970s has been conventionally depicted in terms of the rise of monopolistic giant corporations. In this context, the focus has been on their 'bigness', fixity, and the diversification of their activity areas. As previously outlined in this chapter, the period under consideration was characterized by one of financial crash and the re-ordering of markets, World War II and the pursuit of stability under the auspices of a broadly Keynesian policy agenda.

Keynes is renowned for his opposition to speculation, which he regarded as inimical to stability. The regulatory and accounting practices that emerged in the financial markets of the 1930s and subsequent decades were, in significant respects, an attempt to distinguish 'real' capital and speculative investment, with the objective of directing real investment towards the former in order to secure the conditions of long-term stability. This framing was equally applicable to both the giant corporation and the nation. It is evident, at least in hindsight, that the regulations and practices designed to maintain stability were being undermined by the increasing financial liquidity, and that the agenda of liquidity would consistently challenge the regulations that constrained it. In accounting, this tension was manifest in a number of ways. Accountants were tasked with developing the codes by which stability and long-term growth could be reliably and transparently recorded.

This accounting task in question was only partially expressed in the tension between the fundamental (or intrinsic) value and market price. That spread, which opened so wide during the speculative boom of the 1920s, could readily be posed as short-term volatility of market prices as 'speculation' (and hence of negative impact). Nevertheless, the accountants were aware that intrinsic value is not that easy to determine, and that it cannot be entirely isolated from current market sentiments. The distinction between 'real' and 'fictitious' capital, as outlined by Marx and especially by Hilferding, could not have been as straightforward as previously assumed. It can be argued that the market value of fictitious capital in Hilferding is considered to be synthetic and open to speculation, which is not based on labor-value. In particular, accountants of the era were coming to understand that asset values depended on the general context of economic development and could not be directly reduced to their costs of production. Moreover, there was the emerging problem of valuing financial assets and intangibles. However, the cost of capital expenditures was still the anchor of the giant corporate structure, and so profit calculation. The need for a more stable basis of valuation for comparing all capital forms was the object of struggle with the coming crisis of accumulation.

For Marxism, these issues could be largely ignored. After all, Keynesian stability programmes were designed by nation states to facilitate at post-war reconstruction and to provide secure environment for the production of heavy industry and consumer goods. These were tangible assets that Marxists were well aware of and which they understood to be the drivers of industrialization. Intangible assets were not considered to be the drivers of industrialization; therefore, they could be safely ignored. The field of finance was understood to be 'contained' by state regulation. In such an environment, stable forms of value (in national currencies and dollars) emerged as appropriate proxies for determining the fundamental value of assets and companies. These stable forms of value also made it possible to use both the value of labor-power and surplus-value as explicit and unmediated categories. Marxist value theory thus developed its agenda to focus the analysis of exploitation relations in relation to the period on the exploitation capacities of monopolies.

Furthermore, the policy focus on stable employment and minimum wages, which was intended to secure family life, animated the Marxist concept of the value of labor power. This appeared to be a reliable and stable unit of measure for a Marxist theory of value to be applied to the era of giant corporations. Yet, as we will see in the next chapters, the monopoly power that developed alongside the giant corporations gave Marxism a new direction; one which some Marxists argue was an expression of the Keynesian stability.

The Monopoly Capital School, which dominated Marxist discourse, questioned the law of value in a way that was not fully consistent with traditional Marxist understanding. They assumed a constant deviation between prices and labor values (or its proxy as production prices) due to the monopolistic power of corporations. Stock prices, representing the value of fictitious capital, also represented speculative elements that were not based on the quantity of labor. They were therefore as vulnerable to deviation from 'real values' as any other commodity on the market. This dominant Marxist discourse sought to reformulate the notion of value (in a sense, fundamental value) around the depiction of the static and corporate unity of the giant corporate form. As a result, it can be posited that they failed to recognize the nascent immaterial and financial potential of valuation as an intrinsic dynamic that would become a pivotal issue in the context of 'immaterial' capital and financialization.[19] The valuation of the share as fictitious capital was seen as a mere diversion or speculative concern. These issues were not perceived as crucial for the transformation of capitalist accumulation. They were merely theorized as categories pertaining to the distribution of value.

In this era, accounting required the class of capital to pose challenging questions regarding measurement, which delved into the very essence of the concept of 'capital'. These debates on value were of significant importance in that they provided insights into the changing nature of capital, its crises and searches. Marxism did not play a role in these discussions, nor can it be said to have prompted its own set of debates.

---

19 It should be noted at the outset that the concept of immateriality is open to debate. As Caffentzis (2007: 25) indicates, "services, cultural products, knowledge, and communication are material goods and labor that produces them is material though it might not always be *tangible*". When I will use the term of 'immateriality', it does not imply any metaphysical connotation. The elements concerning intangibility will be important in the following chapters.

CHAPTER 3

# What Changed in the 1980s: the Rise of Liquidity and Its Antecedents

## 1 Introduction

The 1970s is invariably identified as a turning point of the economic history of the 20th century. Particular focus is given to the end of the long boom, the falling rate of profit in the late 1960s, the rise of 'stagflation' and the oil price shocks and slumps of the 1970s. However, it is possible to speak of a delayed response in terms of turning to research on transformations in corporate organization and value accounting and the implications of these transformations for Marxist and other theories of value. The increasing internationalization of capital accumulation, driven by the expansion of finance, and the demise of the Bretton Woods system, necessitated a re-evaluation of analytical conventions based on the stable forms of value. However, critical analyses of the situation up to this point have been lagging behind. That is hardly surprising, as the global and advanced capitalist economies was entering unchartered and unimagined circumstances and it is to be expected that new conventions of analysis had not yet emerged. Indeed, it was in the shock of the financial crisis and slump of the early 1970s that new conventions, many already being developed along the margins, would come to prominence. Still, for the purpose of our analysis, perhaps ironically, the standardly-invoked issues of the 1970s do not warrant particular focus. It is sufficient to note that the end of Bretton Woods created a space for a new finance and the decline of heavy industry in the US and Europe (and its shift to what became called 'emerging economies') opened a more conspicuously global agenda for giant corporations (but did not initially directly change how they were analyzed).

The 1980s witnessed a deep change in the conditions of accumulation that were a clear response to the slump of the 1970s. It saw an emphasis on flexibility, mobility and liquidity in capital that drastically changed the terms of understanding of the corporate form. Notable here is the rise of derivative markets.[1] The publication of the Black-Scholes options pricing model in 1973

1 Actually, derivative markets were not new. They were used in the form of commodity derivatives even in the ancient history of Greek and China, and particularly the decades after the Civil War in the US, but those markets had limited effects. But derivatives are now representing the biggest industry; for more about the history of risk and risk trading see Levy (2012).

 HTTPS://DOI.ORG/10.1163/9789004763968-005

and its incorporation into hand-held computers later in the decade were pivotal to the 1980s in opening up liquidity to the idea of capital and its organizational form, as will be discussed below. In this chapter, we highlight this turning point. This development of liquid, mobile capital became well recognized in the 1990s; it became called 'globalization' and a decade later 'financialization' also entered the lexicon. That said, the issue of how conceptions of 'value' were changing in this process has received much less attention. The objective of this chapter is to trace the transformation of the dynamics of accumulation in which finance performed a critical role. The central question here is that how and why accumulation has taken a fluid form over time.

As examined in the previous two chapters, the construction of the giant corporate form with the separation of (liquid) ownership and control has to be understood as an intensely competitive process. However, accumulation was mostly regulated and stabilized by international and state authorities via the policies underwriting risks. The presumption of underwriting was simply built into competitive calculation. With the end of the long post-war boom, there was a deep change in the role of the state. Though framed initially and generally as 'deregulation' and then more subtly as 'neo-liberalism,' the effect was that market modes of calculation came to the fore, with the state playing a lesser role in absorbing risks via national controls on markets.

The emerging response to this change was the development of more liquid forms of capital. For Marxism in the 1970s and 1980s, this was posed as being about the mobility of industrial capital. Domestically, flexible specialization, just in time technology and the end of secure employment were key amongst a range of labels that captured how industry was reacting to change. On a global scale, the high industry was relocated from the centers of capitalism to the 'periphery.' In this framing, finance was passive; it was framed as money capital (debt and equity) that funded new technologies and mobile industry.

However, in an environment where finance had lost its anchor (the US dollar backed by gold) and exchange rates and interest rates were volatile, capital accumulation also involved new forms of commodities in the sphere of finance, commodities in the form of financial derivatives which break down the distinctions between different forms of capital. Derivatives came with new innovative dimensions inside markets which converted financial volatility into tradable risk commodities. These risk-based commodities, as exposures to the attributes of capital, were highly liquid and traded at a hitherto unheard-of, and exponentially growing, velocity.[2]

2 It is pertinent to highlight that Hoca's (2012) proposal to utilize Marx's concept of *capital as commodity* in the process of financialized capitalism is appropriate, and in the context of the

In this context, the analytical challenge of accurately measuring the value of capital reached a new level of complexity. The field of financial theory of investment became more associated with the calculation of risk and return on various assets and risk trading. This chapter traces the emergence of 'new liquidity', a process that did not negate the power of giant corporations but profoundly altered the corporate form and subjected it to new modes of financial calculation. Prior to the presentation of the central arguments (in section 4), it is essential to address some of the key historical turning points in the internationalization process of accumulation, as well as the conditions of the production of new financial commodities and their pricing dynamics. These are discussed in sections 2 and 3, respectively. In the interest of clarity, it is necessary to reiterate that the phenomenon we refer to as finance here is a dynamic and unbridled process of competition that produces (liquid) 'commodities as capital' with profit as its main objective. This also indicates a transformation in the accumulation process, namely the financialization of the relations between one form of capital and other forms of capital and with labor.

In developing this analysis, we cannot simply start at the turning point of the 1970s. This period represented a paradigm shift precisely because of the antecedent changes of the previous two decades. Hence, it is necessary to comprehend how financial markets began to diverge from the fundamental security analysis espoused by Graham and Dodd and to incorporate innovations in financial theory, particularly Markowitz (1952; 1959) and portfolio theory, CAPM (Capital Asset Pricing Model), Black and Scholes (1972; 1973) derivative pricing theory, and shareholder value. Section 4 examines the manner in which these techniques of finance facilitated the fluidity of capital both in form and space and its constant process of commensuration. This section outlines the foundations for the emergence of new, more liquid organizational forms of corporations (or, more generally, capital). In other words, it demonstrates how the decline of giant corporations as fixed and illiquid entities is becoming a reality.

## 2 Historical Turning Points: Pathways to 'Liquidification'

The historical period from the end of WWII to the decline of the Bretton Woods system is known as the 'long boom'. In policy terms, it could be roughly defined

emphasis of this study it is very revealing about the role of finance in accumulation, centered on derivatives, in linking and incorporating diverse forms of capital and wealth into the accumulation process.

as 'Keynesianism'. This period is characterized by relatively stable prices, as well as welfare state interventions on a broad scale by underwriting (and socializing) risks at a national level. Financially, there were fixed exchange rates between countries, regulations concerning capital flows, and the *de facto* acceptance of the US dollar as a reserve currency and an anchor at the international level. Following the example set by the US, the separation of investment and commercial banking was another component of this era. Concurrently, the growth of liquid ownership was driven by stock markets, resulting in the associated expansion of institutional investment (both public and private) to keep accumulation and competition liquid (Whitley, 1986, p. 181). The tensions between the fixity of the industrial bits of capital and the liquidity of ownership and financial innovation practices were absorbed by the international financial order of the Bretton Woods Agreement and by the macroeconomic management of welfare states on a national scale.

The giant corporate form constituted a significant aspect of these relationships. While numerous risks that are now regarded as standard components of corporations were mitigated, even if not eradicated by the authorities, the capital controls that constituted part of the Keynesian set of national economic management tools placed conspicuous constraints on the spatial movement of capital beyond the nation. Notwithstanding the implementation of the Keynesian stabilization policies, the asset valuation procedures continued to include unstable dynamics. The ambiguity in the valuation of capital, as discussed in the previous chapter, did not completely dissipate with the stabilization of the macroeconomy.

Nevertheless, the Bretton Woods Agreement came to an end, marking a significant turning point in the history of international financial relations. (for details, see Garber, 1993). In essence, this shift in the early 1970s led, at different rates in different places, to the gradual dismantling numerous elements of the welfare state, the implementation of labor market reforms that diminished job security and income stability, and to the selling off of many publicly-owned assets. Many economists have identified this shift as the emergence of neoliberalism (Harvey, 2007; Dumenil & Levy, 2005; Palley, 2005; Cahill, 2011; 2014). In the field of finance, the volatility of exchange rates (despite policy predictions of gravitation to 'equilibrium'), international capital mobility (now called 'globalization') and the volatility of asset prices (both fixed and liquid ones) became markers of the post-Bretton Woods era that came with four critical historical transformations.

Firstly, in popular discourse, the end of Bretton Woods is cast as a singular event and a policy-driven change (the US Nixon government's decision to end gold convertibility to the dollar) and a decisive turning point. Nevertheless, it was the culmination of a decline that had been occurring over two decades. The emergence of Euro-finance markets (such as the Eurodollar and Eurobond etc.)[3] saw interest rates and exchange rates that differed from those available domestically.[4] The 'intrinsic' value of a currency, in comparison with other currencies over time, became uncertain. Furthermore, the unregulated exchange of Eurodollar deposits was beyond the control of the US government, which placed the foundations of the Bretton Woods Agreement at risk in the long term.[5] Likewise, Eurobonds can be regarded as an international financial innovation designed to minimize government interference (Dufey & Giddy, 1981, p. 36). Euro-finance markets thus produced cheaper liquid alternatives via converting US-denominated financial claims into debt represented by various currencies. This intensified the competitive process of various investments. The provision of such liquid alternatives paved the way for the leveraging of funds and the opportunity to take risky positions beyond the regulations in channeling the funding of corporations.

Secondly, the collapse of the international stabilization schemes of the Bretton Woods Agreement that came with the oil price shock in the early 1970s, resulted in the emergence of volatile commodity prices generally, which in turn led to volatile costs of production and inflation.

Third, the pressure exerted by large corporations on national governments to remove controls on capital mobility, especially in the light of developments in the Eurodollar market, provided access to multiple national workforces with different wage levels and productivity, and different national tax regimes. Labor costs and tax minimization became part of corporate spatial strategy.

In addition to the corrosion of the role of the US dollar as a monetary anchor, Euro-finance markets demonstrated the contradiction between the national and global levels of accumulation. Collectively, these developments illustrate the volatility of the unit of measure. That is, they address not just the volatility of value, but also the volatility of the measurement of value, be it the value of

3 Eurocurrency is a currency that is held and traded outside the jurisdiction of the issuer state. The most well-known example is the Eurodollar. In the present era, these are more commonly referred to as 'offshore' financial markets.

4 The BIS 40th Annual Report (1970) highlights the remarkable growth of Eurocurrency markets. It indicates that the foreign currency liabilities vis-à-vis non-residents of the banks of eight reporting European countries increased by $22.8 billion to $56.7 billion and their assets by $20.2 billion to $58.2 billion throughout the year of 1969. Towards the end of the 1960s, the Eurodollar market experienced a notable expansion.

5 Burn (2006, p. 16) put it in that way: "The *raison d'etre* for the birth of the Eurodollar was to supply the international realm with a sufficiency of international liquidity that was not being provided under the restrictive Bretton Woods System and a US still tied up in New Deal legislation."

money, the value of assets, or the value of labor power. The apparent trade-off was that while the concept of value became increasingly ambiguous, these nascent financial markets offered a high degree of liquidity, largely unimpeded by the government's stabilization agendas.

Fourthly, accumulation began to assume a global character, with an increasing number of corporations (not just the giant transnational corporations) investing and otherwise sourcing supplies in offshore markets.

These four historical transformations led to a different economic environment. The ambiguity of value, growing financial liquidity, volatile exchange rates, and the growth of derivative calculus could be said to be the four primary conditions for the emergence of an era of 'financialization.' Its core was the pursuit by capital of growing liquidity and diversification in dealing with volatility risks. In the mid-1970s, the growing volatility was unexpected in policy circles. The rise of Friedman's monetarist and laissez-faire economic policies, as the comprehensive alternative to Keynesianism, had 'equilibrium and efficiency' at its theoretical core. It represented a new emerging attempt to form the notion of market-based stability.

The rise of volatility in monetary terms gave rise to fundamental issues concerning the accumulation of capital. The competition between the various forms of capital and investment projects became a complex issue, with 'instability' becoming the new norm. In order to pursue yield, the calculative devices of capital had to be developed in volatile conditions. For accumulation in general, investment decisions had to face highly volatile asset prices, which led to a valuation problem for investors and hence greater risks.

These conditions of volatility compelled accumulation to reorganize with a particular focus on financial risk management. With the decline of a stable anchor (a fixed US dollar), the pursuit of stability had to be undertaken by market actors using derivative products to hedge their exposures. We can think of a global network of these contracts as *a system of derivatives*, seeking to replicate (inevitably unsuccessfully) what the state had relinquished (Bryan & Rafferty, 2006b). In particular, financial derivatives for foreign exchange and interest rates came to the fore as a means of providing hedging against the new exposures that resulted from combination of volatile exchange and interest rates, as well as the global development of debt markets. They involved first the commodification of risks, pre-eminently at this time risks of the spatial and temporal value of money itself, and second the development of information technologies by means of the interaction among financial actors (Zaloom, 2003; Beunza & Stark, 2004). As Bryan and Rafferty put it (2011, p. 205):

> They grew as sites of hedging, where capital could trade the risks and uncertainties of future exchange rate and interest rate movements—movements that could have profound impacts on profitability. As highly liquid markets trading price exposures not underlying assets, derivatives provided fertile space also for speculation. Not just hedge funds, but industrial corporations and financial institutions too have, on an increasing scale, maintained financial divisions through which they trade in open positions, all with varying success.

While exchange rates and interest rates initially constituted the primary focus of derivative growth, financial innovation saw a vast range of risks delineated, commoditized and traded. Indeed, individual risks were themselves being decomposed into different 'sub-risks', creating further rounds for decomposition of capital. The effect, as contended by Bryan and Rafferty (2006), was to decompose capital into a wide spectrum of risks, and derivative markets trading a range of 'attributes' of capital, without necessarily (indeed rarely) trading the underlying assets themselves. For convenience, this process will be referred to as trading 'bits' of capital, as if capital can be financially decomposed and its components priced via risk calculus. Robin Blackburn (2006, p. 43) invokes a similar framing in his discussion of financial accumulation:

> From the standpoint of the 'pure' investor, the corporation itself is an accidental bundle of liabilities and assets that is there to be rearranged to maximize shareholder value, which in turn reflects back the fickle enthusiasms of other investors. The corporation and its workforce are, in principle, disposable. The famous companies of the 1970s, let alone the 1950s, have, with a few exceptions, disappeared or become shadows of their former selves.

This framing laid the foundations for intensified liquidity in capital markets, for rapid growth in derivative trade was really a trade in the multiple attributes (risk exposures) of capital, without the need to trade the underlying capital.

One effect of financial derivatives is that they have actively played a key role in connecting different forms of capital by establishing pricing relations between them. In particular, as argued by Bryan and Rafferty (2006), the pricing of risk and its trade in liquid financial markets has opened up a pathway by which all risks became commensurable. Every risk is now priced by the practice of financial engineering, thereby enabling the comparison of all risks. Furthermore, it enables the comparison and commensuration of different claims on capital, such as debt and equity (Scholes, 1998, p. 364):

> Standard debt and equity contracts are institutional arrangements or boxes. They provide particular cash flows to investors with their own particular risk and return characteristics. These institutional arrangements survive only because they provide lower cost solutions than competing alternative arrangements. Competitive opportunities evolve over time with changing frictions and restrictions. Because of information asymmetries and regulatory restrictions, investors might require a higher rate of return to hold these standard-form contracts than contracts (now and in the future) of alternative design but of similar risk. Time will continue to blur the distinctions between debt and equity.

These conditions implied a changing competition between these 'bits' of capital, which has required the development of new calculative tools. Ultimately, this has led to the need for the re-imagination and reorganization of the giant corporation.

## 3 The Making of the Calculative Agenda of Capital: Ongoing Crisis of Capital, Risk and Liquid Fundamental Value

The emergence of financial derivatives created a nexus, bridging various forms of capital in globally integrated markets (Bryan, 2003). The characteristics of this integration and the way this nexus gained an operational character are other central questions to illustrate the financial accumulation, or what we call 'liquid accumulation'. Although financial derivatives may have been the pivotal change, it is important to note that this was a change that had been developing over several decades.

The end of the 1960s and 1970s witnessed a series of intense attempts to overcome the crisis of pricing and valuation in highly volatile conditions. These conditions undermined the intrinsic value approach of Graham and Dodd outlined in Chapter 2 and the cost-based valuation practices of accountants that focus mainly on fixed assets. The historically specific problem of investment gave rise to the portfolio approach and pricing (valuation) of risks of different assets. In simple terms, two key issues have emerged in the context of high volatility: the first concerns the current valuation of assets, while the second pertains to the hedging of balance sheet assets via separate financial contracts that, by their very nature, are contingent on unknown future events. These contracts entail the pricing risk of future changes in asset values, yet they are challenging, if not impossible, to value in the present.

To address these challenges, the development of increasingly sophisticated calculative devices, including practical considerations and decisions regarding the selection of tools and models, became increasingly prevalent. In general, theoretical advancements lagged behind market innovations. Even within the realm of finance theory, there was a reluctance to acknowledge the complexity of the emerging reality. Consequently, there is no straightforward, linear progression of financial accounting. However, it is crucial to note that from the 1950s, almost 20 years before the decline of official Keynesianism and the Bretton Woods regulations, financial theory was addressing the emerging investment and value problem, which Graham and Dodd's security analysis and the professional accountants were unable to capture.

In this historical context, Markowitz's (1952; 1959) portfolio selection theory, the Capital Asset Pricing Model (CAPM) of the 1960s developed by Treynor, Sharpe, Linter, Mossin and others, Fama's (1969) early 1970s efficient market hypothesis (EMH), and the late 1970s Black-Sholes options pricing model were the leading theoretical innovations that emerged during this period to reconcile risk, volatility and valuation. The pursuit of analytical connections between the value of an asset and its expected future profit became increasingly complex. The volatility of market, portfolios, and individual asset prices were being incorporated into the value theory of capital as a long-term analytical project.

However, these developments were not readily incorporated into the prevailing wisdom. Jack Treynor's anecdote on the publication process of his paper, titled *How to Use Security Analysis to Improve Portfolio Selection*, (co-authored with Fischer Black) epitomizes the challenging nature of this agenda. In this piece, Treynor and Black (1973) were seeking to identify the tools required to separate the portfolio and market returns in order to 'beat the market' by integrating the conventional approach of security analysis into the selection of 'efficient portfolios'. It appears that their objective was to enhance the portfolio selection model by developing novel techniques to differentiate between these risks. However, as Bernstein (2007, p. 175) indicates:

> Treynor and Black first presented their case in 1967 at a University of Chicago seminar and then sent it off to the Chicago-based Journal of Business for publication. According to Treynor: 'They hated it. Basically, they believed markets were efficient and that therefore security analysis was a waste of time. We were trying to prove a rational, systematic way to use security analysis if you really thought it was worthwhile. It took years for the Journal of Business to come around but they finally published it in 1973.'

Similarly, the publication of the Black-Scholes (and then Merton) options pricing model, which will be investigated below (Black & Scholes, 1973) proved to be a significant challenge. According to Scholes (1998, pp. 356–357):

> To our dismay, when we submitted a version of our paper entitled 'A Theoretical Valuation Formula for Options, Warrants, and Other Securities' (October, 1970) to the journal of Political Economy, it was rejected without review. The Review of Economics and Statistics also rejected the paper. Fischer felt that the paper was rejected because he was not an academic; I felt that I was an unknown Assistant Professor and the paper would not be considered to be broad enough for those academic journals. With the help of Merton Miller and Eugene Fama, who took an interest in the paper and stepped in on our behalf, the journal of Political Economy agreed to consider the paper if we revised it and broadened its applicability. We had planned to publish the corporate-finance-capital structure applications in a subsequent paper but we broadened the original paper and showed how corporate liabilities could be viewed as options. The final version of the paper was published in 1973 in the journal of Political Economy under the title 'The Pricing of Options and Corporate Liabilities'.

The thing is that these theoretical developments which, sixty and more years on, look somewhat conventional, were deeply confrontational to the conventional wisdom of the time; they were set to transform the entire landscape of finance and asset values. As Bernstein (2007, p. xii) put it, the ideas behind these emerging techniques were partial and prescriptive rather than descriptive of balance sheet positions. In effect, they sought to establish a novel approach to finance, in opposition to conventional wisdom, which resulted in ambiguity and contention. The conventional wisdom of the present era, which will be elucidated in the following paragraphs, was forged during this historical epoch and has been shaped by this confrontational process. The models and instruments developed for the production and valuation of derivatives have come to characterize financial markets and, from there, capital accumulation. Mackenzie (2006) posits a performativity theory which conceptualizes the development of financial products and instruments as an 'engine' rather than a 'camera'. The proliferation and development of these financial instruments has led to the use of these profit-centered valuation models, which in turn determine pricing patterns. In other words, the pricing of derivatives was not only about discovering the true value of the derivative product (and the financial innovation in question), but also about creating a price pattern in the market, as the actors used this pricing formula.

Markowitz's innovations constituted a pivotal turning point in the recognition that the valuation of assets was more intricate than the simple addition of discrete asset values discounted for their risk. His primary objective was to provide a 'proper' methodology for diversifying different investment (asset) options, rather than merely pricing individual asset risks in order to yield a secure rate of return without any particular reference to types of assets.[6] In this context, it can be argued that Markowitz's portfolio selection represented the first analytical diversion from Graham and Dodd's security selection approach, establishing a framework for comparing the risks of different assets and the market. This approach involved the construction of tools to assess the relative merits of different portfolios, thereby establishing a foundation for the 'proper portfolio' of assets to be selected. This means that it created a way of commensurability between different forms of assets.

The short paper of Markowitz (1952) addressed two key issues for an investor: the expected return of a given share and the risk involved in holding it. The risk was considered in conjunction with the expected return, with the latter being measured by the expected variance of returns over the time period for which the investment was held (Whitley, 1986, p. 176). Subsequently, Markowitz (1959, p. 3) posited that this risk perception should be considered in the context of 'portfolio selection', rather than merely 'security selection', as proposed by Graham and Dodd in their fundamental analysis. This shift in perspective led to the concept of value becoming intertwined with 'portfolio thinking'. In the opening pages of his monograph, *Portfolio Selection* (1959, p. 3), Markowitz proposed that a portfolio should extend beyond the traditional boundaries of stocks and bonds:

> A good portfolio is more than a long list of good stocks and bonds. It is a balanced whole, providing the investor with protections and opportunities with respect to a wide range of contingencies. The investor should build toward an integrated portfolio which best suits his needs. This monograph presents techniques of Portfolio Analysis directed toward determining a most suitable portfolio for the large private or institutional investor.

6 Markowitz (1999, p. 8) elucidates his own agenda clearly: 'If an investor is only interested in some kind of expected value for securities, he/she must be only interested in that expected value for the portfolio, but the maximization of an expected value of a portfolio (subject to a budget constraint in nonnegative investments) does not imply the desirability of diversification. Diversification makes sense as well as being common practice. What was missing from the analysis, I thought, was a measure of risk. Standard deviation or variance came to mind. On examining the formula for the variance of a weighted sum of random variables (found in Uspensky 1937 on the library shelf), I was elated to see the way covariances entered. Clearly, effective diversification required avoiding securities with high covariance."

In this statement, risk is defined as the expected variation in the return of a particular claim on an asset. It can be reduced by selecting an effective portfolio whose component assets are weakly correlated. This is because market risk causes (hence presupposes) a correlation between individual assets, which means that the returns from securities are inter-correlated. Diversification cannot eliminate all the variances associated with market risk. Markowitz's approach associates risk and value with a portfolio of assets in terms of the risk and return trade-off of an asset.

In this way, Markowitz's portfolio selection approach transformed finance theory. He shifted the focus from the practical issues relating to the financing of firms or corporations to the hypothetical issues relating to the market (Watson, 2007, p. 329). From this point onwards, finance began to construct itself as a discipline focused on investment (in the financial sphere) and started to spread its effect to the whole economy. The notion that capital was not primarily physical and thus hence had to be decomposed and understood in relation to risk and attributes (bits of capital) became an axiomatic proposition.

The foundations of financial accumulation and the embodiment of liquid investment logic were effectively set in place. The growth principle of vertical and horizontal integration of the giant corporate form was shaken. Berle and Means (1933) and their valuation concept based on intrinsic elements of enterprise and the priority of valuing fixed assets were beginning to lose their explanatory power in illustrating the differences of various investment opportunities. The accounting profession faced the need to change decisively.

In light of the revolutionary effect of the portfolio selection approach of Markowitz, the Capital Asset Pricing Model (CAPM) was derived by Sharpe (1964), Lintner (1965) and Mossin (1966). The CAPM represented another step in considering how assets are priced and the trade-off between risk and return (Bernstein, 2007, p. 93). In simple terms, by associating the risk premium of an asset within the overall market, the CAPM approach stated that all risk borne by the market portfolio in aggregate determines the premium for an individual asset (Ross, 1978, p. 886). It means that each asset's sensitivity to the market portfolio directly translates to security risk. This approach broadens the valuation basis of an asset or a security. In contrast to the 'fundamental value' approach proposed by Graham and Dodd, which was determined 'outside' the market place, the CAPM brought the market processes, including volatility, inside the valuation of assets.

The efficient markets hypothesis is based on this CAPM insight. The central proposition here is that stock market prices are beyond prediction, as they incorporate new information that cannot be known in advance. The term used was that stock prices follow a 'random walk' (Fama, 1965; Granger, 1970).

This unknowability of future prices had to be incorporated into economic and financial analysis.

The Efficient Market Hypothesis incorporated the random walk of stock prices and asserted that security prices always fully reflect the available information (Fama, 1969, p. 383). Fama and the EMH proponents posit that the sources of market volatility lie in the variation of the income stream from the asset and the related information flow (Zuckerman, 2004, p. 407). This volatility question would have been problematic for conventional economic theory, but Fama was addressing the issue of volatility in terms of the disruptive effects of new information, which alters market expectations. A change in the discount rate (baseline riskless interest rate, such as the rate that could be earned on a long-term U.S. Treasury bond) could have led to a movement in the stock prices. But ultimately, the equilibrium point reflects all available information, and thus deviations from the equilibrium point are not sustainable in the long term.

Systemic volatility appears to be incompatible with the equilibrium logic of EMH. Indeed, it has been argued that the equilibrium discourse of EMH logically requires the abandonment of a notion of 'fundamental value' that sits 'beneath' any equilibrium point (LeRoy, 1976). It can be argued that markets gravitate towards an 'equilibrium', but it cannot be argued that this equilibrium in the sense of balance has any connection to a long-term, fundamental value, unless this value is by definition (tautologically) tied to the concept of equilibrium. In other words, markets may gravitate towards equilibrium, but this does not mean that equilibrium is linked to long-term fundamental value.

However, the objective here is not to 'disprove' the EMH; rather, it is to identify how this discourse was 'performative', (in McKenzie's words) in that it impacted the way markets were analyzed and ultimately, how they operated. The critical point here is that the EMH tacitly assumed the comprehensive liquidity of capital and other markets. To a significant extent, it encompassed a malleable comprehension of intrinsic value in terms of a dynamic stream of information that reflects the actual circumstances at a given point in time. As Miller elucidated (2000, p. 11), "the efficient market debate was no longer a matter of statistics, but one of economics," particularly with this shift in focus from returns to risk-adjusted returns.

In the early 1970s, concurrent with the decline of the Bretton Woods Agreement and the rise of the prominence of EMH, financial derivatives emerged as a market solution to deal with the volatile exchange and interest rates and unstable asset values generally. Black, Scholes (1972; 1973) and Merton (1973) developed their options pricing model, which transformed the conventional thinking of equilibrium analysis. The model was published at almost exactly the same time as the Chicago Board Options Exchange opened (Scholes, 1998, p. 137), thus providing this formula with the opportunity of immediate market application.

The role of the derivative form in transforming accumulation in the context of corporate organization shall be explained in the next section.[7] However, it is of critical importance to emphasize the pricing dynamics of options represented an important turning point. Black, Scholes and Merton (BSM) directly addressed the mathematical estimation of some notion of fundamental value, albeit the one conceived very differently from the models of the 1920s and 1930s.

In the BSM formula, the 'right' price of an option was to be determined by the cost of hedging the value of an underlying asset. Delta hedging, as it became known, had two characteristics. First, the option price could be determined by empirically observable market categories: the current market value of an underlying asset and its volatility, the strike price on the option, its time to maturity, and the risk-free interest rate of the state. Secondly, the option price was conceived in a discourse of balance and hence some sort of idea of 'equilibrium'. As explained by Bernstein (1998, p. 314):

> Options bear a strong family resemblance to insurance policies and are often bought and sold for the same reasons. Indeed, if insurance policies were converted into marketable securities, they would be priced in the marketplace exactly as options are priced.

The combination of these two characteristics gave rise to a novel perception of underlying asset value. This development established a notion of value that was sensitive to variables such as interest rates and indeed any market-related variables. However, it is not about the 'rambling' assumptions of the EMH or equilibrium 'analyses'. The Black-Scholes-Merton (BSM) options pricing model represents a significant analytical turning point in re-contextualizing the concept of 'true' or 'fundamental' value, moving away from the traditional notion of price center of gravity.[8]

7 Securitization represents a further process of commodification in the liquidification of accumulation as well as financial derivatives such as swaps and options. The derivative-like character of securitization in terms of corporate finance is of critical importance in the securitization of corporate debt. Furthermore, the developed analytical tool of the BSM formula permitted the reformulation of corporate debt as well (MacKenzie & Millo, 2003, p. 109).

8 The performative aspect of the BSM model is identified by Mehrling (2005, p. 139) as follows: "As the sophisticated newcomers took the place of the old-timers, the BSM prices increasingly became the market prices. In this respect, what happened when options started trading was a harbinger of what would happen again and again over the next 20 years, every time a

In the option framework, asset values are to be explained in terms of pricing their risks. This process takes Markowitz's portfolio theory 'inside' each 'bit' of capital. It sees its underlying and option as a synthetic combination that together define its value. The internalization of the asset risk dimension into the price, as expressed in option contracts, provides a comprehensive intertemporal position on the financial performance of an underlying asset. However, this position is inherently unstable, as the empirical determinants of the option price are subject to continuous change. Consequently, the value of the delta-hedged asset is also subject to continual change.

In brief, this financial mode of calculation began to emerge in the 1950s and became prominent in the 1970s, taking the notion of fundamental value inside market processes. It shifted the notion of an anchoring measure of value from *a point of market convergence* to *the domain of market's fluid-relational momentum*. This is to say that the market's fluid-relational momentum is the driving force behind this shift. In other words, the notion of 'fundamental value' is transformed from a *stock understanding concept* to a *flow understanding concept*, reflecting a process of capital becoming more liquid (Bryan & Rafferty, 2006c, p. 89).

This proposition presents a challenge to the value investing approach espoused by Graham and Dodd and the Berle and Means depiction of the giant corporation. The following chapter will develop the proposition that this shift, and the associated challenge to value, can be cast as a shift from the dominance of an 'industrial' model of capital accumulation to a financialized one. Consequently, it has been challenging for accountants to account for the volatile and fluid processes that drive financial markets and financial decision-making, particularly in the context of their valuation practices.

## 4 The Rise of Liquidity and Financial Accounting

The development of the calculative devices and capacities of capital to deal with the investment decisions under volatile conditions made financial

---

new type of security was traded for the first time. The experience of the options exchange proved that the 'quants' were the future." The same line of performativity arguments on derivatives and option theory is detailed by MacKenzie (2006b; 2007). Mackenzie (2007) provides a more sophisticated analysis of how the BSM formula altered the way to calculate, and defined different sorts of performativities. He locates the enactment of the formula in the markets, and the reactions. However, for the purposes of this study, it is illustrative to note that the lack of fundamental value became a convention representing that the collective action of markets performing without any anchor with the lapse of time (see also Callon & Muniesa, 2005).

derivatives and the valuation approach framed by Black-Scholes-Merton crucial. The initial reaction against volatility in the form of financial derivatives was thought to hedge the global corporate investments and otherwise be an essentially zero-sum game of speculation. In accordance with Friedman's (1953) portrayal of speculation as a means of increasing liquidity, which facilitates the market's rapid attainment of equilibrium, the initial expansion of derivative volumes was perceived as consistent with a conventional micro-equilibrium conceptualization of financial markets.

As the crisis of highly volatile monetary values caused by unstable interest and exchange rates permanently led to a crisis of a benchmark for capital valuation. This has resulted in the micro struggle to constitute an anchor in the form of derivatives, which has necessarily resulted in trading risk becoming the central motivation of corporations. With the words of Hardin and Rottinghaus (2021, p. 123), the BSM formula 'completed the objectification of risk.' More importantly, the practice of trading on ambiguity, which Fisher Black (1986) termed *noise trading*, has become increasingly prevalent, leading to the creation of more liquid markets. According to Black, this process of introducing noise into prices is an ongoing phenomenon. Furthermore, in his words (1986, p. 532), "Not only will more information traders come in, but existing information traders will take bigger positions and will spend more on information." As a result, prices become less efficient. Thus, the creation of liquidity appears to result in a 'reduction in efficiency'. This means a never-ending process of expansion, encompassing the new frontiers of creating innovative financial strategies.

Financial institutions and corporations have accorded a central role to their (asset) trading activities, by constructing financial strategies designed to maintain a diversified risk portfolio rather than focusing solely on the traditionally called 'productive' activities that characterized the investment priorities of the earlier giant corporations. Thus, the interpretation of expected values as various risk spectra has become a prominent phenomenon (Aalbo, Hansen, & Pantzalis, 2012).

For the accounting profession, the emerging issue was how to incorporate these risk exposures on the balance sheets of corporations. Derivative positions are undoubtedly assets, but their value is only truly known in retrospect. This is because the value of an option depends on whether it turns out to be in-the-money or out-of-the-money, and the value of an interest rate swap depends on whether interest payments are higher or lower. As long as these positions are purely 'hedges', they may be valued in the same way as insurance policies. Once derivative positions are held as part of an asset portfolio, the accounting becomes more complex.

This is part of the long forty-year history of accounting, which has gradually shifted from an activity of valuing the parts of giant corporations for managers to an activity of showing the risk and return position of companies for institutional investors. The rise of derivatives trading has transformed the composition of balance sheets with intensified competitive pressure to trade less in fixed capital and raw materials-commodities. Hence, the need for a more transparent financial snapshot of risk trading became apparent, which also coincided with the rise of the of ROE (return on equity) performance criterion. Historical cost accounting, with its focus on cost and the realization of value most appropriate for tangible assets, was inadequate to reflect this turnover and the drivers of risk trading. Derivatives were about taking positions on volatility and future prices by trading those positions, and this activity became increasingly critical to the ongoing positioning of corporations.

This development was accompanied by the rise of mark-to-market accounting, a system which illustrates this new dynamic positioning of companies. It will be considered more in the next chapter. For the purposes of this discussion, it is sufficient to illustrate the challenging growth of derivative trading for the accounting profession.[9] It is apparent in this context that accounting research lagged behind the world of professional accounting practice (Arnold, 2009, p. 804). In the 1980s, researchers did not address the question of the valuation of derivatives and the associated off-balance sheet items. However, during this period, companies (such as Enron) invented profits based on how they were recording the revenues of commodity-derivative trading.

The issues at hand were complex, but for the purposes of this discussion, it is sufficient to note that the sale of an option generates a current revenue, but also sets up unknown future cost obligations. To illustrate, the sale of an option to purchase oil at a price of \$100 per barrel may generate a revenue of \$5, but if the price of oil at the time the option is exercised is \$150, the few dollars in revenue are attached to a future expenditure of \$50, which will be incurred in the following accounting period. Consequently, the sale of these options inflates the record of corporate performance in the current period, but only because the risks attached to this revenue are not recorded. As the issue became apparent in the late 1990s, with the rapid growth of financial derivatives in the

9 Garber (1998, p. 3) remarks this point as the illusory character of balance sheet data in the world of derivatives: "Even on-balance sheet data for measuring the quality of international capital flows—the capital accounts of the balance-of-payments-data—are obscured by derivatives used to enhance risk or evade controls or even for benign purposes. Sub-account data, such as portfolio investment, foreign direct investment, or long or short maturity fixed interest rate lending are illusory in the presence of substantial volumes of derivative products."

over-the-counter (OTC) markets, accounting research(ers) and its regulators sought a solution in the mark-to-market (or fair value) accounting approach, which was first proposed in the late 1990s.

However, this approach contained some arbitrary aspects. Firstly, the considerable number of derivative contracts were increasingly traded in OTC markets where there were no quoted market prices to value them as balance sheet assets. The case of Enron, which operated as a platform for producing a series of energy derivative contracts, was an example of trading 'unquoted' commodity derivatives. Secondly, in the context of the pricing formulas for derivatives that are sensitive to market-based variables, the balance sheet valuation of these instruments was unstable. Nevertheless, new regulations were introduced that appeared to be opaque and open to arbitrary interpretation.

In effect, the regulations governing the accounting treatment of derivatives underwent a series of ad hoc developments (Guyader, 2013, p. 50). Prior to the issuance of Statement of Financial Accounting Standards (SFAS) No. 133 in 1998, there existed no uniform approach to the valuation of derivatives in the balance sheets (Kanodia, 2007, p. 73). The document states that firms were required to measure the derivatives at their fair market values. If they are used as hedging instruments, the gains or losses on derivatives should be offset by the corresponding gains or losses on the hedged asset (the underlying asset). If a derivative is not designated for hedging purposes, the gain or loss is recognized in earnings in the period of change (FASB, 1998). In practice, it was challenging to distinguish between hedging and speculative purposes during the period of rising turnover in derivative trading. As a result, the assumptions for valuation, based on whether they were used for hedging or not, could vary significantly between entities (Hernandez, 2003).

It appeared that the accounting authorities had been unsuccessful in this endeavor. Attempts to incorporate derivatives into the balance sheets served to exacerbate the value crisis in total, particularly in the absence of a fundamental tool (or anchor) to measure them. This also opened up the opportunistic interpretation of FASB rules under mark-to-market accounting.[10]

The valuation of derivatives under mark-to-market principles reflected unrealized gains, which subsequently aligned with the firm's strategy of maximizing return on equity (ROE) based on future income streams over time. The ROE measure required companies to hold fewer assets and take more

10 For a more detailed account of the valuation of Enron's balance sheets by the help of Arthur Andersen accounting firm, see Benston (2003). The use of Special Purpose Entities (SPEs) is also of critical importance as off-balance-sheet partnerships established by Enron (Bratton & Levitin, 2013; Gordon, 2002, p. 1240).

leveraged positions in order to achieve profitability performance. Furthermore, the emergence of mark-to-market projections of financial positions based on 'future earnings' and risk-return-adjusted asset values led to a shift in the primary drivers of corporate investment decisions, with these two financial metrics becoming increasingly influential.[11] In summary, the adoption of Enron-style derivative positions, which entail the valuation of assets against expected returns and a focus on return on equity, have become crucial elements in the transformation of companies. This topic will be further explored in the subsequent section.

The significance of this problem did not manifest itself immediately, but as derivative trading grew, so did the significance of the accounting problem. This was evidenced by a number of high-profile insolvencies in the late 1990s and early 2000s, most notably the collapse of the 200-year-old Barings Bank in 1995 and then WorldCom. In 2001, the collapse of Enron resulted in the dissolution of the international accounting and auditing firm Arthur Andersen (Thomas, 2002; McLean & Elkind, 2003).

Even in the post-2008 crisis era, derivatives and other structured financial instruments continue to pose significant challenges. However, they also paved the way for the legitimacy of the standards of fair value accounting to be developed (CFA, 2007; Walton, 2004; Power, 2010). However, the issue is far from solved, as Danjou (2013, p. 9) contends:

> The specific case of derivative financial instruments (swaps, options, future contracts) is worth mentioning: as most of these contracts do not have a cost when signed, their historical cost is not relevant and obviously useless to measure the extent of the commitments undertaken. A market value measurement with matching changes in the income statement is therefore needed to reflect the risks. This certainly generates some volatility.

---

11 A number of relatively recent metrics have emerged at the operational level, including EVA (Economic Value Added). This is a metric that has been developed in the context of financialization (see Froud, Haslam, Johal, & Williams, 2000; Froud, Johal, Leaver, & Williams, 2006). However, it can also be regarded as a refined version of the financial performance index, ROE, as EVA incorporates payments to shareholders as a cost of capital, thereby demonstrating the economic income in excess of required payments. These operational metrics facilitate a stronger connection between capital markets and balance sheet asset valuations (and thus corporate restructurings). The EVA can be perceived as a complement to the metric of ROE. As these performance metrics are developed and transformed in harmony with the emergence of new asset classes, assets are increasingly perceived as future potential.

## 5 The Rise of Liquidity and Financial Accumulation: the Logic of Institutional Investing

Another consequence of increasing financial volatility and the ascendance of risk trading was the growing significance of hedge funds and institutional investors in the global accumulation (see Chung, 2012).[12] Institutional investors have extended their dominance in the financial markets for approximately thirty years. In the United States, while individuals held approximately ninety per cent of corporate equities in the mid-1960s and over two-thirds in 1984, by the 1990s, institutional investors controlled more than half of the shares of American public corporations (Herring, 1994, p. 4; Menkhoff, 2002, p. 909).

The proportion of pension funds in the total business equities increased from approximately 1% in 1950 to almost 39% by 1990. Throughout the 1990s, the total assets of institutional investors tripled. The value of mutual fund assets increased from $4.8 trillion to $6.9 trillion between 1998 and 2002 in the US (Whalen, 2002, p. 402).[13] As illustrated in Figure 1, this trend is not confined to particular asset classes or national contexts but characterizes OECD economies as a whole. The near-doubling of institutional investors' financial assets between the early and late 1990s points to a profound reconfiguration of capital ownership and control, reinforcing the growing dominance of institutional investors within contemporary capitalism. The same pattern is also reflected across different countries in the steadily increasing financial assets held by institutional investors relative to GDP, and the exceptionally large growth in offshore financial regions warrants particular attention, which we will discuss in subsequent sections (see Table 1).

Individual investors were predominantly long-term investors, whereas institutional investors were engaged in a diverse range of financial activities, including investing in both financial assets and the equities of large corporations. Their investment approach was characterized by a willingness to trade frequently in response to changes in the risk/return profile of their asset holdings. This shift in investor behavior led to a re-evaluation of the role of equities in the portfolios of large corporations. These equities were no longer perceived

---

12 The term 'institutional investing' is used to refer to those investors in financial markets who are neither private households nor public institutions. These include banks, mutual and hedge funds, pension funds, insurance companies, and securities houses among others (Menkhoff, 2002, p. 909).

13 Based on IMF calculations, the assets under management of institutional investors (namely pension funds, mutual funds, and insurance companies) in OECD countries increased from $21 trillion in 1995 to $53 trillion in 2005 (IMF, 2007, p. 67).

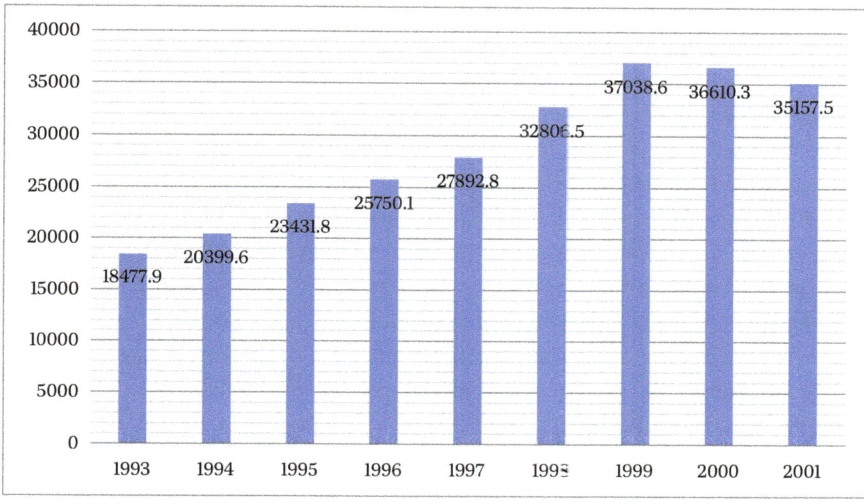


FIGURE 1 Financial assets of institutional investors in OECD countries, billion US dollars
Note: Financial assets held by institutional investors in OECD countries, reported in current US dollars. Data are aggregated across OECD member economies. (Source: OECD Statistical Yearbook, 2003)

TABLE 1 Financial assets of institutional investors (% of GDP, selected years)
(Note: Data from OECD Statistical Yearbook, 2003)

| **Advanced economies** | | **1993** | **1996** | **1999** | **2001** |
|---|---|---|---|---|---|
| | **United States** | 136.3 | 162.9 | 207.8 | 191 |
| | **United Kingdom** | 162.2 | 172 | 227.7 | 190.9 |
| | **Japan** | 83 | 88.4 | 98.9 | 94.7 |
| | **Germany** | 38.9 | 50.6 | 76.9 | 81 |
| | **France** | 73.9 | 86.6 | 124.2 | 131.8 |
| | **Canada** | 79.4 | 93.2 | 111.5 | 115.8 |
| | **Australia** | 82 | 92.3 | 125.8 | 129.7 |
| **Conduit & offshore financial centres** | | | | | |
| | **Luxembourg** | 2120.7 | 2041.4 | 4095 | 4337.2 |
| | **Netherlands** | 149.5 | 167.5 | 212.7 | 190.9 |
| | **Switzerland** | 164.2 | 116.9 | 232.7 | 70 |

as a distinct asset class, but rather as a component of a broader spectrum of assets, with their risk and return characteristics being compared with those of other asset classes. Although the concept of the 'giant corporation' was originally conceived *as a relatively fixed and illiquid entity*, its shares as a proxy for corporate value were now regarded *as liquid exposures*, to be increasingly traded *as liquid assets* in the same style as other derivatives. This logic led to the emergence of a new paradigm in the corporate structure, wherein it was perceived as a portfolio of assets with varying degrees of risk and return. The traditional fixed-capital corporate structure, which is commonly associated with the generation of surplus value, underwent a transformation, evolving into asset-managing units that incorporated fixed capital. This shift signified a new frontier in the organization of companies, a topic that will be further explored in subsequent chapters.

As such, while in earlier periods, shares were regarded as long positions and held for long-term yield by value investors, in the hands of hedge funds and other institutional investors, these equities appeared as derivatives: exposures to the performance of the corporation to be traded actively in response to market volatility. Moreover, once traded as derivatives, shares themselves became open to decomposition, where their various attributes (changing capital value, dividends and voting capacity) could be traded independently of each other (Hu & Black, 2007). For example, a total return swap can leave an equity owner with voting rights but no exposure to the financial performance of a company (share appreciation and dividends).

In this point, the pressure on managers to maximize shareholder value emerged as a key driver of generating more value for their corporate shares. The growing body of literature on shareholder value highlights the transformation of corporate governance, or the incorporation of the interests of institutional investors (as the largest owners of shares and portfolios) for their short-term agendas into the management of the corporate structure for the generation of high profits and higher dividends (Jayadev, Mason, & Schroder, 2017). We shall return to this issue in the next chapter. For the present, it is sufficient to emphasize the role played by institutional investing and its associated logic in transforming the structure of corporations. During the 1980s and 1990s, the managers of institutional investment funds were increasingly trading on volatile financial asset prices, including corporate shares, in search of higher returns on their portfolios. This placed competitive pressure on share values to rise, as companies' performances were being compared not just with other companies, but also with other asset classes. There was a pressure on corporate managers to provide short-term results for their shareholders; their goal became the maximization of 'shareholder value'. Lazonick and O'Sullivan

(2000) described shareholder value as the transition from 'retain and reinvest' to 'downsize and distribute'.[14] This had implications for the corporate restructuring process, which is discussed in the following chapter.

The rising metric of ROE with the derivative trading logic as the performance of profitability, in effect effectively expressed the way institutional investors would approach this, which subsequently became common practice among both investors and managers over time. This produced long-term results for corporations, including a more flexible organizational structure that led to contracting out labor and illiquid capital investments, among other factors. This meant that the organizational form became more flexible, resembling that of financial firms.

The logic of investor capitalism, as conceptualized by Useem (1996, p. 5), illustrates the functioning of the contemporary capitalism, which is led by institutional investing:

> In placing our wealth in the hands of institutional investors, we have unintentionally unleashed a set of forces that is changing the face of American business. Money managers are telling companies that they must become more productive, more effective, more competitive—generally not telling them how to do it, but just to do it. A representative of one of the nation's largest investment companies explained his firm's objective in 1995 to a select audience of American and international executives: 'We don't want to tell you how to run your company—we just want a well-run company.' In some cases, this has meant forcing executive change; in others, bust ups; in still others, mergers and acquisitions.

## 6 Conclusion: New Dynamics for the Organization of Capital

The central proposition of this book is that since the 1970s, capital has become increasingly liquid. The concept of 'liquidity' is generally defined by in terms of the state's 'cash' and of the degree of illiquidity in terms of distance from state cash, via increasingly constrained bank accounts. By the 1980s, this concept had become anachronistic, and a financial definition, in terms of the ability

14 In accordance with this, there has been a proliferation of literature on the orientation of the 'shareholder value revolution'. According to these approaches, this issue is considered to be short-termism and the associated 'disturbing effects' of maximizing share prices and dividends on 'real capital' accumulation. Their context is limited in this way. For further reading, see Feng et al. (2001), Fligstein (1990), Henwood (1998), Morin (2000), Jurgens et al. (2000), and Soederberg (2003).

to buy and sell assets quickly and without loss of value, signaled a process of financial accumulation (for the concept of liquidity, see Beggs, 2015).

The term 'liquidity' is employed here to refer to two distinct dimensions. Firstly, it is not merely a money; indeed, all forms of assets can be considered to have liquidity if they are readily convertible into each other and there is a high degree of 'frictionless' trading of assets. Secondly, the concept of liquidity is understood here to be a dynamic process of production of new forms of capital assets that expand across conventional 'businesses' and into social life generally. This dynamic process of asset production is related to the need for more liquid forms of assets as capital expands (through reproduction). This can be thought of as 'capital in movement', to use Marx's term. In other words, liquidity is linked to financial innovations and instruments that can transform value into 'capital in movement' (or capital into value in motion) and facilitate its transfer across physical, geographical and even intertemporal boundaries. The degree of liquidity of a financial asset is indicative of its capacity to fulfil this function as a carrier of value.

The historical turning points that were characterized by the decline of Bretton Woods Agreement, the growth of the Euromarkets and financial derivative markets, the rise of institutional investing and the construction of global capital centered on finance, can be said to form capital's material process of self-expansion and the rise of risk and risk management practices. Combined, they opened a massive expansion of capital's new frontiers—spatially, temporally, and in the diversity of asset classes. Furthermore, they created the conditions for financial volatility, which manifested in a series of wider and larger financial crises. The world witnessed the stock market crash of 1987, the Asian Financial Crisis of 1997 and a number of third world debt crises before the end of the 20th century.

The fragility and volatility that accompanied liquidity made corporate valuation challenging, if not impossible (Bryan, Rafferty, & Jefferis, 2015, p. 309). The cases of Barings, WorldCom and Enron, briefly discussed in this chapter, may be regarded as the tip of the iceberg. The problems that emerged in the context of corporate deception and fraud were really merely the conversion of accounting unknowability into opportunistic criminality. Nevertheless, the problem of measurement was becoming prevalent in a number of contexts, even in instances where it was not being criminally abused. It was evident that the practices of accountants and the field of security analysis as outlined by Graham and Dodd were seen to be outdated, or perhaps only applicable in a Keynesian world where risk was managed by the state and financial regulation was designed to eliminate the scope for speculation.

This chapter is concerned with the rise of derivatives, the new calculative agendas of capital, and the associated rise of decomposing capital into its constituents, which are identified as a spectrum of risks. The portfolio approach, which originated in the 1950s but has evolved rapidly in technical capacity to price risk, enables capital as a social relationship that transcends the differences of spatiality, temporality, and forms. The intellectual agenda of Markowitz, CAPM and option pricing models were shaping the logic of institutional investment in development, which was increasingly identifying the moments of accumulation as a form of trading of risk.[15]

The giant corporations and their balance sheets were exposed to this liquid environment. While they could develop financial backrooms to operate successfully in this new, liquid environment, the benefits of being large and global in manufacturing or mining were becoming less significant. Finance required agility, yet most large corporations that had grown during the long boom were not agile. The pressures of shareholder value required them to act and measure (hence be measured and evaluated) very differently from how they had in the past.

For Marxism and the heterodox traditions of economics in general, there was no comparable challenge to the concept of value that had been initiated in financial economics and confronted with great difficulty in academic and practical accounting. Marxism and the heterodox traditions remained generally unchanged, in many ways, locked in in the face of change. There was, with some notable exceptions, an adherence to three theoretical tenets in the face of the rise of liquidity and derivatives, especially.

The first one is that finance is considered as a distinct sphere of accumulation, separate from the sphere of production. The second one is that of finance as a sector with rising opportunities for profits and competition, but then which does not produce new output. These tenets collectively constituted the foundation for the proposition that finance is merely speculative, unproductive, and prone to cause instability in the real economy. This occurs either by draining profitability or by creating an over-expansion of capital that cannot ultimately be validated by the creation of new surplus value. While it is true that finance is layered into capital accumulation and increases vulnerability tendencies, the issue is more complex than one might initially assume. Chapter 6 will focus on these elements in the literature in greater detail.

15 Although LiPuma and Lee (2004; 2005) provide an in-depth account of derivatives, the rise of derivatives is depicted as a phenomenon driven by a self-expanding 'speculative' capital that generates new forms of interdependence within the sphere of 'circulation'.

The third tenet, which addresses the relationship between the spheres of finance and production, emphasizes (in addition to the well-established issue of bank lending) the role of institutional investors with the objective of *maximizing shareholder value*, which typically underscores the pressures on the corporate managers. This is an entirely institutional conception of the connection between finance and industry, which is reduced to the agency problem and a balance of power question within corporations (Palley, 2013; Stockhammer, 2004). Still, the structure and the role of the corporation in accumulation were, for the most part, retained in their original form, or at least not subjected to fundamental examination.

This general approach was consistent with the empirical analyses of the tendency for the rate of profit in capitalism to fall (Brenner, 2006; 2009; Kliman, 2011; Roberts, 2009; Carchedi, 2011; Carchedi & Roberts, 2013), in which the shift of funding from the 'real' economy to 'finance' was a critical element (Smith & Butovsky, 2012; Shaikh, 2011). When stripped to its basics, this tendency was perceived as consistent with the view that capitalism is fundamentally concerned with mining, agriculture and manufacturing, whereas finance is a distortion or a site of generally zero-sum speculation. This was a Marxist perspective that its proponents believed would demonstrate that the trend towards financialization was in some sense (irrationally) hollowing out the productive foundations for capital.

However, there was no challenge to the value categories as there was in finance and accounting theory. Indeed, those traditional categories were supposed to vindicate an exposition of capitalism's crisis momentum. While several challenges to this position would arise later, by the turn of the century, mainstream Marxism was confident in its categories and generally skeptical of financial developments. The gap between the traditional version of Marxian value theory and capital's own modes of valuation was becoming wider and wider. These forms of valuation and 'value forms' were found to determine the direction and momentum of accumulation. Thus, the boundaries between the creation and the distribution of value began to blur. As a result, to the extent that the categories under the theory of value were thought of as being concerned solely with delimiting the boundaries between the places where value was created and where it was distributed, this gap also tended to widen. It is therefore evident that a reformulation that focuses on the new forms that shape the movement of capital itself and incorporates them into the theory of value is worthy of consideration.

For this reason, the agenda of this research is evidently at odds with much of the Marxist and heterodox economics literature. This is because, as we have tried to explain throughout this study, developments in finance and intangible capital are not simply about distributive categories. They have led to some fundamental transformations in the form of firms and, more generally, in the accumulation of capital. Yet, it is necessary to engage directly and in detail with the effects of capital's mode of calculation in a materialist history of value (see also Caliskan & Callon, 2010).

CHAPTER 4

# Giant Corporations in a Fluid World: a General Story of Dissociation

## 1 Introduction

The period following 1980 saw a profound transformation in the nature of the giant corporations, at least insofar as they were perceived as fixed and illiquid entities. The advent of volatile asset markets and the advent of new techniques of financial management demanded that these giants become increasingly liquid, shifting their assets in location and form (and indeed in time) in a calculative manner more akin to the risk-management logic of finance than to the vertically integrated corporation of the post-war period. While Chapter 3 demonstrated how the logic of accumulation became financialized, with corporations increasingly conceived as portfolios of assets, this chapter illustrates the more profound transformation in the calculative logic of the giant corporate form in the era of financial accumulation.

Indeed, while the ownership of large corporations has long been liquid and 'financialized' through the stock market in certain respects, it was management strategy (and the separation of ownership from control) that expressed the old fixity. This changed in the 1980s. With the end of the post-war boom, particularly the emergence of volatile exchange rates and the retraction of a range of industries, many risks previously absorbed by the state were shifting to corporations themselves. As a result, company managements had to adapt to this new environment. Managers have had to carefully manage these emerging risks, which has involved the systematic categorization, pricing and even trading of risks.

In a risky environment, investments became increasingly associated with risk and return combinations and portfolio construction in the marketplace. Corporate value concepts became highly ambiguous. Asset prices exhibited volatility, and portfolio theory validated the assertion that a corporation was, in some respects, merely a synthetic combination of disparate assets whose collective value was likely disparate from the sum of its parts. The rise of shareholder value placed pressure on institutional investors to deliver high returns on behalf of their portfolios. This necessitated a shift towards a more dynamic approach to asset allocation, with a focus on adjusting holdings in response to changing expected yields. The agenda of shareholder value intensified

 | HTTPS://DOI.ORG/10.1163/9789004763968-006

competition in the commensuration of different forms and spaces of capital. The takeover waves of the 1980s and 1990s can be seen as an exercise in breaking corporations down into their component assets and the associated exercise of competitive asset valuation. This can be considered the institutional expression of the new calculative agenda.

In this context, the calculative devices of capital assumed a central role in the competitive exercise of asset valuation. Initially, portfolio theory, then the CAPM, VaR (value at risk) and the BSM options pricing model were the key instruments of the commensuration process. Indeed, the BSM, and the derivative market that emerged in conjunction with that formula, brought to the fore a new framing. The BSM pricing mechanism provides an opportunity to price the various components of capital (or claims on underlying asset-like risk) against each other over time and across different locations. During the 1980s and 1990s, capital became more liquid and mobile.

The objective of this chapter is to examine the historical process consisting of reactions and reconstructions of corporations as more liquid combinations of assets. Significantly, it is notable that it is now hedge funds and investment banks which rapidly turn over their asset exposures rapidly, rather than the giant post-war industrial juggernauts such as General Motors, Ford Motor, General Electric and U.S. Steel, which are the largest corporate forms in terms of assets under management. The shift of these structures is exemplified by John Flannery's (the CEO and chairman of GE between August 2017 and October 2018) announcement of his plans to divide the company into separate units: "We are looking aggressively at the best structure or structures for our portfolio to maximize the potential of our business, a review could result in many, many different permutations, including separately traded assets really in any one of our units, if that's what made sense." (Clough, 2018) This process was subsequently summarized by John Gapper (2017) in his Financial Times article:

> Rather, I wonder how long new GE will hold together without such a thick layer of cultural and managerial glue. The private equity model is ultimately transactional—a fund buys an industrial asset, finds a highly-paid executive team to fix it up, seeks an exit and moves on. Once efficient allocation of capital becomes the priority, it is hard to avoid this cycle.

Our analysis and theories of capital and value must account for this shift.

The proposition of this chapter is that this rise of liquidity has constituted a watershed in the conception of capital and the corporation. Marx's notion of capital is helpful in depicting this process in two dimensions. Firstly, the liquidity of capital animates Marx's abstract notion of capital (capital in general). Marx's most general depiction of capital is as a social relation of *value in movement,* with the emphasis on the constantly transforming form in which capital concretely appears. The concept of *capital in general* is not an ideal type, but an abstraction, which appears as the essence of individual (partial) forms of capital. At the level of individual capital, this essence is manifested in increasingly liquid forms of organization, which encompass financial tools of risk management, flexible networking arrangements and other forms of subcontracting.

Secondly, the calculative logic of competition is observed to operate within corporations as well as between them. Bryan and Rafferty (2006, p. 75) posed this shift as the revelation of the abstract logic of capital: "Their (institutional investors) objective is not so much the benefit of the corporation as an institutional entity, but the benefit of capital as value, such that corporations will be forced to revalue or divest themselves of assets, indeed of their own recognizable institutional form, if the calculations so dictate."

It would be erroneous to assume that this proposition was universally accepted within the context of academic debate. Indeed, there are still those who would challenge the very framing of this chapter. For many, their focus has been on the changing forms of industrial organization rather than the impact of finance. The debates about flexible production, post-Fordism and supply chains involve explanations of the new orientations of corporations beyond the agendas of horizontal and vertical integration. In this context, it is also necessary to consider the rise of corporations based on intellectual property (such as Apple and Facebook) and more recently the so-called 'gig' economy (such as Uber and Airbnb), as well as the growth of hedge funds and investment banks. These cases will be explored in Chapter 5.

This analysis proposes that a crucial element is missing from much of the existing literature on industrial organization. In particular, it argues that the pivotal role of finance in the transformation of the corporate form is not adequately addressed. This is because the pricing and trading of risk are not sufficiently considered. It is argued here that the literature on industrial organization fails to understand the new calculative drivers of the organizational form of capital in the absence of this element. Alternatively, there is a body of literature that takes the opposite stance, maintaining the traditional perception of the corporation as a fixed entity while engaging with financial assets. This literature posits that the higher profitability of financial assets compared with so-called 'industry' is drawing investment into unproductive and fictitious activities driven by a managerial preference for the short-term maximization of shareholder value under the pressure of institutional investors (for instance, see Fligstein & Shin, 2007). Here, the flexibility and liquidity that are inherent to finance are perceived as a discrete domain separate from the 'real' economy, with the latter conceptually framed as illiquid (solid) investments. This juxtaposition of a fictitious, flexible form of investing and a relatively illiquid 'real' form of investing requires further examination, as it is precisely the integration of the two that defines the current era.[1]

The following section (2) examines the changing organizational structures of financialized corporations in the context of the rise of finance and volatility in the post-1980 era. In particular, the issue of capital valuation becomes prominent in the context of market volatility and the lack of a clear notion of the fundamental value of corporate shares. The development of accounting practices is therefore of critical importance in this context. The subsequent section (3) examines the rise of the intangible component of corporate capital as the emblematic issue of the contemporary financialized, liquid corporation. Building on the insights presented in the previous sections on accounting practices, section 4 concludes with an analysis of the challenges these developments pose for our conventional understandings of capital, value and corporation. This chapter examines the manner in which the conventional understanding of fundamental value, as espoused by Graham and Dodd and based on the accounting foundation for the early-20th century giant corporation, has been surpassed by the evolution of liquid capital. It considers the implications of this for the valuation of capital and, consequently, for the development of a theory of value in capitalism.

## 2 The Rise of a New Phenomenon: the Financialized Corporation

The course of the 1980s and 1990s witnessed a fundamental transformation of the corporate form. It is no longer useful to consider corporate capital as being attached to a specific 'industry' (or industries). In other words, the concept of capital should not be conceived of as confined to a specific form. Instead,

1 Dögüs (2018, p. 212) presents a noteworthy analysis inspired by Minsky's *financial theory of investment* that sees liquidity of assets in a wide spectrum in which 'non-financial corporations' invest: "Firms decide on investing either in liquid financial assets or in illiquid capital assets in accordance with their profit expectations vis-à-vis these assets and with their margin of safety. If they expect higher profits (quasi-rents) from financial assets as compared to capital assets, then they will invest more in financial assets. If return on capital assets is expected to exceed return on financial assets, then investment in capital assets will be preferable."

it is necessary to analyze capital as a notion that, as Marx emphasized, is in a state of constant expansion, passing through different forms and creating new relations of capital accumulation. The defining characteristic of this notion is a fluidity that enables the management of the risks associated with different specific forms of capital.

Therefore, rather than considering different forms of capital, it is essential to consider networks of production risks. Highlighting the financial roots of this transformation shifts our conception of capital in the contemporary era. This is somewhat analogous to Zizek's (1991) concept of 'looking awry'.[2] It signifies the manner of viewing a firm and corporate structure in a manner that transcends the conventional perception exemplified by Berle and Means.

## 2.1 An Integral Approach to the New Corporate Form

The high short-term volatility of asset and commodity prices, coupled with the capacity of institutional investors across the globe to hold corporate managers accountable (Coffee, 1991), has led horizontally-integrated giant corporations to become more sensitive to the value changes of their assets.[3]

The responses to this kind of development were diverse and multifaceted, with the subsequent analytical literature focusing on different aspects and responses. One area of focus was on the growing importance of networks and flexibility within giant corporations (Hirst & Zeitlin, 1991; Amin, 1989; Vallas, 1999; Gereffi, Humphrey, & Sturgeon, 2005). This style of analysis evolved into a literature on supply chains and later production chains (seeking to capture the precise location within a network where new 'value' is generated) and the blurring distinction between market and non-market (Park, Nayyar, & Low, 2013; Damuri, 2012; Christopher, 2011). As Walker (1989, p. 52) observed:

---

2 The metaphor proposed by Zizek's (1991) is a useful tool for understanding the fundamental dynamics of finance within the context of corporations: "A detail of a picture that 'gaz'd rightly', i.e., straightforwardly, appears as a blurred spot, assumes clear, distinguished shapes once we look at it 'awry', at an angle."

3 The relationship between the impact of corporate disclosure on the composition of its institutional investors and the volatility of its stock price is investigated in Bushee and Noe (2000). The authors find that there is a positive relationship between the quality of disclosure and greater institutional ownership. However, this does not affect stock return volatility. Instead, the volatility in question is more about transient ownership. Sias (1996) posits a robust correlation between institutional investor activism and volatility. Moreover, the decisions of managerial boards extend beyond the mere alteration of disclosure practices. In the context of a volatile environment, the objective is to attract investors by demonstrating flexibility in asset management. This proclivity has, over time, resulted in a notable shift in asset structures.

"The sharp dichotomy of firm and market elides the way the world outside the firm needs to be managed and the world inside the firm needs to be regulated in light of market conditions."

A further area of focus was the growth in the profitability of financial investment relative to industrial investment. According to this view, this resulted in capital being redirected towards speculative activities, which in turn led to a reduction in the creation of new capital through 'real' capital accumulation (Orhangazi, 2008; Crotty, 2003; Dallery, 2009; Palley, 2013; Stockhammer, 2010).[4]

Although each of these analytical interpretations was supported by extensive empirical analyses, there was little analytical interaction between them as they emerged from different discourses. The literature on networks focused on the growing flexibility of organizational structure and the breakdown of clear boundaries around the corporation. The analysis juxtaposed financial as opposed to 'real' investment, and also addressed the liquidity of finance, but framed it as separate from and indeed as a distortion of the 'real' economy of the industrial corporation. The credibility of this dichotomy between the categories of 'real' and 'fictitious' accumulation remains a topic of debate. However, the dichotomy did indeed reflect the reality that financial motives and techniques were increasingly driving corporate decision-making.

The combination of elements from these two traditions is necessary. The networking and dissolution of corporate boundaries are analytically associated with the rise of both intangible capital especially in the form of intellectual property and financial calculus (we will return later to the issue of whether this process should be cast as 'fictitious' or 'real'). Here, we will identify the sorts of changes that are acquiring new significance in capital accumulation. The focus must be on flexible and liquid production, subcontracting, networking, and the rise of financial motives that shape the movement of corporate capital, with radical changes in the asset structures of corporate balance sheets.

In the context of the loss of clear boundaries on the institutional form of the corporation and assets in constant flow, measurement is of paramount importance. The CAPM, Portfolio Choice and the BSM formula must be regarded as capital's techniques of commensuration for calculating rates of return on diversified, and rapidly changing assets. The fact that they may be flawed

4 Contrary to this approach, Dögüs (2018) rightly posits that corporations tend to hold more liquid assets not as a result of any financial constraints, such as distributed profits, but rather due to the necessity of maintaining greater margins of safety (liquidity) in the context of depressed demand and a risky, volatile environment.

techniques does not negate their objective, which is the process of commensuration animating capital-in-general.

## 2.2 Financialized Competition Revealed: LBOs and Decomposition

The study has consistently underscored the dynamic patterns of emergence of what Marx termed 'capital in general' within the context of escalating competition. In this context, in response to the intensifying competitive conditions within an increasingly volatile market, the boards of directors of major corporations were compelled to rethink and reorganize the structure of their capital in a more flexible and liquid manner. As the value of capital assets was inextricably linked to the highly volatile values of the 'market portfolio', the horizontal and vertical production structures of conglomerates, which diversified into unrelated areas, were decomposing as a result of becoming sensitive to unstable markets. This is attributable to the growing significance of the rapid geographical movement and disposability of each component of the company as assets. The consequence of this was the blurring of the relationship between market processes of exchange and production. In large corporations, the purchase and sale of assets (divisions) in different industries and different locations could not be considered separately from the question of what was being 'produced'.

The assumption of the market as the sole site of competition was challenged by the emergence of a new financialized competitive process that shaped corporations as liquid entities. In order to understand the nature of competition, it is necessary to consider it as a relation within capital, rather than as a relation between discrete legal entities as corporations. A seminal paper by James Clifton (1977, p. 147) posited that competition within capital is increasingly associated with the corporations' own decisions regarding the location of their liquid financial assets. He wrote:

> The fixed capital of the firm has become increasingly mobile as the firm has grown by industrial and geographical diversification, out of its original sphere of production ... This process of capital mobility among sectors is accomplished by an internal flow of funds within the corporation ...
>
> The structural condition of free capital mobility renders competition among firms in the dominant corporate sector more abstract, since it is more general or economy-wide in nature. The abstract character is evident in the fact that it is now direct competition amongst cohesive sums of self-expanding finance that dominates the economic process, rather than competition amongst producers of soap on the one hand and producers of books on the other.

In effect, Clifton conceptualized each corporate investment decision as a competition for rates of return across different investment options. In his framing, all assets within a corporation are, in effect, in competition with each other. While not explicitly stated, Clifton nevertheless provided a theoretical depiction of Marx's concept of capital-in-general.

It is important to consider how this process played out at the level of individual capitals. Clifton (1977, p. 148) recognized that our conception of 'competing' needs to be broadened when he said:

> The number of competitive strategies the firm may pursue in its own struggle for growth also includes legal manoeuvring, such as takeovers and divestitures, as well as further diversification. The increased number of competitive strategies gives the firm added flexibility in responding to changes in market conditions and in initiating them. In short, it means that the large firm is far more competitive.

This asset level competition was revealed by finance as a process of free mobility of capital. In this context, there were two critical historically-specific processes which captured Clifton's depiction. The first was the takeover movement of corporate raiders and institutional investors, who constituted their risk-adjusted portfolios during the 1980s via leveraged buyouts (LBOs) (Baskin & Miranti, 1999, p. 259). The second factor was the construction and prominence of contractual network relations over the 1990s. Each warrants explanation.[5]

The large conglomerates of the 1960s were undergoing a rapid transformation. Some neo-classical economists were able to identify this trend relatively early on. Jensen and Meckling (1976) advanced the argument that the non-unity of the corporation represents shareholder interests in a Coasian sense, as a 'nexus of contracts' (Davis, 2009, pp. 83–84). Jensen and Meckling (1976, p. 71) were among the first to highlight the diverse stakeholders within corporations, thereby establishing an intellectual foundation for the subsequent wave of corporate takeovers in the 1980s. In their publication, they wrote:

---

5 Auvray et al. (2021) propose a similar historical periodization. The first period (1980–1999) is characterized by an increase in shareholder claims and pressure on firms to utilize internal funds. The second period (2000–2018) exhibits monopolistic tendencies, both in the context of global value chains being settled and the centralization of intangible and financial forms of assets.

> The publicly held business corporation is an awesome social invention. Millions of individuals voluntarily entrust billions of dollars, francs, pesos, etc. of personal wealth to the care of managers on the basis of a complex set of contracting relationships which delineate the rights of the parties involved.

In this framing, Davis et al. (1994, p. 548) depicted the 1980s as a wave of 'de-conglomeration' which restructured American industry, and heralded a return to corporate specialization over the 1990s.

As numerous studies, such as Davis et al. (1994) and Dastidar (2009), have demonstrated, the phenomenon of re-diversification resumed in the 1990s, the phenomenon of re-diversification emerged once more during the 1990s, but not in the same way as it did during the 1960s. As demonstrated by Davis et al. (1994, p. 562), the decline in the level of unrelated diversification commenced towards the end of the 1980s, with diversification tending to be in closely related industries and often associated with geographical expansion by the early 1990s.[6] While companies may have been expanding, they were returning to a focus on their core businesses (Comment & Jarrell, 1995). The process of de-conglomeration was a simultaneous and related development, resulting in the emergence of more flexible forms of contracts and networks that implied a new dominant form of organizational structure.

The takeover movement of the 1980s provided the impetus for the pressure on managers to deliver 'shareholder value' or face a takeover by someone who would. Corporate raiders had no interest in managing the enterprise as it was, for their focus was on unstable asset values 'trapped' inside bulky conglomerate businesses. The common practice of takeovers was associated with the breaking up of corporate structures, the sale of plant and equipment, and massive layoffs. The underlying motivation for the decomposition and sale of various parts of conglomerates was the search for immediate market returns (De La Torre, 2015, p. 83). These takeover attempts were designed to sell the target shares at a higher price than that which the raider originally paid in the short-term horizon, without ever taking ownership of the targeted corporations (Gaughan, 2007, p. 57).

This is why the majority of takeovers during the 1980s were characterized by a hostile nature, and also why the managerial authorities of the conglomerates implemented certain anti-takeover defenses, such as poison pills, in order to

---

6 Robert Goizueta, the CEO of Coca Cola in the 1990s, stated in an interview with Forbes magazine about his company's portfolio and hedging options: "For General Electric, it's a different business, in our case the hedge comes from different geographies, different countries". (Fortune Magazine, 1995).

deter hostile takeovers (Markham, 2006, p. 297).[7] While the 1990s was marked by a decline in LBOs and hostile takeovers, the shareholder value orientation constituted a central driving mechanism to recalibrate the asset portfolios of companies. The key distinction between the merger waves of the 1980s and 1990s, as outlined by Holmstrom and Kaplan (2001, p. 22), was the growth of financial liquidity. This process was central to the emergence of a new organizational form in which corporations were composed of a greater proportion of financial and intangible assets on their balance sheets, rather than fixed investments, and contracted out their processes of traditionally-conceived production.[8]

What were the underlying dynamics behind this significant shift, which led to the growing importance of intangibility? This leads us to consider the role of contracting and networks.

## 2.3 The Rise of the Nexus of Networks

In the context of a renewed focus on core business, large corporations were undergoing a process of reorganization in a liquid form. The reduction in investment risk was now manifested in the form of financial risk trading with sectoral undiversified portfolios of fixed assets and geographical diversification (Walker, 1989). Networks grew emerged from this foundation (Castells, 2010, first published in 1996), as did the growth of subcontracting[9] and outsourcing (Rappaport, 1999, pp. 1–12).

The constitution of networks was based on contractual relations rather than on the ownership of assets. Two consequences can be derived from this. The first concerns the possibility of organizing in a liquid manner through the use of contracting and sub-contracting. The second consequence, which follows directly from the first, is that, as organizational boundaries became less

7 A poison pill or shareholder rights plan was typically designed to avoid being the target of a hostile takeover by a large firm in the 1980s. This strategy involved selling additional shares at a discount to existing shareholders, thereby diluting the ownership interest of any hostile party.

8 Orhangazi (2019) notes similar tendencies but from a different perspective. The study revealed that the ratio of investment to profit in non-financial corporate sectors based on intangible assets in the USA has declined further.

9 In the early 1990s, Benetton's operations set an example of subcontracting relations. By 1992, the labor-intensive manufacturing process was being carried out with the involvement of 450 small subcontractor producers, 180 raw material suppliers and 6,000 retailers, with the aim of delivering 60 million garments per year. The use of subcontractors enabled Benetton to maintain its rapid expansion rate without the need for significant capital and labor force investment (Dapiran, 1992, p. 10).

clear-cut, intangible assets (especially intellectual property) came to define the delineation of company ownership.

These contracts concern the sharing of technology, information production units and, most importantly, risk. There was an emerging profession and a growing literature on supply chain management and even supply chain risk management as specialized areas for coordinating the network of subcontractors (Croom, Romano, & Giannakis, 2000; Vanany, Zailani, & Pujawan, 2008). This led to a cascade of sub-sub-contractors. This phenomenon was most prevalent in the service industry of IT support and labor contracting, but it has since spread beyond these areas (LeBaron, 2014).

A substantial body of scholarly literature has emerged on these processes, including debates about their nature and the analytical frameworks that can be employed to understand them. One such debate concerns the relative importance of intra-corporate (Cox, 1997) and inter-corporate processes (Sako, 1997; Hines, 1994; Rich & Hines, 1997). Another concerns the extent to which these processes can be understood within the framework of portfolio analysis (O'Neill, 2001; Crotty, 2003, p. 272)[10] or a transition from the *firm-as-portfolio* to the *firm-as-network* model (Davis, Diekmann, & Tinsley, 1994). Neo (2010, pp. 1014–1016) indicates that subcontracting relationships are in fact highly varied such as in terms of capacity, specialization and geographical location. However, he also notes that the management of risk was always central to these relationships (p. 1016):

> Implicit in the notion of flexibility is the idea of risk minimization. To elaborate, the desire to avoid unnecessary risks associated with a volatile market increasingly dictated by fickle consumers or risk inherent in the production of the good itself (e.g., livestock) often compel principle firms to subcontract.[11]

By the end of the 1980s, following a period of significant corporate takeovers, nearly one-third of the largest industrial corporations in the United States has no longer existed practically as independent organizations (Davis & Stout, 1992, p. 605). Castells (2010, p. 176) identifies the initial phase of the process of adjustment to the new environment as the transition from vertical bureaucracies to horizontal integrations (Thorelli, 1986). Castells' analysis of the

10 Crotty (2003) believes that the term 'large non-financial corporations' (NFC) is useful. However, we emphasize the liquid side of corporate capital as a driving force.

11 The direction of risk shifting from the general contractors to subcontractors and how subcontractors should deal with it is another dimension in the generalization of risk trading (Uher, 1991; Hinze & Tracey, 1994).

dominant trends of the 1980s indicates a similar pattern of reorganization: "Organization around process, not task; a flat hierarchy; team management; measuring performance by customer satisfaction; rewards based on team performance; maximization of contracts with suppliers and customers; information, training, and retraining of employees at all levels." However, the *lean model* of the 1980s still carried the features of both the previous period of mass production and the current requirements of labor savings. This was achieved through a combination of automation and computerized working control, along with subcontracting.

Castells justifiably defines this model as an interlude. In our terms, this can be considered as the conservative aspect of the corporations' reaction in a risky, contingent environment. However, the requirement of innovation and flexibility and the transformation of corporations towards the ones operating as a *nexus of contracts*, or a sort of *nexus of networks* stand out, regardless of where one might stand in debates on the ongoing theoretical status of the corporate form of organization. These requirements and pressures came to mean a *permanent restructuring* of corporate capital with the aim of stabilizing the corporate value paradoxically (for instance, the textbook version of considering restructuring as a corporate financial strategy; see Bender & Ward, 2009, p. 277).[12]

From the perspective of institutional investors, their activism underwent a shift from pursuing leveraged buyouts of undervalued companies (share value) to identifying undervalued risks within derivative markets and across asset classes. Corporate managers, on the other hand, became more focused

---

12 The themes of sensitivity, and adaptability in the fluid environment thereby transformed the manageable body as well, as Thrift (2005, p. 118) states: "The idea was that the management body would be sensitized to the social dynamics of organization and could achieve continuous modulation rather than bureaucratic control. The management body could go with the flow, providing smaller but more effective interventions as and when necessary. The heavy bureaucratic hand was replaced by the light touch of the 'change agent'."

The same concerns are also shared by Boltanski and Chiapello (2007, p. 94) in the transition from bureaucracy to flexibility. They then they ask the question: "In a world 'without borders', in which the firm is 'fragmented', 'virtual', 'postmodern', where hierarchical constraints are very attenuated, where institutions no longer reveal their presence through tangible signs and, in particular, a symbolic system of power, how can one guarantee the loyalty of the manager both to the team and to the (often remote) profit center he depends on?" And answer their own question by emphasizing affectivity: "Similarly, what guarantee is there that the integrity of persons will be respected in a context where they are called upon to bring to firms all their skills, including the most personal ones—not only their technical skills but also their creativity, their sense of friendship, their emotionalism, and so on?"

on the calibration of their company's risk position, rather than merely meeting short-term shareholder value objectives. The 1990s witnessed an active approximation of these two agendas through the implementation of risk calculation techniques with the objective of maximizing portfolio rate of return.

In the context of mergers and acquisitions, managers were strongly incentivized to focus on creating market value, which was dependent on their ability to calibrate their position in risk-sharing networks around their core businesses. Shareholder value had gained an offensive and competitive context more than short-termism in managing 'liquidity'. In this context, the response of Roberto Goizueta (CEO of Coca-Cola in the 1990s) to the question of their efforts to create market value and wealth for shareholders is illustrative (Fortune Magazine, 1995):

> Back in 1980 we made a study of the returns we were getting from our fountain business. And we found out that we were making much less than our cost of capital, which at that time, with no debt, was about 16 percent. So what we thought was a great business was, in fact, a lousy business. As a result of that, a number of things happened. We stopped buying all these expensive five-gallon, stainless-steel containers. We started delivering to McDonald's in big tank trucks, as opposed to thousands of little 20-gallon containers. So we eventually improved our return. We also found the same thing with our wine business [which was eventually sold]. Even in the best circumstances, we were not earning the cost of capital. I didn't know anything about EVA or anything, but I knew something very simple, and that is: The way to become richer is you borrow money at a certain rate and invest it at a higher rate and pocket the difference. So we went very methodically over much of our business.

Accordingly, the identity of the corporation became as much a narrative construction as a material unit of production. In this interview, Goizueta sets forth the strategic importance of investing in the construction of narratives and brand names as a focal point for growth and development for his company. He also posits, albeit implicitly, that corporate capital is comprised of disparate pieces:

> We don't know how to sell products based on performance. When we had to sell boilers or desalting plants based on performance, we didn't know how to do it. Everything we sell, we sell on image. That's the reason we did so well with the wine business. Had it been a good business to start with—I mean, if we had found a way to store wine for 12 years with a return—we would have done very well. We did very well in selling it. But then we can spend $400 million on advertising not bat an eyelash.

This portrayal became a central theme, resonating with a financial management strategy (Froud , Johal, Leaver, & Williams, 2006; Pike & Pollard, 2010). Froud et al. (2012, p. 20) identified this in relation to *Apple*, for example, that the critical development of this era was not just the profits of subcontracting nor the 'brand wealth of Apple', but the *financialized business model.* As a result of this model, the asset value ranking of Apple Inc. increased from 287th in 2001 to 2nd place by 2016, with a market capitalization of $529.3 billion (Levy, 2016; Froud, Johal, Leaver, & Williams, 2012, p. 21).

To pursue briefly the illustration of Froud et al. (2012), it is necessary to examine the financialized business model of Apple. The success of Apple management was associated with the capacity to disentangle the exposures of its capital by shifting risks to the subcontractors at the bottom parts of the network hierarchy. Bergvall-Kareborn and Howcroft (2013, p. 288) make a similar point, stating that "developers shoulder the burden of costs while Apple circumvents the investment and resources required for in-house product development and marketing" and that "this is the essence of crowdsourcing, as corporations are able to harness creative labor at little or no cost while minimizing risk." The use of independent contractors allows Apple to emulate the operations of a financial institution, despite lacking the tangible assets typically associated with such an enterprise. Instead, its business model involves a series of contracts that transfer risk and exposure to the performance of other institutions' assets and of 'immaterial' laboring. This financial management of assets aligns Apple more closely with the operations of a hedge fund than with the traditional post-war model of the modern giant corporation. A further discussion of this case will be presented in Chapters 5 and 6.

This model is not Apple or even high-tech specific. Newman (2009) posits that the coffee industry exhibited analogous patterns as well. Following the collapse of the International Coffee Agreements in 1989 and the resulting decline in prices and increased price volatility, the corporate structure of the coffee industry underwent a process of fragmentation and concentration, with exporters and local traders becoming subcontractors. The various actors involved in the production, marketing and processing of coffee organized around a global network with contractual relations. Risk management became a central concern for their competitiveness.

The organizational meaning of the 'financialized' corporation, therefore, is that as identified theoretically by Clifton (1977) in a different way, corporate capital gained the capacity to act as a risk management center for their wide spectrum of financial and industrial activities. Serfati (2008, p. 36) terms it an *organizational modality of finance capital*, and Davis et al. (1994, p. 552) depicts this trend as an *internal capital market*, in allocating capital among the units. Furthermore, the core of the financialized corporation is liquidity. As Talbot

(2013, p. 816) asserts, "Whether capital is represented by individual private shareholders, or by hedge funds, or by financial institutions, or by asset managers, the goals are the same, to maximize returns by reducing costs and *ensuring maximum fluidity to seek out the highest performers*."[13] This same argument can be extended to corporate managers: competition has gained a financial content on pricing and shifting risks via contracts to enhance their corporate capital's liquidity.

### 2.4 Financialization of Corporate Risk

As accumulation became financialized during the 1990s, there was a convergence between the calculative dynamics of finance and accounting (Power, 2007). The practices of enterprise and financial risk management (ERM and FRM) largely merged. The result was a focus on the tools for managing a company's portfolio of assets as a spectrum of risks. The financial management techniques used to value corporate risk exposures, such as the CAPM, VaR and BSM, became standard corporate practices. In the context of liquid asset exposures, precise calibration of return relative to risk became prevalent (whether the calculations were accurate is another matter!). In the words of Millo and MacKenzie's (2009, p. 639), calculation became a subsumed category of management under this financialized organizational dynamic:

> That is, nowadays risk is regarded as a manageable factor rather than merely a measurable, quantifiable and calculable entity. In other words, risk has been 'internalized'. Organisational market participants re-positioned themselves vis-à-vis risk: they moved from being spectators at an external phenomenon to managers of an increasingly internal institutional resource.

---

13 Thus, the emergence of the capacity to purchase the performance of physical capital without ownership of it (that is, in a sense, purchasing a derivative of physical capital) enables monopoly power to be exercised in different ways. Rikap (2023, p. 158) offers the following example:

> The monopoly wields control not only over the production processes in these subordinate firms and organizations but can use its power to define clauses of exclusivity, commercial credit conditions and quality standards, further shaping the market in its favour. In some circumstances it will also exercise direct coordination or control of its subcontractors to ensure that production is taking place according to its specifications. It was recently announced, for example, that the Chinese manufacturer Luxshare Precision will assemble premium iPhones, taking over part of Foxconn's business. To facilitate this, Apple dedicated specific investment to integrate Luxshare into its value chain; as a result it took Luxshare only a few months to begin delivering last-minute orders.

In light of Clifton's observations regarding the internal competitive dynamics within a large, liquid corporation, various types of risks were delineated in accordance with internal control principles, without explicit reference to external market price or value terms. Power (2004) refers to this phenomenon as 'the audit implosion' and, more broadly, as 'the risk management of everything'. This is about focusing on processes and the creation of 'auditable trails of documentation' (2004, p. 63) As sensitivity to the volatility of values increased, risks associated with operations, strategic risks, and financial risks related to the management of assets proliferated and were classified according to their potential impact on the survival of the entire business capital, particularly under the intense pressure of competition.

This focus on risk calculation and management, as a consequence of liquid capital, became increasingly prevalent in the image of corporations. In the context of the 2008 financial crisis, Power (2009, p. 82) underscored the imperative to redirect cognitive and economic resources from 'rule-based compliance' towards the 'critical imagination of alternative futures'. Furthermore, he emphasized the embedded nature of risk conceptualization:

> There is also now an advisory consensus that risk should be a critical optic in shaping budgeting, planning and strategy processes. Yet the continuing existence of large risk management bureaucracies in organizations suggests that embeddedness is both complex and elusive.[14]

The centrality of risk calculation and management in corporate calculus has led to managerial authorities grappling with the science of determining profitable risk-and-return measures (with all its flaws). This has necessitated the use of derivative positions on financial exposures, decisions regarding the outsourcing of industrial activities, the implementation of more flexible human resource management practices, and the management of operational and account risks. Contractual relations with stakeholders, including subcontractors and other outsourcing contracts, have become the subject of renegotiation (see Tompkins Associates, 2010). This mode of risk analysis has become the standard practice for creating shareholder value since the 1990s.

14 As evidenced by Mike's (2011, p. 231) field study, the risk officers of Fraser Bank were utilizing the risk metric of economic capital by extending the boundaries of risk quantification. For these risk officers, economic capital constituted the foundation for risk-adjusted performance measurement, with aggregation across risk types within a business unit. Consequently, this enables them to ascertain the amount of economic capital that should be allocated to each business.

It is generally accepted that, in an ideal scenario, corporate risk management is designed to facilitate more informed investment decisions on the part of investors (Bartram, 2000); and this, in turn, shows that "corporate governance internalized the interests of institutional shareholders forcing managers to exploit market arbitrage, re-negotiate contractual relations with stakeholders, to boost earning capacity (cash earnings on capital employed)" (Andersson, Gleadle, Haslam, & Tsitsianis, 2010, p. 220).[15]

## 3 The Ongoing Crisis: Value Dynamics through Financialized Corporation

The financialized business model, in which risk management assumes a central role in corporate strategy, has given rise to challenges in the classification and valuation of corporate assets. The two strongly associated issues of de-conglomeration and the prominence of stock value orientation have underpinned the question that formed the calculative agenda of capital. The making of a *financial value form* (through portfolio thinking to CAPM and ultimately, Black-Scholes and risk-adjusted valuation forms of risk trading) gives *capital in general* a tangible and empirical character. This transformation presents a significant challenge for capital as a class. For while the creation of more liquid assets and the subsequent accumulation of these assets on balance sheets has afforded companies a number of benefits, it has also introduced a number of new challenges. As companies have become more flexible and intangible, they have been confronted with a host of new uncertainties and the necessity to develop new instruments to effectively manage their capital endowments.

Innovations in financialized corporate capital have revealed problems for the valuation practices of accountants and financial analysts generally. These practices require the utilization of analytical tools to effectively deal with management and investment questions. These tools are instrumental in the valuation and commensuration of capital in its diverse and evolving spatial and temporal forms. The discourse surrounding these tools elucidates the practical implications of the 'value of capital'.

The debate, presented in Chapter 2 on the question of whether assets should be valued according to their current market value or the (purchased)

15 Auvray and Rabinovich (2019) identify a correlation between financial payments and the utilization of offshoring strategies in the US, particularly in the context of the firms belonging to industries with the highest level of offshoring. This finding is also corroborated by Rabinovich (2019) and Klinge et al. (2022).

book value of the corporation, underwent a significant shift with the increased liquidity of corporate capital. Valuation practices became increasingly associated with risk calculation, yet risk calculation was itself unreliable. This was of critical importance for a number of reasons, not least of which was the determination of long-term stock prices. However, in the context of the 1990s, it was a case of developing calculative practices in a condition of rapid change. In line with the capital's calculative agenda, analytical tools and concepts were developed with the objective of reflecting, comprising and even directing the financial-liquid potential of corporate capital. This potential is reflected in the emergence of intangible and financial assets.

Specific to the historical period of the making of financialized corporations, two distinct issues emerged with regard to the explanation of value. The most conspicuous issue was the expansion in the scale of intangible assets reflected in the balance sheets of corporations. The second issue pertains to the inherently unstable dynamics of accumulation, a characteristic inherent to the process of capital accumulation. This instability gives rise to a specific challenge for financialized business organizations in calculating the values of fixed and financial capital assets. Derivative positions employed to hedge the costs of instability are not included in balance sheet assets, at least in part. Consequently, accounting balance sheets are unable to reveal the 'real' exposures, but corporations are required to price volatility on their assets. Each of these will be addressed shortly, but it is first important to note the combined significance of the issues.

The determination of the 'real' financial position of corporations became an increasingly complex question in the period following the 1980s. The 1980s were characterized by the necessity to address the volatility of stock prices in the context of mergers and acquisitions. The introduction of liquidity—trading assets themselves—has been a solution to transcend the volatility. However, as risk and uncertainty were also priced in separate assets, changes in the performance of assets, rather than the assets themselves, began to be traded in these derivative (asset) markets.

This development reached a new turn in the late 1980s, with the introduction of the new measure of 'implied volatility'. This led to the trading of volatility and volatility indices as a new focus of derivative trading given the unknowability of underlying asset values. It is perhaps surprising that this shift emerged in response to the empirical failure of the BSM model to perform as predicted following the stock market crash of 1987. In contrast to the anticipated linearity, the 'volatility smile' manifested, exhibiting a convexity (resembling a smile) in the graph of the relationship between volatility and strike price (Rubinstein, 1985; 1994; Jackwerth & Rubinstein, 1996; Ederington

& Guan, 2002). For Donald MacKenzie (2004), who had identified the BSM model as a primary case of 'performativity' (that is to say, a model which creates a way of understanding the world), the empirical failure of the BSM formula was a conundrum, which he depicted as a case of 'counter-performativity'. He posited that the markets had attempted to anticipate the model's trajectory, effectively overruling it. Mackenzie's proposition offers an intriguing sociological perspective, but it neglects the concept of fundamental value. The notion of counter-performativity exists as a commentary on the theory of performativity, rather than a commentary on measuring value (Jefferis, 2017).

However, within the finance industry itself, this 'failure' of the model represented a significant analytical turning point which re-cast the analysis of risk. In essence, the proposition can be summarized as follows (Derman & Kani, 1994; Derman, Miller, & Park, 2016; Derman, 2016): if the BSM is mathematically 'true' and the only variable in the model that requires formal calculation is the volatility of the underlying asset, then if the model is not functioning in practice, it can only be because volatility is being miscalculated. Therefore, it became feasible to reverse-engineer the BSM equation and utilize it as a measure of *implied volatility*, essentially as a retroactive calculation on the measure of volatility that would render the model 'operational'. This resulted in the operational purpose of the BSM model becoming the measurement of market volatility. In the 1990s, a range of tradable volatility indices emerged, each with associated derivative products. These were based on this new application of the BSM's options pricing model. This resulted in the emergence of a market for volatility, along with the potential for risk-free transactions based on the convexity of the risk curve. The process of riskless trading had to be algorithmic and high-speed, and underwent rapid evolution over the following two decades.

The consequence of this was that, with volatility derived from the BSM and the BSM itself a derivative position on the value of an underlying asset, the entire valuation of assets was undergoing a shift, which could be seen as ironic, towards the valuation of volatility. This was the complete antithesis of a conventional notion of fundamental value.

## 3.1 The Rise of the Intangible Composition of Corporate Capital

In the beginning, intangibles were framed as part of 'goodwill', with the objective of bridging the gap between the market and book values of the corporation. It was assumed that growth in the market value of assets was attributable to the reputation of a business or brand (Willmott, 2010), and that this could be transferred to a new purchaser. It was not clear whether intangibles could be considered a form of capital or not, let alone an asset. However, this gap, conceptualized as a spread, itself became the subject of liquid trading, and the value crisis manifested as a valuation of liquidity and a transformation of the analytical category of intangibles. From the mid-1980s onwards, intangible assets have constituted the fastest-growing segment of corporate assets. It was necessary to define this category in substantive terms as a core category, rather than as an unknown residual. In light of the aforementioned development, it seems pertinent for this study to pose the following question: how can or should we interpret this transformation in the context of financialization?

There was no consensus on the definition of intangible assets during the post-WWII period. Practice was largely shaped by the historical cost accounting concept of intangibles as an asset to be written off against income. However, beginning in the mid-1980s, there was a considerable attention on the origins, definition and valuation of intangible forms of capital.

The empirical evidence also indicates that the origins and definitions of intangibles have become significant area of inquiry, particularly given their growing prominence in balance sheets. As Daum (2003, p. 3) notes, the proportion of investments in tangible assets, such as land, plant, machinery, equipment and inventories, in the stocks of US manufacturers and mining companies fell from $62 out of every $100 invested in 1982 to $37.9 by 1992. This pattern is not exclusive to the United States. As Gerzema and Lebar (2008, p. 11) observe, observe, in 2008, 62% of the value of global business assets was intangible. Across the post-war period, the share of intangible assets in enterprise value exhibits a clear upward trajectory, rising from relatively modest levels in the 1950s to becoming a dominant component of corporate value by the 2000s, with particularly pronounced acceleration from the 1980s onwards (Gerzema and Lebar, 2008, p. 10).

Notwithstanding this accelerated expansion, intangible assets were persistently conceptualized as 'goodwill', a residual category designed to elucidate the discrepancy between market and book values. This underscores the fact that their growth was still beyond explanation. As the intangible composition of corporate values increased, the nature of the problems encountered by accountants also changed. For instance, Perry (2009, p. 121) asserts that:

> Goodwill hunting is an imperative of contemporary capitalist accounting: It is an economic idea embedded in a historically specific set of international political processes. That said, there is presently no sign of a replacement for the authoritative combination of physical definition, legal definition, and focus of pecuniary value that was embodied by the idea of the industrial asset. To the extent that one might eventually emerge from goodwill hunting, it is difficult to see

> how such a replacement could be a sufficiently robust ideational anchor around which to organize and legitimize the social relations of production.[16]

The correlation between market and book values had become entirely disrupted; some commentators viewed this as an indication of the declining relevance of accounting information (Canibano, Garcia-Ayuso, & Sanchez, 2000, p. 103).

The OECD (2006, p. 9) sought to concretize the category of intangibles. They identified three core characteristics of intangible assets: the sources of probable future economic profits; the lack of a physical substance, and to some extent they can be retained and traded by a corporation. As a result, intangibles are directly associated with the future financial economic potential of the corporation.

The notion that corporate value may be predominantly based on intangible assets gained prominence in the early-21st century, with an increasing number of formal rules being introduced to value R&D, human capital and software (OECD, 2006). However, the problem was still far from being solved. The increasing significance of intellectual assets has posed new challenges to the system of national accounts, which are striving to address this complex domain of measurement (OECD, 2006, p. 5). The crux of the problem lies in the mobile and 'abstract' attributes of this form of capital. As US Senator Carl Levin observed in 2012, high-technology producers whose assets are predominantly intangible are challenging to value and readily transferable, this is because these assets are "hard to value and easy to move" (Lochhead, 2012). Nevertheless, in the context of increased collaboration and knowledge flowing across organizational boundaries, the question of ownership of these 'assets' remains a complex one.[17] In summary, the development of analytical tools capable of capturing *value forms beyond fixity* is of critical importance for both practitioners and for a theory of value.

As Power (2001, p. 692) indicates, there was a need for a paradigm shift regarding the centrality of untouchable fluid 'assets', which required the development of new categories of 'capital'. A review of company case studies and annual reports reveals that the accounting practices of financialized

---

16 In an interview conducted by Perry (2009, p. 149) for his study, a former senior executive of the IASB articulated this reality in an interesting way: "breaking goodwill down into units is the challenge and accounting can't deal with it, accounting can't handle that."

17 The discussion of 'immaterial' labor and value issues is of great importance in this context, as they represent a parallel perspective on this debate. However, they are not directly relevant to our own discussion. For further insight, we would recommend Hardt (1999), and Chapter 6 below.

corporations involve the valuation of fluid and intangible assets. It was recognized that this (potential) new mode of valuation could only emerge from an understanding of the strategic role of intangible assets within corporations (Hall, 1992). For instance, Mouritsen et al. (2001, p. 760) contended that the emphasis on intellectual capital is primarily about controlling and managing the firm. For them, the practical meaning of intellectual capital for managers is "the activities which can be put in motion for restructuring in the name of knowledge," such as employee development, restructuring organizations and developing market activities.

Similarly, Johanson et al. (2001) dwelled on the importance of recognizing the intangible aspects of an organization's balance sheet. Their case study indicates that intangibles serve a communicative function, yet they are not synonymous with the objective measurement of an 'asset' or 'capital'. In their view, balance sheets necessarily organized around intangibles serve as narratives "that are repeatedly made known to employees (and to a certain extent to customers, analysts and others)" (2001, p. 729). These calculations and categorizations also contain an element of performance organization of actions that ensure the competitive advantage of the company. Thus, from this perspective, investment decisions and numbers are the perception of activities that enable future performance and intangibles as 'enablers', but not assets in an accounting sense. In this context, it is evident that the concept of value and the phenomenon of value creation are being reified. With the aim of the creation of intangible assets, value as an end in itself also serves in this way to organize the relations of social domination (see Bourguignon, 2005).

At this point, it can also be argued that the valuation of intangible assets in accordance with the fair value paradigm represents an active contribution to the capitalization of social relations (Fix, 2021), thereby facilitating corporate *liquidification*. The active formation of intangibles as part of the enclosure process of daily life practices (in producing brand value) gives rise to new commons-based petty production in the form of general intellect (see Arvidsson, 2020; Willmott, 2010 and Karakılıç, 2019). In short, the value of intangible capital is linked to the ability to capture affective relationships, demonstrate flexibility, and harness the creativity of employees and even consumers. In this sense, the FVA approach may be regarded as an active search for the possible calculative conceptualization of these capacities. This entails "making individual intangible assets out of goodwill" (Perry, 2009, p. 110) which represents a growing proportion of capital and accounting activity. This involves the invention of new categories that cannot be accommodated within the historical cost paradigm. Their argument extends to the pricing of goodwill, which is discussed in further detail in the following chapter.

### 3.2 Accounting in Crisis: Fair Value Accounting

The paradigm shift involving intangibility is pivotal to the transition from the historical cost accounting to the fair value accounting, also known as mark-to-market accounting. In the 1990s, a series of OECD conferences were held on the theme of 'MERITUM' (Measuring Intangibles to Understand and Improve Innovation Management). The final report of the European Community's MERITUM project (2001, p. 1) emphasized that intangibles are critical for financial markets and efficient asset allocation. However, when stock prices are highly volatile, market values of companies cannot be used to price intangibles. Moreover, as a calculative project of capital, specific measures for prospective yield should be developed for these assets, as the loss of a long-term anchor for corporate value in the financial markets would have significant implications.

In response to the aforementioned factors, the AICPA established the AICPA Special Committee on Financial Reporting (the Jenkins Committee) in 1991. This committee was tasked with addressing the demands of external reporting during this period of fundamental transformation (Jenkins, 1994). In its final report, published in 1994, the Jenkins Committee highlighted the impact of the shift from an industrial to a high-tech and service-oriented economy on the (ir)relevance of historical cost statements (Collins, Maydew, & Weiss, 1997). Additionally, the Committee addressed the challenges associated with uncertain assets and off-balance-sheet financial arrangements, which are crucial indicators of a company's financial position.[18] The report primarily addressed the role of market-based arrangements and financial assets in balance sheets in risk management and valuation. By the early 2000s, the IASB (the International Accounting Standards Board) and the FASB were of the opinion that new accounting standards were required in order to reflect the real financial position of corporations (FASB, 2000; FASB, 2001). In 2005, the IASB initiated a project on intangibles. However, by 2007, for reasons that remain unclear, the FASB and IASB opted to halt further progress on this front (FASB, 2008, p. 3).

The extreme imbalance between the stock market price and the monetary values of the components of the corporate assets on balance sheets, the

18 In particular, their objective was to investigate fundamental alterations to the organizational structure of corporations. As asserted by the Jenkins Committee: "To survive and compete, companies are changing everything—the way they are organized and managed, the way they do work and develop new products, the way they manage risks, and their relationships with other organizations."

significance of off-balance-sheet items such as derivatives, and the necessity for a valuation approach to intangibles have collectively challenged the conventional approaches. One potential solution is Fair Value Accounting (FVA), which has been an attempt to address and manage the value crisis of liquid corporate capital.[19]

The endeavors to establish FVA procedures illustrate the absence of a reliable anchor for the valuation of intangible asset significance in a balance sheet, as well as for off-balance-sheet activities (financial derivatives and subcontracting) pertaining to risk sharing. Furthermore, the valuation of balance sheet assets (including intangibles, fixed assets and financial assets) was complicated by the volatile market conditions. Therefore, it is directly concerned with the fluctuations of market values (Nissim & Penman, 2008). FVA proposed utilizing the current market values of assets, which are intended to reflect future income streams. Additionally, it encompassed the incorporation of novel techniques for estimating real values, which differed from the current market values. This approach was open to arbitrary valuations. For example, the case of Enron, as previously discussed, exemplifies the arbitrary nature of valuation in the context of a company heavily involved in commodity derivatives, which are inherently challenging to value. FVA is founded upon current market prices of assets, or future prices, rather than the original cost of purchase and/or production.

The objective of FVA is to gain insight into the new asset classes that fall under the umbrella of intangibles and off-balance-sheet items, as well as complex financial assets and the pricing dynamics of those lacking any fundamental indicator. The estimation of cash flows, adjusted by a discount rate representing the time value of money and the risk of future cash flow, actual market transactions, and estimated costs to replace an asset, has become a dominant approach (Bromwich, 2004, p. 42). Bromwich (2004, p. 45) states concerning the IASB and FASB's proposals:

> They also suggest major disclosure requirements including a description of major financial risks and their major effects on financial performance, information about balance sheet risks, how all these risks are managed, and information about methods used to estimate fair values.

---

19 In addition to the stated aim of practitioners, Boyer (2007) discussed the role of FVA as an *accounting accelerator of the crisis*. However, the crucial point for consideration here is the transformation of the analytical discourse of and perception of capital. It is important to reiterate that analytical and calculative accuracy is of secondary importance in this context.

There are thereby two principle calculative drivers of the post-modern capital here: derivative finance and intangibles.[20]

It is important to highlight that the accounting for derivatives was a significant and transformative factor in the emergence of FVA. Power (2010, p. 204–205) posits that derivatives have become a primary driver of policy due to their pivotal roles for financial institutions and, to some extent, because they exemplify significant materiality for modern economic relations. It is evident that derivatives facilitate the expansion of the range of applications for FVA procedures. Conversely, he argues that the principal impact leading to the proliferation of FVA was the incursion of fair value proponents into the domain of accounting discourse, aided by the support of financial economists. A second significant factor is the application of derivatives valuation techniques in the valuation and reporting of less liquid assets. This mode of development entails the utilization of market values, discounted values, and risk-adjusted values as a foundation for the assessment of fixed assets, as part of the accounting process for the potential decomposition of corporate capital. Consequently, cost-based accounting is not an appropriate methodology for determining risk allocations, as it is concerned with the allocation of value (defined as cost) (Merton, 1995, p. 470). As Power (2006, p. 204) indicates:

> The challenge of accounting for derivatives was also a crucial transformative catalyst in the history of fair value because it demanded a return to fundamentals and was in an important sense a test case for the ambition and coherence of conceptual frameworks for accounting which had been developing since the early 1970s. In the consideration of fundamentals it was logically necessary to consider financial instruments as a whole, a process through which the fair value concept was inevitably made potentially expandable in scope.

The growth in structured financial assets and the intangible value of the corporation may be regarded as the primary factor behind the development of the FVA procedures that have been the subject of considerable debate (Arnold, 2009, p. 803). The paradigm shift, exemplified by the FVA approach, has essentially entailed the restructuring of the financialized corporation as a liquid

20 In this context, the term 'derivative' is not limited to its conventional meaning in the field of finance. Instead, it encompasses a broader range of financial assets that are derived from diverse underlying assets, which are generated in the financial markets for the purpose of transferring and trading risks. Moreover, these assets may not always be included in the balance sheet of the parent company. They can be transferred to financial subsidiaries through the use of offshore centers. This topic will be revisited in Chapter 5.

entity. The Statement of Financial Accounting Standards No. 142 (SFAS 142) rejected the practice of goodwill amortization and instead proposed the implementation of periodic impairments on a yearly basis. Furthermore, the standard suggested that other intangible assets, distinct from goodwill, should be amortized in accordance with their useful life (FASB, 2001). As outlined in the report prepared for the European Commission (Zambon, et al., 2003, p. 18), intangible assets have been defined as 'non-physical sources of future economic benefits'. However, this criterion appears to be conceptually at odds with the economic properties of intangible assets. In this manner, SFAS 142 and its successors took one further step towards the FVA understanding of intangibles (Watts, 2003; Zhang & Zhang, 2015; Zhang & Andrew, 2014). This material process of capital's calculative agenda is directly related to the search for an anchor to "narrow the goodwill gap". In the context of financialization and the acceleration of takeovers and mergers driven by liquid-financial accumulation, goodwill and intangible valuation have retained their significance.

The principal distinction between the historical period preceding 1980 and the subsequent period is that the representation of stocks and flows has evolved beyond the fixed and physical production of commodities. New forms of assets, particularly numerous financial commitments based on derivatives, constituted the basis of financial positions, which subsequently came to be valued in accordance with the risks they entailed. In essence, accountants and finance professionals have thus concentrated on identifying the most appropriate representations of the stocks and flows of priced risks or fair values in balance sheets. Therefore, the primary focus has been on identifying and assessing the underpriced risks associated with various assets, which can be conceptualized as a process of 'financial accumulation'. In this context, as Arnold (2012, p. 377) observes, "accounting harmonization has played a constitutive role in the financialization of the world economy". Consequently, it can be stated that the objective of these endeavors was to elucidate the circulation of value through the liquid forms of corporations from the perspective of capital.

## 3.3 Transformation of the Maintenance of Capital Principle: Blurred Boundaries

The principle of *the maintenance of capital* also underwent a transformation. In Barlev and Haddad's (2003, p. 409) definition, 'value maintenance' is understood as the utilization of hedging techniques in finance, which implies risk management with the objective of maintaining the risk position of a company. This is embedded in the fair value approach as an accounting valuation.

The ongoing discussions surrounding the FVA and the definition of intangible assets, excluding goodwill, represent an ongoing effort to identify a point of reference that can be used as an anchor and to navigate the complexities of financialized corporate capital. The process of abstracting corporate capital beyond fixed and financial assets demonstrates that 'abstract' capital is the fundamental competitive process, shaped by the evolution of financial value forms. The development of risk calculus for the maintenance of risky business capital has led to the abstraction, intangibility, and financialization of balance sheets. This has the effect of blurring the distinction between the classical categories of asset and capital, intangible and tangible, and even financial and non-financial capital. The identification of business capital that is not tangible for *the maintenance of capital* (or *permanent capital*) thereby becomes another indispensable question in creating shareholder and market values, representing the blurred relationships and borders between these categories.

## 3.4 Intangibles, Assets and Value: an Introduction to the Reappraisal of Traditional Marxian Categories

In the value-theoretic framework of Marxism, these debates about intangibles and goodwill are significant but, for the moment, completely unresolved, as their connection to socially necessary average/abstract labor time (SNALT) is by no means clear. Goodwill has no discernible link to labor time—indeed, it would appear as a monopoly return with no particular explanation. Furthermore, intangibles such as R&D, software, and other intellectual properties, while evidently being products of labor, lack a consensus regarding their measurement in terms of SNALT. The extent to which labor time is 'socially necessary' in the creation of a given piece of intellectual property remains unclear. However, within the framework of Marxism, when intangibles are posed as assets, despite their ambiguous origins in labor time, they can be regarded as the embodiment of abstract capital in motion.

The prevalence of intangibles in corporate valuation, particularly in the high-tech frontiers of capitalist innovation, presents a challenge for Marxian theory. If this capital form is of such importance in practice but cannot be readily derived from SNALT, the question must be posed: perhaps there is not a labor-time anchor or 'fundamental value' to determine the long-term value of the financialized corporation. If this is indeed the case, then the absence of a definitive anchor shifts the focus of analysis towards risk. In the absence of a clear foundation for valuation, variations in prices must be contextualized within an implied value framework, with deviations framed in terms of risk. Similarly, Lev (2001, p. 84) reiterates this point from within the conventional framework of economics and accounting (emphasises added):

> The high uncertainty of intangibles highlights the importance of information on *risk reduction* of these assets as they move along the value chain from ideas through technological feasibility to commercialization. For example, systematic information on the results of clinical tests into this category of important *risk-related information* ... The high uncertainty of intangibles also highlights the importance of information concerning *risk sharing*. R&D alliances and joint ventures, the securitization of intangibles, and cross-licensing of patents are among the primary means used by firms to manage the risk of intangibles. Therefore, detailed information on these *risk management activities* and their consequences possess high relevance to both investors and managers (including board members).

Merton (1995, p. 472) also emphasized this point in a similar manner:

> Determining appropriate relative comparisons of systemic-risk exposure is the prime measurement issue in the short run. In the longer run, as already indicated, financial accounting needs fundamental revisions and a specialized new branch called 'risk accounting' must be created. The prospect for the latter is not just hypothetical. Pressed by the reality of need, many of the financial institutions that deal extensively in these complex securities have developed risk-accounting systems as part of their managerial accounting. Those that I have seen appear to be effective and could serve as prototypes for standardized risk accounting.

This presents a novel challenge for Marxian value theory. Rather than hypothesizing about the ways in which Marxist theory should adapt in a traditional way to incorporate intangible forms of capital, it would be more productive to 'travel along' in parallel with the mainstream and observe the debates within the accounting authorities (such as FASB, IASB and OECD) to ascertain whether we can derive any useful implications for Marxism. This will be explored in greater depth in the following chapter.

## 4 Conclusion

The rise of the dominance of intangible capital and financial calculus presents an intractable problem for theories of value, at least within the current analytical categories of both conventional accounting and of Marxism. Nevertheless, it is conventional accounting that has been compelled to confront the issue most directly, whereas Marxism has been able to refrain from making any analytical commitments. In its most basic form, the primary concern of Marxist value theory is not to provide for the uninterrupted accumulation of capital; rather, it is to examine the contradictory nature of accumulation and to identify strategies and tools that are beneficial for the working classes. The following sections will elucidate the challenges posed to Marxism by this analytical distance, which has manifested as a form of neglect.

This conceptualization of the corporation as a networked, financialized, risk sharing (shifting) and increasingly intangible-based institutional entity under the pressure of institutional investing (in the name of shareholder value) is clearly distinct from that emphasized in the Berle and Means' (1933) conception of the corporation. Furthermore, it is evident that the value form of Graham and Dodd's fundamental analysis (1940) and the approaches historically followed by the Monopoly Capital School, which focus on the market domination of monopolistic conglomerates that are fixed and tangible behemoths (Foster, 2002; 2008), are similarly inapplicable in this context.

Nevertheless, if we pursue the analytical trajectory embraced by accountants, we can discern two prevailing trends. Firstly, there is an acknowledgment that the rise of intangible capital and its valuation cannot be reduced to the classical analytical convention of 'fundamental value' as a long-term anchor. Secondly, the move away from the traditional concept of 'fundamental value' has manifested in two distinct directions. First, there is the notion of 'fair value', which, as the term implies, allows for a certain degree of explicit subjectivity. Second, there is a focus on risk in relation to valuation. The concept of fair value and the pricing of risk in valuation are inextricably linked to the inherent unknowability of value that is associated with intangible capital.

In this context, risk assumes a pivotal role, particularly with implications for the Marxist tradition, due to the striking absence of any explicit consideration of risk pricing within the conventional Marxist framework. This is not entirely unexpected given the circumstances prevailing during the 19th century, but it has become increasingly problematic in the subsequent decades, particularly from the 1970s onwards. The development of risk pricing marked a pivotal moment. Chapter 3 examined the advent of the BSM model of option pricing as a means of incorporating risk considerations into the concept of fundamental value (the derivative position that would serve to offset the long position). In the aftermath of the stock market crash of 1987, it became evident that the BSM model was no longer effective as a means of hedging long positions. Instead, as discussed in Chapter 3, the model served to focus attention on the measurement and trading of market volatility.

The implications of this development for theories of value are considerable. In response to the inability to value capital in accordance with the principles of fundamental analysis, the market reacted by commodifying this unknowability through the trading of a volatility index. The question was not "What is the volatility of a core value?" This question maintains the primacy of a measure of fundamental value. Instead, the question was whether volatility could be considered a statistical movement with an unknowable momentum. As a result, risk came to be seen as the companion of value. In practical market terms, risk became almost the replacement for a measure of value.

This conceptualization of the subject matter represents a significant departure from Marxism. The notion that there exists a fundamental value around which prices may fluctuate remains central to Marxism, even representing a definitional proposition. Furthermore, while the commodification of risk (as exemplified by derivative products and tradable volatility indices) may offer a potential avenue for Marxists (as Bryan and Rafferty (2006) discuss derivatives), there has been no discernible inclination within the broader Marxist tradition to pursue this avenue. However, derivative products and contracts that share and bear similar risks are emerging as instruments that re-establish fundamental value in current capital accumulation. As classical forms of companies collapse, and as companies—those carriers of accumulation—become increasingly intangible, ephemeral, and globally and spatially organized, fundamental value, being the foundation of new capital accumulation, is increasingly tied to contestation over risk and uncertainty. Therefore, we need to rethink value from the traditional concept of fixed capital-based accumulation to one that reflects today's financialized and intangible organization.

Any parallels between the market analysis conducted by accountants and that undertaken by Marxists, as observed during the first half of the 20th century, have since been eroded. However, neither tradition has demonstrated a notable capacity to elucidate intangible innovations within large corporations, a topic addressed in the subsequent chapter.

CHAPTER 5

# The New Frontiers of Corporate Capital

## 1 Introduction

The period following 1980, often referred to as neoliberalism, has witnessed the emergence of a new type of giant corporate form with its own distinctive foundation, taking liquid positions in a complex web of global accumulation. In this era, new financial calculations of value, in addition to income and expenditure statements and balance sheets, came to the fore. The current capital valuation process is becoming increasingly linked to market dynamics, networks, and the incorporation of future expectations into the present valuation. This is occurring at the expense of the internal processes of companies. The potential performance of companies is increasingly being gauged by financial criteria related to expectations and risks. These have become embedded in measures of intrinsic value. Companies with virtually no intrinsic value in the traditional sense received substantial market valuations at their initial public offerings (IPOs) based on the projections of future revenue streams. The traditional image of the 20th-century corporation was evolving towards a more liquid and networked organizational structure, frequently based on 'intangible' capital and producing 'untouchable' products.[1]

The new process of competition was based on the production networks emphasized in Chapter 4, with the competition over liquidity paving the way for the expansion of high-tech companies from the 1990s onward. Since then, technological development has been grounded in networks of production, using intangible assets and systems of subcontracting. This has led to a decomposition of capital into risks and 'bits' of assets that can each be priced and potentially traded.

In contrast to tangible investments, which refer to expenditures on tangible assets such as plants, equipment, buildings, vehicles and other physical means of production, the term intangible 'investment' can be defined as an investment that produces innovative and intangible products based on 'immaterial' labor and capital. This includes knowledge, firm-specific skills, organizational

1 Rikap (2021) prefers to define this current phase as 'intellectual monopoly capitalism.' The emphasis is on the monopolistic and rentier characteristics of this type of corporations. However, this book here focuses on another layer of accumulation. This is still monopolistic, but in a different kind.

 | HTTPS://DOI.ORG/10.1163/9789004763968-007

capabilities and 'better ways of doing business' (Barnes & McClure, 2009; Young, 1998). The potential for intangibility is significant. It's opening up a whole new world of possibilities in business, where things (most notably assets and commodities) are less 'fixed' and more transferable and mobile. In the context of intangible investments, it is essential to consider the forms of investment that facilitate monopolization, as highlighted by Rikap (2021, 2023) and other researchers such as Durand and Milberg (2020, p. 420). The issue will be examined in greater depth at a later stage, but for the time being it is sufficient to note that data and information are enclosure and assetised by large corporations.[2] The accumulation of capital based on this kind of asset creation has also resulted in the emergence of a distinct form of monopoly capital accumulation. This process extends beyond the enclosure of data. As Durand and Milberg (2020, p. 420) suggest, the rising prominence of intangible assets has been linked to the emergence of several forms of monopoly rent within global value chains. In their view, legal intellectual property rights limit the use of knowledge and technology, while the informational and managerial infrastructures that enable chain integration give rise to what they call vertical natural monopoly rents. They also point to the scale advantages of intangible-intensive activities—relative to the cost structures of tangible production—as generating differential intangibles rents, and argue that the centralization of data from supply-chain and user interactions facilitates data-driven innovation rents.[3] Taken together, these mechanisms, they contend, indicate that assetization processes are reshaping key features of contemporary monopoly capitalism. In this study, however, I focus on how such monopolistic tendencies coexist with (and are often reproduced through) highly flexible and competitive forms of capital and labor at the micro level. These companies are not only highly monopolistic but also demonstrate considerable flexibility and liquidity.

---

2 "Intellectual monopoly capitalism is therefore defined by a growing appropriation of society's knowledge, which enables the monopoly to exercise power over other firms and organizations. Capital accumulation today is thus to a significant extent driven and sustained by predation and by the assetization of intangibles. Rents of course are intrinsic to actually existing capitalist dynamics. But the effects on accumulation in this case are different because the intellectual monopoly is a proactive rentier." Rikap (2023, p. 159).

3 Le Mouel (2022) notes that intangible assets cannot be used as collateral and therefore cannot be financed through the banking system, which forces firms to rely primarily on their internal funds to undertake such investments. This situation allows only already profitable and cash-rich firms to invest continuously in intangible assets, thereby enabling them to increase their 'mark-ups' and consolidate their market positions. Consequently, this mechanism can be seen as another factor that reduces competition and sustains market concentration and monopolistic tendencies.

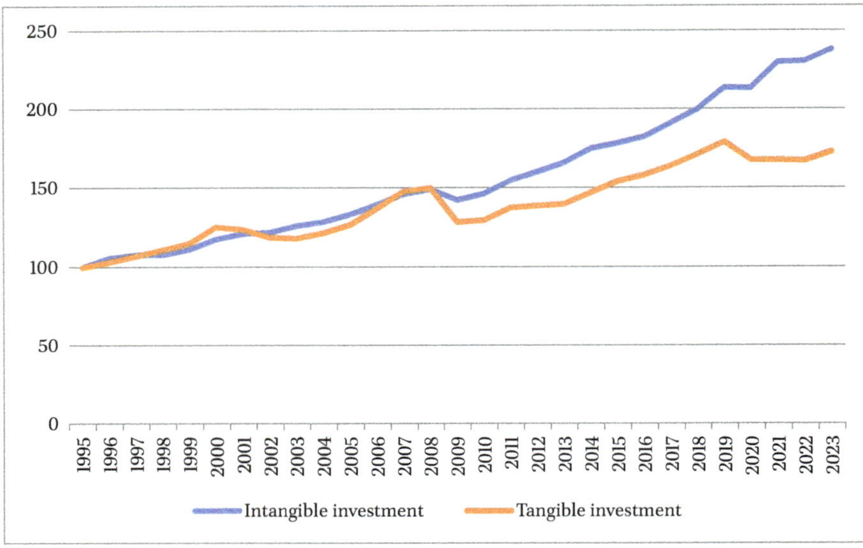


FIGURE 2 Total intangible and tangible investment, 1995–2023, indexed (1995 = 100)
Note: Data from World Intangible Investment Highlights: June 2024 edition (World Intellectual Property Organization & Luiss Business School, 2024). Intangible and tangible investment are aggregated across sample economies and reported as chain-linked volume indices (reference year 2015).

The ascendance of accumulation based predominantly on intangible capital is evidenced by the substantial increase in intangible investments. Drawing on evidence for the United States, Corrado and Hulten (2014, p. 697) show that from the late 1970s onwards the rate of investment in intangible assets followed a persistent upward trend, while investment in tangible assets exhibited a gradual but sustained decline. By the mid-1990s, a clear crossover had occurred, after which corporate investment in intangibles surpassed tangible investment and became the dominant form of new capital formation. As illustrated in Figure 2, when measured as chain-linked volume indices (1995 = 100), intangible and tangible investment display similar dynamics until the mid-2000s. Following the global financial crisis, however, intangible investment exhibits a more resilient and sustained growth path, while tangible investment recovers more slowly and unevenly. This divergence underscores the consolidation of intangible investment as the dominant locus of capital accumulation in the post-crisis period.

As the utilization of information and communication technology increases, organizations across all sectors are engaged in some form of intangible investment. The analytical focus of this study is on companies that engage in both the production of intangible commodities and the predominant or exclusive creation of intangible capital. The following analysis focuses on a selection of prominent companies, including Amazon, Uber, Airbnb, Meta (Facebook), Google and Apple. This is because they represent the epitome of the new generation of capital, characterized by increased mobility and networked contractual relations that encompass systematic offshore asset and profit shifting, risk trading and product sharing. Furthermore, their success in this domain is evidenced by their dramatic expansion in value, propelling them to the pinnacle of global stock markets. This transformation necessitates a significant shift in the conceptual framework of traditional accounting concepts of fundamental value and Marxist measures of value, particularly the concept of production prices, which is rooted in the classical political economy tradition and is linked to socially necessary abstract labor time (SNALT). The theory of value will be discussed in greater detail in the following chapter. However, it is essential to consider it in conjunction with the historical dynamism and transformation in the relationship between capital and labor (which cannot be separated from labor-power) and the dynamic transformation in the forms of exploitation of labor. This may provide a more comprehensive explanatory framework that goes beyond a theory of value and value category, which often reduces it to an empirical and quantitative category. This offers the potential to provide a more comprehensive explanatory framework that extends beyond the boundaries of a theory of value and the category of value, which is often reduced to an empirical and quantitative category.

These companies, and a multitude of similar entities, employ a variety of identification methods. Such entities are commonly designated as 'platform companies' (Evans & Gawer, 2016; Evans D.S., 2011; Kenney & Zysman, 2016; Lobel, 2017) and situated within the so-called 'creative economy', or more analytically within the context of platform capitalism (see Srnicek, 2017). Such entities are also referred to as 'sharing economy' companies, with a significant proportion of their workforce comprising those engaged in the 'gig economy' (Schor, 2016; Sundararajan, 2016; Mulcahy, 2016; Richardson, 2015). In the context of stock exchange markets, many of these entities are designated as 'tech stocks'. In a similar vein, Davis (2016a, p. 72) has referred to their evolution as 'Nikefication', describing the process whereby companies employ very few or no workers in the direct production of output, by subcontracting the traditional activities of 'production' to other organizations and to individuals. Consequently, these corporations are to be defined not so much by what they produce, but by the financialized model by which they accumulate capital.

What they share in common is their reliance on the derivative form of capital.[4] They decompose the production of use values into a spectrum of tasks and risks, determining which risks to assume and which to subcontract. As will be discussed subsequently, this calculative process enables them to operate consistently on financial models of accumulation, whereby the production of a product is merely a collateral process for financial practices. To illustrate, Airbnb generates profit by charging 'renters' before remunerating housing providers, Uber by utilizing a sensitive surge pricing-based method on the rider's pickup location to ensure timely payments to 'car owners', and Meta (Facebook) and Google by selling advertising space and on-selling data about internet habits of users. Consequently, the turnover of these organizations is greater than that of the largest industrialists of the past era (Libert, Wind, & Beck, 2014). Given their corporate form significantly deviates from traditional frameworks, it is evident that the valuation methods used are also unconventional. These corporations operate in a manner more akin to financial institutions than to traditional commodity producers. The fixed production activities have been subordinated by a financialized risk trading logic of derivatives, which renders them detached from the risks associated with the physical production of fixed capital. The sole driving principle for these corporations is the management of their capital assets in a more liquid and leveraged manner, thereby increasing their flexibility in response to the sensitive conditions of accumulation. In comparison to the substantial industrial commodity producers of the past, they demonstrate distinctly divergent characteristics. This chapter will elaborate on this argument in greater detail below.

It is important to note that contractual relations are not solely for the purpose of sharing the risk associated with tangible production, as previously discussed. They also serve to facilitate the transfer of intangible rights between countries. The rights pertaining to the utilization of a brand name and its protection, in addition to the rights associated with the deployment of other specific forms of intellectual capital, have become separable due to their intrinsic 'immateriality' and thereby inherently liquid nature. Consequently, the trading activity of corporations whose intangible assets represent the majority of their value is primarily concerned with trading on those rights rather than on

4 It is crucial to illustrate the parallel between the financial derivatives discussed in Chapter 3 and the inclination to open new frontiers for accumulation. Arnoldi (2004, p. 38) posited that the financial sector's capacity to generate virtual assets, such as derivatives, results in a self-referencing of capital that pervades all aspects of social life and regions, while also creating new markets. For an analysis of the material production of virtuality in the context of financial derivatives, see MacKenzie (2007).

the value of the intellectual property itself, which is located in the 'home country'. The focus, therefore, is on how those rights that can be traded are disaggregated and traded. It is evident that the formation of intangible assets by these corporations (or, in the most general terms, the assetization of all forms of information pertaining to production processes) and the decoupling and shifting of these assets and the profit streams associated with them are comprehensible within the context of a financialized strategy.

These rights constitute a new form of abstract capital and, by animating a financial corporate structure, are inherently financial (as assetised rights) in nature. This is due to the fact that here, the potential income stream is guaranteed as a right and can easily be transferred to other balance sheets. Consequently, competitive logic forces companies that are intangible capital-intensive to be managed as a financial asset company. As Levy (2014) highlights, the replacement of ROI (return on investment) with ROE (return on equity) as the primary performance metric for companies in the post-1980s era has led to the incorporation of stock market performance and prospective income stream into the valuation of corporate assets. From the perspective of corporate capital management, the utilization of intangible assets offers significant flexibility in terms of mobility and relocation of associated rights to low-cost geographical regions. The success of these assets is contingent upon their capacity to become liquid. Therefore, they are analogous to other financial assets in that they entail claims on forms of value and on the profit streams generated, thus enabling these monopoly companies to adopt a highly flexible organizational and managerial structure.

The subsequent sections of the chapter are organized in the following manner. The following section elucidates the coalescence of capital accumulation through high-tech and financial sectors that capitalize knowledge, emphasizing the role of 'intangibility' in enabling accumulation across different sectors. The third section also examines the manner in which this novel form of capital is organized. The focus is on the manner in which competitive dynamics are being internalized in order to achieve fluidity in their management, as corporate capital has taken on intangible and financial forms. The most evident indication of this is the implementation of tax avoidance policies, which facilitate restructurings and the shifting of intangible assets and profits (referred to as 'regulatory arbitrage'). This represents a significant departure from traditional forms of corporate organization, characterized by fixed, illiquid and strictly hierarchical unified capital structures based on controlling the entire production chain. This transformation exemplifies the ways in which corporate capital is adapting to overcome the current challenges of accumulation by becoming more mobile.

The fourth section addresses the valuation of this capital by examining the initial public offering (IPO) of Facebook and some analytical commentary. It demonstrates the manner in which conventional accounting and financial analysis are attempting to adapt and direct to this novel corporate form. The final section addresses the manner in which this novel liquid dimension of capital is apprehended by its intrinsic analytical capacity, with the objective of elucidating the resistance to the transformation in the conventional conceptualizations of capital, value, finance and production.

## 2 New Ways: Shifting Bases

The emergence of these novel forms of capital is an unsurprising phenomenon. It is perhaps more surprising that, along with the financial institutions with which they share many attributes of risk pricing and trading, they have risen to become the most highly valued corporations over the past decade. It is important to highlight three key characteristics of these corporations.

Firstly, these corporations are diversifying into the most lucrative sectors of corporate capital. As reported by Forbes, the most profitable sectors in 2015 were those of healthcare technology, finance, technology services and electronic technology, with profit margins ranging from 13% to 21% (Chen, 2015).[5] In terms of market value, the top two positions are occupied by technology and financial companies on the list of the top 100 most valuable companies since the late 2000s (see Table 2). In the Financial Times' (FT) top 500 list (FT 500)[6] only two of the top ten companies in 1997 were high-tech enterprises: Microsoft and Nippon Telegraph and Telephone. In 2006, there was one such company (Microsoft), while in 2009, two companies (Microsoft and Apple) were included in this group. The stock market values of high-tech and platform companies have been the highest in the years following 2014. In 2015, four companies (Apple, Google, Microsoft, Amazon) and in 2016, five companies

5 Furthermore, the 2015 Fortune 500 list, which is based on revenue rankings, also includes several prominent technology companies, including Apple, Google, Amazon, Microsoft, and Facebook. These companies collectively generated over $13 billion in revenue. Notably, companies such as Micron Technologies, Western Digital, and Texas Instruments, which are not as widely recognized, were also included in the list. Conversely, traditional oil and gas companies that have remained constrained within sectoral boundaries and safeguarded their positions, particularly due to state ownership, have experienced a decline in revenue over time.

6 The Financial Times 500 List provides a comprehensive account of the world's largest companies in terms of market value annually.

TABLE 2 The global top 100 companies: industry companies of market capitalization (2009–2019) (Note. Data from PwC, 2019, p. 35)

| Industry | Market cap 2019 ($bn) | Number of companies 2019 | Change in market capitalisation of current global top 100 2009–2019 |
|---|---|---|---|
| 1 Technology | 5,691 | 19 | 434% |
| 2 Financials | 3,796 | 18 | 224% |
| 3 Healthcare | 2,729 | 16 | 213% |
| 4 Consumer Services | 2,626 | 9 | 338% |
| 5 Consumer Goods | 2,326 | 13 | 137% |
| 6 Oil & Gas | 1,650 | 9 | 17% |
| 7 Industrials | 1,020 | 8 | 494% |
| 8 Telecommunications | 788 | 4 | 86% |
| 9 Basic Materials | 451 | 4 | 114% |

(Apple, Alphabet-Google, Microsoft, Amazon and Facebook) were among the top ten most valuable companies, and were classified as high-tech. In particular, the period from 2009 to 2019 saw Amazon, Apple, Microsoft and Alphabet (Google) at the pinnacle of market capitalization values (see Table 3). By 2020, with the exception of the Saudi Arabian Oil Company, four of the top five companies were high-tech platform companies: Apple, Microsoft, Amazon and Alphabet (Google) (PwC, 2020).[7]

Additionally, Figure 3 illustrates that NASDAQ-listed companies are experiencing a considerably higher growth rate in market value than those represented by the DJIA (Dow Jones Industrial Average).[8] This trend is clearly discernible.[9] The other companies exhibiting the most significant value

7 Probably due to the COVID-19 pandemic lockdowns started all over the world about March 2020, PwC did not publish a further report, just released an updated version which is used to provide the 2020 market value figures presented here.

8 The companies listed in this index are predominantly associated with the so-called high-tech sector. However, it also encompasses numerous emerging companies that have demonstrated a proclivity for heightened volatility in their trading activity. Notable examples include Apple, which was first listed on NASDAQ in 2015; Cisco Systems, which was first listed in 2009; Intel, which was first listed in 1999; and Microsoft, which was first listed in 1999.

9 It's beyond the scope of this study, but the role of the Federal Reserve's rounds of quantitative easing, as underlined Klinge et al. (2022), in the share price boom and the further financialization process is also critical. Their study also emphasizes the connection between the

TABLE 3 The global top 100 companies with the largest absolute increase in market capitalization (2009–2019) (Note. Data from PwC, 2019, p. 33)

| Company name | Location | Industry | Change in market cap 2009–2019 ($bn) | Market cap 2019 ($bn) | Market cap 2009 ($bn) |
|---|---|---|---|---|---|
| 1 Amazon | United States | Consumer Services | 843 | 875 | 31 |
| 2 Apple | United States | Technology | 802 | 896 | 94 |
| 3 Microsoft | United States | Technology | 742 | 905 | 163 |
| 4 Alphabet | United States | Technology | 707 | 817 | 110 |
| 5 Tencent | Greater China | Technology | 425 | 438 | 13 |
| 6 Berkshire Hathaway | United States | Financials | 360 | 494 | 134 |
| 7 Facebook | United States | Technology | 394 | 476 | 81 |
| 8 Alibaba | Greater China | Consumer Services | 304 | 472 | 168 |
| 9 Visa | United States | Financials | 272 | 314 | 42 |
| 10 JP Morgan | United States | Financials | 232 | 331 | 100 |

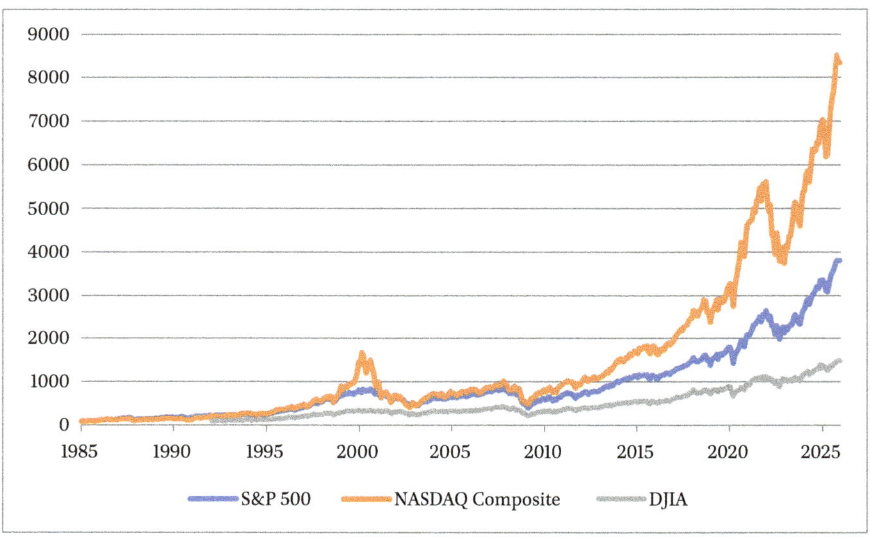


FIGURE 3 A historical comparison of the relative performance of the S&P 500, DJIA, and NASDAQ composite indices
Note. Monthly data are used. Each index is normalized to 100 at its first available observation. The figure plots the S&P 500, NASDAQ Composite, and Dow Jones Industrial Average. (Data source: Yahoo Finance)

increase are in the financials, investment houses, banks, and industrial sectors, including General Electric Company.[10]

Secondly, a comparable pattern can be observed in the aggregate intangible value held by companies. A novel accumulative dynamic is emerging, propelled by the intangibility of these assets (see Table 4). In accordance with the data presented in Table 3, the corporations with the highest market capitalization performance are Apple Inc., Alphabet and Microsoft. Intangibles and goodwill now constitute over 40% of the total value of the US corporate sector (BFI, 2020, p. 14). Table 4 provides a breakdown of the top companies for the year 2021. In 2023, the PwC (2022, 2023) reports on the global top 100 list indicate that the top five companies remain unchanged, while the gap between the largest and the smallest companies has continued to widen, particularly over the past three years. In 2024, Nvidia appears to have entered the list with a significant increase in market value, displacing Saudi Aramco (Leswing, 2024).

TABLE 4 Companies by total intangible value in 2021 (Note. Data from BFI, 2021, p. 32)

| | Company | Sector | Total intangible value (USD bn) | Total intangible value / enterprise value |
|---|---|---|---|---|
| 1 | Microsoft | Internet & Software | $1,904 | 93% |
| 2 | Apple | Technology & IT | $1,871 | 92% |
| 3 | Saudi Aramco | Oil & Gas | $1,644 | 83% |
| 4 | Amazon | Internet & Software | $1,471 | 93% |
| 5 | Alphabet | Internet & Software | $1,309 | 80% |
| 6 | Meta (Facebook) | Internet & Software | $813 | 83% |
| 7 | Tencent | Internet & Software | $661 | 86% |
| 8 | Tesla | Automobiles | $619 | 96% |
| 9 | TSMC | Technology & IT | $471 | 85% |
| 10 | Alibaba | Internet & Software | $462 | 75% |

increasing involvement of big tech companies in financial activities, such as share buybacks, dividend payouts, and the accumulation of vast holdings of financial assets, and their rapidly expanding intangible-weighted asset structure.

10 It is noteworthy that, despite General Electric Company's prominence in the lists based on total assets and market value, a significant portion of its earnings originate from its financial services arm, GE Capital. Investor interest, as reflected in various indicators, serves as a primary driver of value, with a substantial influence derived from stock market indices (Froud, Johal, Leaver, & Williams, 2015).

In addition to the aforementioned points, a third critical observation, previously discussed in the preceding chapter, is that these corporations frequently engage in continuous 'restructuring'. This indicates that the constituent elements of the corporation are separable and marketable, with new activities constantly being initiated. This may be regarded as a continuation of the leverage buyouts that were prevalent in the 1980s and 1990s, representing intense competition at the level of corporate assets.[11] However, the introduction of intangible assets introduced a further dimension to this.

The ascendance of intangible asset composition (including software, R&D, brand name and other forms of abstract capital under the designation of digital platforms) necessitates the perpetual reorganization of supply chains and contractors (Dedrick, Kraemer, & Linden, 2009). Furthermore, investing in intangibles is associated with a greater number of systematic risks, costs and uncertainties than tangible capital (Thum-Thysen, Voigt, Bilbao-Osorio, Maier, & Ognyanova, 2017, p. 9). The potential for risk reallocation (for instance through subcontracting) has also increased due to the decomposable and abstract character of intangible assets. This form of capital not only increases the potential for risk reallocation, but also requires an organizational structure that can adapt to the restructuring process in the context of risk trading.

It is becoming increasingly prevalent for organizations to undergo continuous restructuring. As Davis (2016b) notes, there is a consistent stream of news regarding corporations that are undergoing a process of splitting into smaller entities. Examples of such corporations include Hewlett-Packard, Time Warner, Dupont, Alcoa, Abbott Labs, and Sony, among others. To illustrate, the Hewlett-Packard Company ascended to the ranks of the top 20 companies in 1994. Subsequent to a series of competitive reconstructions, the company attained the 16th position in 1997 and subsequently the 14th in 1998. Following a period of instability, the company attained the 11th position in 2004 and the 10th in 2005. Towards the end of the 2000s, the company undertook a reorganization of its business and technology services subsidiary, which was renamed HP Enterprise Services following the acquisition of Electronic Data Systems in 2008. The service component of the company expanded and underwent a

11 Cushen and Thompson (2016, p. 8) draw attention to two effects when analyzing the negative impact of organizational instability on labor processes caused by the constant restructuring induced by financialization. Firstly, they point to the increase in job insecurity; the proliferation of strategies such as layoffs and headcount reductions deepens workers' fears of losing their jobs. Secondly, role ambiguity is a prominent issue, with the ever-changing organizational structure creating constant uncertainty about employees' roles and status. The combination of these processes creates a state of psychological and physical pressure on the workforce, resulting in increased work intensity.

transformation of its financial component through the outsourcing of commercial card and payment services, banking and capital market 'solutions', in favor of the construction of networks.

Even within the traditional, so-called giant industrial corporations, an analysis of the composition of the top 20, as evidenced by both the Fortune 500 and Fortune Global lists, reveals a historical tendency for financial activities and technological subsidiaries to expand.

## 3 The Invention of New Models and the Liquid Vision of Capital: an Inside Story

The argument thus far is that this new breed of corporation operates on different principles from those of the earlier era of giant corporations. These corporations operate on a financial model of networks, flexibility and liquidity, with a logic of finance at its core. It is beneficial to examine how these prominent new-breed CEOs perceive themselves and how they are perceived by those who observe them.

Firstly, this represents a significant departure from the managerial logic that lay behind the 20th century giant corporations.[12] This is a markedly different approach to that taken by Henry Ford with his production line. Investments in intangible assets are typically employed in the creation of intangible products, which are produced through non-repetitive processes. Such innovations also give rise to a profound transformation in the manner of virtual trade, which is

12 Chesky, Jobs and Kalanick are engaged in a process of reflection on the optimal corporate structure and strategy for an era in which the production and sale of intangible products is a continuous and rapidly evolving process. In an interview published on *Business Insider* in late 2015, Brian Chesky, the founder and CEO of Airbnb, stated that he considered himself a designer by trade and added a quote from Steve Jobs, the founder and CEO of Apple Inc.: "Design is not just what it looks like and feels like. Design is how it works." Subsequently, a pivotal assertion was presented by him, elucidating the inventive dynamics of capital: "By using this, you can imagine everything can be designed. You can design a product, a company, an organization, a building, anything you want. Once you realize everything can be designed—you don't need to use thing straight out of the box—you can reinvent everything" (McCann, 2015). The question thus arises as to the manner and means by which this may be achieved. The manner in which Travis Kalanick, the Chief Executive Officer and co-founder of Uber, elucidates this concept is as follows: "whether it's myself running it (Uber) or any of my employees, it's like you're driving a car down the road, pretty good clip, but its foggy" (CNBC, 2016). Furthermore, risk is an intrinsic aspect of this novel form of competition, as articulated by Zuckerberg (Kokalitcheva, 2016): "In a world that's changing so quickly, the biggest risk you can take is not taking any risk."

markedly divergent from the concept of stability that characterizes traditional production lines. Furthermore, this form of production logic is becoming increasingly prevalent, challenging the dominance of the physical (industrial in a traditional sense) commodity production line analysis as the archetypal model of large-scale capital. In accordance with this, Isaacson (2011, p. 359) defines the management style of Steve Jobs as 'focus':

> His management mantra was 'Focus'. He eliminated excess product lines and cut extraneous features in the new operating system software that Apple was developing. He let go of his control freak desire to manufacture products in his own factories and instead outsourced the making of everything from the circuit boards to the finished computers. And he enforced on Apple's suppliers a rigorous discipline. When he took over, Apple had more than two months' worth of inventory sitting in warehouses, more than any other tech company.

In particular, for those who were indicating a fundamental shift in organizational logic, the content of the concept of the innovative organization was fleshed out in a more conceptualized was in an article entitled 'The Virtual Corporation' by John Byrne (1993) in *Business Week* in the early 1990s:

> If power and flexibility are the obvious benefits of the virtual corporation, the model has some real risks, too. For starters, a company joining such a network loses control of the function it cedes to its partners—who may drop the ball. Proprietary information or technology may escape. And the structure will pose stiff new challenges for managers, who must learn to build trust with outsiders and manage beyond their own walls.

Secondly, this signifies a shift in how managers perceive 'production', which is closely aligned with Martin's (2014) concept of 'the logic of derivative'. The emphasis is on the characteristics of individuals and emotional connections, as well as the malleable capacity of corporations to transform these attributes into an attachment that generates intangible value as a monetized or commoditized unit.

The Chief Executive Officer of Facebook, Mark Zuckerberg, who could be regarded as the personification of intangible capital, exemplifies an innovative logic in the construction of his corporate capital (Kirkpatrick, 2010, p. 260):

> They (Facebook group) need to be essentially just organic information that people are producing on the site. A lot of the information people produce is *inherently commercial*. And if you look at someone's profile, almost all the fields

> that define them are in some way commercial—music, movies, books, product, games. It's a part of our identity as people that we like something, but it also has *commercial value*.[13] (Emphases added)

Nevertheless, each platform is a distinct case in itself. While Uber and Airbnb engage in the direct commodification of performances, Facebook monetizes 'affects', such as social interactions, to generate revenue through advertising. It can be seen, therefore, that the role of affects, relationships and other specific operations to engage people is of great importance in the building of a company name and the creation of high financial value (stock price). In the case of Facebook, economic success is directly related to the creation of a social media platform that serves as both a meeting place and a market place, facilitating the exchange, trade, and sale of goods (Van Dijck, 2013, p. 62). Both Uber and Airbnb present themselves as direct exchange platforms. Uber trades driving performances as units (bits) of labor power, while Airbnb trades rooms in people's homes as units (bits) of capital. Their original business models have facilitated the deepening of this process beyond sectoral boundaries, leading to their classification as high-tech businesses. The trading of capital and labor units provides a means of appropriating cash without any sectoral attachment, which is a key strategy in building a valuable business capital.

Thirdly, the management of those income streams which constitute the value of business capital is of critical importance. Larry Page was inspired by the Berkshire Hathaway hedge fund model, which was managed by Buffet and Munger, when he oversaw the restructuring process of Google (Helft, 2015). As Page himself stated: "We talk a lot to Warren (Buffet) and to Charlie (Munger) and we learn from them, there are aspects of that that we are trying to borrow, there are things they did really really well." In an interview with *the Financial Times*, he refers to Buffet as his idealized investor, stating: "There is no model for the kind of company Google wants to become, but if there's a single person who represents many of the qualities he thinks will be needed for the task ahead, then it's famed investor Warren Buffet." (Waters, 2014)

---

13 These emphases are focused on monetizing the attributes of a company in various forms, with the objective of building value. This sort of building intangibility is analogous to the observation made by Steve Jobs to one of his acquaintances in the late 1990s (Isaacson, 2011, p. 369): "If Apple is going to succeed, he told me, we're going to win on innovation. And you can't win on innovation unless you have a way to communicate to customers." The customer experiences in Apple stores and virtual iTunes stores are similar in that they both monetize new attributes of the human being based on likes, dislikes and mass experience.

This prompts the recollection of Google's restructuring under the new parent company of Alphabet in 2015, which was undertaken with the objective of establishing 'long-term business capital', as Page himself has stated. The accumulation of liquid (abstract) forms (e.g., cash, other financial and intangible forms) facilitated and even encouraged the relocation of the bits of capital. Both the expansion of platform trading on the bits of other people's capital (or wealth which turns into capital), backed by the accumulated and managed intellectual property, and the accumulation and management of financial assets (including cash) that allow these firms to 'diversify and shift' their risks, paint a picture of the liquid world of capital.

### 3.1 A New Business Model under Intangible Capital

These novel capital forms unquestionably yield commodities, albeit frequently not those sold through conventional channels. Examples of this phenomenon include the commodification of searches (Google), social networks (Meta-Facebook), driving and accommodation performance (Uber and Airbnb), and commoditized warehousing (Amazon and Walmart). It is challenging to abstract a unified model from the diverse range of businesses that undergo constant transformation due to the necessity for continuous structural refinement and innovation. These generalizations of models are broadly explored within the context of the 'gig economy'. However, it is possible to synthesize some observations of the competitive domains that delineate the frontiers of this novel economy, which is founded upon distinctive 'business models'. This is followed by an examination of the liquid dynamics of assets to be managed.

First, the crux of the matter is the utilization of fixed capital in a progressively decreasing manner and a reduction in the input of full-time wage labor. The distinctive feature of intangible capital is the separation of the asset ownership (either labor power or capital) from the ownership of the performance of asset. This gives them elements of a rentier or banker, while also associating their process with the production of commodities. The key issue is that, as Erik Brynjolfsson has observed in the context of virtual high technologies, "There is less need for 'labor input' and/or 'capital input,' for that matter." (Bruner, 2015) This represents a fundamentally transformative 'business model' that processes diverse forms of commodification and labor, wherein both labor and capital become predominantly variable and liquid, rather than fixed and illiquid. This stands in stark contrast to the giant corporations of the 1970s and 1980s.

To illustrate, in the case of Uber and Airbnb, it is the driver and host who are responsible for the production of goods and services, operating as independent contractors.[14] Uber and Airbnb do not have the ownership of any car or any house/room. They generate revenue by matching the driver (or host) with the passenger or guest. In essence, they are purchasing the performance of an independent contractor. In a financial language, the companies are effectively selling or commodifying access to vehicles or accommodation without requiring any form of ownership. The concept of the social logic of derivative is clearly defined, whereas Uber operates as a platform for commoditized labor powers on an informal basis (without the ownership of labor power for a limited period, such as a working day). Airbnb, on the other hand, is a platform for individual houses, transforming them into capital assets. It is about the trading of increasingly decomposed capital and labor, resulting in the production of 'derived commodities'. It denotes a 'social' phenomenon that extends beyond the technical device of finance, reorganizing the social relations of the contemporary conjecture of capital. The intangible platforms are engaged in the derivation of assets or commodities (whether they are bits of labor or capital) through the deepening of the financial logic of derivatives into society.

In the process, the risks are being transferred to labor, resulting in a significant increase in labor income volatility (Choudary, 2015; Farrell & Greig, 2016b). This, in other words, constitutes the decomposition of the labor process into its constituent sets of attributes and time schedules for workers, which may be conceived of as a set of discrete risk exposures (Bryan & Rafferty, 2014, p. 895). For example, Amazon's Mechanical Turk offers a vast array of tasks for contractors to select from and complete at their convenience (Means & Seiner, 2015, p. 1540). The transformation of labor into a precarious, variable cost (formally fixed in the accounting sense but here liquid) is the disaggregation and reintegration of labor power through a multiplicity of interconnected tasks (Marschall, 2012, p. 22; Fudge, 2006, pp. 612–618).

The contested area of the literature concerning labor as independent contractors reflects the blurring of the distinction between labor power and capital in the context of this highly fragmented labor process (Seaquist, Bramhandkar, & Barken, 2015; Manyika, et al., 2016; Friedman, 2014). The conceptual border between labor and capital begins to blur, or the owner of labor power and the capitalist become indistinguishable. However, it should be emphasized that the transformation of this conceptual boundary is related to changes in the

---

14 For a comprehensive examination of the Airbnb business model, see Oskam and Boswijk (2016).

way labor is exploited and integrated with capital. What is at stake is not the withdrawal of labor and labor power from the stage, but a transformation in the way it is used, or, as Marx put it, its real subsumption by capital. The relationship of exploitation is thus intensified not only in a 'quantitative' sense, but also in a qualitative sense. For instance, in the case of Uber, the drivers, through individual contracts, have ostensibly taken over the management of the risks 'to their own capital and work processes'. Again, these contract laborers, who have ostensibly turned into small capitalists, have acquired a new role as bearers of risks related to the financial value of Uber. This role entails not only operational risks but also a deeper entanglement with the broader financial strategies of the platform.[15]

Secondly, the distinction between sectors and even corporations becomes less clear-cut, and the precise nature of the company's activities becomes less discernible. For example, Uber is not a taxi service company; rather, it is a technology company (or, for some, it can be defined as a 'ride-sharing company'). The company administration is consistently seeking novel methods to better charge the contractor. This involves investing in research and development to develop a self-driving car program and expanding the peer-to-peer service business into diverse sectors, such as UberEATS (online meal delivery). In essence, the hallmark of this business model is to establish commercial agreements with all partners, including labor, and to reframe ownership as a conduit to access key assets (de Jong & van Dijk, 2015). Nevertheless, despite the status of drivers as independent contractors, Uber employs financial modelling to develop a risk-based surge pricing technology. This process resembles the manner in which the company regards drivers as financial assets, and it also involves lending money to drivers (for interest payments) so that they can purchase the means of production associated with their independent contracting. To illustrate, the subsidiaries, such as the Delaware-based XChange Company, provide subprime car loans to drivers and have formed partnerships with lenders such as Autoflex Leasing and Easicar (Wilkins, 2016).

Facebook represents a same sort of business model that is characterized by low fixed capital costs and the generation of the majority of its revenue from advertising on mobile devices (Dewey, 2016). The company's competitive strategy is based on the sale of advertising, but the popularity of the platform is contingent upon its capacity to invest in the development of software and applications that enhance user engagement. The objective is to construct

15 For a worker-centered analysis of how such restructurings of labor and emerging labor processes are experienced by workers, and how they inform forms of resistance within platform capitalism, see Woodcock (2021).

ecosystems centered on Facebook, incorporating other subsidiaries such as Instagram, WhatsApp and Messenger, in addition to long-term technological investments such as virtual reality and artificial intelligence (Facebook, 2016). It is possible to apply Zook's (2005) term 'knowledge broker' not only to venture capitalists as Zook originally intended, but also to these businesses with a different agenda.[16] This is because such companies place significant emphasis on the acquisition of low and mid-market cap companies (as well as potential competitors) with the objective of enhancing and expanding their data ecosystems, thereby securing dominance over future profits.

In addition, Facebook functions as a repository of substantial data pertaining to an individual's creditworthiness through the use of Facebook tracking (Skeggs & Yuill, 2016, p. 385). The commercial activities of this company are not only associated with the monetization of user-generated content and its role as an advertising platform, but also extend to the sale of individual data to advertisers (Hachman, 2015; Baker, 2017). As Gehl (2014, p. 73) notes, the success of Facebook can be attributed to its ability to efficiently reduce users to datasets and cybernetic commodities, all within a muted and bland interface. Therefore, the software architecture of the platform provides Facebook with a multitude of opportunities to quantify and trade those datasets. Personal profiles represent the most valuable asset class for trade, and Facebook is constantly seeking new ways to leverage this (Fowler, 2012). Consequently, Facebook and other online platform companies offer substantial opportunities for financial actors and advertisers to create highly personalized advertisements and data sources to elicit responses (Mierzwinski & Chester, 2013).

In brief, the operations of Facebook are markedly distinct from those of a traditional production line or sectoral classification. They bear closer resemblance to the activities of a hedge fund or venture capital firm, with minimal involvement in conventional 'production' activities but a significant focus on asset exposure. Similarly, as with Uber, Facebook's identity is also ambiguous (Bogost, 2016). This is exemplified by Zuckerberg's initial response to concerns about fake news regarding the US Presidential elections of 2016, in which he asserted that Facebook is a technology company, not a media company (Warner, 2016).

16 In an article published in *the Financial Review* magazine, Farhad Manjoo (2016) addresses this issue: "Consider that Netflix hosts its movies on Amazon's cloud, and Google's venture capital arm has a huge investment in Uber. Or consider all the in-app payments that Apple and Google get from their app stores and all the marketing dollars that Google and Facebook reap from start-ups looking to get you to download their stuff."

In this study, companies referred to as 'liquid'—characterized by a predominance of intangible and financial capital—have distinct asset management strategies. To illustrate, as previously discussed, Apple Inc. has a financial asset management company, Breaburn Capital, which was one of the largest hedge funds globally as of 2012 (Reisinger, 2012). Other companies, such as Amazon and Uber, invest in greater research and development and other forms of intangible capital, and utilize complex contractual agreements with a number of major banks to manage their accumulated cash. Conversely, Alphabet employs a different strategy through venture capital funds (such as CapitalG and GV) to invest in other start-ups. Of greater significance, however, is the general logic of management, which is financially driven. This involves focusing on R&D and intellectual investments and their management, shifting fixed production risks to contractors, and establishing investment companies to maintain the value of cash and financial assets at a stable, if possible high, level. In this context, wealth gains can also be traced (via internationally financialized asset forms) to the concentrated offshore activities of large corporations. Offshore savings are extremely unevenly distributed: the thirty richest companies control about $800 billion—roughly three-quarters of the total—and Apple's own offshore pool alone topped $200 billion by the end of 2016 (Pozsar, 2018, p. 7). Now let's turn to some of the dynamics underlying this.

## 3.2 Managing Liquid Dynamics

The management of intangible-based and easily movable liquid corporate capital is characterized by unique features that are not fully explained by traditional sectoral specialization or diversification. In contrast to the reproduction of physical-tangible capital, this type of capital relies heavily on the ability to move assets (financial exposures) globally and optimize costs, revenues, and taxes across national territories to maximize profits. These two capabilities are mutually reinforcing. This strategy is referred to as 'regulatory arbitrage' in relation to states (Fleischer, 2010) and 'transfer pricing' in trade (Beer & Loeprick, 2015, p. 428).[17]

These processes are central to the management of subcontracting chains. Baldwin (2006) presents a discussion of this process as the second great

17 Transfer pricing is a term used in taxation and accounting discourse to describe the transactions of costs and prices between the subsidiaries of the same corporation. It is possible for prices of services to be shifted among subsidiaries in order to reduce taxable income, provided that they are under the same ownership. For further insight into the application principles of transfer pricing, the guideline of the OECD (2017) is a valuable resource.

unbundling on a global scale. The first unbundling was related to the spatial separation of factories and consumers; the second, however, required a fundamentally different understanding. This second unbundling is characterized by the fragmentation, offshoring and slicing and dicing of value chains. In his subsequent study, Baldwin (2011, p. 13) provided a detailed analysis, emphasizing that the new dynamics of the continuous 'flows of people, training, investment, and information that used to take place within factories and offices' are now fragmented and traded globally.[18] This is where the logic of derivative comes into play, which separates capital into its bits (elements) and subjects it to commercial flows. The management of these decomposable bits of capital has created significant opportunities for companies, yet it has also necessitated the constant evaluation of alternative risk and return positions within a financial framework.

As indicated in the BEPS (Base Erosion and Profit Shifting) report of the OECD (2013a, p. 42) the shifting of income through transfer pricing arrangements is related to the contractual allocation of risks and intangibles. Another report of OECD (2013b, p. 19) remarked that:

> In many instances, the existing transfer pricing rules, based on the arm's length principle, effectively and efficiently allocate the income of multinationals among taxing jurisdictions. In other instances, however, multinationals have been able to use and/or misapply those rules to separate income from the economic activities that produce that income and to shift it into low-tax environments. This most often results from transfers of intangibles and other mobile assets for less than full value, the over-capitalization of lowly taxed group companies and from contractual allocations of risk to low-tax environments in transactions that would be unlikely to occur between unrelated parties.

The provision of tax-minimizing revenue streams brings into play various regulatory arbitrage strategies (Riles, 2014; Hudson, 2000), in particular: the easy relocation of IP (intellectual assets); the unbundling of aspects of IP to be relocated through complex licensing arrangements (rights to IP revenue streams); and the outsourcing of financial operations to one's own subsidiaries

18 Milberg and Winkler (2013, p. 154) conceptualize this dynamic in a different but closely related way: "The expansion of global production networks has served a dual purpose in the evolving corporate strategy. Cost reductions from the globalization of production have supported the financialization of the non-financial corporate sector, both by raising profits and by reducing the need for domestic reinvestment of those profits, freeing earnings for the purchase of financial assets and raising shareholder returns."

or to large international banks (and their subsidiaries), which use complex circuitous routes via offshore financial centers to locate some of the accumulated cash, financial assets and revenue streams.[19] These corporations have been broken down into the components of corporate capital and decentralized to secure the intangible assets and revenue streams attached to them.[20]

A recent estimation indicates that approximately 8 trillion US dollars is held offshore, which is equivalent to almost 50 percent of the gross domestic product (GDP) of the European Union (EU) or the United States (US) (Fichtner, Heemskerk, & Garcia-Bernardo, 2017). The majority of the United States' largest publicly held corporations engage in tax avoidance through the utilization of offshore tax havens. As indicated by the Government Accountability Office, 83 of the 100 largest publicly traded U.S. corporations maintained revenues in offshore tax havens in 2008. Furthermore, this strategy was pursued with increasing frequency in the period following the Global Financial Crisis of 2008 (U.S. PIRG, 2013, p. 10). In excess of 50% of the FDI stock of US 'non-financial' firms (representing 1.9 out of 3.6 trillion dollars) was attributed to overseas subsidiaries. Furthermore, over 50% of their assets were reported in three leading offshore jurisdictions (the Netherlands, Luxembourg and Bermuda) in 2012 (Haberly & Wojcik, 2015, p. 252).[21] In effect, there has been an increase in

---

19 Expat banking is another service of the ever-expanding offshore market of large international banks and their affiliates (de Carvalho & Seabrooke, 2016). In addition, shadow banking and other complex financial institutions (various forms of fund managers, special purpose entities, etc.) are other key players and institutions of offshore finance to locate financial forms of capital in securing the value of cash piles of corporations (Burns & McConvill, 2011). The financial operations have been outsourced to the OFCs or low tax regulatory areas and suitable risk/reward areas (see also Bryan, Rafferty & Wigan, 2016). However, this part still needs to be investigated due to its illegality and obscurity, which is beyond the scope of this study.

20 It is important to note that the difference between revenue streams and intangibles is not clear, because these companies are mostly intangible and fluid, and revenue streams are entirely based on this intangible capital, which is practically impossible to attach to certain types of intangibles. Intellectual property rights, however, make it possible to protect the basis of these companies in order to secure their revenue streams. On the other hand, these ambiguities lead to arbitrary and profit-driven shifting of rights and revenue streams to a large extent.

21 The concepts of *FDI* (*foreign direct investment*) and *non-financial corporation* are traditional terms, but the classification of intangible investments as 'foreign direct investment' is not in accordance with the conventional understanding of FDIs, as they are not fixed but rather liquid. This aspect of intangibility provides a certain fluidity to international FDI movements. The numbers illustrate a significant trend in the rise of FDIs through offshore jurisdictions. It is important to clarify the distinction between offshore financial centers that engage in financial innovation (Palan & Nesvetailova, 2013) such as the Cayman Islands and Bermuda, and tax haven offshore jurisdictions that offer low

foreign direct investment (FDI) flows through low-tax jurisdictions since the mid-1990s. The proportion of foreign direct investment (FDI) in tax havens relative to global FDI increased from 26.9% to 31.6% in 2008. However, this figure was below 23% in 1991 (Palan, Murphy, & Chavagneux, 2010, p. 56).

In the context of modern corporate strategies, recent tax planning mechanisms such as the now-defunct Double Ireland with a Dutch Sandwich (DIDS) emerged as a reflection of the increasing liquidity and mobility of intangible capital (Drucker, 2010; Stewart, 2015). This strategy enabled multinational corporations to significantly reduce their tax liabilities by routing royalty payments through two Irish entities and a Dutch intermediary, ultimately allowing them to shift profits to low or zero-tax jurisdictions such as Bermuda. This strategy exploited the inconsistencies and differences in international tax laws, enabling companies to maintain control over their intellectual property rights while minimizing their tax liabilities. The DIDS strategy is a prime example of the financial agility and structural flexibility characteristic of contemporary intangible capital-oriented corporations. Despite the recent lawsuits and regulations targeting these companies, it appears that they have successfully developed new strategies that are well-suited to the current environment. It is interesting to note that two major proponents of this strategy were Google (now Alphabet) and Apple. Google, in particular, provides a striking example of how the DIDS structure was leveraged to minimize tax liabilities.[22]

Google shifted the majority of its profits ($12.5 billion) generated outside of the US regulatory jurisdiction (mostly in Ireland) to Bermuda through its entities in the Netherlands (Garcia-Bernardo, Fichtner, Takes, & Heemskerk, 2017).[23] It is crucial to acknowledge that in response to the mounting pressure from the United States and the European Union, the Irish government formally announced the cessation of this strategy in 2015. Subsequently, the US

---

tax rates, including the Netherlands and Ireland (Palan et al., 2010). While these two spaces are similar in their tax minimization objectives, they serve different operational functions.

22 Lowe (2009, p. 169) identifies the underlying motivation of DIDS as a key factor in achieving power: "Google, like other U.S. companies such as Facebook and Dell, was drawn to Ireland because it offers a very low corporate tax of 12.5 percent. Even so, other levies, such as the tax for having a television set, can be quite high. The restaurant food tax in Dublin, for example is around 13 percent, while the tax on alcoholic drinks is about 21 percent."

23 Additionally, the statement made by Eric Schmidt, the chairman of Google, regarding the company's tax avoidance strategy is of significance: "I am very proud of the structure that we set up. We did it based on the incentives that the governments offered us to operate. It's called capitalism. We are proudly capitalistic. I'm not confused about this" (Kumar & Wright, 2012).

government granted these corporations a three-year grace period, extending until 2017, to terminate their utilization of these loopholes (Helmore, 2020 and White, 2020).[24] Although it could be argued that this strategy has ceased to be employed, new strategies continue to emerge in pursuit of cost minimization. Nevertheless, the specifics of the DIDS strategy, as outlined below, elucidate the primary tenets of their liquid organizational logic.

In the wake of the Google litigation, this strategy was predicated on the establishment of two distinct corporate entities in Ireland. The first was the IP-Holding Company, which held the IP rights, while the second was the operating company, with a third entity, the Netherlands-registered conduit company, serving as a conduit for transactions. Although the IP-Holding was a subsidiary of Google's US parent company, it was effectively managed by a Bermudan subsidiary. This arrangement enabled the company to be regarded as an Irish entity for US tax purposes, while being categorized as a Bermudan tax resident by the Irish authorities. However, from the Irish authorities' standpoint, it was considered a Bermudan tax resident. Consequently, the company was not liable for taxation in the United States or Ireland, where such obligations exist, nor in Bermuda, a jurisdiction with no taxation obligations. In this organizational structure, the intellectual property rights were transferred by the parent company with a cost-sharing agreement to the Irish-incorporated holding company, which was a tax resident in a low-tax jurisdiction such as Bermuda in the case of Google (UNCTAD, 2015, p. 195). The royalty payments were routed through a Dutch conduit company, which sublicensed the IP, instead of being paid directly to the IP-Holding Company. This arrangement eliminated withholding taxes due to the EU Interest and Royalties Directive, as royalties paid from Ireland to the Netherlands were tax-free under this framework. Furthermore, the profits generated by the operating company from final sales were subject to taxation in Ireland. However, the taxable base was significantly reduced through high, tax-deductible royalty payments made to the IP-Holding Company. This was achieved using intra-group transfer pricing mechanisms involving IP rights (Fuest, Spengel, Finke, Heckemeyer, & Nusser, 2013; Thorne, 2013; Kleinbard, 2011; Loomis, 2011).[25]

---

24 Furthermore, in 2018 the US government, under the Trump administration, reduced the tax rate from 35.5 to 15.5 per cent for cash and other liquid assets held by multinationals in offshore entities. Additionally, Trump's tax reforms encouraged multinationals to repatriate their intellectual property and cash holdings to the US tax jurisdiction (O'Neal, 2021).

25 A recent study by Bogenschneider and Heilmeier (2016) on Google's significant reconstruction in August 2015, which marked the end of their DIDS strategy, substantiates the assertion that an IP (intellectual property) parent holding company of Google (referred to as Alphabet) established in Delaware is indicative of the company's aggressive pursuit

Furthermore, the strategy of DIDS was also employed by Apple Inc. In addition to outsourcing manufacturing activities to subcontractors in China, Taiwan, and other countries (see Chapter 4), Apple had two offshore affiliates in Ireland, similar to Google. One was an operating company, Apple Operations International (AOI), which served as a global holding company with no declared tax residency. The other was Apple Sales International (ASI), which managed sales to Europe and Asia with Chinese third-party manufacturers. Consequently, in a manner analogous to Google, AOI was regarded as an Irish entity from the perspective of the United States, yet a US entity from the standpoint of Irish authorities. The Apple Sales International (ASI) entity was a subsidiary of the Apple Operations Europe (AOE) company, which was also operating without a tax residency status in Ireland.

The legal ownership of IP is retained in the US in order to safeguard its intellectual property rights and to guarantee the total income stream, which is also generated by business activities headquartered in Cupertino, CA. Furthermore, 95 per cent of Apple's R&D, which is the driving force behind the company's success, is conducted in the US (U.S. PSI, 2013, p. 6). The cost-sharing arrangements and license agreements that were put in place to divide the rights of intangibles resulted in the transfer of the majority of those rights to Ireland, where the taxes were relatively low (Fernandez & Hendrikse, 2015). These shifts of economic rights[26] provided 'effectiveness' in the tax evasion policy of Apple (Levin & McCain, 2013, p. 40):

> The benefits of offshore tax deferral are enhanced by the fact that Apple is able to direct its offshore earnings to jurisdictions with low tax rates. ... In 2011, for example, Apple's ability to pass title to the goods it sells around the world through Ireland resulted in 84% of Apple's non-U.S. operating income being booked in ASI. This left very small earnings, and correspondingly small tax liabilities, in countries around the world. In 2011, for example, only $155 million in earnings before taxes were recorded in Apple's UK affiliates. Apple also had no tax liability in its French and German retail affiliates that same year. Through

of state corporate tax avoidance strategies. For these authors, the rationale behind this restructuring, which is centered on the Alphabet IP Holding Company in Delaware, appears to be the repatriation of offshore revenue streams on intangibles. This serves as a notable exemplar of the liquidification of capital, or the process of 'slicing and dicing' a corporation.

26 Apple was able to defer taxes in excess of $35.4 billion in offshore accounts over the course of the fiscal years 2009, 2010, and 2011. This was achieved through the implementation of profit and asset shifting strategies that were designed to minimize tax liability (U.S. PIRG, 2011, p. 4).

> this foreign profit shifting, Apple is able to reduce its foreign tax rate to below 2%. The ability to pay taxes of less than 2% on all of Apple's offshore income gives the company a powerful financial incentive to engage in convoluted tax planning to avoid paying U.S. taxes.

In this manner, the management of Apple decomposed its corporate capital into 'bits' and shifted the fragmented income streams in order to maximize overall profits. In 2011, four percent of its global workforce was located in Irish subsidiaries, yet 64 percent of the pre-tax profit was routed into this jurisdiction (Seabrooke & Wigan, 2017, p. 17). Similarly, Facebook employed this strategy. Its subsidiaries that hold economic rights (royalties) to IP were located in Ireland, while its tax was domiciled in the Cayman Islands, which is a tax-free zone. The royalties were held by its Dutch subsidiary. This is financed by this Cayman-Irish entity (Armitage, 2016; Smyth, 2013; Corkery, Forder, Svantesson, & Mercuri, 2013).

Apple has also established a series of subsidiaries with the objective of redirecting billions in profits to other jurisdictions with comparatively low tax rates, including the Netherlands, Luxembourg, and the British Virgin Islands (Duhigg & Kocieniewski, 2012). To illustrate, while AOI was wholly owned by the parent company in Cupertino, the assets were managed by another significant subsidiary, *Breaburn Capital*, situated in Reno, Nevada. This financial subsidiary of Apple, in its capacity as a fund manager, exercised control over the accumulating cash piles of Apple via the subsidiaries of the offshore centers (Farrell S., 2014).[27] However, the implementation of this and analogous strategies has had grave consequences for Apple. These practices have resulted in incompatibilities with the tax regulations of the European Union, consequently leading to legal challenges for Apple. Recently, the European Court of Justice ruled that Apple's tax advantages in Ireland were in violation of European Union law and ordered the company to settle a tax debt of EUR 13 billion with Ireland (Espinoza et al., 2024).

The new corporate form, based on the aforementioned new forms of increasingly mobilized abstract capital, transcends geographical (Dicken, 2011) and physical-tangible borders through offshore centers. It has surpassed

---

27 Rabinovich (2019, p. 26) also identifies a similar phenomenon, namely that the accumulation of cash and liquid assets is associated with future uncertainty and risky cash flows for smaller firms engaged in offshoring and tax avoidance activities. As Davis (2018) notes, while large non-financial corporations accumulate cash to generate more financial income and even provide financial services, smaller firms tend to hold cash (or cash-equivalent financial assets) due to market volatility, viewing it as a precautionary demand for liquidity.

the institutional-industrial complex of the Fordist and Keynesian era of corporations (Seabrooke & Wigan, 2014, p. 261). This analysis requires us to reconsider—and even transcend—categories that are no longer applicable in the current context. As Bryan, Rafferty and Wigan (2017a) noted, the interaction of intangible capital and financial innovations facilitates the unbundling of capital, giving liquidity to capital and valorizing locational ambiguity.

## 4 Valuation of Capital: a Case of the Initial Public Offering (IPO) of Facebook and Intrinsic Value

This section will concentrate on the debate surrounding the valuation of financialized (liquid) companies. It is evident that this is a complex issue; therefore, it is proposed that the focus be narrowed to a select number of IPOs in order to gain insight into the pricing of such companies. The IPO process encompasses a series of accounting and financial valuation procedures. The use of a combination of market-based accounting procedures to determine the value of highly intangible start-ups has become a key anchor for stock market valuation.

The case of Facebook Inc. serves to illustrate the manner in which the accounting value is anchoring the financial valuation of the IPO, a recent example of which is worthy of particular focus. As detailed in the SEC Registration Statement Form S-1 from February 2012, Facebook and its total of 33 underwriters (including Morgan Stanley, JP Morgan and Goldman Sachs) conducted a valuation procedure utilizing a combination of market-based methodologies, such as discounted cash flow, guideline public company and market transaction methods.[28] In order to ascertain the fundamental value (and thus define the fundamentals), five market-based factors were identified as influencing the fair value of the class B common stocks. These were: recent private stock sale transactions, historical financial results and estimated trends and prospects for Facebook's future performance; its performance and market position relative to its competitors and/or similar publicly traded companies; the economic and competitive environment, including the industry in which Facebook operates; and independent third-party valuations completed as of the end of each quarter.

On 18 May 2012, Facebook conducted its initial public offering (IPO) on the NASDAQ exchange, raising in excess of $16 billion. The initial price range

28 The Facebook SEC form S-1 Registration Statement, dated 1 February 2012, can be accessed via the following link (SEC, 2012): https://www.sec.gov/Archives/edgar/data/1326801/000119312512034517/d287954ds1.htm#toc287954_9.

per share was set between $28 and $35, but this was subsequently increased to a range between $34 and $38, which equated to a company value of more than $100 billion (Oran & Barr, 2012). Prior to the IPO, Patrick Moorhead, the president of Moor Insights and Strategy, asserted that mobility represents Facebook's most significant challenge, given the company's current inability to monetize this area. However, it was also witnessing the most rapid growth. He further stated that for IPOs of this nature, an initial surge is typical, generally followed by a slight decline and subsequent readjustment over the subsequent months (BBC, 2012).

In addition to market-orientated technical pricing approaches, investors have also directed particular attention to Facebook's potential future earnings as an indicator of fundamental value. This potential has been expressed in terms of advertising revenues, based on the *monetization activities* of the company in question. Furthermore, commentators posit that the data yielded from the intensification of human interactions represents a significant potential 'mineral' for this nascent economic system. Therefore, media commentators did not neglect the future-oriented 'fundamentals' of the 'interaction monetizing' platform (Rusli & Eavis, 2012):

> Facebook's user activity could also provide the company with a richer array of data than Google. The company just needs to work out ways of using this data for advertisers.
>
> Facebook, in many ways, is like a mining company sitting on valuable deposits that are hard to dig up and define. At a market value of $104 billion, investors think Facebook is sitting on gold. But share price could tumble at any sign that Facebook's management unearth it.

Another portfolio manager, Kevin Landis, put forth an alternative perspective when considering Facebook's performance in the secondary markets. He was gratified and aspired to purchase additional stock when Facebook became publicly traded, as he believed the company had merely "begun to scratch the surface of making money off those hundreds of millions of people getting on it every day" (Raice, 2012). It appears that the secondary market trading volumes of Facebook shares have been regarded as significant in the valuation procedures even for the underwriters.[29]

---

29 Prior to their initial public offerings (IPOs), shares of Facebook and other emerging companies, including Pinterest and Tango, were traded on the SecondMarket Solutions platform, which serves as a secondary market. SecondMarket was acquired by NASDAQ in October 2015 and subsequently became a constituent of the NASDAQ Private Market.

The majority of commentators have characterized the Facebook IPO as an initial failure. It closed the first day at $38.23. The weeks following the IPO witnessed a drop, falling to $17.73 on 4 September 2012 (Krigman & Jeffus, 2016, p. 336). In addition to the challenge faced by financial analysts and the criticism levied at asset managers in comprehending this outcome, the first order of importance here is to examine the perceptions of financial markets regarding Facebook. For instance, Leclerc (2012) criticized Facebook's valuation method for relying on the market transaction method (MCM), based on recent private stock sale transactions between Q1–2011 and Q1–2012. This was because the weight of these transactions added up to 50 per cent of Facebook's 'fair-market valuation'. In essence, Leclerc has been challenging the conventional 'speculative' anchor in IPO pricing, employing his own terminology to illustrate this with the example of Virgin Metals:[30]

> To illustrate the dangers of making valuation assessments on thinly traded companies, let's look at a company called Virgin Metals (VGM/TSX-VEN), which plummeted 24.3% on May 24. At the start of the day, Virgin Metals opened at its previous close of 19¢ a share with a market capitalization of $7.72-million. Then, about 90 minutes after the market opened, the first and only seller for the day sold 900 shares in two trades at 14¢ a share, driving the stock price down 24.3%. Yes, that's right, someone sold a mere $154 of shares and Virgin Metals lost $2-million of its market capitalization. Try hedging against that!

Notwithstanding the identical concerns, Felix Salmon (2012) deemed SecondMarket's valuation to be a dependable price discovery mechanism. In the period preceding the IPO, the valuation of Facebook stock exceeded $80 billion, with a trading price of up to $44 per share. Salmon proposed a valuation range of $34 to $38. He wrote: "In reality, however, it's increasingly looking as though shares in private tech-companies are a bit like fine art prices." One

---

The company was originally established with the objective of providing liquidity across a diverse range of asset classes, including limited partnership interests, mortgage-backed securities (MBSs), collateralized debt obligations (CDOs), and stocks of private companies. This has the effect of reducing the pressure on companies to complete their IPO processes (Roof, 2015).

30 However, it is important to note that volatility is higher in less traded stocks. In a sense, if there is a real value of the stock by traders, the convergence to this value in the background is seen as directly related to the trading volume on this stock. It is evident that stocks with low market capitalization (and number of shares) will exhibit high volatility in response to even the slightest liquidity inflows and outflows. However, the correlation between trading volume, volatility and stability is best left to financial traders.

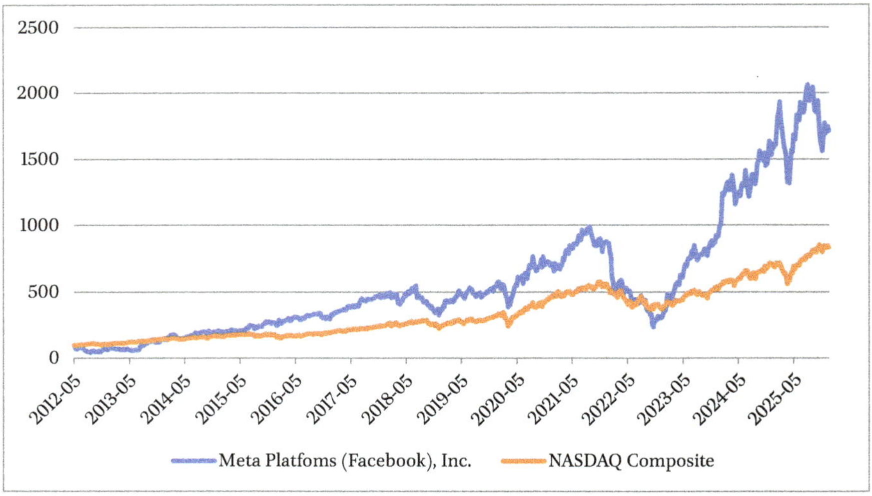


FIGURE 4 Relative performance of Meta Platforms (formerly Facebook), Inc. and the NASDAQ composite index, 2012–2025
Note: Weekly data are used. Both series are normalized to 100 at the IPO date of Meta Platforms, Inc. (18 May 2012). (Data source: Yahoo Finance)

might posit this statement that financial markets are pricing in a multitude of potential future revenue streams, eschewing any singular measure of productive forces in an industrial sense. Instead, the focus is on revenue streams based on the capacity to develop intangible assets (such as the purchase of other virtual platforms or new intangible investments) and all other measures of market movements. As Laughin (2014) remarks, even minor alterations to a business model can be problematic when investors intend to pay high prices based on "lofty growth assumptions."

Consistent with this, as shown in Figure 4, the share price of Meta Platforms (formerly Facebook) exhibits a markedly different trajectory from the broader NASDAQ Composite Index following its IPO in May 2012. Normalized to a common base, Meta's stock substantially outperformed the NASDAQ during the period leading up to 2021, increasing more than twofold by late 2016 and peaking at nearly nine times its IPO value in early 2021. This was followed by a pronounced decline in the early 2020s, during which Meta's share price fell considerably more sharply than the index as a whole. From 2023 onwards, the stock once again diverged upward from the NASDAQ, underscoring both the heightened volatility of platform-based firms and their tendency toward episodic over- and under-valuation relative to the broader market. In consequence, those engaged in trading assets have sought to ascertain the underlying causes of the substantial and erratic fluctuations. While Citigroup analyst Mark May has identified favorable trends in advertising by 2013 (Money Morning Staff Reports, 2013), the Trefis Team have underscored the part played by advertising in the long term in relation to the acquisition of Instagram and WhatsApp-type platforms (Trefis Team, 2015). In other words, the acquisition of different platforms has facilitated the efficient collection and processing of personal data, which in turn has led to the activation of the advertising industry in terms of corporate capital. Thus, data mining and the advertising industry have become intertwined and are now recognized as a key value-creating activity for capital. It seems that the emergence of the former as an emerging and deepening activity is seen by these analysts as the basis for the volatile rise in market capitalization.

In light of the numerous estimation foci, what are the determinants of a 'fair' market valuation of Facebook? In response to these questions, two broad answers emerge for practitioners. Firstly, the competitive position of a company compared to similar organizations is regarded as a key factor in determining a fair value. Secondly, the notion of fundamental value is not merely regarded as a snapshot of the present but rather as a concept influenced by uncertain inter-temporal factors. To the extent that market-based pricing methods and future income forecasts based on intangible capital that are sensitive to changes in value blur the distinction between short-term and long-term values, the role of fundamental value in accounting practice and its function in guiding IPO pricing becomes unclear.

The traditional accounting valuation methods have also been the subject of debate, particularly concerning companies operating as platforms or, in a more traditional context, 'high-tech companies'. In the context of intangible capital weighted companies, metrics such as the price-to-earnings ratio (P/E), the price-earnings-growth ratio (PEG), and the enterprise value to earnings before interest and taxes ratio (EV/EBIT) are increasingly being questioned (Damodaran, 2011, p. 207). This situation also shows that the concept of 'fundamental(s)', closely linked to the term 'fundamental value', has begun to represent a shift away from 'productive forces' based on fixed capital and the associated traditional productive working-class activities. Instead, valuation methods based on the 'liquid capacity' of managed capital are becoming increasingly prevalent over time.

Alternative measures have begun to emerge, though none can be considered to have universal legitimacy. Milano et al. (2016, p. 48) highlight that investors are seeking an optimal balance between growth and profitability, which is captured in a measure they developed, known as 'residual cash earnings' (RCE):

> For students of finance and accounting, this finding makes perfect sense since RCE is a cash-flow-based variant of "residual income", which is viewed by many finance scholars as the single-period, or "flow", measure of corporate operating performance that ties most directly to "stock" measures of corporate value, such as net present value (NPV) and discounted cash flow (DCF), that are supposed to be reflected in stock prices.

A substantial body of research conducted by corporate advisory firms has highlighted that the RCE measure is a superior proxy for total shareholder return, particularly for companies with intangible capital. The RCE measure allows for the separation of the amortization costs of R&D investments (and, of course, intangible assets) from other physical investments. This results in lower provisions and, in a sense, increases the investment motivation of such companies (see Milano, 2023). Consequently, accounting practice has established a performative orientation whereby a reduction in physical capital accumulation and an increase in intangible capital accumulation are perceived as more value-creating. Furthermore, this approach has validated the notion that physical capital costs are less significant than previously thought and act as a barrier to capital accumulation for an individual capital. In summary, the accumulation of physical capital now generates less 'added value' than the accumulation of intangible capital.

The general implication is that the conventional understanding of value (stocks) ascribed to by the accounting profession has been superseded by a more nuanced interpretation (flows), giving rise to a discourse surrounding the conceptualization of spatio-temporal valuation.[31] Nevertheless, regardless of how this issue is approached, initial public offering (IPO) valuation cannot be reduced to historical costs or labor time. Consequently, it cannot be reduced

31 Furthermore, some academic studies posit that deliberate underpricing or aftermarket mispricing strategies employed by underwriters may also be a factor. However, it also has second-order importance in terms of the necessity to consider the drivers of value. To illustrate, while Reber and Vencappa (2016) examine these pricing strategies in detail, their stochastic IPO pricing frontier method is to estimate the maximum achievable offer price, based on pricing factors that are the primary drivers of equity value, as derived from "standard finance theory". These drivers include proxy variables for expected cash flows, the cost of capital and future growth prospects. Beyond the technical details, the variables demonstrate the incorporation of liquidity into the framework of fundamental drivers of the share price, which are highly sensitive to short-term changes and perceptions. For further discussion of other factors within the book-building process, see Jenkinson and Jones (2009). For insights into the role of intrinsic value and the involvement of underwriters in the book-building process, see Vithanage et al. (2016).

to the recently emerging pursuit of accounting procedures. Intangibles that have an especially ambiguous relation with a 'static analytical anchor' will not be reflected sufficiently on conventional balance sheets (Gõbel, 2016, p. 67; Ali-Yrkko & Pajarinen, 2015, p. 27) due to another important factor that we emphasize here: the processes of regulatory arbitrage and transfer pricing. As Levy (2014, p. 208) contends: "The corporate performance of market valuations can, in some cases, be more critical to profit calculations than actual market transactions themselves."

The profound transformation in the nature of corporate capital has prompted a re-evaluation of the function of accounting. Lev and Gu (2016) propose that the traditional concept of accounting is no longer tenable and suggest a new role for the accounting profession, whereby valuation is conducted by investors and capital markets.[32]

## 5 Conclusion: Interpretations of Capital and Liquidity

The role of practitioners, including accountants and financial analysts, in the initial public offering (IPO) processes is to analytically shape technical tools and categories to direct the management of these new abstract forms of capital. As evidenced by the management of the liquid dynamics of intangible capital and offshore finance, the ambiguity of valuation is exploited by accountants and managers in shifting the bits of intangible capital through the use of complex transfer pricing methods. As a result, it is evident that liquidity is engendered by strategies that curtail fixed capital investments or that transfer intangible capital to disparate tax jurisdictions, thereby enhancing a company's financial flexibility. As frequently demonstrated here, the transfer of production processes to other companies or the spin-off and transfer of patent rights renders a company's capital more liquid. These innovative processes facilitate in taking more liquid positions to companies by reducing their reliance on fixed capital. In this manner, the liquidity, or in other words, the creation of more liquid positions for companies, is an active process of innovation engaging in within the context of corporate operations practiced by accountants and financial managers.

32 The authors propose a modest role for accounting, but it should be noted that the recommendations put forth by authorities and studies over the past decade for intangible assets are not fundamentally novel.

The valuation practices of practitioners such as financial analysts and accountants are orientated towards the provision of managerial flexibility. This situation can also be understood, from another angle, as an expression of Damodaran's (2017, p. 149) argument that what ultimately drives the valuation process is not the numbers themselves but 'the story behind the numbers.' In this sense, narrative construction, valuation, and corporate organization are tightly interconnected. Accordingly, this influences their valuation practices, resulting in a divergence between the discussions of capital and value held by academic researchers and their own conceptions. A discrepancy can be observed between the IPO valuation conventions of practitioners and the understanding of capital value by academic researchers. Johnstone's (2016, p. 2) identifies this issue in his editorial introduction to the academic accounting journal *Abacus*:

> The economic 'fundamentals' approach says that risk is about the firm itself and what affects its cash flows causally, such as its unreliable suppliers or uncommitted customers. From that more intuitive perspective, risk under an asset pricing model like CAPM is anything that makes the firm's future cash flows less divorced from outside influences (e.g., interest rates or wage rates) and hence more correlated with other firms in the whole market.

Consequently, the accounting profession has reached its limits and lost its traditional role. Many accountants have asserted the necessity for a novel analytical framework that is informative and supportive to management, and which eschews formal valuation (Lev & Gu, 2016). At this juncture, the issue of ambiguity with regard to measurability, 'immateriality,' and liquidity has also affected the conceptualization of 'fundamental'. It is being linked more closely with cash residuals and the management of income streams. In other sense, however, accounting is increasingly focusing on the disaggregated 'bits' of capital within the context of intangibles.[33]

Leaver (2024) has highlighted how financialization has profoundly transformed the accounting profession and the understanding of capital. Leaver's argument is that accounting has shifted from a tangible and retrospective

33 This driver is exemplified by the assertion put forth by Cummins (2005, p. 48) which states, "How can the value of the firm as revealed by equity markets be equal to the intrinsic value of the firm—defined as the present value of expected cash flows—when market participants know so little about the value of intangibles?" Hence, the objective is to identify a forward-looking proxy for the intrinsic value based on intangibles.

perspective to an operational perspective that emphasises financialized abstractions such as fair value accounting and future income projections. This transformation has resulted in a more fluid and strategically deployable understanding of capital by accountants. This redefinition of capital encompasses not only the accumulation of tangible assets but also as a tool for financial strategies predicated on future income projections. While this shift engenders short-term flexibility in corporate structures, it concomitantly amplifies long-term risk and vulnerability, aligning them more closely with shareholder value maximization. Therefore, the appropriation of traditional operational concerns by contemporary financial practices within the paradigm of financialized accounting serves to further obfuscate the distinction between tangible and intangible forms of capital, thereby redefining all forms of capital within this overarching logic.

The inventiveness of corporate capital is a defining feature that gives rise to virtual networks of trading and facilitates the development of their financial visions through the utilization of offshore financial centers (OFCs) and tax haven jurisdictions. This enables them to effectively manage their corporate capital, thereby enabling them to gain a competitive advantage in the context of intangibility. In summary, intangible corporate capital is financialized in two principal ways: firstly, as an organizational virtual trader (such as Facebook, Amazon, etc.); and secondly, as a more fluid and decomposable entity, with its accumulated wealth taking the form of liquid assets in OFC centers (as exemplified by DIDS strategies). In other words, these novel forms of abstract capital (financial and intangible capital) are mobilized through OFCs, representing the frontier of corporate capital on the global scale. The increasing temporal and spatial liquidity of capital, coupled with its associated liquid value conception, implies a new logic of accumulation. Seabrooke and Wigan (2022, p. 2) correctly underline that assets are not merely material objects but a set of legal and socially embedded claims generated through regimes of recognition that enable wealth creation. However, it is also important to highlight that such assets simultaneously undergo a process through which their value content is actively produced. As we will show in the following section on the value-form debates, assetization strategies increasingly come to function as the dominant value forms of contemporary capitalism, thereby transforming the logic of capital accumulation itself (Tellmann et. al, 2024).

This all implies a new identification of liquidity, bringing the inventiveness of capital's capacity to self-transform and relocate to the fore, and organizing itself abstracted from the risks of physical production. It appears that we need to approach the issue of 'liquidity' as an internal component of accumulation, not as an external thing, as in the cases of the dominant explanations of the crisis under the notions of speculation or speculative bubbles, or in the 'unproductive investments of non-financial corporations.' It may therefore be appropriate to consider these corporate entities as financial or hedge fund-type corporations, rather than viewing them through the dual lenses of the distinction between productive and financial capital. These developments are encouraging us to rethink the concepts of value, finance and capital beyond the traditional patterns of thought.

CHAPTER 6

# Capital and Value in the Era of Intangible Capital

## 1 Introduction

The preceding chapters have concentrated on the internal relationships between value, intangibles, finance and the forms and organizations of capital that have been established historically. This agenda examines long-term changes in the associated value, institutional and organizational forms of capital. Utilizing the connections between these three, this chapter tackles the most recent changes to the progressively liquid organization of capital, as well as the form of value that indirectly follows, with reference to abstract and frequently speculative valuation frameworks connected to financial and intangible assets. The argument here is that these organizational forms do not always appear to be compatible with traditional Marxist understandings of capital and value, and that there is a need to rethink the classical theoretical categories of value and the conceptual boundaries between them. In this context, it may be meaningful to examine how the traditionally used concepts of capital, labor and value (and its creation) intersect, parallel and diverge with new organizational forms of this capital, particularly intangible capital and derivative forms of financial capital, and financial valuation mechanisms. This approach will facilitate the identification of areas necessitating revision and advancement of the theory of capital and value, as well as those requiring re-evaluation.

The historical challenge to the notion of fundamental value and value itself, conceived in a measurable 'price(s) of production' (as SNALT), has coincided with changes occurring outside a formal value-theoretic framework. These changes include the transformation from cost-based to fair value accounting, from tangible to intangible organization, from fixity to liquidity, and from clear delineations between industrial, sectoral and spatial fixities to those that freely cross spatial and sectoral distinctions in financial forms. This chapter explores these connections and their implications.

As demonstrated in preceding chapters, the prolonged historical period from the late-17th to the mid-20th century was characterized by the emergence and evolution of conglomerates, which ultimately led to the establishment of the giant corporate entity. However, as early as the 1970s, this structure began to show signs of dissolution. In Chapters 4 and 5, we have examined this

 HTTPS://DOI.ORG/10.1163/9789004763968-008

dissolution and now conjecture that a transformation into something new is underway. This will involve an examination of the new attributes associated with the increasing liquidity of capital, which we have attempted to demonstrate throughout the study.

The formation of the calculative agenda of capital has given rise to the logic of change and dynamics, which can be termed *the liquidification of capital*. This is not to be considered merely an abstract, inner process of change in corporations, nor simply the result of the penetration of financial markets. Instead, it is an emerging history of capital accumulation as an organic unity, following Marx's dictum from the Communist Manifesto that *all that is solid melts into air*, which underscores the ephemeral and ever-changing nature of capitalist structures as they adapt and evolve in pursuit of accumulation. Of course, this also serves as a successful metaphor for contemporary forms of capital, which exhibit a high degree of plasticity in terms of form and location as well as a growing intangibility.

Thus, this chapter discusses the limitations of the traditional Marxian analysis and concepts in the context of rising intangibility and financialization. In order to capture the change in the corporate forms of capital, it is necessary to adopt a new way of thinking that goes beyond the traditional concept of 'industrial capital' as conceived in the model of the manufacturing industry, with value created in 'the factory' and surplus value distributed via a discrete process called 'circulation'. The increasing fluidity of corporate capital, characterized by the proliferation of financial risk trading and intangible capital, must be incorporated into the Marxian theoretical framework as the leading frontier of capital's innovation, rather than being considered as an exception. The rising liquidity of accumulation with risk trading as its associate should also be incorporated.

To put it bluntly, the proposition of this book is that a re-evaluation of some long-established categories is both appropriate and indeed needed. This reassessment addresses the evolving dynamics of capital, particularly its liquidity and intangibility. Conventional Marxism might incorporate financialization and intangible assets into its traditional framework without questioning it or frame these two as marginal to the real activity of capital accumulation. However, in doing so, it turns capital's frontier into an exception to the norm. Then it fails to raise the possibility that capital's newfound liquidity has broken out of our conventional categories, which should be embedded in a materialist analysis. In simpler terms, capital's increasing liquidity challenges the boundaries of the conventional analytical frameworks, prompting a re-evaluation of its fundamental dynamics.

The organization of this chapter is as follows.

Section 2 addresses the challenges of financial (liquid) accumulation to our traditional frameworks and taxonomies, such as challenges of finance, intangible capital forms and the rise of risk trading. These issues are associated with the emerging need for a notion of a liquid fundamental value that moves beyond some idea of a cost-based anchor and gains a risk-adjusted meaning. The subsequent discussion will explore the strong link between the fundamental change in accumulation and mode of valuation, and its lack of correspondence in Marxian framings. The inability of conventional Marxian framings to account for the abstract and fluid nature of contemporary financial forms of capital, as well as their failure to recognize how the forces of financial calculation determine capital flows and fragment and organize the production processes, will be highlighted. It should not be understood that this study provides a satisfactory answer for a new theory of value and capital. Rather, it underscores the nodal points of the contemporary accumulation process over the past four decades. Whilst section 3 provides an analysis of the financialized value form, section 4 examines the challenges it poses to traditional value perceptions, particularly the difficulties in reconciling financialized valuations with established notions of labor-based or production-anchored values.

Section 5 provides a detailed examination of Marx's original works and some modern commentaries on *abstract capital*. Despite the shift in accumulative dynamics since the era of Marx, his methodological approach maintains its pertinence. It offers a seminal framework for comprehending the liquid accumulation and its unit of accumulation as an intangible-based financialized corporate form, incorporating the novel aspects elucidated in this study.

This study proposes an alternative interpretation of the so-called 'financialization' which is more comprehensive and profound. It does so by drawing upon the principles of capital theory to underscore the increasing abstraction and mobility of capital. The concept of 'value' becomes increasingly endogenous to market processes because there are no clear 'fundamentals' anymore based around costs of production (however conceived and however qualified) that have a capacity to explain long-term prices. The preceding chapters have discussed the growing liquidity of capital, which is the critical historical transformation from the cost-based approach to value (of production) towards a financialized interpretation of capital assets and their value. This shift reflects how liquid capital enables rapid revaluation of assets, driven by market speculation and risk assessments, rather than being anchored in traditional production costs. Finance, in this manner, is an unremitting search for a solution to 'a problem of value' for capital.

## 2 The Core Propositions of Prevalent Capital and Value Theories

If we set aside the small differences among the conventional approaches to capital, the first core proposition of that convention is to perceive 'capital' with a number of dualities, such as financial and real, production and circulation, and financial and non-financial. In Marxism, we can add a further dimension: the duality of productive and unproductive labor. It is striking that over the last two decades, the rapid expansion of financial asset production has reinforced the tendency of empirical analyses and conventional Marxist theory to deploy those dual distinctions.

This dualist understanding of capital is, in many analyses, leading to the ontological primacy of industrial and 'productive' capital, with financial asset accumulation cast as a diversion from the 'real' economy and leading to the growth of 'unproductive' labor, which merely circulates rather than producing surplus value. The explanations of Fine (2010; 2013) on the expansion of IBC (interest bearing capital) and Lapavitsas (2009; 2011; 2013) on *non-financial* corporations' engagement with financial assets and the rise of 'circulation' are the illustrations of this. In addition, the contemporary research on the tendency of the rate of profit to fall (Brenner, 2009; Kliman, 2011 and see Chapter 3) emphasizes the declining profitability of the productive sector—where surplus value is produced—rather than the financial sector, which is thought to primarily circulate and appropriate that value.

Furthermore, the analysis of competition, misconceived as the dynamic purely among corporations seeking maximum rates of return, portrays an image of neo-liberal financialization as a distortion of some kind of 'real' capitalism (Dumenil & Levy, 2004a; 2004b; 2011). This framing is predicated on a corporate structure conceptualized in the image of Berle and Means (1933) and Galbraith (1978).[1] Hence, this analysis explores various theoretical orientations,

1 Alongside the extensive corporation analysis of the Monopoly Capital School, Resnick and Wolff's (1987) Marxian analysis of enterprise constitutes an exception by focusing specifically on the corporation. However, they also identify the class process of industrial enterprise as fundamental and productive. For Resnick and Wolff, the fundamental class process is concerned with the production of surplus value, and all social spheres independent from industrial fundamental and subsumed class processes are non-class processes. Their Marxian approach, which is characterized by its focus on corporations, offers a framework that is relatively suited to the analysis of contemporary finance. However, this analysis provides a framing close to Lapavitsas, Fine and others attached to SNALT conceptualization, particularly with respect to the manner in which the financial sector appropriates surplus value through the implementation of sophisticated financial management practices, such as debt securitization, within the context of 'industrial enterprise' (Resnick & Wolff, 2010).

predominantly Marxist, that have sought to integrate finance and intangible assets into theories of value.

The Regulation School constitutes an exception to the aforementioned duality with its ambiguous connection to Marxism; its approach to the question of finance is predicated on a shift from one accumulation regime to another, with the focus being placed on the institutional dynamics from Fordism to post-Fordism (Hein, Nina, & Budyldina, 2014). Rather than signifying a singular accumulation regime, the transition is perceived as a competitive, interactive process, denoting the conclusion of a regime characterized by mass production and distribution (and its Keynesian regulatory framework) to a regime driven by finance, which is purported to have emerged in the US and UK during the 1990s (Boyer, 2000). This new regime is characterized by the formation of new alliances between shareholders and management, particularly the direct control of institutional investors (Aglietta & Breton, 2001), and a flexible use of the workforce resulting from the erosion of trade unions. The state, in the image of neo-liberalism, is responsible for managing the reproduction of the dominance of financial calculus.[2] This new regime can therefore be seen as a representation of the hegemony of financial institutions, motives and actors on corporate governance. The advent of financial innovation and the concomitant expansion of credit are symptomatic of the pre-eminence of financial institutions within the institutional framework (Boyer, 2013), a state of affairs which, it is argued, undermines the growth of the firm. There are elements here of the standard dualism, but without the judgment of which activities do or do not produce surplus-value. The result is an analysis which locates the changing dynamics of capital in the institutional frameworks of the pressure exerted by institutional investors and the governance models of labor-capital relations.

The regulationist approach also addresses capitalist valuation, including goodwill, albeit in a different manner. According to Aglietta and Reberioux (2005, p. 113), the rise of FVA is indicative of the pressure exerted by financial markets on firms. Boyer (2007) considers the FVA to be an accelerator of volatility and value bubbles (see footnote 19, Chapter 4, p. 121). Their analytical focus is on the momentum to over-value assets and the creation of asset market bubbles, as evidenced by the case of Enron.[3] They contend that there is a

2 Conceptually, the institutional framework represents the regulatory structure that secures the hegemonic regime of accumulation in the long term. This framework also ensures the existing organization of production and the distribution of surplus value.

3 "From this analysis, it emerges that the 'new economy' was at the heart of a speculative bubble on stock markets. The bubble comes from innovation in a capitalist economy. It took root in the business strategies that led to the overinvestment and the uncertainty concerning the size, duration and allocation of gains from innovation. The bubble comes from the

pathological growth path arising from the lack of 'objective valuation'. A notable issue with this framework is that while it appears capable of identifying over-valuation and bubbles, it lacks the capacity to define valuation itself. How, then, can we ascertain that an asset is 'overvalued' if it has not already been 'valued'? This dichotomy manifests as a division between speculative and fundamental elements of valuation. The emergence of new factors related to risk trading, valuation and intangibles is interpreted as the result of institutional regulations and the interplay between financial and 'real' fixed capital accumulation, rather than as the central phenomena of capital and value theory.

A different attempt to incorporate finance and intangibles within a Marxian value framework is found in the work of Teixeira and Rotta (2012) and the subsequent work of Rotta and Teixeira (2016). The authors analyze the autonomization of capital in the form of financialization and intangible capital in three stages. These can also be thought of as overlapping layers denoting different stages of accumulation. The aforementioned stages or layers of autonomization are as follows: the autonomy of value from use value, the autonomy of money from commodity circulation and the autonomy of capital from the exploitation of labor. With regard to the present dynamics of accumulation, conceptualized as financialization, it is contended that a stage has been reached at which capital has become autonomous from the exploitation of labor. In their own terms, at the stage of the autonomization of fictitious capital, the relationship with the source of value production has been broken in a sense. In particular, let us look at the dynamics of the last 50 years, which is the subject of our book, and what they suggest in terms of value theory.

In the proposed framework, autonomization is characterized by two distinct dimensions. The initial dimension is referred to as financialization, while the subsequent dimension pertains to the production of commodities such as software, underpinned by patent rights and private ownership of information, which they refer to as value-free commodities. Financialization, as elucidated in this framing, signifies the phenomenon where various financial assets, including derivatives, manifest a distinct dynamic, progressively detached from the production process. These are, of course, framed in a Marxist framework as new and abstract forms of value. The 'valueless' knowledge-based commodities, on the other hand, once produced, no longer require any extra labor

---

absence of an 'objective' valuation model, and hence, from the lack of a fundamental value pre-existing the public valuation of financial markets" (Aglietta & Reberioux, 2005, p. 188).

process to copy, and the company managing their production can monopolistically set the price by creating an artificial scarcity of this commodity due to its patent rights. It is important to note that the production of these commodities does not involve a labor process, and thus exhibits a separate dynamic, detached from the production process. These two aspects of contemporary accumulation 'mediate' the separation of the form of value from the source of value.

In their view, the tendency towards the autonomization of capital from the point of view of labor theory of value is that capital expresses itself in more abstract (i.e., immaterial) forms. This phenomenon results in an arbitrary pricing process that is detached from units of 'labor time'. In the contemporary epoch of immaterial capital, this rupture manifests as an indirection between the forms of value and the source of value. The basic idea is that the tendency of capital to manifest in more abstract forms possesses a dynamic distinct from the genesis of (real) surplus-value and that intangible assets do not constitute a 'real' class of assets, but rather represent a monopoly right or a form of information rent. In the end, production prices have lost the anchoring role of value, yet the conventional taxonomy based on productive and unproductive, financial and real capital accumulation remains valid at the conceptual level. In their narrative, it is evident that they perceive financialization and the rise of intangible asset ownership as enduring and profound expressions of capital rather than as mere speculation or a transient bubble. However, their attempt to delineate the boundary between the form of value and the source of value (the labor process and its forms) appears to demonstrate a clear acceptance of the classical form of the theory of value, which treats value and prices as distinct categories with separate determinants. As Bhattacharya and Irrizary (2014) astutely observe, Teixeira and Rotta perceive this divergence as a historical tendency, thereby endowing their narrative with a teleological dimension. Despite my divergence in content with their arguments, Bhattacharya and Irrizary (2014) are correct in their assertion that production process in the classical sense and finance are inextricably linked, emphasising the necessity to prioritise the examination of the interrelationship among diverse forms of capital, in addition to their interaction with the labor process. In lieu of contending that capital possesses an autonomous dynamic, disentangled from the process of 'production' (however defined), it is more insightful to contemplate financialization and the production of immaterial commodities and capital, in conjunction with the transformation in 'production'. Consequently, a re-evaluation of the conceptualization of production, in conjunction with emergent labor processes, becomes imperative.

According to Teixeira and Rotta, these intermediate layers superimposed on the labor process are related to the transformation and concealment of the intermediate mechanisms of exploitation. However, for the purposes of this study, it is necessary to draw attention to a problem of the kind described by Elson (1979). Are these new mechanisms and forms of value, which emerge in the context of financial accumulation and the associated growth of intangible capital, are exclusively concerned with concealing exploitation? Or is there also a process that transforms and directs forms of labor and capital accumulation? The issue explored throughout this study shows that these forms of capital and value (and their logic) not only conceal but also deepen and transform relations of exploitation.[4] Financialization and intangible capital are not only about creating intermediate layers to exploitation. An important intervention on this issue has been made with Elson (1979) and it is argued that it is more appropriate to follow her. However, it should be noted that there is a very valid motivation for attempting to identify the fundamental innovations and problematics of capital accumulation and relate them to value theory (or, in Elson's own words, the value theory of labor).

The tradition of autonomist Marxism is characterized by its incorporation of these significant themes into its understanding of accumulation, as articulated by Hardt and Negri (2000). They contend that the valuation process becomes challenging (and impossible) in the context of the emergence of 'immaterial' labor, which serves to obfuscate the boundaries between unproductive and 'productive activities'. Despite the myriad autonomist interpretations of informatization and capital within this theoretical framework, a unifying aspect that underpins these diverse perspectives is the conceptualization of capital as a form of power and discipline over labor. This notion is intricately interwoven with the construction of subjectivity and the social factory over time (Gill & Pratt, 2008). The emphasis is on 'non-material' forms of production, labor, and even capital. Marazzi (2010) contends that to analyze

4 Bryan and Rafferty (2014) argue that the employment of derivative financial instruments and the calculative logic they engender is not confined to financial markets, but is also transforming labor process and wage labor. According to Bryan and Rafferty, the deconstruction of labor into various risk exposures engenders an evaluation of workers that is analogous to that of financial assets. Consequently, employment contracts are increasingly drafted from a risk management perspective, whereby capitalists seek to reduce their risks, resulting in workers being subjected to more insecure and uncertain working conditions. A salient example of this phenomenon is the emergence of zero hours contracts, which ensure that workers are only employed when they are needed, thereby giving capitalists an 'option' on whether or not to employ a worker, much like a financial option contract. This restructuring of labor processes bears a striking resemblance to the restructuring of asset (derivative) pricing in financial markets.

financialization is to speak of bio-economy or bio-capitalism "characterized by its growing entanglement with the lives of human beings." In this theoretical framework, the relationship between financialization and the generation of economic value is understood to be characterized by the transition of productive activities into the domain of circulation, as evidenced by phenomena such as the consumer-as-producer model, along with the practice of outsourcing.[5]

Arvidsson and Calleoni's (2012) study shifted the emphasis towards the link between building intangible assets (brand value, and the associated financial value of companies) and affectual value produced by the 'immaterial' labor of the 'multitude' (see also Arvidsson, 2005). Consequently, the valuation of these novel forms of capital is predicated on multiple practices of labor, which cannot be reduced to labor time or any objectified labor value.[6] Christian Fuchs (2017) asserts that the stock market value of digital platforms is speculative and fictitious capital, predicated on the expectation of future exploitation of user labor. In contrast, Arvidsson and Colleoni attribute the source of this value to users' emotional attachment to platforms and their ethical reputation. While Fuchs elucidates value through labor, Arvidsson and Colleoni expound it through affective relationality. The present valuation practices are predicated on projections into the future, resulting in an absence of a clear anchor for 'value as asset forms'. This assertion is equally applicable to fiat currencies, which have exhibited a high degree of volatility on a global scale. This is the basis of the 'science' of financial valuation, which seeks and even constructs anchors to the form of value by mobilizing the intellectual and innovative capacity of capital. Another reflection of this is the emergence of a parallel Marxist agenda of questioning and seeking to reframe the practice of 'production' that constitutes the essence of value. In such cases, the question of whether engagement with the brand through the platform and affect constitutes a practice of production is inevitably posed.

In light of these theoretical attempts, this tradition opens a debate in questioning traditional value theory by associating value with affectual

5 Marazzi (2010, p. 52) gives a more 'tangible' example on IKEA to link the labor process externalized to consumers such as individuation of the code of the desired item, locating the object, removal of shelves, loading them into the car etc.

6 The work of Arvidsson and Calleoni (2012, p. 142) puts the link in terms of constructing conventions on the financial values of companies by affective labor: "This leads us to suggest that informational capitalism evermore deploys an affective 'law' of value, where the values of companies and their intangible assets are set not in relation to an objective measurement, like labor time, but in relation to their ability to attract and aggregate various kinds of affective investments, like intersubjective judgments of their overall value or utility in terms of mediated forms of reputation."

('immaterial') labor processes (Negri, 1999; Fuchs, 2010; 2012; 2014). For example, can it be said that the values of Facebook, Google and Amazon Inc. come from the labor of 'consumers' who provide commodifiable personal data. Is this in any way compatible with a Marxian labor theory of value? According to Fuchs, the consumer labor (prosumer) of the platforms is also exploited by spending labor-time in the production of digital informational commodities (and/or commodification of data). Intangible value then becomes a financial speculation on the profits embedded in these informational commodities. In other words, digital forms of labor are indirectly related to the emergence of intangible value. Of course, there are also criticisms that this type of labor cannot be considered productive because it is not remunerated (Qeuellet, 2015; Robinson, 2015). It should also be noted that those who argue that Fuchs's Marxist value conception represents an understanding that is stuck in a positive conception of value based on measurement rather than grasping the dynamics of accumulation are right. The main issue is to conceptualize value in a dynamic and critical way.

For Hardt and Negri (2000), this is the realm of *value beyond measure*, or immeasurable or not quantifiable in terms of value theory. However, according to Caffentzis (2005, p. 100), quantity and the domination of quantitative reasoning in social life and accumulation is still a crucial aspect of capitalism, which is mostly ignored by Hardt and Negri in terms of its importance in the construction of anti-capitalist movement against the 'rule of numbers.' Hardt and Negri seemingly ignore the attempts of capital to devise and impose its own metrics adequate to measure (Harvie, 2005, p. 154), which has been transformed in the 'perpetual' reconstruction of liquidity.

Harvie (2005, p. 160–161) fundamentally emphasizes that the distinction between productive and non-productive labor does not possess an ahistorical fixity; that is to say, every form of labor can, in some sense, be in the process of becoming productive for capital, and that resisting this implies that the theory of value as an open category also involves class struggle. Thus, while maintaining the relationship between productive and unproductive labor and the labor theory of value, this distinction of productive-unproductive labor becomes an intrinsic and dynamic historical relation, rather than a mere 'building block' of the labor theory of value something that precedes it. Here, when we think in terms of the way in which, in the process of financialization, labor is transformed and made part of the financial logic (the agenda of financial calculation) of capital, or in other words, of the financial form of value, we can say that we have also clarified the situation faced by the working class and its possibilities for struggle. Harvie therefore argued that the difficulty of tracing the course of the general expression of value should not lead us, like Negri and Hardt, to reject value theory. To expand on Harvie's point, personified forms of capital, such as managers and technicians, make actual decisions about prices, different forms of capital and the allocation of labor power and labor forms. They implement these decisions technically through accounting and profit-making forms of valuation. This leads us to Harvie's perfectly legitimate question (p. 151): "All such decisions within this framework ultimately relate to reinforcing the connection between value and work, to the reduction, in practice, of concrete labors to abstract. Isn't this is the law of value?"

Pitts (2016) criticizes the autonomist (post-operaist) claim of the 'immeasurability of value' on the grounds that it rests on a 'productivist' misreading of Marx's value theory. He argues that authors such as Hardt and Negri, while suggesting that cognitive and communicative labor can no longer be measured in terms of labor time, continue to presuppose value as a quantifiable substance produced directly within the labor process. By contrast, in Marx's analysis value is not generated automatically in production but constituted as a social abstraction through the monetary validation of labor in exchange. Accordingly, abstract labor has never been directly observable or measurable, and what autonomist theorists describe as a 'crisis of measurability' reflects not a new stage of capitalism but a mislocation of a structural feature inherent to the value-form itself. From this perspective, shifts in the dominant forms of labor (from factory to office or from material to emotional) do not alter the law of value that underpins the functioning of capitalism.

## 3 Financialized Value in the Light of Intangible Capital

The fact that intangible assets have been increasingly dominating the value of corporations, driving corporate investment and becoming a question of valuation is a matter of considerable challenge (Oxley, Walker, Thorns, & Wang, 2008; Ahmad & Schreyer, 2016). The proliferation of intangible assets, particularly within contemporary behemoth corporations that are conventionally classified as high-tech entities (e.g., Apple, Microsoft, and Facebook), thereby poses a significant challenge to the traditional and prevailing taxonomies of Marxian theory of capital accumulation. These corporations, often referred to as 'manufacturers without factories', possess a distinct capital that is not directly tied to the production of tangible commodities. Instead, it is allocated towards intangible assets such as brand names, research and development, patents, specialized skilled labor and financial assets (Haskel & Westlake,

2018). Their sales occur on virtual digital platforms and the online servicing of customers, in which geographical location is simply an issue of corporate strategy.

In rising to this challenge, the present study is not constrained by those emphases on affectual and 'immaterial' labor process or the emergence of abstract forms of capital. Those who question the meaning of the binaries that have come to dominate contemporary Marxism in order to comprehend the financialized dynamics of accumulation may be inclined to concur with the broadening of the concept of the real subsumption of labor beyond what is traditionally termed 'production'. Nevertheless, this study goes further by contending that financialization involves the incorporation of the future, and especially uncertainty of the future, into contemporary valuation practices. This perspective endeavors to integrate the insights of financial accounting and its discourse on the valuation of intangibles within a theory of value. In this adaptation, though, the present value of a future cash flow cannot simply be present; it must be the valuation in the present of immanent future labor value.

It is therefore posited that risk must be incorporated into a theory of value. In this theoretical framework, the central dynamic of corporate capital is understood to encompass not only the creation and distribution of a labor-process-derived surplus, but also the active management of risks to ensure the sustained value of capital. This necessitates a perpetual demand for both intangible investments and mobility, and for the decomposition of capital to be undertaken more flexibly. Therefore, 'intangibles' are both forms of capital that themselves must be measured and forms of capital that enable the inter-temporal measurement of other forms of capital. In important ways, in reference to the conventional financial techniques, CAPM, VaR, BSM and the like are devices that measure risk relative to performance and are thereby the means by which different capitals can be commensurated qua capital. It can thus be argued that these calculative techniques are themselves forms of capital that belong to the 'capital commons'.

Furthermore, it can be posited that derivatives, in their capacity as instruments for risk management, are also forms of capital, given their role in the calculation of inter-temporal asset value. With the financial derivatives 'revolution', the liquidification involves the process of deconstructing an 'asset' (or even a labor contract as an asset) into a set of constituent elements or attributes, and then reconfiguring those attributes as themselves quantifiable and tradeable. Then all these elements can be reframed as quantified risk, thereby facilitating accumulation without the necessity of trading the underlying asset. Thus, the concept of divisible intangible capital, together with derivative logic, completely invalidates spatial and accounting taxonomies as we know them. Furthermore, the financial and intangible capital forms together have become the cornerstone and driver of the fluidity of corporate architecture as a unit of accumulation, and even more so, of the organization of capital (Bryan, Rafferty & Wigan, 2017b). In this context, we can modify the statement of Postone (2003, p. 317) (first published in 1993) on the *commodity form* by contending that the 'derivative' is a totalized form and a current form of social mediation permeated by finance. This active process transforms accumulation, which is more associated with flows rather than stocks or fixities. As Holloway (1995) persuasively argued, capital was moving to free itself from labor's insubordination. However, it is crucial to reinterpret this dynamic in the context of contemporary accumulation, where capital is seeking to liberate itself not only from labor's insubordination but also from the relative immobility of fixed capital. The subsequent discussion will address the concept of capital's inherent mobility, or 'liquidity'.

## 4 The Challenges of Value

The direct connection of SNALT to value now requires reconsideration in the context of intangible capital (and production) and finance. As demonstrated in Chapter 5, accountants are unable to provide a material basis for the valuation of companies such as Apple, Microsoft and other high-tech IPOs. The most plausible explanation of these valuations lies in projections of future value. The SNALT variants of Marxian value theory are thus compelled either to frame this as a case of 'speculation'—premised on an elusive 'real' value from which prices are presumed to deviate—or to recognize that value today may include an irreducibly financial dimension.

In order to incorporate this insight into Marxian value theory, two dimensions must be considered. Firstly, the term 'capital', as employed by Marx and Marxists, encompasses an abstraction that presupposes a certain degree of fluidity and mobility (capital in motion). While such abstractions were conceived within the centrality of industrial capital in Marx's time, they have increasingly come to define the dynamics of capital in today's financialized and fluid economy. The abstraction depicted an essence that was present inside the logic of industrial capitalism. Throughout this book, it has been argued that this logic applies no less to financialized corporations but, further, that the abstraction has an increasingly literal appearance. In Chapter 5, it was contended that corporations are merging their financial and industrial activities to form integrated processes that cannot be practically disaggregated. This tendency is particularly evident in contemporary tech companies, where the lines between tangible and intangible assets, or production and circulation, become increasingly indistinct in practice. The crucial point is the recognition that they are all aspects of 'capital' is what's important analytically. In summary, capital should now be conceptualized as a liquid form centered on finance, with the capacity to mobilize and reconstitute all these elements.

At this juncture, it is imperative to note that the conceptualization of embodied forms and their functions, which serve to provide a novel direction and impetus to the accumulation process, constitutes the foundational basis of our theoretical endeavor. Therefore, the construction of specific financial forms to express the abstractness and fluidity of capital (as the bearer of value) itself and its determination of the logic of accumulation corresponds to Banaji's (2010, p. 59) statement that the process of 'true abstraction' is simultaneously a process of concretization:

> The dialectic in Capital was thus nothing else than the rigorous, systematic investigation of the laws of motion of capitalist production, in the course of which a series of simple abstractions ('wage-labor', money, etc.) were historically concretized as bourgeois relations of production, or abstractions determinate to capitalism as a mode of production; that is, reconstituted as 'concrete categories', as historically determinate social forms. It follows that modes of production are impenetrable at the level of simple abstractions. The process of 'true abstraction' is simultaneously a process of 'concretization', of the definition of specific historical laws of motion.

Secondly, the market valuations described above are not consistent with a Marxian notion of value as conceived in SNALT. Those who initiate from (purely essentialist) SNALT versions of value may appear to be capable of answering this problem initially by contending that their objective is not to elucidate the value of companies (or assets), but rather the value of commodities. However, if there is no established correlation between average labor times (and its associated production prices) and long-term market valuations (whether of commodities or assets), it is inevitable that the practical application of the conventional Marxian value approach will also be called into question. To be of practical relevance, Marxian capital and value theory needs to offer more than asserting its premise that labor is the source of value. It needs to demonstrate the on-going relevance of this premise through time and, in particular, the capacity to operationalize this proposition in a conjecturally specific manner.[7] At this juncture, it is an imperative to articulate certain caveats concerning the limitations of the conventional conceptualization of value and the manner in which value can be conceptualized in the contemporary financial accumulation.

In this context, it is also pertinent to consider the suggestion made by Christopher Arthur (2004) that the approach to reading Capital employed within a linear logic framework is flawed. According to Arthur, Marx constructed the presentation of Capital as a dialectical totality, not in a historical or 'model-based' sequence. Consequently, as each chapter and concept in his narrative dialectically relates and reaches its concrete form, what was originally described in the abstract must be reread and reframed. The notion of value, in and of itself, cannot be apprehended independently of the form in which it is thought to be embodied. That is to say, no law of motion can be assigned to substance independent of form. In other words, once value has been expressed in the form of money (in our reading, in the form of value and even in the form of capital), it becomes necessary to move on to the specific relations of production in order to complete the expression. Concepts such as abstract labor or value thus refer not to a pre-existing standard and homogeneous category of measurement, but to a conflictual process that is reshaped by the dynamic workings of capitalist accumulation. The generation of value and surplus value, which is the fundamental objective of capitalist production, necessitates the organization of diverse forms of labor around an abstract,

---

7 I should also note that I disagree with the position taken by researchers such as Nitzan and Bichler (2009), Bichler and Nitzan (2015) and Fix (2021). These researchers limit the concept of *abstract labor* to a long-term measurement and anchoring category, ignoring the historical and social character of value theory. These authors commence from the premise that the concept of abstract labor is unobservable and arrive at the theoretical impossibility of a suitable proxy for the market price. Here it is posited that the concepts of abstract labor, abstract capital, value, value form, and the forms of labor and capital should be understood in terms of the unity of form and substance. It is further argued that these concepts should be framed in a way that recognizes their historical and social content, which extends beyond any contingent factual measurement. Abstract labor is a 'real abstraction' that occurs during exchange and a social relation of recognition; that is, the recognition of individually expended labor as part of social labor (see Heinrich, 2012). The necessity to revise the theory of value in the context of financialized accumulation does not require the search for the source of value in any other element than labor. However, it is argued that the directiveness of the forms of financial value that are emphasized (such as capitalization) is related to the reconfiguration of labor as the source of financial capital accumulation and as abstract labor. The crux of the issue lies in historical contingencies rather than impasses within the theoretical framework or inconsistencies.

guiding calculative force and logic.[8] From Arthur's standpoint, the capitalist mode of production must be comprehended not as a static and quantifiable ratio between labor and value (or different and novel forms of value), but as a continuous process of profound transformation in both quantity and quality.

In this domain, abstract labor assumes the form of a historical process that integrates concrete forms of labor through the transformation of capital accumulation. It is also necessary to consider the transformation of the form of value, which is regarded as the carrier of abstract labor. Despite the assumption that fiat money constitutes a stable form of value within Marxist analytical frameworks (a position Marx himself adopted by accepting gold as the universal equivalent) it is vital to recognize that, particularly in the contemporary context of heightened international production and finance, this stable form of value is in a state of perpetual construction. The construction of this stable form of value, therefore, represents one of the fundamental challenges in the process of capital accumulation. For example, according to Dunn (2024), it is not possible to view 'value form' merely as an 'abstract measure'. Beyond the classical SNALT perspective, the fact that states and international monetary regimes directly intervene in that process must also be taken into account. In other words, 'value form' (as a passive reflection of the essence of value) cannot be reduced to industrial commodity production alone, but must be understood as a dynamic that is constantly reconstructed by "the relative position of national currencies vis-à-vis each other and the monetary policies of states". The processes of reconstitution of the form of value at the global level through financial markets (derivatives) are also related to competitive balances between different countries in terms of money supply, interest rates, and exchange rate policies.

In this context, it is particularly important to note that Heinrich (2012, p. 64) emphasizes that Marx's relationship between the form and substance of value should not be interpreted as a substantialist understanding of value that epistemologically prioritizes substance; and his emphasis on the monetary nature of Marx's value theory is particularly important. Murray (2005) posits that 'money as a form of value' and 'value' are inseparable yet not reducible to each other. He subsequently contends that analyses treating monetary price as a

8 In this regard, Marx (1976) expresses in various ways (Vol. 1, Chapter 14) that different individual labors appear as simple organs of socially abstracted labor. In the context of this paper, it can be posited that the process of abstraction entails various processes of and forms of labor that are organized around the logic of financial accumulation. Within the domain of abstract labor and capital, the concept of abstraction assumes a dual role, functioning not only as a theoretical framework but also embodying the inherent dynamism of the process of commensuration itself.

dependent variable and value as an independent variable are invalid. In the context of this study, the analysis of a value and capital form that is continuously structured at the level of international accumulation inevitably becomes central. As demonstrated throughout this study, the form of value becomes a constitutive element of social relations.

In accordance with this line of reasoning, Bryan, Rafferty, and Jefferis (2015) emphasize the necessity to incorporate accumulation dynamics, which are becoming increasingly linked to financial processes, into value theory. The argument is made that value assumes the form of a spectrum of financial assets, the value of which is uncertain, extending beyond gold and even fiat money. By contrast, labor takes the form of an insecure liquid service contract that manages financial risk, extending beyond full-time wage labor within factory walls. As labor and money undergo rapid transformation as units of value, the question arises of how to conceptualize value in a way that reflects this transforming interrelatedness. In this particular context, as they rightly point out, the concept of 'socially necessary average labor time' reduces value to a static norm and average, thereby abstracting it. However, as demonstrated throughout this study, traditional approaches to value are increasingly unable to capture the momentum that is emerging, given that capital's calculation practices operate with real-time effects rather than according to any long-term norm. The term 'abstract value' now refers to real-time measurement and calculation rather than backward-looking norms and averages. In discussing financialized valuation, Chiapello (2015) is in fact pointing precisely to this dynamic: a colonizing force that subjects corporations, credit, social policy, culture, and even nature to real-time, forward-looking, market-derived forms of calculation. This indicates a necessity to bring it into an active process of commensuration. In essence, the critical stance towards conventional approaches is at this juncture: It is evident that Marx's development of categories such as SNALT and the universal labor unit was not intended to establish a labor unit of account. Rather, it was an endeavor to unveil the inherent contradictions within the labor-capital relationship. At this level, the process of abstraction functions as a tool for identifying both real and potential areas of contradiction. The dynamic of calculation is the means by which labor engages with capital.

The question of whether value can be created or come into existence independently of its form, that is, prior to the very form in which it must appear raises another important issue: namely, that value is not a natural result of all labor activity, but rather the result of a specific form of labor within capitalist relations. In asserting that "value is purely social", Marx is implying that value is contingent upon a particular mode of social labor (Murray and Schuler, 2017). It is therefore vital to make efforts to account for the historical conditions that centered financial accumulation on value and value forms, and to debate the adaptation of theoretical conceptual approaches to the current situation.

Returning to the subject under discussion, stability is not inherent in the form of value; rather, it is continuously constructed and produced through competition among the forms of value (the moneyness of financial assets), and even through its 'essence' (the construction of the financial and structural conditions of accumulation). This suggests that capitalists and workers are subject to competition and hegemonic relations aimed at shifting risks. Consequently, the generation of value engenders a competitive environment among actors and institutions with divergent class and social positions, compelling them to undertake risks at different levels. Financial capitalist relations can be said to objectify themselves through the derivative form previously referenced.

History appears to demonstrate that, from the early-20th century onwards and particularly during the last 30 years, systems of capital have evolved away from the notion that there is a material, singular, fundamental value to capital. In the mainstream of accounting and finance, we have seen the transformation of the analytical line from Graham and Dodd (1940) to the effect of the BSM option pricing method (and derivatives in general) and contemporary IPO procedures that defy formal explanation. As discussed in Chapters 4 and 5, this shift has led to the accounting profession relinquishing the postulate that there is an inherent 'fundamental value' that can be defined independent of market processes.

The case of derivatives shows that the notion of intrinsic (or fundamental) value introduces a new objectivity to financial market valuations in the valuation of options, diverging from the initial meanings established by Graham and Dodd. The concept has evolved to signify the risk position of an underlying asset, rather than serving as an anchor. In contrast to the value investing strategy propounded by Graham and Dodd, which is predicated on the assumption of stable intrinsic value, options are predicated precisely on the volatility of intrinsic value. This suggests that if such value is volatile, then it cannot, in fact, exist in any fixed or essential form. This perspective stands in contrast to the traditional approach of classical political economy and Marx, which take intrinsic value to be a long-term measure of value. For instance, we are faced with the problem that the long-term valuation appears, in the context of intangible capital, unknowable. Derivatives give a valuation to unknowability. Hence, the intrinsic value is defined within market volatility (Bryan & Rafferty, 2013).

It may be the case that the notions of 'fundamental value' and 'fundamental relations' are historically specific constructions that necessarily reflect capital's self-evaluation, as evidenced by the dominant logic of financial modes of calculation in the era of intangible capital. This framing is consistent with the emphasis of Elson (1979, p. 116):

> To regard Marx's theory of value as a proof of exploitation tends to dehistoricise value, to make value synonymous with labour-time, and to make redundant Marx's distinction between surplus labour and surplus value.

The problem, in essence, is that there does not seem to be any apparent connection between SNALT and the valuation of corporations such as Apple, Microsoft and Facebook. Of course, these corporations do employ labor, and they buy in physical products and services that are themselves produced by labor. The fundamental issue, however, does not pertain to the question of whether these are produced by 'labor' per se, but the crux of the matter is the absence of a discernible, coherent (and logical) connection between labor time and the valuation of both output and the corporations themselves. Of course, we could, in conventional Marxian theory, simply contend as a theoretical premise that value is attributable to direct and indirect labor time. However, if this is simply a presumed association which is not empirically verifiable, then the theory starts to appear as a dogma, and the association of value with the SNALT risks becoming tautological. If this is not the case, it is time to consider a 'peculiar form of exploitation' by liquid-financialized capital, which is beyond the scope of this study.

While this discussion does not claim to provide a comprehensive answer (since it approaches the issue through the transformation of capital's internal dynamics), it demonstrates that value theory remains a central analytical tool for understanding the changing forms of labor and exploitation. In this context, value theory cannot be reduced merely to the quantitative calculation of exploitation. Today, increasingly developed artificial intelligence practices, articulated with information and communication technologies (ICTs), function as a socio-technical infrastructure that reconstitutes the conditions under which intangible capital is valorized by intensifying measurement and commensuration within the labor process. This transformation is critical for the question of abstract labor, as labor is increasingly rendered commensurable in real time through algorithmic ranking, monitoring, and predictive assessment prior to and alongside market exchange, thereby pre-forming its social validity; in other words, these practices operate as a technology of the value-form.[9]

9 For a more detailed examination of how artificial intelligence restructures measurement, abstraction, and relations of exploitation within the labor process, see Moore, P. V., and Woodcock, J. (eds.) (2021).

In this sense, the same process also reframes exploitation: beyond the appropriation of surplus labor time, calculative regimes expand what counts as 'work' by incorporating behavioral, cognitive, and affective capacities, such that calculative technologies themselves become a site of exploitation. Liquid labor contracts, operating in a manner analogous to options, further deepen this tendency by transforming human labor into a liquid asset for capital.

## 5 The Notion of Abstract Capital and Liquidity: an Attempt

The central argument of this book is that leading interpretations of Marx in the 21st century are not engaging with capital at its innovative frontier. To elaborate further, insofar as they are engaging with the concepts of finance and intangibility, they do so within a process that is designed to reframe all change in terms of established, conventional categories. The possibility that these categories may have been superseded and are in need of re-evaluation is not considered. Some scholars have even suggested that simply raising this question might be considered 'un-Marxist'. However, this argument ought not to be dismissed as 'post'-Marxist, nor should it be labelled heretical merely for questioning established categories. The proposition hereby advanced is that there is ample evidence in Marx's writing to indicate that he understood the liquidity of capital to be one of its defining features. However, it would be impossible for him to predict the forms this liquidity would take 150 years into the future. In principle, the Marxian concept of capital encompasses this liquid dimension, transcending the conventional dichotomy between real and financial capital. The following are some pointers to this approach.

Firstly, Marx's understanding of capital extended beyond the confines of merely (a stock of) fixed and circulating capital. Marx conceptualized the notion of value in motion in volume 2 of Capital, and of capital in movement in volume 3. These concepts presuppose the conceptual primacy of the movement of capital (liquidity) over these 'stationary' forms. The concept of capital as both productive and circulatory is pivotal in comprehending the underlying agenda of movement; these are not static resting places of capital. The concept of capital as value in motion underscores the value content of capital, a notion that is pervasive throughout the circuit of capital. Marx employed the term 'capital in movement' to denote the circulation of value in its various forms, namely money, commodities and productive capital. Secondly, Marx distinguished between capital in general (abstract capital; the essential form of capital),[10] individual capitals and total capital, the latter being the aggregation of individual capitals.

The concept of abstract capital is predicated on the assumption of liquidity, as it signifies the common characteristics inherent in all concrete forms of capital (individual capitals). It is not simply a matter of equal value; rather, they constitute an element of a unified whole, sharing a common relation. Furthermore, as an abstraction, capital can be conceptualized as assuming novel forms over time and space. The concept of 'individual capitals' is predicated on the notion of 'abstract capital' and serves as a medium through which the abstract nature of capital can be expressed. The relationship between these two concepts is one of concrete relation, and is characterized by a process of competition. This process is itself a relationship of movement that evolves over time. In defining competition, Marx (1958) stated that it is 'the action of the many capitals upon one another' (Marx, 1958, cited in Bryan, 1985). This suggests that the relation between the levels of capital in general and many capitals operating through competition is pivotal. Conventional Marxism has frequently equated an individual capital with a firm or corporation. However, it is evident, particularly with the emergence of derivatives, that capital now competes as units (and bits) smaller than the corporation. The process of commensuration of risk exposures is itself a process between 'individual capitals' (Bryan & Rafferty, 2006), thereby indicating that individual capital is itself a fluid concept, defined by its position in competition. The conceptualization of equivalence is rendered possible by the abstract concepts of capital and competition (Bryan, 1995, p. 427).

Here is the importance of the notion of abstract capital in Marx's Grundrisse (1973, p. 449):

> *Capital in general* as distinct from particular capitals does indeed appear (1) *only as an abstraction*, not an arbitrary abstraction, but an abstraction which grasps the specific characteristics which distinguish capital from all other forms of wealth—or modes in which (social) production develops. These are the aspects common to every capital as such, or which make every specific sum of values into capital. And the distinctions within this abstraction are likewise abstract

10 The impetus for the debate on this conceptual distinction can be attributed to the contributions of Rosdolsky (1977), which subsequently led to a significant escalation in the level of engagement in the discourse within Western literature (Heinrich, 1989; Burkett, 1991; Moseley, 1995).

> particularities which characterize every kind of capital, in that it is their position [Position] or negation [Negation] (e.g., fixed capital or circulating capital); (2) however, capital in general, as distinct from the particular real capitals, is itself a *real* existence.

However, the question remains: how is this abstractness revealed as a real existence? Arthur's (2002, p. 45) position on this matter is as follows:

> However, Marx was still not satisfied and returned to the question from yet another angle: 'Capital in general ... does indeed appear *only as an abstraction* ... which grasps ... the aspects common to every capital. ... However, capital in general, as distinct from the particular real capitals, is itself a *real existence*.' The example he gives of the latter is that of banking and loans, where capital 'doubles' itself into the 'general form' accumulated in banks and the particular applications for which chunks of it are lent. What is important here is that while the latter are obviously 'particular real capitals' the 'general form' too has separate 'real existence' rather than being a mental classification. He concludes the passage by making a distinction between notions of generality once more: 'while the general is therefore on the one hand only a *mental differentia specifica*, it is at the same time a *particular* real form alongside the form of the particular and individual'.

Competition is a historically contingent process which Marx (1973, p. 414) defined as "the inner nature of capital appearing in and realized as the reciprocal interaction of many capitals with one another." The abstract competition (and capital) is not conceptualized as a relation between the institutional form of firms (or corporations). It is a competition within capital (Clifton, 1977) and locations, which may be framed as a competition between attributes or 'bits' of capital. The phenomenon under scrutiny in this study is one that instigates a perpetual movement and re-evaluation, in addition to the restructuring of unbundled corporate capital in a liquid manner. This process gives substance to the abstract notion of capital. As Burkett (1991, p. 59) states: "The real existence of capital in general is nothing but the more concrete realization of the abstract concept of capital as value-in-process."

According to Bryan (1985, p. 77):

> The abstract level of competition in general as the 'inner nature of capital' exists logically prior to the existence of capital in the form of individual capitals and so can in no sense be reduced to competition between enterprises. This abstract level poses competition as the dimension which describes the cohesion of the

> isolated elements of capital accumulation. Competition's essential function is to unify discrete movement of capital in a way which secures the production and reproduction of a social system of wealth generation. That is, competition occurs in the circuit of social capital in the process of capital moving between the forms of money, production and commodities as the circuit reproduces itself.

This framing of capital and financialized competition gives us a means to understand both finance and intangible capital differently from the way they are depicted (or neglected) in the conventional interpretations of Marx.

Abstract capital materializes as fluid and mobile forms when competition is expressed through derivative logic of finance. This approach applies whether we are looking at capital inside (and between) large industrial corporations, hedge funds or so-called high-tech networks. It is what these diverse institutional forms of capital have in common, and the process of commensuration between them, that is their real expression of abstract capital. The financial management of intangible-based corporations appears to be the realm of abstract competition in the era of financialization.

The coordination of capital movements and the commensuration process of different capital forms in terms of their performance to transcend spatial and formal borders (industrial, financial, etc.) have led to the geographical dispersion of supply chains and intellectual assets and the shifting of financial forms of wealth; in other words, contractual networks with the help of the advancement of ICTs.[11]

In this particular context, financialization can be defined as the process of subsuming all capital forms under the constant pressure of deconstruction and reconstruction of capital on a large scale. This attempts to facilitate the movement of capital across the globe on an expanded scale, a process which necessitates more liquid, versatile and 'abstract' forms. The present study offers an insight into the liquidity of capital, corporation and value, and the manner in which it could be incorporated into the Marxian framework. The text also concentrated on the necessity for value and capital theory to provide insight into this financialized corporate form as a unit of capital. This is a matter that should be included in ongoing conceptual debates.

As previously stated, the process of abstract capital is not solely associated with labor processes; it is also linked to the innovative creation of capital forms that carry value. Financial accumulation establishes interconnected networks

11 According to Baldwin (2011), unbundling fixed and financial assets are central to this process. Then, the traditional arguments on industrialization and competition have fallen into abeyance.

of capital on a global scale, thereby generating novel forms of value that facilitate their mobility. The financialization of accumulation is regarded as a distinctive dynamic and liquid organizational logic within this process. In this context, abstract capital is defined as a process that transcends mere abstraction, thereby engendering various liquid forms of value and brings them into a commensuration process. It is this profit-centered commensuration (or valuation) dynamic that forms the fundamental logic of a financial organizational process.

CHAPTER 7

# Conclusion

Recent decades have seen a proliferation of financial assets and 'immaterial' forms of capital in circulation. This study has explored the implications of these phenomena in relation to the liquid corporate form, which is characterized by enhanced flexibility and mobility of corporate capital, as well as the emergence of novel forms of value. A significant implication of this is that when attempting to understand the emergence of new frontiers of capital accumulation and transformations in value forms, the distinction between financial and non-financial activities of contemporary large corporations is misleading. It is evident that 'non-financial' entities have become increasingly involved in investing in liquid forms of capital. The majority of their value, whether interpreted from an accounting perspective or a Marxian one, has been derived from intangible properties. This poses a significant intellectual and analytical challenge for capital itself. Moreover, this fluidity signifies a diminution of the numerous dimensions of spatial and temporal fixity of capital. It is evident that this assertion is not universally applicable to all corporate entities; however, it constitutes a viable strategic option for those organizations that have attained a leading position in the global competition. The employment of low mobility and liquid capital forms is widely regarded in this study as a hallmark of competitive disadvantage.

There are implicit questions here of how we define capital and value when many of the conventions of the 'old' industrial corporation (and conceptions of capital and value that explain them) no longer apply. These questions could, in principle, be addressed as a technical issue of 'correct definitions,' and indeed that issue must be posed. However, the 'correctness' of definitions and the dilemmas of the irreducibility of conceptual ambiguity to a dichotomy of correct and incorrect entail treating these issues in a historical vacuum or, worse, it entails a process of trying to squeeze current developments into old taxonomies which were not designed to confront these current dilemmas.

It is valuable to see these definitional questions as historically framed. Definitions are subject to change in accordance with the evolution of forms of capital, both technologically and socially. The present study approached the question of 'financialized corporations' through the prism of liquidity as an inherent historical phenomenon. In each historical period of accumulation, the subsequent crisis periods have resulted in a new environment for securing

 | HTTPS://DOI.ORG/10.1163/9789004763968-009

emerging forms of value circulation by reconstructing new forms of liquidity. These have in turn posed their own historically specific problems.

In the course of approaching to the question, the particular question of how contemporary forms of corporations differ from the previous era was focused on. An abiding theme throughout the work is that capital is gaining more intangible and financial content. That trend, the book seeks to show, is not an accident of random change. Nor can it be seen simply as one of 'natural selection', as if intangible capital and liquidity are more 'advanced' in some sense. Still, there is a clear proposition that Marx's concept of abstract capital embodies an idea of liquidity and of a general-abstract form that is increasingly compatible with the evolution of capital over the last century.

Therefore, this analytical framing also aims to push readers to ask fundamental questions about what it means to be a Marxist, while recognizing that Marx was part of the specific historical context of the 19th century. It is also possible to read this study as an attempt to distinguish the historically embedded aspects from the methodological context of Marx's historical materialist approach through a specific historical analysis of finance and liquidity.

Although this may sound teleological, the innovators of capital—what Marx refers to as 'personified capital' in Capital, Volume III—devised solutions that increased the liquidity of their capital via financial innovations shaped by specific regimes of accumulation. Furthermore, the advent of more flexible forms of capital enabled the creation of conditions conducive to more effective arbitrage, while also circumventing regulatory constraints. The nineteenth-century gold-standard order was succeeded by the post-World War II Keynesian/Bretton Woods regime, which was based on the gold-dollar standard. Following the collapse of Bretton Woods, new forms of liquidity were constructed in the volatile conditions of the post-1980s era (often described as 'neoliberal' in the literature). The financial calculus of capital furnished a basis for comparing investment options, thereby contributing to the emergence of the abstract notion of capital. Building abstract forms of mobility for 'value in motion', in conjunction with decompositions and recompositions, constitutes an inherent component of financial engineering within the context of globalized financial accumulation.

The calculative agendas of accountants and financiers were linked to the development of analytical tools for measuring capital and to practices of value circulation aimed at securing accumulation specific to those periods. Before exploring the implications, it is important to emphasize that these attempts and positions were not impartial: they articulated liquid imaginaries for investors and represented capital from the standpoint of the capitalist class. Financial calculation thereby became an active element in the commensuration of capital—the process that renders abstract capital concrete in order to secure the conditions of value circulation—and it necessitated the construction of new analytical instruments. Thus, both the accounting profession and financial market analysts increasingly generate investor-oriented visions, and, more broadly, social imaginaries of what Useem (1996) terms *investor capitalism* (see Chapter 3).[1] This is a continuous historical process: the forms and pressures created by finance produce new liquidities that reorganize global accumulation.[2]

Marxism does not inherently have this sort of performative and hegemonic capacity. It is inclined to focus on those developments that conform to its vision; it is not forced, as the accounting profession has been, to face change that challenges its premises. Hence, it falls into difficulties in recognizing the enabling and creative role of finance. This study problematizes this point as part of a historical materialist analysis, unlike traditional approaches that de-historicize value and capital. Whether Marxism can acquire such a performative capacity ultimately depends on the working classes' ability to organize effectively—both to impede accumulation under existing conditions and to redirect developmental processes in their favor. But this question lies beyond the scope of the present text.

## 1 The Brief Historical Tour of Capital in the Study

The era of developing JSCs witnessed the separation of 'liquid' ownership from the institutional form of capital, resulting in a distinct market for ownership as a financial claim on corporations. Therefore, the nascent accounting profession of the late-19th century sought to establish a clear analytical distinction between the profit stream and capital. Calculating value circulation within the large corporations of the era required measuring the depreciation of tangible capital stock in order to provide funds for the maintenance of tangible-based corporate capital. The separation of ownership and control

1 It is possible to associate this with the real subsumption of subjectivity by capital in creating the micro-politics of finance (see Read, 2003).

2 In making this claim, I should note that this study shares Cleaver's (1992: 107) concern about the rise of the logic of financial calculation, in addition to his critique of mainstream economics: "The theory is constructed in such a way as to legitimate such behavior by hiding the antagonistic class relations of exploitation which such behavior involves. Once we understand the purposes and methods of such a theory, we can use it to provide us with an understanding of the business and ideological practices of both the bourgeoisie and their economists. These involved in workers' struggle against capitalism can study such theory to understand how the opposition things, plans and justifies its actions to others."

shaped the developing norms of the calculative agenda, transforming the accounting profession's understanding of capital. What was capital? Moreover, how could they draw the analytical line between the profit stream and the capital account? What sparked this endeavor was the need to calculate dividend yields and the amount of investment required to maintain the fixed capital base.

The years after the mid-19th century witnessed the development of more complex capital and income accounting procedures driven by the growing demand from shareholders and investors. The composition of corporate capital, and the associated corporate form, were seen as the basis for valuing fixed capital in circulation, with profit and capital being calculated according to a retrospective, cost-based convention, which was considered to reflect the long-term conditions of industrial production rather than fluctuating market values. The fundamental value concept was associated with the costs of fixed capital assets to be maintained. While classical political economy often framed (fundamental) value in terms of average labor-costs, Marx's concept of socially necessary abstract labor-time (SNALT) constitutes a distinct theoretical abstraction—an analytical tool created to explain how labor's capacity to produce value for capital is subjugated and alienated. On the other hand, Marx's notion of SNALT was signaling an abstract and common unit of different heterogeneous concrete labor. However, in *Volume III of Capital*, its monetary measure was expressed within the historical norm: production prices. Although it is a long-standing debate, it could be said that Marx's agenda was to illustrate the contradictions of the 19th century JSC form of capital within the workplace (and hence, the class struggle over the working day and other modes of surplus extraction). Confrontations between capital and labor have historically been part of a perpetual process of transformation that accompanies the increasing liquidity of capital—or, using the term employed throughout this study, the *liquidification of capital*, which refers to capital expressing itself in increasingly abstract forms. These abstract forms include circulating instruments such as fiat currency and stocks, as well as accounting records in the form of intangible assets. These forms give capital increasing mobility. However, their emergence does not simply follow a teleological trajectory; rather, they arise in response to crisis-ridden phases of accumulation and generate their own crisis dynamics.

The concept of 'goodwill' presented a potential challenge to accountants (and, eventually, for Marxian theory), and gave rise to questions about incorporating the concept of 'earning power', both in valuing corporations and their assets (or 'bits of capital'). This tension between the notions of 'earning power' and 'historical cost', from the standpoint of capital, intensified during the crisis period of the Great Depression. The calculation of the values of fixed capital and of the profit stream within JSCs remained critical to establishing the norms.

In this historical context, the fundamental (or security) analysis developed by Graham and Dodd (1934) was designed to disentangle the speculative from the real elements of accumulation centered on the giant corporation. This analytical element complemented Berle and Means's (1933) depiction of large corporations and the Keynesian stabilization policies that soon followed for managing social and economic risk. The agenda pursued multiple strategic objectives: consolidating the large corporate structure, securing the circulation of value through a cost-based valuation of fixed capital, and stabilizing financial markets, including share prices. Berle and Means's account, together with Graham and Dodd's valuation framework, embodied this anti-speculation program of 'real' accumulation. The tensions between the apparent fixity of the industrial giant's asset base and the liquidity of financial assets (i.e., the liquid side of this asset base)—and hence between historical cost and earning power—were offset by other components of the Keynesian-Bretton Woods order, notably the socialized benefits extended to full-time wage labor.

The Graham and Dodd fundamental value convention associated the 'productive activities' of the corporation with its financial market value. It is evident that the historical cost convention has maintained its role as an analytical anchor for corporate value over the long term. Furthermore, the performative metric ROI (return on investment) analytically served to connect the circulation of tangible capital to financial market valuations, albeit indirectly. During this period, ROI was primarily concerned with controlling cost structures to measure returns on the fixed-capital of large, monopolistic corporations; it was hypothesized that this would indirectly have a stabilizing effect on share prices. In short, ROI aimed to produce a performative outcome consistent with the era's corporate-accumulation structure. Under prevailing cost-accounting norms, goodwill and intangibles were treated as residuals—the gap between market and book values—and thus attracted little analytical attention. Consequently, fixed-capital investment remained the 'real' form of corporate investment.

From a critical perspective, the Monopoly Capital School, as part of these historical norms and conditions, followed the institutional analysis of large corporations. The concentration and centralization of capital by large corporations resulted in the suppression of competition for profit. This school of thought called into question the traditional notion of the labor theory of value, with its analytical focus primarily centered on the institutional and hierarchical unity of corporations that exercise complete control over the production line and, by extension, dominated market 'prices'. This account closely echoed the Chandlerian conception of the modern corporation. The Marxian strand that followed—often labelled 'neo-Marxism'—was tightly bound to this historically specific portrayal of the corporation found in the work of Berle and Means (1933), Hilferding (1981) and Sweezy and Baran (1968).

The Bretton Woods order collapsed, and with it its anchoring role—a collapse in which finance played a significant part by undermining the institutional structures that supported traditional taxonomies (financial vs. fixed, earning power vs. historical cost, speculative vs. real). In the aftermath, financial derivatives transformed the field: so-called hedging instruments emerged as standard financial products, but their real importance lay in the calculative systems they introduced. Derivatives decomposed what had previously been treated as a single unit of capital into a spectrum of attributes or exposures, each of which could be priced and traded separately without trading the underlying unit itself. By enabling the trading of these constituent parts, derivatives injected new liquidity into capital and inaugurated an era in which trading risk—and trading distinct aspects of capital—became central. The spread of the BSM (Black–Scholes–Merton) pricing model further altered the notion of fundamental value: asset value came to be read as an amalgam of embedded risk and return elements. Long-term signifiers of value largely disappeared, and the core activity of capital became increasingly integrated with trading strategies centered on volatility and risk. Ultimately, derivatives reframed accumulation around risk—a shift that exceeds the older agenda of separating speculative from real elements.

This activity subsequently served as the catalyst for the decomposition and recomposition of capital into its constituent elements, thereby conferring fluidity upon all forms of capital. Consequently, competition was revealed not only to be between corporations but also directly between bits of capital. Moreover, the corporation has become intertwined with the prevailing paradigm of globalization—understood as a world of flows. In this manner, Chapter 4 demonstrated the unbundling of corporations (primarily involving fixed assets) in the 1980s and 1990s, driven by the rise of institutional investor activism and the expansion of subcontracting. It is evident that the perception of corporate capital has evolved, with its constituent parts being regarded as tradable 'commodities' in recent times.

This challenge coincided with the rise of the intangible (so-called 'immaterial') composition of corporate capital. Despite the intricacies of the relationship, a core theme is identifiable here. As corporations became increasingly liquid and networking emerged as a new form of connection across different bits of capital, the boundaries around the corporation became more porous, at least in terms of old conventional boundaries. The capacity of a corporation to record costs, revenues, assets, and liabilities is contingent on its intellectual property and its reputation. It is evident that all of these attributes must now be catalogued as different forms of capital. This issue may have been relevant for temporary partnerships prior to the advent of the JSC; however, the initial form of the JSC sought to internalize these nebulous attributes by bringing them inside the firm.

The accounting profession devoted itself to redrawing the borderlines of corporate capital to be maintained following the purge of capital's fixity. Intangibles thus posed a challenge for them. The concept of earning power and risk-adjusted valuation became integral to understandings of capital value and its constituent parts in this world of flows, prompting the rise of fair-value accounting debates and practices—a fundamental break with cost-based conventions. For Marxian value theory, however, these solutions were not sufficient. A 'material' theory of value cannot be satisfied by determining a 'fair' present value of a future asset if that asset cannot be fully explained as a form of capital. Hence, for Marxism intangible capital remains something of a black box—increasingly important to the largest corporations, yet stubbornly difficult to theorize.

With respect to the rise of abstract expressions of capital, the aim was not the previous era's principle of maintaining tangible fixed capital, but rather the maintenance of business value (a goal that seemed to transcend specific forms of capital when calculating profit and capital within liquid corporations, see Chapter 4). It is evident that IPO procedures establish a valuation base for corporations that reflects the indeterminate nature of liquid corporate capital, which is characterized by indistinct boundaries. While the role of accounting was already being called into question, the emergence of ROE (return on equity) reflected the rise of direct financial metrics of performance. As a performance measure focused on shareholders' capital, ROE made the measurement of profit more relevant to market expectations and to balance-sheet values derived from mark-to-market valuation. The increased utilization of ROE has resulted in the prominence of factors such as the market's valuation of capital, shareholder expectations, and short-term performance indicators. The notion of investment, when contemplated within the context of its 'value-creating content' for capital, now includes not only fixed capital but also other forms of capital in their various financial guises. Furthermore, new metrics for liquid corporate forms are still under development by financial-market analysts.

In line with this transformation, leading corporations such as Apple, Microsoft and Facebook experienced a shift in their spatial and formal fixity in the 2000s and 2010s. This shift was characterized by the decomposition of intangible capital into its bits and the accumulation of financial wealth through offshore financial activities. Consequently, by actively generating the world of flows, and being devoid of any stable value anchor, volatility itself has become a tradable position. The transition from a fixed to a flexible economic and corporate structure became a central concern for capital's calculative agenda, which sought to demonstrate the 'real' financial positions. The precise implication is that, in order to determine what constitutes 'real' capital, it is imperative to undertake a historical analysis of accumulation. This is essential to avoid the pitfall of slipping into a moral argument.

## 2 The Contribution of the Book and Beyond

This study has sought to transcend the conceptual limitations imposed by traditional frameworks by examining the internal history of capital and corporations. It aims to explore the significance of evolving corporate and capital forms in creating new frontiers that challenge the rigidity of capital, labor, and people's lives in general. This study also seeks to understand how liquidity is perpetually structured as a new form of materiality. This historical prism has provided a fundamental opportunity to illustrate the evolving nature of materiality and to critique the inadequacies of traditional Marxian categories in comprehending material transformation. The conceptualization of intangibles and the financial logic of innovation are phenomena that require further research and examination. As capital produces more sophisticated innovative tools to enable more efficient arbitrage in trading risk and becomes increasingly 'immaterial,' new enclosure forms are also being witnessed. Capital transforms itself into increasingly liquid asset forms to overcome both its conjunctural crises and its particular conflict with labor, and to bring labor under capital's real subsumption (unless prevented). Financialized capital profoundly affects the workforce, fragmenting it into discrete components and establishing a risk-based relationship with labor to the greatest extent possible, and thereby effectively 'prices' the labor force. The flexible employment and wage relations that capital establishes with labor create a frontier conducive to this world of financial flows. What difficulties does this transformation of accumulation create for the working class, and what potentials does it open for their struggle? These are important questions to consider.

All the arguments in this study concerning capital, value, and the transformation of corporate forms are based on the premise that the objective of scientific endeavor should be the development of concepts that provide an adequate historical understanding of capital within the changing conditions of accumulation. In this sense, as with Marx, we should keep in mind the self-reflexive nature of historical materialism, which emphasizes the necessity of considering the historicalness of theoretical constructions and concepts. Accordingly, and in conformity with a historically grounded account of contemporary corporate forms, the necessary instruments can be developed to analyze corporations and the processes of accumulation, thus facilitating the conceptualization of the historical evolution of forms.

In this context, as contended in Chapter 6, the commonalities in the derivative logic of decomposition and liquidification, as well as in the abstract forms of property and assets, reflect the empirical pillars of Marx's notion of abstract capital. For Marx, abstract capital is not merely an abstraction; it is a real, living, and concrete thing that has emerged throughout history. As capital expresses itself more in spatially and formally abstract forms, the notion of value is also historically associated with the innovative frontiers of such abstract forms of capital.

Nevertheless, it is important to acknowledge the limitations of this study. It is not—nor is it intended to be—a comprehensive history of capital, nor of the debates within Marxist theory or accounting. Instead, the focus has been on identifying the pivotal points of these debates. It is possible that readers may consider these to be misplaced, or that certain critical points have been overlooked. Whilst there is always a possibility of this occurring, it is unlikely that the overall direction of the analysis will be affected.

A further dimension absent from this work is a direct engagement with labor. Although this issue has been touched on in passing, indeed, one could argue that any discussion of changes in capital is necessarily predicated on engagement with labor. While the analysis makes implicit reference to labor's role, rendering that role explicit would have resulted in a research project of an impossible scale. In this instance, it can be assumed that a more comprehensive examination of shifts in labor and the labor process would have augmented the analysis; but it would not have altered this study's overall narrative or the principal direction of its development. It is important to acknowledge that this study is preliminary and partial, and therefore open to the possibility that contrary arguments may be advanced by potential critics. Undoubtedly, this debate is of significant importance.

Therefore, what is the baseline issue to which this study is a contribution? The production of new forms of liquidity emerges as an organizing principle. The ways in which capital innovates new frontiers of mobility, thereby transforming society require further analysis. Only in this way can we find innovative, effective ways to struggle, organize, and strategically resist the current hegemony of liquid capital. If this study makes any contribution to the struggle of exploited labor around the world under the conditions explored here, I will consider it a success.

# References

Aalbo, T., Hansen, M.A., & Pantzalis, C. (2012). Corporate Foreign Exchange Speculation and Integrated Risk Management. *Managerial Finance, 38*(8), 729–751.

Acheson, G.G., Campbell, G., Turner, J.D., & Vanteeva, N. (2014). Corporate Ownership and Control in Victoria Britain. *eabh Papers*(14–02).

Aglietta, M., & Breton, R. (2001). Financial systems, corporate control and capital accumulation. *Economy and Society, 30*(4), 433–466.

Aglietta, M., & Reberioux, A. (2005). *Corporate Governance Adrift: A Critique of Shareholder Value*. Cheltenham, UK: Edward Elgar.

Ahmad, N., & Schreyer, P. (2016). Measuring GDP in a Digitalised Economy. *OECD Statistics Working Papers. No. 2016/07*.

AIA. (1939). *Accounting Research Bulletins No. 1: General Introduction and Rules Formerly Adopted*. New York: American Institute of Accountants.

AIA. (1944). *Accounting Research Bulletins No. 24: Accounting for Intangible Assets*. New York: American Institute of Accountants.

AICPA. (1970). *Opinions of the Accounting Principles Board No. 16: Business Combinations*. New York: American Institute of Certified Public Accountants.

Ali-Yrkko, J., & Pajarinen, M. (2015). The role of intangible investments in the economy. In P. Tarjanne, & A.-K. Perttunen (Eds.), *Intangible Value: The Economic Success Factor* (pp. 25–29). Ministry of Employment and the Economy, Enterprise and innovation Department, Finland.

Amin, A. (1989). Flexible Specialisation and Small Firms in Italy: Myths and Realities. *Antipode, 21*(1), 13–34.

Andersson, T., Gleadle, P., Haslam, C., & Tsitsianis, N. (2010). Bio-pharma: A Financialized Business Model. *Critical Perspectives on Accounting, 21*(7), 631–641.

Andrews, W.T. (1981). The Evolution of AFB Opinion No. 17 Accounting for Intangible Assets: A Study of the U.S. Position on Accounting for Goodwill. *The Accounting Historians Journal, 8*(1), 37–49.

Ari, A., Darracq-Paries, M., Kok, C., & Zochowski, D. (2017). Shadow Banking and Market Discipline on Traditional Banks. *IMF Working Paper*.

Armitage, J. (2016, March 4). How does Facebook avoid paying tax, and what will the changes mean? *The Independent*. Retrieved January 25, 2018, from http://www.independent.co.uk/news/business/news/how-does-facebook-avoid-paying-tax-and-what-will-the-changes-mean-a6912731.html.

Arnold, A.J., & McCartney, S. (2008). The Transition to Financial Capitalism and Its Implications for Financial Reporting. *Accounting, Auditing & Accountability Journal, 21*(8), 1185–1209.

 HTTPS://DOI.ORG/10.1163/9789004763968-010

Arnold, P.J. (2009). Global Financial Crisis: The Challenge to Accounting Research. *Accounting, Organizations and Society, 34*(6–7), 803–809.

Arnold, P.J. (2012). The Political Economy of Financial Harmonization: The East Asian Financial Crisis and the Rise of International Accounting Standards. *Accounting, Organizations and Society, 37*(6), 361–381.

Arnoldi, J. (2004). Derivatives: Virtual Values and Real Risks. *Theory, Culture & Society, 21*(6), 23–42.

Arrighi, G. (1994). *The Long Twentieth Century: Money, Power, and the Origins of Our Times*. London: Verso.

Arthur, C.J. (2002). Capital in General and Marx's Capital. In M. Campbell, & G. Reuten (Eds.), *The Culmination of Capital: Essays on Volume III of Marx's Capital* (pp. 42–64). Palgrave Macmillan.

Arthur, C.J. (2004). *The New Dialectic and Marx's Capital*. Leiden: Brill.

Arvidsson, A. (2020). Capitalism and the Commons. *Theory, Culture & Society, 37*(2), 3–30.

Arvidsson, A. (2005). Brands: A Critical Perspective. *Journal of Consumer Culture, 5*(2), 235–258.

Arvidsson, A., & Colleoni, E. (2012). Value in Informational Capitalism and on the Internet. *The Information Society, 28*(3), 135–150.

Auvray, T., Durand, C., Rabinovich, J., & Rikap, C. (2021). Corporate financialization's conservation and transformation: From Mark I to Mark II. *Review of Evolutionary Political Economy, 2*(3), 431–457.

Auvray, T., & Rabinovich, J. (2019). The financialisation–offshoring nexus and the capital accumulation of US non-financial firms. *Cambridge Journal of Economics, 43*(5), 1183–1218.

Avery, H.G. (1942). Accounting for Intangible Assets. *The Accounting Review, 17*(4), 354–363.

Baker, P. (2017, May 12). Amazon, Google and Facebook now drive the economy. *Financial Review*. Retrieved January 25, 2018, from http://www.afr.com/markets/equity-markets/amazon-google-and-facebook-now-drive-the-economy-20170511-gw3683.

Baldwin, R. (2006). Globalisation: the great unbundling(s). *Economic Council of Finland, 20*(3), 5–47.

Baldwin, R. (2011). Trade and industrialisation after globalisation's 2nd unbundling: How building and joining a supply chain are different and why it matters. *National Bureau of Economic Research, Working Paper 17716*.

Banaji, J. (2010). *Theory as History: Essays on Modes of Production and Exploitation*. Leiden: Brill.

Baran, P.A., & Sweezy, P.A. (1968). *Monopoly Capital: An Essay on the American Economic and Social Order*. New York: Modern Reader Paperbacks (1966).

Baran, P.M., & Sweezy, P.M. (2012). Some Theoretical Implications. *Monthly Review, 64*(3), 24–59.

Barlev, B., & Haddad, J.R. (2003). Fair Value Accounting and the Management of the Firm. *Critical Perspectives on Accounting, 14*(4), 383–415.

Barnes, P., & McClure, A. (2009). *Investment in Intangible Assets and Australia's Productivity Growth*. Canberra: Australian Government Productivity Commission Staff Working Paper.

Bartram, S.M. (2000). Corporate Risk Management as a Lever for Shareholder Value Creation. *Financial Markets, Institutions & Instruments, 9*(5), 279–324.

Baskin, J.B., & Miranti, P.J. (1999). *A History of Corporate Finance*. Cambridge: Cambridge University Press.

BBC. (2012, May 16). Facebook boosts number of shares on offer by 25%. *BBC News*. Retrieved January 25, 2018, from http://www.bbc.com/news/business-18086426.

Beer, S., & Loeprick, J. (2015). Profit shifting: drivers of transfer (mis)pricing and the potential of countermeasures. *International Tax and Public Finance, 22*(3), 426–451.

Beggs, M. (2015). Liquidity's Second Career. Retrieved January 22, 2018, from https://www.academia.edu/20070582/Liquiditys_second_career.

Bender, R., & Ward, K. (2009). *Corporate Financial Strategy*. Burlington, MA: Elsevier Butterworth-Heinemann.

Benston, G.J. (2003). The Regulation of Accountants and Public Accounting Before and After Enron. *Emory Law Journal, 52*, 1325–1351.

Bergvall-Kareborn, B., & Howcroft, D. (2013). The Apple Business Model: Crowdsourcing Mobile Applications. *Accounting Forum, 37*(4), 280–289.

Berle, A.A., & Means, G.C. (1933). *The Modern Corporation and Private Property*. New York: The Macmillan Company.

Bernstein, P.L. (1998). *Against the Gods: The Remarkable Story of Risk*. John Wiley & Sons, Inc.

Bernstein, P.L. (2007). *Capital Ideas Evolving*. Hoboken, New Jersey: John Wiley & Sons, Inc.

Beunza, D., & Stark, D. (2004). Tools of the Trade: The Socio-Technology of Arbitrage in a Wall Street Trading Room. *Industrial and Corporate Change, 13*(2), 369–400.

Bhattacharya, R. & Irizarry, I.J. (2014). *Financialization: A Critique of the "Autonomization of Capital" Thesis*. John Jay College of Criminal Justice, Department of Economics Working Paper No. 2014-01.

Bichler, S., & Nitzan, J. (2015). Capital Accumulation: Fiction and Reality. *Working Papers on Capital as Power, No. 2015/03*.

Biddle, J.E. (1990). Purpose and Evolution in Common's Institutionalism. *History of Political Economy, 22*(1), 19–47.

BIS. (1970). *Fortieth Annual Report*. Basle: Bank for International Settlements.

Black, F. (1986). Noise. *The Journal of Finance*, 41(3), 529–543.

Black, F., & Scholes, M. (1972, May). The Valuation of Option Contracts and a Test of Market Efficiency. *The Journal of Finance, 27*(2), 399–417.

Black, F., & Scholes, M. (1973, May–Jun). The Pricing of Options and Corporate Liabilities. *Journal of Political Economy, 81*(3), 637–654.

Blackburn, R. (2006). Finance and the Fourth Dimension. *New Left Review, 39*, 39–70.

Bogenschneider, B., & Heilmeier, R. (2016). Google's 'Alphabet Soup' in Delaware. *Houston Business and Tax Law Hournal 1 lead article, 16*. Retrieved from https://ssrn.com/abstract=2766382.

Bogost, I. (2016, August 3). Facebook Is Not a Technology Company. *The Atlantic*. Retrieved January 25, 2018, from https://www.theatlantic.com/technology/archive/2016/08/facebook-is-not-a-technology-company/494183/.

Bolbol, A.A., & Lovewell, M.A. (2001). Two Views on Stock Markets and Corporate Behavior: Tobin, Veblen, and Marx. *Journal of Post Keynesian Economics, 23*(3), 527–543.

Boltanski, L., & Chiapello, E. (2007). *The New Spirit of Capitalism*. (G. Elliott, Trans.) London: Verso.

Boockholdt, J.L. (1978). Influence of Nineteenth and Early Twentieth Century Railroad Accounting on the Development of Modern Accounting Theory. *The Accounting Historians Journal, 5*(1), 9–28.

Bordo, M.D. (1993). The Bretton Woods International Monetary System: A Historical Overview. In M.D. Bordo, & B. Eichengreen (Eds.), *A Retrospective on the Bretton Woods System: Lessons for International Monetary Reform* (pp. 3–108). University of Chicago Press.

Bortis, H. (1997). *Institutions, Behavious and Economic Theory: A Contribution to Classical-Keynesian Political Economy*. Cambridge: Cambridge University Press.

Bourguignon, A. (2005). Management Accounting and Value Creation: The Profit and Loss of Reification. *Critical Perspectives on Accounting, 16*(4), 353–389.

Boyer, R. (2000). Is finance-led growth regime a viable alternative to Fordism? A preliminary analysis. *Economy and Society, 29*(1), 111–145.

Boyer, R. (2007). Assessing the impact of fair value upon financial crises. *Socio-Economic Review, 5*(4), 779–807.

Boyer, R. (2013). The Present Crisis. A Trump for a Renewed Political Economy. *Review of Political Economy, 25*(1), 1–38.

Boyns, T., & Edwards, J.R. (1997). The Construction of Cost Accounting Systems in Britain to 1900: The Case of the Coal, Iron and Steel Industries. *Business History, 39*(3), 1–29.

Brand Finance Institute. (2020). *GIFT™ 2020 | The Annual Brand Value Ranking | Brandirectory*. https://brandirectory.com/reports/gift-2020.

Brand Finance Institute. (2021). *GIFT™ 2021 | The Annual Brand Value Ranking | Brandirectory*. https://brandirectory.com/reports/gift-2021.

Bratton, W.W., & Levitin, A.J. (2013). A Transactional Genealogy of Scandal: From Michael Milken to Enron to Goldman Sachs. *Southern California Law Journal, 86*, 783–868.

Brenner, R. (2006). *The Economics of Global Turbulance: The Advanced Capitalist Economies from Long Boom to Long Downturn, 1945–2005*. New York: Verso.

Brenner, R. (2009). What is Good for Goldman Sachs is Good for America: The Origins of the Present Crisis. Retrieved January 22, 2018, from https://cloudfront.escholarship.org/dist/prd/content/qt0sg0782h/qt0sg0782h.pdf.

Brief, R.P. (1965). Nineteenth Century Accounting Error. *Journal of Accounting Research, 3*(1), 12–31.

Brief, R.P. (1966). The Origin and Evolution of Nineteenth-Century Asset Accounting. *Business History Review, 40*(1), 1–23.

Brief, R.P. (1976). *Nineteenth Century Capital Accounting and Business Investment*. New York: Arno Press.

Brief, R.P., & Owen, J. (1970). The Estimation Problem in Financial Accounting. *Journal of Accounting Research, 8*(2), 167–177.

Bromwich, M. (2004). Aspects of the Future in Accounting: The Use of Market Prices and "Fair Values" in Financial Reports. In C. Leuz, D. Pfaff, & A. Hopwood (Eds.), *The Economics and Politics of Accounting: International Perspectives on Research Trends, Policy, and Practice* (pp. 32–57). Oxford: Oxford University Press.

Bruner, J. (2015, November 3). Platform Economies: A Conversation with Erik Brynjolfsson. *O'Reilly Media*. Retrieved January 24, 2018, from https://www.oreilly.com/ideas/platform-economies.

Bryan, D. (1985). Monopoly in Marxist method. *Capital & Class, 9*(2), 72–92.

Bryan, D. (1995). The internationalization of capital and Marxian value theory. *Cambridge Journal of Economics, 19*(3), 421–440.

Bryan, D. (2003). Bridging Differences: Value Theory, International Finance and the Construction of Global Capital. In R. Westra, & A. Zuege (Eds.), *Value and the World Economy Today: Production, Finance and Globalization* (pp. 57–70). New York: Palgrave Macmillan.

Bryan, D., & Rafferty, M. (2006). *Capitalism with Derivatives*. Sydney: Palgrave & MacMillan.

Bryan, D., & Rafferty, M. (2006b). Financial Derivatives: The New Gold? *Competition & Change, 10*(3), 265–282.

Bryan, D., & Rafferty, M. (2006c). Money in Capitalism or Capitalist Money? *Historical Materialism, 14*(1), 75–95.

Bryan, D., & Rafferty, M. (2011). Deriving Capital's (and Labour's) Future. *Socialist Register, 47*, 196–223.

Bryan, D., & Rafferty, M. (2013). Fundamental value: a category in transformation. *Economy and Society, 42*(1), 130–153.

Bryan, D., & Rafferty, M. (2014). Financial Derivatives as Social Policy beyond Crisis. *Sociology, 48*(5), 887–903.

Bryan, D., Rafferty, M., & Jefferis, C. (2015). Risk and Value: Finance, Labor, and Production. *South Atlantic Quarterly, 114*(2), 307–329.

Bryan, D., Rafferty, M., & Wigan, D. (2016). Politics, time and space in the era of shadow banking. *Review of International Political Economy*, 1–27.

Bryan, D., Rafferty, M., & Wigan D. (2017a). Capital unchained: finance, intangible assets and the double life of capital in the offshore world. *Review of International Political Economy*, 24(1), 56–86.

Bryan, D., Rafferty, M., & Wigan, D. (2017b). The map and the territory: Exploring capital's new financialized spatialities. In R. Martin & J. Pollard (Eds.), *The handbook on the geographies of money and finance* (pp. 86–104). Edward Elgar.

Bryer, R.A. (1993). The Late Nineteenth-Century Revolution in Financial Reporting: Accounting For the Rise of Investor or Managerial Capitalism. *Accounting, Organizations and Society, 18*(7/8), 649–690.

Bryer, R.A. (1995). A Political Economy of SSAP22: Accounting for Goodwill. *British Accounting Review, 27*, 283–310.

Bryer, R.A. (2006). Accounting and Control of the Labour Process. *Critical Perspectives on Accounting, 17*, 551–598.

Burkett, P. (1991). Some Comments on 'Capital in General and the Structure of Marx's Capital'. *Capital & Class, 15*(2), 49–72.

Burn, G. (2006). *The Re-Emergence of Global Finance*. New York: Palgrave Macmillan.

Burns, M.J., & McConvill, J. (2011). An Unstoppable Force: The Offshore World in a Modern Global Economy. *Hastings Business Law Journal, 7*(2), 205–222.

Bushee, B.J., & Noe, C.F. (2000). Corporate Disclosure Practices, Institutional Investors, and Stock Return Volatility. *Journal of Accounting Research, 38*, 171–202.

Byrne, J.A. (1993). The Virtual Corporation. *Business Week, 8.*

Caffentzis, G. (2005). Immeasurable Value? An Essay on Marx's Legacy. *The Commoner*, 10, 88–114.

Caffentzis, G. (2007). Cyrstals and Analytic Engines: Historical and Conceptual Preliminaries to a New Theory of Machines. *Ephemera*, 7(1), 25–45.

Cahill, D. (2011). Beyond Neoliberalism? Crisis and the Prospects for Progressive Alternatives. *New Political Science, 33*(4), 479–492.

Cahill, D. (2014). *The End of Laissez-Faire? On the Durability of Embedded Neoliberalism.* Edward Elgar.

Caliskan, K., & Callon, M. (2010). Economization, Part 2: A Research Programme for the Study of Markets. *Economy and Society, 39*(1), 1–32.

Callon, M., & Muniesa, F. (2005). Economic Markets as Calculative Collective Devices. *Organizational Studies, 26*(8), 1229–1250.

Canibano, L., Garcia-Ayuso, M., & Sanchez, P. (2000). Accounting for Intangibles: A Literature Review. *Journal of Accounting Literature, 19*, 102–130.

Canning, J.B. (1929). *The Economics of Accountancy: A Critical Analysis of Accounting Theory*. New York: Ronald Press.

Capie, F. (1995). Commercial Banking in Britain Between the Wars. In C.H. Feinstein (Ed.), *Banking, Currency, and Finance in European Between the Wars* (pp. 395–412). New York: Oxford University Press.

Carchedi, G. (2011). Behind and Beyond the Crisis. *International Socialism, 132*, 121–155.

Carchedi, G., & Roberts, M. (2013). The Long Roots of the Present Crisis: Keynesians, Austerians, and Marx's Law. *World Review of Political Economy, 4*(1), 86–115.

Carsberg, B.V. (1966). The Contribution of P.D. Leake to the Theory of Goodwill Valuation. *Journal of Accounting Research, 4*(1), 1–15.

Castells, M. (2010). *The Information Age: Economy, Society, and Culture, Volume I: The Rise of the Network Society*. UK: Wiley-Blackwell.

CFA. (2007). *A Comprehensive Business Reporting Model: Financial Reporting for Investors*. CFA Institute Centre for Financial Market Integrity.

Chandler, A.D. (1969). The Structure of American Industry in the Twentieth Century: A Historical Overview. *Business History Review, XLIII*(3), 255–298.

Chandler, A.D. (1999). *The Visible Hand: The Managerial Revolution in American Business*. London: Harvard University Press.

Chandler, A.D. (2004). *Scale and Scope: The Dynamics of Industrial Capitalism*. Cambridge, Massachusetts: Harvard University Press.

Chatfield, M. (1974). *A History of Accounting Thought*. The Dryden Press: Hinsdale, Illinois.

Chen, L. (2015, September 23). The Most Profitable Industries in 2015. *Forbes*. Retrieved January 24, 2018, from https://www.forbes.com/sites/liyanchen/2015/09/23/the-most-profitable-industries-in-2015/#a6350b96b732.

Chiapello, E. (2015). Financialisation of valuation. *Human Studies, 38*(1), 13–35.

Choudary, S.P. (2015). *Platform Scale: How an Emerging Business Model Helps Startups Build Large Empires with Minimum Investment*. Platform Thinking Labs.

Christopher, M. (2011). *Logistics & Supply Chain Management*. Pearson UK.

Chung, J. (2012). Hedge Fund Assets Rise to Record Level. *The Wall Street Journal, 19 April 2018*. Retrieved January 22, 2018, from https://www.wsj.com/articles/SB10001424052702304331204577354043852093400.

Cleaver, H. (1992). The Inversion of Class Perspective in Marxian Theory: From Valorisation to Self-Valorisation. In W. Bonefeld, R. Gunn & K. Psychopedis (eds.), *Open Marxism Volume II: Theory and Practice* (pp. 106–144). Pluto Press.

Clifton, J.A. (1977). Competition and the Evolution of the Capitalist Mode of Production. *Cambridge Journal of Economics, 1*(2), 137–151.

Clough, R. (2018, January 16). GE chief thinks about breaking up the company after $6.2-billion setback. *Los Angeles Times*. Retrieved January 26, 2018, from http://www.latimes.com/business/la-fi-general-electric-charge-20180116-story.html.

CNBC. (2016, March 29). CNBC Transcript: Interview with Travis Kalanick, CEO and Co-Founder of Uber. *CNBC*. Retrieved January 25, 2018, from https://www.cnbc.com/2016/03/28/cnbc-transcript-interview-with-travis-kalanick-ceo-and-co-founder-of-uber.html.

Coffee, J.C. (1991). Liquidity versus Control: The Institutional Investor as Corporate Monitor. *Columbia Law Review, 91*(6), 1277–1368.

Cohen, J.A. (2005). *Intangible Assets: Valuation and Economic Benefit*. New Jersey: John Wiley & Sons, Inc.

Collins, D.W., Maydew, E.L., & Weiss, I.S. (1997). Changes in the Value-Relevance of Earnings and Book Values over the Past Forty Years. *Journal of Accounting and Economics, 24*(1), 39–67.

Comment, R., & Jarrell, G.A. (1995). Corporate Focus and Stock Returns. *Journal of Financial Economics, 37*(1), 67–87.

Commons, J.R. (1924). *Legal Foundations of Capitalism*. New York: The Macmillan Company.

Commons, J.R. (1924b). Law and Economics. *Yale Law Journal, XXXIV*, 371–382.

Cooper, J. (2007). Debating Accounting Principles and Policies: the Case of Goodwill, 1880–1921. *Accounting, Business & Financial History, 17*(2), 241–264.

Corkery, J., Forder, J., Svantesson, D., & Mercuri, E. (2013). Taxes, the Internet and the Digital Economy. *Revenie Law Journal, 23*(1), Article 7.

Corrado, C.A., & Hulten, C.R. (2014). Innovation Accounting. In D.W. Jorgenson, J.S. Landefeld, & P. Schreyer (Eds.), *Measuring Economic Sustainability and Progress* (pp. 595–628). University of Chicago Press.

Courtis, J.K. (1983). Business Goodwill: Conceptual Clarification via Accounting, Legal and Etymological Perspectives. *The Accounting Historians Journal, 10*(2), 1–38.

Cox, A. (1997). *Business Success*. Midsomer Norton, Bath: Earlsgate Press.

Cox, E.B. (1963). *Trends in the Distribution of Stock Ownership*. Philadelphia: University of Philadelphia.

Crandell, W.T. (1935). Income and Its Measurement. *The Accounting Review, 10*(4), 380–400.

Croom, S., Romano, P., & Giannakis, M. (2000). Supply Chain Management: An Analytical Framework for Critical Literature Review. *European Journal of Purchasing & Supply Management, 6*(1), 67–83.

Crotty, J. (2003). The Neoliberal Paradox: The Impact of Destructive Product Market Competition and Impatient Finance on Nonfinancial Corporations in the Neoliberal Era. *Review of Radical Political Economics, 35*(3), 271–279.

Cummins, J.G. (2005). A New Approach to the Valuation of Intangible Capital. In C. Corrado, J. Haltiwanger, & D. Sichel (Eds.), *Measuring Capital in the New Economy* (pp. 47–72). University of Chicago Press.

Cushen, J., & Thompson, P. (2016). Financialization and value: Why labour and the labour process still matter. *Work, Employment and Society*, 30(2), 1–14.

Dallery, T. (2009). Post-Keynesian Theories of the Firm under Financialization. *Review of Radical Political Economics*, *41*(4), 492–515.

Damodaran, A. (2011). *The Little Book of Valuation: How to Value a Company, Pick a Stock, and Profit*. Wiley.

Damodaran, A. (2017). *Narrative and Numbers: The Value of Stories in Business*. Columbia University Press.

Damuri, Y.R. (2012). *Internaional Production Sharing: Insights from Explanatory Network*. Geneva: The Graduate Institute, Centre for Trade and Economic Integration.

Daniels, M.B. (1934). Principles of Asset Valuation. *The Accounting Review*, *9*(2), 114–121.

Danjou, P. (2013). *An Update on International Financial Reporting Standards*. Retrieved January 21, 2018, from http://www.actuaries.org/CTTEES_PENSEB/Documents/Hague_Item4.8.2_MisunderstandingsAboutIFRSsFeb2013.pdf.

Dapiran, P. (1992). Benetton—Global Logistics in Action. *International Journal of Physical Distribution & Logistics*, *22*(6), 7–11.

Dastidar, P. (2009). International Corporate Diversification and Performance: Does Firm Self-Selection Matter? *Journal of International Business Studies*, *40*(1), 71–85.

Daum, J.H. (2003). *Intangible Assets and Value Creation*. UK: Wiley.

Davis, G.F. (2008). A New Finance Capitalism? Mutual Funds and Ownership Re-Concentration in the United States. *European Management Review*, *5*, 11–21.

Davis, G.F. (2009). *Managed by the Markets: How Finance Reshaped America*. New York: Oxford University Press.

Davis, G.F. (2016a). *The Vanishing American Corporation: Navigating the Hazards of a New Economy*. Oakland, CA: Berrett-Koehler Publishers, Inc.

Davis, G.F. (2016b). Can an Economy Survive without Corporations? Technology and Robust Organizational Alternatives. *The Academy of Management Perspectives*, *30*(2), 129–140.

Davis, G.F., & Mizruchi, M.S. (1999). The Money Center Cannot Hold: Commercial Banks in the U.S. System of Corporate Governance. *Administrative Science Quarterly*, *44*(2), 215–239.

Davis, G.F., & Stout, S.K. (1992). Organization Theory and the Market for Corporate Control: A Dynamic Analysis of the Characteristics of Large Takeover Targets, 1980–1990. *Administrative Science Quarterly*, *37*(4), 605–633.

Davis, G.F., Diekmann, K.A., & Tinsley, C.H. (1994). The Decline and Fall of the Conglomerate Firm in the 1980s: The Deinstitutionalization of an Organizational Form. *American Sociological Review*, *59*(4), 547–570.

Davis, L. (1966). The Capital Markets and Industrial Concentration: The U.S. and U.K., a Comparative Study. *The Economic History Review, 19*(2), 255–272.

Davis, L. (2018). Financialization, Shareholder Orientation and the Cash Holdings of US Corporations. *Review of Political Economy, 30*(1), 1–27.

de Carvalho, B., & Seabrooke, L. (2016). *Expatriates in Global Wealth Chains*. Norwegian Institute of International Affairs Policy Brief 6.

de Jong, M., & van Dijk, M. (2015). Disrupting Beliefs: A New Approach to Business-Model Innovation. *McKinsey Quarterly*.

De La Torre, S.A. (2015). *The Financialization of the Business Enterprise*. Kansas City, Missouri: University of Missouri—Kansas City, PhD Dissertation.

De Vroey, M. (1975). PART I: The Corporation and The Labor Process: The Separation of Ownership and Control in Large Corporations. *Review of Radical Political Economics, 7*(2), 1–10.

Dedrick, J., Kraemer, K.L., & Linden, G. (2009). Who Profits From Innovation in Global Value Chains?: A Study of the iPod and notebook PCs. *Industrial and Corporate Change, 19*(1), 81–116.

DeLong, J.B. (1992). Did J.P. Morgan's Men Add Value? An Economist's Perspective on Financial Capitalism. In P. Temin (Ed.), *Inside the Business Enterprise: Historical Perspectives on the Use of Information* (pp. 205–250). University of Chicago Press.

Derman, E. (2016). Remarks on Financial Models. In B. Lee, & R. Martin (Eds.), *Derivatives and the Wealth of Societies* (pp. 199–239). University of Chicago Press.

Derman, E., & Kani, I. (1994). Riding on a Smile. *RISK, 7*, 32–39.

Derman, E., Miller, M.B., & Park, D. (2016). *The Volatility Smile*. Hoboken, New Jersey: Wiley.

Dewey, C. (2016, August 19). 98 personal data points that Facebook uses to target ads to you. *The Washington Post*. Retrieved January 25, 2018, from https://www.washingtonpost.com/news/the-intersect/wp/2016/08/19/98-personal-data-points-that-facebook-uses-to-target-ads-to-you/?utm_term=.f411da7af6c1.

Dicken, P. (2011). *Global Shift: Mapping the Changing Contours of the World Economy*. New York: The Guilford Press.

Dicksee, L.R. (1903). *Advanced Accounting*. London: Gee & Co., Printers and Publishers.

Dicksee, L.R., & Tillyard, F. (1976 (1906)). *Goodwill and Its Treatment in Accounts*. New York: Arno Press.

Dore, R. (1983). Goodwill and the Spirit of Market Capitalism. *The British Journal of Sociology, 34*(4), 459–482.

Dore, R. (2002). Stock Market Capitalism vs. Welfare Capitalism. *New Political Economy, 7*(1), 115–127.

Dögüs, I. (2018). A Minskyan critique of the financial constraint approach to financialization. *Review of Keynesian Economics, 6*(2), 202–220.

Drucker, J. (2010, October 21). Google 2.4% Rate Shows How $60 Billion Is Lost to Tax Loopholes. *Bloomberg*. Retrieved January 25, 2018, from https://www.bloomberg.com/news/2010-10-21/google-2-4-rate-shows-how-60-billion-u-s-revenue-lost-to-tax-loopholes.html/.

Dufey, G., & Giddy, I.H. (1981). Innovation in the International Financial Markets. *Journal of International Busines Studies, 12*(2), 33–51.

Duhigg, C., & Kocieniewski, D. (2012, April 28). How Apple Sidesteps Billions in Taxes. *The New York Times*. Retrieved January 25, 2018, from http://www.nytimes.com/2012/04/29/business/apples-tax-strategy-aims-at-low-tax-states-and-nations.html.

Dumenil, G., & Levy, D. (2004a). The Real and Financial Components of Profitability (United States, 1952–2000). *Review of Radical Political Economics, 36*(1), 82–110.

Dumenil, G., & Levy, D. (2004b). *Capital Resurgent: Roots of the Neoliberal Revolution*. (D. Jeffers, Trans.) Cambridge, Massachusetts: Harvard University Press.

Dumenil, G., & Levy, D. (2005). The Neoliberal (Counter-)Revolution. In A. Saad-Filho, & D. Johnson (Eds.), *Neoliberalism: A Critical Reader* (pp. 9–19). London: Pluto Press.

Dumenil, G., & Levy, D. (2011). *The Crisis of Neoliberalism*. Cambridge, Massachusetts: Harvard University Press.

Dunn, B. (2024). Problems of the Labour Theory of Value, Money, and the State Form. *International Critical Thought*, 14(4), 573–590.

Durand, C., & Milberg, W. (2020). Intellectual monopoly in global value chains. *Review of International Political Economy*, 27(2), 404–429.

Eatwell, J. (1983). Theories of Value, Output and Employment. In J. Eatwell, & M. Milgate, *Keynes's Economics and the Theory of Value and Distribution* (pp. 93–128). Gerald Duckworth & Company Limited.

Ederington, L.H., & Guan, W. (2002). Why are Those Options Smiling? *The Journal of Derivatives, 10*(2), 9–34.

Edwards, J.R. (1985). The Origins and Evolution of the Double Account System: An Example of Accounting Innovation. *Abacus, 21*(1), 19–43.

Edwards, J.R. (1989). *A History of Financial Accounting*. London: Routledge.

Edwards, J.R., & Newell, E. (1991). The Development of Industrial Cost and Management Accounting Before 1850: A Survey of the Evidence. *Business History, 33*(1), 35–57.

Elson, D. (1979). The Value Theory of Labour. In D. Elson (Ed.), *Value: The Representation of Labour in Capitalism* (pp. 115–180). London: CSE Books.

Epstein, G. (2005). *Financialization and the Wold Economy*. MA, Northampton: Edward Elgar.

Espinoza, J., Webber, J., & Agyemang, E. (2024, September 10). Apple must pay €13bn in back taxes, top EU court rules. *Financial Times*. https://www.ft.com/content/d6b7d0fd-a41b-45a9-a830-9cacb10c5151.

Evans, D.S. (2011). *Platform Economics: Essays on Multi-Sided Businesses*. Competition Policy International.

Evans, P.C., & Gawer, A. (2016). *The Rise of the Platform Enterprise: A Global Survey*. The Center for Global Enterprise, The Emerging Platform Economy Series No. 1.

Facebook. (2016). *Annual Report 2016*. Washington, DC.: United States Securities and Exchange Commission.

Fama, E.F. (1965). The Behaviour of Stock-Market Prices. *The Journal of Business, 38*(1), 34–105.

Fama, E.F. (1969). Efficient Capital Markets: A Review of Theory and Empirical Work. *The Journal of Finance, 25*(2), 383–417.

Farrell, D., & Greig, F. (2016a). *The Online Platform Economy: Has Growth Peaked?* JPMorgan Chase & Co. Institute.

Farrell, D., & Greig, F. (2016b). *Paychecks, Paydays, and the Online Platform Economy: Big Data on Income Volatility*. JPMorgan Chase & Co. Institute.

Farrell, S. (2014, September 7). Apple's burden: a mountain of money it can't really use. *The Guardian*. Retrieved January 25, 2018, from https://www.theguardian.com /technology/2014/sep/07/apple-iphone-6-cash-pile-tax-avoidance-us.

FASB. (1998). *Statement of Financial Accounting Standards No. 133: Accounting for Derivative Instruments and Hedging Activities*. Norwalk: Financial Accounting Standards Board.

FASB. (2000). *Statement of Financial Accounting Concepts No. 7: Using Cash Flow Information and Present Value in Accounting Measurements*. Norwalk, Connecticut: Financial Accounting Standards Board.

FASB. (2001). *Statement of Financial Accounting Standards No. 142: Goodwill and Other Intangible Assets*. Norwalk, Connecticut: Financial Accounting Standards Board.

FASB. (2008). *Completing the February 2006 Memorandum of Understanding: A Progress Report and Timetable for Completion*. Financial Accounting Standards Board. Retrieved January 23, 2018, from http://www.fasb.org/jsp/FASB/Document _C/DocumentPage&cid=1175801856967.

Feng, H., Froud, J., Johal, S., Haslam, C., & Williams, K. (2001). A New Business Model? The Capital Market and the New Economy. *Economy and Society, 30*(4), 467–503.

Fernandez, R., & Hendrikse, R. (2015). *Rich Corporations, Poor Societies: The Financialization of Apple*. Amsterdam: GoodElectronics/SOMO.

Fichtner, J., Heemskerk, E.M., & Garcia-Bernardo, J. (2017). Hidden Power of the Big Three? Passive Index Funds, Re-Concentration of Corporate Ownership, and New Financial Risk. *Business and Politics, 19*(2), 298–326.

Fine, B. (2010). Locating Financialization. *Historical Materialism, 18*(2), 97–116.

Fine, B. (2013). Financialization from a Marxist Perspective. *International Journal of Political Economy, 42*(4), 47–66.

Fix, B. (2021). The ritual of capitalization. *Real-World Economics Review*, 97, 78–95.

Fleischer, V. (2010). Regulatory Arbitrage. *Texas Law Review, 89*, 227–290.

Fligstein, N. (1990). *The Transformation of Corporate Control.* Cambridge, Massachusetts: Harvard University Press.

Fligstein, N., & Shin, T. (2007). Shareholder Value and the Transformation of the U.S. Economy, 1984–2000. *Sociological Forum, 22*(4), 399–424.

Fortune Magazine. (1995, December 11). A Conversation with Roberto Goizueta and Jack Welch: The Wealth Builders. *Fortune Magazine*, pp. 96–102. Retrieved January 22, 2018, from http://archive.fortune.com/magazines/fortune/fortune_archive/1995/12/11/208458/index.htm.

Foster, J.B. (2002). Monopoly Capital and the New Globalization. *Monthly Review, 53*(8), 1–16.

Foster, J.B. (2008). The Financialization of Capital and the Crisis. *Monthly Review, 59*(11), 1–19.

Fowler, G.A. (2012, October 1). Facebook Sells More Access to Members. *Wall Street Journal.* Retrieved January 25, 2018, from https://www.wsj.com/articles/SB10000872396390443862604578029450918199258.

Friedman, G. (2014). Workers without Employers: Shadow Corporations and the Rise of the Gig Economy. *Review of Keynesian Economics, 2*(2), 171–188.

Friedman, M. (1953). *Essays in Positive Economics*. Chicago: The University of Chicago Press.

Froud, J., Johal, S., Leaver, A., & Williams, K. (2006). *Financialization and Strategy: Narrative and Numbers*. New York: Routledge.

Froud, J., Haslam, C., Johal, S., & Williams, K. (2000). Shareholder Value and Financialization: Consultancy Promises, Management Moves. *Economy and Society, 29*(1), 80–110.

Froud, J., Johal, S., Leaver, A., & Williams, K. (2012). *Apple Business Model: FInancialization across the Pacific*. CRESC Working Paper Series, No. 111.

Froud, J., Johal, S., Leaver, A., & Williams, K. (2015). *General Electric: The Conditions of Success*. CRESC Working Paper Series, No. 5.

Fuchs, C. (2010). Labor in Informational Capitalism and on the Internet. *The Information Society, 26*(3), 179–196.

Fuchs, C. (2012). With or Without Marx? With or Without Capitalism? A Rejoinder to Adam Arvidsson and Eleanor Colleoni. *tripleC: Communication, Capitalism & Critique. Open Access Journal for a Global Sustainable Information Society, 10*(2), 633–645.

Fuchs, C. (2014). *Digital Labour and Karl Marx*. New York: Routledge.

Fuchs, C. (2017). Marx's Capital in the information age. *Capital & Class, 41*(1), 51–67.

Fudge, J. (2006). Fragmenting Work and Fragmenting Organizations: The Contract of Employment and the Scope of Labour Regulation. *Osgoode Hall Law Hournal, 44*(4), 609–648.

Fuest, C., Spengel, C., Finke, K., Heckemeyer, J.H., & Nusser, H. (2013). Profit Shifting and "Aggressive" Tax Planning by Multinational Firms: Issues and Options for Reform. *Centre for European Economic Research, Discussion Paper No. 13–044.*

Galbraith, J.K. (1978). *The New Industrial State.* Boston: Houghton Mifflin (1967).

Gapper, J. (2017, November 15). Flannery's General Electric may not hold together long. *Financial Times.* Retrieved January 26, 2018, from https://www.ft.com/content/063a29ba-c94c-11e7-aa33-c63fdc9b8c6c.

Garber, P.M. (1993). The Collapse of the Bretton Woods Fixed Exchange Rate System. In M.D. Bordo, & B. Eichengreen (Eds.), *A Retrospective on the Bretton Woods System: Lessons for International Monetary Reform* (pp. 461–494). University of Chicago Press.

Garber, P.M. (1998). Derivatives in International Capital Flow. *NBER Working Paper Series, No. 6623.*

Garcia-Bernardo, J., Fichtner, J., Takes, F.W., & Heemskerk, E.M. (2017). Uncovering Ofshore Financial Centers: Conduits and Sinks in the Global Corporate Ownership Newtork. *Scientific Reports, 7*(1).

Gaughan, P.A. (2007). *Mergers, Acquisitions, and Corporate Restructurings.* Hoboken, New Jersey: John Wiley & Sons, Inc.

Gehl, R.W. (2014). *Reverse Engineering Social Media: Software, Culture, and Political Economy in New Media Capitalism.* Philadelphia: Temple University Press.

Gereffi, G., Humphrey, J., & Sturgeon, T. (2005). The Governance of Global Value Chains. *Review of International Political Economy, 12*(1), 78–104.

Gerzema, J., & Lebar, E. (2008). *The Brand Bubble: The Looming Crisis in Brand Value and How to Avoid It.* San Francisco, CA: Jossey-Bass.

Gill, R., & Pratt, A. (2008). In the Social Factory? Immaterial Labour, Precariousness and Cultural Work. *Theory, Culture & Society, 25*(7–8), 1–30.

Göbel, C. (2016). *Start-Up Valuation of Biotech Companies with Real Options: A Case Study of the Start-Up Organovo Holdings, Inc.* Paris: HEC Paris, Master Thesis.

Gordon, J.N. (2002). What Enron Means for the Management and Control of the Modern Business Corporation. *The University of Chicago Law Review, 69*(3), 1233–1250.

Graham, B. (1958). The New Speculation in Common Stocks. *The Analysts Journal, 14*(3), 17–21.

Graham, B. (1963). The Future of Financial Analysis. *Financial Analysts Journal, 19*(3), 65–70.

Graham, B. (2006). *The Intelligent Investor: A Book of Practical Counsel.* Harper Business Essential (first published in 1973).

Graham, B., & Dodd, D.L. (1940). *Security Analysis: Principles and Technique.* The McGraw-Hill Companies (1934).

Granger, C.W. (1970). What the Random Walk Model Does Not Say? *Financial Analysts Journal, 26*(3), 91–93.

Grossman, R.S. (2002). New Indices of British Equity Prices, 1870–1913. *The Journal of Economic History, 62*(1), 121–146.

Guyader, L.P. (2013). Can Accountants Understand Derivatives? *The Journal of Corporate Accounting & FInance, 24*(6), 49–54.

Gynther, R.S. (1969). Some "Conceptualizing" on Goodwill. *The Accounting Review, 44*(2), 247–255.

Haberly, D., & Wojcik, D. (2015). Regional Blocks and Imperial Legacies: Mapping the Global Offshore FDI Network. *Economic Geography, 91*(3), 251–280.

Hachman, M. (2015, October 1). The price of free: how Apple, Facebook, Microsoft and Google sell you to advertisers. *PCWorld*. Retrieved January 25, 2018, from https://www.pcworld.com/article/2986988/privacy/the-price-of-free-how-apple-facebook-microsoft-and-google-sell-you-to-advertisers.html.

Hall, R. (1992). The Strategic Analysis of Intangible Resources. *Strategic Management Journal, 13*, 135–144.

Halloway, J. (1995). Capital Moves. *Capital & Class*, 19(3), 137–144.

Hardin, C., & Rottinghaus, A.R. (2021). Risk and Arbitrage. In C. Borch, & R. Wosnitzer (Eds.) *The Routledge Handbook of Critical Finance Studies* (pp. 115–133). Routledge.

Hardt, M. (1999). Affective Labor. *boundary 2, 26*(2), 89–100.

Hardt, M., & Negri, A. (2000). *Empire*. Cambridge, Massachusetts: Harvard University Press.

Hardt, M., & Negri, A. (2003). *Labour of Dionysus: A Critique of the State-Form.* Minneapolis: University of Minnesota Press.

Harvey, D. (2007). *A Brief History of Neoliberalism.* Oxford University Press.

Harvie, D. (2005). All Labour Produces Value For Capital and We All Struggle Against Value. *The Commoner*, 10, 132–171.

Haskel, J., & Westlake, S. (2018). *Capitalism without Capital: The Rise of Intangible Economy.* Princeton, New Jersey: Princeton University Press.

Hatfield, H.R. (1971). *Accounting: Its Principles and Problems.* Lawrence, Kansas: Scholars Book Co. (1927).

Hein, E., Nina, D., & Budyldina, N. (2014). *Financial, economic and social systems: French Regulation School, Social Structures of Accumulation and Post-Keynesian approaches compared.* Institute for International Political Economy Berlin, Working Paper No. 34/2014.

Heinrich, M. (1989). Capital in general and the structure of Marx's Capital. *Capital & Class, 13*(2), 63–79.

Heinrich, M. (2012). *An Introduction to the Three Volumes of Karl Marx's Capital* (A. Locascio, Trans.). Monthly Review Press. (Original work published 2004).

Helft, M. (2015, November 3). Larry Page: Alphabet Is About 'Representing Reality' of How Google Operated. *Forbes*. Retrieved January 24, 2018, from https://www.forbes.com/sites/miguelhelft/2015/11/03/larry-page-alphabet-is-about-representing-reality-of-how-google-operated/#173180467642.

Helmore, E. (2020, January 1). Google says it will no longer use "Double Irish, Dutch sandwich" tax loophole. *The Guardian*. https://www.theguardian.com/technology/2020/jan/01/google-says-it-will-no-longer-use-double-irish-dutch-sandwich-tax-loophole.

Henderson, J.P. (1986). Agency or Alienation? Smith, Mill, and Marx on the Joint Stock Company. *History of Political Economy, 18*(1), 111–131.

Henwood, D. (1998). *Wall Street: How It Works and for Whom*. New York: Verso.

Hernandez, F.G. (2003). Derivatives and the FASB: Visibility and Transparency? *Critical Perspectives on Accounting, 14*(8), 777–789.

Herring, R.J. (1994). *International Financial Integration: The Continuing Process*. Wharton School.

Herschaft, J.A. (2005). Not Your Average Coffee Shop: Lloyd's of London—A Twenty-First-Century Primer on the History, Structure, and Future of the Backbone of Marine Insurance. *Tulane Maritime Law Journal, 29*(2), 169–185.

Hilferding, R. (1981). *Finance Capital: A Study of the Latest Phase of Capitalist Development*. London: Routledge & Kegan Paul Ltd (1910).

Hines, P. (1994). *Creating World Class Suppliers: Unlocking Mutual Competitive Advantage*. London: Pitman Pub.

Hinze, J., & Tracey, A. (1994). The Contractor-Subcontractor Relationship: The Subcontractor's View. *Journal of Construction Engineering and Management, 120*(2), 274–287.

Hirst, P., & Zeitlin, J. (1991). Flexible Specialization versus Post-Fordism: Theory, Evidence and Policy Implication. *Economy and Society, 20*(1), 1–56.

Hoca, B. (2012). A suggestion for a new definition of the concept of finance capital using Marx's notion of 'capital as commodity'. *Cambridge Journal of Economics*, 36(2), 419–434.

Holmstrom, B., & Kaplan, S.N. (2001). *Corporate Governance and Merger Activity in the U.S.: Making Sense of the 1980s and 1990s*. Cambridge, MA: NBER Working Paper Series, No. 8220.

Hopwood, A.G. (1987). The Archeology of Accounting Systems. *Accounting, Organizations and Society, 12*(3), 207–234.

Howard, M.C., & King, J.E. (1989). *A History of Marxian Economics Volume I, 1883–1929*. Princeton, New Jersey: Princeton University Press.

Howitt, H. (1984). *The History of the Institute of Chartered Accountants in England and Wales 1880–1965*. London: Garland Publishing, Inc.

Hu, H.T., & Black, B. (2007). Hedge Funds, Insiders, and the Decoupling of Economic and Voting Ownership: Empty Voting and Hidden (Morphable) Ownership. *Journal of Corporate Finance, 13*(2–3), 343–367.

Hudson, A. (2000). Offshoreness, Globalization and Sovereignty: A Postmodern Geo-Political Economy? *Transactions of the Institute of British Geographers, 25*(3), 269–283.

IMF. (2007). *Global Financial Stability Report: Market Developments and Issues.* International Monetary Fund.

Ireland, P. (1996). Capitalism without the Capitalist: The Joint Stock Company Share and the Emergence of the Modern Doctrine of Separate Corporate Personality. *The Journal of Legal History, 17*(1), 41–73.

Isaacson, W. (2011). *Steve Jobs.* London: Little, Brown.

Ishikawa, J. (2005). A Social Science of Contemporary Value-Based Accounting: Economic Foundations of Accounting for Financial Instruments. *Critical Perspectives on Accounting, 16*(2), 115–136.

Jackwerth, J.C., & Rubinstein, M. (1996). Recovering Probability Distributions from Option Prices. *The Journal of Finance, 51*(5), 1611–1631.

Jayadev, A., Mason, J.W., & Schroder, E. (2017). The Political Economy of Financialization in the US, Europe and India. Retrieved January 22, 2018, from http://jwmason.org/wp-content/uploads/2015/05/Jayadev-Mason-and-Schroeder-The-Political-Economy-of-Financialization.pdf.

Jefferis, C. (2017). *The Dialectics of Liquidity Crisis: An Interpretation of Explanations of the Financial Crisis of 2007–08.* New York: Routledge.

Jeffreys, J.B. (1938). *Trends in Business Organizations in Great Britain since 1856, with Special Reference to the Financial Structure of Companies, the Mechanism of Investment and the Relations between the Shareholder and the Company.* University of London, Ph.D. Thesis.

Jenkins, E.L. (1994). An Information Highway in Need of Capital Improvement. *Journal of Accountancy, 177*(5), 77–81.

Jenkinson, T., & Jones, H. (2009). IPO Pricing and Allocation: A Survey of the Views of Institutional Investors. *The Review of Financial Studies, 22*(4), 1477–1504.

Jensen, M.C., & Meckling, W.H. (1976). Theory of the Firm: Managerial Behavior, Agency Costs and Ownership Structure. *Journal of Financial Economics, 3*(4), 305–360.

Jessop, B. (1996). Post-Fordism and the State. In B. Greve (Ed.), *Comparative Welfare Systems* (pp. 165–183). London: Palgrave Macmillan.

Johanson, U., Martensson, M., & Skoog, M. (2001). Mobilizing Change through the Management Control of Intangibles. *Accounting, Organizations and Society, 26*(7–8), 715–733.

Johnstone, D. (2016). Advances in Equity Valuation: Research on Accounting Valuation: Editorial. *Abacus, 52*(1), 1–4.

Jones, E. (1981). *Accountancy and the British Economy, 1840–1980: The Evolution of Ernst & Whinney.* London: B.T. Batsford.

Jurgens, U., Naumann, K., & Rupp, J. (2000). Shareholder Value in an Adverse Environment: The German Case. *Economy and Society, 29*(1), 54–79.

Kanodia, C. (2007). Accounting Disclosure and Real Effects. *Foundations and Trends® in Accounting, 1*(3). Retrieved January 21, 2018, from http://www.nowpublishers.com/article/Details/ACC-003.

Karakılıç, E. (2019). Rethinking Intellectual Property Rights in the Cognitive and Digital Age of Capitalism: An Autonomist Marxist Reading. *Technological Forecasting and Social Change*, 147, 1–9.

Kaysen, C. (1957). The Social Significance of the Modern Corporation. *The American Economic Review, 47*(2), 311–319.

Kenney, M., & Zysman, J. (2016). The Rise of the Platform Economy. *Issues in Science and Technology, 32*(3), 61–69.

Keynes, J.M. (1936). *The General Theory of Employment, Interest and Money*. London: Macmillan & Co.

Keynes, J.M. (1978). The Economic Consequences of Mr Churchill (1925). In J.M. Keynes, E. Johnson, & D. Moggridge (Eds.), *The Collected Writings of John Maynard Keynes IX Essays in Persuasion* (pp. 207–230). Royal Economic Society.

Kirkpatrick, D. (2010). *The Facebook Effect: The Inside Story of the Compeny That Is Connecting the World*. New York: Simon & Schuster.

Kleinbard, E.D. (2011). Stateless Income. *Florida Tax Review, 11*(9), 699–774.

Kliman, A. (2011). *The Failure of Capitalist Production: Underlying Causes of the Great Recession*. Pluto Press.

Klinge, T.J., Hendrikse, R., Fernandez, R., & Adriaans, I. (2022). Augmenting digital monopolies: A corporate financialization perspective on the rise of Big Tech. *Competition & Change*, 10245294221105572.

Knight, F.H. (1921). *Risk, Uncertainty and Profit*. Cambridge: The Riverside Press.

Kokalitcheva, K. (2016, August 2016). 5 Things We Learned From This Mark Zuckerberg Interview. *Fortune*. Retrieved January 25, 2018, from http://fortune.com/2016/08/16/zuckerberg-y-combinator-interview/.

Konings, M. (2011). *The Development of American Finance*. New York: Cambridge University Press.

Kregel, J.A. (1973). *The Reconstruction of Political Economy: An Introduction to Post-Keynesian Economics*. London: Palgrave Macmillan.

Kregel, J.A. (1976). Economic Methodology in the Face of Uncertainty: The Modelling Methods of Keynes and the Post-Keynesians. *The Economic Journal, 86*(342), 209–225.

Kregel, J.A. (1988). The Multiplier and Liquidity Preference: Two Sides of the Theory of Effective Demand. In A. Barrere (Ed.), *The Foundations of Keynesian Analysis: Proceedings of a Conference held at the University of Paris I Pantheon-Sorbonne* (pp. 231–250). New York: St. Martin's Press.

Krigman, L., & Jeffus, W. (2016). IPO pricing as a function of your investment banks' past mistakes: The case of Facebook. *Journal of Corporate Finance, 38*, 335–344.

Kumar, N., & Wright, O. (2012, December 13). Google boss: I'm very proud of our tax avoidance scheme. *The Independent*. Retrieved January 25, 2018, from http://www.independent.co.uk/news/uk/home-news/google-boss-im-very-proud-of-our-tax-avoidance-scheme-8411974.html.

Langley, P. (2008). *The Everyday Life of Global Finance: Saving and Borrowing in Anglo-America*. New York: Oxford University Press.

Lapavitsas, C. (2009). *Financialization, or the Search for Profits in the Sphere of Circulation*. Research on Money and Finance Discussion Paper No. 10.

Lapavitsas, C. (2011). Theorizing Financialization. *Work, Employment and Society, 25*(4), 611–626.

Lapavitsas, C. (2013). The financialization of capitalism: 'Profiting without producing'. *City: analysis of urban trends, culture, theory, policy, action, 17*(6), 792–805.

Lapavitsas, C. (2014). *Profiting Without Producing: How Finance Exploits Us All*. London: Verso.

Laughin, L.S. (2014, March 5). Is Facebook overvalued? *Fortune*. Retrieved January 25, 2018, from http://fortune.com/2014/03/05/is-facebook-overvalued/.

Lazonick, W., & O'Sullivan, M. (2000). Maximizing Shareholder Value: A New Ideology for Corporate Governance. *Economy and Society, 29*(1), 13–35.

Leaver, A. (2024). The temporalities of financialized accounting. In *Handbook of Accounting in Society* (pp. 45–57). Edward Elgar Publishing.

LeBaron, G. (2014). Subcontracting is not Illegal, but is It Unethical? Business Ethics, Forced Labor, and Economic Success. *The Brown Journal of World Affairs, 20*(2), 237–249.

Leclerc, R. (2012, June 6). Overvaluing Facebook. *Financial Post*. Retrieved January 25, 2018, from http://business.financialpost.com/opinion/overvaluing-facebook.

Lee, F.S. (1999). *Post Keynesian Price Theory*. Cambridge University Press.

Lee, T.A. (1983). The Early Debate on Financial and Physical Capital. *The Accounting Historians Journal, 10*(1), 25–50.

Lee, T.A. (1985). *Income and Value Measurement: Theory and Practice*. Berkshire: Van Nostrand Reinhold (UK) Co. Ltd.

Lee, T.A. (1995). The Professionalization of Accountancy: A History of Protecting the Public Interest in a Self-Interested Way. *Accounting, Auditing & Accountability Journal, 8*(4), 48–69.

Lee, T.A. (2007). American Accountants in 1880. *Accounting, Business & Financial History, 17*(3), 333–354.

Le Mouel, M. (2022). *Measuring the intangible economy to address policy challenges* (Working Paper 03/2022). Bruegel.

Lenin, V.I. (1970). *Imperialism, the Highest Stage of Capitalism: A Popular Outline*. Moscow: Progress Publishers (1917).

Leswing, K. (2024, January 5). Nvidia passes Apple in market cap as second-most valuable public U.S. company. CNBC. https://www.cnbc.com/2024/06/05/nvidia-passes-apple-in-market-cap.html.

LeRoy, S.F. (1976). Efficient Capital Markets: Comment. *The Journal of Finance, 31*(1), 139–141.

Lev, B. (2001). *Intangibles: Management, Measurement, and Reporting.* Washington D.C.: The Brookings Institution.

Lev, B., & Gu, F. (2016). *The End of Accounting and the Path Forward for Investors and Managers.* Hoboken, New Jersey: John Wiley & Sons, Inc.

Levin, C., & McCain, J. (2013). *Offshore profit shifting and the US tax code-part 2 (Apple Inc.).* Memorandum to the members of the Permanent Subcommittee on Investigations.

Levy, A. (2016, February 1). Google parent Alphabet passes Apple market cap at the open. *CNBC.Com.* Retrieved January 23, 2018, from https://www.cnbc.com/2016/02/01/google-passes-apple-as-most-valuable-company.html.

Levy, J. (2012). *Freaks of Fortune: The Emerging World of Capitalism and Risk in America.* Cambridge, Massachusetts: Harvard University Press.

Levy, J. (2014). Accounting for Profit and the History of Capital. *Critical Historical Studies, 1*(2), 171–214.

Libert, B., Wind, Y., & Beck, M. (2014). What Airbnb, Uber, and Alibaba Have in Common. *Harvard Business Review, 11.* Retrieved January 24, 2018, from https://hbr.org/2014/11/what-airbnb-uber-and-alibaba-have-in-common.

Lintner, J. (1965). The Valuation of Risk Assets and the Selection of Risky Investments in Stock Portfolios and Capital Budgets. *The Review of Economics and Statistics, 47*(1), 13–37.

LiPuma, E., & Lee, B. (2004). *Financial Derivatives and the Globalization of Risk.* Durham: Duke University Press.

LiPuma, E., & Lee, B. (2005). Financial Derivatives and the Rise of Circulation. *Economy and Society, 34*(3), 404–427.

Littleton, A.C. (1935). Value or Cost. *The Accounting Review, 10*(3), 269–273.

Lobel, O. (2017). The Gig Economy & The Future of Employment and Labor Law. *University of San Francisco Law Review, 51*(1), 51–74.

Lochhead, C. (2012, September 20). Silicon Valley Deep into Overseas Tax Havens. Retrieved January 23, 2018, from http://blog.sfgate.com/politics/2012/09/20/silicon-valley-deep-into-overseas-tax-havens/.

Loomis, S.C. (2011). The Double Irish Sandwich: Reforming Overseas Tax Havens. *St. Mary's Law Journal, 43,* 825–854.

Lowe, J. (2009). *Google Speak: Secrets of the World's Greatest Billionaire Entrepreneurs, Sergey Brin and Larry Page.* Hoboken, New Jersey: John Wiley & Sons, Inc.

MacKenzie, D. (2004). The Big, Bad Wolf and the Rational Market: Portfolio Insurance, the 1987 Crash and the Performativity of Economics. *Economy and Society, 33*(3), 303–334.

MacKenzie, D. (2006). *An Engine, Not a Camera: How Financial Models Shape Markets.* Cambridge, Massachusetts: The MIT Press.

MacKenzie, D. (2006b). Is Economics Performative? Option Theory and the Construction of Derivatives Markets. *Journal of the History of Economic Thought, 28*(1), 29–55.

MacKenzie, D. (2007). The Material Production of Virtuality: Innovation, Cultural Geography and Facticity in Derivative Markets. *Economy and Society, 36*(3), 355–376.

MacKenzie, D., & Millo, Y. (2003). Constructing a Market, Performing Theory: The Historical Sociology of a Financial Derivatives Exchange. *American Journal of Sociology, 109*(1), 107–145.

MacNeal, K. (1939). *Truth in Accounting.* Philadelphia: University of Pennsylvania Press.

Magdoff, H. (1970). The Development of Large-Scale Economic Organizations in Modern America: Discussion. *The Journal of Economic History, 30*(1), 218–221.

Maltby, J. (1998). UK Joint Stock Companies Legislation 1844–1900: Accounting Publicity and "Mercantile Caution". *Accounting History, 3*(1), 9–32.

Manjoo, F. (2016, January 21). Who's really losing? Amazon, Apple, Facebook or Google? *Financial Review.* Retrieved January 25, 2018, from http://www.afr.com/technology/technology-companies/apple/whos-really-losing-amazon-apple-facebook-or-google-20160120-gmaicu.

Manyika, J., Lund, S., Bughin, J., Robinson, K., Mischke, J., & Mahajan, D. (2016). *Independent Work: Choice, Necessity, and the Gig Economy.* McKInsey & Company.

Marazzi, C. (2010). *The Violence of Financial Capital.* (K. Lebedeva, Trans.) Los Angeles, CA: Semiotext(e).

Mark, G.A. (1987). The Personification of the Business Corporation in American Law. *The University of Chicago Law Review, 54*(4), 1441–1483.

Markham, J.W. (2006). *A Financial History of Modern U.S. Corporate Scandals from Enron to Reform.* New York: M.E. Sharpe, Inc.

Markowitz, H. (1952, March). Portfolio Selection. *The Journal of Finance, 7*(1), 77–91.

Markowitz, H. (1959). *Portfolio Selection: Efficient Diversification of Investments.* New York: John Wiley & Sons, Inc.

Markowitz, H.M. (1999). The Early History of Portfolio Theory: 1600–1960. *Financial Analysts Journal, 55*(4), 5–16.

Marschall, D. (2012). *The Company We Keep: Occupational Community in the High-Tech Network Society.* Philadelphia: Temple University Press.

Martin, R. (2002). *The Financialization of Daily Life.* Philadelphia: Temple University Press.

Martin, R. (2014). *Knowledge LDT: Toward a Social Logic of the Derivative.* Philadelphia, Pennsylvania: Temple University Press.

Marx, K. (1972). *Theories of Surplus Value Part III*. London: Lawrence & Wishart.

Marx, K. (1973). *Grundrisse: Foundations of the Critique of Political Economy (Rough Draft)*. (M. Nicolaus, Trans.) London: Penguin Books.

Marx, K. (1976). *Capital: A Critique of Political Economy Volume One*. (B. Fowkes, Trans.) London: Penguin Books.

Marx, K. (1991). *Capital: A Critique of Political Economy Volume Three*. (D. Fernbach, Trans.) London: Penguin Books.

McCann, C. (2015, November 20). Two tech billionaires just interviewed each other in my Stanford class—here's what they said. *Business Insider*. Retrieved January 25, 2018, from http://www.businessinsider.com/linkedin-cofounder-reid-hoffman-interviews-airbnb-founder-brian-chesky-at-stanford-class-2015-11?IR=T.

McLean, B., & Elkind, P. (2003). *The Smartest Guys in the Room: The Amazing Rise and Scandalous Fall of Enron*. New York: Portfolio / Penguin.

McMullen, S.Y. (1949). Depreciation and High Costs: The Emerging Pattern. *Journal of Accountancy, 88*, 302–310.

Means, B., & Seiner, J.A. (2015). Navigating the Uber Economy. *University of California Davis Law Review, 49*, 1511–1546.

Mehrling, P. (2005). *Fischer Black and the Revolutionary Idea of Finance*. Hoboken, New Jersey: John Wiley & Sons, Inc.

Menkhoff, L. (2002). Institutional Investors: The External Costs of a Succesful Innovation. *Journal of Economic Issues, 36*(4), 907–933.

Merton, R.C. (1973). Theory of Rational Option Pricing. *The Bell Journal of Economics and Management Science, 4*(1), 141–183.

Merton, R.C. (1995). Financial Innovation and the Management and Regulation of Financial Institutions. *Journal of Banking & Finance, 19*(3–4), 461–481.

Michie, R. (2001). *The London Stock Exchange: A History*. Oxford: Oxford University Press.

Micklethwait, J., & Wooldridge, A. (2003). *The Company: A Short History of a Revolutionary Idea*. New York: The Modern Library.

Mierzwinski, E., & Chester, J. (2013). Selling Consumers Not Lists: The New World of Digital Decision-Making and the Role of the Fair Credit Reporting Act. *Suffolk University Law Review, 46*, 845–880.

Mikes, A. (2011). From Counting Risk to Making Risk Count: Boundary-Work in Risk Management. *Accounting, Organizations and Society, 36*(4–5), 226–245.

Milano, G.V., Chatterjee, A., & Fedigan, D. (2016). Drivers of Shareholder Returns in Tech Industries (or How to Make Sense of Amazon's Market Value). *Journal of Applied Corporate Finance, 28*(3), 48–56.

Milano, G.V. (2019). *Beyond EVA*. Journal of Applied Corporate Finance, 31(3), 116–125.

Milberg, W., & Winkler, D. (2013). *Outsourcing economics: Global value chains in capitalist development*. Cambridge University Press.

Miller, M.M. (2000). The History of Finance: An Eyewitness Accounting. *Journal of Applied Corporate Finance, 13*(2), 8–14.

Millo, Y., & MacKenzie, D. (2009). The Usefulness of Inaccurate Models: Towards an Understanding of the Emergence of Financial Risk Management. *Accounting, Organizations and Society, 34*(5), 638–653.

Miranti, P.J. (1989). The Mind's Eye of Reform: The ICC's Bureau of Statistics and Accounts and a Vision of Regulation, 1887–1940. *Business History Review, 63*(3), 469–509.

Miranti, P.J. (1990). Measurement and Organizational Effectiveness: The ICC and Accounting-Based Regulation, 1887–1940. *Business and Economic History, 19*, 183–192.

Mirowski, P. (1981). The Rise (and Retreat) of a Market: English Joint Stock Shares in the Eighteenth Century. *Journal of Economic History, XLI*(3), 559–577.

Money Morning Staff Reports. (2013, September 25). Why the Facebook Stock Price Has Doubled in Two Months. *Money Morning*. Retrieved January 25, 2018, from https://moneymorning.com/2013/09/25/why-the-facebook-stock-price-has-doubled-in-two-months/.

Moore, P.V., & Woodcock, J. (Eds.). (2021). *Augmented Exploitation: Artificial Intelligence, Automation and Work*. Pluto Press.

Morin, F. (2000). A Transformation in the French Model of Shareholding and Management. *Economy and Society, 29*(1), 36–53.

Morrison , A.D., & Wilhelm, W.J. (2007). Investment Banking: Past, Present, and Future. *Journal of Applied Corporate Finance, 19*(1), 8–20.

Moseley, F. (1995). Capital in General and Marx's Logical Method: a Response to Heinrich's Critique. *Capital & Class, 19*(2), 15–48.

Mossin, J. (1966). Equilibrium in a Capital Asset Market. *Econometrica, 34*(4), 768–783.

Mouritsen, J., Larsen, H.T., & Bukh, P.N. (2001). Intellectual Capital and the 'Capable Firm': Narrating, Visualising and Numbering for Managing Knowledge. *Accounting, Organizations and Society, 26*(7–8), 735–762.

Mulcahy, D. (2016). *The Gig Economy: The Complete Guide to Getting Better Work, Taking More Time Off, and Financing the Life You Want*. American Management Association.

Murray, P. (2005). Money as Displaced Social Form: Why Value Cannot be Independent of Price. In F. Moseley (Ed.), *Marx's Theory of Money: Modern Appraisals* (pp. 50–64). Palgrave Macmillan.

Murray, P., & Schuler, J. (2017). Social Form and the 'Purely Social': On the Kind of Sociality Involved in Value. In D. Krier & M.P. Worrell (Eds.), *The Social Ontology of Capitalism* (pp. 121–141). Palgrave Macmillan.

Neal, L. (1990). *The Rise of Financial Capitalism: International Capital Markets in the Age of Reason*. Cambridge: Cambridge University Press.

Negri, A. (1999). Value and Affect. *boundary 2, 26*(2), 77–88.

Neo, H. (2010). Geographies of Subcontracting. *Geography Compass, 4*(8), 1013–1024.

Neocleous, M. (2003). Staging Power: Marx, Hobbes and the Personification of Capital. *Law and Critique, 14*, 147–165.

Nersisyan, Y., & Wray, L. (2010). Transformation of the Financial System: FInancialization, Concentration and the Shift to Shadow Banking. In J. Toporowski, & D. Tavasci, *Minsky, Crisis and Development* (pp. 32–49). New York: Palgrave Macmillan.

Newman, S.A. (2009). Financialization and Changes in the Social Relations along Commodity Chains: The Case of Coffee. *Review of Radical Political Economics, 41*(4), 539–559.

Nissim, D., & Penman, S. (2008). Principles for the Application of Fair Value Accounting. *Columbia Business School, Center for Excellenge in Accounting and Security Analysis, No. 2*.

Nitzan, J., & Bichler, S. (2009). *Capital as Power: A Study of Order and Creorder.* Routledge.

Nobes, C. (1992). A Political History of Goodwill in the U.K.: An Illustration of Cyclical Standard Setting. *Abacus, 28*(2), 142–167.

O'Connor, J. (1966). Monopoly Capital. *New Left Review, I*(40), 38–50.

OECD (2003). *Institutional Investors: Statistical Yearbook 1992–2001.* OECD Publishing.

OECD. (2006). *Creating Value from Intellectual Assets.* Organisation for Economic Co-Operation and Development.

OECD. (2013a). *Adressing Base Erosion and Profit Shift.* OECD Publishing.

OECD. (2013b). *Action Plan on Base Erosion and Profit Shifting.* OECD Publishing.

OECD. (2017). *OECD Transfer Pricing Guidelines for Multinational Enterprises and Tax Administrations.* OECD Publishing.

O'Neal, L. (2021, January 26). *The Trump Tax Cuts: Promises Made, Promises Kept?* Bloomberg Tax. https://news.bloombergtax.com/daily-tax-report/the-trump-tax-cuts-promises-made-promises-kept-1.

O'Neill, P. (2001). Financial Narratives of the Modern Corporation. *Journal of Economic Geography, 1*(2).

Oran, O., & Barr, A. (2012, May 28). Facebook prices at top of range in landmark IPO. *Reuters.* Retrieved January 25, 2018, from https://www.reuters.com/article/us-facebook/facebook-prices-at-top-of-range-in-landmark-ipo-idUSBRE84G14Q20120517?feedType=RSS.

Orhangazi, Ö. (2019). The role of intangible assets in explaining the investment–profit puzzle. *Cambridge Journal of Economics, 43*(5), 1251–1286.

Orhangazi, O. (2008). *Financialization and the US Economy.* Northampton, MA: Edwar Elgar.

Oskam, J., & Boswijk, A. (2016). Airbnb: The Future of Networked Hospitality Businesses. *Journal of Tourism Futures, 2*(1), 22–42.

Owens, R.N. (1923). Goodwill in the Accounts. *The University Journal of Business, 1*(3), 282–299.

Oxley, L., Walker, P., Thorns, D., & Wang, H. (2008). *The Knowledge Economy/Society: The Latest Example of "Measurement Without Theory"?* Christchuch, New Zealand: University of Canterbury, Department of Economics, Working Paper No. 03/2008.

Palan, R., & Nesvetailova, A. (2013). *The Governance of the Black Holes of the World Economy: Shadow Banking and Offshore Finance.* London, UK: City Political Economy Research Centre (CITYPERC), Department of International Politics, City University London, Report No. 2013-03.

Palan, R., Murphy, R., & Chavagneux, C. (2010). *Tax Havens: How Globalization Really Works.* Ithaca: Cornell University Press.

Palley, T.I. (2005). From Keynesianism to Neoliberalism: Shifting Paradigms in Economics. In A. Saad-Filho, & D. Johnson (Eds.), *Neoliberalism: A Critical Reader* (pp. 20–29). London: Pluto Press.

Palley, T.I. (2013). *Financialization: The Economics of Finance Capital Domination.* New York: Palgrave Macmillan.

Park, A., Nayyar, G., & Low, P. (2013). *Supply Chain Perspectives and Issues: A Literature Review.* WTO and Fung Global Institute.

Paton, W.A., & Littleton, A.C. (1940). *An Introduction to Corporate Accounting Standards.* Iowa City, Iowa: American Accounting Association.

Payne, P.L. (1967). The Emergence of the Large-Scale Company in Great Britain, 1870–1914. *The Economic History Review, 20*(3), 519–542.

Perry, J. (2009). *Goodwill Hunting: Accounting and the Global Regulation of Economic Ideas.* Amsterdam: Vrije Universiteit.

Philips, G.E. (1963). The Revolution in Accounting Theory. *The Accounting Review, 38*(4), 696–708.

Pike, A., & Pollard, J. (2010). Economic Geographies of Financialization. *Economic Geography, 86*(1), 29–51.

Pitts, F.H. (2016). A crisis of measurability? Critiquing post-operaismo on labour, value and the basic income. *Capital & Class*, 1–19.

Poovey, M. (1998). *A History of the Modern Fact: Problems of Knowledge in the Sciences of Wealth and Society.* Chicago: The University of Chicago Press.

Porter, T.M. (1995). *Trust in Numbers: The Pursuit of Objectivity in Science and Public Life.* Princeton, New Jersey: Princeton University Press.

Postone, M. (2003). *Time, Labor, and Social Domination: A Reinterpretation of Marx's Critical Theory.* Cambridge: Cambridge University Press.

Power, M. (2001). Introduction: Imagining, Measuring and Managing Intangibles. *Accounting, Organizations and Society, 27*(7), 691–693.

Power, M. (2004). The Risk Management of Everything. *The Journal of Risk Finance, 5*(3), 58–65.

Power, M. (2007). *Organized Uncertainty: Designing a World of Risk Management.* Oxford: Oxford University Press.

Power, M. (2009). The Risk Management of Nothing. *Accounting, Organizations and Society, 34*(6–7), 849–855.

Power, M. (2010). Fair Value Accounting, Financial Economics and the Transformation of Reliability. *Accounting and Business Research, 40*(3), 197–210.

Pozsar, Z. (2018, January 29). Repatriation, the Echo-Taper and the €/ $ Basis (Global Money Notes No. 11). Credit Suisse Global Strategy.

Previts, G.J., & Merino, B.D. (1979). *A History of Accounting in America: An Historical Interpretation of the Cultural Significance of Accounting*. New York: Wiley.

PWC. (2023). *Global Top 100 companies—May 2023*. PwC. https://www.pwc.com/gx/en/audit-services/publications/top100/pwc-global-top-100-companies-2023.pdf.

PWC. (2022). *Global Top 100 companies—March 2022*. PwC. https://www.pwc.com/gx/en/services/audit-assurance/publications/global-top-100-companies.html.

PWC. (2020). *Global Top 100 companies by Market Capitalisation an Update to 30 June 2020*. PwC. https://www.pwc.es/es/auditoria/assets/global-top-100-companies-2020.pdf.

PWC. (2019). *Global Top 100 companies by Market Capitalisation*. PwC. https://elektro.at/wp-content/uploads/2019/08/global-top-100-companies-2019.pdf.

Quellet, M. (2015). Revisiting Marx's Value Theory: Elements of a Critical Theory of Immaterial Labor in Informational Capitalism. *The Information Society, 31*(1), 20–27.

Rabinovich, J. (2019). The financialization of the non-financial corporation. A critique to the financial turn of accumulation hypothesis. *Metroeconomica, 70*(4), 738–775.

Raice, S. (2012, February 2). Facebook Sets Historic IPO. *The Wall Street Journal*. Retrieved January 25, 2018, from https://www.wsj.com/articles/SB10001424052970204879004577110780078310366.

Ramstad, Y. (2001). John R. Commons's Reasonable Value and the Problem of Just Price. *Journal of Economic Issues, 35*(2), 253–277.

Rappaport, A. (1999). *Creating Shareholders Value: A Guide for Managers and Investors*. New York: Simon and Schuster.

Read, J. (2003). *The Micro-Politics of Capital: Marx and the Prehistory of the Present*. Albany: State University of New York Press.

Reber, B., & Vencappa, D. (2016). Deliberate premarket underpricing and aftermarket mispricing: New insights on IPO pricing. *International Review of Financial Analysis, 44*, 18–33.

Regan, N. (1987). *The Institute of Chartered Financial Analysts: A Twenty-Five Year History*. The Institute of Chartered Financial Analysts.

Reisinger, D. (2012, October 2). Apple cash manager Braeburn: the 'world's biggest hedge fund'. *CNET*. Retrieved January 25, 2018, from https://www.cnet.com/au/news/apple-cash-manager-braeburn-the-worlds-biggest-hedge-fund/.

Resnick, S.A., & Wolff, R.D. (1987). *Knowledge and Class: A Marxian Critique of Political Economy*. Chicago: The University of Chicago Press.

Resnick, S., & Wolff, R. (2010). The Economic Crisis: A Marxian Interpretation. *Rethinking Marxism, 22*(2), 170–186.

Rikap, C. (2021). *Capitalism, Power and Innovation: Intellectual Monopoly Capitalism Uncovered.* Routledge & CRC Press.

Rikap, C. (2023). Capitalism as usual? Implications of digital intellectual monopolies. *New Left Review*, 139, 145–160.

Ricardo, D. (1949). *On Principles of Political Economy and Taxation.* London: Dent (1817).

Rich, N., & Hines, P. (1997). Supply-Chain Management and Time-Based Competition: The Role of the Supplier Association. *International Journal of Physical Distribution & Logistics Management, 27*(3–4), 210–225.

Richardson, A.J. (1989). Canada's Accounting Elite: 1880–1930. *The Accounting Historians Journal, 16*(1), 1–21.

Richardson, L. (2015). Performing the Sharing Economy. *Geoforum, 67*, 121–129.

Riles, A. (2014). Managing Regulatory Arbitrage: A Conflict of Laws Approach. *Cornell International Law Journal, 47*, 63–119.

Roberts, M. (2009). *The Great Recession: Profit Cycles, Economic Crisis, A Marxist View.* Lulu.com.

Robinson, B. (2015). With a Different Marx: Value and the Contradictions of Web 2.0 Capitalism. *The Information Society, 31*(1), 44–51.

Roe, M.J. (1994). *Strong Managers, Weak Owners: The Political Roots of American Corporate Finance.* Princeton, New Jersey: Princeton University Press.

Roof, K. (2015, October 22). NASDAQ Acquires SecondMarket To Help Startups Sell Shares. *TechCrunch.* Retrieved January 25, 2018, from https://techcrunch.com/2015/10/22/nasdaq-acquires-secondmarket-to-help-startups-sell-shares/.

Rorem, R. (1929). Business Value. *The Journal of Business of the University of Chicago, 2*(3), 312–325.

Rosdolsky, R. (1977). *The Making of Marx's 'Capital'.* (P. Burgess, Trans.) London: Pluto Press.

Ross, S.A. (1978). The Current Status of the Capital Asset Pricing Model (CAPM). *The Journal of Finance, 33*(3), 885–901.

Rotta, T.N., & Teixeira, R.A. (2016). The autonomisation of abstract wealth: new insights on the labour theory of value. *Cambridge Journal of Economics, 40*(4), 1185–1201.

Rubinstein, M. (1985). Nonparametric Tests of Alternative Option Pricing Models Using All Reported Trades and Quotes on the 30 Most Active CBOE Option Classes from August 23, 1976 Through August 31, 1978. *The Journal of Finance, 40*(2), 455–480.

Rubinstein, M. (1994). Implied Binomial Trees. *The Journal of Finance, 49*(3), 771–818.

Rusli, E.M., & Eavis, P. (2012, May 12). Facebook Raises $16 Billion in I.P.O. *The New York Times.* Retrieved January 25, 2018, from https://dealbook.nytimes.com/2012/05/17/facebook-raises-16-billion-in-i-p-o/.

Rutterford, J., Green, D.R., Maltby, J., & Owens, A. (2011). Who Comprised the Nation of Shareholders? Gender and Investment in Great Britain, c. 1870–1935. *The Economic History Review, 64*(1), 157–187.

Sako, M. (1997). *Prices, Quality and Trust.* Cambridge University Press.

Salmon, F. (2012, May 30). Facebook's SecondMarket muppets. *Reuters.* Retrieved January 25, 2018, from http://blogs.reuters.com/felix-salmon/2012/05/30/facebooks-secondmarket-muppets/.

Scholes, M.S. (1998). Derivatives in a Dynamic Environment. *The American Economic Review, 88*(3), 350–370.

Schor, J. (2016). Debating the Sharing Economy. *Journal of Self-Governance & Management Economics, 4*(3), 7–22.

Seabrooke, L., & Wigan, D. (2014). Global Wealth Chains in the International Political Economy. *Review of International Political Economy, 21*(1), 257–263.

Seabrooke, L., & Wigan, D. (2017). The Governance of Global Wealth Chains. *Review of International Political Economy, 24*(1), 1–29.

Seabrooke, L., & Wigan, D. (2022). Asset strategies in global wealth chains. In L. Seabrooke & D. Wigan (Eds.), *Global wealth chains: Asset strategies in the world economy* (pp. 1–29). Oxford University Press.

Seaquist, G., Bramhandkar, A., & Barken, M. (2015). Employed or Exploited? Financial and Legal Implications of the Uber Case. (R. Vogel, Ed.) *Proceedings of the New York State Economics Association, 8*, 48–57.

SEC. (2012). *Facebook Inc.: Form S-1 Registration Statement under the Securities Act of 1933.* Washington, D.C.: United States Securities and Exchange Commission.

Seetharaman, A., Balachandran, M., & Saravanan, A.S. (2004). Accounting Treatment of Goodwill: Yesterday, Today and Tomorrow: Problems and Prospects in the International Perpective. *Journal of Intellectual Capital, 5*(1), 131–152.

Serfati, C. (2008). Financial Value Dimensions of Transnational Corporations, Global Value Chain and Technological Innovation. *Journal of Innovation Economics & Management, 2*, 35–61.

Shaikh, A. (2011). The First Great Depression of the 21st Century. *Socialist Register, 47*, 44–63.

Sharpe, W.F. (1964). Capital Asset Prices: A Theory of Market Equilibrium under Conditions of Risk. *The Journal of Finance, 19*(3), 425–442.

Sias, R.W. (1996). Volatility and the Institutional Investor. *Financial Analysts Journal, 52*(2), 13–20.

Skeggs, B., & Yuill, S. (2016). Capital Experimentation with person/a Formation: How Facebook's Monetization Refigures the Relationship between Property, Personhood and Protest. *Information, Communication & Society, 19*(3), 380–396.

Skousen, K.F. (1983). *An Introduction to the SEC.* Cincinati: South-Western Pub. Co.

Smith, A. (1976). *An Inquiry into the Nature and Causes of the Wealth of Nations.* Indianapolis: Liberty Classics (1776).

Smith, M.E., & Butovsky, J. (2012). Profitability and the Roots of the Global Crisis: Marx's 'Law of the Tendency of the Rate of Profit to Fall' and the US Economy, 1950–2007. *Historical Materialism, 20*(4), 39–74.

Smyth, J. (2013, December 6). 'Double Irish' limits Facebook's tax bill to €1.9m in Ireland. *Financial Times*. Retrieved January 25, 2018, from https://www.ft.com/content/ca64f938-5dc0-11e3-95bd-00144feabdc0.

Soederberg, S. (2003). The Promotion of 'Anglo-American' Corporate Governance in the South: Who Benefits from the New International Standard? *Third World Quarterly, 24*(1), 7–27.

Spacek, L. (1964). The Treatment of Goodwill in the Corporate Balance Sheet. *Journal of Accountancy, 117*, 35–40.

Sprouse, R.T., & Moonitz, M. (1962). Summary from "A Tentative Set of Broad Accounting Principles for Accounting". *Journal of Accountancy, 113*, 61–63.

Srnicek, N. (2017). *Platform Capitalism*. Polity Press.

Sterling, R.R. (1968). The Going Concern: An Examination. *The Accounting Review, 43*(3), 481–502.

Stewart, H. (2015, October 12). Facebook paid £4,327 corporation tax despite £35m staff bonuses. *Guardian*. Retrieved January 25, 2018, from https://www.theguardian.com/global/2015/oct/11/facebook-paid-4327-corporation-tax-despite-35-million-staff-bonuses.

Stewart, J.C. (1977). *Pioneers of A Profession: Chartered Accountants to 1879*. Edinburgh: William Blackwood & Sons Ltd.

Stockhammer, E. (2004). Financialization and the Slowdown of Accumulation. *Cambridge Journal of Economics, 28*(5), 719–741.

Stockhammer, E. (2010). *Financialization and the Global Economy*. Political Economy Research Institute Working Paper, 242.

Storey, R.K. (1959). Revenue Realization, Going Concern and Measurement of Income. *The Accounting Review, 34*(2), 232–238.

Sundararajan, A. (2016). *The Sharing Economy: The End of Employment and the Rise of Crowd-Based Capitalism*. Cambridge, MA: MIT Press.

Sweeney, H.W. (1930). Maintenance of Capital. *The Accounting Review, 5*(4), 277–287.

Sweeney, H.W. (1933). Income. *The Accounting Review, 8*(4), 323–335.

Sweeney, H.W. (1933b). Capital. *The Accounting Review, 8*(3), 185–199.

Sweezy, P.M. (1962). *The Theory of Capitalist Development: Principles of Marxian Political Economy*. London: Dennis Dobson Limited (1949).

Sweezy, P.M. (1981). Competition and Monopoly. In P.M. Sweezy, *Four Lectures on Marxism* (pp. 55–70). New York: Monthly Review Press.

Sweezy, P.M., & Magdoff, H. (1971). *The Dynamics of U.S. Capitalism: Corporate Structure, Inflation, Credit, Gold, and the Dollar*. New York: Monthly Review Press (1965).

Talbot, L. (2013). Why Shareholders Shouldn't Vote: A Marxist-Progressive Critique of Shareholder Empowerment. *The Modern Law Review, 76*(5), 791–816.

Teixeira, R.A., & Rotta, T.N. (2012). Valueless Knowledge-Commodities and Financialization: Productive and Financial Dimensions of Capital Autonomization. *Review of Radical Political Economics, 44*(4), 448–467.

Tellmann, U., Braun, V., & Brandl, B. (2024). The Challenges of Assets: Anatomy of an Economic Form. *Economy and Society*, 53(1), 1–14.

The European Community. (2001). *Measuring Intangibles to Understand and Improve Innovation Management (Meritum): Final Report*. Targeted Socio-Economic Research (TSER).

Thomas, C.W. (2002). The Rise and Fall of Enron. *Journal of Accountancy, 193*(4), 41–48.

Thorelli, H.B. (1986). Networks: Between Markets and Hierarchies. *Strategic Management Journal, 7*, 37–51.

Thorne, D. (2013). *The Double Irish and Dutch Sandwich Tax Strategies: Could a General Anti-Avoidance Rule Counteract the Problems Caused by Utilisation of These Structures?* LLM Research Paper, Laws 516: Taxation, Domestic and International .

Thrift, N. (2005). *Knowing Capitalism*. London: Sage Publications.

Thum-Thysen, A., Voigt, P., Bilbao-Osorio, B., Maier, C., & Ognyanova, D. (2017). *Unlocking Investment in Intangible Assets*. EC: European Economy Discussion Papers, No. 47.

Tilly, R.H. (1989). Banking Institutions in Historical and Comparative Perspective: Germany, Great Britain and the United States in the Nineteenth and Early Twentieth Century. *Journal of Institutional and Theoretical Economics, 145*(1), 189–209.

Tompkins Associates. (2010). *Leveraging the Supply Chain for Increased Shareholder Value*. Tompkins Associates.

Trefis Team. (2015, October 1). A Comparative Look At The Valuation Of Facebook, Twitter And LinkedIn. *Forbes*. Retrieved October 25, 2018, from https://www.forbes.com/sites/greatspeculations/2015/10/01/a-comparative-look-at-the-valuation-of-facebook-twitter-and-linkedin/#3e5583ab78cb.

Treynor, J.L., & Black, F. (1973). How to Use Security Analysis to Improve Portfolio Selection. *The Journal of Business, 46*(1), 66–86.

U.S. PIRG. (2011). *Offshore Funds Located Onshore Majority Staff Report Addentum*. United States Senate Permanent Subcommittee on Investigations.

U.S. PIRG. (2013). *The Hidden Costs of Offshore Tax Heavens: State Budgets under Pressure From Tax Loophole Abuse*. United States Public Interest Research Group Education Fund.

U.S. PSI. (2013). *Offshore Profit Shifting and the U.S. Tax Code—Part 2 (Apple Inc.)*. Washington: Permanent Subcommittee on Investigations of the Committee on Homeland Security and Governmental Affairs United States Senate.

Uher, T.E. (1991). Risks in Subcontracting: Subcontract Conditions. *Construction Management and Economics, 9*(6), 495–508.

UNCTAD. (2015). *World Investment Report 2015: Reforming International Investment Governance*. New York: United Nations.

Useem, M. (1996). *Investor Capitalism: How Money Managers Are Changing the Face of Corporate America*. New York: Basic Books.

Vallas, S.P. (1999). Rethinking Post-Fordism: The Meaning of Workplace Flexibility. *Sociological Theory, 17*(1), 68–101.

Van Dijck, J. (2013). *The Culture of Connectivity: A Critical History of Social Media*. Oxford University Press.

Vanany, I., Zailani, S., & Pujawan, N. (2008). Supply Risk Management: Literature Review and Future Research. In M.G. Hunter (Ed.), *Strategic Information Systems: Concepts, Methodologies, Tools, and Applications* (pp. 280–297). Hershey, New York: Information Science Reference.

Veblen, T. (1912). *The Theory of Business Enterprise*. New York: Charles Scribner (1904).

Veblen, T. (1914). *The instinct of workmanship and the state of industrial arts*. New York, NY: The Macmillan Company.

Veblen, T. (1921). *The Engineers and the Price System*. New York, NY: B.W. Huebsch.

Vithanage, K., Neupane, S., & Chung, R. (2016). Multiple lead underwriting syndicate and IPO pricing. *International Review of Financial Analysis, 48*, 193–208.

Walker, R. (1989). A Requiem for Corporate Geography: New Directions in Industrial Organizaton, the Production of Place and the Uneven Development. *Geografiska Annaler. Series B, Human Geography, 71*(1), 43–68.

Walker, S.P. (1991). The Defence of Professional Monopoly: Scottish Chartered Accountants and "Satellites in the Accountancy Firmament" 1854–1914. *Accounting, Organizations and Society, 16*(3), 157–183.

Walton, P. (2004). IAS 39: Where Different Accounting Models Collide. *Accounting in Europe, 1*(1), 5–16.

Warner, C. (2016, November 27). Fake News: Facebook Is A Technology Company. *Forbes*. Retrieved January 25, 2018, from https://www.forbes.com/sites/charleswarner/2016/11/27/fake-news-facebook-is-a-technology-company/#268033ab1381.

Waters, R. (2014, October 31). FT interview with Google co-founder and CEO Larry Page. *Financial Times*. Retrieved January 24, 2018, from https://www.ft.com/content/3173f19e-5fbc-11e4-8c27-00144feabdc0.

Watson, M. (2007). Searching for the Kuhnian Moment: The Black-Scholes-Merton Formula and the Evolution of Modern Finance Theory. *Economy and Society, 36*(2), 325–337.

Watts, R.L. (2003). Conservatism in Accounting Part I: Explanations and Implications. *Accounting Horizons, 17*(3), 207–221.

Whalen, C.J. (2002). Money Manager Capitalism: Still Here, but Not Quite as Expected. *Journal of Economis Issues, 36*(2), 401–406.

White, E.N. (1986). Before the Glass-Steagall Act: An Analysis of the Investment Banking Activities of National Banks. *Explorations in Economic History, 23*, 33–55.

White, J. (2020). US companies move on from double Irish. *International Tax Review*. https://www.proquest.com/docview/2352519345?pq-origsite=gscholar&fromopenview=true.

Whitley, R. (1986). The Transformation of Business Finance into Financial Economics: The Roles of Academic Expansion and Changes in U.S. Capital Markets. *Accounting, Organizations and Society, 11*(2), 171–192.

Wigmore, B.A. (1985). *The Crash and Its Aftermath: A History of Securities Markets in the United States, 1929–1933*. London: Greenwood Press.

Wilkins, G. (2016, June 10). Uber battles claims of subprime car finance. *The Sydney Morning Herald*. Retrieved January 25, 2018, from http://www.smh.com.au/business/consumer-affairs/uber-battles-claims-of-subprime-car-finance-20160523-gp1vbe.html.

Willmott, H. (2010). Creating 'value' beyond the point of production: Branding, financialization and market capitalization. *Organization*, 17(5), 517–542.

Wirtenberger, H.J. (1969). The "Soulful" Corporation Revisited. *Review of Social Economy, 27*(1), 84–86.

Woodcock, J. (2021). *The Fight Against Platform Capitalism: An Inquiry into the Global Struggles of the Gig Economy*. University of Westminster Press.

World Intellectual Property Organization & Luiss Business School. (2024). *World Intangible Investment Highlights: June 2024 Edition*. World Intellectual Property Organization. https://doi.org/10.34667/tind.49737.

Wray, L.R. (2009). The Rise and Fall of Money Manager Capitalism: A Minskian Approch. *Cambridge Journal of Economics, 33*(4), 807–828.

Yates, J. (1989). *Control through Communication: The Rise of System in American Management*. Baltimore, Maryland: The John Hopkins University Press.

Young, A. (1998). *Towards an Interim Statistical Framework: Selecting the Core Components of Intangible Investment*. OECD: Organization for Economic Co-Operation and Development.

Zaloom, C. (2003). Ambiguous Numbers: Trading Technologies and Interpretation in Financial Markets. *American Ethnologist, 30*(2), 258–272.

Zambon, S., Abernethy, M., Wyatt, A., Bianchi, P., Labory, S., Del Bello, a., & Lev, B. (2003). *Study on the Measurement of Intangible Assets and Associated Reporting Practices*. Prepared for the Commission of the European Communities Enterprice Directorate General.

Zeff, S.A. (1982). Truth in Accounting: The Ordeal of Kenneth MacNeal. *The Accounting Review, 57*(3), 528–553.

Zhang, I.X., & Zhang, Y. (2015). Accounting Discretion and Purchase Price Allocation After Acquisitions. *Journal of Accounting, Auditing & Finance, 32*(2), 1–30.

Zhang, Y., & Andrew, j. (2014). Financialisation and the Conceptual Framework. *Critical Perspectives on Accounting, 25*(1), 17–26.

Zizek, S. (1991). *Looking Awry: An Introduction to Jacques Lacan through Popular Culture.* Cambridge, Massachusetts: MIT Press.

Zook, M. (2005). *The Geography of the Internet Industry: Venture Capital, Dot-Coms, and Local Knowledge.* Blackwell Publishing.

Zuckerman, E.W. (2004). Structural Incoherence and Stock Market Activity. *American Sociological Review, 69*(3), 405–432.

# Index



 | HTTPS://DOI.ORG/10.1163/9789004763968-011

www.ingramcontent.com/pod-product-compliance
Ingram Content Group UK Ltd.
Pitfield, Milton Keynes, MK11 3LW, UK
UKHW022219051026
15624UKWH00001B/243

9 789004 763944